ಪಾಲಗುಮ್ಮಿ ಸಾಯಿನಾಥ್

ಪಾಲಗುಮ್ಮಿ ಸಾಯಿನಾಥ್ ಅವರು 'ಪೀಪಲ್ಸ್ ಆರ್ಕೈವ್ ಆಫ್ ರೂರಲ್ ಇಂಡಿಯಾ' (ಪರಿ)ಯ ಸಂಸ್ಥಾಪಕ ಸಂಪಾದಕರು. ಇವರು ಕಳೆದ 42 ವರ್ಷಗಳಿಂದ ಮಾಧ್ಯಮ ರಂಗದಲ್ಲಿ ಸಕ್ರಿಯರು. ಈ ಪೈಕಿ 30 ಸುದೀರ್ಘ ವರ್ಷಗಳ ಕಾಲ ಅವರು ಗ್ರಾಮೀಣ ಭಾರತವನ್ನು ಪೂರ್ಣಾವಧಿಯಾಗಿ ವರದಿ ಮಾಡಿದ್ದಾರೆ. ಜವಾಹರಲಾಲ್ ನೆಹರೂ ವಿಶ್ವವಿದ್ಯಾಲಯ (ಜೆಎನ್‌ಯು) ದಿಂದ ಚರಿತ್ರೆಯಲ್ಲಿ ಸ್ನಾತಕೋತ್ತರ ಪದವಿ ಪಡೆದ ಇವರು 1980ರಲ್ಲಿ ಯುನೈಟೆಡ್ ನ್ಯೂಸ್ ಆಫ್ ಇಂಡಿಯಾ (ಯುಎನ್‌ಐ) ಸುದ್ದಿ ಸಂಸ್ಥೆಯನ್ನು ಸೇರಿದರು. 1982ರಲ್ಲಿ 'ದಿ ಡೈಲಿ' ಪತ್ರಿಕೆಯ ವಿದೇಶಾಂಗ ಸಂಪಾದಕರು ಹಾಗೂ ನಂತರ ಮುಂಬೈನಲ್ಲಿ 'ಬ್ಲಿಟ್ಜ್' ವಾರಪತ್ರಿಕೆಯ ಉಪ ಪ್ರಧಾನ ಸಂಪಾದಕರಾಗಿದ್ದರು. 1993ರಲ್ಲಿ ಇವರು ಗ್ರಾಮೀಣ ಬಡತನವನ್ನು ವರದಿ ಮಾಡಲು ತಮ್ಮನ್ನು ಪೂರ್ಣಾವಧಿ ತೊಡಗಿಸಿಕೊಳ್ಳುವ ಸಲುವಾಗಿ 'ಬ್ಲಿಟ್ಜ್' ತೊರೆದರು. 2004 ರಿಂದ 2014ರವರೆಗೆ ಇವರು 'ದಿ ಹಿಂದೂ' ಪತ್ರಿಕೆಯ ಗ್ರಾಮೀಣ ವ್ಯವಹಾರಗಳ ಸಂಪಾದಕರಾಗಿದ್ದರು.

ಸಾಯಿನಾಥ್ ಅವರಿಗೆ 60 ರಾಷ್ಟ್ರೀಯ, ಅಂತಾರಾಷ್ಟ್ರೀಯ ವರದಿಗಾರಿಕೆ ಪ್ರಶಸ್ತಿಗಳು, ಫೆಲೋಶಿಪ್‌ಗಳು ಸಿಕ್ಕಿವೆ. ಇವುಗಳ ಪೈಕಿ 2021ರಲ್ಲಿನ ಫುಕುವೋಕಾ ಗ್ರ್ಯಾಂಡ್ ಪ್ರೈಜ್, 2014ರಲ್ಲಿ ನೀಡಲಾದ ವರ್ಲ್ಡ್ ಮೀಡಿಯಾ ಸಮ್ಮಿಟ್ ಅವಾರ್ಡ್, 2007ರಲ್ಲಿನ ರಾಮೋನ್ ಮ್ಯಾಗ್ಸೇಸೆ ಪ್ರಶಸ್ತಿ, ಆಮ್ನೆಸ್ಟಿ ಇಂಟರ್‌ನ್ಯಾಷನಲ್ ನೀಡುವ ಮಾನವ ಹಕ್ಕುಗಳ ವರದಿಗಾರಿಕೆಯ ಬಹುಮಾನ, ರಾಮನಾಥ್ ಗೋಯೆಂಕಾ ವರ್ಷದ ಪತ್ರಕರ್ತ ಪ್ರಶಸ್ತಿಗಳು ಕೆಲವು.

ಮೂರು ದಶಕಗಳ ಕಾಲ ಇವರು ಮುಂಬೈನ ಸೋಫಿಯಾ ಪಾಲಿಟೆಕ್ನಿಕ್‌ನಲ್ಲಿ ಪತ್ರಿಕೋದ್ಯಮವನ್ನು ಬೋಧಿಸುತ್ತಿದ್ದಾರೆ. 2000 ದಿಂದ ಚೆನ್ನೈನ ಏಷ್ಯನ್ ಕಾಲೇಜ್ ಆಫ್ ಜರ್ನಲಿಸಂನಲ್ಲಿ ಪಾಠ ಮಾಡುತ್ತಿದ್ದಾರೆ. 2012ರಲ್ಲಿ ಇವರು ಪ್ರಿನ್ಸ್‌ಟನ್‌ನಲ್ಲಿ ಮ್ಯಾಕ್‌ಗ್ರಾ ಪ್ರೊಫೆಸರ್ ಫಾರ್ ರೈಟಿಂಗ್ ಆಗಿದ್ದರು.

2014 ಡಿಸೆಂಬರ್‌ನಲ್ಲಿ ಸಾಯಿನಾಥ್ 'ಪರಿ'ಯನ್ನು ಹುಟ್ಟುಹಾಕಿದರು. 14 ಭಾಷೆಗಳಲ್ಲಿ 'ಪರಿ' ಪ್ರಕಟವಾಗುತ್ತಿದೆ. 'ಪರಿ' ಸ್ವತಂತ್ರವಾದ ಬಹುಮಾಧ್ಯಮ ಡಿಜಿಟಲ್ ವೇದಿಕೆಯಾಗಿದ್ದು, ಎಲ್ಲಾ ಪ್ರದೇಶ ಹಾಗೂ ಗ್ರಾಮೀಣ ಜನರನ್ನು ವರದಿ ಮಾಡುವುದು ಪರಿಯ ಮುಖ್ಯ ಉದ್ದೇಶಗಳಲ್ಲೊಂದು. ಕಳೆದ 7 ವರ್ಷಗಳಲ್ಲಿ 'ಪರಿ' 50 ಕ್ಕೂ ಹೆಚ್ಚು ಪ್ರಶಸ್ತಿಗಳನ್ನು ಪಡೆದಿದೆ.

ಸಾಯಿನಾಥ್ ಮುಂಬೈನಲ್ಲಿ ವಾಸಿಸುತ್ತಾರೆ.

D9900547

ಜಿ ಎನ್ ಮೋಹನ್

ಕನ್ನಡ ಪತ್ರಿಕೋದ್ಯಮದ ಪ್ರಮುಖರಲ್ಲೊಬ್ಬರು. ಪತ್ರಿಕೆ, ಎಲೆಕ್ಟ್ರಾನಿಕ್ ಹಾಗೂ ಆನ್‌ಲೈನ್ ಮೂರೂ ಮಾಧ್ಯಮಗಳಲ್ಲಿ ನುರಿತವರು. ಬೆಂಗಳೂರು ವಿಶ್ವವಿದ್ಯಾಲಯದಿಂದ ನಾಟಕದಲ್ಲಿ ಮೊದಲ ರ‍್ಯಾಂಕ್ ಹಾಗೂ ಎರಡು ಚಿನ್ನದ ಪದಕಗಳೊಂದಿಗೆ ಪದವಿ, ಸಂವಹನದಲ್ಲಿ ಸ್ನಾತಕಕೋತ್ತರ ಪದವಿ ಪಡೆದವರು.

'ಪ್ರಜಾವಾಣಿ'ಯ ವರದಿಗಾರರಾಗಿ 'ಈಟಿವಿ'ಯ ಸುದ್ದಿ ವಿಭಾಗದ ಮುಖ್ಯಸ್ಥರಾಗಿ ನಂತರ 'ಈಟಿವಿ' ಸುದ್ದಿವಾಹಿನಿಯ ಹಿರಿಯ ಸಂಪಾದಕರಾಗಿ 'ಸಮಯ' ಚಾನಲ್ ಹಾಗೂ 'ಅವಧಿ'ಯ ಪ್ರಧಾನ ಸಂಪಾದಕರಾಗಿ ಕೆಲಸ ಮಾಡಿದ್ದಾರೆ.

'ಬಹುರೂಪಿ' ಪ್ರಕಾಶನ ಸಂಸ್ಥೆ ಹಾಗೂ 'ಅವಧಿ' (avadhimag.in) ಆನ್‌ಲೈನ್ ಸಾಹಿತ್ಯ ಪತ್ರಿಕೆ ಇವರ ಕನಸಿನ ಕುಡಿಗಳು.

'ಸೋನೆಮಳೆಯ ಸಂಜೆ', 'ಪ್ರಶ್ನೆಗಳಿರುವುದು ಷೇಕ್ಸ್‌ಪಿಯರನಿಗೆ' ಕವನ ಸಂಕಲನಗಳು.

'ನನ್ನೊಳಗಿನ ಹಾಡು ಕ್ಯೂಬಾ' ಪ್ರವಾಸ ಕಥನ 'ಕಾಫಿ ಕಪ್ಪಿನೊಳಗೆ ಕೊಲಂಬಸ್' ಅಂಕಣ ಬರಹ ಕರ್ನಾಟಕ ಸಾಹಿತ್ಯ ಅಕಾಡೆಮಿಯ ಗೌರವಕ್ಕೆ ಪಾತ್ರವಾಗಿದೆ. 'ಪ್ರಶ್ನೆಗಳಿರುವುದು ಷೇಕ್ಸ್‌ಪಿಯರನಿಗೆ' ಕವನ ಸಂಕಲನ ಪ್ರತಿಷ್ಠಿತ ಮುತಿನ ಪ್ರಶಸ್ತಿಗೆ ಪಾತ್ರವಾಗಿದೆ. 'ರಂಗ ಕಿನ್ನರಿ' ಹಾಗೂ 'ಥರ್ಡ್ ಬೆಲ್' ಕೃತಿಗಳು ಸತತವಾಗಿ ಎರಡು ವರ್ಷ ನಾಟಕ ಅಕಾಡೆಮಿಯ ಪುಸ್ತಕ ಗೌರವ ಪಡೆದಿವೆ.

ಮಾಧ್ಯಮಕ್ಕೆ ಸಾಮಾಜಿಕ ಕಳಕಳಿ ಬೆಸುಗೆ ಹಾಕಿದ ಕಾರಣಕ್ಕಾಗಿ ಮಾಧ್ಯಮ ಅಕಾಡೆಮಿ, ಪ್ರೆಸ್ ಕ್ಲಬ್, ಸಂದೇಶ ಮಾಧ್ಯಮ ಪ್ರತಿಷ್ಠಾನ ಪ್ರಶಸ್ತಿ ನೀಡಿ ಗೌರವಿಸಿವೆ. ಕರ್ನಾಟಕ ಸರ್ಕಾರ ಅಭಿವೃದ್ಧಿ ಪತ್ರಿಕೋದ್ಯಮ ಪ್ರಶಸ್ತಿ ನೀಡಿದೆ.

ಪಿ ಸಾಯಿನಾಥ್ ಅವರ Everybody Loves a Good Drought ಅನ್ನು 'ಬರ ಅಂದ್ರೆ ಎಲ್ಲರಿಗೂ ಇಷ್ಟ' ಆಗಿ ಕನ್ನಡಕ್ಕೆ ಅನುವಾದಿಸಿದ್ದಾರೆ. 'ದಲಿತರು ಬರುವರು ದಾರಿಬಿಡಿ' ಸಾಯಿನಾಥರು ಬರೆದ ಕೆಲವು ಲೇಖನಗಳ ಸಂಗ್ರಹ. 'ಪರಿ'ಯಲ್ಲಿ ಪ್ರಕಟವಾದ ಆಯ್ದ ಲೇಖನಗಳನ್ನು 'ಈ ಪರಿಯ ಸೊಬಗು' ಆಗಿ ಸಂಪಾದಿಸಿದ್ದಾರೆ.

'ಮೀಡಿಯಾ ಮಿರ್ಚಿ', 'ವಾಹ್! ಮೀಡಿಯಾ', 'ಡಂಕೆಲ್ ಪ್ರಸ್ತಾವನೆಯ ಹಿನ್ನೆಲೆಯಲ್ಲಿ ಸ್ಯಾಟಲೈಟ್ ಟಿ.ವಿ.', 'ಪತ್ರಿಕಾ ರಂಗಕ್ಕೆ ಲಗ್ಗೆ', 'ಮಾಧ್ಯಮ ಮತ್ತು ಸ್ವಾತಂತ್ರ್ಯ' (ಮಾಧ್ಯಮ) 'ಸಮೂಹದಿಂದ ಸಮೂಹಕ್ಕೆ ಬೀದಿನಾಟಕ', 'ಡಂಕೆಲ್: ಸಾಂಸ್ಕೃತಿಕ ಪಿಡುಗು' (ರಂಗಭೂಮಿ), 'ಡೋರ್ ನಂಬರ್ 142' (ನೆನಪುಗಳ ಗುಚ್ಛ) 'ಎಕ್ಕುಂಡಿ ನಮನ' (ಸಂಪಾದಿತ).

'ನನ್ನೊಳಗಿನ ಹಾಡು ಕ್ಯೂಬಾ' ತೆಲುಗು, ತಮಿಳಿಗೆ ಅನುವಾದಗೊಂಡಿದೆ. ಇಂಗ್ಲಿಷ್, ಹಿಂದಿ, ಮಲಯಾಳಂ ಭಾಷೆಗೆ ಅನುವಾದಗೊಂಡಿದ್ದು ಪ್ರಕಟಣೆಗೆ ಸಜ್ಜಾಗಿದೆ.

ಇದೀಗ ನಿಮ್ಮ ಮುಂದೆ ಪಿ ಸಾಯಿನಾಥರ 'ಕೊನೆಯ ಹೀರೋಗಳು'

ಕೊನೆಯ ಹೀರೋಗಳು

ಭಾರತ ಸ್ವಾತಂತ್ರ್ಯದ
ಕಾಲಾಳು ಯೋಧರು

ಪಿ ಸಾಯಿನಾಥ್

ಕನ್ನಡಕ್ಕೆ: ಜಿ ಎನ್ ಮೋಹನ್

Bahuroopi
ಬಹುರೂಪಿ

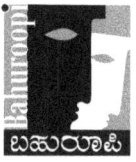

ಬಹುರೂಪಿ
ಎಂಬೆಸಿ ಸೆಂಟರ್, 111, ಮೊದಲನೇ ಮಹಡಿ, ಕ್ರೆಸೆಂಟ್ ರಸ್ತೆ,
ಕುಮಾರಪಾರ್ಕ್ ಈಸ್ಟ್, ಬೆಂಗಳೂರು 560 001.
ದೂರವಾಣಿ: 70191 82729

KONEYA HEROGALU

Translation of 'The Last Heroes: Foot Soldiers of Indian
Freedom' by **P Sainath**
First published in English by **Penguin Viking**
An imprint of Penguin Random House
translated into Kannada by **G N Mohan**

Published By **Bahuroopi**
Embassy Centre, 111, First Floor, Crescent Road,
Kumarapark East, Bangalore 560001

editor@bahuroopi.in

Mobile | Whats App Bookstore: **70191 82729**

online book store: **bahuroopi.in**

ISBN: 978-81-964346-0-1
First Edition: October 2023
Pages: 252 |

Copyright: **P Sainath**
Kannada Translation rights: **G N Mohan**
Cover Design: **Ahlawat Gunjan**
Inside Design: **Sagar M S**

ನಾಳಿನ ಹೋರಾಟಕ್ಕೆ ಕೀಲೆಣ್ಣೆ...

ನಾನು ಹುಟ್ಟಿದ್ದು ಸ್ವಾತಂತ್ರ್ಯ ಬಂದ ಹಲವು ವರ್ಷಗಳ ನಂತರ. ಹಾಗಾಗಿ ನನಗೆ ಸ್ವಾತಂತ್ರ್ಯದ ಹೋರಾಟದ ಕುದಿ ಹೇಗಿತ್ತು ಎನ್ನುವುದು ಖಂಡಿತಾ ಗೊತ್ತಾಗಲಿಲ್ಲ. ನಾವು ಕಣ್ಣು ಬಿಡುವ ವೇಳೆಗೆ ಅಪ್ಪ ಒಳ್ಳೆಯ ಕೆಲಸದಲ್ಲಿದ್ದರು, ಮನೆಯಲ್ಲಿದ್ದ ಎಲ್ಲರಿಗೂ ಶಾಲೆ ಕಾಲೇಜಿನ ಮೆಟ್ಟಿಲು ಏರಲು ಸಾಧ್ಯವಾಗಿತ್ತು. ಅಡುಗೆ ಮನೆಯಲ್ಲಿ ಬೇಕಾದಷ್ಟು ದಿನಸಿ, ಆರದ ಬೆಂಕಿ ಇತ್ತು.

ಸ್ವಾತಂತ್ರ್ಯದ ಕುದಿ ಹೇಗಿದ್ದಿರಬಹುದು ಎಂದು ನಮಗೆ ಗೊತ್ತು ಮಾಡಿ ಕೊಡಲೋ ಎಂಬಂತೆ ತುರ್ತು ಪರಿಸ್ಥಿತಿ ಜಾರಿ ಮಾಡಲಾಯಿತು. ದಬ್ಬಾಳಿಕೆ ಎಂದರೆ, ದೌರ್ಜನ್ಯ ಎಂದರೆ, ಉಸಿರುಗಟ್ಟಿಸುವಿಕೆ ಎಂದರೆ, ಅಂಚಿಗೆ ತಳ್ಳಲ್ಪಡುವುದು ಎಂದರೆ ಏನು ಎನ್ನುವುದರ ಒಂದು ತುಣುಕು ಅನುಭವವಾಯಿತು. ಅಷ್ಟು ಮಾತ್ರಕ್ಕೇ ನಾವು ಬೆಚ್ಚಿ ಬಿದ್ದಿದ್ದೆವು. ಪ್ರತಿರೋಧದ ಅಲೆ ಎದ್ದಿತು. ಹಾಗಿದ್ದಲ್ಲಿ ಆ ಸ್ವಾತಂತ್ರ್ಯ ಹೋರಾಟದ ಅನುಭವ ಹೇಗಿದ್ದಿರಬಹುದು ಎನ್ನುವುದನ್ನು ಕಣ್ಣ ಮುಂದೆ ತಂದುಕೊಳ್ಳಲು ಹಲವು ಬಾರಿ ಯತ್ನಿಸಿದ್ದೆ. ಈಗ ಅದಕ್ಕೆ ಉತ್ತರವೇನೋ ಎನ್ನುವಂತೆ ಪಿ ಸಾಯಿನಾಥ್ The Last Heroes ಬರೆದು ಮುಂದಿಟ್ಟಿದ್ದಾರೆ.

5

ಸ್ವಾತಂತ್ರ್ಯನಂತರದ ಪೀಳಿಗೆಗೆ ಇತಿಹಾಸದ ನಿಜ ಕಥನ ಕಟ್ಟಿ ಕೊಡುವವರು ಯಾರು? ಕಟ್ಟಿಕೊಟ್ಟಿರುವ ಇತಿಹಾಸವೆಲ್ಲವೂ ನಿಜವಲ್ಲ ಎಂದು ತಿಳಿಸುವವರು ಯಾರು? ಈ ದೇಶದ ಸ್ವಾತಂತ್ರ್ಯ ನಮ್ಮ ಚರಿತ್ರೆ ಪುಸ್ತಕಗಳು ಹೇಳುವಂತೆ ಮಾತ್ರವಲ್ಲದೆ 'ನೆಲಕೆ ಕಾಲುಗಳ ಬರವಣಿಗೆ' ಬರೆದ ಅಸಂಖ್ಯಾತ ಅನಾಮಿಕರಿಂದಲೂ ಬಂದಿದೆ ಎನ್ನುವುದನ್ನು ತಿಳಿಸುವವರು ಯಾರು?.

ಇತ್ತೀಚೆಗೆ ನಾನು ಓದಿದ ಮುಖ್ಯ ಪುಸ್ತಕಗಳಲ್ಲಿ Lies my teacher told me ಎನ್ನುವ ಪುಸ್ತಕವೂ ಒಂದು. ತರಗತಿಗಳಲ್ಲಿ ನಮ್ಮ ಪಠ್ಯ ಪುಸ್ತಕಗಳು ಮುಂದೆ ಇಡುತ್ತಿರುವ ಅರ್ಧ ಸತ್ಯಗಳನ್ನು ಕುರಿತಂತೆ ಚರ್ಚೆ ಮಾಡುವ ಕೃತಿ ಅದು. ಪಿ ಸಾಯಿನಾಥ್ ಅವರು ಈ ಕೃತಿ ಬರೆದ ತಕ್ಷಣ ನಾನು ಅದನ್ನು ಅನುವಾದಿಸಲು ಕೈಗೆತ್ತಿಕೊಳ್ಳುವುದರ ಹಿಂದೆ ನಾನು ಹಾಗೂ ನನ್ನ ನಂತರದ ಪೀಳಿಗೆಗೆ ಸ್ವಾತಂತ್ರ್ಯ ಹೋರಾಟಗಾರರು ಅನುಭವಿಸಿದ ಕುದಿಯನ್ನು ದಾಟಿಸುವುದು ಅತ್ಯಂತ ಮುಖ್ಯವಾಗಿತ್ತು. ಅದರ ಜೊತೆಗೆ Lies my teacher told me ಯಂತೆ ಸ್ವಾತಂತ್ರ್ಯ ಹೋರಾಟದ ಬಗೆಗೆ ಕಟ್ಟಿ ಕೊಟ್ಟಿರುವ ಅರ್ಧ ಸತ್ಯಗಳನ್ನು ನಮ್ಮ ಕೈಲಾದ ಮಟ್ಟಿಗೆ ಎತ್ತಿ ತೋರಿಸುವ ಪ್ರಯತ್ನವೂ ಸೇರಿದೆ.

ಎಚ್ ನಾಗವೇಣಿ ಅವರ 'ಗಾಂಧಿ ಬಂದ' ಕೃತಿ ಓದಿದಾಗಲೂ ನನಗೆ ಹೀಗೆ ಅನಿಸಿತ್ತು. ಸ್ವಾತಂತ್ರ್ಯ ಹೋರಾಟಕ್ಕೆ ಅನಾಮಿಕರಾದ ಈ ದೇಶದ ಎಷ್ಟೊಂದು ಮಂದಿ ಸಹಜವಾಗಿ ಮುಂದೆ ನುಗ್ಗಿದರಲ್ಲಾ ಎಂದು. ಈ ಎಲ್ಲರಿಗೂ ಅವರದೇ ಸಮಸ್ಯೆಗಳಿದ್ದವು, ನೋವುಂಡ ಅನುಭವವಿದ್ದವು, ಎದುರಿಸಲಾಗದ ಅಸಹಾಯಕತೆಯಿತ್ತು. ಎಲ್ಲಕ್ಕಿಂತ ಹೆಚ್ಚಾಗಿ ಒಳಗೊಂದು ಆಕ್ರೋಶ ಮಡುಗಟ್ಟಿತ್ತು. ಸ್ವಾತಂತ್ರ್ಯ ಹೋರಾಟ ಆ ಮಡುಗಟ್ಟಿದ್ದ ಎಲ್ಲಕ್ಕೂ ಹಾಗೂ ಎಲ್ಲರಿಗೂ ಪರಿಹಾರವಾಗಿ ಕಂಡಿತು.

ನೆನ್ನೆ ದಿನ/ ನನ್ನ ಜನ/ ಬೆಟ್ಟದಂತೆ ಬಂದರು/ ಕಪ್ಪುಮುಖ ಬೆಳ್ಳಿಗಡ್ಡ ಉರಿಯು ತಿರುವ ಕಣ್ಣುಗಳು/ ಹಗಲು ರಾತ್ರಿಗಳನು ಸೀಳಿ ನಿದ್ದೆಯನ್ನು ಒದ್ದರು..

ಥೇಟ್ ಸಿದ್ದಲಿಂಗಯ್ಯನವರು 'ಸಾವಿರಾರು ನದಿಗಳು' ಕವಿತೆಯಲ್ಲಿ ಹೇಳಿದ ಹಾಗೆ. ಇವರೇ ಕಾಲಾಳು ಯೋಧರು. ಒಬ್ಬ ಮಹಾತ್ಮನಿಗಾಗಿ, ಒಬ್ಬ ಬಾಬಾ ಸಾಹೇಬ್‌ಗಾಗಿ, ತಮ್ಮೊಳಗಿದ್ದ ಆಕ್ರೋಶವನ್ನು ಹೊರ ಚೆಲ್ಲುವ ಸಲುವಾಗಿ ಅವರು ಸ್ವಾತಂತ್ರ್ಯ ಚಳವಳಿಗೆ ದುಮುಕಿದರು.

ಸ್ವಾತಂತ್ರ್ಯ ಪೂರ್ವ ಹಾಗೂ ಸ್ವಾತಂತ್ರ್ಯಾನಂತರ ಎಂದು ವಿಭಜಿಸುತ್ತಿದ್ದ ಕಾಲ ಹೋಗಿ ತುರ್ತು ಪರಿಸ್ಥಿತಿ ಮುನ್ನ ಹಾಗೂ ನಂತರ ಎನ್ನುವ ಕಾಲಕ್ಕೆ ಹೊರಳಿಕೊಂಡೆವು. ಜಾಗತೀಕರಣ ಕಾಲಿಟ್ಟ ನಂತರ ಜಾಗತೀಕರಣವೇ ಕಾಲ ವಿಭಜನೆಯ ಮೈಲುಗಲ್ಲಾಗಿ ಹೋಯಿತು.

ಸ್ವಾತಂತ್ರ್ಯ ಹೋರಾಟದ ಸಮಯದಲ್ಲೂ, ತುರ್ತು ಪರಿಸ್ಥಿತಿಯ ಸಮಯದಲ್ಲೂ ನಮ್ಮೆದುರು ವೈರಿಗಳಿದ್ದರು. ನಮ್ಮನ್ನು ಬಲಿ ತೆಗೆದುಕೊಳ್ಳುವ ಶಸ್ತ್ರಾಸ್ತ್ರಗಳು ಕಾಣುತ್ತಿದ್ದವು. ಆದರೆ ಜಾಗತೀಕರಣ ಎನ್ನುವುದು ವೈರಿ ಯಾರು ಎಂದು ಗೊತ್ತು ಮಾಡದಂತೆ, ಶಸ್ತ್ರಾಸ್ತ್ರವೇ ಇಲ್ಲದಂತೆ ನಡೆಸುತ್ತಿರುವ ಯುದ್ಧ.

ಈ ಪುಸ್ತಕಕ್ಕೆ ಮುನ್ನುಡಿ ಬರೆದ ಭಗತ್ ಸಿಂಗ್ ಅವರ ಸಂಬಂಧಿ ಜಗ್‌ಮೋಹನ್ ಅವರು ಒಂದು ಮಾತು ಹೇಳುತ್ತಾರೆ– ಕ್ರಮೇಣ ವ್ಯವಸ್ಥೆಯನ್ನು ಸಂಪನ್ಮೂಲ ಹೊಂದಿದ್ದ ವ್ಯಕ್ತಿಗಳು ತಮ್ಮ ಅನುಕೂಲಕ್ಕೆ ಬೇಕಾದಂತೆ ತಿರುಗಿಸಿಕೊಂಡರು.

ಹಾಗೆ ವ್ಯವಸ್ಥೆಯನ್ನು ತಮ್ಮ ಅನುಕೂಲಕ್ಕೆ ತಕ್ಕಂತೆ ತಿರುಗಿಸಿಕೊಂಡವರಿಂದ ಈಗ ಬಿಡುಗಡೆ ಬೇಕಾಗಿದೆ. ಇಲ್ಲಿರುವ ಕಾಲಾಳು ಯೋಧರು ಸ್ವಾತಂತ್ರ್ಯ ಹಾಗೂ ಬಿಡುಗಡೆಯನ್ನು ಎರಡು ಬೇರೆಯದೇ ಆಗಿ ನೋಡುತ್ತಾರೆ. ಇದು ಸಿದ್ದಲಿಂಗಯ್ಯನವರು 'ಯಾರಿಗೆ ಬಂತು? ಎಲ್ಲಿಗೆ ಬಂತು? 47ರ ಸ್ವಾತಂತ್ರ್ಯ?' ಎಂದರಲ್ಲಾ ಹಾಗೆ. ಸ್ವಾತಂತ್ರ್ಯ ಬಂದಿದೆ ನಿಜ ಆದರೆ ಬಿಡುಗಡೆ ಸಿಕ್ಕಿದೆಯೇ ಎಂದರೆ ಖಂಡಿತಾ ಇಲ್ಲ.

ಪಿ ಸಾಯಿನಾಥ್ ಒಂದೆಡೆ ಹೇಳುತ್ತಾರೆ– ಭಾರತ ಎರಡಾಗಿ ಹೋಗಿದೆ. ಒಂದು ಐಪಿಎಲ್ ಭಾರತ, ಇನ್ನೊಂದು ಬಿಪಿಎಲ್ ಭಾರತ. ಈ ಪುಸ್ತಕ ಓದುವಾಗ ನಿಮಗೆ ಬಿಪಿಎಲ್ ಭಾರತ ಮತ್ತೆ ಮತ್ತೆ ಕಣ್ಣೆದುರು ಬಂದು ನಿಲ್ಲುತ್ತದೆ. ಗಟ್ಟಿಗಿತ್ತಿ ಮಲ್ಲು ಸ್ವರಾಜ್ಯಂ ಒಂದು ಮಾತು ಹೇಳಿದ್ದರು. 'ಸಮಾನತೆ, ಅಭಿವ್ಯಕ್ತಿ ಸ್ವಾತಂತ್ರ್ಯದ ಬಗ್ಗೆ ಸಂದೇಶ ಸಾರಲು ನಿಮ್ಮ ಲ್ಯಾಪ್‌ಟಾಪ್‌ಗಳನ್ನು, ಸೆಲ್‌ಫೋನ್‌ಗಳನ್ನು ಅಸ್ತ್ರವನ್ನಾಗಿ ಬಳಸಿಕೊಳ್ಳಿ. ಈಗ ಸದ್ದಿಲ್ಲದೇ ಜರುಗುವ ಎಲ್ಲಾ ರೀತಿಯ ಶೋಷಣೆಯಿಂದ ಬಿಡುಗಡೆ ಹೊಂದಲು ಅವನ್ನು ಬಳಸಿ. ಈಗಿನ ಜಾಗತಿಕ ಕಾರ್ಪೊರೇಟ್ ವ್ಯವಸ್ಥೆಯ ಕಾರಣದಿಂದಾಗಿ ಜನರಿಗೆ ಏನಾಗುತ್ತಿದೆ ಎನ್ನುವುದೇ ಗೊತ್ತಾಗುತ್ತಿಲ್ಲ. ಇಲ್ಲಿ ಎಲ್ಲರೂ ಗುಲಾಮರೇ'

ಜಾಗತೀಕರಣ ದೇಶದ ಗಡಿಗಳನ್ನು ಕಿತ್ತು ಹಾಕಿದೆ. ಆದರೆ ಅದೇ ಸಮಯದಲ್ಲಿ ಪ್ರತಿಯೊಬ್ಬರ ನಡುವೆಯೂ ಗೋಡೆ ಎಬ್ಬಿಸುತ್ತಿದೆ. ಯುದ್ಧ ಯಾವ ದಿಕ್ಕಿನಿಂದ ಎನ್ನುವುದೇ ಅರಿವಿಗೆ ಬಾರದಂತೆ ಪ್ರತಿಯೊಬ್ಬರನ್ನೂ ಅಂಚಿಗೆ ತಳ್ಳಲಾಗುತ್ತಿದೆ. ದಬ್ಬಾಳಿಕೆ ಎಂದರೆ, ದೌರ್ಜನ್ಯ ಎಂದರೆ, ಉಸಿರುಗಟ್ಟಿಸುವಿಕೆ ಎಂದರೆ, ಅಂಚಿಗೆ ತಳ್ಳಲ್ಪಡುವುದು ಎಂದರೆ ಏನು ಎನ್ನುವುದರ ಮತ್ತೊಂದು 'ಡೆಮೋ' ಸದ್ದಿಲ್ಲದೇ ಜರುಗುತ್ತಿದೆ.

ಪ್ರತಿಯೊಬ್ಬರೊಳಗಿನ ಹತಾಶೆ ಕುದಿಬಿಂದುವಾಗಬೇಕಾದ ಸಮಯ ಇದು. 'ಕೋಕಾ ಕೋಲಾ, ಸ್ಟಾರ್ ಟಿವಿಗಳಲ್ಲಿ' ಕಳೆದು ಹೋಗುವ ಸಮಯವಲ್ಲ.

ಈ ಕಾರಣಕ್ಕಾಗಿಯೇ ಸಹಕಾರ ಚಳವಳಿಯಲ್ಲಿದ್ದ, ಹಾಲಿನ ಕ್ಷೇತ್ರದಲ್ಲಿ ಮಹತ್ವದ ಕೆಲಸ ಮಾಡಿದ ಪ್ರೊ ಕುರಿಯನ್ ಅವರು 'ಸ್ವಾತಂತ್ರ್ಯಕ್ಕಾಗಿ ಹೋರಾಡಿದವರು ನಾವು ಸ್ಟಾರ್ ಟಿವಿ ಯನ್ನು ನೋಡಲೆಂದೋ, ಕೋಕಾ ಕೋಲಾ ಕುಡಿಯಲೆಂದೋ ಪ್ರಾಣ ತೆರಲಿಲ್ಲ, ಅವರು ಸೆಣಸಿದ್ದು, ಪ್ರಾಣತ್ಯಾಗ ಮಾಡಿದ್ದು ಎಲ್ಲಾ ಪ್ರಜೆಗಳೂ ಏಕಾತ್ಮಕವಾಗಿ ದುಡಿದು ದೇಶವನ್ನು ಕಟ್ಟಬಲ್ಲ ವ್ಯವಸ್ಥೆಯನ್ನು ಸೃಷ್ಟಿಸಲೆಂದು. ಅಂತ ದೇಶದ ಉನ್ನತಿಯಿಂದ ತಾವೂ ಉತ್ತಮರಾಗಬಹುದೆಂದು. ಆದರೆ ಇಂದು ನಮ್ಮ ಹಳ್ಳಿ, ಕೊಳಗೇರಿಗಳ ಜನ ತಮ್ಮ ಭವಿಷ್ಯವನ್ನು ತಾವೇ ನಿರ್ಧರಿಸುವ ಶಕ್ತಿಯಿಂದ ವಂಚಿತರು' ಎಂದಿದ್ದರು.

ಹೊಸದೇ ಸ್ವಾತಂತ್ರ್ಯ ಪಡೆಯುವಲ್ಲಿ ಈ ಕೃತಿ ನಿನ್ನೆಯ ಪಾಠ

ಹಾಗೂ ನಾಳಿನ ಹೋರಾಟಕ್ಕೆ ಕೀಲೆಣ್ಣೆ.

– ಜಿ ಎನ್ ಮೋಹನ್

ನನ್ನ ತಾಯಿಗೆ

ಅವರು ಹೇಳಿದ ಸ್ವಾತಂತ್ರ್ಯ ಯೋಧರ
ಕಥೆಗಳನ್ನು ಕೇಳಿ ನಾನು ಬೆಳೆದೆ.

ಅದರಲ್ಲಿ ಅವರ ತಂದೆ ಬ್ರಿಟಿಷ್ ಜೈಲಿನಲ್ಲಿ
ಕಳೆದ ವರ್ಷಗಳ ಕಥೆಯೂ ಇತ್ತು.

— ಪಿ ಸಾಯಿನಾಥ್

“

ನಾವು ಸ್ವಾತಂತ್ರ್ಯ ಮತ್ತು ಬಿಡುಗಡೆ ಹೀಗೆ ಎರಡು ವಿಷಯಗಳಿಗಾಗಿ ಹೋರಾಡಿದೆವು. ಸ್ವಾತಂತ್ರ್ಯವನ್ನು ಗಳಿಸಿದೆವು.

–‘ಕ್ಯಾಪ್ಟನ್ ಬಾವು’ ರಾಮಚಂದ್ರ ಶ್ರೀಪತಿ ಲಾಡ್
ತೂಫಾನ್ ಸೇನೆಯ ನಾಯಕ
ಕುಂದಲ್, ಸಾಂಗ್ಲಿ, ಮಹಾರಾಷ್ಟ್ರ

ಇವರು ಭಾರತದ ಉಪ್ಪಿದ್ದಂತೆ...

“ಈ ಜಗತ್ತಿನಲ್ಲಿ ಜರುಗಿದ ಕ್ರಾಂತಿಗಳಿಗೆ ಮಹಾಪುರುಷರೇ ಕಾರಣ ಎಂದು ಭಾವಿಸಲಾಗಿದೆ. ನಿಜವಾಗಿ ಹೇಳಬೇಕೆಂದರೆ ಜನರೇ ಅದಕ್ಕೆ ಕಾರಣರು”

– ಎಂ ಕೆ ಗಾಂಧಿ, 17 ಜನವರಿ 1931

ಯರವಾಡ ಸೆಂಟ್ರಲ್ ಜೈಲಿನಿಂದ ಬರೆದ ಪತ್ರದಲ್ಲಿ

ದೆಮಾತಿ ಡೆ ಸಬರ್ ‘ಸಾಲಿಹಾನ್’ ಸ್ವಾತಂತ್ರ್ಯ ಹೋರಾಟಗಾರಳಲ್ಲ. ಭಾರತ ಸರ್ಕಾರಕ್ಕಂತೂ ಅಲ್ಲವೇ ಅಲ್ಲ. ಆದರೂ ಕೇವಲ 16 ವರ್ಷದ ಈ ಆದಿವಾಸಿ ತರುಣಿ ಒಡಿಶಾದ ತನ್ನ ಗ್ರಾಮದ ಮೇಲೆ ದಾಳಿ ಮಾಡಿದ ಬ್ರಿಟಿಷ್ ಪೊಲೀಸರ ವಿರುದ್ಧ ಅದ್ಭುತ ಪ್ರತಿದಾಳಿಯನ್ನು ಮುನ್ನಡೆಸಿದಳು. ಈಕೆ ಹಾಗೂ 40 ಇತರ ಬುಡಕಟ್ಟು ಮಹಿಳೆಯರು ಸಶಸ್ತ್ರ ಪೊಲೀಸ್ ಪಡೆಯನ್ನು ಕೇವಲ ಲಾಠಿಗಳಿಂದ ಎದುರಿಸಿ ಗೆದ್ದರು.

ಆಕೆ ಜೈಲಿಗೆ ಹೋಗಲಿಲ್ಲ. ಆಕೆ ಸಂಘಟಿತ ರಾಜಕೀಯದ ಭಾಗವಾಗಿರಲಿಲ್ಲ. ನಾಗರಿಕ ಅಸಹಕಾರ ಅಥವಾ ಕ್ವಿಟ್ ಇಂಡಿಯಾದಂತಹ ಚಳವಳಿಯಲ್ಲಿ ಯಾವುದೇ ಪಾತ್ರ ವಹಿಸಿರಲಿಲ್ಲ. ಈಕೆ ತನ್ನ ಜೀವವನ್ನೇ ಪಣಕ್ಕಿಟ್ಟು ಹೋರಾಟ ನಡೆಸಿದ ಆಕೆಯ ಗ್ರಾಮ ಸಾಲಿಹಾದಲ್ಲಿ ಈಗಲೂ ಈಕೆಯ ಶೌರ್ಯದ ಬಗ್ಗೆ ಮಾತನಾಡುತ್ತಾರೆ. ಆದರೆ ಇದೇ ಗ್ರಾಮದಲ್ಲಿ ನಿರ್ಮಿಸಿರುವ ಸ್ಮಾರಕದಲ್ಲಿ ಪ್ರತಿರೋಧ ತೋರಿದ 17

ಜನರ ಹೆಸರನ್ನು ನಮೂದಿಸಲಾಗಿದೆ. ಆದರೆ, ಆ ಪಟ್ಟಿಯಲ್ಲಿ ಈಕೆಯ ಹೆಸರೇ ಇಲ್ಲ.

ಸಾಲಿಹಾನ್‌ಳಿಗೆ ಭಾರತ ಸರ್ಕಾರ ಎಂದಿಗೂ ಸ್ವಾತ್ರಂತ್ರ್ಯ ಹೋರಾಟಗಾರ್ತಿಯ ಗೌರವವನ್ನು ನೀಡಲಿಲ್ಲ.

ಆದರೆ, ಈ ಕೃತಿ ನೀಡಿದೆ.

ಇನ್ನು ಮುಂದಿನ ಐದಾರು ವರ್ಷಗಳಲ್ಲಿ ಈ ದೇಶದ ಸ್ವಾತಂತ್ರ್ಯಕ್ಕಾಗಿ ಹೋರಾಡಿದ ಒಬ್ಬರೂ, ಅಂದರೆ ಯಾರೊಬ್ಬರೂ ಬದುಕುಳಿದಿರುವುದಿಲ್ಲ. ಈ ಕೃತಿಯಲ್ಲಿ ಕಾಣಿಸಿಕೊಂಡಿರುವವರ ಪೈಕಿ ಅತಿ ಕಿರಿಯರೆಂದರೆ 92 ವರ್ಷದವರು ಹಾಗೂ ಹಿರಿಯರೆಂದರೆ 104 ವರ್ಷದವರು. ಭಾರತದ ಹೊಸ ತಲೆಮಾರಿನ ಯುವ ಜನರಿಗೆ ಈ ಸ್ವಾತಂತ್ರ್ಯ ಯೋಧರನ್ನು ಎಂದೂ ಭೇಟಿಯಾಗಲು, ನೋಡಲು, ಮಾತನಾಡಲು ಅವಕಾಶವೇ ದೊರೆಯುವುದಿಲ್ಲ. ನಾವು ಯಾರು, ಯಾವ ಕಾರಣಕ್ಕಾಗಿ ಹೋರಾಟ ಮಾಡಿದೆವು ಎಂದು ಅವರೇ ಖುದ್ದಾಗಿ ಹೇಳಲು ಸಿಗುವುದಿಲ್ಲ.

ಭಾರತ ಸ್ವಾತಂತ್ರ್ಯದ 75ನೆಯ ವರ್ಷದಲ್ಲಿ ಬಹುತೇಕ ಕೃತಿಗಳು, ಅದರಲ್ಲಿಯೂ ಯುವಜನರಿಗಾಗಿ ಇರುವ ಪುಸ್ತಕಗಳು, ಕೆಲವು ಆಯ್ದ ವ್ಯಕ್ತಿಗಳನ್ನು ಮಾತ್ರ ಈ ದೇಶ ಹುಟ್ಟುವುದಕ್ಕೆ ಕಾರಣ ಎನ್ನುವಂತೆ ಚಿತ್ರಿಸಿವೆ. ಇದರ ಮಧ್ಯೆಯೂ ಕೆಲವು ಒಳ್ಳೆಯ ಪಠ್ಯಪುಸ್ತಕಗಳು ಸ್ವಾತಂತ್ರ್ಯ ಹಾಗೂ ಬಿಡುಗಡೆಗಾಗಿ ನಡೆದ ಹೋರಾಟವನ್ನು ವಿವೇಕಯುತವಾಗಿ ಹಾಗೂ ವಿವರವಾಗಿ ನೋಡಿವೆ. ಆದರೆ, ಇಂತಹವುಗಳನ್ನು ಒಂದು ರಾಜ್ಯದ ನಂತರ ಇನ್ನೊಂದು ರಾಜ್ಯವು ಹೊಸಗಿ ಹೊರಗೆ ಹಾಕಿ ಅದರ ಬದಲು ಭಯಾನಕ ಸುಳ್ಳುಗಳಿಂದ ಕೂಡಿದ ಪುಸ್ತಕಗಳನ್ನು ಮುಂದಿಡುತ್ತಿವೆ. ಈ ಪುಸ್ತಕಗಳು ಚರಿತ್ರೆ ಎಂದು ಕರೆಸಿಕೊಳ್ಳುವುದಿರಲಿ, ಪಠ್ಯಪುಸ್ತಕವಾಗಿ ಇರಲೂ ಸಹಾ ಅರ್ಹತೆ ಇಲ್ಲದ್ದು.

ಇಂದು ನಮ್ಮ ರಾಜಕೀಯ ಮತ್ತು ಸಾರ್ವಜನಿಕ ವಲಯದ ಪ್ರಕಾರ, ನಮ್ಮ ಸ್ವಾತಂತ್ರ್ಯ ಹೋರಾಟ ಆರಂಭವಾಗಿರುವುದು 800 ವರ್ಷಗಳ ಹಿಂದೆಯೇ. ಸ್ವಾತಂತ್ರ್ಯಕ್ಕಾಗಿ ನಡೆಸಿದ ಹೋರಾಟವನ್ನು ಈ ರೀತಿ ಕಟ್ಟು ಕಥೆಯಾಗಿ ಮಾರ್ಪಡಿಸಿದರೆ ಕಥೆ ಎನ್ನುವ ಪ್ರಕಾರಕ್ಕೇ ಕೆಟ್ಟ ಹೆಸರು ತರುತ್ತವೆ. ಈ ಮಧ್ಯೆ, ಆ ಸ್ವಾತಂತ್ರ್ಯಕ್ಕಾಗಿ ಹೋರಾಡಿದವರು ಇಲ್ಲವಾಗುತ್ತಿದ್ದಾರೆ. ಈ ಕೃತಿಯಲ್ಲಿ ಚಿತ್ರಿಸಲ್ಪಟ್ಟವರ ಪೈಕಿ ಆರು ಮಂದಿ 2021 ಮೇ ನಂತರದಲ್ಲಿ ನಿಧನ ಹೊಂದಿದ್ದಾರೆ. ಅವರಲ್ಲಿ ಬದುಕುಳಿದಿರುವ ಕೆಲವರು ಇಂದು ನಮ್ಮೊಂದಿಗಿದ್ದಾರೆ. ಆದರೆ, ಅವರು ಹೆಚ್ಚು ವರ್ಷಗಳ ಕಾಲ ಇರುವುದಿಲ್ಲ ಎನ್ನುವುದು ದುಃಖದ ಸಂಗತಿ. ಮಲ್ಲು ಸ್ವರಾಜ್ಯಂ ಹಾಗೂ ಎಚ್.ಎಸ್. ದೊರೆಸ್ವಾಮಿಯವರನ್ನು ಹೊರತುಪಡಿಸಿದರೆ ಈ

ಕೃತಿಯಲ್ಲಿರುವ ಇತರ ಹೋರಾಟಗಾರರು ಯಾವುದೇ ಪುಸ್ತಕದಲ್ಲೂ ಪ್ರಮುಖ ಪಾತ್ರಗಳಿಗಾಗಿ ಚಿತ್ರಿತವಾಗಿಲ್ಲ. ಶಾಲಾ ಪುಸ್ತಕಗಳಲ್ಲಂತೂ ಖಂಡಿತಾ ಇಲ್ಲ. ಅಥವಾ ಈ ದೇಶದ ಈ ಸಂಪತ್ತನ್ನು ಕಳೆದುಕೊಳ್ಳುತ್ತಿರುವುದರತ್ತ ಸಾಗುತ್ತಿರುವ ಯುವ ಪೀಳಿಗೆಗೆ ರೂಪಿಸಿರುವ ಪುಸ್ತಕಗಳಲ್ಲೂ ಇಲ್ಲ.

ಕೇಂದ್ರ ಸರಕಾರವು ಮಾಡಿರುವ 'ಹೆಸರುವಾರು ಹಾಗೂ ರಾಜ್ಯವಾರು ಸ್ವಾತಂತ್ರ್ಯ ಯೋಧರು ಹಾಗೂ ಅರ್ಹ ಅವಲಂಬಿತರ ಪಟ್ಟಿ'ಯಲ್ಲಿ 2022 ಜನವರಿ 31 ರವರೆಗೆ 23 ಸಾವಿರ ಹೆಸರುಗಳಿವೆ. ಇದು 'ಸ್ವಾತಂತ್ರತಾ ಸೈನಿಕ ಸಮ್ಮಾನ ಯೋಜನಾ'(ಎಸ್‌ಎಸ್‌ಎಸ್‌ವೈ) ಅಡಿ ಪಿಂಚಣಿಯನ್ನು ಪಡೆಯುತ್ತಿರುವವರ ದಾಖಲೆ. ಇವರ ಖಾತೆಗಳಿಗೆ ಪ್ರತೀ ತಿಂಗಳೂ 30 ಸಾವಿರ ರೂ. ಮೀರದಂತೆ ಹಣವನ್ನು ಪಾವತಿಸಲಾಗುತ್ತಿದೆ. ರಾಜ್ಯಗಳು ಹಾಗೂ ಕೇಂದ್ರೀಯ ವಲಯಗಳ ಪಿಂಚಣಿ ಪಟ್ಟಿಯಲ್ಲಿ ಇನ್ನೂ ಹಲವರಿದ್ದಾರೆ.

ಶಾಸನ ವಿಧಿಸಿದ ಎಚ್ಚರಿಕೆ:
ಕಿರಿಕಿರಿ ಮಾಡುವ ಮತ್ತು ಅಧಿಕಾರಶಾಹಿಗೆ ಸಂಬಂಧಿಸಿದ
ನಿಗೂಢ ವಿವರಗಳು ಮುಂದಿವೆ

ಸ್ವಾತಂತ್ರ್ಯ ಹೋರಾಟಗಾರರ ಅಧಿಕೃತ ಪಟ್ಟಿಗಳು ಶೋಚನೀಯ ಸ್ಥಿತಿಯಲ್ಲಿದ್ದು, ಅವು ಅಪೂರ್ಣವಾಗಿವೆ ಎನ್ನುವುದನ್ನು ಅರಿಯುವುದು ಮುಖ್ಯ. ಸಣ್ಣದಾಗಿ ಮುದ್ರಿಸಿರುವ ಭಾರತ ಸರ್ಕಾರದ ನಿಯಮಗಳನ್ನು ಓದುವುದು ನಿಮ್ಮ ಆರೋಗ್ಯಕ್ಕೆ ಹಾನಿಕರ ಎಂದು ನಮಗೆಲ್ಲರಿಗೂ ಗೊತ್ತಿರುವುದರಿಂದ, ಕೆಲವು ವಿವರಗಳನ್ನಷ್ಟೇ ಇಲ್ಲಿ ನೋಡೋಣ.

ಮೊದಲನೆಯದಾಗಿ, ಈ ಎಲ್ಲಾ ಪಟ್ಟಿಯಲ್ಲಿ ಮೊದಲಿನಿಂದಲೂ ಇದ್ದ ಬಹುತೇಕ ಮಂದಿ ಈಗ ಬದುಕಿಲ್ಲ. ಅಲ್ಲಿರುವ ಹೆಚ್ಚು ಹೆಸರುಗಳು ನಿಜ ಹೇಳಬೇಕೆಂದರೆ, ನಿಧನರಾಗಿ ಬಹುಕಾಲ ಸಂದಿರುವ ಸ್ವಾತಂತ್ರ್ಯಯೋಧರ ಮೇಲೆ ಅವಲಂಬಿತರಾಗಿರುವವರದ್ದು. ಈ ಹೋರಾಟಗಾರರ ಕುಟುಂಬಗಳು ಹಲವು ಪ್ರಕರಣಗಳಲ್ಲಿ 'ಅರ್ಹ ಅಲವಂಬಿತರ' ಹೆಸರಿನಲ್ಲಿ ಅರ್ಧದಷ್ಟು ಪಿಂಚಣಿಗೆ ಮಾತ್ರ ಅರ್ಹರು. ಇದು ಒಳ್ಳೆಯದೇ. ಆದರೆ, ಪಟ್ಟಿಯಲ್ಲಿರುವ ಸ್ವಾತಂತ್ರ್ಯ ಹೋರಾಟಗಾರರ ನಿಜಸಂಖ್ಯೆಯನ್ನು ಇದು ಗೊಂದಲಗೊಳಿಸುತ್ತದೆ. (ಈಗ ಬದುಕಿರುವವರೂ ಸಹಾ ಅಶಕ್ತರಾಗಿದ್ದಾರೆ)

ಎರಡನೆಯದಾಗಿ, ಸ್ವಾತಂತ್ರ್ಯಕ್ಕಾಗಿ ಹೋರಾಡಿದ ಅತಿದೊಡ್ಡ ಸಂಖ್ಯೆಯ ಹೋರಾಟಗಾರರೆಲ್ಲರೂ ಈ ಅಧಿಕೃತ ಪಟ್ಟಿಯಲ್ಲಿ ಕಾಣಿಸುವುದಿಲ್ಲ. 1972ರಲ್ಲಿ ಈ ರೀತಿಯ ಮೊದಲ ಪಿಂಚಣಿ ಯೋಜನೆ ಆರಂಭವಾದಾಗ ಎಡ ಪಕ್ಷಗಳು ತಮ್ಮ ಸದಸ್ಯರುಗಳು ಈ ಪಿಂಚಣಿಯನ್ನು ಒಪ್ಪಿಕೊಳ್ಳಬಾರದು ಎಂದು ನಿರ್ಧರಿಸಿದರು.

ಅವರಲ್ಲಿ ಒಬ್ಬರಾದ ಎನ್. ಶಂಕರಯ್ಯ ಅವರು ಈ ಕೃತಿಯಲ್ಲಿ 'ನಾವು ಸ್ವಾತಂತ್ರ್ಯಕ್ಕಾಗಿ ಹೋರಾಡಿದೆವು, ಪಿಂಚಣಿಗಾಗಿ ಅಲ್ಲ' ಎಂದು ಹೇಳಿರುವುದು ದಾಖಲಾಗಿದೆ.

ಇದರ ಅರ್ಥ ಸಾವಿರಾರು ಹೋರಾಟಗಾರರು ಈ ಪಟ್ಟಿಯಲ್ಲಿ ಎಂದೂ ಕಾಣಿಸಿಕೊಂಡಿಲ್ಲ. 1972ರಲ್ಲಿ ಆ ರೀತಿಯ ಹಲವಾರು ಮಂದಿ ಬದುಕಿದ್ದರು ಎನ್ನುವುದನ್ನು ನೆನಪಿನಲ್ಲಿಟ್ಟುಕೊಳ್ಳುವುದು ಮುಖ್ಯ. ಆ ಪಟ್ಟಿಯೂ ಸಹಾ ಆ ಕಾಲದಲ್ಲಿ ತುಂಬಾ ಷರತ್ತುಗಳನ್ನು ಹೊಂದಿತ್ತು. ಯಾರು ವರ್ಷಕ್ಕೆ 5 ಸಾವಿರ ರೂ. ಒಳಗಿನ ಆದಾಯ ಹೊಂದಿದ್ದಾರೋ ಅವರಿಗೆ ಮಾತ್ರ ಪಿಂಚಣಿ ಅನ್ವಯವಾಗುತ್ತಿತ್ತು. ಮತ್ತು ಈ ಪಿಂಚಣಿಯೂ ಸಹಾ ತಿಂಗಳಿಗೆ 200 ರೂ. ಮಾತ್ರವಾಗಿತ್ತು.

1980ರ 'ಸ್ವಾತಂತ್ರತಾ ಸೈನಿಕ ಸಮ್ಮಾನ ಯೋಜನಾ' ಇದ್ದುದರಲ್ಲಿಯೇ ಉದಾರವಾಗಿತ್ತು. ಆದರೂ ಸಹಾ ಈ ಪಿಂಚಣಿಗೆ ಬೇಕಾಗಿದ್ದ ಮೊದಲ ಅರ್ಹತೆಯೇ 'ಸ್ವಾತಂತ್ರ್ಯಪೂರ್ವದಲ್ಲಿ ಮುಖ್ಯ ಜೈಲಿನಲ್ಲಿ ಕನಿಷ್ಠ ಆರು ತಿಂಗಳು ಸೆರೆವಾಸ ಅನುಭವಿಸಿರಬೇಕು' ಎನ್ನುವುದು. ಮಹಿಳೆಯರು, ದಲಿತರು ಹಾಗೂ ಆದಿವಾಸಿಗಳಿಗೆ ಇದು ಮೂರು ತಿಂಗಳು.

ಇದು ಮತ್ತೆ ಇನ್ನಷ್ಟು ಮಂದಿ, ಸೆರೆವಾಸದಿಂದ ತಪ್ಪಿಸಿಕೊಂಡವರು (ಅವರು ಉಳಿದ ಆರು ಷರತ್ತುಗಳಲ್ಲಿ ಒಂದರಲ್ಲಾದರೂ ಅರ್ಹರಾಗದಿದ್ದರೆ) ಪಟ್ಟಿಯಿಂದ ಹೊರಬೀಳಲು ಕಾರಣವಾಯಿತು. ಹಾಗೆ ಮೂರರಿಂದ ಆರು ತಿಂಗಳ ಕಾಲ ಜೈಲು ವಾಸ ಮಾಡದಿದ್ದವರು, ಮತ್ತು ಕ್ರಾಂತಿಕಾರಿ ಚಳುವಳಿಯ ಭಾಗವಾಗಿ ಭೂಗತರಾಗಿ ಹೋರಾಟ ಮಾಡುತ್ತಿದ್ದ ಇನ್ನೂ ಹಲವರು ಕೂಡ ಈ ಪಟ್ಟಿಯಿಂದ ಹೊರಗೆ ಉಳಿದರು.

ನೇತಾಜಿ ಬೋಸ್‌ರ ಇಂಡಿಯನ್ ನ್ಯಾಷನಲ್ ಆರ್ಮಿಗೆ ಸೇರಿದ ಒಡಿಶಾದ ಮಹಿಳೆ ಲಕ್ಷ್ಮಿ ಪಾಂಡಾ ನನ್ನನ್ನು ಕೇಳಿದಂತೆ–'ನಾನು ಎಂದಿಗೂ ಜೈಲಿಗೆ ಹೋಗಲಿಲ್ಲ, ನಾನು ಬಂದೂಕು ತರಬೇತಿ ಪಡೆದರೂ ಯಾರ ಮೇಲೂ ಗುಂಡು ಹಾರಿಸಲಿಲ್ಲ, ಅಂದ ಮಾತ್ರಕ್ಕೆ ನಾನು ಸ್ವಾತಂತ್ರ್ಯ ಹೋರಾಟಗಾರಳಲ್ಲವಾ? ನಾನು ಕೆಲಸ ಮಾಡಿದ್ದು ಬ್ರಿಟಿಷರ ಬಾಂಬ್‌ಗಳಿಗೆ ಯಾವಾಗಲೂ ಗುರಿಯಾಗಿದ್ದ ಐಎನ್‌ಎಯ ಅರಣ್ಯ ಶಿಬಿರಗಳಲ್ಲಿ. ಇದರ ಅರ್ಥ ನಾನು ಸ್ವಾತಂತ್ರ್ಯ ಚಳವಳಿಗೆ ಯಾವ ರೀತಿಯ ಕೊಡುಗೆಯನ್ನೂ ಕೊಡಲಿಲ್ಲ ಎಂದೇ? ನನ್ನ 13ನೆಯ ವಯಸ್ಸಿನಲ್ಲಿಯೇ ನಾನು ನಮ್ಮ ಕ್ಯಾಂಪ್‌ಗಳಿಂದ ಹೋರಾಟಕ್ಕೆ ಹೋಗುತ್ತಿದ್ದ ಎಲ್ಲರಿಗೂ ಅಡುಗೆ ಬೇಯಿಸಿ ಹಾಕುತ್ತಿದ್ದೆ. ನಾನು ಹೋರಾಟದ ಭಾಗವಲ್ಲವೇನು??

ವಾಸ್ತವದಲ್ಲಿ ಯಾರು ಭೂಗತ ಶಿಬಿರಗಳಲ್ಲಿ ಕೆಲಸ ಮಾಡಲು ಆಯ್ಕೆ ಮಾಡಿಕೊಂಡರೋ ಅವರು ಅರ್ಹರಾಗಿರಲಿಲ್ಲ. ಈ ಯೋಜನೆಯ ದಾಖಲೆಯಲ್ಲಿನ

ಒಂದು ನಮೂದು ಹೇಳುವ ಪ್ರಕಾರ, 'ಸ್ವಯಂ ಆಗಿ ಭೂಗತರಾಗುವುದು ಅಥವಾ ಸ್ವಯಂ ಗಡೀಪಾರಾಗುವುದು ಮತ್ತು ಪಕ್ಷದ ನಾಯಕತ್ವದ ಆದೇಶದಂತೆ ಪಕ್ಷದ ಕೆಲಸಕ್ಕಾಗಿ ಶ್ರಮಿಸುವುದು' ಪಿಂಚಣಿಯ ಮಂಜೂರಾತಿಗೆ ಅನರ್ಹ ಎನಿಸಿಕೊಳ್ಳುತ್ತಿತ್ತು.

ಬ್ರಿಟಿಷ್ ವ್ಯವಸ್ಥೆ ಯಾರನ್ನು ತಪ್ಪಿತಸ್ಥರು ಎಂದು ಸಾರಿ, ಆ ಕಾರಣದಿಂದಾಗಿ ಭೂಗತರಾಗಿದ್ದರೋ ಅಥವಾ ಅವರ ವಿರುದ್ಧ ಬಂಧನದ ಆದೇಶವಿತ್ತೋ, ಅಥವಾ ಯಾರ ತಲೆಯ ಮೇಲೆ ಅಥವಾ ಬಂಧನಕ್ಕೆ ಬಹುಮಾನ ಘೋಷಿಸಲಾಗಿತ್ತೋ ಅವರಿಗೆ ಮಾತ್ರ ಪಿಂಚಣಿ ಸೌಲಭ್ಯ ವಿಸ್ತರಿಸಲಾಗಿತ್ತು. ಈ ನಿಯಮಗಳು ಲಕ್ಷ್ಮಿ ಪಾಂಡಾ, ಸಾಲಿಹಾನ್ ಹಾಗೂ ಇಂತಹ ಅಸಂಖ್ಯಾತರನ್ನು ಪಿಂಚಣಿಯಿಂದ ಹೊರಗಿಟ್ಟಿತು.

1980ರ ಪಿಂಚಣಿ ದಾಖಲೆಯಲ್ಲಿ ಇನ್ನೂ ಒಂದು ಸಮಸ್ಯೆ ಇತ್ತು. ಇದು 'ಸಂಗಾತಿ' ಎನ್ನುವ ಪದದ ಬದಲು 'ವಿಧವೆ' ಎಂಬ ಪದವನ್ನು ಬಳಸಿದೆ. ಇದು ಸ್ವಾತಂತ್ರ್ಯ ಹೋರಾಟಗಾರರೆಲ್ಲ ಪುರುಷರು ಮಾತ್ರ ಎಂದು ಭಾವನೆ ಬರುವಂತೆ ಮಾಡಿದೆ.

ಸ್ವಾತಂತ್ರ್ಯ ಹೋರಾಟದಲ್ಲಿ 'ಭಾಗವಹಿಸುವುದು' ಎಂದರೆ ಸಮಾಜವಾಗಿ ನಾವು ಏನು ಭಾವಿಸಿದ್ದೆವೋ ಅದೂ ಪ್ರಶ್ನೆಗೊಳಗಾಗಿದೆ. ಕೇಂದ್ರದ ಯೋಜನೆಯ ಪ್ರಕಾರ ಸ್ವಾತಂತ್ರ್ಯ ಚಳವಳಿಯಲ್ಲಿ 'ಭಾಗವಹಿಸಿದರೆ' ಮಾತ್ರ ಸಾಲದು. ಅವರು 'ತೊಂದರೆಗೊಳಗಾಗಿರಬೇಕು' ಅದೂ ಸರ್ಕಾರ ರೂಪಿಸಿರುವ ರೀತಿಯಲ್ಲಿ.

ಅಧಿಕಾರಶಾಹಿ ಪ್ರಕಾರ 'ತೊಂದರೆಗೊಳಗಾದವರು' ಈ ಏಳು ನಿಯಮಗಳ ಚೌಕಟ್ಟಿನಲ್ಲಿರಬೇಕು. ಅವು– ಬಂಧನ ವಾಸ. ಅಪರಾಧಿ ಎಂದು ಘೋಷಿಸಲ್ಪಟ್ಟು ಭೂಗತರಾಗುವುದು, ಬಂಧನ/ತಲೆಮರೆಸಿಕೊಂಡಿರುವುದು ಅಥವಾ ಆಸ್ತಿ ಮುಟ್ಟುಗೋಲು ಮಾಡಿಕೊಂಡಿರುವುದು; ಮಾರಾಟ ಮಾಡಿರುವ ಪ್ರಕರಣಗಳು. (ಆದರೆ ಯಾವ ಆಸ್ತಿಯೂ ಇಲ್ಲದವರ ಕಥೆ ಏನು?)

ಸರ್ಕಾರಿ ನೌಕರಿ ಕಳೆದುಕೊಂಡಿದ್ದರೆ (ಮತ್ತೆ ಇಲ್ಲಿ ಕೆಲಸದಲ್ಲಿ ಉಳಿದುಕೊಂಡೇ ಮಹಾನ್ ಸಹಾಯ ಮಾಡಿದವರನ್ನು ಈ ಪಟ್ಟಿ ಹೊರಗಿಟ್ಟಿರಬಹುದು) ಅಥವಾ ನೀವು ಶಾಶ್ವತವಾಗಿ ಅಂಗಹೀನರಾಗಿದ್ದರೆ ಅಥವಾ ನೀವು ಹತ್ತು ಛಡಿ, ಲಾಠಿ ಅಥವಾ ಹೊಡೆತ ತಿಂದಿದ್ದರೆ.

ಇದಕ್ಕೆಲ್ಲಾ ಸಾಕ್ಷಿ ಒದಗಿಸುವುದು ಇನ್ನೊಂದು ಗೊಂದಲದ ಸಂತೆ. ಇನ್ನೊಂದೇ ದೊಡ್ಡ ಕಥೆ. ಮೊದಲ ಒತ್ತಾಯವೇ ನಿಮ್ಮ ಬಂಧನ ಅಥವಾ ನೀವು ಅಪರಾಧಿ ಎಂದು ಘೋಷಣೆಯಾಗಿರುವ ಆದೇಶವನ್ನು ಹಾಜರುಪಡಿಸುವುದು. ಸ್ವಾತಂತ್ರ್ಯ

ಬಂದ ನಂತರದ ಕಾಲು ಶತಮಾನದ ಮಾತು ಬಿಡಿ, ಆಗಿನ ಕಾಲದಲ್ಲಿ ಎಷ್ಟು ಮಂದಿ ಬಡ ಭಾರತೀಯರಿಗೆ ದಾಖಲೆಗಳನ್ನು ಹೊಂದಲು ಸಾಧ್ಯವಿತ್ತು? ಈ ರೀತಿಯ ಯಾವುದೇ ಆದೇಶವೇ ಇಲ್ಲದೆ ಎಷ್ಟೊಂದು ಬಡ ಭಾರತೀಯರು ಶಿಕ್ಷೆಗೆ ಒಳಗಾಗಿಲ್ಲ...

ಈ ಕಾಯಿದೆ ಕಡ್ಡಾಯ ಮಾಡಿರುವ ನಿಯಮಗಳನ್ನು ಮೀರಿ ಹೋರಾಟದಲ್ಲಿ ತೀವ್ರ ಕಷ್ಟಕ್ಕೆ ಗುರಿಯಾದ ಸುಮಾರು ಜನರಿದ್ದರು. ಹಲವರು ಊಹಿಸಿಕೊಳ್ಳಲಾಗದ ಅಪಾಯಗಳನ್ನು ಮೈಮೇಲೆ ಎಳೆದುಕೊಂಡು, ಇತರ ಹಲವಾರು ರೀತಿಯಲ್ಲಿ ತೊಂದರೆ ಅನುಭವಿಸಿದ್ದರು. ಇಷ್ಟೋ ವಿಜಯಗಳು ಇವರಿಲ್ಲದೆ ಸಾಧ್ಯವಾಗುತ್ತಿರಲಿಲ್ಲ. ಆದರೆ, ಅವರ ಕೆಲಸವನ್ನು ಅಷ್ಟು ಮುಖ್ಯವಾಗಿ ಪರಿಗಣಿಸದ ಕಾರಣ ಅಧಿಕಾರಿಗಳ ಕಣ್ಣಲ್ಲಿ ಅವರು ಸ್ವಾತಂತ್ರ್ಯ ಹೋರಾಟಗಾರರು ಎನ್ನುವ ಮನ್ನಣೆಗೆ ಅರ್ಹರಾಗಲಿಲ್ಲ.

ಈ ಕೃತಿಯಲ್ಲಿ ನೀವು ಕಾಣುವ ಬರಹಗಳಲ್ಲಿರುವ ಯೋಧರಿಗೆ ಹಣವಲ್ಲ, ಮನ್ನಣೆ ಮುಖ್ಯವಾಗಿತ್ತು ಎನ್ನುವುದು ಅರ್ಥವಾಗುತ್ತದೆ. ಹಣವೂ ಮುಖ್ಯವಾಗಿತ್ತು. ಆದರೆ, ಅವರು ಅದು ತಮ್ಮ ರಾಷ್ಟ್ರವು ತಮ್ಮನ್ನು ಪ್ರೀತಿಸುವ ಅರ್ಧದಷ್ಟು ಮುಖ್ಯ ಎಂದುಕೊಂಡಿರಲಿಲ್ಲ. ಹಾಗೆಯೇ ಸ್ವಾತಂತ್ರ್ಯ ಮತ್ತು ಬಿಡುಗಡೆಗಾಗಿ ನಡೆದ ಭಾರತದ ಮಹಾನ್ ಹೋರಾಟದಲ್ಲಿ ಈ ಸಾಮಾನ್ಯ ಜನರ ಪಾತ್ರವನ್ನು ನಾವು ಗುರುತಿಸುವುದು ಅಷ್ಟೇ ಮುಖ್ಯವಾಗಿತ್ತು.

ಹಲವರಿಗೆ ಹಣ ಅಗತ್ಯ ಇತ್ತು ಹಾಗೆಯೇ ಮನ್ನಣೆಯೂ ಕೂಡ. 1947ರ ನಂತರದ ನಮ್ಮಂತಹ ಪೀಳಿಗೆಗೆ ಅವರ ಬದುಕಿನ ಗಾಥೆಗಳು ಬೇಕಿತ್ತು, ಅದರಿಂದ ನಮ್ಮ ವ್ಯಕ್ತಿತ್ವವನ್ನು ರೂಪಿಸಿಕೊಳ್ಳಲು, ಅವರು ಅರ್ಥ ಮಾಡಿಕೊಂಡಿದ್ದನ್ನು ತಿಳಿಯಲು, ಸ್ವಾತಂತ್ರ್ಯ ಮತ್ತು ಬಿಡುಗಡೆ ಒಂದೇ ಅಲ್ಲ ಎಂದು ತಿಳಿಯಲು.

ಈ ಕೃತಿಯಲ್ಲಿ ರೈತರು, ಭೂರಹಿತ ಕಾರ್ಮಿಕರು, ಕಾರ್ಮಿಕರು, ಸಂವಹನ ಕೊಂಡಿಗಳಾಗಿದ್ದವರು, ಅರಣ್ಯ ಉತ್ಪನ್ನ ಸಂಗ್ರಹಕಾರರು, ಗೃಹಿಣಿಯರು, ಮನೆಗೆಲಸದವರು ಹೀಗೆ ಎಲ್ಲರೂ ಇದ್ದಾರೆ. ಇದಲ್ಲದೆ, ಕೆಲವಾರು ಮಂದಿ ತಮ್ಮ ಘನ ಮನೆತನದಿಂದ ಸಿಡಿದು ಬಂದವರೂ ಇದ್ದಾರೆ. 'ಬದ್ಮಾಷ್ ಗಾಂವ್' ಎಂದು ಬ್ರಿಟಿಷರು ಕರೆಯುತ್ತಿದ್ದ ಒಂದು ಗ್ರಾಮದಲ್ಲಿ ಮರಗೆಲಸದವರು, ಚಮ್ಮಾರರೂ ಹಾಗೂ ಇತರರೂ ಹೋರಾಟದ ಜೊತೆಗಿದ್ದರು.

ಕೆಲವೊಮ್ಮೆ ಯಾರು ಇತಿಹಾಸ ನಿರ್ಮಿಸಲು ಕೈಜೋಡಿಸಿದರೋ ಅವರ ಅನುಭವದ ಮೂಲಕವೇ ಮಹಾ ಹೋರಾಟದ ಚರಿತ್ರೆಗೆ ಕಿವಿಗೊಡುವುದು ತೀರಾ ಮುಖ್ಯ. ಈ ಕೃತಿಯಲ್ಲಿರುವ ಯಾರೊಬ್ಬರೂ ಸಹಾ 1947ರ ನಂತರ ಸಚಿವರಾಗಲು, ರಾಜ್ಯಪಾಲರಾಗಲು, ಪ್ರಧಾನಿ ಅಥವಾ ರಾಷ್ಟ್ರಪತಿಯಾಗಲು

ಬಯಸಲಿಲ್ಲ ಅಥವಾ ಆಗಲಿಲ್ಲ. ಇದರಲ್ಲಿರುವ ಒಬ್ಬರು ಕೆಲಕಾಲ ಒಲ್ಲದ ಮನಸ್ಸಿನಿಂದ ಆಂಧ್ರಪ್ರದೇಶದಲ್ಲಿ ಶಾಸಕರಾಗಿದ್ದರು.

ಇಲ್ಲಿರುವ ಬರಹಗಳನ್ನು ಹಲವು ವರ್ಷಗಳ ಕಾಲದಲ್ಲಿ ಹಾಗೂ ಹಲವು ಬಾರಿ ನಡೆಸಿದ ಸಂದರ್ಶನಗಳಿಂದ ರೂಪಿಸಲಾಗಿದೆ. ಈ ಕೃತಿಯಲ್ಲಿರುವವರ ಪೈಕಿ ಆದಿವಾಸಿಗಳು, ದಲಿತರು, ಒಬಿಸಿಗಳು, ಬ್ರಾಹ್ಮಣರು, ಮುಸ್ಲಿಮರು, ಹಿಂದೂಗಳು, ಸಿಖ್ಖರು ಇದ್ದಾರೆ. ಇದಲ್ಲದೆ, ಮಹಿಳೆಯರು, ಪುರುಷರು ಹಾಗೂ ಚಿಕ್ಕವಯಸ್ಸಿನ ಮಕ್ಕಳಿದ್ದಾರೆ. (ಇದರಲ್ಲಿರುವ ಹಲವು ಹೋರಾಟಗಾರರು ತಾವು ಯೌವ್ವನಕ್ಕೆ ಕಾಲಿಡುವ ಮುನ್ನವೇ ಹೋರಾಟದಲ್ಲಿ ತೊಡಗಿಸಿಕೊಂಡಿದ್ದರು) ಅವರು ಬೇರೆ ಬೇರೆ ಭಾಷೆಗಳನ್ನು ಮಾತನಾಡಿದವರು ಅಥವಾ ಮಾತನಾಡುತ್ತಿರುವವರು. ಅವರು ವಿವಿಧ ಗ್ರಾಮೀಣ ಪ್ರದೇಶ, ಸಂಸ್ಕೃತಿ ಹಾಗೂ ಹಿನ್ನೆಲೆಯಿಂದ ಬಂದವರಾಗಿದ್ದರು. ಇವರಲ್ಲಿ ಆಸ್ತಿಕರೂ ಇದ್ದರು, ನಾಸ್ತಿಕರೂ ಇದ್ದರು.

ಅವರೆಲ್ಲರಲ್ಲೂ ಇದ್ದ ಸಾಮಾನ್ಯ ಎಳೆ ಅಂದರೆ ಅದು ಸಾಮ್ರಾಜ್ಯ ವಿರೋಧಿ ನಿಲುವು. ಅದರಲ್ಲಿ ಅವರು ಎಂದೂ ರಾಜಿಯಾಗಲು ಸಿದ್ಧರಿರಲಿಲ್ಲ. ಅವರು ತೆಗೆದುಕೊಳ್ಳುತ್ತಿದ್ದ ಅಪಾಯದ ಬಗ್ಗೆ ಅವರಿಗೆ ಅರಿವಿತ್ತು. ಅವರು ಬಯಸುತ್ತಿದ್ದ ಸ್ವಾತಂತ್ರ್ಯದ ಬಗ್ಗೆ ಅವರಿಗೆ ಒಂದು ನೋಟ, ಕಲ್ಪನೆ ಇತ್ತು. ಅವರು ಎಂದೂ ಇತರ ಸಮುದಾಯಗಳ ವಿರುದ್ಧ ದ್ವೇಷವನ್ನು ಬಡಿದೆಬ್ಬಿಸಲಿಲ್ಲ. ಅವರು ಬ್ರಿಟಿಷ್ ವ್ಯವಸ್ಥೆಯ ವಿರುದ್ಧ ಹೋರಾಡಿದರೇ ಹೊರತು, ಸಹಭಾರತೀಯರ ವಿರುದ್ಧ ಅಲ್ಲ. ಅವರನ್ನು ಜೈಲಿಗೆ ತಳ್ಳಿದಾಗ ಅವರು ತಮ್ಮ ಸಮಯವನ್ನು ಹರಟೆ ಹೊಡೆಯುತ್ತಾ, ಗೊಣಗುತ್ತಾ ಅಥವಾ ಬ್ರಿಟಿಷ್ ಚಕ್ರಾಧಿಪತ್ಯದ ಜೊತೆ ಕೈಜೋಡಿಸುವುದಾಗಿ ಭರವಸೆ ನೀಡಿ, ಕ್ಷಮಾಪಣಾ ಪತ್ರವನ್ನು ಬರೆಯುತ್ತಾ ಕೂಡಲಿಲ್ಲ.

ಇಲ್ಲಿನ ಕೆಲವು ಬರಹಗಳನ್ನು ಇದಕ್ಕಿಂತ ಚಿಕ್ಕ ರೂಪದಲ್ಲಿ 'ದಿ ಹಿಂದೂ' ಪತ್ರಿಕೆಯಲ್ಲಿ ಮೊದಲು ಪ್ರಕಟವಾಗಿವೆ. ಇನ್ನು ಕೆಲವು 'ಪೀಪಲ್ಸ್ ಆರ್ಕೀವ್ ಆಫ್ ರೂರಲ್ ಇಂಡಿಯಾ' (ಪರಿ)ಯಲ್ಲಿ ಪ್ರಕಟವಾಗಿವೆ. ಈ ಕೃತಿಯಲ್ಲಿ, ಆ ಕಥೆಗಳನ್ನು ಕಳೆದ 20 ವರ್ಷಗಳಲ್ಲಿ ಹಲವು ಬಾರಿ ಈ ಹೋರಾಟಗಾರರ ಗ್ರಾಮಕ್ಕೆ ನೀಡಿದ ಮರು ಭೇಟಿಯನ್ನು ಆಧರಿಸಿ ಮರುನಿರೂಪಿಸಲಾಗಿದೆ. ಕೆಲವು ಬರಹಗಳಲ್ಲಿ, ಉದಾಹರಣೆಗೆ ಸಾಲಿಹಾನ್ ಅವರು ನಿಧನರಾದ ನಂತರ ಅವರ ಕುಟುಂಬದವರೊಡನೆ ನಡೆಸಿದೆ ಮಾತುಕತೆಯನ್ನು ಈಗ ಸೇರಿಸಲಾಗಿದೆ. ಎಲ್ಲಾ ಬರಹಗಳೂ ಸ್ವಾತಂತ್ರ್ಯ ಯೋಧರ ಜೊತೆಗೆಯೇ ನಡೆಸಿದ ದೀರ್ಘ ಮಾತುಕತೆಯನ್ನು ಆಧರಿಸಿವೆ. ಕೆಲವು ಅವರು ಸ್ವಲ್ಪ ಕಡಿಮೆ ವಯಸ್ಸಿನ ಗೆಳೆಯರು, ಸಂಬಂಧಿಗಳು, ಗ್ರಾಮಸ್ಥರು, ಆ ಕಾಲದ ಚರಿತ್ರೆಕಾರರ ಜೊತೆ ಮಾತನಾಡಿದ್ದನ್ನೂ ಸೇರಿಸಲಾಗಿದೆ. ಈ ಹೋರಾಟಗಾರರು ಭಾಗವಹಿಸಿದ್ದ ಹೋರಾಟಗಳ ಬಗೆಗಿನ ವಿವರ ಇದ್ದ ದಾಖಲೆ ಹಾಗೂ ಕೃತಿಗಳನ್ನು ಆಧರಿಸಿದೆ.

ಹಾಗಾದರೆ, ಈ 'ಸ್ವಾತಂತ್ರ್ಯ'ವನ್ನು ನಮಗೆ ತಂದುಕೊಟ್ಟವರು ಯಾರು? ನಾನು ಈ ಕೃತಿಯಲ್ಲಿ 'ಕ್ಯಾಪ್ಟನ್ ಬಾವು' ಅವರು ಮಾಡಿರುವ ಹೇಳಿಕೆಯ ಅರಿವಿದ್ದೂ 'ಸ್ವಾತಂತ್ರ್ಯ' ಎಂಬ ಪದ ಬಳಸಿದೆ. ಅವರು ಹೇಳಿದರು. 'ನಾವು ಸ್ವಾತಂತ್ರ್ಯ ಮತ್ತು ಬಿಡುಗಡೆಗಾಗಿ ಹೋರಾಡಿದೆವು. ಮತ್ತು ನಾವು ಸ್ವಾತಂತ್ರ್ಯ ಗಳಿಸಿದೆವು'.

1914ರಲ್ಲಿ, ದಕ್ಷಿಣ ಆಫ್ರಿಕಾದಲ್ಲಿ ನಡೆಸಿದ ಹೋರಾಟಗಳ ಯಶಸ್ಸಿನ ಹಿನ್ನೆಲೆಯಲ್ಲಿ ಗಾಂಧಿಯವರಿಗೆ ಲಂಡನ್‌ನಲ್ಲಿ ಅಭಿನಂದನಾ ಸಮಾರಂಭ ಏರ್ಪಡಿಸಲಾಗಿತ್ತು. ಅವರು ಈ ಸಾಧನೆಗಳ ಯಶಸ್ಸನ್ನು ತಾವೊಬ್ಬರೇ ಪಡೆಯಲು ಹಿಂಜರಿದರಲ್ಲದೆ, ಬದಲಿಗೆ ಅಲ್ಲಿನ ಶೋಷಣೆಗೊಳಗಾದ ಕಾರ್ಮಿಕರು ಸೇರಿದಂತೆ ಸಾವಿರಾರು ಸಾಮಾನ್ಯ ಭಾರತೀಯರಿಗೆ ಈ ಯಶಸ್ಸನ್ನು ಸಮರ್ಪಿಸಿದರು. ಹಾಗೂ ಭಾರತದೊಳಗಿದ್ದ ಸಾಮಾನ್ಯ ಜನರ ಬೆಂಬಲಕ್ಕೂ. ಗಾಂಧಿ ಹೇಳಿದರು–ಈ ಇಂತಹ ಜನರೇ ಯಾವುದೇ ಮನ್ನಣೆ ಬಯಸದೆ ಸರಳ ನಂಬಿಕೆಯೊಂದಿಗೆ ಹೋರಾಟದ ಕಣಕ್ಕೆ ಹೋದವರು.

ಈ ಪುಸ್ತಕದಲ್ಲಿರುವವರು ನಮ್ಮ ಸ್ವಾತಂತ್ರ್ಯದ ಅಮೃತ ಮಹೋತ್ಸವಕ್ಕೆ ಒಂದು ಶತಮಾನ ಮುಂಚೆಯೇ ಗಾಂಧೀಜಿಯವರು ಲಂಡನ್ ಭಾಷಣದಲ್ಲಿ ಹೇಳಿರುವ ರೀತಿಯ ಮಂದಿ.

ಈ ಪುರುಷರು ಮತ್ತು ಮಹಿಳೆಯರು ಭಾರತದ ಉಪ್ಪಿದ್ದಂತೆ. ಅವರ ಮೇಲೆಯೇ ನಾವು ನಮ್ಮ ಕಲ್ಪನೆಯ ಭಾರತವನ್ನು ನಿರ್ಮಿಸಲಿದ್ದೇವೆ. ಈ ಮಹನೀಯ ನಾಯಕ ಹಾಗೂ ನಾಯಕಿಯರ ಮುಂದೆ ನಾವು ತೀರಾ ಬಡ ಮನುಷ್ಯರು ಎಂದಿದ್ದರು.

– ಪಿ ಸಾಯಿನಾಥ್

ನಿಮಗೂ ಅಂತಹ ಒಂದು ಕಥೆ ಸಿಗಬಹುದು

ಭಾರತ ಸ್ವಾತಂತ್ರ್ಯದ ಅಂತಃಸತ್ವ @75

– ಪ್ರೊ ಜಗ್‌ಮೋಹನ್

ನಾವು ಬ್ರಿಟಿಷ್ ವಸಾಹತುಶಾಹಿಯಿಂದ ಸ್ವಾತಂತ್ರ್ಯ ಪಡೆದ 75ನೇ ವರ್ಷದಲ್ಲಿದ್ದೇವೆ. ನಮಗೆ ಸ್ವತಂತ್ರ ದೇಶವನ್ನು ತಂದುಕೊಟ್ಟ ಸ್ವಾತಂತ್ರ್ಯ ಚಳವಳಿ ಜನರ ಎದೆಯಾಳದಲ್ಲಿ ದೃಢತೆ, ಸಮರ್ಪಣಾ ಮನೋಭಾವ ಹಾಗೂ ಸ್ವಾರ್ಥರಹಿತ ಸೇವಾಮನೋಭಾವನೆಯನ್ನು ಒಳಗೊಂಡ ಒಂದು ಉತ್ತಮ ಸಂಸ್ಕೃತಿಯನ್ನೂ ಸೃಷ್ಟಿಸಿತ್ತು. ಲಕ್ಷಾಂತರ ಗಂಡಸರಿಗೆ ಮತ್ತು ಹೆಂಗಸರಿಗೆ ತಮ್ಮ ಬದುಕಿನ ನಂಬಲಾಗದ ಸಮಸ್ಯೆಗಳನ್ನು ಒಂದು ಮುಗುಳ್ನಗು ಬೀರಿ ಎದುರಿಸುವುದಕ್ಕೆ ಇದು ಸ್ಫೂರ್ತಿ ಕೊಟ್ಟಿತ್ತು. ಜನರು, ಅದರಲ್ಲೂ ಸಾಮಾನ್ಯ ಜನರು ಈ ಸಂಸ್ಕೃತಿಯನ್ನು ತಮ್ಮ ಬದುಕಿನೊಳಗೆ ಹೇಗೆ ಸ್ವೀಕರಿಸಿದರು ಎನ್ನುವುದನ್ನು ತಿಳಿಯುವುದೆಂದರೆ, ಅದು ಈ ಸ್ವಾತಂತ್ರ್ಯ ಚಳುವಳಿಯ ಅಂತಸತ್ವವನ್ನು ಅರಿಯುವ ಪ್ರಯತ್ನ ಕೂಡಾ.

ಆ ಶತಮಾನದ ಇನ್ನೂ ಬದುಕುಳಿದಿರುವ ಕೆಲವೇ ಕೆಲವರಿಂದ ಅವರ ಕಥೆಗಳನ್ನು ಕೇಳುವುದಕ್ಕಿಂತ ದೊಡ್ಡ ಹುರುಪಿನ ಸಂಗತಿ ಇನ್ನೊಂದಿಲ್ಲ. ಈ ಕೃತಿಯೊಳಗಿನ ಸ್ವಾತಂತ್ರ್ಯ ಯೋಧರ ಕಥೆಗಳು ಇದನ್ನು ಒಂದು ಅಮೂಲ್ಯ

ಕೃತಿಯನ್ನಾಗಿಸಿದೆಯಲ್ಲದೆ 'ಆಜಾದಿ ಕಾ ಅಮೃತ ಮಹೋತ್ಸವ'ಕ್ಕೆ ಇದು ಒಂದು ಮಹತ್ವದ ಕಾಣಿಕೆಯನ್ನು ನೀಡಿದೆ.

ಸ್ವಾತಂತ್ರ್ಯವನ್ನು ಸಾಧಿಸುವ ನಿಟ್ಟಿನಲ್ಲಿ ಬಹುಸಂಖ್ಯಾತ ಜನತೆ ವಿವಿಧ ರೀತಿಯಲ್ಲಿ ತನ್ನ ಕೊಡುಗೆಯನ್ನು ಕೊಟ್ಟಿದ್ದಾರೆ. ಸ್ವಾತಂತ್ರ್ಯ ಚಳವಳಿಯನ್ನು ಅವರು ಪ್ರವೇಶಿಸುವುದರೊಂದಿಗೆ ಎಲ್ಲವೂ ಕೂಡ ಬದಲಾಯಿತು. ಭಗತ್ ಸಿಂಗ್ ಗುರುತಿಸಿದಂತೆ, ಯಾವಾಗ ಗಾಂಧೀಜಿಯವರು ಸಾಮಾನ್ಯ ಜನರ ಶಕ್ತಿಯನ್ನು ಸ್ವಾತಂತ್ರ್ಯ ಚಳುವಳಿಯ ಒಳಗಡೆ ತಂದರೋ ಆಂದಿನಿಂದ ಒಂದು ಹೊಸ ಶತಮಾನದ ಆರಂಭವಾಯಿತು. ಫೆಬ್ರುವರಿ 2, 1931 ರಲ್ಲಿ ಅವರು ಬರೆದ ಒಂದು ಪತ್ರದಲ್ಲಿರುವಂತೆ, "ಒಂದರ್ಥದಲ್ಲಿ ಗಾಂಧಿವಾದ... ಕ್ರಾಂತಿಕಾರಿ ವಿಚಾರಗಳಿಗೆ ಹತ್ತಿರವಾದ ಮಾರ್ಗವನ್ನು ಅನುಸರಿಸುತ್ತದೆ. ಏಕೆಂದರೆ ಇದು ಜನ ಸಮೂಹಕ್ಕೆ ಮಾತ್ರವಲ್ಲದಿದ್ದರೂ ಸಾಮೂಹಿಕ ಕಾರ್ಯಚರಣೆಯನ್ನು ಅವಲಂಬಿಸಿರುತ್ತದೆ, ಕ್ರಾಂತಿಕಾರಿಯು ಅಹಿಂಸೆಯ ಈ ದೂತನಿಗೆ ಸಲ್ಲಬೇಕಾದ ಮನ್ನಣೆಯನ್ನು ನೀಡಲೇಬೇಕು"

ನಮ್ಮ ಈಗಿನ ಪೀಳಿಗೆಗಳು ಸ್ವಾತಂತ್ರ್ಯ ಹೋರಾಟದ ಸಂಸ್ಕೃತಿಯ ಕೊಂಡಿಗಳನ್ನು ಅತಿ ವೇಗವಾಗಿ ಕಳೆದುಕೊಳ್ಳುತ್ತಿರುವುದು ತೀವ್ರ ಆತಂಕದ ಸಂಗತಿಯಾಗಿದೆ. ಅವರು ತೀರಾ ಅಸಹನೆ ಹೊಂದಿದ್ದಾರೆ ಹಾಗೂ ಗೊಂದಲದಲ್ಲಿದ್ದಾರೆ. ಏಕೆಂದರೆ ಸಮಾಜದ ಪ್ರಗತಿಗೆ ಕೊಡುಗೆ ನೀಡಲು ಸಾಮರ್ಥ್ಯವಿರುವ ಸಾಮಾಜಿಕ ಮೌಲ್ಯಗಳ ಬಗ್ಗೆ ಅವರಿಗೆ ಅರಿವಿಲ್ಲ ಮತ್ತು ಆ ಮಾಹಿತಿ ಅವರು ಪಡೆಯದಂತೆ ಮಾಡಲಾಗಿದೆ. ಈ ಕಾರಣದಿಂದಾಗಿಯೇ ಅವರಿಗೆ ನಾವು ಆಚರಿಸುತ್ತಿರುವ 75ನೇ ವರ್ಷದ ಸಂಭ್ರಮದ ಈ ಸಂದರ್ಭದಲ್ಲಿ, ಆ ಸಾಧನೆಗೆ ಅತಿದೊಡ್ಡ ಕೊಡುಗೆ ನೀಡಿದ ಜನಸಾಮಾನ್ಯರ ಐತಿಹಾಸಿಕ ಪ್ರಾಮುಖ್ಯತೆಯ ಬಗ್ಗೆ ಯಾವ ಅರಿವೂ ಇಲ್ಲ.

ನಾವು ಇತಿಹಾಸವನ್ನು ಕೇವಲ ಪ್ರಸಿದ್ಧ ವ್ಯಕ್ತಿಗಳ ಮೂಲಕ ನಿರೂಪಿಸುವುದರಿಂದ ಮತ್ತು ಪರ್ಯಾಯ ಪಾತ್ರವನ್ನು ಮರೆತುಬಿಡುವುದರಿಂದ ಈ ಸಮಸ್ಯೆ ಬಂದಿರಬಹುದು. ಸಾಮಾನ್ಯರ ಹೋರಾಟಗಳ ಅಸ್ತಿತ್ವವನ್ನೇ ಕಡೆಗಣಿಸಿ ಇತಿಹಾಸ ಎಂದರೆ ಬರೀ ರಾಜ, ರಾಣಿಯರದ್ದು ಮಾತ್ರ ಎನ್ನುವಂತೆ ನೋಡುವ ಬಲವಾದ ಪ್ರವೃತ್ತಿಯೂ ಕಂಡು ಬರುತ್ತಿದೆ. ಈ ಪೀಳಿಗೆಯ ಅಸಹಾಯಕತೆ, ನಿರಾಶೆ ಮತ್ತು ಗೊಂದಲಕ್ಕೆ ಇದೇ ಕಾರಣ.

ಜನ ಸಾಮಾನ್ಯ ಪಾತ್ರದ ಬಗ್ಗೆ ಈ ಕೃತಿ ನೋಡುವ ಕ್ರಮವು ನನಗೆ ಭಗತ್ ಸಿಂಗ್ ಮತ್ತು ಅವರ ಜೊತೆಗಾರ ಶಿವ ವರ್ಮಾ ನಡುವಿನ ಸಂಭಾಷಣೆಯನ್ನು ನೆನಪಿಸುತ್ತದೆ, ಅದು ಹೀಗಿದೆ–

ಸ್ವಾತಂತ್ರ್ಯ ಯೋಧರಾದ ನಾವು ಕಾರ್ಯಾಚರಣೆಗಳನ್ನು ಇಷ್ಟಪಡುತ್ತೇವೆ. ಹೋರಾಟದ ಅಂಗಳದಲ್ಲಿ ಅಥವಾ ಗಲ್ಲುಗಂಬಕ್ಕೇರಿ ಹುತಾತ್ಮರಾದವರನ್ನು ಅತ್ಯಂತ ಗೌರವಿಸುತ್ತೇವೆ. ಆದರೆ ಅವರು ಕಟ್ಟಡದ ಮೇಲಿರುವ ರತ್ನಗಳಂತೆ ಮಾತ್ರ. ಅದು ಕಟ್ಟಡದ ಬಾಹ್ಯ ಸೌಂದರ್ಯವನ್ನು ಮಾತ್ರ ಹೆಚ್ಚಿಸುತ್ತದೆ. ಆದರೆ ಯಾವಾಗಲೂ ಒಂದು ಕಟ್ಟಡದ ಭದ್ರತೆಯಲ್ಲಿ ಅದರ ಅಡಿಪಾಯದ ಕಲ್ಲುಗಳ ಪಾತ್ರ ಅತ್ಯಂತ ಮಹತ್ವದ್ದು. ಅದು ಅಡಿಪಾಯವನ್ನು ಬಲಪಡಿಸುತ್ತದೆ, ಮತ್ತು ಕಟ್ಟಡಕ್ಕೆ ದೀರ್ಘ ಬಾಳಿಕೆಯನ್ನು ನೀಡುತ್ತದೆ. ಹಲವು ವರ್ಷಗಳ ಕಾಲ ಆ ಕಟ್ಟಡದ ಭಾರವನ್ನು ಹೊರುವುದು ಅವರೇ.

ಸ್ವಾತಂತ್ರ್ಯ ಹೋರಾಟದ ಕಾಲಾಳು ಯೋಧರ ಪ್ರಾಮುಖ್ಯತೆಯ ಬಗ್ಗೆ ಇದಕ್ಕಿಂತ ಉತ್ತಮವಾದ ಮೆಚ್ಚುಗೆ ಬೇರೆ ಬೇಕೇ! ಆದ್ದರಿಂದ ಅಂತಹ ಜನರ, ಅಡಿಪಾಯದ ಮೂಲ ಕಲ್ಲುಗಳ, ಕಥೆಗಳನ್ನು ಪ್ರಸ್ತುತಪಡಿಸುವ ಈ ಪ್ರಯತ್ನ ಬಹಳ ಮೌಲ್ಯಯುತವಾದುದು.

1960ರ ದಶಕದಲ್ಲಿ, 1914–15ರ ಬಂಡಾಯದ ಹಳೆಯ ಗದ್ದರ್ ಪಕ್ಷದ ವೀರರನ್ನು ಭೇಟಿಯಾಗುವ ಸದವಕಾಶ ನನಗೆ ದೊರೆತಿತ್ತು. ವಸಾಹತುಶಾಹಿ ಆಡಳಿತ ಹುಟ್ಟು ಹಾಕಿದ ಬರ ಮತ್ತು ಸಾಂಕ್ರಾಮಿಕ ರೋಗಗಳಿಂದ ಉಂಟಾದ ಬಡತನದಿಂದ ತಮ್ಮ ಕುಟುಂಬಗಳನ್ನು ಉಳಿಸಲು ಅಮೆರಿಕ, ಕೆನಡಾ ಮತ್ತು ಇತರೆಡೆಗೆ ವಲಸೆ ಹೋದ ಮಂದಿ ಇವರು. ಅವರು ಅಲ್ಲಿ, ಇಲ್ಲಿಗಿಂತಲೂ ಚೆನ್ನಾಗಿಯೇ ಇದ್ದರು. ಯಾವಾಗ ತಮ್ಮ ದೇಶದವರು ಎದುರಿಸಿದ ನೋವುಗಳ ಬಗ್ಗೆ ಗೊತ್ತಾಯಿತೋ ಅವರು ಸಾಮೂಹಿಕವಾಗಿ ಭಾರತಕ್ಕೆ ವಾಪಸ್ ಬಂದರು. ತಮ್ಮ ಸಹೋದರ ಭಾರತೀಯರು ಬ್ರಿಟಿಷ್ ಸಾಮ್ರಾಜ್ಯಶಾಹಿಯ ಗುಲಾಮರಾಗಿದ್ದಾಗ ತಾವು ಎಂದಿಗೂ ಸ್ವತಂತ್ರ ಎಂದು ಭಾವಿಸಲು ಸಾಧ್ಯವಿಲ್ಲ ಎಂದು ಅವರು ನಂಬಿದ್ದರು.

ಬ್ರಿಟಿಷ್ ಸಾಮ್ರಾಜ್ಯದ ವಿರುದ್ಧ ಹೋರಾಡಬೇಕೆಂದರೆ ಅದಕ್ಕೆ ಪರಿಣಿತರಾದ ಸ್ವಯಂಸೇವಕರ ಅಗತ್ಯವಿದೆ ಎಂಬುದನ್ನು ಅವರು ಕಂಡುಕೊಂಡರು. ಆ ಸ್ವಯಂಸೇವಕರು ಸಮರ್ಪಣಾ ಮನೋಭಾವದಿಂದ, ಯಾವುದೇ ಫಲಾಪೇಕ್ಷೆ ಇಲ್ಲದೆ ಜನರ ಸೇವೆ ಮಾಡಲು ಸಜ್ಜಾದರು. ಜನರು, ಅವರ ಸಮಸ್ಯೆಗೆ ಏನು ಕಾರಣ ಎಂದು ಕಂಡುಕೊಳ್ಳಲು ನೆರವಾದರು. ಯಾಕೆಂದರೆ ಒಮ್ಮೆ ಸಮಸ್ಯೆಯ ಕಾರಣ ಏನು ಎಂದು ಗೊತ್ತಾದರೆ ಪರಿಹಾರ ತಂತಾನೇ ಹಿಂಬಾಲಿಸುತ್ತದೆ.

ಬ್ರಿಟಿಷರು ಹಲವರನ್ನು ಗಲ್ಲಿಗೇರಿಸಿದರು. ಉಳಿದ ಬಹುತೇಕ ಮಂದಿಯನ್ನು ದೀರ್ಘ ಅವಧಿಗೆ ಬಂಧನಕ್ಕೆ ಒಳಪಡಿಸಿದರು, ಆದರೆ ಈ ಕ್ರೂರ ಬಂಧನದ ಅವಧಿಯು ಕೂಡ ಈ ಯಾರ ವಿಶ್ವಾಸವನ್ನೂ ಕುಗ್ಗಿಸಲಿಲ್ಲ. ಒಮ್ಮೆ ಬಂಧನದಿಂದ

ಹೊರ ಬಂದ ತಕ್ಷಣ ಅವರು ಶಿಕ್ಷಣ ಕೈಗೆಟುಕದ ಬಾಲಕ-ಬಾಲಕಿಯರಿಗೆ ಶಾಲೆಗಳನ್ನು ಸ್ಥಾಪಿಸುವಂತಹ ಕೆಲಸಗಳನ್ನು ಕೈಗೆತ್ತಿಕೊಂಡರು. ನಾನು ಒಮ್ಮೆ, 1914–15ರ ಬಂಡಾಯದ 'ಗದ್ದರಿ' ಬಾಬಾ ಹರಿಸಿಂಗ್ ಉಸ್ಮಾನ್ ಅವರನ್ನು ಹುಡುಕುತ್ತಾ ಹೊರಟೆ. ಅವರು ಆನಂತರದಲ್ಲಿ ನೇತಾಜಿ ಸುಭಾಷ್ ಚಂದ್ರ ಬೋಸ್ ಅವರ ಇಂಡಿಯನ್ ನ್ಯಾಷನಲ್ ಆರ್ಮಿ(ಐಎನ್‌ಎ) ಸ್ಥಾಪಿಸುವ ನಿಟ್ಟಿನಲ್ಲಿ ಸೇವೆ ಸಲ್ಲಿಸಿದರು. ಅವರು 1946ರಲ್ಲಿ ಭಾರತಕ್ಕೆ ಹಿಂದಿರುಗಿದರು. ಒಂದು ಹಳ್ಳಿಯ ಶಾಲೆಯ ನಿರ್ಮಾಣ ಪ್ರದೇಶದಲ್ಲಿ ನಾನು ಅವರನ್ನು ಕಂಡಿದ್ದೆ.

'ಇಷ್ಟು ಬಿರು ಬಿಸಿಲಲ್ಲಿ, ನಿಮ್ಮ ಈ ಇಳಿವಯಸ್ಸಿನಲ್ಲೂ ಈ ಶಾಲಾ ನಿರ್ಮಾಣ ಸ್ಥಳದಲ್ಲಿ ಯಾಕೆ ಇದ್ದೀರಿ?' ಎಂದು ನಾನು ಅವರನ್ನು ಕೇಳಿದೆ. "ಯುವ ಪೀಳಿಗೆಗೆ ಉತ್ತಮ ಶಿಕ್ಷಣವನ್ನು ಖಚಿತಪಡಿಸುವುದೇ ಮುಖ್ಯವಾದ ಕ್ರಾಂತಿಕಾರಿ ಕೆಲಸ ಎನ್ನುವುದು ನಮ್ಮ ಪಕ್ಷದ ನಂಬಿಕೆ," ಎಂದು ಅವರು ಉತ್ತರಿಸಿದರು. ಆ ನಿಲುವು ನಮ್ಮಂತಹ ಹಲವು ಯುವಕರಿಗೆ ನಮ್ಮ ಮೂಲಭೂತ ಕರ್ತವ್ಯಗಳನ್ನು ಸದ್ದಿಲ್ಲದೇ ಮಾಡಲು ಪ್ರೇರೇಪಣೆ ನೀಡಿತು. ಆ ಪೀಳಿಗೆಯಿಂದ ನಾವು ಕಲಿಯುವುದು ಸಾಕಷ್ಟಿದೆ.

ಆದರೆ ಹಳ್ಳಿಗಳಲ್ಲಿ ಅವರಂತಹ ಅನೇಕರಿದ್ದಾರೆ ಎಂದು ನಾವು ಅರಿತುಕೊಂಡಾಗ, ಒಂದು ಸಮಾಜವಾಗಿ ನಾವು ಅವರನ್ನು ಎಷ್ಟು ಕೆಟ್ಟದಾಗಿ ನಿರ್ಲಕ್ಷಿಸುತ್ತಿದ್ದೇವೆ ಎಂಬುದು ನನಗೆ ಬಂದ ಮೊದಲ ಆಲೋಚನೆ. ಆದ್ದರಿಂದ, ಸ್ವಾತಂತ್ರ್ಯ ಹೋರಾಟದ ಸಮಯದಲ್ಲಿ ದೀರ್ಘ ಸಹನೆಯ ಇತಿಹಾಸವನ್ನೇ ಹೊಂದಿರುವ ಇವರಂತಹವರಿಂದ ಕಲಿಯಲು ನಾವು ವಿಫಲರಾಗಿದ್ದೇವೆ. ಇದಷ್ಟೇ ಅಲ್ಲ ಕಟು ನಿರ್ಲಕ್ಷ್ಯವನ್ನು ಕೂಡ ಎದುರಿಸುತ್ತಿರುವರು ಇವರು. ಈ ಸ್ವಾತಂತ್ರ್ಯ ಯೋಧರನ್ನು ಯುವಜನರೊಂದಿಗೆ ಸಂವಾದ ನಡೆಸಲು ಶಾಲಾ ಕಾಲೇಜುಗಳಿಗೆ ಕರೆದುಕೊಂಡು ಹೋಗಬೇಕು ಎಂದು ಯೋಚಿಸಲಾಗಿತ್ತು . ಇದು ಒಂದಷ್ಟು ದಿನ ಜರುಗಿತು ಹಾಗೂ ಯುವಜನರ ಮನಸ್ಸಿನ ಮೇಲೆ ಒಳ್ಳೆಯ ಪರಿಣಾಮ ಬೀರಿತ್ತು. ಆದರೆ ಈ ಕಾರ್ಯಕ್ರಮವು ಕ್ರಮೇಣ ಸತ್ತುಹೋಯಿತು.

ಯಾಕೆ ಹಾಗಾಯಿತು? ಇವರನ್ನು ಬೇಕೆಂದೇ ಹೀಗೆ ಸಾರ್ವಜನಿಕರ ಕಣ್ಣಿನಿಂದ ದೂರ ಇರಿಸಲಾಯಿತಾ? ಆರ್ ಕೆ ನಾರಾಯಣ್ ಅವರ `Lawley Road' ಓದಿದ ನಂತರ ಇದಕ್ಕೆ 'ಹೌದು' ಎಂದೇ ಉತ್ತರ ಹೊಳೆಯಿತು ನನಗೆ. ಅಧಿಕಾರದಲ್ಲಿ ಅನುಕೂಲಕ್ಕೆ ತಕ್ಕನಾಗಿ ಬಣ್ಣ ಬದಲಿಸುವ ವರ್ಗ ಇದ್ದಾಗ ಇದು ಇನ್ನೂ ಹೆಚ್ಚು ನಿಜ. ಸ್ವಾತಂತ್ರ್ಯ ಚಳವಳಿಯ ಕೆಲವು ಮಹಾನ್ ಹೋರಾಟಗಳನ್ನ ಅಧಿಕೃತವಾಗಿ ಗುರುತಿಸಲು ನೂರಾರು ವರ್ಷ ಯಾಕೆ ತೆಗೆದುಕೊಳ್ಳಲಾಯಿತು? ಎನ್ನುವುದನ್ನು ಅರ್ಥಮಾಡಿಕೊಳ್ಳಲು ಇದರಿಂದ ಸಾಧ್ಯವಾಗುತ್ತದೆ. ವಸಾಹತುಶಾಹಿ ನಿರ್ಮಿಸಿದ್ದ

'ಉಕ್ಕಿನ ಚೌಕಟ್ಟು' ಸ್ವಾತಂತ್ರ್ಯದ ನಂತರವೂ ಎಂದಿನಂತೆ ಮುಂದುವರಿಯುವಂತೆ ನೋಡಿಕೊಂಡದ್ದು ಸ್ವಾತಂತ್ರ್ಯದ ಕಲ್ಪನೆಯ ಕತ್ತು ಹಿಸುಕುವ ಕೈಗಳಾಗಲು ಕಾರಣವಾಯಿತೇ?

ಸ್ವಾತಂತ್ರ್ಯ ಚಳುವಳಿಯ ವೇಳೆ ಬ್ರಿಟಿಷರ ಪರವಾಗಿದ್ದ ನನ್ನದೇ ಸಂಬಂಧಿಕರುಗಳ ನೆನಪು ಬರುತ್ತದೆ. ಸ್ವಾತಂತ್ರ್ಯ ಬಂದ ನಂತರ ಅದೇ ಜನ ಕೆಲವು ವೈಯಕ್ತಿಕ ಅನುಕೂಲಕ್ಕಾಗಿ ನನ್ನ ತಾಯಿಯನ್ನು ಭೇಟಿಯಾಗುತ್ತಿದ್ದರು. ಇದು 1947ರ ನಂತರ ಮೊದಲ 30ರಿಂದ 40 ವರ್ಷಗಳ ಕಾಲದಲ್ಲಿ ನಡೆಯುತ್ತಿತ್ತು. ಆನಂತರ ಅವರು ಅಧಿಕಾರದ ಗದ್ದುಗೆ ಏರಿದರು, ಮತ್ತೆ ನಮ್ಮತ್ತ ಬರಲೇ ಇಲ್ಲ. ಸ್ವಾತಂತ್ರ್ಯ ನಂತರದ ಆರಂಭದ ಕಾಲದಲ್ಲಿ, ಬ್ರಿಟಿಷರ ವಸಾಹತುಶಾಹಿ ಆಡಳಿತಗಾರರ ಜೊತೆ ಕೈ ಜೋಡಿಸಿ ಸ್ವಾತಂತ್ರ್ಯ ಹೋರಾಟದ ವಿರುದ್ಧ ಕೆಲಸ ಮಾಡಿ ಅವರು ಪಡೆದ ಆಸ್ತಿಯನ್ನು, ಮತ್ತೆ ವಶಕ್ಕೆ ತೆಗೆದುಕೊಂಡು ಬಿಡಬಹುದು, ಎನ್ನುವ ಭಯದಿಂದ ಅವರು ತಲೆ ಎತ್ತಿರಲಿಲ್ಲ. ಆದರೆ ಕ್ರಮೇಣ ವ್ಯವಸ್ಥೆಯನ್ನು ಈ ಸಂಪನ್ಮೂಲ ಹೊಂದಿದ್ದ ವ್ಯಕ್ತಿಗಳು ತಮ್ಮ ಅನುಕೂಲಕ್ಕೆ ಬೇಕಾದಂತೆ ತಿರುಗಿಸಿಕೊಂಡರು. ಸಾರ್ವಜನಿಕ ಸೇವೆಗೆ ತಮ್ಮನ್ನು ಅರ್ಪಿಸಿಕೊಂಡಿದ್ದ ವ್ಯಕ್ತಿಗಳನ್ನು ಜನರು ಚುನಾವಣೆಗಳಲ್ಲಿ ಮತ ನೀಡಿ ಆಯ್ಕೆ ಮಾಡುವಂತಹ ಕಾಲವೊಂದಿತ್ತು. ಆದರೆ ನಿಧಾನವಾಗಿ ಅದು ಆಸ್ತಿ ಹಾಗೂ ಸಂಪನ್ಮೂಲ ಹೊಂದಿರುವ ವ್ಯಕ್ತಿಗಳ ಪರವಾಗಿ ಬದಲಾಯಿತು. `Lawley Road'ನ ಬಣ್ಣ ಬದಲಿಸುವ ವರ್ಗ ಪ್ರಭಾವಶಾಲಿಯಾದರು ಮತ್ತು ಸ್ವತಂತ್ರ ಭಾರತದ ಮೇಲೆ ಹಿಡಿತ ಸಾಧಿಸಲು ಆರಂಭಿಸಿದರು.

ಸ್ವಾತಂತ್ರ್ಯ ಹೋರಾಟಕ್ಕೆ ಕೊಡುಗೆ ನೀಡಿದವರನ್ನು ಗುರುತಿಸುವ ಮತ್ತು ಅವರಿಗೆ ಮನ್ನಣೆ ನೀಡುವ ಪ್ರಯತ್ನಗಳು ಮತ್ತು ಕಾರ್ಯಕ್ರಮಗಳು ಜರುಗುತ್ತಿದ್ದ ಕಾಲವೊಂದಿತ್ತು. ಆದರೆ ಅಧಿಕಾರಶಾಹಿ ನಿಯಮಗಳನ್ನು ಪೂರೈಸಲು ಸ್ವಾತಂತ್ರ್ಯ ಹೋರಾಟಗಾರರಿಗೆ ಎಷ್ಟು ಕಷ್ಟವಾಗುತ್ತಿತ್ತು ಎಂಬುದು ನನಗೆ ಖುದ್ದಾಗಿ ಗೊತ್ತಿದೆ. ನಮ್ಮ ಜೈಲು ದಾಖಲೆಗಳು ಪ್ರತಿಯೊಂದು ವಿಷಯದಲ್ಲೂ ಬ್ರಿಟಿಷರ ನೋಟವನ್ನೇ ಹೊಂದಿತ್ತು. ಬ್ರಿಟಿಷ್ ಪ್ರಭುತ್ವಕ್ಕೆ ನಮ್ಮ ಹೋರಾಟಗಾರರು ಸ್ವಾತಂತ್ರ್ಯ ಹೋರಾಟದ ಬಗ್ಗೆ ಹೊಂದಿದ್ದ ಬದ್ಧತೆಗೆ ಹೆಸರು ಪಡೆಯುವುದು ಬೇಕಿರಲಿಲ್ಲ. ಇವರನ್ನ ಶಿಕ್ಷಿಸಲು ಮಾತ್ರವಲ್ಲ, ಅವರ ಆತ್ಮವನ್ನೇ ನುಚ್ಚುನೂರು ಮಾಡಲು ಅವರು ಸುಳ್ಳು ದಾಖಲೆಗಳನ್ನು ಸೃಷ್ಟಿಸಿದರು. ಬಹುತೇಕ ಪ್ರಕರಣಗಳಲ್ಲಿ ಸ್ವಾತಂತ್ರ್ಯ ಹೋರಾಟಗಾರರಿಂದ ವಶಪಡಿಸಿಕೊಂಡ ಜಮೀನು ಮತ್ತು ಆಸ್ತಿಗಳನ್ನು ಅವರಿಗೆ ಹಿಂದಿರುಗಿಸಲಿಲ್ಲ.

ಸ್ವಾತಂತ್ರ್ಯದ ಅಂತಃಸತ್ವದ ಬೆಲೆ ಗೊತ್ತಿದ್ದ ದೇಶಗಳು ಇಂತಹ ಜನಸಾಮಾನ್ಯರ ಕಥೆಗಳನ್ನೂ, ಅದಕ್ಕೆ ಸಂಬಂಧಿಸಿದ ಕಲಾಕೃತಿಗಳನ್ನೂ ರಕ್ಷಿಸುವ ಎಲ್ಲಾ ಪ್ರಯತ್ನಗಳನ್ನು ಮಾಡುವ ಮೂಲಕ ಆ ಮೌಲ್ಯಗಳನ್ನು ಹೊಸ ಪೀಳಿಗೆಯೊಳಗೆ ಬಿತ್ತುವ ಪ್ರಯತ್ನ ಮಾಡಿವೆ.

1757ರಿಂದ 1947ರ ವರೆಗೆ ನಡೆದ ಸ್ವಾತಂತ್ರ್ಯದ ಹೋರಾಟಗಳಿಗೆ ಒಂದು ಸ್ಮಾರಕವನ್ನು ನಿರ್ಮಿಸುವ ಮನವಿಗಳನ್ನು, ಸ್ವಾತಂತ್ರ್ಯ ಬಂದ ನಂತರ ಒಂದು ಯುದ್ಧ ಸ್ಮಾರಕವನ್ನು ನಿರ್ಮಿಸುವ ಮೂಲಕ ಸದ್ದಿಲ್ಲದೇ ಹತ್ತಿಕ್ಕಲಾಯಿತು. ಹೋರಾಟದ ಆ ಸುದೀರ್ಘ ವರ್ಷಗಳಲ್ಲಿ ಚಾಲ್ತಿಯಲ್ಲಿದ್ದ ನಿಸ್ವಾರ್ಥ ಸಮರ್ಪಣೆಯ ಪರಂಪರೆಯನ್ನು ನಮ್ಮ ಇತಿಹಾಸದಿಂದ ಹೊರಹಾಕಿದಂತೆ ತೋರುತ್ತಿದೆ.

ಭಗತ್ ಸಿಂಗ್ ಅವರ ಚಿಕ್ಕಪ್ಪ ಅಜಿತ್ ಸಿಂಗ್ ಮತ್ತು ಅವರ ಜೊತೆಗಾರ ಸೂಫಿ ಅಂಬಾ ಪರ್ಷದ್ ಅವರು ವಲಸಿಗ ಭಾರತೀಯರಲ್ಲಿ ಸ್ವಾತಂತ್ರ್ಯ ಚಳವಳಿಗೆ ಬೆಂಬಲವನ್ನು ರೂಪಿಸುವ ನಿಟ್ಟಿನಲ್ಲಿ ಭಾರತದಿಂದ ಹೊರಟಾಗ, ಜುಲೈ 11, 1909 ರಂದು ಮಾಡಿದ ಭಾಷಣದಲ್ಲಿ ಒಂದು ಉತ್ತಮ ಸಂದೇಶವನ್ನು ನೀಡಿದರು. "ರಾಷ್ಟ್ರಗಳು ಹೇಗೆ ಪ್ರಗತಿ ಹೊಂದುತ್ತವೆ ಮತ್ತು ರಾಷ್ಟ್ರಗಳು ಹೇಗೆ ವಿಫಲಗೊಳ್ಳುತ್ತವೆ" ಎಂಬುವುದು ಆ ಭಾಷಣದ ಶೀರ್ಷಿಕೆಯಾಗಿತ್ತು. ಪತನಗೊಂಡ ಮಹಾನ್ ಸಾಮ್ರಾಜ್ಯಗಳ ಇತಿಹಾಸದಿಂದ ಉದಾಹರಣೆಗಳನ್ನು ವಿವರಿಸುತ್ತಾ ಅವರು, ನಾವು ಕಲಿಯಬೇಕಾದ ಪಾಠ ಇದು ಎಂದರು: ಒಂದು ದೇಶದ ನಾಗರಿಕರಲ್ಲಿ ಸ್ವಾತಂತ್ರ್ಯದ ಪರಿಕಲ್ಪನೆ ಮತ್ತು ಏಕತೆ ಇದ್ದಲ್ಲಿ ಆ ದೇಶ ಪ್ರಗತಿ ಹೊಂದುತ್ತದೆ. ಆದರೆ ಒಂದು ದೇಶದ ಜನರನ್ನು ರಾಷ್ಟ್ರೀಯತೆ, ಧರ್ಮ ಅಥವಾ ಜಾತಿಯ ಹೆಸರಿನಲ್ಲಿ ವಿಭಜಿಸಿದಲ್ಲಿ, ಮತ್ತು ಪರಸ್ಪರರ ವಿರುದ್ಧ ದ್ವೇಷವನ್ನು ಪ್ರಚೋದಿಸಿದರೆ, ಅದು ಮುಂಬರುವ ಪತನದ ಖಚಿತ ಲಕ್ಷಣವಾಗಿದೆ."

ನಮ್ಮ ಸ್ವಾತಂತ್ರ್ಯದ 75 ವರ್ಷಗಳಲ್ಲಿ ನಾವು, ಸ್ವಾತಂತ್ರ್ಯ ಅಂದರೆ ಅದು ಆಳುವ ಗಣ್ಯರಿಗೆ ತಮ್ಮ ನಿರ್ಧಾರಗಳನ್ನು ತೆಗೆದುಕೊಳ್ಳಲು ಇರುವ ಸ್ವಾತಂತ್ರ್ಯ ಎಂದು ಸೀಮಿತಗೊಳಿಸಿದ್ದೇವೆ.

ರವೀಂದ್ರನಾಥ ಠಾಗೋರ್ ತಮ್ಮ ಮೂರನೇ ಅಮೆರಿಕ ಪ್ರವಾಸದ ನಂತರ ಬರೆದ ಪ್ರಬಂಧ – 'ಸ್ವಾತಂತ್ರ್ಯದ ಅಂತಃಸತ್ವ'ದಲ್ಲಿ ಬರೆದಿರುವ ಮಾತುಗಳು ಎಷ್ಟು ಮೌಲ್ಯಯುತವಾಗಿದೆ. 'ಸ್ವಾತಂತ್ರ್ಯವು ನಮ್ಮ ಚಟುವಟಿಕೆಗಳಿಗೆ ಶಕ್ತಿಯನ್ನು ನೀಡುವ ಮತ್ತು ನಮ್ಮ ಸೃಷ್ಟಿಗಳನ್ನು ವಿಸ್ತರಿಸುವ ಆಂತರಿಕ ಕಲ್ಪನೆಯಾಗದೆ, ಅದು ಕೇವಲ ಹೊರಗಿನ ಸನ್ನಿವೇಶ ಮಾತ್ರವಾದರೆ, ಅದು ಕಣ್ಣು ಕಟ್ಟಿರುವ ಒಬ್ಬರಿಗೆ ತೆರೆದ ಸ್ಥಳ ಸಿಕ್ಕಿದಂತೆ.'

ಈಗ ಪಿ ಸಾಯಿನಾಥ್ ಬರೆದಿರುವ ಈ ಅದ್ಭುತ ಪುಸ್ತಕದ ಬಗ್ಗೆ ಒಂದೆರಡು ಮಾತುಗಳು. ಇದು ದೇಶದ ಬದುಕುಳಿದಿರುವ ಸ್ವಾತಂತ್ರ್ಯ ಹೋರಾಟಗಾರರ ಕಥೆಗಳನ್ನು ಸಂಗ್ರಹಿಸಲು ವರ್ಷಗಳಿಂದ ಸತತವಾಗಿ ಮಾಡಿದ ಅದ್ಭುತ ಕೆಲಸದ ಫಲಶ್ರುತಿ.

ಅವರು ತಮ್ಮ ಕಥೆಗಳನ್ನು ಹೇಳಲು ಮಾತ್ರ ಕಾದಿರಲಿಲ್ಲ, ಆ ಕಥೆಗಳನ್ನು ನಮ್ಮ ಚರಿತ್ರೆಯ ಭಾಗವಾಗಿ ಜಗತ್ತಿನೊಂದಿಗೆ ಹಂಚಿಕೊಳ್ಳಲು ಯಾರಾದರೂ ಬರುತ್ತಾರೆ ಎಂದು ಕಾಯುತ್ತಿದ್ದರು.

ಸಾಯಿನಾಥ್ ಅವರು ದೇಶದ ಎಲ್ಲೆಡೆಯಿಂದ ಈ ಕಥೆಗಳನ್ನು ವರದಿ ಮಾಡಿದ್ದಾರೆ. ಇವು ಹಲವು ಪ್ರದೇಶಗಳನ್ನು, ಸಂಸ್ಕೃತಿಗಳನ್ನು ಹಾಗೂ ಹಿನ್ನೆಲೆಗಳನ್ನು ಹೊಂದಿದೆ. ಇವು ನಮ್ಮ ಮಹಾನ್ ಹೋರಾಟದಲ್ಲಿ ಸ್ವಾತಂತ್ರ್ಯದ ಹಂಬಲದ ಆಳ ಮತ್ತು ಅಗಲ ಎಷ್ಟಿತ್ತು ಎನ್ನುವುದನ್ನು ನಮಗೆ ಮನದಟ್ಟು ಮಾಡಿಕೊಡುತ್ತದೆ. ಸ್ವಾತಂತ್ರ್ಯದ ಸಾಧನೆಯ ಹಿಂದೆ ಎಷ್ಟೆಲ್ಲ ತ್ಯಾಗ, ನರಳಿಕೆ ಹಾಗೂ ಸಮರ್ಪಣಾ ಮನೋಭಾವ ಇದೆ ಎನ್ನುವುದನ್ನು ಜನರು ಮೆಚ್ಚಲಿ. ಈ ಪೈಕಿ ಕೆಲವು ಅಧಿಕಾರಶಾಹಿಯು ನಿರ್ಲಕ್ಷಕ್ಕೆ ಒಳಗಾಗಿರಬಹುದು. ಆದರೂ ಸಹ ಅವರು ಎತ್ತಿ ಹಿಡಿದ ಮೌಲ್ಯಗಳನ್ನು ಜೀವಂತವಾಗಿರಿಸುವುದು ಸಮಾಜವಾಗಿ ನಮ್ಮ ಕರ್ತವ್ಯ. ಬೃಹತ್ ವಿಗ್ರಹಗಳಿಗೆ ಹೆಚ್ಚಿನ ಆದ್ಯತೆ ನೀಡುತ್ತಿರುವ ಈ ಕಾಲದಲ್ಲಿ, ಒಂದು ಹಳೆಯ ಗಾದೆ ನೆನಪಿಗೆ ಬರುತ್ತದೆ. ಅದು ಹೀಗಿದೆ– 'ಆತ್ಮವನ್ನು ಕಳೆದುಕೊಂಡರೆ ವಿಗ್ರಹಗಳಷ್ಟೇ ಉಳಿಯುತ್ತದೆ.'

ಈಗ ನಮಗೆ ಸ್ವಾತಂತ್ರ್ಯವೇನೋ ಇದೆ. ಆದರೆ ಆದರಲ್ಲಿ ಸ್ವಾತಂತ್ರ್ಯದ ಆತ್ಮದ ಕೊರತೆಯಿದೆ ಎಂಬುವುದನ್ನು ನಮ್ಮ ಈಗಿನ ಪೀಳಿಗೆಗಳು ಗಮನಿಸಲಿ. ಇನ್ನೂ ಬದುಕಿರುವ ಸ್ವಾತಂತ್ರ್ಯ ಹೋರಾಟಗಾರರು ಮಾತನಾಡುವ ಈ ವರದಿಗಳು ಆ ಸ್ವಾತಂತ್ರ್ಯದ ಆತ್ಮ ಎಂದರೆ ಏನು ಎನ್ನುವುದನ್ನು ವಿವರಿಸಲಿ. ಈ ಪುಸ್ತಕದಲ್ಲಿರುವವರು ನಿಜವಾದ ಸ್ವಾತಂತ್ರ್ಯ ಯೋಧರು. ಅಧಿಕೃತ ದಾಖಲೆಗಳು ಮತ್ತು ಮಾನ್ಯತಾ ಪತ್ರಗಳ ಮೇಲೆ ಅವರು ಅವಲಂಬಿತವಾಗಿಲ್ಲ.

1929 ಡಿಸೆಂಬರ್ 24ರಂದು 'ಮಾರ್ಡ್ರನ್ ರಿವ್ಯೂ' ಸಂಪಾದಕರಿಗೆ ಬರೆದ ಪತ್ರ ಒಂದರಲ್ಲಿ ಭಗತ್ ಸಿಂಗ್ ಹಾಗೂ ಬಿ ಕೆ ದತ್ತ ಹೀಗೆ ವಿವರಿಸಿದರು.

ಆಲಸ್ಯ ಮನೋಭಾವವನ್ನು ಕ್ರಾಂತಿಕಾರಿ ಮನೋಭಾವದಿಂದ ಬದಲಾಯಿಸ ಬೇಕಾಗಿದೆ. ಇಲ್ಲದಿದ್ದರೆ, ಅವನತಿಯು ಮೇಲುಗೈ ಸಾಧಿಸುತ್ತದೆ ಮತ್ತು ಇಡೀ ಮಾನವೀಯತೆಯು ಪ್ರತಿಗಾಮಿ ಶಕ್ತಿಗಳಿಂದ ದಾರಿ ತಪ್ಪುತ್ತದೆ. ಅಂತಹ ಸ್ಥಿತಿಯು ಮಾನವ ಪ್ರಗತಿಯಲ್ಲಿ ನಿಶ್ಚಲತೆ ಮತ್ತು ಕ್ರಿಯಾಶೀಲತೆಯ ಕೊರತೆಗೆ

ಕಾರಣವಾಗುತ್ತದೆ. ಕ್ರಾಂತಿಯ ಚೈತನ್ಯವು ಯಾವಾಗಲೂ ಮಾನವೀಯತೆಯ ಆತ್ಮದ ಒಳಹೊಕ್ಕಬೇಕು, ಮತ್ತು ಆದ್ದರಿಂದ ಪ್ರತಿಗಾಮಿ ಶಕ್ತಿಗಳ ಬಲವನ್ನು ಕುಗ್ಗಿಸಿ ಅವರ ಶಾಶ್ವತವಾದ ಮುನ್ನಡೆಯನ್ನು ತಡೆಹಿಡಿಯಬಹುದು. ಹಳೆಯ ಕ್ರಮವು ಯಾವಾಗಲೂ ಮತ್ತು ಎಂದೆಂದಿಗೂ ಬದಲಾಗಿ, ಹೊಸದಕ್ಕೆ ದಾರಿ ಮಾಡಿಕೊಡಬೇಕು. ಇದರಿಂದ ಆ ಒಂದು 'ಒಳ್ಳೆಯದು' ಈ ಜಗತ್ತನ್ನು ಎಂದೂ ಭ್ರಷ್ಟಗೊಳಿಸುವುದಿಲ್ಲ. ಈ ಅರ್ಥದಲ್ಲಿಯೇ ನಾವು ಇಂಕ್ವಿಲಾಬ್ ಜಿಂದಾಬಾದ್ (ಕ್ರಾಂತಿ ಚಿರಾಯುವಾಗಲಿ) ಎಂದು ಘೋಷಿಸುವುದು.

ಸ್ವಾತಂತ್ರ್ಯ ಹೋರಾಟಗಾರರು ಹಾಗೂ ಅವರ ಕುಟುಂಬದೊಡನೆ ನಡೆಸಿದ ಈ ಪುಸ್ತಕದ ಸಂದರ್ಶನಗಳು ಮತ್ತು ಅವರ ಕಥೆಗಳು ಈ ಕೃತಿಯಲ್ಲಿ ಇರುವ ಪ್ರತಿಯೊಬ್ಬರನ್ನೂ ಮೆಚ್ಚುವಂತೆ ಮಾಡುತ್ತದೆ. ಸಾಯಿನಾಥ್ ಅವರ ಈ ಕೃತಿ ಒಂದು ಒಳ್ಳೆಯ ಪರಿಕಲ್ಪನೆ ಹಾಗೂ ಪ್ರಯತ್ನ. ಹಾಗೆಯೇ ಒಳ್ಳೆಯ ಬರವಣಿಗೆ ಸಹಾ. ನಮ್ಮ ಸ್ವಾತಂತ್ರದ 75ನೇ ವರ್ಷಕ್ಕೆ ಇದು ಒಂದು ಉತ್ತಮ ಕೊಡುಗೆ.

ಸಾಮಾನ್ಯ ಜನರ ಸ್ವಾತಂತ್ರ್ಯ ಹೋರಾಟದ ಚರಿತ್ರೆಯಂತೆ ಕಾಣಬಹುದಾದ ಈ ಪ್ರಯತ್ನಕ್ಕೆ ನಾನು ಸಾಯಿನಾಥ್ ಅವರನ್ನು ಅಭಿನಂದಿಸುತ್ತೇನೆ ಮತ್ತು ಅವರಿಗೆ ಧನ್ಯವಾದಗಳನ್ನು ಅರ್ಪಿಸುತ್ತೇನೆ. ಇವತ್ತಿನ ಕಾಲಕ್ಕೆ ತೀರಾ ಅಗತ್ಯವಿರುವ ಸ್ವಾತಂತ್ರ್ಯದ ಪರಿಕಲ್ಪನೆ ಹಾಗೂ ಅಂತಃಸತ್ವವನ್ನು ಮತ್ತೆ ಮತ್ತೆ ನಮಗೆ ನೆನಪಿಸುವ ಈ ಕೃತಿ ಇವತ್ತಿನ ಕಾಲಕ್ಕೆ ತುಂಬಾ ಅಗತ್ಯ.

ಈ ಕೃತಿಯನ್ನು ಓದಲು ಹಾಗೂ ಚೆನ್ನಾಗಿ ಗ್ರಹಿಸಲು ನಮ್ಮ ಯುವ ಪೀಳಿಗೆಗೆ ನಾನು ಬಲವಾಗಿ ಶಿಫಾರಸು ಮಾಡುತ್ತೇನೆ. ನೀವು ನಿಮ್ಮ ಸುತ್ತ ಹುಡುಕಿ ನೋಡಿ, ನಿಮ್ಮ ಕುಟುಂಬದಲ್ಲೇ ಇಂತಹ ಒಂದು ಕಥೆ ಸಿಗಬಹುದು.

ಜಗ್‌ಮೋಹನ್
ಲುಧಿಯಾನ

ಪ್ರೊ. ಜಗ್‌ಮೋಹನ್ ಸಿಂಗ್, 78, ಅವರು ಭಾರತದ ಖ್ಯಾತ ಸ್ವಾತಂತ್ರ್ಯ ಹೋರಾಟಗಾರ ಹಾಗೂ ಕ್ರಾಂತಿಕಾರಿ ದಂತಕಥೆ ಭಗತ್ ಸಿಂಗ್ ಅವರ ಸೋದರಳಿಯ. ಇವರ ತಾಯಿ ಬೀಬಿ ಅಮರ್ ಕೌರ್ ಅವರು ಹುತಾತ್ಮ ಭಗತ್ ಸಿಂಗ್ ಅವರ ಕಿರಿಯ ಸಹೋದರಿ.

ಪ್ರೊ. ಜಗ್‌ಮೋಹನ್ ಅವರು ತಮಗೆ ಇನ್ನೂ ಒಂದೂವರೆ ವರ್ಷ ಆಗಿದ್ದಾಗಲೇ 1945–46ರಲ್ಲಿ, ಸುಮಾರು 9 ತಿಂಗಳ ಕಾಲ ಅಂಬಾಲ ಸೆಂಟ್ರಲ್ ಜೈಲಿನಲ್ಲಿ ಕಳೆದರು. ಬ್ರಿಟಿಷ್ ಸಾಮ್ರಾಜ್ಯಶಾಹಿ ವಿರುದ್ಧ ದಿಟ್ಟ ಭಾಷಣಗಳನ್ನು

ಮಾಡಿದ್ದಕ್ಕಾಗಿ ಹಾಗೂ ಭಾರತದಲ್ಲಿದ್ದ ಅವರ ಕಿಡಿಗೇಡಿಗಳನ್ನು ಟೀಕಿಸಿದ್ದಕ್ಕಾಗಿ ಅವರ ತಾಯಿಯನ್ನು ಬಂಧಿಸಿ ಜೈಲಿನಲ್ಲಿ ಇರಿಸಲಾಗಿತ್ತು.

ಜೈಲಿನಲ್ಲಿ ಇತರ ಬಂದಿಗಳು ಬಂದು ತನ್ನೊಡನೆ ಆಟವಾಡುತ್ತಿದ್ದರು ಎನ್ನುವುದು ಇವರಿಗೆ ತಮ್ಮ ತಾಯಿಯಿಂದ ನಂತರ ಗೊತ್ತಾಯಿತು. ಇವರ ಪೈಕಿ ಕೆಲವರು ನೇತಾಜಿ ಸುಭಾಷ್ ಚಂದ್ರ ಬೋಸ್ ಅವರ 'ಐಎನ್‌ಎ'ನ ಸದಸ್ಯರು.

ತುಂಬಾ ಚಿಕ್ಕವಯಸಿನಲ್ಲೇ ಬೀಬಿ ಅಮರ್ ಕೌರ್ ಅವರು ತಮ್ಮ ಮಗನಿಗೆ ಎಲ್ಲರೂ ಭಗತ್ ಸಿಂಗ್ ಅವರನ್ನು ಇನ್ನೂ ಹೆಚ್ಚಾಗಿ ತಿಳಿಯುವಂತೆ ಮಾಡುವುದು ನಿನ್ನ ಕರ್ತವ್ಯ ಹಾಗೂ ಜವಾಬ್ದಾರಿ ಎಂದು ಮನದಟ್ಟು ಮಾಡಿಕೊಟ್ಟಿದ್ದರು.

ಜಗ್‌ಮೋಹನ್ ಅವರು ಐಐಟಿ ಖರಗ್‌ಪುರ್‌ನ ವಿದ್ಯಾರ್ಥಿಯಾಗಿದ್ದು, ಲುಧಿಯಾನದ ಕೃಷಿ ವಿಶ್ವವಿದ್ಯಾಲಯದ ಕಂಪ್ಯೂಟರ್ ಸೈನ್ಸ್ ವಿಭಾಗದ ಮುಖ್ಯಸ್ಥರಾಗಿ ನಿವೃತ್ತಿ ಹೊಂದಿದರು.

ಈ ಬರಹದಲ್ಲಿ ಬರುವ `Lawley Road' ಪ್ರಸ್ತಾಪಕ್ಕೆ ಸಂಬಂಧಿಸಿದಂತೆ ವಿವರಣೆ:

`Lawley Road'ನ ಕಥೆ ನಡೆಯುವುದು ಮಾಲ್ಗುಡಿಯಲ್ಲಿ.

ಸ್ವಾತಂತ್ರ್ಯ ಸಿಕ್ಕ ನಂತರದ ವಾರಗಳಲ್ಲಿ, ಸ್ಥಳೀಯ ಪುರಸಭೆಯು ಹೊಸದಾಗಿ ಸಿಕ್ಕಿರುವ ಸ್ವಾತಂತ್ರ್ಯವನ್ನು ಸಂಭ್ರಮಿಸಲು, ಸ್ವಾತಂತ್ರ್ಯ ಹೋರಾಟಗಾರರನ್ನು ಗೌರವಿಸಲು ಹರಸಾಹಸ ಪಡುತ್ತಿದ್ದಂತೆ, ಹಲವು ನಗೆಪಾಟಲಿಗೆ ಈಡಾಗುವಂತಹ ಸರಣಿ ಘಟನೆಗಳ ಸಂಭವಿಸುತ್ತದೆ–ಸ್ಥಳೀಯ ಪ್ರತಿನಿಧಿಗಳು ತಮ್ಮ ವಾರ್ಡ್‌ಗಳಿಗೆ ಗಾಂಧಿ, ನೆಹರು ಮತ್ತು ಇತರರ ಹೆಸರನ್ನು ಇಡಲು ಪರಸ್ಪರ ಜಗಳವಾಡುತ್ತಾರೆ; ನಿರಂಕುಶಾಧಿಕಾರಿ ಎಂದು ತಪ್ಪಾಗಿ ಗುರುತಿಸಲ್ಪಟ್ಟ ಒಬ್ಬ ಬ್ರಿಟಿಷನ ಪ್ರತಿಮೆಯನ್ನು ಕೆಳಗಿಳಿಸುವುದು (ಆತ ಭಾರತೀಯರಿಗೆ ತುಂಬಾ ಒಳ್ಳೆಯದನ್ನೇ ಮಾಡಿದ್ದ ಎಂದು ಆಮೇಲೆ ಗೊತ್ತಾಗುತ್ತದೆ) ಮತ್ತು ಪಟ್ಟಣಕ್ಕಾಗಿ ಏನನ್ನೂ ಮಾಡದ ಮತ್ತು ನಿಜವಾಗಿ ಬ್ರಿಟಿಷರ ಪರ ಒಲವು ತೋರಿದ ವ್ಯಕ್ತಿ, ತನ್ನ ಹಿಂದಿನ ಚರಿತ್ರೆಯನ್ನು ಮರೆಮಾಚಿ ಬರೀ ತೋರುಗಾಣಿಕೆಯ ಕೆಲಸ ಮಾಡಿ ಅಧ್ಯಕ್ಷನಾಗಿ ಮುಂದುವರೆಯಲು ಮಾಡುವ ಕುತಂತ್ರಗಳು ಈ ಕಥೆಯಲ್ಲಿವೆ.

ಸ್ವಾತಂತ್ರ್ಯ ಮತ್ತು ಬಿಡುಗಡೆ

ಈ ಕೃತಿಯಲ್ಲಿ ಮೇಲಿಂದ ಮೇಲೆ Freedom and Independence ಎನ್ನುವ ಪ್ರಸ್ತಾಪ ಬರುತ್ತದೆ.

ಉದಾಹರಣೆಗೆ: Captain Bhau said: "We fought for freedom and independence. We achieved independence.

ಕನ್ನಡದಲ್ಲಿ Freedom ಮತ್ತು Independence ಎರಡೂ ಪದಗಳಿಗೂ ಸ್ವಾತಂತ್ರ್ಯ ಎಂಬ ಪದವನ್ನೇ ಬಳಸುತ್ತೇವೆ.

Freedom ಎಂಬುದು ಬಹಳ ವಿಶಾಲವಾದ ಅರ್ಥವನ್ನು ಧ್ವನಿಸುವ ಪರಿಕಲ್ಪನೆ. Independence ಎಂಬುದು ಸೀಮಿತ ಅರ್ಥ ವ್ಯಾಪ್ತಿಯನ್ನುಳ್ಳದ್ದು. ಎರಡಕ್ಕೂ ಒಂದೇ ಪದ ಬಳಸುವುದರಿಂದ ಮಾನವ ಸಮುದಾಯದ ಒಂದು ಮಹತ್ತರ ಗುರಿಯನ್ನು ಕುಬ್ಜಗೊಳಿಸುತ್ತದೆ ಮತ್ತು ಗೊಂದಲಗೊಳಿಸುತ್ತದೆ.

Independence ಎಂದರೆ ಮತ್ತೊಂದರ ಮೇಲೆ dependence ಅವಲಂಬನೆ ಇಲ್ಲದಿರುವುದು. Struggle for independence of India ಎನ್ನುವಾಗ ಪರರ ಆಳ್ವಿಕೆಯಿಂದ ಭಾರತದ ಬಿಡುಗಡೆಗಾಗಿ ಹೋರಾಟ.

Freedom ಎನ್ನುವುದು ಯಾವುದೇ ದೌರ್ಜನ್ಯ, ದಬ್ಬಾಳಿಕೆ, ಬೆದರಿಕೆಗಳಿಲ್ಲದೆ ವ್ಯಕ್ತಿಗಳ, ಜನ ಸಮುದಾಯಗಳ ಹಾಗೂ ಜನ ವಿಭಾಗಗಳ ಸ್ವತಂತ್ರ ಬೆಳವಣಿಗೆ, ಅಭಿವೃದ್ಧಿಯನ್ನು ಕುರಿತದ್ದು. ದೇಶದ ಸ್ವತಂತ್ರ ಬೆಳವಣಿಗೆಗೂ ಅನ್ವಯಿಸುತ್ತದೆ. ದೇಶದೊಳಗೆ ಅಡೆ ತಡೆಗಳಿಲ್ಲದೆ ದಲಿತರ, ಮಹಿಳೆಯರ, ಆದಿವಾಸಿಗಳ, ಅಲ್ಪಸಂಖ್ಯಾತರ, ಇತರ ಜನ ವಿಭಾಗಗಳ ಸ್ವತಂತ್ರ ಬೆಳವಣಿಗೆ, ಅಭಿವೃದ್ಧಿ ಎಂಬುದನ್ನು ಒಳಗೊಳ್ಳುತ್ತದೆ. ವ್ಯಕ್ತಿ ಸ್ವಾತಂತ್ರ್ಯ, ವಾಕ್ ಸ್ವಾತಂತ್ರ್ಯ, ಅಭಿವ್ಯಕ್ತಿ ಸ್ವಾತಂತ್ರ್ಯ, ಪತ್ರಿಕಾ ಸ್ವಾತಂತ್ರ್ಯ ಮುಂತಾಗಿ ಹಲವು ಆಯಾಮಗಳನ್ನು ಒಳಗೊಳ್ಳುತ್ತದೆ. Freedom from want ಎಂಬ ನುಡಿಗಟ್ಟಿನಂತೆ ಯಾವುದೇ ಕೊರತೆಯಿಂದ ಸ್ವಾತಂತ್ರ್ಯ ಎಂಬುದನ್ನೂ ಒಳಗೊಳ್ಳುತ್ತದೆ.

ತತ್ವಶಾಸ್ತ್ರದಲ್ಲಿ Freedom ಎಂಬುದು ಇನ್ನೂ ವಿಶಾಲವಾದ ಪರಿಕಲ್ಪನೆ

(ಈ ಟಿಪ್ಪಣಿ ಜಿ ಎನ್ ನಾಗರಾಜ್ ಅವರದ್ದು)

ಹೀರೋ ಹೆಜ್ಜೆಗಳು...

‘

ಅವರು ನಮ್ಮ ಹೊಲವನ್ನು ಕಬ್ಜಾ ಮಾಡಿದಾಗ ನನಗೆ ಇನ್ನೂ 4 ವರ್ಷ ಕೂಡಾ ಆಗಿರಲಿಲ್ಲ. ನನ್ನ ಚಿಕ್ಕಮ್ಮನಿಗೆ 9 ವರ್ಷ ಅಷ್ಟೇ. ನಾವು ಚಿಕ್ಕ ಮಕ್ಕಳು ಆಗ ಎಷ್ಟು ತಾನೇ ಕೆಲಸ ಮಾಡಲು ಆಗುತ್ತಿತ್ತು? ದೊಡ್ಡವರ ರೀತಿ ನಮಗೆ ಹೆಚ್ಚು ಕೆಲಸ ಮಾಡಲು ಆಗುತ್ತಿರಲಿಲ್ಲ. ಹಾಗಾಗಿ ನಾವು ಸ್ವಲ್ಪ ಕೆಲಸ ಮಾಡುತ್ತಿದ್ದೆವು. ಆಮೇಲೆ ನೆರಳಿನಲ್ಲಿ ಒಂದಷ್ಟು ವಿಶ್ರಾಂತಿ ಪಡೆಯುತ್ತಿದ್ದೆವು.

– ಹೌಸಾಬಾಯಿ ಪಾಟೀಲ್

ವಿಟಾ, ಸಾಂಗ್ಲಿ, ಮಹಾರಾಷ್ಟ್ರ

1

ಬಂಡಾಯಗಾರ್ತಿ, ನಟಿ, ಯೋಧೆ, ಬೇಹುಗಾರಿಣಿ

ಪೊಲೀಸ್ ಸ್ಟೇಷನ್‌ನ ಎದುರೇ ತನ್ನ ಹೆಂಡತಿಯ ಮೇಲೆ ಕೈ ಮಾಡುತ್ತಿದ್ದೇನೆ ಎನ್ನುವುದು ಅವನಿಗೆ ವಿಷಯವೇ ಆಗಿರಲಿಲ್ಲ. ಹೌಸಾಬಾಯಿ ಪಾಟೀಲ್‌ನ ಗಂಡ ಆಕೆಯನ್ನು ಕರುಣೆ ಇಲ್ಲದಂತೆ ಬಡಿಯುತ್ತಿದ್ದ.

‘ಅವನ ಹೊಡೆತದಿಂದ ನನ್ನ ಬೆನ್ನು ಇನ್ನಿಲ್ಲದಂತೆ ನೋಯುತ್ತಿತ್ತು’ ಎಂದು ಅವಳು ನೆನಪಿಸಿಕೊಳ್ಳುತ್ತಾಳೆ.

‘ಇದು ಆಗಿದ್ದು ಸಾಂಗ್ಲಿಯ ಭವಾನಿ ನಗರದ ಒಂದು ಪುಟ್ಟ ಪೋಲೀಸ್ ಸ್ಟೇಷನ್ ಎದುರು.’ ‘ಠಾಣೆಯಲ್ಲಿ ನಾಲ್ವರು ಪೋಲೀಸರ ಪೈಕಿ ಆ ಸಮಯದಲ್ಲಿ ಇಬ್ಬರು ಮಾತ್ರ ಇದ್ದರು. ಉಳಿದ ಇಬ್ಬರು ಊಟಕ್ಕೆ ಹೋಗಿದ್ದರು.’ ಕುಡಿತದ ಅಮಲೇರಿದ್ದ ಅವಳ ಗಂಡ ದೊಡ್ಡ ಕಲ್ಲನ್ನೆತ್ತಿಕೊಂಡು, ‘ಈಗ ನಿನ್ನನ್ನು ಇಲ್ಲೇ ಕೊಂದು ಹಾಕುತ್ತೇನೆ’, ಎಂದು ಜೋರಾಗಿ ಕೂಗಾಡುತ್ತಿದ್ದ.

ಈ ಘಟನೆ ಅಲ್ಲಿಯವರೆಗೂ, ಇದನ್ನು ಉಡಾಫೆಯಿಂದ ನೋಡುತ್ತಾ ಇದ್ದ ಆ ಇಬ್ಬರು ಪೊಲೀಸರನ್ನು ಠಾಣೆಯಿಂದ ಹೊರಗೆ ಓಡಿ ಬರುವಂತೆ ಮಾಡಿತ್ತು. ಗಂಡ ತನ್ನ ಹೆಂಡತಿಯನ್ನು ಸಾರ್ವಜನಿಕವಾಗಿ ಹೊಡೆಯುವುದರ ಬಗ್ಗೆ ಅವರಿಗೆ ಯಾವ ತಕರಾರೂ ಇರಲಿಲ್ಲ. ಆದರೆ, ಆನಂತರ ಠಾಣೆಯ ಎದುರಿನಲ್ಲಿಯೇ ಜರುಗಿ ಹೋದ ಕೊಲೆಯ ಬಗ್ಗೆ ವಿವರಣೆ ಕೊಡಬೇಕಾಗಿ ಬರುತ್ತಿತ್ತಲ್ಲಾ ಅದು ಅವರನ್ನು ಪೇಚಿಗೆ ಸಿಕ್ಕಿಸುವ ಸಾಧ್ಯತೆ ಇತ್ತು.

‘ಅವರು ನಮ್ಮ ಜಗಳವನ್ನು ಬಿಡಿಸಲು ಸಹಾ ಯತ್ನಿಸಿದರು.’ ಈ ಹಂತದಲ್ಲಿ ಹೌಸಾಬಾಯಿ ಅಲ್ಲಿಯೇ ಇದ್ದ ತನ್ನ ಸಹೋದರನ ಬಳಿ, ತನ್ನನ್ನು ಹೊಡೆದು

ಬಡಿದು ಮಾಡುತ್ತಿದ್ದ ಗಂಡನ ಮನೆಗೆ ಮತ್ತೆ ನನ್ನನ್ನು ಕಳಿಸಬೇಡ ಎಂದು ಪರಿಪರಿಯಾಗಿ ಕೇಳಿಕೊಳ್ಳುತ್ತಿದ್ದಳು. 'ನಾನು ಯಾವ ಕಾರಣಕ್ಕೂ ಅವನ ಮನೆಗೆ ಹೋಗುವುದಿಲ್ಲ. ನಾನು ಇಲ್ಲೇ ಉಳಿಯುತ್ತೇನೆ. ನಿನ್ನ ಮನೆಯ ಪಕ್ಕ ನನಗೆ ಒಂದು ತುಂಡು ಜಾಗ ಕೊಡು. ನನ್ನನ್ನು ಕೊಲೆ ಮಾಡಲೂ ಹೇಸದ ಗಂಡನ ಮನೆಗೆ ಹೋಗುವ ಬದಲು ಇಲ್ಲೇ ಉಳಿದು, ನನಗೆ ಸಿಕ್ಕ ಏನೋ ಒಂದಿಷ್ಟರಲ್ಲಿ ಜೀವನ ಮಾಡುತ್ತೇನೆ. ಇನ್ನೆಂದೂ ನಾನು ಅವರ ಹೊಡೆತದಿಂದ ನರಳಲು ಸಿದ್ಧಳಿಲ್ಲ' ಎಂದು ಪರಿ ಪರಿಯಾಗಿ ಕೇಳಿಕೊಳ್ಳುತ್ತಿದ್ದಳು.

ಆದರೆ, ಆಕೆಯ ಸಹೋದರ ಅವಳ ಎಲ್ಲಾ ಮನವಿಯನ್ನು ತಳ್ಳಿ ಹಾಕಿದ.

ಪೊಲೀಸರು ಗಂಡ–ಹೆಂಡತಿ ಇಬ್ಬರನ್ನೂ ಕೂರಿಸಿಕೊಂಡು ಸಾಕಷ್ಟು ಕಾಲ ಬುದ್ಧಿ ಹೇಳಿದರು. ಇಬ್ಬರನ್ನೂ ತೀವ್ರವಾಗಿ ತರಾಟೆಗೆ ತೆಗೆದುಕೊಂಡರು. ಕೊನೆಗೆ ಗಂಡ–ಹೆಂಡತಿ ಮಧ್ಯೆ ಒಂದು ರೀತಿಯ ಮಧ್ಯಸ್ಥಿಕೆ ಮಾಡಿ ಇಬ್ಬರನ್ನೂ ರೈಲ್ವೆ ಸ್ಟೇಷನ್‌ವರೆಗೂ ಬಿಡಲು ಹೋದರು. ಇಡೀ ಪ್ರಕರಣದಿಂದ ಬೇಸತ್ತಿದ್ದ ಪೊಲೀಸರು, 'ಮೊದಲು ನಿಮ್ಮ ಹಳ್ಳಿಗೆ ಹೋಗಿ' ಎಂದು ಇಬ್ಬರನ್ನೂ ದಬಾಯಿಸಿದರು. 'ನಮ್ಮ ಬಳಿ ರೈಲಿನಲ್ಲಿ ಹೋಗಲು ದುಡ್ಡಿಲ್ಲ' ಎಂದು ಈ ಇಬ್ಬರೂ ಪ್ರತಿಭಟಿಸಿದರು. ಪೊಲೀಸರು ಹೇಗೋ ಆ ಸಮಸ್ಯೆಯನ್ನು ಬಗೆಹರಿಸಿ, ಊರಿಗೆ ಕಳಿಸಲು ಅವರನ್ನು ರೈಲಿನಲ್ಲಿ ಕೂರಿಸಿದರು.

'ಅವರು ಟಿಕೆಟ್ ತೆಗೆಸಿ– ಅದಕ್ಕೆ ದುಡ್ಡು ಕೊಟ್ಟರೋ ಇಲ್ಲವೋ ಗೊತ್ತಿಲ್ಲ ನಮ್ಮ ಕೈಗಿಟ್ಟರು. ನೋಡು ನಿನ್ನ ಹೆಂಡತಿ ನಿನ್ನ ಜೊತೆ ಇರಬೇಕು ಎಂದರೆ ಅವಳನ್ನು ಸರಿಯಾಗಿ ನೋಡಿಕೋ. ಜಗಳ ಆಡಬೇಡ ಎಂದು ಗಂಡನಿಗೆ ತಾಕೀತು ಮಾಡಿದರು ಕೂಡಾ.'

ಆದರೆ, ಆನಂತರ ಪೊಲೀಸರು ರಾಜಿಕಬೂಲಿ ಮಾಡಲು ಯಾವುದೇ ಅವಕಾಶ ಇಲ್ಲದ, ಈ ಘಟನೆಗಿಂತ ತೀರಾ ವ್ಯತಿರಿಕ್ತವಾದ ಪರಿಸ್ಥಿತಿಗೆ ಮರಳಲಿದ್ದರು. ಪೊಲೀಸರು ಠಾಣೆಯಲ್ಲಿ ಇಲ್ಲದ ಸಮಯದಲ್ಲಿ ಹೌಸಾಬಾಯಿಯ ಸಂಗಾತಿಗಳು ಪೊಲೀಸ್ ಠಾಣೆಯನ್ನು ಲೂಟಿ ಮಾಡಿದ್ದರು. ಅಲ್ಲಿದ್ದ ನಾಲ್ಕು ರೈಫಲ್‌ಗಳು, ಮದ್ದುಗುಂಡುಗಳನ್ನು ಹೊತ್ತೊಯ್ದಿದ್ದರು.

ಇದಕ್ಕಾಗಿಯೇ ಆಕೆ ಮತ್ತು ಆಕೆಯ ನಕಲಿ 'ಗಂಡ' ಹಾಗೂ 'ಸಹೋದರ' ಪೊಲೀಸರ ಗಮನವನ್ನು ಬೇರೆಡೆಗೆ ಸೆಳೆಯಲು ಈ ಹೊಡೆತ ತಿನ್ನುವ ನಾಟಕ ಆಡಿದ್ದರು.

ಇದು ಆದದ್ದು 1943ರಲ್ಲಿ. ಆಕೆಯ ವಯಸ್ಸು ಆಗ 17. ಮದುವೆಯಾಗಿ ಮೂರು ವರ್ಷ ಆಗಿತ್ತು. ಬ್ರಿಟಿಷ್ ರಾಜ್ಯದ ವಿರುದ್ಧದ ಕಾರ್ಯಾಚರಣೆಗೆ ಆಕೆ ತನ್ನ ಪುಟ್ಟ ಮಗು ವಿಲಾಸ್‌ನನ್ನು ತನ್ನ ಚಿಕ್ಕಮ್ಮನ ಬಳಿ ಬಿಟ್ಟು ಬಂದಿದ್ದಳು.

74 ವರ್ಷಗಳ ನಂತರ ಹೌಸಾಬಾಯಿ, 'ಅಲ್ಲಾ, ಇಡೀ ಪ್ರಸಂಗವನ್ನು ನಿಜ ಎನ್ನುವಂತೆ ತೋರಿಸಲು ನನ್ನ 'ನಕಲಿ' ಗಂಡ ನನಗೆ ಅಷ್ಟು ಜೋರಾಗಿ ಹೊಡೆಯಬೇಕಿತ್ತೇ... ನಿಜಕ್ಕೂ ಎಷ್ಟು ನೋವಾಗಿತ್ತು ಗೊತ್ತಾ? ಎಂದು ನಗುತ್ತಾ ಎಲ್ಲವನ್ನೂ ಬಣ್ಣಿಸಿದರು. ನೀನು ನಿಜಕ್ಕೂ ತುಂಬಾ ಜೋರಾಗಿ ಹೊಡೆಯುತ್ತಿದ್ದೀಯ, ಎಂದು ನಾನು ಅವನಿಗೆ ಹೇಳಿದೆ. ಆದರೆ, ಅವನು ಎಲ್ಲವೂ ನಿಜ ಎನ್ನುವಂತೆ ಕಾಣಬೇಕು. ಪೊಲೀಸರು ಆಚೆ ಬರುವಂತೆ ಮಾಡಲು ನಮಗೆ ಇರುವ ದಾರಿ ಇದೊಂದೇ' ಎಂದ.

ಈಗ 91 ವರ್ಷ ತುಂಬಿರುವ ಅವರು, ಜೂನ್ 2017ರಲ್ಲಿ ಮಹಾರಾಷ್ಟ್ರದ ಸಾಂಗ್ಲಿಯ ವಿಟಾ ಗ್ರಾಮದಲ್ಲಿ ತಮ್ಮ ಕಥೆಯನ್ನು ಹೇಳುತ್ತಿದ್ದರು. 'ನನ್ನ ಕಣ್ಣು ಹಾಗೂ ಕಿವಿ ಈ ವಯಸ್ಸಿನಲ್ಲಿ ತೊಂದರೆ ಕೊಡುತ್ತಿದೆ. ಆದರೆ ನಾನು ಎಲ್ಲವನ್ನೂ ಹೇಳುತ್ತೇನೆ' ಎಂದರು.

ಹೇಳಿದ್ದಷ್ಟೇ ಅಲ್ಲ, ಅವರು ತುಂಬಾ ಉತ್ಸಾಹದಿಂದ, ಎಲ್ಲಾ ನಾಟಕೀಯತೆ ಯೊಂದಿಗೆ ಅದನ್ನು ನಮ್ಮ ಮುಂದೆ ಇಟ್ಟರು.

ಈ ದೇಶದ ಸ್ವಾತಂತ್ರ್ಯಕ್ಕಾಗಿ ಹೌಸಾಬಾಯಿ ಹೋರಾಡಿದ್ದಾರೆ. ಠಾಣೆಯ ಮುಂದೆ ನಡೆಸಿದ ಪ್ರಹಸನದಲ್ಲಿ ಅವರು ಹಾಗೂ ಅವರೊಂದಿಗೆ ಇದ್ದ ಸಹ ಪಾತ್ರಧಾರಿಗಳು 'ತೂಫಾನ್ ಸೇನೆ'ಗೆ ಸೇರಿದವರು. (ತೂಫಾನ್ ಎಂದರೆ ಚಂಡಮಾರುತ.) 1943ರಲ್ಲಿ ಬ್ರಿಟಿಷರ ಆಡಳಿತದಿಂದ ಇನ್ನು ತಾನು ಮುಕ್ತ ಎಂದು ಸ್ವಯಂ ಘೋಷಿಸಿಕೊಂಡ ಸತಾರಾದ 'ಪ್ರತಿ ಸರ್ಕಾರ' ಅಥವಾ ತಾತ್ಕಾಲಿಕ ಸರ್ಕಾರದ ಸಶಸ್ತ್ರ ವಿಭಾಗವೇ ಈ 'ತೂಫಾನ್ ಸೇನೆ.'

ಕುಂದಾಲವನ್ನು ಕೇಂದ್ರವಾಗಿರಿಸಿಕೊಂಡಿದ್ದ ಈ ಪ್ರತಿ ಸರ್ಕಾರ ರೈತರು ಹಾಗೂ ಕಾರ್ಮಿಕರಿಬ್ಬರನ್ನೂ ತನ್ನ ತೆಕ್ಕೆಗೆ ತೆಗೆದುಕೊಂಡಿತ್ತು, ತನ್ನ ಹತೋಟಿಯಲ್ಲಿದ್ದ 600 ಗ್ರಾಮಗಳಲ್ಲಿ ಬ್ರಿಟಿಷ್ ಆಡಳಿತವನ್ನು ಪರಿಣಾಮಕಾರಿಯಾಗಿ ಕಿತ್ತೊಗೆದು ತಾನೇ ಸರ್ಕಾರವಾಗಿ ಕಾರ್ಯನಿರ್ವಹಿಸುತ್ತಿತ್ತು. ಹೌಸಾಬಾಯಿಯ ತಂದೆ ಅತ್ಯಂತ ಹೆಸರುವಾಸಿಯಾಗಿದ್ದ ನಾನಾ ಪಾಟೀಲ್ ಅವರು ಈ ಪ್ರತಿ ಸರ್ಕಾರದ ಮುಖ್ಯಸ್ಥರಾಗಿದ್ದರು. 1942ರ ಕ್ವಿಟ್ ಇಂಡಿಯಾ ಚಳವಳಿಯಿಂದ ಭ್ರಮನಿರಸನಗೊಂಡು ಈ ಸರ್ಕಾರ ಮತ್ತು ಸೇನೆ ಎರಡೂ ಕುಡಿಯೊಡೆದಿದ್ದವು. ಆ ಎಲ್ಲಾ ಹಳ್ಳಿಗಳ ಜನರು ಈ 'ಪ್ರತಿ ಸರ್ಕಾರ'ವನ್ನು ಕಾನೂನುಬದ್ಧ

ಸರ್ಕಾರವಾಗಿಯೇ ಪರಿಗಣಿಸಿದ್ದರು. ಆಗ ಸತಾರ ಈಗಿನ ಸಾಂಗ್ಲಿ ಜಿಲ್ಲೆಯನ್ನು ಒಳಗೊಂಡಿದ್ದ ದೊಡ್ಡ ವಿಭಾಗವಾಗಿತ್ತು.

1943 ರಿಂದ 1946ರ ನಡುವೆ 'ಹೌಸಾತಾಯಿ' ಎಂದೇ ಗೌರವದಿಂದ ಕರೆಯಲ್ಪಡುತ್ತಿದ್ದ ಹೌಸಾಬಾಯಿಯವರು ಅಂಚೆ ಕಚೇರಿಗಳಿಗೆ ಬೆಂಕಿ ಹಚ್ಚುವ, ಪೊಲೀಸ್ ಶಸ್ತ್ರಾಗಾರಗಳನ್ನು ಲೂಟಿ ಮಾಡುವ, ಬ್ರಿಟಿಷರ ರೈಲುಗಳ ಮೇಲೆ ದಾಳಿ ಮಾಡುವ ಕ್ರಾಂತಿಕಾರಿಗಳ ತಂಡದ ಭಾಗವಾಗಿದ್ದರು. ಆಗಿನ ಕಾಲದಲ್ಲಿ 'ಡಾಕ್' ಬಂಗಲೆಗಳು, ಅಂಚೆ ಕಚೇರಿಯಾಗಿ, ಅಧಿಕಾರಿಗಳಿಗೆ ಪ್ರವಾಸಿ ಬಂಗಲೆಗಳಾಗಿ, ಆಗೀಗ ತಾತ್ಕಾಲಿಕ ನ್ಯಾಯಾಲಯಗಳಾಗಿದ್ದವು.

1944ರಲ್ಲಿ, ಪೋರ್ಚುಗೀಸರು ತಮ್ಮ ವಸಾಹತುವನ್ನಾಗಿ ಮಾಡಿಕೊಂಡಿದ್ದ ಗೋವಾದಲ್ಲಿ ಆಕೆ ಭೂಗತ ಚಟುವಟಿಕೆಗಳಲ್ಲಿ ಭಾಗಿಯಾಗಿದ್ದರು. ನಡುರಾತ್ರಿಯಲ್ಲಿ ಒಂದು ಮರದ ಪೆಟ್ಟಿಗೆಯ ಮೇಲೆ ಕುಳಿತು ಮಾಂಡೋವಿ ನದಿಯನ್ನು ದಾಟಿದ್ದರು. ಅವರ ಸಂಗಾತಿಗಳು ಪಕ್ಕದಲ್ಲೇ ಈಜುತ್ತಾ ಬರುತ್ತಿದ್ದರು. ಇಷ್ಟೆಲ್ಲಾ ಆದರೂ, ಆಕೆ 'ನಾನು ಅಂತಹ ದೊಡ್ಡದು ಅಥವಾ ಮಹಾನ್ ಅನ್ನುವಂಥದ್ದೇನನ್ನೂ ಮಾಡಲಿಲ್ಲ' ಎಂದು ಒತ್ತಿ ಹೇಳುತ್ತಾರೆ. 'ನಾನು ಜಿ. ಡಿ. ಬಾಪು ಲಾಡ್ ಅವರ ಜೊತೆ ಸೇರಿ ಸ್ವಾತಂತ್ರ್ಯ ಹೋರಾಟದಲ್ಲಿ ಚಿಕ್ಕಪುಟ್ಟ ಕೆಲಸಗಳನ್ನು ಮಾಡಿದ್ದೇನೆ ಅಷ್ಟೇ' ಎನ್ನುತ್ತಾರೆ.

ಹೌಸಾಬಾಯಿ ಅವರು 1926ರ ಫೆಬ್ರವರಿ 12ರಂದು ಜನಿಸಿ, 1940ರಲ್ಲಿ ತಮ್ಮ 14ನೆಯ ವಯಸ್ಸಿನಲ್ಲಿ ಮದುವೆಯಾದರು.

'ನನಗೆ ಕೇವಲ ಮೂರು ವರ್ಷವಾಗಿದ್ದಾಗ 1929ರಲ್ಲಿ ನನ್ನ ಅಮ್ಮ ತೀರಿಕೊಂಡರು. ಆ ವೇಳೆಗೆ ನನ್ನ ತಂದೆ ಸ್ವಾತಂತ್ರ್ಯ ಚಳವಳಿಯಿಂದ ಪ್ರೇರೇಪಿತರಾಗಿದ್ದರು. ಆ ಮೊದಲು ಸಹಾ ಅವರು ಜ್ಯೋತಿಬಾ ಫುಲೆ ಅವರಿಂದ ನಂತರ ಮಹಾತ್ಮಾ ಗಾಂಧಿಯವರಿಂದ ಪ್ರಭಾವಿತರಾಗಿದ್ದರು. ಅವರು ತಮ್ಮ ಗ್ರಾಮ ಲೆಕ್ಕಿಗ (ತಲಾಟಿ) ಕೆಲಸವನ್ನು ತೊರೆದು ಪೂರ್ಣಾವಧಿ ಸ್ವಾತಂತ್ರ್ಯ ಹೋರಾಟಗಾರರಾದರು. ನಮ್ಮದೇ ಸರ್ಕಾರವನ್ನು ಸ್ಥಾಪಿಸುವುದು ಮುಖ್ಯ ಗುರಿಯಾಗಿತ್ತು. ಬ್ರಿಟಿಷ್ ಸರ್ಕಾರವನ್ನು ಕಿತ್ತೊಗೆಯಲು ಸಾಧ್ಯವಾಗುವಂತೆ ಅದನ್ನು ಅಸ್ಥಿರಗೊಳಿಸುವ ನಿಟ್ಟಿನಲ್ಲಿ ಹೋರಾಟ ಮಾಡುವುದು ಉದ್ದೇಶವಾಗಿತ್ತು.'

ನಾನಾ ಪಾಟೀಲ್ ಹಾಗೂ ಅವರ ಸಹಚರರ ಮೇಲೆ ವಾರೆಂಟ್ ಹೊರಡಿಸಲಾಯಿತು. 'ಅವರು ಭೂಗತರಾಗಿ ತಮ್ಮ ಕೆಲಸ ಮಾಡಬೇಕಾಯಿತು.'

ನಾನಾ ಪ್ರಭಾವಕಾರಿ ಭಾಷಣ ಮಾಡುತ್ತಾ ಜನ ಬಂಡಾಯ ಏಳುವಂತೆ ಪ್ರೇರೇಪಿಸುತ್ತಾ, ಹಳ್ಳಿ, ಹಳ್ಳಿಗಳಲ್ಲಿ ತಿರುಗುತ್ತಿದ್ದರು. 1930ರ ದಶಕದಲ್ಲಿ

ಅವರು ಸತಾರಾದಲ್ಲಿ ಕ್ರಾಂತಿಕಾರಿ ಭೂಗತ ಪಡೆಯಲ್ಲಿ ತಮ್ಮನ್ನು ತೀವ್ರವಾಗಿ ತೊಡಗಿಸಿಕೊಂಡರು. ನಂತರ ಅದನ್ನು ಮುನ್ನಡೆಸುವಂತಾದರು.

ಅವರ ಜೊತೆ ಸುಮಾರು 500 ಮಂದಿ ಇದ್ದರು. ಅವರೆಲ್ಲರ ಮೇಲೂ ವಾರೆಂಟ್ ಇತ್ತು. ಎಲ್ಲರೂ ಅಡಗುದಾಣಗಳಿಗೆ ಹೋಗಬೇಕಾಗಿ ಬಂದಿತು.

'ಅವರಲ್ಲಿ ಅನೇಕರ ಮೇಲೆ ನಾಲ್ಕು ವರ್ಷಗಳಿಂದಲೂ ವಾರೆಂಟ್ ಇತ್ತು! ಅವರು ಮಾರುವೇಷದಲ್ಲೇ ಕಾರ್ಯಾಚರಣೆ ಮಾಡಬೇಕಿತ್ತು. ಅವರು ರಾತ್ರಿ ವೇಳೆ ದಾಳಿ ಮಾಡಿ, ರೈಲ್ವೆ ಹಳಿಗಳನ್ನೇ ಕಿತ್ತೊಗೆಯುತ್ತಿದ್ದರು. ಆದರೆ ಪ್ರಯಾಣಿಕರಿರುವ ರೈಲುಗಳನ್ನು ಮುಟ್ಟುತ್ತಿರಲಿಲ್ಲ. ಬದಲಿಗೆ ಬ್ರಿಟಿಷ್ ಸರ್ಕಾರಕ್ಕೆ ಸರಕು ಹೊತ್ತೊಯ್ಯುತ್ತಿದ್ದ ಗೂಡ್ಸ್ ರೈಲುಗಳ ಹಳಿಗಳನ್ನು ಗುರಿಯಾಗಿಸಿಕೊಳ್ಳುತ್ತಿದ್ದರು.'

***

ಈ ದಿಟ್ಟತನಕ್ಕೆ ಬೆಲೆ ತೆರಬೇಕಾಗಿ ಬಂದಿತು. ಬ್ರಿಟಿಷರು ನಾನಾ ಪಾಟೀಲರ ಹೊಲ ಹಾಗೂ ಆಸ್ತಿಯನ್ನು ಮುಟ್ಟುಗೋಲು ಹಾಕಿಕೊಂಡರು.

'ನನ್ನ ತಂದೆ ಮದುವೆಯಾದ ಕೆಲಕಾಲಕ್ಕೆ ಅವರ ತಂದೆ ಮರಣ ಹೊಂದಿದರು. ನನ್ನ ತಾತನ ಎಲ್ಲಾ ಆಸ್ತಿ ತಂದೆಯ ಪಾಲಿಗೆ ಬಂದಿತು. ಮನೆ, ಹೊಲ ಎಲ್ಲವೂ...'

'ಆಮೇಲೆ ಬ್ರಿಟಿಷ್ ಸರ್ಕಾರ ನಮ್ಮ ಮನೆಯನ್ನು ವಶಕ್ಕೆ ತೆಗೆದುಕೊಂಡಿತು'

ಇದು ಆದದ್ದು 1929ರಲ್ಲಿ.

'ನನ್ನ ಅಜ್ಜ, ನಾನು, ನನ್ನ ಚಿಕ್ಕಮ್ಮ, ನನ್ನ ಇಬ್ಬರು ಚಿಕ್ಕಪ್ಪಂದಿರು... ಹೀಗೆ ಎಷ್ಟೊಂದು ಮಂದಿ ಅಲ್ಲಿ ವಾಸವಾಗಿದ್ದೆವು. ಅವರು ಬಂದು ನಮ್ಮ ಮನೆಯನ್ನು ವಶಪಡಿಸಿಕೊಂಡು ಮೊಹರೆ ಒತ್ತಿದಾಗ ನಾವು ಜೋಳದ ರೊಟ್ಟಿ ತಟ್ಟುತ್ತಿದ್ದೆವು. ಎಣ್ಣೆಗಾಯಿ ಬೇಯಿಸುತ್ತಿದ್ದೆವು. ನಾವು ಅಷ್ಟೊ ಜನ ಬದುಕಲಿಕ್ಕೆ 10x10 ಅಡಿ ಕೋಣೆಯೊಂದು ಮಾತ್ರ ಉಳಿದಿತ್ತು.' ಇವರ ಆದಾಯದ ಮೂಲವೇ ಇಲ್ಲದಂತೆ ಮಾಡಲು ಬ್ರಿಟಿಷರು ಅವರ ಹೊಲವನ್ನೂ ವಶಪಡಿಸಿಕೊಂಡಿದ್ದರು.

'ನಾವು ಆಗ ಬೇರೆಯವರ ಬಳಿ ಕೆಲಸ ಮಾಡೋಣ ಎಂದುಕೊಂಡೆವು. ಆದರೆ, ಸಹಾಯ ಮಾಡಲು ಜನ ತುಂಬಾ ಹೆದರಿಕೊಂಡಿದ್ದರು. ಈಗ ಮಹಾರಾಷ್ಟ್ರದ ಸಾಂಗ್ಲಿ ಜಿಲ್ಲೆಯಲ್ಲಿರುವ ಯಡೆ ಮಚ್ಚೇಂದ್ರ ಗ್ರಾಮದ ಹೆಸರಾಂತ ನಿವಾಸಿಯೂ ಇದಕ್ಕೆ ಸಾಕ್ಷಿ.'

'ಗ್ರಾಮದ ಜನರು ನಮ್ಮ ಬಳಿ ಮಾತನಾಡುತ್ತಿರಲಿಲ್ಲ. ದಿನಸಿ ಅಂಗಡಿಯವನು ಉಪ್ಪನ್ನೂ ಸಹ ಕೊಡುತ್ತಿರಲಿಲ್ಲ. 'ಇಲ್ಲ ನಾನು ನಿಮಗೆ ಏನನ್ನೂ ಕೊಡಲು ಆಗುವುದಿಲ್ಲ. ಬೇರೆ ಎಲ್ಲಿಂದಾದರೂ ತಂದುಕೊಳ್ಳಿ' ಎನ್ನುತ್ತಿದ್ದ. ಕೆಲವೊಮ್ಮೆ

ನಾವು ಹಿಟ್ಟು ಮಾಡಲು ಅಥವಾ ಕಾಳು ಹಸನು ಮಾಡಲು ಬೇರೆ ಮನೆಗಳಿಗೆ ಹೋಗುತ್ತಿದ್ದೆವು. ರಾತ್ರಿಗೆ ತಿನ್ನಲು ಏನಾದರೂ ಸಿಗಬಹುದು ಎನ್ನುವ ಆಶಾಭಾವನೆಯಿಂದ ನಾವು ಅವರು ಕರೆಯದಿದ್ದರೂ ಹೋಗುತ್ತಿದ್ದೆವು. ಕೆಲವೊಮ್ಮೆ ಅಂಜೂರ ಮಾತ್ರ ಸಿಗುತ್ತಿತ್ತು. ಅದರಲ್ಲೇ ಸಾರು ಮಾಡಿಕೊಂಡು ತಿನ್ನುತ್ತಿದ್ದೆವು.'

ಇಡೀ ಗ್ರಾಮದವರು ಬ್ರಿಟಿಷರಿಗೆ ಹೆದರುತ್ತಿದ್ದರೂ ಸಹಾ ಒಂದು ವಿಷಯದಲ್ಲಿ ಮಾತ್ರ ಅವರನ್ನು ಒಪ್ಪಲು ತಯಾರಿರಲಿಲ್ಲ. ನಾನಾ ಪಾಟೀಲ್ ಅವರ ಆಸ್ತಿಯನ್ನು ಹರಾಜು ಹಾಕಲು ಮುಂದಾದಾಗ ಎಲ್ಲರೂ ಅದನ್ನು ಬಹಿಷ್ಕರಿಸಿದರು.

'ನಾನಾ ಪಾಟೀಲ್ ಜಮೀನು ಮಾರಾಟಕ್ಕಿದೆ ಎಂದು ಪ್ರತೀ ದಿನ ಬೆಳಗ್ಗೆ ಹಾಗೂ ಸಂಜೆ ಒಬ್ಬ ಡಂಗೂರ ಸಾರುತ್ತಾ ಬರುತ್ತಿದ್ದ. ಆದರೆ, ಜನರು ನಾವೇಕೆ ನಾನಾ ಆಸ್ತಿಯನ್ನು ಕೊಳ್ಳಬೇಕು. ಅವರು ಯಾರನ್ನೂ ಲೂಟಿ ಮಾಡಿಲ್ಲ ಅಥವಾ ಕೊಲೆಯನ್ನೂ ಮಾಡಿಲ್ಲ ಎನ್ನುತ್ತಿದ್ದರು. ಅದನ್ನು ಕೊಳ್ಳಲು ಶಕ್ತಿ ಇದ್ದ ಇಬ್ಬರು ಮೂವರು ಸಹಾ ಹರಾಜು ಕೂಗಲಿಲ್ಲ. ಆದರೆ, ನಮಗೂ ಸಹಾ ಆ ಜಮೀನನ್ನು ಉಳಲೂ ಆಗಲಿಲ್ಲ.'

ಆಗ ನನ್ನ ಸೋದರಮಾವ ಒಬ್ಬರು ನಮಗೆ ಒಂದು ಜೊತೆ ಎತ್ತು ಹಾಗೂ ಗಾಡಿಯನ್ನು ಕೊಟ್ಟರು. 'ಅದನ್ನು ಬಾಡಿಗೆಗಾದರೂ ಕೊಟ್ಟು ಒಂದಿಷ್ಟು ಏನಾದರೂ ಸಂಪಾದಿಸಲಿ' ಅಂತ.

ನನ್ನ ಅಜ್ಜಿ ಹೊಲಗಳಿಗೆ ಹೋಗಿ ಏನನ್ನೋ ಕಿತ್ತು ತರುತ್ತಿದ್ದರು. ಚಿಕ್ಕಮ್ಮ ಹಾಗೂ ನಾನು ಎತ್ತುಗಳಿಗೆ ತಿನ್ನಿಸುತ್ತಿದ್ದೆವು. ನಮ್ಮ ಬಂಡಿ ಹಾಗೂ ಬದುಕಿನ ಬಂಡಿ ಎರಡೂ ಅದರ ಮೇಲೆ ಅವಲಂಬಿತವಾಗಿತ್ತು. ಹಾಗಾಗಿ ನಾವು ಅವುಗಳನ್ನು ಸರಿಯಾಗಿ ನೋಡಿಕೊಳ್ಳಬೇಕಾಗಿತ್ತು.

'ನಾವು ಬೆಲ್ಲ, ಕಡಲೆಕಾಯಿ ಹಾಗೂ ಜೋಳವನ್ನು ಸಾಗಿಸುತ್ತಿದ್ದೆವು. ನಮ್ಮ ಬಂಡಿ 12 ಕಿಮೀ ದೂರದ, ಠಕಾರಿ ಗ್ರಾಮಕ್ಕೆ ಹೋದರೆ, ನಮಗೆ ಬಾಡಿಗೆಯಾಗಿ ಮೂರು ರೂಪಾಯಿ ಸಿಗುತ್ತಿತ್ತು. 20 ಕಿಮೀ ದೂರದ ಕರಾಡ್‌ಗೆ ಹೋದಲ್ಲಿ 5 ರೂಪಾಯಿ ಸಿಗುತ್ತಿತ್ತು. ನಾವು ಸಂಪಾದಿಸಲು ಆಗುತ್ತಿದ್ದದ್ದು ಇಷ್ಟೇ...'

ಆದರೂ ಹೌಸಾಬಾಯಿಯ ಕುಟುಂಬ ಬ್ರಿಟಿಷರ ಯಾವ ಹಿಂಸೆಗೂ ಜಗ್ಗಲಿಲ್ಲ. 1939ರ ವೇಳೆಗೆ ಹೌಸಾಬಾಯಿ ಕ್ರಾಂತಿಕಾರಿ ಭೂಗತ ಪಡೆಯ ಸಕ್ರಿಯ ಸದಸ್ಯರಾಗಿ ಕೆಲಸ ಮಾಡಿದರು. ತಮ್ಮ ತಂದೆ ಹಾಗೂ ಅವರ ಸಂಗಾತಿಗಳ ನಡುವೆ ಸಂಪರ್ಕ ಕೊಂಡಿಯಾಗಿದ್ದರು. 1947ರಲ್ಲಿ ಸ್ವಾತಂತ್ರ್ಯ ಬರುವವರೆಗೂ ಇಡೀ ಕುಟುಂಬ ಆ ಒಂದೇ ಪುಟ್ಟ ಕೊಠಡಿಯಲ್ಲಿ ಜೀವನ ಸಾಗಿಸಿತು. 1929ರಿಂದ 1946ರವರೆಗಿನ ಅವಧಿಯನ್ನು ನಮ್ಮ ಅತಿ ಕಷ್ಟದ ವರ್ಷಗಳು ಎಂದು ನೆನೆಯುತ್ತಾರೆ.

'ಮತ್ತೆ ನಾನು? ನಾವು ಹೊಲದಲ್ಲಿ ಕಳೆ ಕೀಳುತ್ತಿದ್ದೆವು ನಮಗೆ ತಾನೇ ಎಷ್ಟು ಹೊರಲು ಅಥವಾ ಉಳಲು ಸಾಧ್ಯವಾಗುತ್ತಿತ್ತು...? ಅವರು ನಮ್ಮ ಹೊಲವನ್ನು ವಶಪಡಿಸಿಕೊಂಡಾಗ ನನಗೆ ಇನ್ನೂ 4 ವರ್ಷ ಸಹಾ ಆಗಿರಲಿಲ್ಲ. ನನ್ನ ಚಿಕ್ಕಮ್ಮನಿಗೆ ಆಗ 9 ವರ್ಷ ಅಷ್ಟೇ, ನಾವು ಪುಟಾಣಿಗಳು. ಎಷ್ಟು ತಾನೆ ಮಾಡಲು ಸಾಧ್ಯವಾಗುತ್ತಿತ್ತು? ನಾವು ದೊಡ್ಡವರಷ್ಟು ಕೆಲಸ ಮಾಡಲು ಆಗುತ್ತಿರಲಿಲ್ಲ. ಹಾಗಾಗಿ ನಾವು ಒಂದಿಷ್ಟು ಕೆಲಸ ಮಾಡಿ, ನಂತರ ನೆರಳಿನಲ್ಲಿ ವಿಶ್ರಮಿಸುತ್ತಿದ್ದೆವು.'

ಹಸಿವು ಎನ್ನುವುದು ನಮ್ಮ ಬದುಕಿನ ಸ್ಥಿತಿಯಾಗಿ ಹೋಗಿತ್ತು.

'ನನ್ನ ಅಜ್ಜಿಯ ರವಿಕೆ ಸಂಪೂರ್ಣ ಹರಿದುಹೋಗಿತ್ತು. ನಮ್ಮ ಬಳಿ ಹಣವಿರಲಿಲ್ಲ. ಹಾಗಾಗಿ ಅವರು ನನ್ನ ತಂದೆಯ ಹಳೆಯ ಪಂಚೆಯನ್ನು ತೆಗೆದುಕೊಂಡು, ಅದನ್ನು ಅರ್ಧಕ್ಕೆ ಕತ್ತರಿಸಿ, ಎರಡು ಬಿಳಿ ರವಿಕೆಗಳನ್ನಾಗಿ ಮಾಡಿಕೊಳ್ಳುತ್ತಿದ್ದರು. ಆ ನಂತರ ನಮ್ಮ ಕೈಗೆ ಸ್ವಲ್ಪ ಹಣ ಬಂದಾಗ, ಅವರಿಗೆ ಹೊಸ ರವಿಕೆಗಳನ್ನು ಕೊಡಿಸಿದೆವು. ಆದರೆ, ಆಕೆ ಅದನ್ನು ಮುಟ್ಟಲೂ ಇಲ್ಲ. ಸ್ವಾತಂತ್ರ್ಯ ಬಂದು, ಅವರ ಆಸ್ತಿ ಅವರಿಗೆ ಮರಳಿ ಬರುವವರೆಗೆ ಆಕೆ ಪಂಚೆಯಿಂದ ಮಾಡಿದ ಆ ಎರಡು ರವಿಕೆಗಳನ್ನೇ ತೊಡುತ್ತಿದ್ದರು.' ಅದು ಆಕೆಯ ವೈಯಕ್ತಿಕ ಪ್ರತಿಭಟನೆಯ ರೀತಿಯಾಗಿತ್ತು.

ಸ್ವಾತಂತ್ರ್ಯಾನಂತರವೂ ಆಕೆಯ ಅಜ್ಜಿ ಗೋಜರಾಬಾಯಿ ರಾಮಚಂದ್ರ ಪಾಟೀಲ್ ಅವರು ಎಂದಿಗೂ ಬಿಳಿ ರವಿಕೆ ಬಿಟ್ಟು ಬಣ್ಣದ ರವಿಕೆಗೆ ಮರಳಲಿಲ್ಲ ಎನ್ನುತ್ತಾರೆ ಹೌಸಾತಾಯಿ. '1963ರಲ್ಲಿ ಅವರು ಮರಣ ಹೊಂದುವವರೆಗೂ ಬಿಳಿ ರವಿಕೆಗಳನ್ನೇ ತೊಡುತ್ತಿದ್ದರು.'

***

ಅದು, ಮಾಂಡೋವಿ ನದಿಯಲ್ಲಿ ನಡುರಾತ್ರಿ ನಡೆಸುವ ಐಷಾರಾಮಿ ದೋಣಿ ಪಯಣವಾಗಿರಲಿಲ್ಲ. ಆ ರೀತಿಯ ಖುಷಿ ದಿನಗಳು ಬರಲು ಇನ್ನೂ ಸಾಕಷ್ಟು ದಶಕ, ಬಹುಶಃ ಶತಮಾನ ಕಳೆಯಬೇಕಿತ್ತು. ಅವತ್ತಿನ ಆ ರಾತ್ರಿ ಆ ನದಿಯಲ್ಲಿ ದೋಣಿಗಳು ಹಾಗೂ ಮನುಷ್ಯರಿಗಿಂತ ಹೆಚ್ಚಾಗಿ ಮೊಸಳೆಗಳೇ ಈಜಾಟ ನಡೆಸುತ್ತಿದ್ದವೇನೋ.?

ಹೌಸಾಬಾಯಿ ಹಾಗೂ ಆಕೆಯ ತೂಫಾನ್ ಸೇನಾದ ಕೆಲ ಸಂಗಾತಿಗಳು ಮಾಂಡೋವಿ ಬಳಿಯ ದಟ್ಟ ಕಾಡಿನ ಪ್ರದೇಶದಲ್ಲಿ ನಿಂತಿದ್ದರು. ಅವರು ಪೋರ್ಚುಗೀಸರ ಆಡಳಿತ ಇದ್ದ ಗೋವೆಯಿಂದ ಪರಾರಿಯಾಗಲು ಸನ್ನದ್ಧರಾಗಿದ್ದರು. ಯಾರ ಗಮನಕ್ಕೂ ಬಾರದೆ ಅವರು ಪಾರಾಗಬೇಕೆಂದರೆ ಅವರು ರಾತ್ರಿ ಮಾತ್ರವೇ ನದಿ ದಾಟಬೇಕಾಗಿತ್ತು.

1944ರಲ್ಲಿನ ಈ 'ಗೋವಾ ಕಾರ್ಯಾಚರಣೆ'ಯನ್ನು ಯೋಜಿಸಿದ್ದು ತಮ್ಮ ಸಂಗಾತಿಯನ್ನು ವಿಮೋಚನೆಗೊಳಿಸಲು. ಸತಾರಾದಲ್ಲಿ ಕೇಂದ್ರಿತವಾಗಿದ್ದ ತೂಫಾನ್ ಸೇನೆಗೆ ಶಸ್ತ್ರಾಸ್ತ್ರಗಳನ್ನು ಸಾಗಿಸುತ್ತಿದ್ದ ಸಂಗಾತಿಯನ್ನು ಪೋರ್ಚುಗೀಸರು ವಶಕ್ಕೆ ತೆಗೆದುಕೊಂಡಿದ್ದರು. ಭಾರತೀಯ ಕ್ರಾಂತಿಕಾರಿಗಳಿಗೆ ಅದರಲ್ಲೂ ಮಹಾರಾಷ್ಟ್ರದವರಿಗೆ ಶಸ್ತ್ರಾಸ್ತ್ರಗಳನ್ನು ಗೋವಾದಲ್ಲಿ ಖರೀದಿ ಮಾಡುವುದು ಹೊಸ ವಿಷಯವಾಗಿರಲಿಲ್ಲ. ತಮ್ಮದೇ ಸ್ಥಳದಲ್ಲಿ ಕೊಳ್ಳುವುದಕ್ಕಿಂತ ಇಲ್ಲಿ ಕೊಳ್ಳುವುದೇ ಸಲೀಸು. ಆದರೆ, ಅದರ ಸಾಗಾಟದ್ದೇ ದೊಡ್ಡ ಸಮಸ್ಯೆ. ಕ್ರಾಂತಿಕಾರಿಗಳನ್ನು ಬೆಂಬಲಿಸದೇ ಇದ್ದ ಇನ್ನೊಂದು ವಸಾಹತುಶಾಹಿ ಆಡಳಿತದ ಪ್ರದೇಶದಿಂದ ಕಣ್ತಪ್ಪಿಸಿ ಅವನ್ನು ಸಾಗಿಸುವುದು ಬೇರೆಯೇ ರೀತಿಯ ಸಮಸ್ಯೆ.

ಹೌಸಾಬಾಯಿ ಅವರ ಗೋವಾ ಸಾಹಸವನ್ನು ಮುನ್ನಡೆಸಿದ್ದು, ಜೊತೆಯಲ್ಲಿದ್ದದ್ದು ಇನ್ನೊಬ್ಬ ಮಹತ್ವದ ಹೋರಾಟಗಾರ, ತೂಫಾನ್ ಸೇನಾದ ಸ್ಥಾಪಕ ಹಾಗೂ ಪ್ರತಿ ಸರ್ಕಾರದ ಪ್ರಮುಖ ವ್ಯಕ್ತಿ ಜಿ.ಡಿ. ಬಾಪು ಲಾಡ್.

'ಗೋವಾದಿಂದ ಶಸ್ತ್ರಾಸ್ತ್ರವನ್ನು ತರುವಾಗ ನಮ್ಮ ಕಾರ್ಯಕರ್ತ ಬಾಲ ಜೋಶಿಯನ್ನು ಪೊಲೀಸರು ಅರೆಸ್ಟ್ ಮಾಡಿದರು. ಅವನನ್ನು ಗಲ್ಲಿಗೂ ಏರಿಸುವ

ಸಾಧ್ಯತೆ ಇತ್ತು. ಆದರೆ ಬಾಪು ಅವರು ಅವನನ್ನು ಜೈಲಿನಿಂದ ಬಿಡಿಸುವವರೆಗೆ ನಾವು ವಾಪಸ್ ಹೋಗಲು ಸಾಧ್ಯವಿಲ್ಲ ಎಂದರು.'

ತಾನು ಜೋಶಿಯ ತಂಗಿ ಎಂದು ಹೇಳಿಕೊಂಡು ಹೌಸಾಬಾಯಿ ಪಣಜಿಯ ಕೇಂದ್ರೀಯ ಬಂದೀಖಾನೆಯಲ್ಲಿದ್ದ ಅವರನ್ನು ಭೇಟಿ ಮಾಡಲು ಯಶಸ್ವಿಯಾದರು. 'ನನ್ನ ತುರುಬಿನಲ್ಲಿ ಅಡಗಿಸಿದ್ದ ಚಿಕ್ಕ ಚೀಟಿಯಲ್ಲಿ' ಪಾರಾಗುವುದು ಹೇಗೆ ಎನ್ನುವ ಕಾರ್ಯತಂತ್ರ ಇತ್ತು. ಇದಲ್ಲದೆ, ಅವರು ಇನ್ನೂ ಪೋಲೀಸರ ಕೈಗೆ ಸಿಕ್ಕದ ಶಸ್ತ್ರಾಸ್ತ್ರಗಳನ್ನು ಸಹಾ ತೂಫಾನ್ ಸೇನೆಗಾಗಿ ತೆಗೆದುಕೊಂಡು ಬರಬೇಕಿತ್ತು. ಇಷ್ಟೆಲ್ಲಾ ಆದ ಮೇಲೆ ಈಗ ವಾಪಸು ಬರುವುದು ಇನ್ನೂ ಅಪಾಯಕಾರಿಯಾಗಿತ್ತು.

'ಪೋಲೀಸರು ನನ್ನನ್ನು ನೋಡಿದ್ದರಿಂದ ಅವರು ಗುರುತು ಹಿಡಿಯಬಹುದಾಗಿತ್ತು.' ಹಾಗಾಗಿ ಅವರು ರೈಲು ಪ್ರಯಾಣವನ್ನು ಕೈಬಿಟ್ಟು ರಸ್ತೆ ಮಾರ್ಗವಾಗಿ ಪಾರಾಗುವುದನ್ನು ಆಯ್ಕೆ ಮಾಡಿಕೊಂಡರು. ಇದರರ್ಥ, ದಟ್ಟ ಕಾಡಿನಲ್ಲಿ ಮೈಲುಗಟ್ಟಲೆ ನಡೆಯುವುದಾಗಿತ್ತು. 'ನಾವು ಮಾಂಡೋವಿ ನದಿಯನ್ನು ತಲುಪಿದ ಕಡೆ ದೋಣಿ ಇರಲಿಲ್ಲ. ಒಂದು ಪುಟ್ಟ ಮೀನು ಹಿಡಿಯುವ ದೋಣಿಯೂ ಇರಲಿಲ್ಲ. ಆಗಲೇ ನಮಗೆ ನಾವು ಈ ನದಿಯನ್ನು ಈಜಿಯೇ ದಾಟಬೇಕು ಎಂದು ಗೊತ್ತಾಗಿದ್ದು. ಇಲ್ಲದಿದ್ದರೆ ನಾವು ಮತ್ತೆ ಅರೆಸ್ಟ್ ಆಗಬಹುದಾದ ಅಪಾಯವಿತ್ತು. ಆದರೆ, ನಾನು ಹೇಗೆ ಈ ನದಿ ದಾಟುವುದು? ಆಗಲೇ ನಮಗೆ ಮೀನು ಬಲೆಯ ಒಳಗೆ ಇಟ್ಟಿದ್ದ ಒಂದು ಮರದ ಪೆಟ್ಟಿಗೆ ಥಟ್ಟನೆ ಕಾಣಿಸಿತು.'

ಒಂದು ಚಿಕ್ಕ ಅಷ್ಟೇನೂ ಅನುಕೂಲವಾಗಿರದಿದ್ದ ತೆಪ್ಪದಂತಿದ್ದ ಆ ಪೆಟ್ಟಿಗೆಯ ಮೇಲೆ ಬೋರಲಾಗಿ ಮಲಗಿ ಆ ನಡುರಾತ್ರಿಯಲ್ಲಿ ಆಕೆ ಆ ನದಿಯನ್ನು ದಾಟಿದರು. ಪಕ್ಕದಲ್ಲಿ ಈಜುತ್ತಿದ್ದ ಸಂಗಾತಿಗಳು ಆ ಪೆಟ್ಟಿಗೆಯನ್ನು ತಳ್ಳುತ್ತಾ, ಎಳೆಯುತ್ತಾ ಜೊತೆ ನೀಡಿದ್ದರು.

'ನನಗೆ ಬಾವಿಯಲ್ಲಿ, ಕೊಳದಲ್ಲಿ ಈಜಲು ಗೊತ್ತಿತ್ತು. ಆದರೆ ಇದು ಹರಿಯುತ್ತಿದ್ದ ನೀರು. ನನ್ನ ಸಾಮರ್ಥ್ಯಕ್ಕೆ ಮೀರಿದ್ದಾಗಿತ್ತು. ಆ ಮಾಂಡೋವಿ ನದಿಯೇನೂ ಸಣ್ಣದ್ದಲ್ಲ. ಆ ಪೆಟ್ಟಿಗೆಯ ಮೇಲೆ ನಾನು ನಿದ್ರೆಗೂ ಜಾರುವಂತಿರಲಿಲ್ಲ. ಮುಳುಗಲು ಬಿಡುವಂತೆಯೂ ಇರಲಿಲ್ಲ. ನನ್ನ ಜೊತೆ ಇದ್ದ ತೂಫಾನ್ ಸೇನಾ ಕಾರ್ಯಕರ್ತರು ಆಮೇಲೆ ಹಾಕಿಕೊಳ್ಳಲು ಬರಲಿ ಎಂದು ತಮ್ಮ ಒಣ ಬಟ್ಟೆಗಳನ್ನು ತಲೆಗೆ ಸುತ್ತಿಕೊಂಡಿದ್ದರು. ನಾನು ಆ ಪೆಟ್ಟಿಗೆಯ ಮೇಲೆ ಬೋರಲಾಗಿ ಮಲಗಿದ್ದೆ.' ಅತ್ಯಂತ ನಿಶಬ್ದವಾಗಿ, ಆ ದಟ್ಟ ಕತ್ತಲೆಯಲ್ಲೇನಾದರೂ ನಮ್ಮ ಈ ವಿಚಿತ್ರ ನದಿ ದಾಟುವಿಕೆಯ ಸಾಹಸ ನಡೆಯದಿದ್ದಲ್ಲಿ ಇಡೀ ಈ ಪ್ರಸಂಗ ಒಮ್ಮೆ ನೋಡುವಂತಿತ್ತು.

'ನದಿ ದಾಟಿದ ನಂತರ, ನಾವು ಕಾಡಿನಲ್ಲಿಯೇ ಹೆಜ್ಜೆ ಹಾಕಿದೆವು. ಅಲ್ಲೊಂದು ದಾರಿ ಇತ್ತು... ನಾವೇನಾದರೂ ಮುಖ್ಯರಸ್ತೆಯಲ್ಲಿ ಬಂದಿದ್ದರೆ ಪೊಲೀಸರು ಮತ್ತೆ ನಮ್ಮನ್ನು ವಶಪಡಿಸಿಕೊಳ್ಳಬಹುದಿತ್ತು. ಆದ್ದರಿಂದ ನಾವು ಸತತ ಎರಡು ದಿನ ಕಾಡಿನಲ್ಲಿಯೇ ನಡೆದೆವು. ಅದು ಹೇಗೋ ಕಾಡಿನಿಂದ ಹೊರಗೆ ಬಂದೆವು. ಈ ಎಲ್ಲ ಮುಗಿದು ನಾವು ಮನೆ ಸೇರಲು 15 ದಿನ ಹಿಡಿದಿತ್ತು.'

ಯಾವ ಶಸ್ತ್ರಾಸ್ತ್ರಗಳನ್ನು ತರಲು ಈ ಗುಂಪು ಹೋಗಿತ್ತೋ, ಆ ಶಸ್ತ್ರಾಸ್ತ್ರಗಳು ಪೊಲೀಸರ ಕಣ್ಗಾವಲಿನಿಂದ ತಪ್ಪಿಸಿಕೊಂಡು ಗೋವಾದಲ್ಲಿನ ಅವರ ಪರಿಚಿತರ ಬಳಿಯೇ ಉಳಿದಿತ್ತು. ಹೌಸಾಬಾಯಿ ಹಾಗೂ ಬಾಪು ಲಾಡ್ ಇದನ್ನು ತಾವೇ ತರಲು ಹೋಗಲಿಲ್ಲ. ಪಣಜಿಯ ಕೇಂದ್ರೀಯ ಬಂದೀಖಾನೆಗೆ ಭೇಟಿ ಕೊಟ್ಟಿದ್ದ ಕಾರಣ ಹೌಸಾಬಾಯಿಯ ಚಹರೆಯನ್ನು ಹಿಂದಿರುಗಿ ಹೋಗುವಾಗ ಪೊಲೀಸರು ಪತ್ತೆ ಹಚ್ಚಲು ಸಾಧ್ಯವಿತ್ತು. ಹಾಗಾಗಿ ಅವರು ಸತಾರಾಕ್ಕೆ ಆ ಶಸ್ತ್ರಾಸ್ತ್ರಗಳು ಬರುವಂತೆ ಬದಲಿ ವ್ಯವಸ್ಥೆ ಮಾಡಿದರು.

ಸ್ವಲ್ಪ ದಿನಗಳ ನಂತರ ಹೊರಗಿದ್ದ ಸಂಗಾತಿಗಳ ನೆರವಿನಿಂದ ಬಾಲ ಜೋಶಿ ಬಂದೀಖಾನೆಯಿಂದ ತಪ್ಪಿಸಿಕೊಂಡರು. ಹೌಸಾಬಾಯಿ ತನ್ನ 'ತುರುಬಿನಲ್ಲಿ' ಅಡಗಿಸಿಟ್ಟಿದ್ದ 'ಪುಟ್ಟ ಚೀಟಿ' ಜೋಶಿ ಹಾಗೂ ಅವರ ಸಂಗಾತಿಗಳ ನಡುವೆ ಸಂಪರ್ಕ ಏರ್ಪಡಿಸಿತ್ತು.

***

ಭವಾನಿನಗರ ಪೊಲೀಸ್ ಠಾಣೆಯ ಎದುರು ನಡೆಸಿದ ನಾಟಕ ಹಾಗೂ ಗೋವಾ ಕಾರ್ಯಾಚರಣೆಗೆ ಮೊದಲು ಹೌಸಾಬಾಯಿಯ ಭೂಗತ ಕೆಲಸ ಮಾಹಿತಿ ಸಂಗ್ರಹಿಸುವುದಕ್ಕೆ ಮಾತ್ರ ಮೀಸಲಾಗಿತ್ತು. 1942ರಲ್ಲಿ ವಾಂಗಿ (ಈಗಿನ ಸತಾರಾ ಜಿಲ್ಲೆ)ಯ 'ಡಾಕ್' ಬಂಗಲೆಗೆ ಬೆಂಕಿ ಹಚ್ಚಿದ ಪ್ರಕರಣದಲ್ಲಿ ಮಾಡಿದಂತೆ ಆಕೆ ಇತರರ ಜೊತೆ ಸೇರಿಕೊಂಡು ಎಲ್ಲೆಲ್ಲಿ ದಾಳಿ ಮಾಡಬಹುದೋ ಆ ಮಾಹಿತಿಯನ್ನು ಸಂಗ್ರಹಿಸುತ್ತಿದ್ದರು. 'ಎಷ್ಟು ಜನ ಪೊಲೀಸರಿರುತ್ತಾರೆ? ಅವರು ಯಾವಾಗ ಬಂದು ಹೋಗುತ್ತಾರೆ? ಯಾವಾಗ ಇದು ಅತಿ ಕಡಿಮೆ ರಕ್ಷಣೆ ಹೊಂದಿರುತ್ತದೆ? ಎಂಬ ಮಾಹಿತಿ ಸಂಗ್ರಹಿಸುವುದು ಇವರ ಕೆಲಸವಾಗಿತ್ತು' ಎನ್ನುತ್ತಾರೆ ಈಕೆಯ ಮಗ, ವಕೀಲ ಸುಭಾಷ್ ಪಾಟೀಲ್. 'ಬಂಗಲೆಗಳನ್ನು ಸುಡುವ ಕೆಲಸ ಬೇರೆ ತಂಡದ್ದು.' ಆ ಪ್ರದೇಶದಲ್ಲಿ ಬೇಕಾದಷ್ಟು ಡಾಕ್ ಬಂಗಲೆಗಳಿದ್ದವು. 'ಅವರು ಅದನ್ನೆಲ್ಲಾ ಸುಟ್ಟು ಹಾಕಿದರು.'

ಆಡಳಿತ ಯಂತ್ರಕ್ಕೆ ಈ 'ಡಾಕ್' ಬಂಗಲೆಗಳು ತೀರಾ ಮುಖ್ಯವಾಗಿದ್ದರಿಂದ, ಈ ದಾಳಿ ಸತಾರಾದಲ್ಲಿ ಬ್ರಿಟಿಷರ ದೈನಂದಿನ ಆಡಳಿತವನ್ನು ಅಸ್ತವ್ಯಸ್ತ ಮಾಡುತ್ತಿತ್ತು.

ಅಂಚೆ ಚೀಲಗಳನ್ನು ಬಹುತೇಕ ರೈಲುಗಳಲ್ಲಿ, ಆಗಾಗ ಮಾತ್ರ ಬಸ್‌ನಲ್ಲಿ ಸಾಗಿಸಲಾಗುತ್ತದೆ ಎಂಬ ಮಾಹಿತಿಯನ್ನು ಹೌಸಾಬಾಯಿ ಮತ್ತು ಆಕೆಯ ತಂಡ ಸಂಗ್ರಹಿಸಿತ್ತು. ಈ ಮುಮ್ಮಾಹಿತಿ ತೂಫಾನ್ ಸೇನೆಯು ರೈಲು, ಬಸ್‌ಗಳನ್ನು ತಡೆದು, ಒಳಗೆ ಹತ್ತಿ, ಈ ಚೀಲಗಳನ್ನು ಅಪಹರಿಸಲು ನೆರವಾಗುತ್ತಿತ್ತು.

ವಿಟಾದಲ್ಲಿ ಹೌಸಾಬಾಯಿಯ ಜೊತೆಗಿನ ನಮ್ಮ ಸಂದರ್ಶನ ಬಹುತೇಕ ಮುಗಿಯುತ್ತಾ ಬಂದಿತ್ತು. ನಮ್ಮ 'ಪೀಪಲ್ಸ್ ಆರ್ಕೀವ್ ಆಫ್ ರೂರಲ್ ಇಂಡಿಯಾ' (PARI – ಪರಿ) ಆಕೆಯಂತೆಯೇ ಜೀವಿತದ ಕೊನೆಯ ಘಟ್ಟದಲ್ಲಿರುವ ಸ್ವಾತಂತ್ರ್ಯ ಹೋರಾಟಗಾರರ ಕಥೆಗಳನ್ನು ಅವರದ್ದೇ ದನಿಯಲ್ಲಿ ದಾಖಲಿಸುತ್ತಿರುವುದನ್ನು ಕೇಳಿ ಅತೀವ ಸಂತೋಷಪಟ್ಟರು.

1972ರಲ್ಲಿ ಭಾರತದ ಸ್ವಾತಂತ್ರ್ಯದ ಬೆಳ್ಳಿಹಬ್ಬ ಪೂರೈಸುತ್ತಿದ್ದ ಸಂದರ್ಭದಲ್ಲಿ ಸ್ವಾತಂತ್ರ್ಯ ಹೋರಾಟಗಾರರನ್ನು ಗುರುತಿಸುವ ಕೆಲಸವನ್ನು ಕೈಗೆತ್ತಿಕೊಳ್ಳಲಾಯಿತು. ಆದರೆ, ಹೌಸಾಬಾಯಿಯಂತಹ ಜೈಲಿಗೆ ಹೋಗದ ಅಥವಾ ಸೆರೆವಾಸ ಕಾಣದಿದ್ದ ಹಲವರಿಗೆ 'ದಾಖಲೆ' ಕೊರತೆಯಿಂದ ಸಿಗಬೇಕಾದ ಮನ್ನಣೆ ಸಿಗಲೇ ಇಲ್ಲ. ಆದರೂ 1992ರಲ್ಲಿ ಅಧಿಕೃತ ಮನ್ನಣೆ ಸಿಕ್ಕಿತು. ಪ್ರಭುತ್ವ ತನ್ನನ್ನು ಗುರುತಿಸಲಿ ಎಂದು ಆಕೆ ಎಂದೂ ಬೆನ್ನುಹತ್ತಿ ಹೋಗಲಿಲ್ಲ. ಆದರೆ, ಹೌಸಾಬಾಯಿಯಂತಹ ಸ್ವಾತಂತ್ರ್ಯ ಯೋಧರಿಗೆ 'ಪರಿ' ನೀಡುತ್ತಿದ್ದ ಪ್ರಾಮುಖ್ಯತೆ ಅವರಿಗೆ ತೃಪ್ತಿ ತಂದಿತ್ತು.

ಆಕೆಯಂತೆಯೇ ಬೇರೆ ಮಹಿಳೆಯರೂ ಭೂಗತರಾಗಿದ್ದರಾ? 'ಹೌದು' ಎಂದು ಯಾವುದೇ ಹಿಂಜರಿಕೆ ಇಲ್ಲದೆ ಆಕೆ ಹೆಸರುಗಳನ್ನು ಹೇಳುತ್ತಾ ಹೋದರು. 'ಶಿಕ್ಷಕರ ಹೆಂಡತಿ ಶಾಲೂತಾಯಿ, ಲೀಲಾತಾಯಿ ಪಾಟೀಲ್, ಲಕ್ಷ್ಮೀಬಾಯಿ ನಾಯಕವಾಡಿ, ರಜಮತಿ ಪಾಟೀಲ್– ಅವರಲ್ಲಿ ಕೆಲವರು.'

ಹೌಸಾಬಾಯಿಯವರ ಬಹುತೇಕ ಸಾಹಸಗಳು ಜರುಗಿದ್ದು 'ಶೇಲಾರ್ ಮಾಮ' ಮತ್ತು ಕ್ರಾಂತಿಕಾರಿ ಜಿ.ಡಿ. ಬಾಪು ಲಾಡ್ ಅವರ ಜೊತೆಯಲ್ಲಿ. 'ಶೇಲಾರ್ ಮಾಮಾ' ಎನ್ನುವುದು ಕೃಷ್ಣ ಸಾಳುಂಕೆ ಅವರ ಅಡ್ಡಹೆಸರು. (ಮೂಲ ಶೇಲಾರ್ ಮಾಮ, 17ನೇ ಶತಮಾನದ ಖ್ಯಾತ ಮರಾಠ ಹೋರಾಟಗಾರ).

ಆಕೆಯ ಎಲ್ಲಾ ಕಾರ್ಯಾಚರಣೆಯಲ್ಲೂ ಬಾಪು ಲಾಡ್ ಜೊತೆಗಿದ್ದರು. 'ಇವರು ನನ್ನ ಸೋದರ ಸಂಬಂಧಿ, ಚಿಕ್ಕಮ್ಮನ ಮಗ' ಎಂದು ಬಿಂಬಿಸಿಕೊಳ್ಳುತ್ತಿದ್ದರು. 'ಗುಮಾನಿಪಡುವುದಕ್ಕೆ ಯಾವುದೇ ಅವಕಾಶ ಸಿಕ್ಕಿದರೂ ಜನ ಅದನ್ನು ತಪ್ಪಿಸಿಕೊಳ್ಳಲು ಬಯಸುತ್ತಿರಲಿಲ್ಲ. ಹಾಗಾಗಿ ಇದು ತೀರಾ ಅಗತ್ಯವಾಗಿತ್ತು. ಆದರೆ ನನ್ನ ಗಂಡ, ಕಾನ್ಪುರದ ತೂಫಾನ್ ಸೇನೆಯ ಮುಖ್ಯಸ್ಥ ಭಗವಾನ್ ರಾವ್ ನಾನಾ ಸಾಹೇಬ ಮೋರೆ ಪಾಟೀಲರಿಗೆ ನಾನು ಮತ್ತು ಬಾಪು ಲಾಡ್ ಅಣ್ಣ

ತಂಗಿಯರಂತೆ ಇದ್ದೆವು ಎಂಬುದು ಗೊತ್ತಿತ್ತು. ನನ್ನ ಗಂಡನ ಹೆಸರಿಗೂ ಒಂದು ವಾರೆಂಟ್ ಇತ್ತು. ಗೋವಾಗೆ ನಾನು, ಬಾಪು ಹಾಗೂ ತೂಫಾನ್ ಸೇನೆಯ ತಂಡ ಮಾತ್ರ ಹೋಗಿದ್ದದ್ದು. ಬೇರೆ ಸಮಯದಲ್ಲೂ ಬಾಪು ಅವರು 'ಮನೆಯಲ್ಲಿ ಸುಮ್ಮನೇ ಕೂರಬೇಡ. ಸದಾ ಯಾವುದಾದರೂ ಚಟುವಟಿಕೆಯಲ್ಲಿರು' ಎಂದು ನನಗೆ ಸಂದೇಶ ಕಳಿಸುತ್ತಿದ್ದರು.

ಹೌಸಾಬಾಯಿ ಅವರು ಬಾಪು ಲಾಡ್ ಅವರ ಚಿಕ್ಕಮ್ಮನ ಮಗಳಂತೆ ಎಷ್ಟೋ ಬಾರಿ ಬಿಂಬಿಸಿಕೊಂಡಿದ್ದರು. ಈಗಲೂ ಸಹಾ ಆಕೆ ಅವರನ್ನು ಎಷ್ಟೋ ಬಾರಿ ಬಾಯಿ ತಪ್ಪಿ ಸಹೋದರ ಸಂಬಂಧಿ ಎಂದೇ ಕರೆದುಬಿಡುತ್ತಾರೆ. ಶೇಲಾರ್ ಮಾಮನ ಜೊತೆ ಆಕೆಯದ್ದು ತಂದೆ-ಮಗಳ ಸಂಬಂಧ. ಹೌಸಾಬಾಯಿ ಹೀಗೆ ಅಭಿನಯಿಸಿದ ಪಾತ್ರಗಳಿಗೆ ಲೆಕ್ಕವೇ ಇಲ್ಲ. ಆದರೆ, ವಸಾಹತುಶಾಹಿ ಆಡಳಿತದ ನಿರಂತರ ಕಿರುಕುಳದ ಅಪಾಯ ವಾಸ್ತವದ್ದು. ಇಷ್ಟೆಲ್ಲಾ ಆದರೂ ಆಕೆ ಮಾತ್ರ 'ನಾನು ಸ್ವಾತಂತ್ರ್ಯ ಹೋರಾಟದಲ್ಲಿ ಅತ್ಯಲ್ಪ ಕೆಲಸ ಮಾಡಿದ್ದೇನೆ. ಅಂತಹ ದೊಡ್ಡದ್ದೇನನ್ನೂ ಮಾಡಲಿಲ್ಲ' ಎಂದೇ ಒತ್ತಿ ಹೇಳುತ್ತಾರೆ.

ದೇಶದ ಈಗಿನ ಪರಿಸ್ಥಿತಿಯ ಬಗ್ಗೆ ಹೌಸಾಬಾಯಿಗೆ ಅಸಮಾಧಾನವಿದೆ. ರೈತರನ್ನು ಸರಿಯಾಗಿ ನೋಡಿಕೊಳ್ಳುತ್ತಿಲ್ಲ ಎನ್ನುವ ಭಾವನೆ ಹೊಂದಿರುವ ಅವರಿಗೆ ಜನ ಒತ್ತಡಕ್ಕೆ ಮಣಿಯುತ್ತಿರುವ ಬಗ್ಗೆ ಚಿಂತೆ ಇದೆ. 'ಈಗ ಒಬ್ಬರನ್ನು ಬಂಧಿಸಿದರೆ, ಇತರರು ಮುನ್ನುಗಿ ಹೋಗುವುದಿಲ್ಲ. ಸಮಸ್ಯೆಗಳು ನಿವಾರಣೆಯಾಗುತ್ತವೆ. ಆದರೆ, ಅದಕ್ಕೆ ಸಾಕಷ್ಟು ಸಮಯ ಬೇಕು. ಒಳ್ಳೆಯ ಜನರೂ ಇದ್ದಾರೆ. ಪರಿಸ್ಥಿತಿಯೂ ಸುಧಾರಿಸುತ್ತದೆ. ಆದರೆ ಅದಕ್ಕೆ ಸಮಯ ಬೇಕು' ಎನ್ನುತ್ತಾರೆ.

ನಾವು ಸಂದರ್ಶನ ಮುಗಿಸಿ ಹೊರಡಲು ತಯಾರಾಗುತ್ತಿದ್ದಂತೆ ಹೌಸಾಬಾಯಿ ನಮಗೆ ಇನ್ನೂ ಒಂದು ಅಚ್ಚರಿಯನ್ನು ನೀಡಿದರು. 'ನನ್ನನ್ನೂ ಈಗ ನಿಮ್ಮ ಜೊತೆ ಕರೆದುಕೊಂಡು ಹೋಗುತ್ತೀರಾ?' ಎಂದು ಆಕೆ ಹೊಳಪುಗಣ್ಣಿನಿಂದ ಕೇಳಿದರು.

'ಎಲ್ಲಿಗೆ ಹೌಸಾಬಾಯಿ?'

'ಪರಿ-ಯ ನಿಮ್ಮೆಲ್ಲರ ಜೊತೆ ಕೆಲಸ ಮಾಡಲು' ಎಂದು ನಗು ತುಳುಕಿಸಿದರು.

***

'ಯಾವತ್ತೂ ನಿದ್ರೆಗೆ ಜಾರಬೇಡಿ ಎಂದು ಸರ್ಕಾರಕ್ಕೆ ನಾನು ಮನವಿ ಮಾಡುತ್ತೇನೆ...'

2018ರ ನವೆಂಬರ್‌ನಲ್ಲಿ ಜರುಗಿದ ರೈತರ ಬೃಹತ್ 'ಸಂಸತ್ ಚಲೋ' ಆಂದೋಲನಕ್ಕೆ ಪೂರಕವಾಗಿ ನೀಡಿದ ವಿಡಿಯೋ ಸಂದರ್ಶನದಲ್ಲಿ ಆಕೆ

ಹೀಗೆ ಹೇಳಿದ್ದಾರೆ. ಸರ್ಕಾರವನ್ನು ತೀವ್ರವಾಗಿ ತರಾಟೆಗೆ ತೆಗೆದುಕೊಂಡ ಅವರು ಅದೇ ಸಮಯದಲ್ಲಿ ರೈತರನ್ನು ಉದ್ದೇಶಿಸಿ ನಿಮ್ಮ ಹಕ್ಕುಗಳಿಗೆ ನೀವು ಹೋರಾಟ ಮಾಡಲೇಬೇಕು ಎಂದಿದ್ದಾರೆ. ಸಾಮೂಹಿಕ ಹೋರಾಟ ಹಾಗೂ ಕಾರ್ಯಾಚರಣೆಗಳೇ ಮುಂದಿನ ದಾರಿ ಎನ್ನುವ ಅವರು, 'ಅದು ಸಾಕಷ್ಟು ಸಮಯ ತೆಗೆದುಕೊಳ್ಳುತ್ತದೆ. ಆದರೆ, ಪರಿಸ್ಥಿತಿಯನ್ನು ಉತ್ತಮಗೊಳಿಸುತ್ತದೆ' ಎಂದು ಅಭಿಪ್ರಾಯಪಡುತ್ತಾರೆ.

'ರೈತರ ಬೆಳೆಗೆ ಉತ್ತಮ ಬೆಲೆ ಸಿಗಲೇಬೇಕು' ಎಂದು ಅವರು ಗುಡುಗಿದರು. ನ್ಯಾಯ ಪಡೆಯಲು ನಾನೇ ಖುದ್ದಾಗಿ ಬಂದು ಮೆರವಣಿಗೆಗೆ ಸೇರಿಕೊಳ್ಳುತ್ತೇನೆ ಎಂದು ಅವರು ವಿಡಿಯೋದಲ್ಲಿ ಹೇಳಿದ್ದರು. ತಮಗೆ ಆಗಲೇ 93 ವರ್ಷ ವಯಸ್ಸಾಗಿದೆ ಹಾಗೂ ಹೇಳಿಕೊಳ್ಳುವಂತಹ ಒಳ್ಳೆಯ ಆರೋಗ್ಯವೇನಿಲ್ಲ ಎನ್ನುವುದು ಅವರಿಗೆ ವಿಷಯವೇ ಅಲ್ಲ. ಅವರು ಸರ್ಕಾರವನ್ನು ಉದ್ದೇಶಿಸಿ 'ಎಂದಿಗೂ ನಿದ್ದೆ ಮಾಡಬೇಡಿ, ಎಚ್ಚರವಾಗಿದ್ದು, ಬಡಜನತೆಗಾಗಿ ಕೆಲಸ ಮಾಡಿ' ಎಂದು ಕರೆ ನೀಡಿದ್ದರು.

ಸದಾ ಎಚ್ಚರದಿಂದಿದ್ದ, ಜಾಗೃತವಾಗಿದ್ದ ಹೌಸಾಬಾಯಿ ಅವರು 2021ರ ಸೆಪ್ಟೆಂಬರ್ 23ರಂದು ತಮ್ಮ 95ನೆಯ ವಯಸ್ಸಿನಲ್ಲಿ ಚಿರನಿದ್ರೆಗೆ ಜಾರಿದರು.

ಹೌಸಾಬಾಯಿ ಅವರು ತಮ್ಮ ಅನೇಕ ಸಮಕಾಲೀನರಂತೆ ಸ್ವಾತಂತ್ರ್ಯ ಮತ್ತು ಬಿಡುಗಡೆ ಎರಡರ ಸಲುವಾಗಿಯೂ ಹೋರಾಡಿದ್ದರು. 'ಬ್ರಿಟಿಷ್ ಸಾಮ್ರಾಜ್ಯಶಾಹಿಯ ವಿರುದ್ಧ ಒಗ್ಗೂಡಿ ಹೋರಾಡಿ ಭಾರತೀಯರನ್ನು ಬಿಡುಗಡೆಗೊಳಿಸಬೇಕು ಎನ್ನುವುದೇ ಅವರ ದೇಶಪ್ರೇಮದ ಮೂಲವಾಗಿತ್ತು. ಧರ್ಮ ಹಾಗೂ ಜಾತಿಯ ಹೆಸರಿನಲ್ಲಿ ಒಡೆಯುವುದಾಗಿರಲಿಲ್ಲ. ಆಶಾಭಾವದ ಜೊತೆ ಬೆಸುಗೆ ಹಾಕಿದ ಜಾತ್ಯಾತೀತತೆ ಅದರ ಮೂಲವಾಗಿತ್ತೇ ಹೊರತು ದ್ವೇಷವಲ್ಲ.

ಸ್ವಾತಂತ್ರ್ಯದ ಕಾಲಾಳುವಾಗಿದ್ದರು, ಮತಾಂಧರಾಗಿರಲಿಲ್ಲ.

'ಪರಿ'ಯ ಸ್ವಾತಂತ್ರ್ಯ ಯೋಧರ
ಗ್ಯಾಲರಿಗೆ ಭೇಟಿ ನೀಡಲು
ಈ QR ಕೋಡ್ ಸ್ಕ್ಯಾನ್ ಮಾಡಿ

ಅವರು ನಮ್ಮ ಮನೆ, ನಮ್ಮ ಬೆಳೆಯನ್ನು
ನಾಶ ಮಾಡಿದರು. ನಮ್ಮ ತಂದೆಯ
ಮೇಲೂ ಹಲ್ಲೆ ನಡೆಸಿದರು. ನಾನು ಅವರನ್ನು
ಎದುರಿಸಲೇಬೇಕಾಯಿತು.

— ದೆಮಾತಿ ಡೆ ಸಬರ್ 'ಸಾಲಿಹಾನ್'
ಪುರೇನಾ ಗ್ರಾಮ, ಬಾರ್ಗರ್, ಒಡಿಶಾ

2

ದೆಮಾತಿ ಡೆ 'ಸಾಲಿಹಾನ್' ಬ್ರಿಟಿಷರನ್ನು ಎದುರಿಸಿದಾಗ

'ಅವರು ನಮ್ಮ ಮೇಲೆ ದಾಳಿ ಮಾಡಿದ್ದಾರೆ. ನಿನ್ನ ತಂದೆಯ ಮೇಲೂ ಹಲ್ಲೆ ನಡೆಸಿದ್ದಾರೆ. ನಮ್ಮ ಮನೆಗಳಿಗೆ ಬೆಂಕಿ ಹಚ್ಚುತ್ತಿದ್ದಾರೆ' ಎಂದು ಯುವಕರ ಗುಂಪೊಂದು ಆಕೆಯ ಗ್ರಾಮದಿಂದ ಚೀರುತ್ತಾ ಓಡಿ ಬಂದಾಗ ಆಕೆ ಇತರರ ಜೊತೆ ಸೇರಿ ಕಾಡಿನಲ್ಲಿ ಹಾಗೂ ಹೊಲದಲ್ಲಿ ಕೆಲಸ ಮಾಡುತ್ತಿದ್ದಳು.

'ಅವರು' ಅಂದರೆ, ಬ್ರಿಟಿಷ್ ಪೊಲೀಸರು. ಬ್ರಿಟಿಷ್ ಆಡಳಿತಕ್ಕೆ ಪ್ರತಿರೋಧ ಒಡ್ಡಿದ್ದ ಪ್ರದೇಶದ ಮೇಲೆ ಅವರು ಮುಗಿಬಿದ್ದಿದ್ದರು. ಯಾರ ತಂದೆಗೆ ಹೊಡೆತ ಬಿದ್ದಿತ್ತೋ ಆಕೆಯ ಹೆಸರು– ದೆಮಾತಿ ಡೆ ಸಬರ್. ಆಗ ಆಕೆಗೆ ಇನ್ನೂ 16ರ ಹರೆಯ. ಅವರ ಗ್ರಾಮ 'ಸಾಲಿಹಾ' ಮಾತ್ರವಲ್ಲದೆ ಇನ್ನೂ ಅನೇಕ ಗ್ರಾಮಗಳ ಮೇಲೆ ದಾಳಿ ಮಾಡಲಾಗಿತ್ತು. ಕೆಲವು ಹಳ್ಳಿಗಳನ್ನು ಸಂಪೂರ್ಣ ಸುಟ್ಟು, ಧಾನ್ಯವನ್ನು ಲೂಟಿ ಮಾಡಲಾಗಿತ್ತು. ಪ್ರತಿರೋಧ ತೋರಿದವರಿಗೆ ತಕ್ಕ ಪಾಠ ಕಲಿಸಲಾಗಿತ್ತು.

ಸಬರ್ ಬುಡಕಟ್ಟಿನ ಆದಿವಾಸಿ ಮಹಿಳೆ ದೆಮಾತಿ, ತನ್ನ ಜೊತೆಗೆ ಇನ್ನೂ 40 ಯುವತಿಯರ ಗುಂಪು ಕಟ್ಟಿಕೊಂಡು ಅಲ್ಲಿಗೆ ಧಾವಿಸಿ ಬಂದಳು. 'ನನ್ನ ತಂದೆ ರಕ್ತದ ಮಡುವಿನಲ್ಲಿ ಬಿದ್ದಿದ್ದರು. ಅವರ ಕಾಲಿಗೆ ಗುಂಡು ಹೊಕ್ಕಿತ್ತು' ಎಂದು ನಡೆದದ್ದನ್ನು ನಮ್ಮ ಮುಂದೆ ಬಿಡಿಸಿಟ್ಟರು ಈಗ ಇಳಿವಯಸ್ಸಿನಲ್ಲಿರುವ ದೆಮಾತಿ.

ಅದು ಮಾಸಿ ಹೋಗುತ್ತಿದ್ದ ನೆನಪೊಂದನ್ನು ಮತ್ತೆ ಜೀವಂತಗೊಳಿಸಿತ್ತು. 'ನಾನು ತಾಳ್ಮೆ ಕಳೆದುಕೊಂಡವಳೇ ಬಂದೂಕು ಹಿಡಿದಿದ್ದ ಅಧಿಕಾರಿಯ ಮೇಲೆ ದಾಳಿ ಮಾಡಿದೆ. ಆ ದಿನಗಳಲ್ಲಿ ನಾವು ಕಾಡಿಗೆ ಕೆಲಸಕ್ಕೆ ಹೋಗುವಾಗ ಲಾಠಿ ಹಿಡಿದುಕೊಂಡಿರುತ್ತಿದ್ದೆವು. ಯಾವುದಾದರೂ ಕಾಡು ಪ್ರಾಣಿ ಎರಗಿ ಬಂದರೆ ನಮ್ಮ ಕೈನಲ್ಲಿ ಲಾಠಿ ಇರಲೇಬೇಕಾಗಿತ್ತು.' ಹಾಗೆ ಕಾಡು ಪ್ರಾಣಿಗಳು ಕಾಣಿಸಿಕೊಳ್ಳುತ್ತಿದ್ದವು

ಕೂಡಾ– ಕರಡಿ, ತೋಳ, ಕೆರಳಿದ ಕೋತಿಗಳು, ಚಿರತೆಗಳೂ ಸಹಾ ಎದುರಾಗುತ್ತಿದ್ದವು. ಹಾಗಾಗಿ ನಾವು ಬರೀ ಲಾಠಿ ಹಿಡಿದುಕೊಂಡಿದ್ದರೆ ಸಾಕಾಗುತ್ತಿರಲಿಲ್ಲ. ಅದನ್ನು ಹೇಗೆ ಬಳಸಬೇಕು ಎನ್ನುವುದೂ ಗೊತ್ತಿರಬೇಕಿತ್ತು.'

ದೆಮಾತಿ ಈಗ ಮಾಡಿದ್ದು ಅದನ್ನೇ.

ಯಾವಾಗ ದೆಮಾತಿ ಅಧಿಕಾರಿಯ ಮೇಲೆ ದಾಳಿ ಮಾಡಿದಳೋ, ಜೊತೆಯಲ್ಲಿದ್ದ ಆ ನಲ್ವತ್ತು ಯುವತಿಯರು ಲಾಠಿ ತಿರುಗಿಸುತ್ತಾ, ಆ ಆಕ್ರಮಣಕಾರಿ ಪಡೆಯ ವಿರುದ್ಧ ತಿರುಗಿ ಬಿದ್ದರು. ನಾನು ಆ ಅಬ್ಬೇಪಾರಿಯನ್ನು ಬೀದಿಯುದ್ದಕ್ಕೂ ಅಟ್ಟಿಸಿಕೊಂಡು ಹೋದೆ. ಸರಿಯಾದ ಹೊಡೆತ ಕೊಟ್ಟೆ ಎಂದು ನೋವಿನಿಂದ ಆದರೆ, ನಗುತ್ತಾ ಆಕೆ ಹೇಳಿದಳು. ಆತನಿಗೆ ಏನು ಮಾಡಬೇಕೆಂದೇ ತಿಳಿಯದಂತಾಗಿತ್ತು. ಆತ ಓಡಿದ, ಓಡಿಯೇ ಓಡಿದ. ಆಕೆ ಅವನನ್ನು ಊರ ತುಂಬಾ ಅಟ್ಟಾಡಿಸಿಕೊಂಡು ಓಡಿಸಿದಳು. ನಂತರ ತನ್ನ ತಂದೆಯನ್ನು ಎತ್ತಿಕೊಂಡು ಅಲ್ಲಿಂದ ಹೊರಟಳು. ಆದರೂ ಕೆಲ ಕಾಲದ ನಂತರ ದೆಮಾತಿಯ ತಂದೆಯನ್ನು ಪೊಲೀಸರು ಬಂಧಿಸಿದರು. ಆ ಪ್ರದೇಶದಲ್ಲಿ ಕಾರ್ತಿಕ್ ಸಬರ್ ಬ್ರಿಟಿಷರ ವಿರೋಧಿ ಹೋರಾಟದ ಪ್ರಮುಖ ಸಂಘಟನಾಕಾರರಾಗಿದ್ದರು.

ನೌಪಾದದಲ್ಲಿರುವ ಸಾಲಿಹಾ ಎಂದೇ ಕರೆಯಲ್ಪಡುವ ಸಾಲಿಹಾಘರ್ ಗ್ರಾಮದಲ್ಲಿ ಜನಿಸಿದ ಕಾರಣದಿಂದಾಗಿ ದೆಮಾತಿ ಡೆ ಸಬರ್‌ನ್ನು 'ಸಾಲಿಹಾನ್' ಎಂದೇ ಕರೆಯುತ್ತಿದ್ದರು. 1993ರಲ್ಲಿ ಕಾಲಹಂಡಿ ಪ್ರದೇಶದಿಂದ ನೌಪಾದವನ್ನು ಪ್ರತ್ಯೇಕಿಸಲಾಯಿತು. ಕೇವಲ ಲಾಠಿಯಿಂದಲೇ ಬಂದೂಕುಧಾರಿ ಬ್ರಿಟಿಷ್ ಪೊಲೀಸ್ ಪಡೆಯನ್ನು ಎದುರಿಸಿದ ಒಡಿಶಾದ ಸ್ವಾತಂತ್ರ್ಯ ಹೋರಾಟಗಾರ್ತಿ ಈ ದೆಮಾತಿ.

ಈಗಲೂ ಆಕೆಯಲ್ಲಿ ಕಿಂಚಿತ್ತೂ ಭಯ ಇಲ್ಲ. ತಾನು ಅಂತಹ ವಿಶೇಷವಾದದ್ದೇನೂ ಮಾಡಿಲ್ಲ ಎಂದೇ ಆಕೆಯ ಭಾವನೆ. 'ಅವರು ನಮ್ಮ ಮನೆ, ಬೆಳೆಯನ್ನು ನಾಶ ಮಾಡಿದರು. ನನ್ನ ತಂದೆಯ ಮೇಲೆ ಹಲ್ಲೆ ಮಾಡಿದರು. ನಾನು ಹೋರಾಡಲೇ ಬೇಕಾಯಿತು' ಎಂದಷ್ಟೇ ಭಾವಿಸುತ್ತಾರೆ.

ಅದು 1930. ಬ್ರಿಟಿಷ್ ಸರಕಾರ ಸ್ವಾತಂತ್ರ್ಯದ ಪರ ಸಭೆ ನಡೆಸುತ್ತಿದ್ದ, ಪ್ರತಿರೋಧ ತೋರುತ್ತಿದ್ದ ಎಲ್ಲ ಪ್ರದೇಶಗಳ ಮೇಲೂ ಮುಗಿಬೀಳುತ್ತಿದ್ದ ಸಮಯ. ದೆಮಾತಿ ಬ್ರಿಟಿಷರ ಹಾಗೂ ಅವರ ಪೊಲೀಸರ ವಿರುದ್ಧ ನಡೆಸಿದ ಈ ಅತ್ಯಂತ ನಾಟಕೀಯ ಘಟ್ಟ ಮುಂದೆ 'ಸಾಲಿಹಾ ದಂಗೆ' ಹಾಗೂ 'ಗುಂಡಿನ ಕಾರ್ಯಾಚರಣೆ' ಎಂದೇ ಹೆಸರಾಯಿತು.

ದೆಮಾತಿ ಈಗಲೂ ಜೀವಂತವಾಗಿದ್ದಾರೆ. 2022ರಲ್ಲಿ ನಾನು ಆಕೆಯನ್ನು ಭೇಟಿ ಮಾಡಿದಾಗ ಅವರು 90 ವರ್ಷದ ಸನಿಹದಲ್ಲಿದ್ದರು. ಆಕೆಯ ಮುಖದಲ್ಲಿ ಆ ಶಕ್ತಿ

ಹಾಗೂ ಕಳೆ ಇನ್ನೂ ಇದೆ. ಕೃಶವಾಗಿರುವ, ಕಣ್ಣಿನ ದೃಷ್ಟಿ ಮಂದವಾಗುತ್ತಿರುವ ಅವರದು ಯೌವನದಲ್ಲಿ ಅತಿ ಸುಂದರ, ಎತ್ತರದ, ಬಲಿಷ್ಠ ವ್ಯಕ್ತಿತ್ವ ಇದ್ದವರು. ಲಾಠಿಯನ್ನು ತಿರುಗಿಸಿದ ಕೈಗಳಲ್ಲಿದ್ದ ಚೈತನ್ಯದ ಗುಟ್ಟನ್ನು ಆಕೆಯ ಉದ್ದನೆಯ ತೋಳುಗಳು ಬಿಟ್ಟುಕೊಡುತ್ತವೆ. ಆ ಅಧಿಕಾರಿಗೆ ಸರಿಯಾಗಿಯೇ ಬಿಸಿ ಮುಟ್ಟಿರಬೇಕು. ಆತ ಕಾಲಿಗೆ ಬುದ್ಧಿ ಹೇಳಿ ಸರಿಯಾದ ನಿರ್ಧಾರವನ್ನೇ ಮಾಡಿದ್ದ.

ಆಕೆಯ ಈ ಅಪ್ರತಿಮ ಧೈರ್ಯಕ್ಕೆ ಸರಿಯಾದ ಫಲವೇನೂ ಸಿಕ್ಕಿಲ್ಲ. ಆಕೆಯ ಗ್ರಾಮದಾಚೆಗಂತೂ ಬಹುತೇಕ ಎಲ್ಲರೂ ಇದನ್ನು ಮರೆತಿದ್ದಾರೆ.

ಬಾರ್ಗರ್ ಜಿಲ್ಲೆಯ ಪುರೇನಾ ಗ್ರಾಮದಲ್ಲಿ 'ಸಾಲಿಹಾನ್' ಬಡತನದಲ್ಲಿ ಬದುಕು ದೂಡುತ್ತಿದ್ದಾರೆ. ಆಕೆಯ ಸಾಹಸವನ್ನು ಗುರುತಿಸಿರುವ ಬಹುವರ್ಣದ ಮಾನ ಪತ್ರವೊಂದೇ ಇವರ ಬಳಿ ಇರುವ ಬಹುಮುಖ್ಯ ಆಸ್ತಿ. ಆ ಪತ್ರವೂ ಸಹಾ ಆಕೆಯ ಸಾಹಸಕ್ಕಿಂತ ಆಕೆಯ ತಂದೆಯ ಬಗ್ಗೆಯೇ ಹೆಚ್ಚು ಹೇಳಿದೆ. ಈಕೆ ನಡೆಸಿದ ಪ್ರತಿದಾಳಿಯನ್ನು ಎಲ್ಲಿಯೂ ದಾಖಲು ಮಾಡಿಲ್ಲ. ನಾವು ಆಕೆಯನ್ನು ಭೇಟಿ ಮಾಡಿದಾಗ ಆಕೆಗೆ ಯಾವ ಪಿಂಚಣಿಯೂ ಸಿಗುತ್ತಿರಲಿಲ್ಲ. ರಾಜ್ಯ ಸರ್ಕಾರದಿಂದಲೂ ಯಾವುದೇ ಸಹಾಯ ಇರಲಿಲ್ಲ.

ಆಕೆಯ ನೆನಪು ಕ್ರಮೇಣ ಮಾಸುತ್ತಿದೆ. ನಾವು ಆಕೆಗೆ ಪ್ರಶ್ನೆಗಳನ್ನು ಕೇಳುವಾಗ ಅದು ಅರ್ಥವಾಗದೆ ನಮ್ಮನ್ನೇ ದಿಟ್ಟಿಸಿ ನೋಡುತ್ತಾ ಇರುತ್ತಿದ್ದರು.

ಆಮೇಲೆ ನಾವು ಕೇಳಿದ ಪ್ರಶ್ನೆ ಆಕೆ ತನ್ನ ಒಂದೊಂದೇ ನೆನಪುಗಳನ್ನೆಲ್ಲಾ ಹೊರಹಾಕುವಂತೆ ಮಾಡಿತು.

'ನಿಮ್ಮ ತಂದೆ ಗುಂಡೇಟಿನಿಂದ ರಕ್ತದ ಮಡುವಿನಲ್ಲಿ ಬಿದ್ದಿದ್ದನ್ನು ಕಂಡು ನಿಮಗೆ ತುಂಬಾ ಸಿಟ್ಟು ಬಂದಿರಬೇಕು?'

ಇದನ್ನು ಕೇಳಿ ಬಹುತೇಕ ನೂರರ ಸನಿಹದಲ್ಲಿರುವ ಆಕೆಗೆ ಮಾತನಾಡುವ ಹುರುಪು ಬಂದಿತು. ಆ ಕೋಪ, ನಡೆದು ಹೋದ ಆ ಘಟನೆಗೆ ಮತ್ತೆ ಜೀವ ಕೊಟ್ಟಿತು. ದಶಕಗಳು ಕಳೆದರೂ ಮರೆಯಾಗದಿದ್ದ ರೋಷದಿಂದ ಆಕೆಯ ದನಿ ನಡುಗುತ್ತಿತ್ತು. ಎಲ್ಲವೂ ಈಗ ತಾನೇ ಆಕೆಯ ಮುಂದೆ ಜರುಗುತ್ತಿದೆಯೇನೋ ಎಂಬಂತೆ. ಇದು ಆಕೆಯ ಒಳಗಿನ ಇನ್ನೂ ಅನೇಕ ನೆನಪುಗಳು ಮೇಲೆದ್ದು ಬರುವಂತೆ ಮಾಡಿತು.

'ನನ್ನ ಅಕ್ಕ ಬಾನ್‌ದೇಯಿ ಹಾಗೂ ಗಂಗಾತೇಲನ್, ಸಖಾತೋರನ್ (ಇನ್ನಿಬ್ಬರು ಸಾಲಿಹಾ ಗ್ರಾಮದ ಹೆಣ್ಣು ಮಕ್ಕಳು) ಅವರನ್ನು ಕೂಡಾ ಬಂಧಿಸಲಾಯಿತು. ಅವರಾರೂ ಈಗ ಬದುಕಿಲ್ಲ. ನನ್ನ ತಂದೆ ರಾಯಪುರ ಜೈಲಿನಲ್ಲಿ ಎರಡು ವರ್ಷ

ಕಳೆದರು.' ಹಲವು ತಿಂಗಳ ಕಾಲ ಅವರ ತಂದೆ ನಾಗಪುರ ಜೈಲಿನಲ್ಲಿಯೂ ಇದ್ದರು. ಆದರೆ ಅದನ್ನು ಅವರು ನೆನಪಿಸಿಕೊಳ್ಳಲಿಲ್ಲ.

ಆಕೆ ನೆನಪಿಸಿಕೊಂಡಿದ್ದು ಆ ಅಧಿಕಾರಿಯನ್ನು ಬಗ್ಗು ಬಡಿದಿದ್ದನ್ನು. ಈ ಹಿಂದಿನ ದಾಖಲೆಗಳು ಸಹ ಆತನ ಹೆಸರನ್ನು ಬಿಟ್ಟುಕೊಡಲಿಲ್ಲ. ಆಕೆಯ ಆ ಸಾಹಸದಿಂದ ಹೇಗೆ ಇತರ ಹೆಣ್ಣುಮಕ್ಕಳು, ಒಂದರ್ಥದಲ್ಲಿ ಇಡೀ ಗ್ರಾಮವೇ ಒಗ್ಗೂಡಿ ಪ್ರತಿದಾಳಿ ಮಾಡಿ ಸಾಲಿಹಾದಿಂದ ಬ್ರಿಟಿಷರ ಪಡೆಯನ್ನು ಓಡಿಸಲು ಸಾಧ್ಯವಾಯಿತು ಎಂಬುದನ್ನು ಆಕೆ ತುಸು ನಾಚಿಕೆ ಹಾಗೂ ಸಂಕೋಚದಿಂದಲೇ ಹೇಳಿದರು.

ಈಗ ಅವರ ಪ್ರದೇಶ ಬ್ರಿಟಿಷ್ ರಾಜ್ಯದ ಜೊತೆ ಕೈ ಜೋಡಿಸಿದ್ದ ಭೂಮಾಲೀಕ ಶಕ್ತಿಗಳಿಂದ ತುಂಬಿದೆ. ಸಾಲಿಹಾ ಮತ್ತು ಅವಳಂತಹವರು ನಡೆಸಿದ ಸ್ವಾತಂತ್ರ್ಯ ಹೋರಾಟದಿಂದ ಲಾಭ ಪಡೆದದ್ದು ಇವರು. ಬಡತನವೆಂಬ ಸಾಗರದ ಮಧ್ಯೆ ಸಂಪತ್ತಿನ ದ್ವೀಪ ಇಲ್ಲಿ ಮನೆ ಮಾಡಿದೆ. ಆಕೆ ಒಂದು ಸುಂದರ ಮುಗುಳ್ನಗು ನಕ್ಕರು. ಆದರೆ ಅವರು ಸುಸ್ತಾಗಿದ್ದರು. ಆಕೆಯ ಮೂವರು ಮಕ್ಕಳಾದ-ವಿಷ್ಣು, ಅಕುರಾ, ಸಕುರಾ ಬೋಯಿ ಹಾಗೆಯೇ ಅವರ ಹೆಣ್ಣುಮಕ್ಕಳಾದ-ಉಕಿಯಾ, ಮಹಾರಾಗಿ, ಜಾನಕಿ ಬೋಯಿ ಹೆಸರನ್ನೂ ಸಹ ನೆನಪಿಸಿಕೊಳ್ಳಲು ಅವರು ಶ್ರಮ ಪಡುತ್ತಿದ್ದರು.

ತಮ್ಮ ಮುಂದೆ ಇದ್ದವರ ಹೆಸರನ್ನು ಚೆನ್ನಾಗಿಯೇ ನೆನಪಿಸಿಕೊಳ್ಳುತ್ತಾರೆ. ಇನ್ನೂ ಬದುಕಿರುವವರನ್ನು ನೆನಪು ಮಾಡಿಕೊಂಡು ಹೇಳಲು ಸಾಧ್ಯವಾಗುತ್ತದೆ. ಆಕೆ ಎಂದಿಗೂ ಮರೆಯದಿರುವುದೆಂದರೆ ಸಾಲಿಹಾದ ದಂಗೆ ಹಾಗೂ ಅದರಲ್ಲಿನ ಅವರ ಪಾತ್ರ.

***

ಅವರ ಆಣತಿಯಂತೆ ಕುಟುಂಬದ ಸದಸ್ಯರೊಬ್ಬರು ತಂದಿತ್ತ, ಯಾವಾಗಲೋ ಒಮ್ಮೆ ಬಣ್ಣದಿಂದ ಕೂಡಿದ್ದ ಆದರೆ ಈಗ ಮಾಸಲಾಗಿರುವ ತುಂಡು ಕಾಗದವನ್ನು ಹಿಡಿದುಕೊಂಡರು. ಏನೂ ಹೇಳದೆ ಅದನ್ನು ಓದಲು ನಮ್ಮ ಕೈಗಿತ್ತರು. ಸಾಲಿಹಾನ್‌ಗೆ ಓದಲಾಗಲೀ, ಬರೆಯಲಾಗಲೀ ಬರುವುದಿಲ್ಲ.

ಸಬರ್‌ನ ಜನರು ಅತಿದೀರ್ಘ ಶೋಷಣೆಯ ಹಾಗೂ ತುಳಿತದ ಇತಿಹಾಸ ಹೊಂದಿದ್ದಾರೆ. ಇಂದಿಗೂ ಸಹಾ ಅವರ ಸಾಕ್ಷರತೆ, ಜನಸಂಖ್ಯೆ, ಶಾಲೆಗೆ ಹೋಗುವ ಪ್ರಮಾಣ ತೀರಾ ಹಿಂದುಳಿದಿದೆ. ಚರಿತ್ರಾರ್ಹವಾಗಿ, ಆ ಕೆಟ್ಟದಾಗಿ ನಡೆಸಿಕೊಳ್ಳುವ ರೀತಿ ಕೇವಲ ಆರ್ಥಿಕ ಕ್ಷೇತ್ರಕ್ಕೆ ಸೀಮಿತವಾಗಿಲ್ಲ. ಇಂದು ಜಗನ್ನಾಥ ಎಂದು ನಮ್ಮೆಲ್ಲರಿಗೂ ಗೊತ್ತಿರುವ ದೇವರು ಸಾಧಾರಣ ಬುಡಕಟ್ಟು ಮೂಲದವನಾಗಿದ್ದು, 'ನೀಲ ಮಾಧವ' ಎಂದು ಸಬರ್ ಜನರಿಂದ ಪೂಜಿಸಲ್ಪಡುತ್ತಾನೆ.

'ಬಲಿಷ್ಠ ಮೇಲ್ಜಾತಿಯವರು ಶತಮಾನಗಳ ಹಿಂದೆಯೇ ಈ ದೇವರನ್ನು ತಮ್ಮವನನ್ನಾಗಿಸಿಕೊಂಡರು' ಎನ್ನುತ್ತಾರೆ ನೌಪಾದ ಜಿಲ್ಲೆಯ ಖರಿಯಾರ್ ಸ್ವಾಯತ್ತ ಕಾಲೇಜಿನ ಪ್ರಾಂಶುಪಾಲ, ಚರಿತ್ರಕಾರರಾದ ಫಣಿಂದಮ್ ಡಿಯೋ. '19ನೇ ಶತಮಾನದ ವೇಳೆಗೆ ಇದೇ ಸಬರ್ ಜನರನ್ನು ಪುರಿಯ ಜಗನ್ನಾಥ ಮಂದಿರದ ಒಳಗೆ ಬಿಡದೆ, ಆಚೆ ಇಡಲಾಯಿತು. ಜಗನ್ನಾಥ ಆ ವೇಳೆಗೆ 'ರಾಜ-ಬ್ರಾಹ್ಮಣ' ವರ್ತುಲದೊಳಗೆ ಸಿಕ್ಕಿಬಿದ್ದಿದ್ದ. ದೇವಸ್ಥಾನವನ್ನು ನಿಯಂತ್ರಿಸುತ್ತಿದ್ದ ಬ್ರಾಹ್ಮಣರು ಹೊರಡಿಸಿದ ಪಟ್ಟಿಯಲ್ಲಿ 'ಪಕ್ಷಿಗಳನ್ನು ತಿನ್ನುವವರನ್ನು' ದೇಗುಲದ ಆವರಣದಿಂದ ಹೊರಗಿಡಲಾಗಿತ್ತು. ಕಾಡಿನಲ್ಲಿಯೇ ಜೀವನ ಮಾಡುವ ಸಬರ್‌ಗಳು ಈ ಗುಂಪಿನಡಿ ಬರುತ್ತಿದ್ದರು' ಎನ್ನುತ್ತಾರೆ ಪ್ರೊ. ಡಿಯೋ.

ಕಳೆದ ಸಾವಿರ ವರ್ಷಗಳಿಂದ ತಮ್ಮ ದೇವರನ್ನು ಕಳೆದುಕೊಂಡ ಚಾರಿತ್ರಾತ್ಮಕ ನಷ್ಟದ ಜೊತೆಗೆ ತಮ್ಮ ಸ್ಥಾನಮಾನವನ್ನು ಕ್ರಮೇಣ ಕಳೆದುಕೊಂಡು ಬದುಕುತ್ತಿರುವ ಬುಡಕಟ್ಟು ಇದು. ಯಾವಾಗ ಒಡಿಶಾದ ಮರ ಸಂಪತ್ತಿನ ಮೇಲೆ ಕಣ್ಣಿಟ್ಟ ಬ್ರಿಟಿಷರು ಒಳ ಪ್ರವೇಶಿಸಿದರೋ, ಬದುಕಿಗಾಗಿ ಕಾಡನ್ನೇ ಅವಲಂಬಿಸಿದ್ದ ಅತೀ ಕಡಿಮೆ ಕೃಷಿ ಮಾಡುತ್ತಿದ್ದ ಸಬರ್‌ನಂತಹ ಬುಡಕಟ್ಟುಗಳ ಜಗತ್ತು ಕಣ್ಣೆದುರಿಗೇ ಕುಸಿಯಲಾರಂಭಿಸಿತು. ಅವರು ಮತ್ತು ಅಂತಹ ಆದಿವಾಸಿ ಗುಂಪುಗಳಿಗೆ ಬೆದರಿಕೆ ಒಡ್ಡಿ, ಅವರದ್ದೇ ಕಾಡುಗಳಿಗೆ ಪ್ರವೇಶ ನಿರಾಕರಿಸುವುದು ಹೆಚ್ಚುತ್ತಾ ಹೋಯಿತು.

'1929 ಮತ್ತು 1930ರಲ್ಲಿ ಹೇರಲಾದ ಕ್ರೂರ 'ಮರ' ತೆರಿಗೆಯು ಕಾಡನ್ನು ಅವಲಂಬಿಸಿ, ಬದುಕುತ್ತಿದ್ದ ಇವರನ್ನು ಇನ್ನಷ್ಟು ತೀವ್ರ ಶೋಷಣೆಗೆ ತುತ್ತು ಮಾಡಿತು. ಇದರ ಜತೆಗೆ ಹುಲ್ಲು ಮೇಯಿಸುವುದಕ್ಕೂ 'ಗೋಚರ್' ತೆರಿಗೆ ಹೇರಲಾಯಿತು. ಇದರಿಂದಾಗಿ ಆ ಪ್ರದೇಶದಲ್ಲಿನ ಜನರ ಸಹನೆ ಕಟ್ಟೆಯೊಡೆಯಿತು. ನಾಗರಿಕ ಅಸಹಕಾರ ಚಳವಳಿ ಹಾಗೂ ಉಪ್ಪಿನ ಸತ್ಯಾಗ್ರಹಕ್ಕೆ ಸಾಕಷ್ಟು ಜನ ಬೆಂಬಲ ರೂಪುಗೊಳ್ಳಲು ಹೀಗೆ ಹೇರಲಾಗಿದ್ದ ತೆರಿಗೆಯೂ ಕಾರಣವಾಗಿದ್ದವು' ಎನ್ನುತ್ತಾರೆ ಚರಿತ್ರಕಾರ ಖರಿಯಾರ್‌ನ ಜಿತಮಿತ್ರ ಪ್ರಸಾದ್ ಸಿಂಗ್ ದೇವ್. 'ಉಪ್ಪು ಇಲ್ಲದ ಈ ಪ್ರದೇಶದಲ್ಲಿ ಇದು 'ಜಂಗಲ್ ಸತ್ಯಾಗ್ರಹ'ವಾಗಿ ರೂಪು ಪಡೆಯಿತು. ದೇಶದೆಲ್ಲೆಡೆ ಎದ್ದ 'ರಾಜಕೀಯ ಚಂಡಮಾರುತ'ವು ಒಡಿಶಾದಲ್ಲಿಯೂ ಸಹಾ ಅಶಾಂತಿಯ ಗಾಳಿ ಬೀಸುವಂತೆ ಮಾಡಿತು' ಎನ್ನುತ್ತಾರೆ ಅವರು.

ಖರಿಯಾರ್ ಜಮೀನ್ದಾರಿಗೆ ಒಳಪಡುವ ಎಲ್ಲರಿಗೂ 'ಪಂಡ್ರಿ ತೆರಿಗೆ' ಎಂದು ಕರೆಯಲ್ಪಡುವ ಪ್ರವೇಶ ತೆರಿಗೆ ಸಹಾ ಇತ್ತು. ಇದರ ಜತೆಗೆ ಅಬಕಾರಿ, ಅರಣ್ಯ ಹಾಗೂ ಪೊಲೀಸ್ ಆಡಳಿತವನ್ನು ಬ್ರಿಟಿಷರು 1890ರಲ್ಲಿ ತಮ್ಮ ವಶಕ್ಕೆ ತೆಗೆದುಕೊಂಡಿದ್ದರು.

ಸಾಲಿಹಾ ಮಾತ್ರವಲ್ಲದೆ, ನೌಪಾದ-ಖರಿಯಾರ್ ಪ್ರಾಂತ್ಯದ ಅನೇಕ ಗ್ರಾಮಗಳು ಕುದಿಯಲು ಈ ಎಲ್ಲವೂ ಕಾರಣವಾಗಿದ್ದವು ಎನ್ನುತ್ತಾರೆ ಸಿಂಗ್ ದೇವ್. (ಇವರು ಖರಿಯಾರ್ ಜಮೀನ್ದಾರಿ ಪದ್ಧತಿಯಡಿಯಲ್ಲಿನ ಮಾಜಿ ಆಡಳಿತಗಾರರೂ ಆಗಿದ್ದರು). ಸಾಲಿಹಾದಲ್ಲಿ ಜರುಗಿದ, ನೆರೆಹೊರೆಯ ಗ್ರಾಮಗಳಿಂದಲೂ ಬಂದ ಜನರು ಭಾಗವಹಿಸಿದ್ದ ಸಭೆಯಲ್ಲಿ ಈ ಮರ ಮತ್ತು ಮೇಯಿಸುವ ತೆರಿಗೆಗಳು ಚರ್ಚೆಯ ಪ್ರಧಾನ ವಿಷಯಗಳಾಗಿದ್ದವು. ಈ ಸಭೆಯಲ್ಲಿ ಯಾವುದೇ ಕಾರಣಕ್ಕೂ ತೆರಿಗೆ ಪಾವತಿ ಮಾಡಬಾರದು ಹಾಗೂ ಈ ಹೇರಿಕೆಯನ್ನು ವಿರೋಧಿಸಬೇಕು ಎಂದು ತೀರ್ಮಾನ ತೆಗೆದುಕೊಳ್ಳಲಾಯಿತು. 1930ರ ಸೆಪ್ಟೆಂಬರ್ 30ರಂದು ಈ ಸಭೆ ಸಾಲಿಹಾದಲ್ಲಿ ಜರುಗಿತು. ಅಂದೇ ಬ್ರಿಟಿಷರು ಈ ಗ್ರಾಮದ ಮೇಲೆ ದಾಳಿ ಮಾಡಿದ್ದು.

ಅಂದೇ ದೆಮಾತಿ ಡೆ ಸಾಲಿಹಾನ್ ತನ್ನ ಜನರ ಎದೆಯೊಳಗೆ ಸ್ಥಾನ ಪಡೆದದ್ದು ಹಾಗೂ ಚರಿತ್ರೆಯ ಪುಸ್ತಕಗಳಲ್ಲಿ ಎಂದೂ ಸ್ಥಾನ ಪಡೆಯದೇ ಹೋದದ್ದು.

ಬ್ರಿಟಿಷರ ವಿರುದ್ಧದ ಆ ತೀವ್ರ ಪ್ರತಿದಾಳಿ ಜರುಗಿದ ಆರು ದಶಕಗಳ ನಂತರ, ಒಡಿಶಾ ಸರ್ಕಾರದಲ್ಲಿ ಅಷ್ಟೇನೂ ಮುಖ್ಯರಲ್ಲದ ಒಬ್ಬರಿಂದ ಸಾಲಿಹಾನ್‌ಗೆ ಒಂದು ಮಾನಪತ್ರವನ್ನು ಪ್ರದಾನ ಮಾಡಲಾಯಿತು. ಆ ಮಾನಪತ್ರವನ್ನು ನನ್ನ ಸಹ ಪತ್ರಕರ್ತ, ಗೆಳೆಯ ಪುರುಷೋತ್ತಮ ಠಾಕೂರ್ ನನಗಾಗಿ ಅನುವಾದಿಸಿ ಓದಿದರು. ಅದು ತೀರಾ ಅನ್ಯಾಯ ಹಾಗೂ ದಿಗ್ಭ್ರಮೆ ಮೂಡಿಸುವಂತಹದ್ದಾಗಿತ್ತು.

ಸಾಲಿಹಾನ್‌ಗೆ ಕೊಟ್ಟ ಮಾನಪತ್ರ ನಿಜ ಹೇಳಬೇಕೆಂದರೆ, ಆಕೆಯ ತಂದೆಗೆ ಅರ್ಪಿಸಿದ ಭಿನ್ನವತ್ತಳೆಯಂತಿತ್ತು. ಈ ಮಾನಪತ್ರ ಬರೆದವರು ಅರ್ಥ ಮಾಡಿಕೊಂಡಂತೆ ಆಕೆಯ ಶೌರ್ಯ ಆಕೆಯ ತಂದೆಯಿಂದಾಗಿ ಬಂದದ್ದು ಹಾಗೂ ಆಕೆಯ ಸಾಧನೆಯೆಂದರೆ ಬೀದಿಯಲ್ಲಿ ಬಿದ್ದಿದ್ದ ತನ್ನ ಗಾಯಗೊಂಡ ತಂದೆಯನ್ನು ಎತ್ತಿಕೊಂಡು ಸುರಕ್ಷ ಸ್ಥಳಕ್ಕೆ ಕೊಂಡೊಯ್ದಿದ್ದು ಮಾತ್ರ ಎನ್ನುವಂತೆ ಕೆಲವೇ ಸಾಲುಗಳಲ್ಲಿ ಬರೆಯಲಾಗಿತ್ತು. ಆದರೆ, ಪ್ರಾಣಭಯ ಮೀರಿ ಬ್ರಿಟಿಷರ ವಿರುದ್ಧ ತಿರುಗಿ ಹೋರಾಟ ಮಾಡಿದ ಗ್ರಾಮಸ್ಥರ ಅದರಲ್ಲೂ ಮುಖ್ಯವಾಗಿ ಮಹಿಳೆಯರಿಗೆ ಸ್ಫೂರ್ತಿಯಾದವಳ ಬಗ್ಗೆ ಒಂದೇ ಒಂದು ಶಬ್ದವೂ ಇರಲಿಲ್ಲ.

ಆಕೆಯ ಬಗ್ಗೆ ಆ ಮಾನಪತ್ರದಲ್ಲಿ ಇದ್ದ ಇನ್ನೊಂದು ಸಂಗತಿ ಎಂದರೆ, ಆಕೆಗೆ ಮೂರು ಗಂಡು ಮಕ್ಕಳಿದ್ದಾರೆ ಎಂಬುದು ಮಾತ್ರ. ಆಕೆಗೆ ಮೂವರು ಹೆಣ್ಣುಮಕ್ಕಳೂ ಇದ್ದಾರೆ. ಆದರೆ, ಅದು ಪ್ರಸ್ತಾಪಿಸಲು ಯೋಗ್ಯವಿಲ್ಲ ಎನ್ನುವಂತೆ ಮಾಡಿದ್ದಾರೆ.

ಸನ್ಮಾನ ಪತ್ರ

ಅಮರ ಸೇನಾನಿ (ಹುತಾತ್ಮ): ಕಾರ್ತಿಕ್ ಸಬರ್

ಗ್ರಾಮ: ಸಾಲಿಹಾ

ಜಿಲ್ಲೆ: ನೌಪಾದ

ಓ ಕ್ರಾಂತಿ ವೀರ!

ಇಂದು, ಈ ಮಹತ್ವದ ಸಂದರ್ಭದಲ್ಲಿ ನೀವು ಭಾರತದ ಸ್ವಾತಂತ್ರ್ಯ ಹೋರಾಟಕ್ಕೆ ಕೊಟ್ಟ ಮಹತ್ವದ ಕೊಡುಗೆಯ ಬಗ್ಗೆ ನಾವು ಹೆಮ್ಮೆಪಡುತ್ತೇವೆ.

ಸಾಲಿಹಾದಂತಹ ಅನಾಮಧೇಯ, ಕುಗ್ರಾಮದಲ್ಲಿ ಹುಟ್ಟಿದರೂ ಸಹಾ ಮಹಾತ್ಮಾ ಗಾಂಧಿಯವರ ಕರೆಯಿಂದ ಪ್ರೇರೇಪಿತರಾಗಿ ಸ್ವಾತಂತ್ರ್ಯ ಚಳವಳಿಯನ್ನು ಪ್ರವೇಶಿಸಿ, ಮಹಾನ್ ಕೊಡುಗೆಯನ್ನು ಕೊಟ್ಟಿದ್ದೀರಿ.

ಸಾಲಿಹಾದಲ್ಲಿ ಸಾರ್ವಜನಿಕ ಸಭೆಯನ್ನು ಸಂಘಟಿಸುವ ಹಾಗೂ ಮುನ್ನಡೆಸುವ ಮೂಲಕ ನೀವು ಬ್ರಿಟಿಷ್ ಸರ್ಕಾರದ ಕೆಂಗಣ್ಣಿಗೆ ಗುರಿಯಾಗಿದ್ದೀರಿ. ಬ್ರಿಟಿಷ್ ಪೊಲೀಸ್ ಪಡೆಯು ಸಾರ್ವಜನಿಕ ಸಭೆಯನ್ನು ಹಾಳು ಮಾಡುವ ಉದ್ದೇಶದಿಂದಲೇ ಲಾಠಿ ಚಾರ್ಜ್ ಮಾಡಿದರು ಹಾಗೂ ಗುಂಡು ಹಾರಿಸಿದರು. ನೀವು (ಕಾರ್ತಿಕ್ ಸಬರ್) ತೀವ್ರವಾಗಿ ಹೊಡೆತ ತಿಂದು ಈ ಮಾತೃಭೂಮಿಯ ಮೇಲೆ ರಕ್ತದ ಮಡುವಿನಲ್ಲಿ ಬಿದ್ದಿದ್ದಿರಿ.

ನಿಮ್ಮ ಹೆಜ್ಜೆಗುರುತನ್ನೇ ಅನುಸರಿಸಿದ ನಿಮ್ಮ 16 ವರ್ಷದ ಮಗಳು ದೇಮಾತಿ ಡೆ ಸಭೆ ನಡೆಯುತ್ತಿದ್ದ ಸ್ಥಳಕ್ಕೆ ಹಲವಾರು ಮಹಿಳೆಯರೊಂದಿಗೆ ಬಂದರು. ನೀವು ಸಂಪೂರ್ಣವಾಗಿ ರಕ್ತದಲ್ಲಿ ತೊಯ್ದು ಹೋಗಿದ್ದನ್ನು ನೋಡಿದರು.

ಆಕೆಯೊಳಗೆ ಸ್ವಾತಂತ್ರ್ಯದ ಕಿಚ್ಚು ಹೊತ್ತಿ ಉರಿಯುತ್ತಿತ್ತು. ಆಕೆ ಅಲ್ಲಿಂದ ಕಾಲ್ತೆಗೆಯದೆ ನಿಮ್ಮನ್ನು ಗ್ರಾಮಕ್ಕೆ ಹೊತ್ತೊಯ್ದರು. ನೀವು ಸುಧಾರಿಸಿಕೊಂಡು ಪ್ರಜ್ಞೆ ಮರಳಿದ ನಂತರ ಮತ್ತೆ ಚಳವಳಿಯ ನೇತೃತ್ವ ವಹಿಸಿದಿರಿ. ಆಗ ನಿಮ್ಮನ್ನು ದಸ್ತಗಿರಿ ಮಾಡಿ ರಾಯಪುರ ಬಂದೀಖಾನೆಯಲ್ಲಿ ಎರಡು ವರ್ಷಗಳ ಕಾಲ ಇರಿಸಲಾಯಿತು.

ಇಂದು ನಾವು ನಿಮ್ಮ ಸಮರ್ಥ ಮಗಳನ್ನು ಸನ್ಮಾನಿಸುವ ಮೂಲಕ ನಿಮ್ಮ ಮಹಾನ್ ತ್ಯಾಗವನ್ನು ಗೌರವಿಸುತ್ತಿದ್ದೇವೆ. ನಿಮ್ಮ ದಿವ್ಯ ಆತ್ಮವು ಸ್ವಾತಂತ್ರ್ಯದ ರಕ್ಷಣೆಗಾಗಿ ನಮ್ಮನ್ನು ಸದಾ ಪ್ರೇರೇಪಿಸಲಿ ಎನ್ನುವುದು ನಮ್ಮ ಪ್ರಾರ್ಥನೆ.

ದೇಮಾತಿ ಡೆ ಬಗ್ಗೆ–

ಅವರಿಗೆ ಮೂವರು ಗಂಡು ಮಕ್ಕಳಿದ್ದಾರೆ. ಅವರು ಬಿಷ್ಣು ಬೋಯಿ, ಅಕುರಾ ಬೋಯಿ ಹಾಗೂ ಸಕುರಾ ಬೋಯಿ.

***

ಈ ದೇಶದ ಸ್ವಾತಂತ್ರ್ಯಕ್ಕಾಗಿ ಸಾಲಿಹಾನ್‌ನಂತಹ ಲಕ್ಷಾಂತರ ಮಹಿಳೆಯರು ಇತರರಂತೆಯೇ ದಿಟ್ಟವಾಗಿ ಹೋರಾಡಿದ್ದಾರೆ. ಸಾಲಿಹಾನ್‌ನಂತಹ ಕೆಲವರಿಗೆ ಮಾತ್ರ ಹೋರಾಟದ ಚರಿತ್ರೆಯಲ್ಲಿ ಕನಿಷ್ಠ ಒಂದು ಮಸುಕಾದ ಮನ್ನಣೆಯಾದರೂ ಸಿಕ್ಕಿದೆ. ಆಕೆಯ ಕೋಪ ಈಗಲೂ ತಾನು ಹೋರಾಡಿದ ಬ್ರಿಟಿಷ್ ಪೊಲೀಸರ ವಿರುದ್ಧವಾಗಿತ್ತು. ತನ್ನ ತಂದೆ ಬೀದಿಯಲ್ಲಿ ರಕ್ತದ ಮಡುವಿನಲ್ಲಿ ಬಿದ್ದಿದ್ದ ಘಟನೆಯನ್ನು ನೆನಪಿಸಿಕೊಳ್ಳುವಾಗ ಹೊರತುಪಡಿಸಿದರೆ, ಆಕೆ ನಮ್ಮೊಂದಿಗೆ ಮಾತನಾಡಿದ ಅಷ್ಟೂ ಹೊತ್ತು ಹಸನ್ಮುಖಿಯಾಗಿದ್ದರು. ನಮಗೆ ಆ ಹಾಸ್ಯಾಸ್ಪದ ಮಾನಪತ್ರವನ್ನು ತೋರಿಸುವಾಗಲೂ ಅವರು ಆ ನಗುವನ್ನು ಕಳೆದುಕೊಂಡಿರಲಿಲ್ಲ.

ಆಕೆ ನಮ್ಮತ್ತ ಕೈಬೀಸಿ ಬೀಳ್ಕೊಟ್ಟರು. ದೆಮಾತಿ ಡೆ 'ಸಾಲಿಹಾನ್' ಆಗಲೂ ಮುಖದಲ್ಲಿ ಮಂದಹಾಸ ಹೊಂದಿದ್ದರು.

***

20 ವರ್ಷಗಳ ನಂತರ ಬಾರ್ಗರ್‌ನ ಪುರೇನಾ ಗ್ರಾಮದಲ್ಲಿ

'ನಮ್ಮ ಬಳಿ ಈಗ ಆ ಮಾನಪತ್ರವೂ ಇಲ್ಲ' ಎಂದು ಸಾಲಿಹಾನ್‌ನ ಮೊಮ್ಮಗ ಹೇಮಂತ ಬೋಯಿ ಹೇಳುತ್ತಿದ್ದ. ಆಕೆಯ ಭಾವಚಿತ್ರವಾಗಲೀ, ಯಾವುದೇ ದಾಖಲೆಯಾಗಲೀ ಉಳಿದಿಲ್ಲ. ಇಬ್ಬರು ಪತ್ರಕರ್ತರು ಬಂದು ಅದನ್ನು ಪರಿಶೀಲಿಸಿ ಮತ್ತೆ ವಾಪಸ್ ಕೊಡುವುದಾಗಿ ಹೇಳಿ ಎಲ್ಲವನ್ನೂ ತೆಗೆದುಕೊಂಡು ಹೋದರು. ಆದರೆ, ಈವರೆಗೆ ಅದನ್ನು ಹಿಂದಿರುಗಿಸಿಲ್ಲ.'

'ಅವರ ಹೆಸರುಗಳು?' ಎಂದು ಕೇಳಿದರೆ, 'ಅವರಲ್ಲೊಬ್ಬ ಖರಿಯಾರ್‌ನವನು. ಇನ್ನೊಬ್ಬ ಕೋಮ್ನಾದಿಂದ ಎಂದಷ್ಟೇ ಗೊತ್ತು. ಅವರು ಹೇಳಿದ್ದು ಅಷ್ಟು ಮಾತ್ರ' ಎನ್ನುತ್ತಾನೆ ಸಾಲಿಹಾನ್ ಇನ್ನೊಬ್ಬ ಮೊಮ್ಮಗ ಜಸಬಂತ ಬೋಯಿ.

20 ವರ್ಷಗಳ ನಂತರ ಮತ್ತೆ ಪುರುಷೋತ್ತಮ ಠಾಕೂರ್ ಮತ್ತು ನಾನು ಇಬ್ಬರೂ ಅಲ್ಲಿಗೆ ಹೋಗಿದ್ದೆವು. ಇದು ಎಲ್ಲೋ ನಮಗೆ ಸಂಬಂಧ ಹೊಂದಿದೆ ಎಂದು ನಾವಿಬ್ಬರೂ ಲೆಕ್ಕ ಹಾಕಿದೆವು. ಪುರೇನಾ ಹಾಗೂ ಸಾಲಿಹಾಗೆ (ಹಾಗೆ ನಾನು ಒಡಿಶಾದ ಉದ್ದಕ್ಕೂ ಮಾತನಾಡಿದ್ದೆ) ನಾನು ಮೊದಲು ಭೇಟಿ ಕೊಟ್ಟ ನಂತರ ಅಧಿಕಾರಿಗಳು, ಸಚಿವರು ಸಹಾ ಈ ಎರಡೂ ಗ್ರಾಮಗಳಿಗೆ ಭೇಟಿ ಕೊಟ್ಟಿದ್ದರು. ಈ ಕಾರಣದಿಂದಾಗಿ ಈ ಪತ್ರಕರ್ತರೂ.

ಪುರೇನಾದ ಪುಟ್ಟ ಪಾಳು ಬಿದ್ದ ಒಂದು ಭಾಗದಲ್ಲಿ ನಾವು ಸಾಲಿಹಾನ್‌ಳ ಹನ್ನೆರಡು ಬಂಧುಗಳನ್ನು ಭೇಟಿ ಮಾಡಿದೆವು. ಮೂವರು ಮೊಮ್ಮಕ್ಕಳು,

ಅವರ ಪತ್ನಿಯರು, ಕೆಲವು ಮರಿಮೊಮ್ಮಕ್ಕಳು. 20 ವರ್ಷದ ಹಿಂದೆ ನಾವು ಸಾಲಿಹಾನ್‌ಳನ್ನು ಭೇಟಿಯಾದಾಗ ಯಾವ ಪರಿಸ್ಥಿತಿಯಲ್ಲಿ ಆಕೆ ಬದುಕುತ್ತಿದ್ದರೋ, ಈಗಲೂ ಇವರ ಬದುಕು ಅದಕ್ಕಿಂತ ಏನೇನೂ ಭಿನ್ನವಾಗಿರಲಿಲ್ಲ.

ಎಂದಿನಂತೆ, ಸ್ವಾತಂತ್ರ್ಯಕ್ಕಾಗಿ ಮೊದಲು ಪ್ರಾಣ ಕೊಡುತ್ತಿದ್ದವರು ಆದಿವಾಸಿಗಳು ಆದರೆ ಅದರ ಪ್ರಯೋಜನ ಪಡೆಯುವಲ್ಲಿ ಎಂದಿಗೂ ಕೊನೆಯಲ್ಲಿರುತ್ತಿದ್ದವರು. ತಮ್ಮ ಕುಟುಂಬದ ಮಹತ್ವದ ವ್ಯಕ್ತಿಗೆ ಸಂಬಂಧಿಸಿದಂತೆ ಇದ್ದ ಒಂದಿಷ್ಟು ನೆನಪೂ ಸಹ ತಮಗೆ ಇನ್ನು ನೋಡಲು ಸಿಗುವುದಿಲ್ಲ ಎನ್ನುವ ವಾಸ್ತವ ನಿಧಾನವಾಗಿ ಅವರ ಅರಿವಿಗೆ ಬರುತ್ತಿತ್ತು. ಆ ಪತ್ರಕರ್ತರು ತಾವು ಸುದ್ದಿ ಬರೆದು ಮುಗಿಸಿದ ನಂತರ ಆ ದಾಖಲೆಗಳನ್ನೇನಾದರೂ ಉಳಿಸಿಕೊಳ್ಳಲು ಮನಸ್ಸು ಮಾಡಿದ್ದರೆ ಮಾತ್ರ ಆ ನೆನಪು ಉಳಿಯಲು ಸಾಧ್ಯವಿತ್ತು. ಆದರೆ 20 ವರ್ಷಗಳ ನಂತರ ಅದು ತೀರಾ ಅಸಾಧ್ಯ ಎಂದೇ ಅನಿಸುತ್ತದೆ.

ನಗರ ಪ್ರದೇಶದ ಕೆಲವು ಪತ್ರಕರ್ತರು, ಸಹಜವಾಗಿಯೇ ಮೇಲ್ಜಾತಿ ಮತ್ತು ಮೇಲ್ವರ್ಗಗಳ ಪತ್ರಕರ್ತರು ತಾವು ಎಂದೂ ಕಾಳಜಿ ವಹಿಸದ ಬಡ ಹಾಗೂ ಅಂಚಿಗೆ ತಳ್ಳಲ್ಪಟ್ಟವರ ಬಗ್ಗೆ ವರದಿ ಮಾಡುವಾಗ ಹೀಗೆ ಮಾಡುವುದುಂಟು. ನಾನು ಹಲವು ರಾಜ್ಯಗಳಲ್ಲಿ ರೈತರ ಆತ್ಮಹತ್ಯೆಯನ್ನು ವರದಿ ಮಾಡುವಾಗ ಹೀಗೆ ಆಗಿರುವುದನ್ನು ಕಂಡಿದ್ದೇನೆ. ದೊಡ್ಡ ಪಟ್ಟಣ ಅಥವಾ ನಗರದಿಂದ ಬರುವ ಪತ್ರಕರ್ತ, ಕೆಲವೊಮ್ಮೆ ಇಂತಹ ದಾಖಲೆಗಳ ದೃಶ್ಯಗಳನ್ನು ಸೆರೆಹಿಡಿಯಲು ಬರುವ ಟಿವಿ ವರದಿಗಾರರು– ಈ ಕುಟುಂಬಗಳ ಬಳಿ ಇರುವ ಅಪರೂಪದ ಫೋಟೋ ಆಲ್ಬಂನ್ನು ಮತ್ತೆ ವಾಪಸ್ ಕೊಡುತ್ತೇವೆ ಎಂದು ಭರವಸೆ ನೀಡಿ ತೆಗೆದುಕೊಂಡು ಹೋಗುತ್ತಾರೆ. ಆದರೆ ಆನಂತರ ಕೆಲವರು ಮಾತು ಕೊಟ್ಟಂತೆ ವಾಪಸ್ ಕೊಡುತ್ತಾರೆ. ಕೆಲವರು ಕೊಡುವುದಿಲ್ಲ.

ಕೆಲವೊಮ್ಮೆ ಸ್ಪರ್ಧೆಯ ಕಾರಣದಿಂದಲೂ ಹೀಗಾಗುತ್ತದೆ. ತನ್ನ ನಂತರ ಬರುವ ವರದಿಗಾರನಿಗೆ ಏನೂ ಸಿಗಬಾರದು ಎನ್ನುವ ಕಾರಣಕ್ಕೂ ಇದ್ದದ್ದನ್ನೆಲ್ಲ ತೆಗೆದುಕೊಂಡು ಹೋಗಿಬಿಡುತ್ತಾರೆ. ಇನ್ನು ಕೆಲ ಆತ್ಮಹತ್ಯೆ ಮಾಡಿಕೊಂಡ ಕುಟುಂಬಗಳಿಂದ ಯಾವ ಪತ್ರಿಕೆ ಆ ಫೋಟೋಗಳನ್ನು ಪಡೆದುಕೊಂಡಿರುತ್ತದೋ ಅದರ ಪತ್ರಕರ್ತರು ಪತ್ರಿಕೆಯಲ್ಲಿ ಒಂದು ಶ್ರದ್ಧಾಂಜಲಿ ಜಾಹೀರಾತು ಪ್ರಕಟಿಸುತ್ತೇವೆ ಎಂದು ನಂಬಿಸಿ ಒಂದಿಷ್ಟು ಹಣವನ್ನೂ ವಸೂಲಿ ಮಾಡಿಕೊಂಡು ಹೋಗುತ್ತಾರೆ.

'ದಾಖಲೆಗಳ ಪರಿಶೀಲನೆಗೆ ಜಿಲ್ಲಾಧಿಕಾರಿಯವರು ತೆಗೆದುಕೊಂಡು ಬರಲು ಹೇಳಿದ್ದಾರೆ ಎಂದು ಹೇಳಿ ಅವರು ತೆಗೆದುಕೊಂಡು ಹೋದರು' ಎನ್ನುತ್ತಾರೆ ಇನ್ನೊಬ್ಬ ಮೊಮ್ಮಗ ಕುಲಮಣಿ ಬೋಯಿ. ಹೇಮಂತ ಮತ್ತು ಜಸಬಂತ ಇಬ್ಬರೂ ನಲವತ್ತರ ಕೊನೆಯ ವರ್ಷಗಳಲ್ಲಿದ್ದಾರೆ. ಈ ಎಲ್ಲರೂ ಒಂದಷ್ಟು ಕೃಷಿ ಮಾಡುತ್ತಾ ಕುಟುಂಬದ ನಿರ್ವಹಣೆಗೆ ಯಾವ ಕೆಲಸ ಸಿಗುತ್ತದೋ ಎಲ್ಲವನ್ನೂ ಮಾಡುತ್ತಿದ್ದಾರೆ.

'ಆಕೆಯ ಬಗ್ಗೆ ನನಗೆ ಈಗಲೂ ಹೆಮ್ಮೆಯಿದೆ' ಎನ್ನುತ್ತಾನೆ ಮರಿಮೊಮ್ಮಗ ಫಾಗುಲಾಲ್ ಬೋಯಿ. ಆತನಿಗೆ ಈಗ 24 ವರ್ಷ. 'ಸಾಲಿಹಾನ್' ಸತ್ತಾಗ ಅವನಿಗೆ ಕೇವಲ 3 ವರ್ಷ. ಅದು 2002ರಲ್ಲಿ ನಾವು ಆಕೆಯನ್ನು ಭೇಟಿ ಮಾಡಿದ ಒಂದು ವರ್ಷದ ನಂತರ. ಆತ ವಲಸೆ ಕಾರ್ಮಿಕ. ಈಗ ಆತ ಬೆಂಗಳೂರಿನ 'ಆಕ್ಸೆಂಚರ್' ಕಚೇರಿಯೊಂದರಲ್ಲಿ ಸೆಕ್ಯುರಿಟಿ ಗಾರ್ಡ್ ಆಗಿ ಕೆಲಸ ಮಾಡುತ್ತಿದ್ದಾನೆ. ಆ ಕಂಪನಿಯು ಯಾವ ಸೆಕ್ಯುರಿಟಿ ಏಜೆನ್ಸಿಗೆ ಕೆಲಸದ ಗುತ್ತಿಗೆ ನೀಡುತ್ತದೋ, ಆ ಸಂಸ್ಥೆಯ ಕೆಲಸಗಾರ ಈತ. ಈತನಿಗೆ ತನ್ನ ಕೆಲಸ ಎಷ್ಟು ಕಾಲ ಇರುತ್ತದೆ ಎನ್ನುವ ಬಗ್ಗೆ ಯಾವುದೇ ಖಾತರಿ ಇಲ್ಲ. ಮಾರ್ಚ್ 24–25, 2020ರ ನಡುರಾತ್ರಿ ಆರಂಭವಾದ ದೇಶವ್ಯಾಪಿ ಲಾಕ್‌ಡೌನ್‌ನಿಂದಾಗಿ ಆತ ಕಷ್ಟದ ಸಮಯವನ್ನು

ಕಳೆದಿದ್ದಾನೆ. 'ಸಾಲಿಹಾನ್'ನ ಕುಟುಂಬದವರು ಯಾರೂ ಸುರಕ್ಷಿತ ನೌಕರಿ ಹೊಂದಿಲ್ಲ. ಆಕೆಯಂತೆಯೇ ಬಡತನದಲ್ಲಿ ಬದುಕುತ್ತಿದ್ದಾರೆ.

ಫಾಗುಲಾಲ್‌ನಂತೆ ಎಲ್ಲರಿಗೂ ಸಾಲಿಹಾನ್ ಶೌರ್ಯದ ಬಗ್ಗೆ ಹೆಮ್ಮೆ ಇದೆ. ಆಕೆಯೂ ಸಹ ತಾನು ಮರುಹೊಡೆತ ನೀಡಿದ್ದರ ಬಗ್ಗೆ ತುಂಬಾ ಹೆಮ್ಮೆ ಹೊಂದಿದ್ದಳು ಎಂದು ನಮಗೆ ಹೇಳುತ್ತಾರೆ. 'ಆಕೆ ಬ್ರಿಟಿಷ್ ಸರ್ಕಾರದ ತೆರಿಗೆಗಳು ಹಾಗೂ ಹಿಂಸೆಯ ಬಗ್ಗೆ ನಮಗೆ ಹೇಳಿದ್ದರು' ಎನ್ನುತ್ತಾನೆ ಜಸಬಂತ. ಅವರಲ್ಲಿಯೇ ಹಿರಿಯನಾದ ಕುಲಮಣಿ ಲಾಠಿ ಕೈಗೆ ತೆಗೆದುಕೊಂಡು ತಿರುಗಿಸುತ್ತಾ, ಆಕೆ ಪೊಲೀಸರ ಮೇಲೆ ಹೇಗೆ ಲಾಠಿಯಿಂದಲೇ ದಾಳಿ ಮಾಡಿದ್ದರು ಎನ್ನುವ ಪ್ರಾತ್ಯಕ್ಷಿಕೆ ನೀಡಿದ. ಹೀಗೆ ಮಾಡುತ್ತಿರುವಾಗ ಅವನೂ ಸೇರಿದಂತೆ ಆ ಹನ್ನೆರಡೂ ಜನರ ಮುಖದಲ್ಲಿ ಹೆಮ್ಮೆ ಇತ್ತು.

ಕೆಲವರು 'ಸಾಲಿಹಾನ್'ಳನ್ನು ನೆನಪಿನಲ್ಲಿ ಇಟ್ಟುಕೊಂಡಿದ್ದಾರೆ.

***

ಸಾಲಿಹಾದಲ್ಲಿ ಸ್ಮಾರಕವನ್ನು ನಿರ್ಮಿಸಿದ್ದಾರೆ. 1930ರ ಸೆಪ್ಟೆಂಬರ್ 30ರಂದು ಜರುಗಿದ ಪ್ರತಿರೋಧದಲ್ಲಿ ಗಾಯಗಳಿಂದ ಸತ್ತ ಒಬ್ಬನು ಸೇರಿದಂತೆ ಬಂಧನಕ್ಕೆ ಒಳಗಾದ 17 ಮಂದಿಯ ಹೆಸರನ್ನು ಹೊತ್ತ ಸ್ಮಾರಕ ಇದು. ಹಲವು ಲಕ್ಷ ರೂ.ಗಳನ್ನು ಈಗಾಗಲೇ ಇದರ ಮೇಲೆ ಖರ್ಚು ಮಾಡಲಾಗಿದೆ. ಒಟ್ಟು ಖರ್ಚು ಕೋಟಿ ರೂ. ದಾಟುವ ನಿರೀಕ್ಷೆ ಇದೆ. ಜನರನ್ನು ಸ್ಮರಿಸಬೇಕು ನಿಜ. ಜಿಲ್ಲಾ ಆಡಳಿತದ ವೆಬ್‌ಸೈಟ್‌ನಲ್ಲಿ ಈ ಸ್ಮಾರಕದ ಚಿತ್ರವನ್ನೂ ಹಾಕಲಾಗಿದೆ. ಹಾಗೂ ಈ ಗ್ರಾಮವನ್ನು ಪ್ರವಾಸಿತಾಣವನ್ನಾಗಿ ಉತ್ತೇಜಿಸುತ್ತಿದೆ.

ಆದರೆ ಆ ಸ್ಮಾರಕದಲ್ಲಿ ಎರಡು ಹೆಸರು ಕಾಣೆಯಾಗಿವೆ. ಅವು ದೆಮಾತಿ ಡೆ ಸಬರ್ 'ಸಾಲಿಹಾನ್' ಹಾಗೂ ಆಕೆಯ ತಂದೆ ಕಾರ್ತಿಕ್ ಸಬರ್ ಅವರದ್ದು.

ಆ ಸಮಯದಲ್ಲಿ ಸಾಲಿಹಾನ್ ಬಂಧನಕ್ಕೆ ಒಳಗಾಗಿರಲಿಲ್ಲ ಎಂದು ವಾದಿಸಬಹುದು. ಆದರೆ, ಆಕೆಯ ತಂದೆ ಗಾಯಗೊಂಡು ರಕ್ತಸ್ರಾವಕ್ಕೆ ಖಂಡಿತ ಈಡಾಗಿದ್ದರು. ಆ ನಂತರ ಅವರನ್ನು ಬಂಧಿಸಿ ಎರಡು ವರ್ಷಕಾಲ ರಾಯಪುರ ಬಂದೀಖಾನೆಯಲ್ಲಿ ಇರಿಸಲಾಗಿತ್ತು. ಕೆಲವು ತಿಂಗಳ ಕಾಲ ನಾಗಪುರ ಬಂದೀಖಾನೆಯಲ್ಲಿಯೂ ಇಟ್ಟಿದ್ದರು. ಆ ಸಮಯದಲ್ಲಿ ಖರಿಯಾರ್, ಕೇಂದ್ರ ಪ್ರಾಂತ್ಯದಡಿ ಇತ್ತು.

ಆದರೆ, ಯಾರೂ ಅಂತಹ ವಾದ ಮಂಡಿಸುತ್ತಿಲ್ಲ. ಬದಲಿಗೆ 'ಸಾಲಿಹಾನ್ ಹುತಾತ್ಮ ಸ್ಮಾರಕ ಪರಿಷತ್' ಇನ್ನೊಂದು ರೀತಿಯ ವಾದ ಮಂಡಿಸುತ್ತದೆ. ಸಮಿತಿಯ ಅಧ್ಯಕ್ಷರಾದ, ಸ್ಥಳೀಯ ವ್ಯಾಪಾರಿ 60 ವರ್ಷದ ಮಹೇಶ್ ರಾಮ್

ಸಾಹು ಅವರನ್ನು ಅವರ ಮನೆಯಲ್ಲಿ ಭೇಟಿಯಾದಾಗ 'ಅವರಿಬ್ಬರ ಹೆಸರೂ ಇದೆ' ಎನ್ನುತ್ತಾರೆ. ಈ ಸಮಿತಿ ಹಣವನ್ನು ಸಂಗ್ರಹಿಸಿ–ಅದರಲ್ಲಿನ ಹೆಚ್ಚಿನ ಭಾಗ ಸರ್ಕಾರದ ಹಣವೇ–ಈ ಸ್ಮಾರಕ ಇರುವ ಸ್ಥಳದಲ್ಲಿ ನಿರ್ಮಿಸಲಾಗುತ್ತಿರುವ ಸಂಕೀರ್ಣದ ಮೇಲುಸ್ತುವಾರಿ ನಡೆಸುತ್ತಿದೆ.

ಸಾಹು ಒಂದು ಜೆರಾಕ್ಸ್ ಕರಪತ್ರವನ್ನು ತೆಗೆದು ತೋರಿಸಿ 'ನೋಡಿ ಈ ಪಟ್ಟಿಯಲ್ಲಿ ಅವರಿಬ್ಬರ ಹೆಸರೂ ಇದೆ' ಎನ್ನುತ್ತಾರೆ.

ನಾವು ಅವರಿಗೆ ಕೆಲವೇ ಗಂಟೆಗಳ ಮುಂಚೆ ಆ ಸ್ಮಾರಕದ ಬಳಿಯೇ ಅವರನ್ನು ನಿಲ್ಲಿಸಿ ಫೋಟೋ ತೆಗೆದದ್ದನ್ನು ನೆನಪಿಸಿದೆವು. ಆ ಸ್ಮಾರಕದ ತೀರಾ ಸನಿಹದ ಫೋಟೋ ತೋರಿಸಿ, ಅದರಲ್ಲಿರುವ ಹೆಸರುಗಳನ್ನೂ ಕಾಣಿಸಿದೆವು. ಅಲ್ಲಿ ಸಾಲಿಹಾನ್ ಇಲ್ಲ, ಕಾರ್ತಿಕ್ ಸಬರ್ ಹೆಸರೂ ಇಲ್ಲ.

'ಇದು ಹೇಗಾಯ್ತು ಎಂದು ನನಗೆ ನಿಜಕ್ಕೂ ಗೊತ್ತಿಲ್ಲ' ಎಂದು ಆಶ್ಚರ್ಯಪಟ್ಟವರಂತೆ ಹೇಳಿದ ಅವರು, 'ಇದನ್ನು ಸರಿಪಡಿಸುತ್ತೇನೆ' ಎಂದರು. ಅವರು ವಾಪಸು ಕೊಡುತ್ತೇನೆ ಎಂದು ಹೇಳಿ ಫೋಟೋಗಳನ್ನು, ದಾಖಲೆಗಳನ್ನು ಕೊಂಡೊಯ್ದ ಆ ಇಬ್ಬರು ಪತ್ರಕರ್ತರು ಸೇರಿದಂತೆ ಸಬರ್‌ಗಳಿಗೆ ಭರವಸೆಗಳ ಮಾಲೆಯನ್ನೇ ನೀಡಿದವರನ್ನು ನಾನು ನೆನಪಿಸಿಕೊಂಡೆ. ನಮಗೆ ಖಚಿತವಾಗಿ ಗೊತ್ತಿಲ್ಲ. ಆದರೆ ಆ ಸ್ಮಾರಕ ಸಮಿತಿಯಲ್ಲಿ ಯಾರೂ ಸಬರ್‌ಗಳಿಲ್ಲ ಎಂದು ತೋರುತ್ತದೆ.

ಇದನ್ನು ಕೇಳಿ ಸಬರ್‌ಗಳೇ ಆಶ್ಚರ್ಯಚಕಿತರಾದರು. 'ಇಲ್ಲ ಅವರಿಬ್ಬರ ಹೆಸರು ಖಂಡಿತಾ ಇದೆ' ಎಂದ ಕಾರ್ತಿಕ್ ಸಬರ್ ಕುಟುಂಬದ ಒಬ್ಬ ಬಂಧುವಾದ ಮೇಂಘರಾಜ್ ಸಬರ್. ನಮ್ಮನ್ನು ಇಡೀ ಗ್ರಾಮದಲ್ಲಿ ಹಾಗೂ ಸುತ್ತಲಿನ ಕಾಡಿಗೆ ಕರೆದೊಯ್ದು ಮಾರ್ಗದರ್ಶಿ ಈತ.

'ಅವರ ಹೆಸರು ಖಂಡಿತಾ ಇರುತ್ತದೆ ಎಂದು ನಮಗೆ ಭರವಸೆ ನೀಡಿದ್ದರು. ಅವರ ಹೆಸರು ಇದೆ ಎಂದೂ ಖಾತರಿಪಡಿಸಿದ್ದರು' ಎಂದು ಮೇಂಘರಾಜ್ ಪ್ರತಿರೋಧ ವ್ಯಕ್ತಪಡಿಸಿದ. ಆದರೆ, ಆತ ಅವರು ಹೇಳಿದ್ದನ್ನು ಪರಿಶೀಲಿಸಿದ್ದನೇ? ಇಲ್ಲ– ಸಾಲಿಹಾಘರ್‌ನ ಸಬರ್‌ಗಳು ಈಗಲೂ ಹೆಚ್ಚಿನ ಸಂಖ್ಯೆಯಲ್ಲಿ ಅನಕ್ಷರಸ್ಥರೇ.

ಆಕೆ ಸ್ವಾತಂತ್ರ್ಯ ಹೋರಾಟದ ಕಾಲಕ್ಕೆ ಸೇರಿದವರು ಎಂದೂ ಕರೆಯಲು ಬರುವುದಿಲ್ಲ ಎಂದು ವಾದ ಮಾಡುವವರೂ ಇದ್ದಾರೆ. ಆಕೆ ಸ್ವಾತಂತ್ರ್ಯ ಹೋರಾಟದ ಅಥವಾ ರಾಜಕೀಯ ಚಳವಳಿಯ ಭಾಗವಾಗಿರಲಿಲ್ಲ ಎಂದು ವಾದಿಸುತ್ತಾರೆ. ಆಕೆ ಜೈಲಿಗೆ ಹೋಗಿರಲಿಲ್ಲ ನಿಜ, ಆದರೆ ಭಾರತದ ಕೆಲವು ಭೂಗತ ಕ್ರಾಂತಿಕಾರಿಗಳೂ ಜೈಲಿಗೆ ಹೋಗಿರಲಿಲ್ಲವಲ್ಲ!

ನೇತಾಜಿ ಬೋಸರ ಇಂಡಿಯನ್ ನ್ಯಾಷನಲ್ ಆರ್ಮಿಗೆ ಸೇರಿದ ಒಡಿಶಾ ಮಹಿಳೆ ಲಕ್ಷ್ಮಿ ಪಾಂಡಾ ಕೇಳಿದ ಒಂದು ಪ್ರಶ್ನೆ ನನ್ನ ನೆನಪಿಗೆ ಬರುತ್ತದೆ. 'ನಾನು ಯಾರನ್ನೂ ಕೊಲ್ಲಲಿಲ್ಲ. ನಾನು ಜೈಲಿಗೆ ಹೋಗಲಿಲ್ಲ-ನಾವು ಅರಣ್ಯ ಪ್ರದೇಶದ ಕ್ಯಾಂಪ್‌ಗಳಲ್ಲಿ ಭೂಗತರಾಗಿದ್ದ ಕಾರ್ಯಕರ್ತರು-ಅಂದ ಮಾತ್ರಕ್ಕೆ ನಾನು ಸ್ವಾತಂತ್ರ್ಯ ಹೋರಾಟಗಾರಳಲ್ಲವೇ? ಬ್ರಿಟಿಷರ ವಿರುದ್ಧ ನಾನು ಹೋರಾಡಲಿಲ್ಲವೇ? ನಾನು ಚಳವಳಿಗೆ ಯಾವುದೇ ಕಾಣಿಕೆ ಸಲ್ಲಿಸಲಿಲ್ಲವೇ?'

ಸಾಲಿಹಾನ್ ಬ್ರಿಟಿಷರ ವಿರುದ್ಧ ತನ್ನೆಲ್ಲಾ ಶಕ್ತಿಯೊಂದಿಗೆ ಹೋರಾಡಿದ್ದಾಳೆ. ವಸಾಹತುಶಾಹಿ ಶಕ್ತಿಗಳ ವಿರುದ್ಧ ತನ್ನ ಕುಟುಂಬದ ಪರವಾಗಿ ತನ್ನ ಗ್ರಾಮದ ಪರವಾಗಿ ಸಶಸ್ತ್ರ ಹೋರಾಟ ಮಾಡಿದ್ದಾಳೆ. ಬ್ರಿಟಿಷ್ ಸಾಮ್ರಾಜ್ಯಶಾಹಿಯ ವಿರುದ್ಧ, ಅವರ ಕಾನೂನುಗಳ ವಿರುದ್ಧ, ಅವರ ಆಡಳಿತದ ವಿರುದ್ಧ ಹೋರಾಡಿದ ಈ ಪ್ರಾಂತ್ಯದ ಅನೇಕರ ಪೈಕಿ ಆಕೆಯೂ ಒಬ್ಬಳು. ಆಕೆಯ ಹೋರಾಟ ಲಕ್ಷಾಂತರ ಮಂದಿ ಬಯಸಿದ ಹಕ್ಕುಗಳ ಪರವಾಗಿ ಇತ್ತು. ಆಕೆ ಸ್ವಾತಂತ್ರ್ಯ ಹೋರಾಟಗಾರ್ತಿ. ಆಕೆ ಏನು ಎನ್ನುವುದನ್ನು ಯಾರಿಂದಲೂ ಕಸಿದುಕೊಳ್ಳಲು ಸಾಧ್ಯವಿಲ್ಲ.

***

ಈಗ ನಾವು ಹುಡುಕುತ್ತಿರುವುದು ಸಾಲಿಹಾನ್‌ಳ ಬಂಧುಗಳಾದ ಗಣಪತ್ ಸಬರ್ ಹಾಗೂ ಭನತ್ರಂ ಸಬರ್ ಅವರನ್ನು. ಈ ಎಲ್ಲಾ ವಿಚಾರಗಳ ಬಗ್ಗೆ ಸಾಕಷ್ಟು ತಿಳಿದಿರುವ ಭನತ್ರಂ ನಮ್ಮನ್ನು ನೋಡಿದ ತಕ್ಷಣವೇ ಕಾಡಿಗೆ ಬಿದ್ದು ಮಾಯವಾಗಿಬಿಡುತ್ತಾನೆ.

ಆತನ ಸಹೋದರ ಮೇಂಘರಾಜ್ ಸಹಾಯದಿಂದ ನಾವು ಕಾಡಿನಲ್ಲಿದ್ದ ಆತನನ್ನು ಹುಡುಕಿ ಅವನು ಮಾತನಾಡುವಂತೆ ಮಾಡಿದೆವು. ಅವರ ಬಂಧುಗಳ ವರ್ಣಮಯ ವ್ಯಕ್ತಿತ್ವದ ಬಗ್ಗೆ ಅವನಿಗೂ ಹೇಳಿಕೊಳ್ಳುವುದು ಸಾಕಷ್ಟಿತ್ತು. ಸಾಲಿಹಾನ್ ಮತ್ತು ಕಾರ್ತಿಕ್ ಅವರ ಹೆಸರು ಗ್ರಾಮದ ಸ್ಮಾರಕದ ಪಟ್ಟಿಯಲ್ಲಿ ಇಲ್ಲ ಎಂದು ಕೇಳಿ, ಆ ಮೂವರೂ ಆಶ್ಚರ್ಯಗೊಂಡರು. 1930ರ ದಂಗೆಯಲ್ಲಿ ಸಾಲಿಹಾನ್ ಮತ್ತು ಅನೇಕ ಆದಿವಾಸಿಗಳು ನಡೆಸಿದ ಹೋರಾಟದ ಬಗ್ಗೆ ಅವರಿಗೆ ಹೆಮ್ಮೆ ಇತ್ತು.

ಈ ಹೋರಾಟ ಜರುಗಿ 90 ವರ್ಷಗಳು ಕಳೆದ ನಂತರವೂ ಸಾಲಿಹಾದಲ್ಲಿ ಮೂರನೇ ಒಂದು ಭಾಗ ಆದಿವಾಸಿಗಳೇ ಇದ್ದಾರೆ. 1930ರಲ್ಲಿ ಈ ಗ್ರಾಮ ದಟ್ಟಕಾಡಿನ ಮಧ್ಯೆ ಇದ್ದಾಗ, ಅಲ್ಲಿದ್ದ ಬಹುತೇಕರು ಆದಿವಾಸಿಗಳೇ. ಇದೂ ಅಲ್ಲದೆ ಆದಿವಾಸಿಗಳು ಆ ವರ್ಷ ದಂಗೆಯನ್ನು ಮುನ್ನಡೆಸಿದ್ದರು. ಆದರೂ, ಸಾಲಿಹಾದ ಸ್ಮಾರಕದಲ್ಲಿ ಇಬ್ಬರೇ ಇಬ್ಬರು ಆದಿವಾಸಿಗಳ ಹೆಸರಿದೆ ಎನ್ನುವುದು ಆ ಭನಂತ್ರಂ,

ಗಣಪತ್ ಹಾಗೂ ಮೇಂಘರಾಜ್ ಅವರನ್ನು ಗೊಂದಲಕ್ಕೀಡು ಮಾಡಿದೆಯಲ್ಲದೆ ತೀವ್ರವಾಗಿ ಘಾಸಿಗೊಳಿಸಿದೆ.

ಸಾಲಿಹಾನ್ ಮತ್ತು ಕಾರ್ತಿಕ್ ಅವರ ಹೆಸರು ಇಲ್ಲ. ಇದು ಪ್ರೊ. ಫನಿಂದಂ ದೇವ್ ಅವರಿಗೆ ಬಗೆಹರಿಯದ ಯಕ್ಷಪ್ರಶ್ನೆಯಾಗಿದೆ. ಖರಿಯಾರ್ ಕಾಲೇಜಿನ ತಂಡದ ಪರವಾಗಿ ಈ ಸ್ಮಾರಕ ಸ್ತಂಭವನ್ನು ಅನಾವರಣಗೊಳಿಸಿದಾಗ ಅವರೂ ಉಪಸ್ಥಿತರಿದ್ದರು. ಅದು ಜರುಗಿದ್ದು 1997ರ ಸೆಪ್ಟೆಂಬರ್ 10ರಂದು. ಸಾಲಿಹಾ ಪ್ರತಿರೋಧದ 69ನೆಯ ವಾರ್ಷಿಕೋತ್ಸವದಂದು. 'ಆಗ ಸಾಲಿಹಾನ್ ಬದುಕಿದ್ದರು. ಹಾಗೂ ವಿಶೇಷ ಆಹ್ವಾನಿತರಾಗಿ ಕಾರ್ಯಕ್ರಮದಲ್ಲೂ ಭಾಗವಹಿಸಿದ್ದರು.' ಆದರೆ, 'ಸ್ಮಾರಕದಲ್ಲಿ ಅವರ ಹೆಸರೇ ಇಲ್ಲ.'

ಆ ಕಾರ್ಯಕ್ರಮದಲ್ಲೇ ಆಕೆಗೆ ಅಂತಹ ಮುಖ್ಯವೇನೂ ಅಲ್ಲದ ಆ ಮಾನಪತ್ರವನ್ನು ಕೊಟ್ಟಿದ್ದು. 'ಅಲ್ಲಿರುವ ಇತರೆ 17 ಹೆಸರುಗಳನ್ನು 2008ರ ಸುಮಾರಿಗೆ ಸೇರಿಸಿರಬೇಕು' ಎನ್ನುತ್ತಾರೆ ಪ್ರೊಫೆಸರ್.

ಸಾಲಿಹಾನ್ ಮತ್ತು ಕಾರ್ತಿಕ್ ಇಬ್ಬರೂ ಆ ವೇಳೆಗೆ ಮರಣ ಹೊಂದಿದ್ದರು. ಈಗ ಅದರ ಅರ್ಥವನ್ನು ವಿಸ್ತರಿಸಬೇಕೆಂದರೆ ಅವರು 'ಮಾಯವೂ ಆದರು.'

ಈಗ ಒಂದಿಷ್ಟು ನಿರ್ಭಿಡೆಯಿಂದ ನಮ್ಮೊಂದಿಗೆ ಮಾತನಾಡಲು ಆರಂಭಿಸಿರುವ ಭನತ್ರಂನತ್ತ ಮರಳೋಣ. ನಮ್ಮನ್ನು ನೋಡಿದ ತಕ್ಷಣ ಹಾಗೆ ಮಾಯವಾಗಿದ್ದು ಏಕೆ? ಎಂದು ನಾವು ಅವನನ್ನು ಕೇಳಿದೆವು. 'ನೀವು ಎಸ್‌ಯುವಿ ವಾಹನದಲ್ಲಿ ಬಂದಿದ್ದೀರಲ್ಲ. ಹಾಗಾಗಿ ನಾನು ನೀವು ಅರಣ್ಯ ಇಲಾಖೆಯವರು ಎಂದೇ ಭಾವಿಸಿದ್ದೆ. ಅವರು ಯಾವಾಗಲೂ ಸಬರ್‌ಗಳಿಗೆ ಕಿರುಕುಳ ನೀಡುತ್ತಾರೆ' ಎಂದ.

130 ವರ್ಷಗಳ ಹಿಂದೆ ಬ್ರಿಟಿಷರು ಕಿರುಕುಳ ಕೊಟ್ಟಂತೆ. ಸಾಲಿಹಾನ್ ನಡೆಸಿದ ಸಂಘರ್ಷದ ನಂತರ ಕಿರುಕುಳ ಕೊಟ್ಟಂತೆ.

ಈಗಲೂ ಅದೇ ರೀತಿಯ ಕಿರುಕುಳ ಮುಂದುವರಿದಿದೆ.

***

ಒಂದು ಖಾಸಗಿ ಟಿಪ್ಪಣಿ:

ಅದು 2002. ಗುಜರಾತ್ ಗಲಭೆಗಳು ಜರುಗಿದ್ದ ಸಮಯ. ಸಾಲಿಹಾದ ಸುತ್ತಮುತ್ತ ಹೊಸ ದೇವಸ್ಥಾನಗಳು ತಲೆ ಎತ್ತುತ್ತಿದ್ದವು. ಆ ಸಮಯದಲ್ಲಿಯೇ ನಾವು ಪುರೇನಾಗೆ ಮೊದಲ ಭೇಟಿ ನೀಡಿ ದೆಮಾತಿ ಡೆ ಳನ್ನು ಭೇಟಿ ಮಾಡಿದ್ದು. ಭೇಟಿ ಮಾಡಿ ಹೊರಟಾಗ ವಾಹನದಲ್ಲಿ ಚಾಲಕನನ್ನು ಹೊರತುಪಡಿಸಿ ನಾವು

ನಾಲ್ವರಿದ್ದೆವು. ಸುಮ್ಮನಿರಲು ಗೊತ್ತಿಲ್ಲದ ನಾವು ಅಂದು ಮೌನವಾಗಿದ್ದೆವು. ಕೆಲವರ ಕಣ್ಣಲ್ಲಿ ನೀರಿತ್ತು. ನಾವು ನಿಸ್ವಾರ್ಥ, ತ್ಯಾಗಜೀವಿಯ ಜೊತೆ ಮಾತನಾಡಿದ್ದೆವು. ಸ್ವಾತಂತ್ರ್ಯಕ್ಕಾಗಿ ಹೋರಾಡಿ, ಅದಕ್ಕೆ ಪ್ರತಿಫಲವಾಗಿ ತನಗಾಗಿ ಏನನ್ನೂ ಬೇಡದ ಮಹಿಳೆಗೆ ಆದ ಘೋರ ಅನ್ಯಾಯದ ಬಗ್ಗೆ ನಾವು ಸ್ತಂಭೀಭೂತರಾಗಿದ್ದೆವು. ನಮ್ಮ ಭೇಟಿಯಲ್ಲಿ ಆಕೆ ತನಗಾದ ಅನ್ಯಾಯದ ಬಗ್ಗೆ ಒಂದೇ ಒಂದು ಮಾತನ್ನೂ ಆಡಿರಲಿಲ್ಲ. ವಾಹನದಲ್ಲಿದ್ದ ನಾವೆಲ್ಲರೂ ಮೌನಕ್ಕೆ ಜಾರಿದ್ದೆವು. ನಾನು ಇದರ ಬಗ್ಗೆ ಯಾವ ರೀತಿಯಲ್ಲಿ ಬರೆಯಬಲ್ಲೆ? ಎಂದು ಯೋಚಿಸುತ್ತಿದ್ದೆ.

ಆಕೆಯ ಬಗ್ಗೆ ಒಂದಷ್ಟು ಕಾಲ ನನಗೆ ಏನೂ ಬರೆಯಲು ಸಾಧ್ಯವಾಗಲಿಲ್ಲ. ಅಲ್ಲಿಂದ ನಾವು ಹಿಂದಿರುಗಿ ಹೊರಟಾಗ ಆ ಹೊತ್ತಿಗೆ ನನಗೆ ಕಾರಿನಲ್ಲಿ ಬರೆಯಲು ಸಾಧ್ಯವಾಗಿದ್ದು ಇಷ್ಟೇ–ದೆಮಾತಿ ಡೆ ಸಬರ್ 'ಸಾಲಿಹಾನ್'ಗಾಗಿ ಒಂದಿಷ್ಟು ಕವಿತೆಯ ಸಾಲುಗಳು.

'ಪರಿ'ಯ ಸ್ವಾತಂತ್ರ್ಯ ಯೋಧರ ಗ್ಯಾಲರಿಗೆ ಭೇಟಿ ನೀಡಲು ಈ QR ಕೋಡ್ ಸ್ಕ್ಯಾನ್ ಮಾಡಿ

೬

1947 ಆಗಸ್ಟ್‌ನಲ್ಲಿ ಇಲ್ಲಿ ಎರಡು ರೀತಿಯ ಜನರಿದ್ದರು.
ಒಂದು ಗುಂಪು ಮುಸ್ಲಿಮರನ್ನು ಕೊಲ್ಲಲು
ಮುಂದಾದರೆ, ಇನ್ನೊಂದು ದಾಳಿಕೋರರಿಂದ
ಅವರನ್ನು ರಕ್ಷಿಸಲು ಪ್ರಯತ್ನಿಸುತ್ತಿತ್ತು.

– ಭಗತ್ ಸಿಂಗ್ ಜುಗ್ಗೀಯಾ
ಭೂಗತ ಹೋರಾಟಗಾರ,
ರಾಮಘರ್ ಗ್ರಾಮ, ಹೋಷಿಯಾರ್‌ಪುರ್, ಪಂಜಾಬ್

3

ನಮ್ಮ ಸ್ವಾತಂತ್ರ್ಯಗಳಿಗಾಗಿ ಭಗತ್ ಸಿಂಗ್ ಜುಗ್ಗೀಯಾ ನಡೆಸಿದ ಹೋರಾಟ

ಆತ ಆಗತಾನೆ ತನಗೆ ಬಂದಿದ್ದ ಬಹುಮಾನವನ್ನು ಪಡೆಯಲು ವೇದಿಕೆ ಹತ್ತಿದ್ದ. ಥಳ ಥಳ ಹೊಳೆಯುವ ಒಂದು ಪೈಸೆ ನಾಣ್ಯದ ಬಹುಮಾನ ಅದು. ಹಲವಾರು ಕಾಲೇಜುಗಳ ಮೇಲೆ ನಿಯಂತ್ರಣ ಹೊಂದಿದ್ದ ಹಿರಿಯ ಅಧಿಕಾರಿ– 'ಮುನ್ಶಿ'ಯಿಂದ ಬಹುಮಾನವನ್ನು ಪಡೆಯಲು ವೇದಿಕೆ ಹತ್ತಿದ್ದ. ಅದು ಜರುಗಿದ್ದು 1939ರಲ್ಲಿ, ಪಂಜಾಬ್‌ನಲ್ಲಿ. ಮೂರನೇ ತರಗತಿಗೆ ಮೊದಲಿಗನಾಗಿದ್ದಕ್ಕೆ ಈ ಬಹುಮಾನ ಘೋಷಿಸಲಾಗಿತ್ತು. ಈತನಿಗೆ ಆಗ ಇನ್ನೂ 11 ವರ್ಷ. ಆತನ ತಲೆಯನ್ನು ಸವರಿದ ಮುನ್ಶಿ, 'ಬ್ರಿಟಾನಿಯಾ ಜಿಂದಾಬಾದ್, ಹಿಟ್ಲರ್ ಮುರ್ದಾಬಾದ್' ಎಂದು ಕೂಗುವಂತೆ ಹೇಳಿದ. ಬಾಲಕ ಭಗತ್‌ಸಿಂಗ್–ಕ್ರಾಂತಿಕಾರಿ ಭಗತ್‌ಸಿಂಗ್ ಅಲ್ಲ–ಸಭಿಕರತ್ತ ನೋಡಿದವನೇ 'ಬ್ರಿಟಾನಿಯಾ ಮುರ್ದಾಬಾದ್, ಹಿಂದೂಸ್ತಾನ್ ಜಿಂದಾಬಾದ್' ಎಂದು ಘೋಷಣೆ ಕೂಗಿದ.

ಆತನ 'ಅವಿಧೇಯತೆ' ಉಂಟು ಮಾಡಿದ ಪರಿಣಾಮ ತಕ್ಷಣವೇ ಹೊರಬಿತ್ತು. ಖುದ್ದಾಗಿ ಮುನ್ಶಿಯವರೇ ಮಲ್ಬರಿ ಬೆತ್ತದಿಂದ ಮಾಡಿದ 'ಟೂತ್ ಡಿ ಭಡಿ'ಯನ್ನು ಕೈಗೆತ್ತಿಕೊಂಡು ಬಾರಿಸತೊಡಗಿದರು. ಟೂತ್ ಡಿ ಭಡಿ ಎನ್ನುವುದು ಗ್ರಾಮೀಣ ಪಂಜಾಬ್‌ನಲ್ಲಿ ಶಿಕ್ಷೆ ನೀಡಲು ಬಳಸುವ ಮಲ್ಬರಿ ಮರದಿಂದ ಮಾಡಿದ ಬೆತ್ತ. ಸಮುಂದ್ರದ ಆ ಸರ್ಕಾರಿ ಪ್ರಾಥಮಿಕ ಶಾಲೆಯಿಂದ ಆತನನ್ನು ತಕ್ಷಣವೇ ಉಚ್ಚಾಟಿಸಲಾಯಿತು.

ಈ ಎಲ್ಲ ಘಟನೆಯನ್ನೂ ಆಘಾತದಿಂದ ನೋಡುತ್ತಿದ್ದ ಇತರ ವಿದ್ಯಾರ್ಥಿಗಳು ಅಲ್ಲಿಂದ ಓಡಿ ಹೋದರು. ಈಗ ನಾವು ಜಿಲ್ಲಾ ಶಿಕ್ಷಣಾಧಿಕಾರಿ ಎಂದು ಕರೆಯಬಹುದಾದ ದರ್ಜೆಯಲ್ಲಿದ್ದ ಸ್ಥಳೀಯ ಶೈಕ್ಷಣಿಕ ಅಧಿಕಾರಿಯೊಬ್ಬ ಜಿಲ್ಲಾಧಿಕಾರಿಗಳ

ಒಪ್ಪಿಗೆ ಪಡೆದು ಈ ಉಚ್ಚಾಟನೆಗೆ ಅನುಮತಿಯ ಮುದ್ರೆಯೊತ್ತಿದ್ದರು. ಪಂಜಾಬ್‌ನ ಈಗಿನ ಹೋಷಿಯಾರ್‌ಪುರ ಜಿಲ್ಲೆಯ ಭಾಗವಾಗಿರುವ ಪ್ರದೇಶದಲ್ಲಿ ನಡೆದ ಘಟನೆ ಇದು.

ಆ ಪತ್ರವು ಭಗತ್‌ಸಿಂಗ್‌ನ ಉಚ್ಚಾಟನೆಯನ್ನು ಮಾನ್ಯ ಮಾಡಿದ್ದು ಮಾತ್ರವಲ್ಲ ಆತನನ್ನು 'ಅಪಾಯಕಾರಿ' ಹಾಗೂ 'ಕ್ರಾಂತಿಕಾರಿ' ಎಂದೂ ಹಣೆಪಟ್ಟಿ ಹಚ್ಚಿತ್ತು. ಅದೂ 11 ವಯಸ್ಸಿನ ಹುಡುಗನಿಗೆ!

ಇದರ ಅರ್ಥ ಆತನಿಗೆ ಇನ್ನು ಮುಂದೆ ಯಾವ ಶಾಲೆಯ ಬಾಗಿಲೂ ತೆರೆಯುವುದಿಲ್ಲ ಎಂದು. ಆ ಭಾಗದಲ್ಲಿ ಹೆಚ್ಚೇನೂ ಶಾಲೆಗಳು ಇರಲಿಲ್ಲ. ಆತನ ಪಾಲಕರೂ ಸೇರಿದಂತೆ ಹಲವರು ಈ ನಿರ್ಧಾರವನ್ನು ಮರುಪರಿಶೀಲಿಸುವಂತೆ ಶಾಲೆಯ ಆಡಳಿತ ಮಂಡಳಿಯನ್ನು ಗೋಗರೆದರು. ತುಂಬಾ ಒಳ್ಳೆಯ ಸಂಪರ್ಕಗಳಿದ್ದ, ನೆರೆಯ ಸರೋಯಾ ಗ್ರಾಮದ ಭೂಮಾಲೀಕ ಗುಲಾಂ ಮುಸ್ತಾಫಾ ಸಹಾ ಈ ನಿಟ್ಟಿನಲ್ಲಿ ತುಂಬಾ ಪ್ರಯತ್ನಪಟ್ಟರು. ಆದರೆ, ಬ್ರಿಟಿಷ್ ದಾಸರು ಕೆರಳಿ ಕೆಂಡವಾಗಿದ್ದರು. ಒಬ್ಬ ಪುಟ್ಟ ಬಾಲಕ ಅವರ ಮರ್ಯಾದೆಯನ್ನು ಹರಾಜು ಹಾಕಿಬಿಟ್ಟಿದ್ದ. ಭಗತ್‌ಸಿಂಗ್ ಜುಗ್ಗೀಯಾ ತನ್ನ ಉಳಿದ ವರ್ಣಮಯ ಬದುಕಿನುದ್ದಕ್ಕೂ ಎಂದಿಗೂ ಔಪಚಾರಿಕ ಶಿಕ್ಷಣಕ್ಕೆ ಮರಳಲೇ ಇಲ್ಲ.

ಶಾಲೆಯ ಆ ಪ್ರತಿಭಾವಂತ ವಿದ್ಯಾರ್ಥಿಗೆ ಈಗ 93 ವರ್ಷ ವಯಸ್ಸು. ಹೋಷಿಯಾರ್‌ಪುರ್ ಜಿಲ್ಲೆಯ ರಾಮಘರ್ ಗ್ರಾಮದ ತನ್ನ ಮನೆಯಲ್ಲಿ ಅವರು ನಮ್ಮೊಂದಿಗೆ ಮಾತನಾಡುತ್ತಾ, ಆ ಇಡೀ ಪ್ರಹಸನವನ್ನು ನೆನಪಿಸಿಕೊಂಡು ಮುಗುಳ್ನಗುತ್ತಾರೆ. ಆ ಇಡೀ ಘಟನೆ ಭೀಕರ ಎಂದು ಅವರಿಗೆ ಅನ್ನಿಸಲಿಲ್ಲವೇ? 'ಬ್ರಿಟಿಷರ ವಿರುದ್ಧದ ಹೋರಾಟಕ್ಕೆ ಧುಮುಕಲು ನಾನು ಇನ್ನು ಸಂಪೂರ್ಣ ಸ್ವತಂತ್ರ ಎನ್ನುವುದೇ ನನ್ನ ಆಗಿನ ಪ್ರತಿಕ್ರಿಯೆಯಾಗಿತ್ತು' ಎಂದರು.

ಅವರಿಗೆ ಹಾಗೆ ಅನ್ನಿಸಿದ್ದು ಬೇರೆಯವರ ಗಮನಕ್ಕೆ ಬಾರದೇ ಹೋಗಲಿಲ್ಲ. ಮೊದಲಿಗೆ ಅವರು ತಮ್ಮ ಕುಟುಂಬಕ್ಕೆ ಸೇರಿದ ಐದು ಎಕರೆ ಹೊಲದಲ್ಲಿ ಕೆಲಸ ಮಾಡಿದರು. ಅವರ ಕೀರ್ತಿ ಎಲ್ಲೆಡೆ ಪಸರಿಸಿತ್ತು. ಪಂಜಾಬ್‌ನ ಭೂಗತ ಕ್ರಾಂತಿಕಾರಿ ಗುಂಪುಗಳು ಆತನನ್ನು ಸಂಪರ್ಕಿಸಲು ಆರಂಭಿಸಿದವು. 'ಅವರು ಕೀರ್ತಿ ಪಾರ್ಟಿಗೆ ಸೇರಿದವರು. ಕಲ್ಯಾಣ್ ಸಿಂಗ್ ಧಿಲ್ಲೋನ್, ಬಾಬಾ ಭಗವಾನ್ ದಾಸ್ ಹಾಗೂ ಇತರರು ಅದರಲ್ಲಿದ್ದರು.'

1914–15ರಲ್ಲಿ ರಾಜ್ಯದಲ್ಲಿ ದೊಡ್ಡದಾಗಿ ಬಂಡಾಯ ನಡೆಸಿದ್ದ ಗದ್ದರ್ ಪಕ್ಷದ ಕುಡಿಯಾಗಿ ಹೊಮ್ಮಿದ್ದ 'ಕೀರ್ತಿ ಪಾರ್ಟಿ'ಯನ್ನು ಸೇರಿದರು.

ಮಿಲಿಟರಿ ಹಾಗೂ ಸೈದ್ಧಾಂತಿಕ ತರಬೇತಿಗಾಗಿ ರಷ್ಯಾಗೆ ಹೋಗಿ ಬಂದ ಹಲವರನ್ನು ಕೀರ್ತಿ ಪಾರ್ಟಿ ಒಳಗೊಂಡಿತ್ತು. ಆ ವೇಳೆಗೆ ಅಲ್ಲಿ ಗದ್ದರ್ ಚಳವಳಿಯನ್ನು ಹುಟ್ಟು ಹಾಕಲಾಗಿತ್ತು. ಅಂತಹ ಪಂಜಾಬ್‌ಗೆ ಹಿಂದಿರುಗಿದ ಅವರು 'ಕೀರ್ತಿ' ಎನ್ನುವ ಪ್ರಕಟಣೆಯನ್ನು ಆರಂಭಿಸಿದರು. ಇದಕ್ಕೆ ಬರೆಯುತ್ತಿದ್ದ ಪ್ರಮುಖರಲ್ಲಿ ಕ್ರಾಂತಿಕಾರಿ ಭಗತ್ ಸಿಂಗ್ ಸಹಾ ಇದ್ದರು. 1927ರ ಮೇ 27ರಲ್ಲಿ ಭಗತ್‌ಸಿಂಗ್ ಅವರ ಬಂಧನವಾಗುವವರೆಗೆ ಸುಮಾರು ಮೂರು ತಿಂಗಳ ಕಾಲ ಅವರೇ 'ಕೀರ್ತಿ'ಯನ್ನು ಮುನ್ನಡೆಸಿದ್ದರು. 1942ರ ಮೇನಲ್ಲಿ ಕೀರ್ತಿ ಪಾರ್ಟಿ ಭಾರತ ಕಮ್ಯುನಿಸ್ಟ್ ಪಕ್ಷದಲ್ಲಿ ವಿಲೀನಗೊಂಡಿತು.

ಜುಗ್ಗೀಯಾ ಅವರ ಹೆಸರಿನಲ್ಲಿ 'ಭಗತ್ ಸಿಂಗ್' ಎಂದು ಸೇರಿದ್ದು ಆ ಕ್ರಾಂತಿಕಾರಿ ಭಗತ್ ಸಿಂಗ್ ಕಾರಣಕ್ಕಾಗಿ ಅಲ್ಲ. ಆದರೂ ಭಗತ್ ಸಿಂಗ್ ಜುಗ್ಗೀಯಾ ಹೇಳುತ್ತಾರೆ– 'ನಾನು ಭಗತ್ ಸಿಂಗ್ ಅವರ ಬಗ್ಗೆ ಜನರು ಹಾಡುತ್ತಿದ್ದ ಹಾಡುಗಳನ್ನು ಕೇಳುತ್ತಾ ಬೆಳೆದೆ. ಅಂತಹ ತುಂಬಾ ಹಾಡುಗಳಿತ್ತು.' 1931ರಲ್ಲಿ ಬ್ರಿಟಿಷರು ಗಲ್ಲಿಗೇರಿಸಿದ ಆ ಮಹಾನ್ ಕ್ರಾಂತಿಕಾರಿಯ ಬಗ್ಗೆ ಇದ್ದ ಆ ಕಾಲದ ಹಾಡಿನ ಕೆಲವು ಸಾಲುಗಳನ್ನು ಹಾಡಿದರು. ಆ ಹಾಡು ಕಿವಿಗೆ ಬಿದ್ದಾಗ ಈ ಪುಟ್ಟ ಭಗತ್ ಸಿಂಗ್‌ಗೆ ಇನ್ನೂ 3 ವರ್ಷ ಅಷ್ಟೇ. 'ಓ ಭಗತ್ ಸಿಂಗ್! ನೀನೀಗ ಉತ್ಸವದಲ್ಲಿ ಎಲ್ಲರಿಂದಲೂ ಆರಾಧಿಸಲ್ಪಡುತ್ತೀಯಾ' ಎನ್ನುವ ಕೆಲವು ಸಾಲುಗಳನ್ನು ನೆನಪಿಸಿಕೊಂಡು ಹೇಳಿದರು.

ಶಾಲೆಯಿಂದ ಈತನ ಉಚ್ಚಾಟನೆಯಾದ ನಂತರ ಈ ಯುವ ಭಗತ್ ಸಿಂಗ್ ಭೂಗತ ಕ್ರಾಂತಿಕಾರಿಗಳ ನಡುವಿನ ಸಂಪರ್ಕದ ಕೊಂಡಿಯಾಗಿದ್ದರು. ಹೊಲದಲ್ಲಿ ಮಾಡುತ್ತಿದ್ದ ಕೆಲಸಗಳ ನಡುವೆಯೇ 'ಅವರು ಹೇಳುತ್ತಿದ್ದ ಯಾವುದೇ ಕೆಲಸವನ್ನೂ ನಾನು ಮಾಡುತ್ತಿದ್ದೆ.' ಅವುಗಳ ಪೈಕಿ, ಆ ಎಳೆ ವಯಸ್ಸಿನಲ್ಲಿ ಹೆಗಲ ಮೇಲೆ ಮಣ ಭಾರದ ಎರಡು ಗೋಣಿಚೀಲ ಹೊತ್ತು ಸಾಗುತ್ತಿದ್ದುದೂ ಒಂದು. ಅದರಲ್ಲಿದ್ದದ್ದು ಬಿಡಿಸಿಟ್ಟ ಮುದ್ರಣ ಯಂತ್ರ. ಅದನ್ನು ಹೊತ್ತು ಕತ್ತಲಲ್ಲಿ 20 ಕಿಮೀ ದೂರ ನಡೆದು ಕ್ರಾಂತಿಕಾರಿಗಳ ಭೂಗತ ಸ್ಥಳಕ್ಕೆ ಮುಟ್ಟಿಸುವುದೂ ಆಗಿತ್ತು. ಆತ ನಿಜ ಅರ್ಥದಲ್ಲಿ 'ಸ್ವಾತಂತ್ರ್ಯದ ಕಾಲಾಳು.'

'ಇನ್ನು ಕೆಲವೊಮ್ಮೆ ಅಷ್ಟೇ ದೂರದ ಸ್ಥಳಗಳಿಗೆ ನಮ್ಮ ಸಂಪರ್ಕದಲ್ಲಿದ್ದ ಕ್ರಾಂತಿಕಾರಿಗಳಿಗೆ ಅಷ್ಟೇ ತೂಕದ ಚೀಲಗಳಲ್ಲಿ ಆಹಾರ ಹಾಗೂ ಇತರೆ ವಸ್ತುಗಳನ್ನು ತಲುಪಿಸುವ ಕೆಲಸವೂ ಇರುತ್ತಿತ್ತು.' ಆತನ ಕುಟುಂಬ ಅನೇಕ ಭೂಗತ ಹೋರಾಟಗಾರರಿಗೆ ಆಹಾರ ಮತ್ತು ಆಶ್ರಯವನ್ನೂ ನೀಡುತ್ತಿತ್ತು.

ಆತ ಸಾಗಿಸುತ್ತಿದ್ದ ಯಂತ್ರದ ಹೆಸರು 'ಉದಾರು ಪ್ರೆಸ್' (ಹಾರುವ ಪ್ರೆಸ್ ಎನ್ನುವುದು ಇದರ ವಾಚ್ಯಾರ್ಥ. ಸಾಗಿಸಬಹುದಾದ ಪ್ರೆಸ್ ಎನ್ನುವುದು ಇದರ

ಅರ್ಥ). ಅದು ಸೈಕ್ಲೋಸ್ಟೈಲ್ ಯಂತ್ರವೋ ಇಲ್ಲಾ ಮುದ್ರಣ ಯಂತ್ರದ ಬಿಡಿಭಾಗಗಳೋ ಅಥವಾ ಕಳಚಿಟ್ಟ ಯಂತ್ರವಾಗಿತ್ತೋ ಸ್ಪಷ್ಟವಿಲ್ಲ. ಅದರಲ್ಲಿ ತುಂಬಾ ತೂಕದ, ದೊಡ್ಡ ಕಬ್ಬಿಣದ ಭಾಗಗಳಿದ್ದವು ಎನ್ನುವುದು ಅವರು ನೆನಪಿಸಿಕೊಂಡರು. 80ವರ್ಷ ದಾಟಿದ ಆಗಿನ ಕಾಲದವರು ಹೇಳುವ ಪ್ರಕಾರ ಈ ಎಲ್ಲಾ ವಿವರಗಳನ್ನು ನೋಡಿದರೆ, ಅದು ಕಳಚಿದ ಪುಟ್ಟ ಮುದ್ರಣ ಯಂತ್ರವೇ ಆಗಿರಬೇಕು ಎನ್ನುತ್ತಾರೆ.

ಜುಗ್ಗೀಯಾ ಯಾವುದೇ ತೊಂದರೆಗೆ ಸಿಲುಕಿ ಹಾಕಿಕೊಳ್ಳದಂತೆ ತಮ್ಮ ಆ ಸಂಪರ್ಕ ಕೊಂಡಿಯ ಜವಾಬ್ದಾರಿಯನ್ನು ಯಶಸ್ವಿಯಾಗಿ ಪೂರೈಸಿದ್ದರು. ಯಾವುದೇ ರೀತಿಯ ಜವಾಬ್ದಾರಿಗೂ, ಅಪಾಯಕಾರಿ ಕೆಲಸಗಳಿಗೂ ಅವರು ಇಲ್ಲ ಅನ್ನಲಿಲ್ಲ. 'ನಾನು ಪೊಲೀಸರಿಗೆ ಹೆದರುವುದಕ್ಕಿಂತ ಅವರೇ ಜಾಸ್ತಿ ನನ್ನ ಬಗ್ಗೆ ಹೆದರುತ್ತಿದ್ದರು' ಎನ್ನುವ ಅಂಶ ವರ್ಷಗಳು ಕಳೆದಂತೆ ಅವರಿಗೆ ಹೆಮ್ಮೆ ಎನಿಸಿತ್ತು.

***

ಆ ನಂತರದಲ್ಲಿ ದೇಶದ ವಿಭಜನೆಯಾಯಿತು.

ಆ ಕಾಲದ ಬಗ್ಗೆ ಮಾತನಾಡುವಾಗ ಭಗತ್ ಸಿಂಗ್ ಜುಗ್ಗೀಯಾ ತೀರಾ ಭಾವುಕರಾಗುತ್ತಾರೆ. ಈ ವಯೋವೃದ್ಧರು ತಮ್ಮ ಕಣ್ಣೀರನ್ನು ತೊಡೆಯುತ್ತಾ, ಆ ಕಾಲದಲ್ಲಿ ಆದ ಸಾಮೂಹಿಕ ಕೊಲೆಗಳ ಬಗ್ಗೆ ಮಾತನಾಡುತ್ತಾರೆ. 'ದೇಶದ ಗಡಿ ದಾಟಲು ಹೊರಟ ಸಾವಿರಾರು ಮಂದಿಯ ಮೇಲೆ ಪದೇಪದೆ ಹಲ್ಲೆ ನಡೆಸಲಾಯಿತು. ಜನರನ್ನು ಕೊಚ್ಚಿ ಹಾಕಲಾಯಿತು. ಇಲ್ಲೇ ಈ ಸ್ಥಳದಲ್ಲೇ ಸಾಮೂಹಿಕ ಹತ್ಯೆಗಳು ಜರುಗಿದವು.'

ಸ್ಥಳೀಯ ಚರಿತ್ರಕಾರ, ಶಾಲೆಯ ಅಧ್ಯಾಪಕ ಅಜ್ಮೆರ್ ಸಿಧು, 'ಇಲ್ಲಿಂದ ನಾಲ್ಕು ಕಿಮೀ ದೂರದ ಸಿಂಬ್ಲಿ ಗ್ರಾಮದಲ್ಲಿ ಅದು ಜರುಗಿದ್ದು' ಎಂದರು. 250 ಮಂದಿಯನ್ನು, ಆ ಎಲ್ಲರೂ ಮುಸ್ಲಿಮರೇ, ಅವರನ್ನು ಸತತ ಎರಡು ರಾತ್ರಿ ಹಾಗೂ ಒಂದು ಹಗಲು ಕೊಚ್ಚಿ ಹಾಕಿದರು. 'ಆದರೆ, ಗರ್‌ಶಂಕರ್ ಪೊಲೀಸ್ ಠಾಣೆಯ ಠಾಣೇದಾರ ಮಾತ್ರ ಕೇವಲ 101 ಸಾವನ್ನು ಮಾತ್ರ ದಾಖಲು ಮಾಡಿದ' ಎನ್ನುತ್ತಾರೆ ನಾವು ಜುಗ್ಗೀಯಾ ಅವರೊಂದಿಗೆ ಮಾತನಾಡುವಾಗ ನಮ್ಮ ಜೊತೆಗಿದ್ದ ಸಿಧು.

'1947ರ ಆಗಸ್ಟ್‌ನಲ್ಲಿ ಎರಡು ರೀತಿಯ ಗುಂಪುಗಳಿದ್ದವು. ಒಂದು ಮುಸ್ಲಿಮ ರನ್ನು ಹುಡುಕಿ ಕೊಲೆ ಮಾಡುತ್ತಿದ್ದರೆ, ಇನ್ನೊಂದು ಗುಂಪು ಆ ದಾಳಿಕೋರರಿಂದ ಅವರನ್ನು ಬಚಾವು ಮಾಡಲು ಯತ್ನಿಸುತ್ತಿತ್ತು' ಎನ್ನುತ್ತಾರೆ ಭಗತ್ ಸಿಂಗ್.

ನಮ್ಮ ಹೊಲದ ಬಳಿಯೇ ಒಬ್ಬ ತರುಣನಿಗೆ ಗುಂಡಿಟ್ಟು ಕೊಂದರು. ನಾವು ದಫನ್ ಮಾಡಲು ಆತನ ಸಹೋದರನಿಗೆ ಸಹಾಯ ಮಾಡಲು ಮುಂದಾದೆವು. ಆದರೆ ಆತ ಭೀತಿಗೊಳಗಾಗಿ ವಲಸೆ ಹೋಗುತ್ತಿದ್ದ ಗುಂಪಿನೊಡನೆ

ಹೊರಟುಹೋದ. ನಾವು ನಮ್ಮ ಹೊಲದಲ್ಲಿಯೇ ದೇಹವನ್ನು ಹೂಳಿದೆವು. ಅದು ಒಳ್ಳೆಯ ಆಗಸ್ಟ್ 15 ಖಂಡಿತಾ ಆಗಿರಲಿಲ್ಲ' ಎಂದರು.

ಗಡಿಯನ್ನು ದಾಟಲು ಯಶಸ್ವಿಯಾದವರಲ್ಲಿ ಈ ಹಿಂದೆ ಭಗತ್ ಸಿಂಗ್ ಜುಗ್ಗೀಯಾರನ್ನು ಮತ್ತೆ ಶಾಲೆಗೆ ಸೇರಿಸಲು ಪ್ರಯತ್ನಿಸಿದ್ದ ಭೂಮಾಲೀಕ ಗುಲಾಂ ಮುಸ್ತಾಫಾ ಸಹಾ ಇದ್ದರು.

'ಆದರೆ, ಮುಸ್ತಾಫಾ ಅವರ ಮಗ ಅಬ್ದುಲ್ ರೆಹಮಾನ್ ಒಂದಿಷ್ಟು ಕಾಲ ಇಲ್ಲಿಯೇ ಉಳಿದರು. ಹಾಗೂ ತೀವ್ರ ಅಪಾಯದಲ್ಲಿದ್ದರು. ಒಂದು ರಾತ್ರಿ ಯಾರಿಗೂ ಗೊತ್ತಾಗದಂತೆ ಅವನನ್ನು ನಮ್ಮ ಮನೆಗೆ ಕರೆತಂದೆವು. ಅವನ ಬಳಿ ಒಂದು ಕುದುರೆ ಸಹಾ ಇತ್ತು.'

'ಆದರೆ, ಮುಸ್ಲಿಮರನ್ನು ಹುಡುಕಿ ಕೊಲ್ಲಲು ಹೊಂಚು ಹಾಕಿದ್ದ ಗುಂಪಿಗೆ ಈ ವಿಷಯ ಹೇಗೋ ಗೊತ್ತಾಗಿ ಹೋಯಿತು. ಒಂದು ದಿನ ನಾವು ನಮ್ಮ ಸಂಪರ್ಕ ಹಾಗೂ ಸಂಗಾತಿಗಳ ಮೂಲಕ ಅತ್ಯಂತ ಸುರಕ್ಷಿತವಾಗಿ ಒಂದೇ ಏಟಿಗೆ ಅವರನ್ನು ಗಡಿ ದಾಟಿಸಲು ಯಶಸ್ವಿಯಾದೆವು.' ಕೆಲವು ದಿನಗಳ ನಂತರ ಗಡಿಯಾಚೆಗಿದ್ದ ಅವರಿಗೆ ಅವರ ಕುದುರೆಯನ್ನು ಸಹಾ ದಾಟಿಸಿಕೊಡಲಾಯಿತು. ಮುಸ್ತಾಫಾ ಅವರು ಆನಂತರ ತಮ್ಮ ಗ್ರಾಮದ ಗೆಳೆಯರಿಗೆ ಬರೆದ ಪತ್ರದಲ್ಲಿ ಜುಗ್ಗೀಯಾಗೆ ವಂದನೆ ಹೇಳಿದ್ದಲ್ಲದೆ, ಮುಂದೊಂದು ದಿನ ಭಾರತಕ್ಕೆ ಹಿಂದಿರುಗುವುದಾಗಿ ಭರವಸೆ ನೀಡಿದ್ದರು. ಆದರೆ ಅವರು ಎಂದೂ ವಾಪಸಾಗಲಿಲ್ಲ.

ವಿಭಜನೆಯ ಬಗ್ಗೆ ಮಾತು ಬಂದಾಗ ಭಗತ್ ಸಿಂಗ್ ಇನ್ನಿಲ್ಲದ ನೋವು ಹಾಗೂ ಸಂಕಟ ಅನುಭವಿಸುತ್ತಾರೆ. ಅವರು ಮತ್ತೆ ಮಾತು ಆರಂಭಿಸುವುದಕ್ಕೂ ಮುನ್ನ ಕೆಲಕಾಲ ಮೌನಕ್ಕೆ ಜಾರಿದ್ದರು. ಹೋಷಿಯಾರ್‌ಪುರದಲ್ಲಿನ ಬಿಲಾಂಪುರ ಗ್ರಾಮದಲ್ಲಿ ಹಮ್ಮಿಕೊಂಡಿದ್ದ ಸ್ವಾತಂತ್ರ್ಯ ಹೋರಾಟದ ಸಮ್ಮೇಳವನ್ನು ಭಂಗಿಸಿದ ಪೊಲೀಸರು, ಇವರನ್ನು 17 ದಿನಗಳ ಕಾಲ ಜೈಲಿನಲ್ಲಿಟ್ಟಿದ್ದರು.

1948ರಲ್ಲಿ ಭಾರತ ಕಮ್ಯುನಿಸ್ಟ್ ಪಕ್ಷ (ಸಿಪಿಐ)ದೊಡನೆ ವಿಲೀನವಾಗಿದ್ದ ಕೀರ್ತಿ ಪಾರ್ಟಿಯಿಂದ ಸಿಡಿದು ಬೇರಾಗಿದ್ದ 'ಲಾಲ್(ರೆಡ್) ಕಮ್ಯುನಿಸ್ಟ್ ಪಾರ್ಟಿ ಹಿಂದ್ ಯೂನಿಯನ್' ಸೇರಿದರು.

ಆದರೆ ಅದು ಎಲ್ಲಾ ಕಮ್ಯುನಿಸ್ಟ್ ಪಕ್ಷಗಳನ್ನು ನಿಷೇಧಿಸಿದ್ದ 1948ರಿಂದ 1951ರ ನಡುವಿನ ಸಮಯ. ತೆಲಂಗಾಣದಲ್ಲಿ ಆದ ಬಂಡಾಯದ ಬೆನ್ನಲ್ಲೇ ಈ ನಿಷೇಧ ಹೇರಲಾಗಿತ್ತು. ಭಗತ್ ಸಿಂಗ್ ಜುಗ್ಗೀಯಾ ಬೆಳಗ್ಗೆ ರೈತ, ರಾತ್ರಿ ರಹಸ್ಯ ಸಂಪರ್ಕದಾರನಾಗಿ ತನ್ನ ಎಂದಿನ ಕೆಲಸವನ್ನು ಮುಂದುವರಿಸಿದರು.

ಭೂಗತರಾಗಿದ್ದ ಕಾರ್ಯಕರ್ತರಿಗೆ ಆಶ್ರಯದಾತರೂ ಆಗಿದ್ದರು. ಈ ಹಂತದಲ್ಲಿ ಅವರೇ ಸ್ವತಃ ಒಂದು ವರ್ಷ ಭೂಗತರಾಗಬೇಕಾಗಿ ಬಂದಿತು.

ನಂತರ 1952ರಲ್ಲಿ ಲಾಲ್ ಪಾರ್ಟಿ ಸಹಾ ಭಾರತ ಕಮ್ಯುನಿಸ್ಟ್ ಪಕ್ಷದ ಜೊತೆ ವಿಲೀನಗೊಂಡಿತು. 1964ರಲ್ಲಿ ಸಿಪಿಐ ವಿಭಜನೆಗೊಂಡಿತು. ಆಗ ಸಿಪಿಎಂ ಸೇರಿದ ಭಗತ್ ಸಿಂಗ್ ಅಲ್ಲಿಯೇ ಉಳಿದರು.

ಈ ಅವಧಿಯಲ್ಲಿ ಅವರು ಭೂಮಿ ಮತ್ತು ರೈತರನ್ನು ಬಾಧಿಸುತ್ತಿದ್ದ ಸಮಸ್ಯೆಗಳನ್ನು ಬಗೆಹರಿಸುವ ಹೋರಾಟಗಳಲ್ಲಿ ಭಾಗಿಯಾಗಿದ್ದರು. 1959ರಲ್ಲಿ ಜರುಗಿದ ಆಂಟಿ ಬೆಟರ್ಮೆಂಟ್ ತೆರಿಗೆ (ಖುಷಿ ಹಸಿಯಾತ್) ಹೋರಾಟದಲ್ಲಿ ಇವರನ್ನು ಬಂಧಿಸಲಾಗಿತ್ತು. ಅವರ ಅಪರಾಧವೇನೆಂದರೆ ಈಗ ಪಂಜಾಬ್‌ನ ಈಶಾನ್ಯ ಭಾಗದಲ್ಲಿರುವ ತಾಂಡಿ ಪ್ರದೇಶದ ರೈತರನ್ನು ಸಂಘಟಿಸಿದ್ದು. ಇದರಿಂದ ಆಕ್ರೋಶಗೊಂಡ ಪ್ರತಾಪ್‌ಸಿಂಗ್ ಖೈರಾನ್ ಸರ್ಕಾರ ಇವರ ಎಮ್ಮೆ ಹಾಗೂ ಉಳುವ ಯಂತ್ರವೊಂದನ್ನು ವಶಪಡಿಸಿಕೊಂಡು ಹರಾಜು ಹಾಕಿತು. ಆದರೆ, ಈ ಎರಡನ್ನೂ ಸಹ ರೈತನೊಬ್ಬ 11 ರೂ.ಗೆ ಖರೀದಿಸಿ ನಂತರ ಇವರಿಗೇ ಹಿಂದಿರುಗಿಸಿದ.

ಈ ಹೋರಾಟದ ಅವಧಿಯಲ್ಲಿ ಭಗತ್ ಸಿಂಗ್ ಮೂರು ತಿಂಗಳ ಕಾಲ ಲೂಧಿಯಾನ ಬಂದೀಖಾನೆಯಲ್ಲಿದ್ದರು. ಅದೇ ವರ್ಷ ಮತ್ತೆ ಅವರನ್ನು ಮೂರು ತಿಂಗಳ ಕಾಲ ಪಾಟಿಯಾಲ ಬಂದೀಖಾನೆಯಲ್ಲಿರಿಸಲಾಯಿತು.

ಅವರು ತಮ್ಮ ಇಡೀ ಬದುಕನ್ನು ಕಳೆದ ಇವರ ಗ್ರಾಮ ಮೊದಲಿಗೆ ಒಂದು ಕೊಳಗೇರಿಯಾಗಿತ್ತು. ಇದನ್ನು 'ಜುಗ್ಗೀಸ್' ಎಂದು ಕರೆಯುತ್ತಾರೆ. ಹಾಗಾಗಿಯೇ ಇವರ ಹೆಸರ ಜೊತೆಗೆ ಜುಗ್ಗೀಯಾ ಸೇರಿಕೊಂಡಿತು. ಇದು ಈಗ ಗರ್‌ಶಂಕರ್ ಠಾಣೆಯ ರಾಮಘರ್ ಗ್ರಾಮಕ್ಕೆ ಸೇರುತ್ತದೆ.

1975ರಲ್ಲಿ ತುರ್ತುಪರಿಸ್ಥಿತಿಯ ವಿರುದ್ಧ ಹೋರಾಡಲು ಮತ್ತೆ ಒಂದು ವರ್ಷ ಭೂಗತರಾದರು. ತುರ್ತುಪರಿಸ್ಥಿತಿ ವಿರೋಧಿ ಸಾಹಿತ್ಯವನ್ನು ಹಂಚುತ್ತಾ, ಜನರನ್ನು ಸಂಘಟಿಸುತ್ತಾ, ಅಗತ್ಯವಿದ್ದಾಗ ಸಂಪರ್ಕ ಕೊಂಡಿಯಾಗಿ ಇವರು ಕೆಲಸ ಮಾಡಿದರು.

ಅವರು ಈ ಎಲ್ಲಾ ಸಮಯದಲ್ಲೂ ಗ್ರಾಮ ಹಾಗೂ ಪ್ರದೇಶದಲ್ಲಿಯೇ ಬದುಕು ಕಳೆದರು. ಯಾವ ವ್ಯಕ್ತಿಗೆ ಮೂರನೇ ತರಗತಿಯನ್ನು ಸಹಾ ದಾಟಿ ಮುಂದೆ ಹೋಗಲಾಗಿರಲಿಲ್ಲವೋ, ಅವರು ವಿದ್ಯೆ ಹಾಗೂ ಉದ್ಯೋಗಕ್ಕಾಗಿ ಕಷ್ಟಪಡುತ್ತಿದ್ದ ಯುವಕರನ್ನು ದಡ ಮುಟ್ಟಿಸಲು ಶ್ರಮಿಸಿದರು. ಅವರಿಂದ ಹೀಗೆ ಸಹಾಯ ಪಡೆದ

ಕೊನೆಯ
ಹೀರೋಗಳು

ಎಷ್ಟೋ ಜನ ಈಗ ಒಳ್ಳೆಯ ಸ್ಥಿತಿಯಲ್ಲಿದ್ದಾರೆ. ಕೆಲವರು ಸರ್ಕಾರಿ ನೌಕರಿಯಲ್ಲೂ ಇದ್ದಾರೆ.

1990: ಭಗತ್ ಸಿಂಗ್ ಕುಟುಂಬಕ್ಕೆ ಅವರು, ಅವರ ಮನೆಯ ಬಾವಿ ಹಾಗೂ ಭಯೋತ್ಪಾದನೆಯ ನಡುವೆ ಇರುವ ಅಂತರ ಕೆಲವೇ ನಿಮಿಷಗಳದ್ದು ಎಂದು ಅರಿವಾಗಿತ್ತು. ಅತ್ಯಂತ ಸುಸಜ್ಜಿತ ಶಸ್ತ್ರಗಳನ್ನು ಹೊತ್ತ ಖಲಿಸ್ತಾನಿ ದಾಳಿ ದಳವು ಇವರ ಹೊಲದಲ್ಲಿ ನೆಲೆ ನಿಂತಿತ್ತು. ಅವರ ಮನೆಯಿಂದ ಕೇವಲ 400 ಮೀಟರ್ ದೂರದಲ್ಲಿದ್ದ ಬಾವಿಯ ಮೇಲೆ ಅವರ ಹೆಸರು ಬರೆಯುವ ಮೂಲಕ ತಮ್ಮ ದಾಳಿಯ ಗುರಿಯನ್ನು ಸಾರಿದ್ದರು. ಯಾರಿಗೂ ಕಾಣದಂತೆ ಭಯೋತ್ಪಾದಕರು ಮರೆಯಲ್ಲಿ ಅಡಗಿ ಕುಳಿತಿದ್ದರು.

1984ರಿಂದ 1993ರ ಅವಧಿಯಲ್ಲಿ ಪಂಜಾಬ್ ಭಯೋತ್ಪಾದನೆಯ ಹೊಡೆತಕ್ಕೆ ಸಿಕ್ಕಿತ್ತು. ನೂರಾರು ಜನರನ್ನು ಗುಂಡಿಕ್ಕಿ ಕೊಲ್ಲಲಾಗಿತ್ತು. ಖಲಿಸ್ತಾನಿಗಳಿಗೆ ತೀವ್ರ ಪ್ರತಿರೋಧ ತೋರಿದ್ದ ಸಿಪಿಐ, ಸಿಪಿಎಂ, ಸಿಪಿಐ–ಎಂಎಲ್ ಕಾರ್ಯಕರ್ತರೇ ಹೆಚ್ಚಿನ ಸಂಖ್ಯೆಯಲ್ಲಿದ್ದರು. ಈ ಅವಧಿಯಲ್ಲಿ ಭಗತ್ ಸಿಂಗ್ ಯಾವಾಗಲೂ ಭಯೋತ್ಪಾದಕರ ಗುರಿ ಪಟ್ಟಿಯಲ್ಲಿ ಇದ್ದೇ ಇದ್ದರು.

1990ರಲ್ಲಿಯೇ ಇವರಿಗೆ ಇಂತಹ ಹತ್ಯಾಪಟ್ಟಿಯಲ್ಲಿ ಇರುವುದು ಎಂದರೆ ಏನು ಎನ್ನುವ ಅರಿವಾಗಿದ್ದು. ಅವರ ಮೂವರು ತರುಣ ಮಕ್ಕಳು ಪೋಲೀಸರು ಕೊಟ್ಟಿದ್ದ ಕೋವಿಯನ್ನು ಹಿಡಿದು ಮನೆಯ ಮಾಳಿಗೆಯಲ್ಲಿದ್ದರು. ಆಗ ಸ್ವಯಂರಕ್ಷಣೆಗಾಗಿ ಸಾವಿನ ನೆರಳಿನಡಿ ಇದ್ದವರಿಗೆ ಸರ್ಕಾರ ಕೋವಿ ಇಟ್ಟುಕೊಳ್ಳಲು ಅನುಮತಿ ಹಾಗೂ ಸಹಕಾರ ನೀಡುತ್ತಿತ್ತು.

'ಸರ್ಕಾರ ನೀಡುತ್ತಿದ್ದ ಕೋವಿಗಳು ಒಳ್ಳೆಯದಾಗಿರಲಿಲ್ಲ. ಹಾಗಾಗಿ ನಾನು 12 ಬೋರ್ ಶಾಟ್‌ಗನ್ ಹಾಗೂ ಬಳಸಿದ ಕೋವಿಯೊಂದನ್ನು ಸ್ವತಃ ತಂದಿಟ್ಟುಕೊಂಡಿದ್ದೆ' ಎಂದು ಆ ಕಾಲವನ್ನು ನೆನಪಿಸಿಕೊಳ್ಳುತ್ತಾರೆ ಭಗತ್‌ಸಿಂಗ್.

ಇವರ ಮಗ 50 ವರ್ಷದ ಪರಮ್‌ಜಿತ್ ಹೇಳುತ್ತಾರೆ– 'ಒಮ್ಮೆ ಭಯೋತ್ಪಾದಕರು ನನ್ನ ತಂದೆಗೆ ಕಳಿಸಿದ್ದ ಬೆದರಿಕೆ ಪತ್ರವನ್ನು ತೆರೆದು ಓದಿದ್ದೆ. 'ನಿನ್ನ ಎಲ್ಲಾ ಚಟುವಟಿಕೆಗಳನ್ನು ತಕ್ಷಣವೇ ನಿಲ್ಲಿಸು. ಇಲ್ಲದಿದ್ದಲ್ಲಿ ನಿನ್ನ ಇಡೀ ಕುಟುಂಬವನ್ನು ಹೊಸಕಿ ಹಾಕುತ್ತೇವೆ' ಎಂದು ಅದರಲ್ಲಿ ಬರೆದಿತ್ತು. ಆ ಪತ್ರವನ್ನು ಪುನಃ ಹಾಗೆಯೇ ಲಕೋಟೆಯೊಳಗೆ ಇಟ್ಟು ಏನೂ ಗೊತ್ತಿಲ್ಲದವನಂತಿದ್ದೆ. ನನ್ನ ತಂದೆ ಇದಕ್ಕೆ ಹೇಗೆ ಪ್ರತಿಕ್ರಿಯಿಸುತ್ತಾರೆ ಎನ್ನುವ ಕುತೂಹಲ ನನಗಿತ್ತು. ಅವರು ಶಾಂತಚಿತ್ತರಾಗಿ ಇದನ್ನು ಓದಿ, ಮಡಚಿ, ಜೇಬಿನಲ್ಲಿಟ್ಟುಕೊಂಡರು. ನಂತರ ನಮ್ಮ

ಮೂವರನ್ನೂ ಮಾಳಿಗೆಗೆ ಕರೆದೊಯ್ದು, ಜಾಗ್ರತೆಯಿಂದ ಇರುವಂತೆ ತಿಳಿಸಿದ್ದರೇ ಹೊರತು, ಆ ಪತ್ರದ ಬಗ್ಗೆ ಒಂದೇ ಒಂದು ಮಾತನ್ನೂ ಆಡಲಿಲ್ಲ.'

1990ರ ಬಿಕ್ಕಟ್ಟು ನಿಜಕ್ಕೂ ಬೆನ್ನಹುರಿಯೊಳಗೆ ಚಳಿ ಹುಟ್ಟಿಸುವಂತಹದ್ದಾಗಿತ್ತು. ಈ ಕುಟುಂಬ ಇದನ್ನೂ ಯಶಸ್ವಿಯಾಗಿ ಕೊನೆಯವರೆಗೂ ಎದುರಿಸುತ್ತದೆ ಎನ್ನುವ ಬಗ್ಗೆ ಯಾವುದೇ ಸಂಶಯವಿರಲಿಲ್ಲ. ಎಕೆ–47 ಹಾಗೂ ಇತರೆ ಮಾರಣಾಂತಿಕ ಶಸ್ತ್ರಗಳನ್ನು ಹೊಂದಿದ್ದು, ತರಬೇತುಗೊಂಡ ದಾಳಿಕೋರರ ಗುಂಡಿನ ಚಕಮಕಿಯಿಂದ ಉದ್ರೇಕಿತರಾಗಿದ್ದರು ಎಂದೇ ಹೇಳಬೇಕು.

ಆ ಸಮಯದಲ್ಲಿಯೇ ತೀವ್ರವಾದಿಯೊಬ್ಬ ಅಲ್ಲಿನ ಬಾವಿಯ ಮೇಲೆ ಬರೆದಿದ್ದ ಹೆಸರನ್ನು ಗುರುತಿಸಿದ. 'ಆತ ಇತರರೆಡೆಗೆ ತಿರುಗಿ, ಭಗತ್ ಸಿಂಗ್ ಜುಗ್ಗೀಯಾ ಅವರೇನಾದರೂ ನಮ್ಮ ದಾಳಿಯ ಗುರಿಯಾಗಿದ್ದರೆ ನನಗೂ ಈ ದಾಳಿಗೂ ಏನೂ ಸಂಬಂಧವಿಲ್ಲ ಎಂದುಬಿಟ್ಟ' ಎನ್ನುತ್ತಾರೆ ಈ ಹಿರಿಯ ಸ್ವಾತಂತ್ರ್ಯ ಯೋಧ. ಇದರ ಪರಿಣಾಮ ದಾಳಿಕೋರರು ತಮ್ಮ ಕಾರ್ಯಾಚರಣೆಯನ್ನು ಹಿಂದಕ್ಕೆ ಪಡೆಯಲು ನಿರ್ಧರಿಸಿದರು. ಹಾಗೂ ಹೊಲದಿಂದ ಹಿಂದೆ ಸರಿದು ಮಾಯವಾದರು.

ಆಮೇಲೆ ಗೊತ್ತಾಯಿತು. ಭಗತ್ ಸಿಂಗ್ ಅವರು ಸಹಾಯ ಮಾಡಿದ್ದ ವ್ಯಕ್ತಿಯೊಬ್ಬನ ತಮ್ಮ ಹಾಗೆ ಹೇಳಿದ್ದವನು. ಆತ ಸರ್ಕಾರಿ ಕೆಲಸ ಬೇಕೆಂದು ಪಟ್ವಾರಿ ಕೆಲಸಕ್ಕೆ ಸೇರಿಕೊಳ್ಳಲು ಹೋಗಿದ್ದ. ಅದು ಗ್ರಾಮದ ದಾಖಲೆಗಳನ್ನು ನಿರ್ವಹಿಸುವ ಕೆಲಸ. 'ಅವರು ಹಾಗೆ ಮಾಯವಾಗಿ ಹೋದ ನಂತರ ಸತತವಾಗಿ ಎರಡು ವರ್ಷಗಳ ಕಾಲ ಅವರ ಅಣ್ಣ ನನಗೆ ಎಲ್ಲಿ ಹಾಗೂ ಯಾವಾಗ ಹೋಗಬಾರದು ಎನ್ನುವ ಅಮೂಲ್ಯ ಮಾಹಿತಿ ಹಾಗೂ ಎಚ್ಚರಿಕೆಯನ್ನು ಕಳುಹಿಸುತ್ತಿದ್ದ' ಎಂದು ಭಗತ್ ಸಿಂಗ್ ನಗುತ್ತಾ ಹೇಳಿದರು. ಇದರಿಂದ ಅವರು ತಮ್ಮ ಮೇಲಿನ ಅನೇಕ ಹತ್ಯಾ ಪ್ರಯತ್ನಗಳಿಂದ ತಪ್ಪಿಸಿಕೊಳ್ಳಲು ಸಾಧ್ಯವಾಯಿತು.

ಅವರ ಕುಟುಂಬ ಈ ಪ್ರಕರಣವನ್ನು ನಮ್ಮ ಮುಂದೆ ಮಂಡಿಸುತ್ತಿದ್ದ ರೀತಿ ನೋಡಿದರೆ, ಅದು ಬಗೆಹರಿಯುವಂತೆ ಕಾಣುತ್ತಿರಲಿಲ್ಲ. ಭಗತ್ ಸಿಂಗ್ ಅವರ ವಿಶ್ಲೇಷಣೆ ಹೆಚ್ಚು ಕರಾರುವಾಕ್ಕಾಗಿತ್ತು. ವಿಭಜನೆಯ ಬಗ್ಗೆ ಮಾತನಾಡುವಾಗ ಮಾತ್ರ ಹೆಚ್ಚೇ ಭಾವುಕರಾಗುತ್ತಿದ್ದರು. ಅವರ ಹೆಂಡತಿಯ ಕಥೆ ಏನು? ಅವರು ಈ ಎಲ್ಲದ್ದರಿಂದ ಹೆದರಿರಲಿಲ್ಲವೇ? 'ಇದನ್ನು ನಾವು ಯಶಸ್ವಿಯಾಗಿ ಎದುರಿಸುತ್ತೇವೆ ಎಂದು ನನಗೆ ವಿಶ್ವಾಸವಿತ್ತು' ಎಂದು ಶಾಂತಚಿತ್ತರಾಗಿ ನುಡಿದರು 78 ವರ್ಷದ ಗುರುದೇವ್ ಕೌರ್. ಅಖಿಲ ಭಾರತ ಪ್ರಜಾಸತ್ತಾತ್ಮಕ ಮಹಿಳಾ ಸಂಘಟನೆಯ ಮಹತ್ವದ ಕಾರ್ಯಕರ್ತರಾಗಿದ್ದ ಇವರು, 'ನನ್ನ ಮಕ್ಕಳು ತುಂಬಾ

ಗಟ್ಟಿಮುಟ್ಟಾಗಿದ್ದರು. ಹಾಗಾಗಿ ನನಗೇನೂ ಭಯವಿರಲಿಲ್ಲ. ಜತೆಗೆ ಊರವರೂ
ಸಹಾ ಬೆಂಬಲಿಸಿದರು' ಎಂದರು.

1961ರಲ್ಲಿ ಗುರುದೇವ್ ಕೌರ್, ಭಗತ್ ಸಿಂಗ್ ಅವರನ್ನು ಮದುವೆಯಾದರು.
ಭಗತ್ ಸಿಂಗ್ ಅವರಿಗೆ ಇದು ಎರಡನೆಯ ಮದುವೆ. ಮದುವೆಯಾದ ಕೆಲವೇ
ವರ್ಷಗಳಲ್ಲಿ 1944ರಲ್ಲಿ ಅವರ ಮೊದಲ ಪತ್ನಿ ಸಾವನ್ನಪ್ಪಿದರು. ಅವರಿಗೆ ಇಬ್ಬರು
ಹೆಣ್ಣುಮಕ್ಕಳಿದ್ದಾರೆ. ಸದ್ಯ ವಿದೇಶದಲ್ಲಿ ನೆಲೆಸಿದ್ದಾರೆ. ಗುರುದೇವ್ ಕೌರ್ ಅವರಿಗೆ
ಮೂವರು ಗಂಡು ಮಕ್ಕಳಿದ್ದಾರೆ. ಅವರ ಪೈಕಿ ಹಿರಿಯವನಾದ ಜಸವೀರ್ ಸಿಂಗ್
2011ರಲ್ಲಿ ತನ್ನ 47ನೆಯ ವಯಸ್ಸಿನಲ್ಲಿ ನಿಧನ ಹೊಂದಿದ. 55 ವರ್ಷದ ಕುಲದೀಪ್
ಸಿಂಗ್ ಈಗ ಬ್ರಿಟನ್‌ನಲ್ಲಿದ್ದಾರೆ. ಪರಮಜಿತ್ ಅವರೊಂದಿಗೆ ವಾಸಿಸುತ್ತಿದ್ದಾರೆ.

ಅವರ ಬಳಿ ಈಗಲೂ 12 ಬೋರ್ ಕೋವಿಯಿದೆಯೇ? 'ಇಲ್ಲ, ನಾನು ಅದನ್ನು ಕೊಟ್ಟುಬಿಟ್ಟೆ. ಈಗ ಅದರಿಂದ ಏನು ಪ್ರಯೋಜನ? ಚಿಕ್ಕಮಕ್ಕಳೂ ಸಹಾ ಅದನ್ನು ನನ್ನ ಕೈನಿಂದ ಕಿತ್ತುಕೊಂಡು ಹೋಗಬಹುದು' ಎಂದು ಈ 93ರ ಹರೆಯದ ಅವರು ನಕ್ಕರು. ನಾನು ಯುವಕರೂ ಸಹಾ ಕಿತ್ತುಕೊಳ್ಳಲು ಕಷ್ಟವಾಗಬಹುದಾದ, ಅವರ ಸುಕ್ಕುಗಟ್ಟಿದ, ವಯಸ್ಸಾದ ಆದರೆ ಅಷ್ಟೇ ಬಲಿಷ್ಠವಾದ ಅವರ ಆಕೃತಿಯತ್ತ ನೋಡಿದೆ.

1992ರ ವಿಧಾನಸಭೆ ಚುನಾವಣೆ ಅವರಿಗೆ ಮತ್ತೆ ಅಪಾಯವನ್ನು ತಂದಿತು. ಕೇಂದ್ರ ಸರ್ಕಾರ ಪಂಜಾಬ್‌ನಲ್ಲಿ ಚುನಾವಣೆ ಮಾಡಿಯೇ ಸಿದ್ಧ ಎಂದು ನಿರ್ಧರಿಸಿತ್ತು. ಇದನ್ನು ಹಾಳುಗೆಡವಿಯೇ ತೀರುತ್ತೇವೆ ಎನ್ನುವಂತಿದ್ದ ಖಲಿಸ್ತಾನಿಗಳು ಅಭ್ಯರ್ಥಿಗಳನ್ನು ಕೊಲ್ಲಲು ಶುರು ಮಾಡಿದರು. 1951ರ ಜನಪ್ರತಿನಿಧಿ ಕಾಯಿದೆಯ 52ನೇ ವಿಧಿಯ ಪ್ರಕಾರ ಪ್ರಚಾರದ ಸಂದರ್ಭದಲ್ಲಿ ಅಧಿಕೃತ ಪಕ್ಷದ ಅಭ್ಯರ್ಥಿಯೇನಾದರೂ ಸತ್ತಲ್ಲಿ, ಆ ಕ್ಷೇತ್ರದ ಚುನಾವಣೆಯನ್ನು ಮುಂದೂಡಬೇಕು. ಎಲ್ಲ ಅಭ್ಯರ್ಥಿಗಳು ಆಗ ತೀವ್ರ ಅಪಾಯದಲ್ಲಿದ್ದರು.

ಹಿಂದೆ ಕಂಡರಿಯದ ರೀತಿಯ ಹಿಂಸಾಚಾರ ನಡೆದ ಕಾರಣ 1991ರ ಜೂನ್‌ನ ಚುನಾವಣೆಗಳನ್ನು ಮುಂದೂಡಬೇಕಾಯಿತು. 'ಏಷ್ಯನ್ ಸರ್ವೆ' ನಿಯತಕಾಲಿಕದಲ್ಲಿ ಪ್ರಕಟವಾದ ಗುರ್‌ಹರಪಾಲ್ ಸಿಂಗ್ ಅವರ ಲೇಖನದ ಪ್ರಕಾರ ಆ ವರ್ಷದ ಮಾರ್ಚ್ ಹಾಗೂ ಜೂನ್ ನಡುವೆ (ಚುನಾವಣೆ ಇನ್ನೂ ಒಂದು ವಾರವಿರುವಾಗ) ರಾಜ್ಯ ಹಾಗೂ ಅರೆಸೇನಾಪಡೆಯ 24 ಯೋಧರನ್ನು ಕೊಲ್ಲಲಾಯಿತು. ಎರಡು ರೈಲಿನಲ್ಲಿದ್ದ 76 ಪ್ರಯಾಣಿಕರನ್ನು ಹತ್ಯೆಗೈಯಲಾಯಿತು. ಪಂಜಾಬ್ ಅನ್ನು ಪ್ರಕ್ಷುಬ್ಧ ಪ್ರದೇಶ ಎಂದು ಸಾರಲಾಯಿತು.

ಭಯೋತ್ಪಾದಕರ ಗುರಿ ಸ್ಪಷ್ಟವಾಗಿತ್ತು. ಹೆಚ್ಚೆಚ್ಚು ಅಭ್ಯರ್ಥಿಗಳನ್ನು ಕೊಲ್ಲುವುದು. ಸರ್ಕಾರ ಹಿಂದೆಂದೂ ಇಲ್ಲದಂತಹ ರಕ್ಷಣೆಯನ್ನು ಅಭ್ಯರ್ಥಿಗಳಿಗೆ ನೀಡಿತು. ಹಾಗೆ ಸೇರಿದವರಲ್ಲಿ ಗರ್‌ಶಂಕರ್ ಕ್ಷೇತ್ರದಿಂದ ಸ್ಪರ್ಧಿಸಿದ್ದ ಭಗತ್ ಸಿಂಗ್ ಜುಗ್ಗೀಯಾ ಸಹಾ ಒಬ್ಬರು. ಆ ಕಾಲದಲ್ಲಿದ್ದ ಎಲ್ಲ ಬಣಗಳೂ ಈ ಚುನಾವಣೆಯನ್ನು ಬಹಿಷ್ಕರಿಸಿದವು. ಗುರುಪಾಲ್ ಸಿಂಗ್ ಅವರ ಲೇಖನ ಹೇಳುವಂತೆ, 'ಪ್ರತಿಯೊಬ್ಬ ಅಭ್ಯರ್ಥಿಗೂ 32 ಸದಸ್ಯರಿರುವ ರಕ್ಷಣಾ ತುಕಡಿಯನ್ನು ಒದಗಿಸಲಾಯಿತು. ಇನ್ನೂ ಮುಖ್ಯ ಅಭ್ಯರ್ಥಿಗಳಿಗೆ 50 ಹಾಗೂ ಅದಕ್ಕೂ ಹೆಚ್ಚಿನ ಪಡೆ ನೀಡಲಾಯಿತು.' ಇವೆಲ್ಲವೂ ಚುನಾವಣೆಯ ಅವಧಿಗೆ ಮಾತ್ರ.

ಭಗತ್ ಸಿಂಗ್ ಅವರ ರಕ್ಷಣಾ ಪಡೆಯಲ್ಲಿ ಯಾರಿದ್ದರು? 'ಇಲ್ಲಿ ನನ್ನ ಪಕ್ಷದ ಕಚೇರಿಯಲ್ಲಿ 18 ಭದ್ರತಾ ಸೈನಿಕರಿದ್ದರು. ಪ್ರಚಾರಕ್ಕೆ ಹೋದಾಗ ನನ್ನ ಜೊತೆಗೆ

ಯಾವಾಗಲೂ 12 ಮಂದಿ ಇರುತ್ತಿದ್ದರು. ಇಬ್ಬರು ಮನೆಯನ್ನು ಕಾವಲು ಕಾಯುತ್ತಿದ್ದರು' ಎನ್ನುತ್ತಾರೆ. ಚುನಾವಣೆಗೆ ಹಲವು ವರ್ಷ ಮುಂಚೆಯೇ ಭಯೋತ್ಪಾದಕರ ಹಿಟ್‌ಲಿಸ್ಟ್‌ನಲ್ಲಿದ್ದ ಇವರಿಗೆ ಇನ್ನೂ ಹೆಚ್ಚು ಅಪಾಯಗಳು ಎದುರಾದವು. ಆದರೆ, ಅವರು ಇವೆಲ್ಲದರಿಂದ ಆರಾಮವಾಗಿ ಪಾರಾದರು. ಸೇನೆ, ಅರೆತುಕಡಿ ಹಾಗೂ ಪೊಲೀಸರು ಭಯೋತ್ಪಾದಕರ ಮೇಲೆ ನಡೆಸಿದ ಭಾರೀ ದಾಳಿಯಿಂದಾಗಿ ಯಾವುದೇ ಹೆಚ್ಚಿನ ಸಾವು ನೋವು ಇಲ್ಲದೆ ಚುನಾವಣೆ ನಡೆಯಿತು.

'ಅವರು 1992ರ ಚುನಾವಣೆಗೆ ಸ್ಪರ್ಧಿಸಿದರು. ಇದಕ್ಕೆ ಮುಖ್ಯ ಕಾರಣ ತಾವು ಸ್ಪರ್ಧಿಸಿ ಖಲಿಸ್ತಾನಿಗಳ ಗಮನವನ್ನು ಅವರತ್ತಲೇ ಸೆಳೆಯುವುದಾಗಿತ್ತು. ಇವರನ್ನೇ ಗುರಿಯಾಗಿಸಿಕೊಂಡಾಗ ಇತರ ಯುವ ಸಂಗಾತಿಗಳತ್ತ ಗಮನ ಹೋಗುತ್ತಿರಲಿಲ್ಲ. ಅವರನ್ನು ಪಾರು ಮಾಡುವುದು ಉದ್ದೇಶವಾಗಿತ್ತು' ಎನ್ನುತ್ತಾರೆ ಪರಮ್‌ಜೀತ್.

ಭಗತ್ ಸಿಂಗ್ ಅವರು ಕಾಂಗ್ರೆಸ್ ಅಭ್ಯರ್ಥಿಯ ಎದುರು ಸೋತರು. ಅವರು ಬೇರೆ ಚುನಾವಣೆಗಳಲ್ಲಿ ಈ ಮುಂಚೆ ಗೆದ್ದಿದ್ದರು. 1957ರಲ್ಲಿ ರಾಮಘರ್ ಹಾಗೂ ಚಾಕ್ ಗುಜ್ರನ್ ಎಂಬ ಎರಡು ಗ್ರಾಮಗಳ ಸರಪಂಚರಾಗಿ ಆಯ್ಕೆಯಾಗಿದ್ದರು. ಅವರು ಸರಪಂಚರಾಗಿ ನಾಲ್ಕು ಅವಧಿಗೆ ಆಯ್ಕೆಯಾಗಿದ್ದರು. 1998, ಇವರ ಕೊನೆಯ ಅವಧಿ.

1978ರಲ್ಲಿ ಈಗ ಶಹೀದ್ ಭಗತ್ ಸಿಂಗ್ ನಗರ ಎಂದು ಕರೆಯಲ್ಪಡುವ ನವಾಂಶಹರ್‌ನ ಸಹಕಾರಿ ಕಬ್ಬಿನ ಕಾರ್ಖಾನೆಯ ಚುನಾಯಿತ ನಿರ್ದೇಶಕರಾಗಿದ್ದರು. ಅದೂ ಅಕಾಲಿದಳದ ಪ್ರಭಾವಿ ಭೂಮಾಲೀಕ ಸನ್ಸರ್ ಸಿಂಗ್‌ರನ್ನು ಸೋಲಿಸಿ. 1998ರಲ್ಲಿ ಮತ್ತೆ ಅವಿರೋಧವಾಗಿ ಆಯ್ಕೆಯಾದರು.

***

ಅವರ ಮನಸ್ಸು ಮತ್ತೆ ಮತ್ತೆ ವಿಭಜನೆಯ ಕರಾಳತೆಯತ್ತ ಹೊರಳುತ್ತದೆ. ಭಗತ್ ಸಿಂಗ್‌ರಿಗೆ ಗೊತ್ತಿದ್ದ ಅವರ ನೆರೆಹೊರೆಯ ಅನೇಕರು ಇದಕ್ಕೆ ಬಲಿಪಶುಗಳಾಗಿದ್ದಾರೆ. ಈ ಪೈಕಿ ಶಾಲೆಯಲ್ಲಿ ಮೊದಲ ಸ್ಥಾನ ಪಡೆಯಲು ತಾನು ಹಿಂದಿಕ್ಕಿದ್ದ ಸಿಂಬ್ಲಾ ಗ್ರಾಮದ ಅಫ್ಜಲ್ ತೌಸೀಫ್ ಕುಟುಂಬ ಸಹಾ ಇತ್ತು. ತೌಸೀಫಳ ಕುಟುಂಬದ 18 ಮಂದಿಯನ್ನು ಕೊಚ್ಚಿ ಹಾಕಲಾಯಿತು. 1947ರಲ್ಲಿ ಆಕೆ ಲಾಹೋರ್‌ಗೆ ವಲಸೆ ಹೋದಳು.

'ನಾನು ತೌಸೀಫ್‌ಳಿಗಿಂತ ಒಂದು ಅಂಕ ಮಾತ್ರ ಹೆಚ್ಚು ಪಡೆದಿದ್ದೆ' ಎಂದು ಎಲ್ಲವನ್ನೂ ನೆನಪಿಸಿಕೊಳ್ಳುತ್ತಾರೆ ತೀವ್ರವಾಗಿ ನೊಂದ ಭಗತ್ ಸಿಂಗ್.

ತರಗತಿಯಲ್ಲಿ ಮೊದಲಿಗನಾಗಿದ್ದರಿಂದ ಬಹುಮಾನ ನೀಡುವ ಕಾರ್ಯಕ್ರಮಕ್ಕಾಗಿ ನನ್ನನ್ನು ಗರಶಂಕರ್‌ಗೆ ಕರೆದುಕೊಂಡು ಬರಲಾಗಿತ್ತು. ಅದು ಮುನ್ಶಿ ಬಾಬು ನನಗೆ ಒಂದು ಪೈಸೆ ಬಹುಮಾನವಾಗಿ ಕೊಟ್ಟ ಸಮಾರಂಭ. ಆ ಮಾರಣಾಂತಿಕ ಹೊಡೆತಗಳನ್ನಂತೂ ಮರೆಯಲು ಸಾಧ್ಯವೇ ಇಲ್ಲ,.

ತೌಸೀಫ್ ಪಾಕಿಸ್ತಾನದಲ್ಲಿ ಅತ್ಯಂತ ಜನಪ್ರಿಯ ಪಂಜಾಬಿ ಲೇಖಕರಲ್ಲಿ ಒಬ್ಬಳಾಗಿ ಹೆಸರು ಮಾಡಿದಳು. (ಪಾಕಿಸ್ತಾನದಲ್ಲಿ ಶಾಹಮುಖಿ ಲಿಪಿಯಲ್ಲಿ ಬರೆದರು). ಪತ್ರಿಕೆಗಳಿಗೂ ಬರೆಯುತ್ತಿದ್ದ ಆಕೆ ರಾಜಕೀಯ ಹಾಗೂ ಪ್ರಚಲಿತ ವಿಷಯಗಳ ಬಗ್ಗೆ ಸುಮಾರು 30 ಪುಸ್ತಕಗಳನ್ನು ಬರೆದರು. ಲಾಹೋರ್‌ನ ಶೈಕ್ಷಣಿಕ ಕಾಲೇಜಿನಿಂದ ಇಂಗ್ಲಿಷ್ ಉಪನ್ಯಾಸಕರಾಗಿ ತೌಸೀಫ್ ನಿವೃತ್ತರಾದರು.

ತರಗತಿಗೇ ಮೊದಲಿಗರಾಗಿದ್ದ ಭಗತ್ ಸಿಂಗ್ ಆ ಹೊಡೆತದ ಘಟನೆಯ ನಂತರ ಇನ್ನೊಂದು ದಿನವೂ ತರಗತಿಯಲ್ಲಿ ಉಳಿಯಲಿಲ್ಲ.

ಇಬ್ಬರಿಗೂ ರಾಜಕೀಯ ಬದ್ಧತೆ ಮತ್ತು ದೃಢತೆಯಿತ್ತು. ಪಾಕಿಸ್ತಾನದ ಸರ್ವಾಧಿಕಾರಿಗಳನ್ನು ಟೀಕಿಸಿ ಬರೆದದ್ದಕ್ಕಾಗಿ ತೌಸೀಫಳನ್ನು ಹಲವು ಬಾರಿ ಬಂಧಿಸಿದ್ದರು. ಎತ್ತಂಗಡಿ ಸಹಾ ಮಾಡಿದ್ದರು. ಭಗತ್ ಸಿಂಗ್ ಅವರು ಪ್ರಭಾವಿ ಭೂಮಾಲೀಕರ ವಿರುದ್ಧ ಭೂ ಚಳವಳಿ ಸಂಘಟಿಸಿದರು. ಖಲಿಸ್ತಾನಿಗಳನ್ನೂ ಎದುರಿಸಿದರು.

ಅಫ್ಜಲ್ ತೌಸೀಫರ ಖ್ಯಾತ ಕೃತಿಗಳ ಪೈಕಿ 'ದೇಖಿ ತೇರಿ ದುನಿಯಾ' (ನಾನು ನಿಮ್ಮ ಪ್ರಪಂಚ ನೋಡಿದ್ದೇನೆ) ಮತ್ತು 'ಅಮನ್ ವೇಳೆ ಮಿಲೇಂಗೇ' (ನಾವು ಶಾಂತಿಕಾಲದಲ್ಲಿ ಭೇಟಿಯಾಗೋಣ) ಸಹಾ ಸೇರಿವೆ.

ಆಕೆ ಶಾಂತಿ ನೆಲೆಸಿದ ನಂತರ ಭಾರತಕ್ಕೆ ಭೇಟಿಕೊಟ್ಟರು. ಕವಯತ್ರಿ ಅಮೃತಾ ಪ್ರೀತಂ ಅವರ ಗೆಳತಿಯಾಗಿದ್ದ ಅಫ್ಜಲ್ ವಿಭಜನೆಯ ನಂತರ ಐದು ಬಾರಿ ಭಾರತಕ್ಕೆ ಭೇಟಿ ನೀಡಿದ್ದರು. ಆಕೆಗೆ ಸಿಂಬ್ಲಿಗೆ ಭೇಟಿ ಮಾಡುವ ಮನಸ್ಸಿರಲಿಲ್ಲ. ಅಲ್ಲಿಯ ಹೃದಯವಿದ್ರಾವಕ ಘಟನೆಗಳು ಆಕೆಯನ್ನು ಘಾಸಿ ಮಾಡಿದ್ದವು. ಆದರೂ ಸಹಾ ಆಕೆ ಶಾಲಾ ಪ್ರಾಧ್ಯಾಪಕ ಹಾಗೂ ಸ್ಥಳೀಯ ಚರಿತ್ರಕಾರ ಅಜ್ಮರ್ ಸಿಧು ಅವರ ಒತ್ತಾಯದ ಮೇರೆಗೆ ಮೂರು ಬಾರಿ ಭೇಟಿ ನೀಡಿದ್ದರು.

2014ರಲ್ಲಿ ನಿಧನ ಹೊಂದಿದ ಅಫ್ಜಲ್ ತೌಸೀಫ್ ಅವರಿಗೆ ತನ್ನ ಮೂರನೆಯ ತರಗತಿಯ ಸಹಪಾಠಿ ಭಗತ್ ಸಿಂಗ್ ಜುಗ್ಗೀಯ ಅವರನ್ನು ತಮ್ಮ ಈ ಯಾವ ಭಾರತದ ಭೇಟಿಯಲ್ಲೂ ಸಂಪರ್ಕಿಸಲು ಸಾಧ್ಯವಾಗಲೇ ಇಲ್ಲ.

***

ಹೊಡೆತ ತಿಂದು ಶಾಲೆಯಿಂದ ಹೊರಗೆ ತಳ್ಳಿಸಿಕೊಳ್ಳಲ್ಪಟ್ಟ ಎಂಟು ದಶಕಗಳ ನಂತರವೂ ಭಗತ್ ಸಿಂಗ್ ಜುಗ್ಗೀಯಾ ರಾಜಕೀಯವಾಗಿ ಸಕ್ರಿಯ, ಮಾಹಿತಿಭರಿತ ಹಾಗೂ ಚುರುಕಾಗಿದ್ದಾರೆ. 2021ರ ನಮ್ಮ ಮೊದಲ ಮುಖ್ಯ ಭೇಟಿಯಲ್ಲಿ ರೈತರ ಚಳವಳಿಯಲ್ಲಿ ಆಗುತ್ತಿರುವ ಎಲ್ಲವನ್ನೂ ತಿಳಿದುಕೊಳ್ಳುವ ಉತ್ಸಾಹದಲ್ಲಿದ್ದರು. ಇವರು ಈಗ ಪಕ್ಷದ ರಾಜ್ಯ ನಿಯಂತ್ರಣ ಆಯೋಗದ ಭಾಗ. ಜಲಂಧರ್‌ನಲ್ಲಿರುವ 'ದೇಶ್ ಭಗತ್ ಯಾದ್ಗಾರ್ ಹಾಲ್' (ಡಿಬಿವೈಎಚ್)ನ್ನು ನಡೆಸುವ ಟ್ರಸ್ಟ್‌ನ ಸದಸ್ಯರೂ ಆಗಿದ್ದಾರೆ. ಇತರೆ ಯಾವುದೇ ಸಂಘಟನೆಗಿಂತ ಡಿಬಿವೈಎಚ್ ಪಂಜಾಬ್‌ನ ಕ್ರಾಂತಿಕಾರಿ ಚಟುವಟಿಕೆಗಳನ್ನು ದಾಖಲೀಕರಣ ಮಾಡುತ್ತಿದೆ. ಈ ಟ್ರಸ್ಟ್‌ನ್ನು ಗದ್ದರ್ ಚಳವಳಿಯ ಕ್ರಾಂತಿಕಾರಿಗಳೇ ಹುಟ್ಟು ಹಾಕಿದ್ದು.

'ಇಂದಿಗೂ ಸಹಾ ಈ ಭಾಗದಿಂದ ದೆಹಲಿಯಲ್ಲಿ ಪ್ರತಿಭಟನೆ ನಡೆಸುತ್ತಿರುವ ರೈತರ ಚಳವಳಿಯಲ್ಲಿ ಭಾಗವಹಿಸಲು ಜಾಥಾ ಹೊರಟರೆ ಅವರು ಮೊದಲು ಭಗತ್ ಸಿಂಗ್‌ರ ಮನೆಗೆ ಹೋಗಿ ಅವರ ಆಶೀರ್ವಾದ ಪಡೆಯುತ್ತಾರೆ' ಎನ್ನುತ್ತಾರೆ ಅವರ ಗೆಳೆಯ ಸಿಪಿಎಂನ ಪಂಜಾಬ್ ರಾಜ್ಯ ಸಮಿತಿ ಸದಸ್ಯ ದರ್ಶನ್ ಸಿಂಗ್ ಮಟ್ಟು. 'ಮೊದಲಿಗೆ ಹೋಲಿಸಿದರೆ ಅವರು ಹೆಚ್ಚಾಗಿ ಓಡಾಡುವುದಿಲ್ಲ. ಆದರೆ ಅವರ ಬದ್ಧತೆ ಮತ್ತು ತೀವ್ರತೆ ಮೊದಲಿನಂತೆಯೇ ಬಲವಾಗಿದೆ. ಈಗಲೂ ಸಹಾ ಶಹಜಾನ್‌ಪುರದಲ್ಲಿ ಪ್ರತಿಭಟನೆ ನಡೆಸುತ್ತಿರುವ ರೈತರಿಗೆ ರಾಮಘರ್ ಹಾಗೂ ಗರ್‌ಶಂಕರ್‌ನಿಂದ ಅಕ್ಕಿ, ಎಣ್ಣೆ, ಬೇಳೆ ಇತರೆ ವಸ್ತುಗಳು ಹಾಗೂ ಹಣ ಸಂಗ್ರಹಿಸಲು ಇವರು ಶ್ರಮವಹಿಸುತ್ತಾರೆ.'

ನಾನು ಭಗತ್ ಸಿಂಗ್ ಜುಗ್ಗೀಯಾ ಅವರನ್ನು ಮತ್ತೆ 2021ರ ನವೆಂಬರ್ 1ರಂದು ಭೇಟಿಯಾದೆ. ಈ ಬಾರಿ ದೇಶ್ ಭಗತ್ ಯಾದ್ಗಾರ್ ಭವನದ ಸಮೀಪದಲ್ಲಿರುವ ಮೊರಾನಾದಲ್ಲಿ ಜರುಗಿದ 30ನೆಯ 'ಮೇಳಾ ಗದ್ರಿ ಬಾಬೆಯಾಂ ದಾ'ದಲ್ಲಿ. ಇದು ಗದ್ದರ್ ಬಂಡಾಯದ ಹಾಗೂ ಉತ್ತಮ ಸಮಾಜಕ್ಕಾಗಿ ಅವರು ಹೊಂದಿದ್ದ ಸ್ವಾತಂತ್ರ್ಯದ ಕನಸನ್ನು ನನಸು ಮಾಡುವ ನಿಟ್ಟಿನಲ್ಲಿ ಹುತಾತ್ಮರಾಗಿ ಹೋದವರ ನೆನಪಿಗೆ ನಡೆಯುವ ಮೂರು ದಿನದ ಕಾರ್ಯಕ್ರಮ. ಮೇಳ ನವೆಂಬರ್ 1ರಂದು ಕ್ರಾಂತಿಕಾರಿ ಲಾವಣಿಗಳು ಹಾಗೂ ನಾಟಕಗಳೊಂದಿಗೆ ಮುಕ್ತಾಯವಾಗುತ್ತದೆ.

ಆ ಬಾರಿಯ ಉತ್ಸವವನ್ನು ದೆಹಲಿಯಲ್ಲಿ ಇನ್ನೂ ಪ್ರತಿಭಟನೆ ನಡೆಸುತ್ತಿದ್ದ ರೈತರಿಗೆ ಸಮರ್ಪಿಸಲಾಗಿತ್ತು.

ಭಗತ್ ಸಿಂಗ್ ಜುಗ್ಗೀಯಾ ವೀಲ್‌ಚೇರ್‌ನಲ್ಲಿ ಬಂದು ಗದ್ದರ್ ಬಾವುಟವನ್ನು ಹಾರಿಸಿದ್ದರು. ಈ ಕಾರ್ಯಕ್ರಮಕ್ಕೆಂದೇ ಅವರು ತಮ್ಮ ಹೋಷಿಯಾರ್‌ಪುರ್ ಗ್ರಾಮದಿಂದ ಬಂದಿದ್ದರು. 'ನಮ್ಮ ಉನ್ನತಿಗಾಗಿ ಸಾಮಾಜಿಕ ಹಾಗೂ ಆರ್ಥಿಕ ಸಮಾನತೆಗಾಗಿ ಸ್ವಾತಂತ್ರ್ಯ ಯೋಧರು ನಡೆಸಿದ ಹೋರಾಟಗಳು ವ್ಯರ್ಥವಾಗಿ ಹೋಗಬಾರದು' ಎಂದು ಪಂಜಾಬ್‌ನ ಎಲ್ಲೆಡೆಯಿಂದ ಬಂದಿದ್ದ ಮೂರು ಸಾವಿರಕ್ಕೂ ಹೆಚ್ಚಿನ ಸಭಿಕರಿಗೆ ಅವರು ಹೇಳಿದರು. (ಜಗತ್ತಿನಾದ್ಯಂತ ಈ ಸಂಖ್ಯೆಗೂ ಹಲವು ಪಟ್ಟು ಮಂದಿ ಇದರ ನೇರಪ್ರಸಾರವನ್ನು ವೀಕ್ಷಿಸುತ್ತಿದ್ದರು).

ನಾನು ಅವರ ಮನೆಗೆ ಭೇಟಿ ಕೊಟ್ಟಿದ್ದನ್ನು ನೆನಪಿಸಿಕೊಂಡ ಅವರು, ನನ್ನನ್ನು ಆಲಂಗಿಸಿಕೊಂಡಿದ್ದಲ್ಲದೆ, ಬಿಗುವಾಗಿ ಕೈಕುಲುಕಿದರು. ಇಲ್ಲ, ಇಂತಹ ಬಲಿಷ್ಠ ಕೈಗಳಿಂದ ಯಾವುದೇ ಮಗುವಲ್ಲ, ಯಾವ ವಯಸ್ಕರೂ ಸಹ ಬಂದೂಕನ್ನು ಕಸಿದುಕೊಳ್ಳಲು ಸಾಧ್ಯವಿಲ್ಲ ಎಂದು ನಾನು ಅಂದುಕೊಂಡೆ.

ನಾವು 13 ಭಾಷೆಗಳಲ್ಲಿ ನಮ್ಮ 'ಪೀಪಲ್ಸ್ ಆರ್ಕೀವ್ ಆಫ್ ರೂರಲ್ ಇಂಡಿಯಾ'– ಪರಿಯಲ್ಲಿ ಪ್ರಕಟಿಸಿದ್ದ, ಈ ಬರಹಕ್ಕಿಂತ ಕಿರಿದಾದ ಅವರ ಪರಿಚಯ ಲೇಖನದ ಬಗ್ಗೆ ಸಂತೋಷಗೊಂಡಿದ್ದರು. ಯಾವಾಗ ಪುಸ್ತಕ ಹೊರಬರುತ್ತದೆ? ಎಂಬುದು ಅವರಿಗೆ ಗೊತ್ತಾಗಬೇಕಿತ್ತು. 2022ರ ಆಗಸ್ಟ್ 15ರ ವೇಳೆಗೆ ಖಂಡಿತಾ ನಾನು ಒಂದು ಪ್ರತಿಯನ್ನು ಅವರಿಗೆ, ಅವರ ಮನೆಯಲ್ಲೇ ತಲುಪಿಸುತ್ತೇನೆ ಎಂದು ಭರವಸೆ ನೀಡಿದೆ.

ತಮ್ಮ 94ನೆಯ ವಯಸ್ಸಿನಲ್ಲಿ, ಮಾರ್ಚ್ 13ರಂದು ಅವರು ಹೋರಾಡಿದ ಸ್ವಾತಂತ್ರ್ಯದ ಸುವರ್ಣ ಮಹೋತ್ಸವದ ವರ್ಷದಂದೇ ಭಗತ್ ಸಿಂಗ್ ಜುಗ್ಗೀಯಾ ನಿಧನರಾದರು. ಅವರ ಸಮಾಧಿ ಸ್ಥಳದ ಬಳಿ ಇವರ 83 ವರ್ಷಗಳ ಹಿಂದೆ ಮೊಳಗಿಸಿದ್ದ 'ಬ್ರಿಟಾನಿಯಾ ಮುರ್ದಾಬಾದ್, ಹಿಂದೂಸ್ತಾನ್ ಜಿಂದಾಬಾದ್' ಎನ್ನುವ ಅದೇ ಘೋಷಣೆಯನ್ನು ಮೊಳಗಿಸಿ, ಶೋಕತಪ್ತರು ಶ್ರದ್ಧಾಂಜಲಿ ಸಲ್ಲಿಸಿದರು.

ಇವರ ನಿಧನದ ಸುದ್ದಿ ತಿಳಿದ ನಾನು, ಆಗಸ್ಟ್ 2021ರಲ್ಲಿ ಅವರ ಮನೆಯಿಂದ ಹೊರಡುವಾಗ ಅವರು ಹೇಳಿದ್ದನ್ನು ನೆನಪಿಸಿಕೊಂಡೆ. ನಮ್ಮನ್ನು ಬೀಳ್ಕೊಡಲು ಅವರು ವಾಕರ್‌ನೊಂದಿಗೆ ಹೆಜ್ಜೆಯಿಡುತ್ತಾ ಬಂದಿದ್ದರು. ಅವರು ಯಾವ ದೇಶದ ಸ್ವಾತಂತ್ರ್ಯಕ್ಕಾಗಿ ಹೋರಾಡಿದರೋ, ಆ ದೇಶದ ಇಂದಿನ ಪರಿಸ್ಥಿತಿಯ ಬಗ್ಗೆ ಒಳ್ಳೆಯ ಅಭಿಪ್ರಾಯ ಹೊಂದಿರಲಿಲ್ಲ ಎಂಬುದು ನಮಗೆ ಗೊತ್ತಾಗಬೇಕು ಎಂದು ಭಗತ್ ಸಿಂಗ್ ಜುಗ್ಗೀಯಾ ಬಯಸಿದ್ದರು. 'ಈ ದೇಶವನ್ನು ಈಗ ಮುನ್ನಡೆಸುತ್ತಿರುವ

ಯಾರೂ ಸಹಾ ಸ್ವಾತಂತ್ರ್ಯ ಹೋರಾಟದ ಭಾಗವಾಗಿರಲಿಲ್ಲ. ಅವರು ಪ್ರತಿನಿಧಿಸುವ ರಾಜಕೀಯ ಶಕ್ತಿಗಳು(ಆರ್‌ಎಸ್‌ಎಸ್) ಎಂದಿಗೂ ಸ್ವಾತಂತ್ರ್ಯ ಹಾಗೂ ಬಿಡುಗಡೆಯ ಹೋರಾಟದ ಭಾಗವಾಗಿರಲಿಲ್ಲ. ಒಬ್ಬೇ ಒಬ್ಬ ವ್ಯಕ್ತಿ ಸಹ ಇದರ ಭಾಗವಾಗಿರಲಿಲ್ಲ. ಈ ಶಕ್ತಿಗಳಿಗೆ ತಡೆಯೊಡ್ಡದಿದ್ದಲ್ಲಿ ಅವರು ಈಗಲೂ ದೇಶವನ್ನು ನಾಶ ಮಾಡುತ್ತಾರೆ' ಎಂದು ಚಿಂತಾಕ್ರಾಂತರಾಗಿ ನುಡಿದರು.

ಅವರು ಈ ಮಾತನ್ನೂ ಸೇರಿಸಿದರು: 'ನನ್ನನ್ನು ನಂಬಿ ಈ ಪ್ರಭುತ್ವದ ಮೇಲೂ ಸೂರ್ಯ ಅಸ್ತಮಿಸುತ್ತಾನೆ.'

'ಪರಿ'ಯ ಸ್ವಾತಂತ್ರ್ಯ ಯೋಧರ
ಗ್ಯಾಲರಿಗೆ ಭೇಟಿ ನೀಡಲು
ಈ QR ಕೋಡ್ ಸ್ಕ್ಯಾನ್ ಮಾಡಿ

᠎6

ಅಂಬೇಡ್ಕರ್ ಅವರಿಲ್ಲದೆ ದೇಶದ ಸಂವಿಧಾನ ಮತ್ತು
ಕಾನೂನನ್ನು ರೂಪಿಸಲು ಸಾಧ್ಯವಿಲ್ಲ ಎನ್ನುವುದು
ಗಾಂಧಿ ಮತ್ತು ನೆಹರೂ ಇಬ್ಬರಿಗೂ ಅರಿವಾಯಿತು.
ಅವರೊಬ್ಬರೇ ಅದಕ್ಕೆ ಸಮರ್ಥ ವ್ಯಕ್ತಿ. ಅಂಬೇಡ್ಕರ್
ಅವರೇನೂ ಈ ಕೆಲಸಕ್ಕಾಗಿ ಗೋಗರೆಯಲಿಲ್ಲ.

                                    – ಶೋಭಾರಾಂ ಗೆಹೆರ್ವರ್
                              ಜಾದೂಗಾರ್ ಬಸ್ತಿ, ಅಜ್ಮೇರ್, ರಾಜಸ್ಥಾನ

4

ಗಾಂಧಿ ಮತ್ತು ಅಂಬೇಡ್ಕರ್ ನಡುವೆ ನಾನು ಆಯ್ಕೆ ಮಾಡಿಕೊಳ್ಳಲೇಬೇಕೆ?

ನಾವು ಬಾಂಬು ತಯಾರಿಸುತ್ತಿದ್ದ ಸ್ಥಳವನ್ನು ಬ್ರಿಟಿಷರು ಸುತ್ತುವರಿದಿದ್ದರು. ಈ ಸ್ಥಳ ಇದ್ದದ್ದು ಅಜ್ಮೇರ್‌ನ ಅರಣ್ಯದ ಒಳಗಿನ ಒಂದು ಗುಡ್ಡ ಪ್ರದೇಶದಲ್ಲಿ. ಅದು ಹುಲಿಯೊಂದು ನೀರು ಕುಡಿಯಲು ಬರುತ್ತಿದ್ದ ತೊರೆಗೆ ತೀರಾ ಸನಿಹದಲ್ಲಿತ್ತು. ಆ ಹುಲಿ ಪ್ರತಿದಿನವೂ ಬಂದು ಹೋಗುತ್ತಿತ್ತು. ನಾವು ಕೆಲವೊಮ್ಮೆ ಪಿಸ್ತೂಲ್‌ನಿಂದ ಗಾಳಿಯಲ್ಲಿ ಗುಂಡು ಹಾರಿಸುತ್ತಿದ್ದ ಕಾರಣ ಅದಕ್ಕೆ ತಾನು ಸದ್ದಿಲ್ಲದೇ ಬಂದು ನೀರು ಕುಡಿದು ಹೋಗಬೇಕು ಎನ್ನುವುದು ಚೆನ್ನಾಗಿ ಅರ್ಥವಾಗಿತ್ತು. ಇಲ್ಲದಿದ್ದಲ್ಲಿ, ನಾವು ಗಾಳಿಯಲ್ಲಿ ಅಲ್ಲ, ಅದಕ್ಕೇ ನೇರ ಗುಂಡು ಹಾರಿಸುತ್ತಿದ್ದೆವು.

'ಆದರೆ ಆ ದಿನ ಬ್ರಿಟಿಷರಿಗೆ ನಮ್ಮ ಅಡಗುದಾಣ ಗೊತ್ತಾಗಿ ಹೋಗಿ ಅದರ ಹತ್ತಿರ ಬರುತ್ತಿದ್ದರು. ಅವು ಹೇಳಿಕೇಳಿ ಬ್ರಿಟಿಷ್ ಪ್ರಭುತ್ವದ ದಿನಗಳು. ಹಾಗಾಗಿ ನಾವು ಕೆಲವು ಸ್ಫೋಟಕಗಳನ್ನು ಸ್ಫೋಟಿಸಿದೆವು. ಸ್ಫೋಟಿಸಿದ್ದು ನಾನಲ್ಲ. ನಾನು ಆಗ ತೀರಾ ಚಿಕ್ಕವನಿದ್ದೆ. ಅಲ್ಲಿದ್ದ ನನ್ನ ಗೆಳೆಯರು ಸ್ಫೋಟಿಸಿದ್ದರು. ಅದೇ ಸಮಯಕ್ಕೆ ಸರಿಯಾಗಿ ನೀರು ಕುಡಿಯಲು ಬಂದ ಆ ಹುಲಿ ಕಾಣಿಸಿಕೊಂಡಿತು.'

ಆ ಸ್ಫೋಟದ ಸದ್ದಿನಿಂದಾಗಿ ಹುಲಿ ನೀರು ಕುಡಿಯದೆ ಓಡಿ ಹೋಯಿತು. ಆದರೆ ಹಾಗೆ ಹೋಗುವಾಗ ಅದು ಆ ಬ್ರಿಟಿಷ್ ಪೊಲೀಸರ ಬೆನ್ನು ಹತ್ತಿಯೇ ಓಡಿತು. ಬೆನ್ನ ಹಿಂದೆ ಹುಲಿಯನ್ನಿಟ್ಟುಕೊಂಡಿದ್ದ ಆ ಎಲ್ಲರೂ ಗಾಬರಿ ಬಿದ್ದು ಸಿಕ್ಕಸಿಕ್ಕ ಕಡೆ ಓಡತೊಡಗಿದರು. ಕೆಲವರು ಗುಡ್ಡದ ಬದಿಗೆ ಬಿದ್ದರು. ಇನ್ನು ಕೆಲವರು ರಸ್ತೆಯಲ್ಲಿ. ಈ ಎಲ್ಲಾ ಗೊಂದಲದಲ್ಲಿ ಇಬ್ಬರು ಪೊಲೀಸರು ಮೃತಪಟ್ಟರು. ಪೊಲೀಸರಿಗೆ ಮತ್ತೆ ಆ ಜಾಗಕ್ಕೆ ಹಿಂದಿರುಗುವ ಧೈರ್ಯವಿರಲಿಲ್ಲ. ಅವರು ನಮಗೆ ಭಯಪಡುತ್ತಿದ್ದರು.

ಈ ಎಲ್ಲಾ ಗೊಂದಲ, ಗದ್ದಲದಲ್ಲಿ ಏನೂ ತೊಂದರೆಯಾಗದೆ ಆ ಹುಲಿ ಪಾರಾಯಿತು. ಆಮೇಲೂ ನೀರು ಕುಡಿಯಲು ಆ ಹುಲಿ ಬದುಕುಳಿದಿತ್ತು.

ಇವರು ಶೋಭಾರಾಂ ಗೆಹೆರ್ವರ್. ಹಿರಿಯ ಸ್ವಾತಂತ್ರ್ಯ ಯೋಧ. ತಮ್ಮ 96 ನೆಯ ವರ್ಷದಲ್ಲಿರುವ ಅವರು 2022ರ ಏಪ್ರಿಲ್ 14ರಂದು ಅಜ್ಮೇರ್‌ನ ಅವರ ಮನೆಯಲ್ಲಿ ನಮ್ಮೊಂದಿಗೆ ಮಾತನಾಡುತ್ತಿದ್ದರು. ತಾವು ಹುಟ್ಟಿ ಬೆಳೆದ ಒಂದು ಶತಮಾನಕ್ಕೂ ಹೆಚ್ಚಿನ ದಲಿತ ಬಸ್ತಿಯಲ್ಲಿಯೇ ಅವರು ಈಗಲೂ ವಾಸ ಮಾಡುತ್ತಿದ್ದಾರೆ. ಅದನ್ನು ತೊರೆದು ಇನ್ನೂ ಒಳ್ಳೆಯ ಅನುಕೂಲ ಇರುವ ಜಾಗಕ್ಕೆ ಹೋಗಬೇಕು ಎಂದು ಅವರು ಎಂದೂ ಇಚ್ಛಿಸಿಲ್ಲ. ಹಾಗೆ ಹೋಗಬೇಕೆಂದಿದ್ದರೆ ಎರಡು ಬಾರಿ ಮುನಿಸಿಪಾಲಿಟಿಯ ಸದಸ್ಯರಾಗಿದ್ದ ಇವರಿಗೆ ಅದು ಕಷ್ಟವೇನೂ ಆಗಿರಲಿಲ್ಲ. ಇವರು ನಮ್ಮೊಂದಿಗೆ ಮಾತನಾಡುತ್ತಾ ಬ್ರಿಟಿಷ್ ಪ್ರಭುತ್ವದ ವಿರುದ್ಧ 1930 ಹಾಗೂ 1940ರಲ್ಲಿನ ಹೋರಾಟಗಳ ಬಗ್ಗೆ ಸ್ಪಷ್ಟಚಿತ್ರಣ ನೀಡಿದರು.

'ಒಮ್ಮೆ ಚಂದ್ರಶೇಖರ್ ಆಜಾದ್ ಅವರು ಇಲ್ಲಿಗೆ ಭೇಟಿ ಕೊಟ್ಟಿದ್ದರು. ಅದು ಬಹುಶಃ 1930ರ ದ್ವಿತೀಯ ಭಾಗದಲ್ಲಿ ಇಲ್ಲವೇ 1931ರ ಮೊದಲ ಭಾಗದಲ್ಲಿರಬೇಕು. ಸರಿಯಾದ ದಿನಾಂಕ ಗೊತ್ತಿಲ್ಲ. ನಿಖರವಾದ ದಿನಗಳ ಬಗ್ಗೆ ನನ್ನನ್ನು ಕೇಳಬೇಡಿ' ಎಂದರು ಶೋಭಾರಾಂ, 'ನನ್ನ ಬಳಿ ಒಂದು ಕಾಲಕ್ಕೆ ಎಲ್ಲಾ ದಾಖಲೆಗಳೂ ಇದ್ದವು. ಆ ಎಲ್ಲಾ ದಾಖಲೆಗಳು, ಧ್ವನಿಮುದ್ರಣಗಳು, ಟಿಪ್ಪಣಿಗಳು, ಇಲ್ಲೇ ಈ ಮನೆಯಲ್ಲೇ ಇದ್ದವು. ಆದರೆ, 1975ರಲ್ಲಿ ಬಂದ ಪ್ರವಾಹದಲ್ಲಿ ನಾನು ಎಲ್ಲವನ್ನೂ ಕಳೆದುಕೊಂಡೆ' ಎಂದರು.

ಭಗತ್ ಸಿಂಗ್ ಅವರ ಜೊತೆ ಸೇರಿ ಚಂದ್ರಶೇಖರ್ ಆಜಾದ್ 1928ರಲ್ಲಿ 'ಹಿಂದೂಸ್ಥಾನ್ ಸೋಷಿಯಲಿಸ್ಟ್ ರಿಪಬ್ಲಿಕನ್ ಅಸೋಸಿಯೇಷನ್' ಅನ್ನು ಪುನರ್ ಸ್ಥಾಪಿಸಿದರು. 1931ರ ಫೆಬ್ರವರಿ 27ರಂದು ಅಲಹಾಬಾದ್‌ನ ಆಲ್ಫ್ರೆಡ್ ಪಾರ್ಕ್‌ನಲ್ಲಿ ಬ್ರಿಟಿಷ್ ಪೊಲೀಸರ ಜೊತೆ ಗುಂಡಿನ ಚಕಮಕಿ ನಡೆದಾಗ ಚಂದ್ರಶೇಖರ್ ಆಜಾದ್ ತಮ್ಮ ಪಿಸ್ತೂಲ್‌ನಲ್ಲಿದ್ದ ಕೊನೆಯ ಗುಂಡನ್ನು ಹಾರಿಸಿಕೊಂಡು ತಾವಾಗಿಯೇ ಪ್ರಾಣವನ್ನು ಬಲಿಗೊಟ್ಟರು. 'ಜೀವಂತವಾಗಿ ಎಂದಿಗೂ ಸೆರೆಯಾಗುವುದಿಲ್ಲ, ಯಾವತ್ತೂ ಸ್ವತಂತ್ರನಾಗಿರುತ್ತೇನೆ' ಎಂದು ಅವರು ಮಾಡಿದ್ದ ಪ್ರತಿಜ್ಞೆಯನ್ನು ಗೌರವಿಸಲು ಅವರು ತಾವೇ ಗುಂಡು ಹಾರಿಸಿಕೊಂಡು ಪ್ರಾಣಬಿಟ್ಟರು. ಆಗ ಅವರಿಗೆ 24 ವರ್ಷ ವಯಸ್ಸಾಗಿತ್ತು. ಸ್ವಾತಂತ್ರ್ಯ ದೊರೆತ ನಂತರ ಆಲ್ಫ್ರೆಡ್ ಪಾರ್ಕ್ ಅನ್ನು 'ಚಂದ್ರಶೇಖರ್ ಆಜಾದ್ ಮೈದಾನ' ಎಂದು ಮರುನಾಮಕರಣ ಮಾಡಲಾಯಿತು.

ಅಜ್ಮೇರ್‌ನಲ್ಲಿ ನಮ್ಮೊಂದಿಗೆ ಮಾತನಾಡುತ್ತಿದ್ದ ಶೋಭಾರಾಂ 'ಬಾಂಬ್ ತಯಾರಿಸುತ್ತಿದ್ದ ಸ್ಥಳಕ್ಕೆ ಆಜಾದ್ ಭೇಟಿ ಕೊಟ್ಟಿದ್ದರು. ಇನ್ನೂ ಹೆಚ್ಚು ಸಮರ್ಥವಾಗಿ ನಾವು ಹೇಗೆ ಬಾಂಬ್‌ನ್ನು ತಯಾರಿಸಬಹುದು ಎಂದು ಮಾರ್ಗದರ್ಶನ ಮಾಡಿದರು.

ನಮಗೆ ಬಾಂಬ್ ತಯಾರಿಸುವ ಹೊಸದೇ ವಿಧಾನವನ್ನು ಹೇಳಿಕೊಟ್ಟರು. ಸ್ವಾತಂತ್ರ್ಯ ಯೋಧರು ಕೆಲಸ ಮಾಡುತ್ತಿದ್ದ ಜಾಗಕ್ಕೆ ಅವರು ತಿಲಕವನ್ನೂ ಹಚ್ಚಿದರು. ಅದಾದ ನಂತರ ಅವರು ನಾನು ಆ ಹುಲಿಯನ್ನು ನೋಡಬೇಕಲ್ಲಾ? ಎಂದು ಕೇಳಿದರು. ಈ ರಾತ್ರಿ ಇಲ್ಲೇ ಉಳಿಯಿರಿ. ನಿಮಗೆ ಖಂಡಿತಾ ಹುಲಿಯ ದರ್ಶನವಾಗುತ್ತದೆ ಎಂದು ನಾವು ಅವರಿಗೆ ತಿಳಿಸಿದೆವು.' ಹುಲಿ ಎಂದಿನಂತೆ ಬಂದು ಹೋಯಿತು. ನಾವು ಗಾಳಿಯಲ್ಲಿ ಗುಂಡು ಹಾರಿಸಿದೆವು. ನಾವು ಹಾಗೆ ಗಾಳಿಯಲ್ಲಿ ಗುಂಡು ಹಾರಿಸಿದ್ದೇಕೆ ಎಂದು ಚಂದ್ರಶೇಖರ್ ಆಜಾದ್ ಕೇಳಿದರು. ಇದು 'ಹುಲಿ ನೀರು ಕುಡಿಯಲು, ನಾವು ನಮ್ಮ ಜೀವ ಕಾಪಾಡಿಕೊಳ್ಳಲು ಮಾಡಿಕೊಂಡಿದ್ದ ವ್ಯವಸ್ಥೆ' ಎಂದು ನಾವು ಅವರಿಗೆ ವಿವರಿಸಿದೆವು.

'ನಾನು ಅವತ್ತು ನಿಮಗೆ ಹೇಳುತ್ತಿದ್ದೆನಲ್ಲಾ, ಬ್ರಿಟಿಷ್ ಪೊಲೀಸರು ಮೊದಲು ಅಲ್ಲಿಗೆ ಬಂದಿದ್ದರು. ಮತ್ತು ಸಿಕ್ಕಾಪಟ್ಟೆ ಗೋಜಲು, ಗೊಂದಲ ಉಂಟಾಗಿತ್ತು ಅಂತ'

'ಆ ಗಲಭೆಯಲ್ಲಿ ಅಥವಾ ಅದಕ್ಕೆ ಸಂಬಂಧಿಸಿದ ಯಾವುದರಲ್ಲೂ ನನ್ನ ಪಾತ್ರವೇನೂ ಇರಲಿಲ್ಲ.' ಆದರೂ ಆ ಎಲ್ಲಕ್ಕೂ ಗೆಹೆರ್ವರ್ ಸಾಕ್ಷಿಯಾಗಿದ್ದರು. ಆಜಾದ್ ಬಂದಾಗ ಇವರ ವಯಸ್ಸು 5ಕ್ಕಿಂತ ಹೆಚ್ಚಿರಲಿಲ್ಲ. 'ಆಜಾದ್ ಅವರು ಮಾರುವೇಷದಲ್ಲಿದ್ದರು. ನಮ್ಮ ಕೆಲಸ ಬಾಂಬುಗಳನ್ನು ತಯಾರಿಸುತ್ತಿದ್ದ ಕಾಡು ಹಾಗೂ ಅಲ್ಲಿನ ಗುಡ್ಡಕ್ಕೆ ಕರೆದೊಯ್ಯುವುದಷ್ಟೇ ಆಗಿತ್ತು.' ನಾವು ಇಬ್ಬರು ಹುಡುಗರು ಆಜಾದ್ ಹಾಗೂ ಅವರ ಜೊತೆಗಿದ್ದ ಒಬ್ಬರು ಸಂಗಾತಿಯನ್ನು ಆ ಶಿಬಿರಕ್ಕೆ ಕರೆದುಕೊಂಡು ಹೋಗಿದ್ದೆವು.

'ಆಜಾದ್ ನಮ್ಮ ಬಾಂಬು ತಯಾರಿಕಾ ಕೇಂದ್ರವನ್ನು ನೋಡಿದರು. ನೆನಪಿಡಿ ಅದು ಕಾರ್ಖಾನೆ ಅಲ್ಲ. ನಮ್ಮ ಬೆನ್ನುತಟ್ಟಿದ ಅವರು ನೀವು ಮರಿಹುಲಿಗಳು ಎಂದು ಪ್ರಶಂಸಿಸಿದರು. ನೀವು ಧೈರ್ಯಶಾಲಿಗಳು. ಸಾವಿಗೆ ಹೆದರುವುದು ಬೇಡ ಎಂದರು. ನಮ್ಮ ಮನೆಗಳವರೂ ಸಹಾ ನೀವು ಪ್ರಾಣತೆತ್ತರೂ ಪರವಾಗಿಲ್ಲ. ನೀವು ಇದನ್ನೆಲ್ಲಾ ಮಾಡುತ್ತಿರುವುದು ಸ್ವಾತಂತ್ರ್ಯಕ್ಕೆ ತಾನೇ' ಎಂದಿದ್ದರು.

***

'ಗುಂಡು ನನ್ನನ್ನೇನೂ ಸಾಯಿಸಲಿಲ್ಲ. ಅಥವಾ ಶಾಶ್ವತವಾಗಿ ಗಾಯಗೊಳಿಸಲೂ ಇಲ್ಲ. ಅದು ಕಾಲಿಗೆ ತಾಗಿ ಮುಂದೆ ಹೋಯಿತು. ಇಲ್ಲಿ ನೋಡಿ' ಎಂದವರೇ ತಮ್ಮ ಬಲ ಮೊಳಕಾಲಿನ ಸ್ವಲ್ಪ ಕೆಳಗೆ ಅದು ತಾಕಿದ್ದರಿಂದಾಗಿ ಆದ ಗಾಯದ ಗುರುತನ್ನು ತೋರಿಸಿದರು. ಅದು ಅವರ ಕಾಲಿನೊಳಗೆ ಹೊಕ್ಕಿರಲಿಲ್ಲ. ಆದರೆ, ತುಂಬಾ ನೋವು ಉಂಟು ಮಾಡಿತ್ತು. 'ನಾನು ಪ್ರಜ್ಞೆ ಕಳೆದುಕೊಂಡೆ. ಅಲ್ಲಿದ್ದವರು ನನ್ನನ್ನು ಆಸ್ಪತ್ರೆಗೆ ಕೊಂಡೊಯ್ದರು' ಎಂದರು.

ಅದು 1942ರ ಸಮಯ. ಅವರು 'ಸಾಕಷ್ಟು ದೊಡ್ಡವರಾಗಿ' ಅಂದರೆ ಸುಮಾರು 16 ವರ್ಷವಾಗಿದ್ದಾಗ ನೇರ ಕಾರ್ಯಾಚರಣೆಗೆ ಧುಮುಕಿದ್ದರು. ಈಗ ತಮ್ಮ 96ನೆಯ ವಯಸ್ಸಿನಲ್ಲಿಯೂ ಶೋಭಾರಾಂ ಗೆಹೆರ್ವರ್ ಅವರು ಒಳ್ಳೆಯ ಕಟ್ಟುಮಸ್ತಾಗಿಯೇ ಇದ್ದಾರೆ. ಆರು ಅಡಿ ಎತ್ತರ, ಬಾಗದೆ ನೇರವಾಗಿ ನಡೆಯುವ, ಚಟುವಟಿಕೆಯ ವ್ಯಕ್ತಿತ್ವ. ರಾಜಸ್ಥಾನದ ಅಜ್ಮೇರ್‌ನ ತಮ್ಮ ಮನೆಯಲ್ಲಿ ನಮ್ಮೊಂದಿಗೆ ಮಾತನಾಡುತ್ತಾ, ಇವೆಲ್ಲವನ್ನೂ ಹೇಳಿದ್ದರು. ಒಂಬತ್ತು ದಶಕಗಳುದ್ದಕ್ಕೂ ಅವರು ನಡೆದು ಬಂದ ಹಾದಿಯನ್ನು ನಮಗೆ ಪರಿಚಯಿಸಿದ್ದರು. ಈಗ ಅವರು ತಮ್ಮ ಕಾಲಿಗೆ ಗುಂಡೇಟು ಬಿದ್ದ ಕಾಲದ ಬಗ್ಗೆ ಮಾತನಾಡುತ್ತಿದ್ದರು.

'ಸಭೆ ನಡೆಯುತ್ತಿತ್ತು. ಯಾರೋ ಒಬ್ಬರು ಬ್ರಿಟಿಷ್ ರಾಜ್ ವಿರುದ್ಧ ಸ್ವಲ್ಪ ಹತೋಟಿ ಮೀರಿ ಮಾತನಾಡಿದರು. ಪೊಲೀಸರು ಕೆಲವು ಸ್ವಾತಂತ್ರ್ಯ ಹೋರಾಟಗಾರರನ್ನು ವಶಕ್ಕೆ ತೆಗೆದುಕೊಂಡರು. ಅವರು ತಿರುಗೇಟು ನೀಡಿದಾಗ ಪೊಲೀಸರು ಎಲ್ಲರ ಮೇಲೂ ಹಲ್ಲೆ ಮಾಡಿದರು. ಇದು ನಡೆದಿದ್ದು 'ಸ್ವಾತಂತ್ರತಾ ಸೇನಾನಿ ಭವನ'ದಲ್ಲಿ. ಆ ಹೆಸರನ್ನು ನಾವು ಕೊಟ್ಟಿದ್ದು, ಸ್ವಾತಂತ್ರ್ಯ ಬಂದ ನಂತರ. ಆದರೆ ಆ ಮೊದಲು ಅದಕ್ಕೆ ಇಂತಹದ್ದು ಎನ್ನುವ ಯಾವ ಹೆಸರೂ ಇರಲಿಲ್ಲ.'

'ಪ್ರತೀ ದಿನ ಅಲ್ಲಿ ಜರುಗುತ್ತಿದ್ದ ಸಾರ್ವಜನಿಕ ಸಭೆಗಳಲ್ಲಿ ಸ್ವಾತಂತ್ರ್ಯ ಯೋಧರು ಕ್ವಿಟ್ ಇಂಡಿಯಾ ಚಳವಳಿಯ ಬಗ್ಗೆ ಜನರಿಗೆ ಅರಿವು ಮಾಡಿಕೊಡುತ್ತಿದ್ದರು. ಬ್ರಿಟಿಷ್ ಪ್ರಭುತ್ವದ ಬಣ್ಣ ಬಯಲು ಮಾಡುತ್ತಿದ್ದರು. ಪ್ರತೀ ದಿನ ಅಜ್ಮೇರ್‌ನ ಎಲ್ಲೆಡೆಯಿಂದ ಜನ 3 ಗಂಟೆಗೆ ತಪ್ಪದೇ ಅಲ್ಲಿ ಬಂದು ಸೇರುತ್ತಿದ್ದರು. ನಾವು ಯಾರಿಗೂ ಬನ್ನಿ ಎಂದು ಹೇಳಬೇಕಾಗಿಯೇ ಇರಲಿಲ್ಲ. ಅವರು ತಾವಾಗಿಯೇ ಬರುತ್ತಿದ್ದರು. ಅಲ್ಲಿಯೇ ಭಾಷಣ ಹತೋಟಿ ಮೀರಿದ್ದು ಹಾಗೂ ಗುಂಡನ್ನು ಹಾರಿಸಿದ್ದು.'

'ಆಸ್ಪತ್ರೆಯಲ್ಲಿ ನನಗೆ ಪ್ರಜ್ಞೆ ಮರಳಿ ಬಂದಾಗ, ಪೊಲೀಸರು ನನ್ನನ್ನು ಭೇಟಿ ಮಾಡಿದರು. ಅವರ ಕೆಲಸ ಅವರು ಮಾಡಿದರು. ಏನನ್ನೋ ಬರೆದುಕೊಂಡರು. ಆದರೆ, ನನ್ನನ್ನು ಅರೆಸ್ಟ್ ಮಾಡಲಿಲ್ಲ. 'ಅವನಿಗೆ ಗುಂಡೇಟು ಬಿದ್ದಿದೆ. ಅವನಿಗೆ ಅಷ್ಟೇ ಶಿಕ್ಷೆ ಸಾಕು' ಎಂದರು.

ಅವರೇನೂ ಮಹಾ ಕರುಣೆಯಿಂದ ಹಾಗೆ ಹೇಳಿರಲಿಲ್ಲ. ಪೊಲೀಸರೇನಾದರೂ ಪ್ರಕರಣ ದಾಖಲಿಸಿಕೊಂಡಿದ್ದರೆ ಶೋಭಾರಾಂ ಅವರ ಮೇಲೆ ಗುಂಡು ಹಾರಿಸಿದ್ದರು ಎನ್ನುವುದನ್ನು ಒಪ್ಪಿಕೊಳ್ಳಬೇಕಾಗಿ ಬರುತ್ತಿತ್ತು. ಹಾಗೆ ಮಾಡಲು ಶೋಭಾರಾಂ ತಾವಾಗಿಯೇ ರೊಚ್ಚಿಗೇಳಿಸುವಂತಹ ಭಾಷಣ ಮಾಡಿರಲಿಲ್ಲ ಅಥವಾ ಯಾರ ವಿರುದ್ಧವೂ ಹಿಂಸೆಗಿಳಿದಿರಲಿಲ್ಲ.

'ಬ್ರಿಟಿಷರಿಗೆ ತಮ್ಮ ಮುಖ ಉಳಿಸಿಕೊಳ್ಳಬೇಕಾಗಿತ್ತು– ಅಷ್ಟೇ' ಎನ್ನುತ್ತಾರೆ. 'ನಾವು ಸತ್ತರೂ ಅವರಿಗೇನೂ ಚಿಂತೆ ಇರಲಿಲ್ಲ. ವರ್ಷಗಳ ಕಾಲ ಲಕ್ಷಾಂತರ

ಜನರು ಸತ್ತ ಕಾರಣದಿಂದಾಗಿಯೇ ಸ್ವಾತಂತ್ರ್ಯ ಬಂದಿದ್ದು. ಕುರುಕ್ಷೇತ್ರದಂತೆಯೇ ಸೂರ್ಯಕುಂಡವೂ ಸಹಾ ಹೋರಾಟಗಾರರ ರಕ್ತದಿಂದ ತುಂಬಿತ್ತು. ನೀವು ಇದನ್ನು ಗಮನದಲ್ಲಿಟ್ಟುಕೊಳ್ಳಬೇಕು. ನಾವು ನಮ್ಮ ಸ್ವಾತಂತ್ರ್ಯವನ್ನು ಸುಲಭವಾಗಿ ಪಡೆಯಲಿಲ್ಲ. ಇದಕ್ಕಾಗಿ ರಕ್ತ ಹರಿಸಬೇಕಾಯಿತು. ಕುರುಕ್ಷೇತ್ರಕ್ಕಿಂತಲೂ ಹೆಚ್ಚು ರಕ್ತ ಚೆಲ್ಲಿದ್ದೇವೆ. ಹೋರಾಟ ಅಜ್ಮೇರ್‌ನಲ್ಲಿ ಮಾತ್ರವಲ್ಲ, ಎಲ್ಲೆಡೆಯೂ ಹಬ್ಬಿತ್ತು. ಮುಂಬೈ, ಕಲ್ಕತ್ತಾ... ಎಲ್ಲೆಡೆ.'

'ಆ ಗುಂಡೇಟು ಬಿದ್ದ ನಂತರ ನಾನು ಮದುವೆಯಾಗಬಾರದು ಎಂದು ನಿರ್ಧಾರ ಮಾಡಿದೆ' ಎನ್ನುತ್ತಾರೆ ಶೋಭಾರಾಂ. ನಾನು ಈ ಹೋರಾಟದಲ್ಲಿ ಬದುಕುಳಿಯುತ್ತೇನೆ ಎಂದು ಯಾರಿಗೆ ಗೊತ್ತು? ನಾನು ಸಮಾಜಸೇವೆಯನ್ನು ಮಾಡುತ್ತಾ ಸಂಸಾರವನ್ನೂ ನಡೆಸುವುದು ಸುಲಭ ಸಾಧ್ಯವಿರಲಿಲ್ಲ.' ಶೋಭಾರಾಂ ಈಗ ತಮ್ಮ ಸಹೋದರಿ ಶಾಂತಿ, ಆಕೆಯ ಮಕ್ಕಳು, ಮೊಮ್ಮಕ್ಕಳ ಜೊತೆ ಇದ್ದಾರೆ. 75 ವರ್ಷದ ಆಕೆ ಶೋಭಾರಾಂ ಅವರಿಗಿಂತ 21 ವರ್ಷ ಚಿಕ್ಕವರು.

***

ಸರಿ, ಆ ಭೂಗತ ಶಿಬಿರದಲ್ಲಿ ತಯಾರು ಮಾಡಿದ್ದ ಬಾಂಬುಗಳೇನಾದವು?

'ನಾವು ಅದಕ್ಕೆ ಎಲ್ಲೆಲ್ಲಿ ಬೇಡಿಕೆಯಿತ್ತೋ ಆ ಎಲ್ಲಾ ಕಡೆ ತೆಗೆದುಕೊಂಡು ಹೋದೆವು. ಹಾಗೆ ತುಂಬಾ ಬೇಡಿಕೆ ಇತ್ತು. ನಾನು ಬಾಂಬ್ ಹೊತ್ತುಕೊಂಡು ಈ ದೇಶದ ಎಲ್ಲಾ ಮೂಲೆಗೂ ಹೋಗಿದ್ದೆ ಅನಿಸುತ್ತದೆ. ನಾವು ರೈಲಿನಲ್ಲಿಯೇ ಪ್ರಯಾಣ ಮಾಡುತ್ತಿದ್ದೆವು. ರೈಲ್ವೆ ನಿಲ್ದಾಣದಿಂದ ಬೇರೆ ಸಾರಿಗೆ ಮಾರ್ಗ ಬಳಸುತ್ತಿದ್ದೆವು. ನಮ್ಮನ್ನು ಕಂಡರೆ ಬ್ರಿಟಿಷ್ ಪೊಲೀಸರೂ ಹೆದರಿಕೊಳ್ಳುತ್ತಿದ್ದರು.'

ಆ ಬಾಂಬ್‌ಗಳು ನೋಡಲು ಹೇಗಿರುತ್ತಿದ್ದವು?

ಅವರು ತಮ್ಮ ಕೈಯನ್ನು ಗುಂಡಗೆ ಗ್ರನೇಡ್ ಆಕಾರದಂತೆ ತಿರುಗಿಸುತ್ತಾ, ಈ ರೀತಿ ಇತ್ತು. ಇಷ್ಟು ಗಾತ್ರವಿತ್ತು ಎಂದು ತೋರಿಸಿದರು. 'ಬಾಂಬ್ ಸ್ಫೋಟಗೊಳ್ಳಲು ತೆಗೆದುಕೊಳ್ಳುವ ಸಮಯಕ್ಕೆ ತಕ್ಕಂತೆ ಅದರಲ್ಲಿ ವಿವಿಧ ರೀತಿಗಳಿರುತ್ತಿದ್ದವು. ಕೆಲವು ತಕ್ಷಣ ಸ್ಫೋಟಿಸುತ್ತಿದ್ದವು. ಇನ್ನು ಕೆಲವು ನಾಲ್ಕು ದಿನಗಳ ನಂತರ. ನಮ್ಮ ನಾಯಕರು ನಮಗೆ ಎಲ್ಲವನ್ನೂ ಹೇಳಿಕೊಡುತ್ತಿದ್ದರು. ಅವನ್ನು ನಿರ್ವಹಿಸುವ ರೀತಿಯ ಬಗ್ಗೆ ತಿಳಿಸಿ ಹೇಳಿ ನಮ್ಮನ್ನು ವಾಪಸ್ ಕಳಿಸುತ್ತಿದ್ದರು.'

'ನಾವು ಆಗ ತುಂಬಾ ಬೇಡಿಕೆಯಲ್ಲಿದ್ದೆವು. ಆಗ ನಾನು ಕರ್ನಾಟಕಕ್ಕೂ ಹೋಗಿದ್ದೇನೆ. ಮೈಸೂರಿಗೆ, ಬೆಂಗಳೂರಿಗೆ ಹೀಗೆ ನಾನಾ ಸ್ಥಳಕ್ಕೆ ಹೋಗಿದ್ದೆ. ಕ್ವಿಟ್ ಇಂಡಿಯಾ ಚಳವಳಿ ಹೋರಾಟಕ್ಕೆ ಅಜ್ಮೇರ್ ಪ್ರಮುಖ ಕೇಂದ್ರವಾಗಿತ್ತು. ಹಾಗೆಯೇ ವಾರಣಾಸಿ ಸಹಾ. ಗುಜರಾತ್‌ನಲ್ಲಿ ಬರೋಡಾ, ಮಧ್ಯಪ್ರದೇಶದಲ್ಲಿ ದಾಮೋಹ

ಹೀಗೆ ಇನ್ನೂ ಈ ರೀತಿಯ ಅನೇಕ ಸ್ಥಳಗಳಿದ್ದವು. ಆದರೆ ಜನ ನಮ್ಮಲ್ಲಿಯ ಚಳವಳಿಯೇ ಅತ್ಯಂತ ಬಲಿಷ್ಠ ಎಂದು ಅಜ್ಮೇರ್‌ನತ್ತ ನೋಡುತ್ತಿದ್ದರಲ್ಲದೆ ಇಲ್ಲಿನ ಸ್ವಾತಂತ್ರ್ಯ ಹೋರಾಟಗಾರರ ಹೆಜ್ಜೆಗಳನ್ನೇ ಅನುಸರಿಸುತ್ತಿದ್ದರು. ಇವರಲ್ಲದೆ ಇನ್ನೂ ಅನೇಕರು ಇದ್ದರು ಎನ್ನುವುದೂ ನಿಜ' ಎಂದರು.

ಆದರೆ ಅವರು ರೈಲು ಪ್ರಯಾಣ ಹೇಗೆ ಮಾಡುತ್ತಿದ್ದರು? ಬಂಧಿತರಾಗದೆ ಹೇಗೆ ಪಾರಾಗುತ್ತಿದ್ದರು? 'ಅಂಚೆ ಸೆನ್ಸಾರ್ ಜಾರಿಯಲ್ಲಿದ್ದ ಕಾರಣದಿಂದಾಗಿ ನಾವು ನಾಯಕರುಗಳ ನಡುವೆ ರಹಸ್ಯ ಪತ್ರಗಳನ್ನು ಸಾಗಿಸುತ್ತಿದ್ದೆವು ಎಂಬ ಗುಮಾನಿ ಬ್ರಿಟಿಷರಿಗಿತ್ತು. ಕೆಲವು ತರುಣರು ಬಾಂಬ್‌ಗಳನ್ನು ಸಾಗಿಸುತ್ತಾರೆ ಎನ್ನುವುದೂ ಅವರಿಗೆ ಗೊತ್ತಿತ್ತು.'

'ಆ ದಿನಗಳಲ್ಲಿ ಅಂಚೆಯ ಯಾವುದೇ ಪತ್ರವನ್ನು ಬೇಕಾದರೂ ಒಡೆದು ಓದುತ್ತಿದ್ದರು. ಇದನ್ನು ತಪ್ಪಿಸಲು ನಮ್ಮ ನಾಯಕರು ಯುವಕರ ಗುಂಪೊಂದನ್ನು ರಚಿಸಿ, ನಿರ್ದಿಷ್ಟ ಸ್ಥಳಕ್ಕೆ ಪತ್ರಗಳನ್ನು ತೆಗೆದುಕೊಂಡು ಹೋಗಿ ಕೊಡುವುದಕ್ಕೆ ತರಬೇತಿ ನೀಡಿದರು. 'ಇದನ್ನು ನೀನು ತೆಗೆದುಕೊಂಡು ಹೋಗಿ ಬರೋಡಾದಲ್ಲಿ ಡಾ. ಅಂಬೇಡ್ಕರ್ ಅವರಿಗೆ ಕೊಡಬೇಕು' ಅಥವಾ ಇನ್ನಾವುದೋ ಸ್ಥಳದಲ್ಲಿ ಇನ್ಯಾರೋ ವ್ಯಕ್ತಿಗೆ ಕೊಡಲು ಹೇಳುತ್ತಿದ್ದರು. ನಾವು ಆ ಪತ್ರಗಳನ್ನು ನಮ್ಮ ಒಳ ಉಡುಪಿನಲ್ಲಿ ಗೋಪ್ಯವಾಗಿ ಇರಿಸಿಕೊಳ್ಳುತ್ತಿದ್ದೆವು.'

'ಬ್ರಿಟಿಷ್ ಪೋಲೀಸರು ನಮ್ಮನ್ನು ತಡೆದು ಪ್ರಶ್ನಿಸುತ್ತಿದ್ದರು. ರೈಲಿನಲ್ಲೇನಾದರೂ ನಮ್ಮನ್ನು ಕಂಡರೆ, 'ನೀವು ಆಗ ಆ ಸ್ಥಳಕ್ಕೆ ಹೋಗುತ್ತೇವೆ ಅಂತ ತಾನೇ ಹೇಳಿದ್ದು, ಈಗ ನೋಡಿದರೆ ಬೇರೆ ಕಡೆಗೆ ಹೋಗುತ್ತಿದ್ದೀರಿ' ಎಂದು ವಿಚಾರಿಸುತ್ತಿದ್ದರು. ನಮಗೆ ಹಾಗೂ ನಮ್ಮ ನಾಯಕರುಗಳಿಗೆ ಹೀಗೆ ಆಗಬಹುದು ಎಂದು ಗೊತ್ತಿರುತ್ತಿತ್ತು. ಹಾಗಾಗಿಯೇ ನಾವು ಬನಾರಸ್‌ಗೆ ಹೋಗಬೇಕಿದ್ದರೆ, ನಾವು ಆ ನಗರ ಇನ್ನೂ ಒಂದಷ್ಟು ದೂರ ಇದೆ ಎನ್ನುವಾಗಲೇ ಇಳಿದುಬಿಡುತ್ತಿದ್ದೆವು.'

'ಬನಾರಸ್‌ಗೆ ಪತ್ರ ತಲುಪಿಸಬೇಕೆಂದು ನಮಗೆ ಮೊದಲೇ ಹೇಳಿರುತ್ತಿದ್ದರು. ಬನಾರಸ್ ನಗರ ಇನ್ನೂ ಸಾಕಷ್ಟು ದೂರ ಇದೆ ಎನ್ನುವಾಗಲೇ ಚೈನ್ ಎಳೆದು ಇಳಿದುಬಿಡಿ' ಎಂದು ನಮ್ಮ ನಾಯಕರು ಸಲಹೆ ನೀಡಿರುತ್ತಿದ್ದರು. ನಾವು ಅದರಂತೆ ಮಾಡುತ್ತಿದ್ದೆವು.'

'ಆ ಕಾಲದ ರೈಲುಗಳಿಗೆ ಉಗಿ ಎಂಜಿನ್‌ಗಳಿರುತ್ತಿತ್ತು. ನಾವು ಆ ಎಂಜಿನ್ ರೂಂನೊಳಗೆ ಹೋಗಿ ಚಾಲಕನಿಗೆ ಪಿಸ್ತೂಲು ತೋರಿಸಿ, 'ನಿನ್ನನ್ನು ಮೊದಲು ಸಾಯಿಸಿ ಆಮೇಲೆಯೇ ನಾವು ಸಾಯುವುದು' ಎಂದು ಎಚ್ಚರಿಸುತ್ತಿದ್ದೆವು. ಆತ ನಮಗೆ ಸ್ಥಳ ಹುಡುಕಿ ಕೊಡುತ್ತಿದ್ದ. ಸಿಐಡಿ, ಪೋಲೀಸರು ಎಲ್ಲರೂ ಬಂದು

ಪರಿಶೀಲನೆ ಮಾಡುತ್ತಿದ್ದರು. ಆದರೆ ಅವರಿಗೆ ಮುಖ್ಯ ಬೋಗಿಗಳಲ್ಲಿ ಸಾಮಾನ್ಯ ಪ್ರಯಾಣಿಕರೇ ಕಾಣಿಸುತ್ತಿದ್ದರು.'

'ಹೇಳಿಕೊಟ್ಟಂತೆ ನಾವು ನಿರ್ದಿಷ್ಟ ಸ್ಥಳದಲ್ಲಿ ಚೈನ್ ಎಳೆಯುತ್ತಿದ್ದೆವು. ರೈಲು ದೀರ್ಘಕಾಲದವರೆಗೆ ನಿಲ್ಲುತ್ತಿತ್ತು. ಕತ್ತಲಿರುವಾಗ ಕೆಲವು ಸ್ವಾತಂತ್ರ್ಯ ಯೋಧರು ಕುದುರೆಯನ್ನು ತರುತ್ತಿದ್ದರು. ನಾವು ಅದನ್ನು ಏರಿ ಪರಾರಿಯಾಗುತ್ತಿದ್ದೆವು. ನಿಜ ಹೇಳಬೇಕೆಂದರೆ, ರೈಲು ಬನಾರಸ್ ತಲುಪುವುದಕ್ಕೆ ಮುಂಚೆಯೇ ನಾವು ಅಲ್ಲಿ ಸೇರಿ ಆಗಿರುತ್ತಿತ್ತು.'

'ನನ್ನ ಹೆಸರಿನಲ್ಲಿ ಒಂದು ವಾರೆಂಟ್ ಇತ್ತು. ನಾವು ಸ್ಫೋಟಕಗಳನ್ನು ಸಾಗಿಸುತ್ತಿದ್ದಾಗ ಸಿಕ್ಕಿಬಿದ್ದೆವು. ಆದರೆ, ನಾವು ಅದನ್ನು ಎಸೆದು ಪರಾರಿಯಾದೆವು. ಪೊಲೀಸರು ಅದನ್ನು ಪರಿಶೀಲಿಸಿ ನಾವು ಎಂತಹ ಸ್ಫೋಟಕಗಳನ್ನು ಬಳಸುತ್ತಿದ್ದೆವು ಎಂದು ಅಧ್ಯಯನ ಮಾಡಿದ್ದರು. ಅವರು ನಮ್ಮ ಬೆನ್ನ ಹಿಂದೆ ಬಿದ್ದಿದ್ದರು. ಹಾಗಾಗಿ ನಾವು ಅಜ್ಮೇರ್ ಬಿಡುವುದು ಎಂದಾಯಿತು. ನನ್ನನ್ನು ಬಾಂಬೆಗೆ ಕಳಿಸಲಾಯಿತು.'

ಮುಂಬೈನಲ್ಲಿ ಅವರನ್ನು ಅಡಗಿಸಿಟ್ಟು, ನೆಲೆ ಕೊಟ್ಟವರು ಯಾರು?

'ಪೃಥ್ವಿರಾಜ್ ಕಪೂರ್' ಎಂದು ಅವರು ಹೆಮ್ಮೆಯಿಂದ ಹೇಳಿದರು. 1941ರ ವೇಳೆಗೆ ಈ ನಟ ತಮ್ಮ ಸ್ಟಾರ್‌ಗಿರಿಯ ಉತ್ತುಂಗ ಹಂತದ ಹಾದಿಯಲ್ಲಿದ್ದರು. 1943ರಲ್ಲಿ ಇವರು 'ಇಂಡಿಯನ್ ಪೀಪಲ್ಸ್ ಥಿಯೇಟರ್ ಅಸೋಸಿಯೇಷನ್' (ಇಪ್ಟಾ)ದ ಸ್ಥಾಪಕ ಸದಸ್ಯರಾಗಿದ್ದರೆನ್ನಲಾಗಿದೆ. ಇದು ಖಚಿತವಾಗಿ ಗೊತ್ತಿಲ್ಲ. ಕಪೂರ್ ಹಾಗೂ ಬಾಂಬೆಯ ರಂಗಭೂಮಿ ಹಾಗೂ ಸಿನೆಮಾ ಜಗತ್ತಿನ ಹಲವು ಪ್ರಮುಖರು ಸ್ವಾತಂತ್ರ್ಯ ಚಳವಳಿಗೆ ಬೆಂಬಲವಾಗಿದ್ದರು. ಇನ್ನು ಕೆಲವರು ನೇರವಾಗಿಯೇ ಭಾಗಿಯಾಗಿದ್ದರು.

'ಅವರು ನಮ್ಮನ್ನು ತಮ್ಮ ಸಂಬಂಧಿ ತ್ರಿಲೋಕ್ ಕಪೂರ್ ಬಳಿಗೆ ಕಳಿಸಿದರು. ಆನಂತರದಲ್ಲಿ ಅವರು 'ಹರ ಹರ ಮಹಾದೇವ್' ಎಂಬ ಸಿನೆಮಾದಲ್ಲಿ ನಟಿಸಿದ್ದರು ಎನಿಸುತ್ತದೆ.' ತ್ರಿಲೋಕ್ ಯಾರು ಎಂದು ಬಹುಶಃ ಶೋಭಾರಾಂಗೆ ಗೊತ್ತಿರಲಿಲ್ಲ. ಅವರು ಪೃಥ್ವಿರಾಜ್ ಅವರ ತಮ್ಮ. ಅವರೂ ಸಹಾ ಆ ಕಾಲದ ಪ್ರಮುಖ ನಟರೇ. 1950ರಲ್ಲಿ 'ಹರ ಹರ ಮಹಾದೇವ್' ಗಲ್ಲಾಪೆಟ್ಟಿಗೆಯನ್ನು ಲೂಟಿ ಮಾಡಿ ಹಾಕಿತ್ತು.

'ಪೃಥ್ವಿರಾಜ್ ಅವರು ಕೆಲಕಾಲ ನಮಗೆ ತಮ್ಮ ಕಾರ್ ಅನ್ನು ನೀಡಿದ್ದರು. ನಾವು ಅದರಲ್ಲಿ ಬಾಂಬೆ ಸುತ್ತಿದ್ದೆವು. ನಾನು ಆ ನಗರದಲ್ಲಿ ಎಂಟು ತಿಂಗಳಿದ್ದೆ. ನಂತರ ಹಿಂದಿರುಗಿದೆವು. ಬೇರೆ ಕೆಲಸಗಳಿಗೆ ನಮ್ಮ ಅಗತ್ಯವಿತ್ತು. ಆ ವಾರೆಂಟ್ ಅನ್ನು ನಾನು ನಿಮಗೆ ತೋರಿಸಲು ಸಾಧ್ಯವಾಗಬೇಕಿತ್ತು. ಅದು ನನ್ನ ಹೆಸರಲ್ಲಿಯೇ ಇತ್ತು. ಬೇರೆ ಯುವಕರ ಹೆಸರಲ್ಲೂ ವಾರೆಂಟ್ ಹೊರಡಿಸಲಾಗಿತ್ತು.'

‘ಆದರೆ, 1975ರಲ್ಲಿನ ಪ್ರವಾಹ ಇಲ್ಲಿ ಎಲ್ಲವನ್ನೂ ನಾಶ ಮಾಡಿ ಹಾಕಿತು’ ಎಂದು ಅವರು ದುಃಖದಿಂದ ಹೇಳಿದರು. ‘ನನ್ನ ಎಲ್ಲಾ ದಾಖಲೆಗಳು ನಾಶವಾದವು. ಜವಾಹರಲಾಲ್ ನೆಹರೂ ಅವರು ಕೊಟ್ಟಿದ್ದ ಪ್ರಮಾಣಪತ್ರಗಳೂ ಸೇರಿ ಎಲ್ಲವೂ ನಾಶವಾದವು. ಆ ದಾಖಲೆಗಳನ್ನೇನಾದರೂ ನೋಡಿದ್ದರೆ, ನಿಮಗೆ ಹುಚ್ಚು ಹಿಡಿಯುತ್ತಿತ್ತು. ಆದರೆ, ಎಲ್ಲವೂ ಕೊಚ್ಚಿ ಹೋದವು.’

***

‘ನಾನು ಗಾಂಧಿ ಮತ್ತು ಅಂಬೇಡ್ಕರ್ ಅವರ ನಡುವೆ ಏಕೆ ಆಯ್ಕೆ ಮಾಡಿಕೊಳ್ಳಬೇಕು. ನಾನು ಇಬ್ಬರನ್ನೂ ಆಯ್ಕೆ ಮಾಡಿಕೊಳ್ಳಬಹುದು ಅಲ್ಲವೇ?’

ನಾವು ಅಜ್ಮೇರ್‌ನ ಅಂಬೇಡ್ಕರ್ ಪ್ರತಿಮೆ ಬಳಿ ಇದ್ದೆವು. ಅಂದು ಆ ಮಹಾ ನಾಯಕನ 131ನೆಯ ಜನ್ಮದಿನ ಆಚರಣೆ. ನಾವು ಈ ಕಾರ್ಯಕ್ರಮಕ್ಕೆ ಶೋಭಾರಾಂ ಗೆಹೆರ್ವಾರ್ ಅವರನ್ನೂ ನಮ್ಮೊಡನೆ ಕರೆತಂದಿದ್ದೆವು. ಗಾಂಧಿಯವರ ಪ್ರತಿಮೆಗೆ ಮಾಲಾರ್ಪಣೆ ಮಾಡುವ ಉದ್ದೇಶದಿಂದ ಅವರು ನಮ್ಮನ್ನು ಕಾರ್ಯಕ್ರಮದ ಸ್ಥಳಕ್ಕೆ ಕರೆದುಕೊಂಡು ಹೋಗಲು ಕೇಳಿದ್ದರು. ಆಗಲೇ ನಾವು ಈ ಇಬ್ಬರು ನಾಯಕರ ನಡುವೆ ನೀವು ಎಲ್ಲಿ ನಿಲ್ಲಲು ಬಯಸುತ್ತೀರಿ? ಎಂದು ಕೇಳಿದೆವು.

ಅವರು ಇದಕ್ಕೂ ಮೊದಲು ತಮ್ಮ ಮನೆಯಲ್ಲಿ ಹೇಳಿದ್ದನ್ನೇ ಇಲ್ಲಿ ಇನ್ನೊಂದು ರೀತಿಯಲ್ಲಿ ನಮ್ಮ ಮುಂದೆ ಇಟ್ಟರು. ‘ನೋಡಿ ಅಂಬೇಡ್ಕರ್ ಮತ್ತು ಗಾಂಧಿ ಇಬ್ಬರೂ ತುಂಬಾ ಒಳ್ಳೆಯ ಕೆಲಸ ಮಾಡಿದರು. ಒಂದು ರಥ ಚಲಿಸಬೇಕಾದರೆ ಅದಕ್ಕೆ ಎರಡೂ ಕಡೆ ಚಕ್ರವಿರಬೇಕು. ಇಲ್ಲಿ ವಿರೋಧಾಭಾಸ ಎಲ್ಲಿದೆ? ಮಹಾತ್ಮರ ಕೆಲವು ಸಿದ್ಧಾಂತಗಳಲ್ಲಿ ಮಹತ್ವ ಇದೆ ಅನಿಸಿದರೆ ನಾನು ಅದನ್ನು ಆಚರಿಸುತ್ತೇನೆ. ಅಂಬೇಡ್ಕರ್ ಅವರ ವಿಚಾರಗಳಲ್ಲಿ ಹಿರಿದಾದದ್ದು ಕಂಡಾಗ ಅದನ್ನೂ ಹಿಂಬಾಲಿಸುತ್ತೇನೆ.’

‘ಗಾಂಧಿ ಮತ್ತು ಅಂಬೇಡ್ಕರ್ ಇಬ್ಬರೂ ಅಜ್ಮೇರ್‌ಗೆ ಭೇಟಿ ನೀಡಿದ್ದರು’ ಎಂದು ಅವರು ತಿಳಿಸಿದರು. ‘ನಾವು ಅಂಬೇಡ್ಕರ್ ಅವರನ್ನು ಭೇಟಿ ಮಾಡಿ ಮಾಲಾರ್ಪಣೆ ಮಾಡಿದ್ದೆವು. ಅವರು ಬೇರೆಲ್ಲೋ ಹೋಗುತ್ತಿದ್ದಾಗ ಅವರಿದ್ದ ಆ ರೈಲು ಒಂದಿಷ್ಟು ಹೊತ್ತು ನಮ್ಮಲ್ಲಿ ನಿಂತ ಕಾರಣ ಇದು ಸಾಧ್ಯವಾಗಿತ್ತು.’ ಶೋಭಾರಾಂ ಇನ್ನೂ ಚಿಕ್ಕವರಿರುವಾಗಲೇ ಈ ಇಬ್ಬರನ್ನೂ ಭೇಟಿಯಾಗಿದ್ದಾರೆ.

‘1934ರಲ್ಲಿ, ನಾನಿನ್ನೂ ತುಂಬಾ ಚಿಕ್ಕವನಾಗಿದ್ದಾಗ ಮಹಾತ್ಮ ಗಾಂಧಿಯವರು ಇಲ್ಲಿಗೆ ಬಂದಿದ್ದರು. ಇಲ್ಲಿ, ನಾವು ಈಗ ಕುಳಿತಿರುವ ಇದೇ ಜಾಗದಲ್ಲಿ, ಇದೇ ಜಾದೂಗಾರ ಬಸ್ತಿಯಲ್ಲಿ ಕುಳಿತಿದ್ದರು.’ ಶೋಭಾರಾಂ ಅವರಿಗೆ ಆಗ 8 ವರ್ಷ ಇರಬೇಕು.

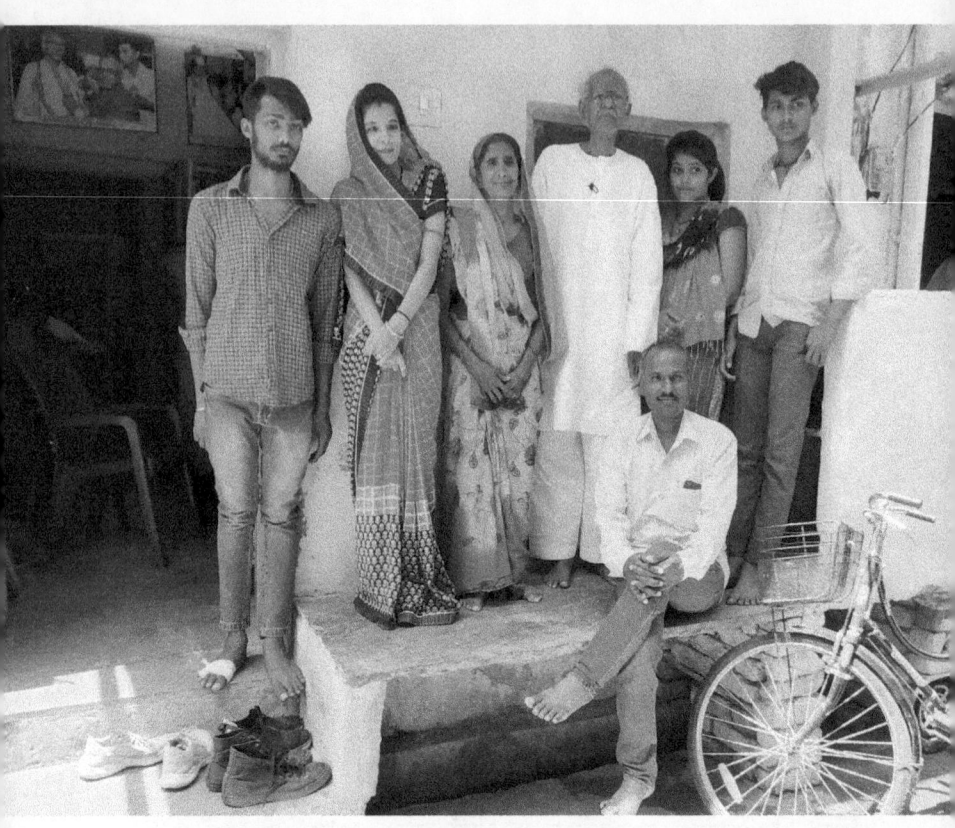

'ಅಂಬೇಡ್ಕರ್ ಅವರ ವಿಚಾರಕ್ಕೆ ಬರುವುದಾದರೆ, ನಾನು ಒಮ್ಮೆ ನಮ್ಮ ನಾಯಕರು ಕೊಟ್ಟಿದ್ದ ಪತ್ರವನ್ನು ತೆಗೆದುಕೊಂಡು ಬರೋಡಾಗೆ ಒಯ್ದು ಅವರಿಗೆ ಮುಟ್ಟಿಸಿದ್ದೆ. ಪೊಲೀಸರು ಅಂಚೆ ಕಚೇರಿಯಲ್ಲಿ ನಮ್ಮ ಪತ್ರಗಳನ್ನು ಒಡೆದು ಓದಬಹುದಿತ್ತು. ಹಾಗಾಗಿ ನಾವು ಮುಖ್ಯವಾದ ಕಾಗದಪತ್ರಗಳನ್ನು ಖುದ್ದಾಗಿ ತೆಗೆದುಕೊಂಡು ಹೋಗುತ್ತಿದ್ದೆವು. ಆಗ ಅವರು ನನ್ನ ತಲೆಸವರಿ, 'ನೀನು ಅಜ್ಮೇರ್ ನಲ್ಲಿ ವಾಸಿಸುತ್ತೀಯಾ?' ಎಂದು ಕೇಳಿದ್ದರು.

ಶೋಭಾರಾಂ ಕೋಲಿ ಸಮಾಜಕ್ಕೆ ಸೇರಿದವರು ಎಂದು ಅವರಿಗೆ ಗೊತ್ತಿತ್ತಾ?

'ಹೌದು, ನಾನು ಅವರಿಗೆ ಹೇಳಿದ್ದೆ. ಆದರೆ, ಅವರು ಆ ಬಗ್ಗೆ ತುಂಬಾ ಏನೂ ಮಾತನಾಡಲಿಲ್ಲ. ಅವರಿಗೆ ಆ ವಿಷಯಗಳೆಲ್ಲಾ ಅರ್ಥವಾಗುತ್ತಿತ್ತು. ಅವರು ತುಂಬಾ ವಿದ್ಯಾವಂತರು. ಅಗತ್ಯವೇನಾದರೂ ಇದ್ದರೆ ನನಗೆ ನೇರವಾಗಿ ಬರೆಯಬಹುದು ಎಂದು ಅವರು ಹೇಳಿದರು.'

ಶೋಭಾರಾಂ ಅವರಿಗೆ 'ದಲಿತ', 'ಹರಿಜನ' ಎರಡೂ ಪದಗಳೂ ಒಪ್ಪಿತವೇ. 'ಯಾರಾದರೂ ಕೋಲಿ ಜಾತಿಯವರಾಗಿದ್ದರೆ ಇರಲಿ ಬಿಡಿ. ಅದರಲ್ಲಿ ಮುಚ್ಚಿಡುವಂತಹದ್ದು ಏನಿದೆ? ನಾವು ಹರಿಜನ ಅಥವಾ ದಲಿತ ಎಂದು ಹೇಳಿದಾಗ ಅದರಲ್ಲಿ ವ್ಯತ್ಯಾಸವೇನಿಲ್ಲ. ನೀವು ಯಾವ ಹೆಸರಿನಿಂದ ಕರೆದರೂ ಕೊನೆಗೆ ಅವರು ಪರಿಶಿಷ್ಟ ಜಾತಿಯವರೇ ಆಗಿರುತ್ತಾರೆ.'

ಶೋಭಾರಾಂ ಅವರ ಪಾಲಕರು ರೈಲ್ವೆ ಯೋಜನೆಯ ಕೆಲಸಗಳಲ್ಲಿ ಕೂಲಿ ಕಾರ್ಮಿಕರಾಗಿದ್ದರು.

'ಎಲ್ಲರೂ ಒಂದು ಹೊತ್ತು ಮಾತ್ರ ಊಟ ಮಾಡಲು ಸಾಧ್ಯವಾಗುತ್ತಿತ್ತು ಅಷ್ಟೇ. ಕುಟುಂಬದಲ್ಲಿ ಯಾರೂ ಮದ್ಯ ಸೇವಿಸುತ್ತಿರಲಿಲ್ಲ' ಎನ್ನುವ ಶೋಭಾರಾಂ, 'ಭಾರತದ ರಾಷ್ಟ್ರಪತಿಗಳಾಗಿದ್ದ ರಾಮನಾಥ ಕೋವಿಂದ್ ಅವರ ಸಾಮಾಜಿಕ ಹಿನ್ನೆಲೆಯೇ ನಮ್ಮದೂ. ಕೋವಿಂದ್ ಅವರು ಒಂದು ಬಾರಿ ನಮ್ಮ ಅಖಿಲ ಭಾರತೀಯ ಕೋಲಿ ಸಮಾಜದ ಅಧ್ಯಕ್ಷರಾಗಿದ್ದರು' ಎಂದರು.

ಶೋಭಾರಾಂ ಅವರ ಸಮುದಾಯವನ್ನು ಶಿಕ್ಷಣದಿಂದ ಹೊರಗಿಡಲಾಗಿತ್ತು. ಬಹುಶಃ ಅವರು ತುಂಬಾ ತಡವಾಗಿ ಶಾಲೆಗೆ ಕಾಲಿಡಲು ಇದೂ ಮುಖ್ಯ ಕಾರಣವಾಗಿತ್ತು. ಹಿಂದೂಸ್ಥಾನದಲ್ಲಿ ಮೇಲ್ಜಾತಿಯ ಜನರು, ಬ್ರಾಹ್ಮಣರು, ಜೈನರು ಹಾಗೂ ಇತರರು ಬ್ರಿಟಿಷರ ಗುಲಾಮರಾದರು. ಈ ಜನರೇ ಸದಾ ಅಸ್ಪೃಶ್ಯತೆ ಆಚರಿಸುತ್ತಿದ್ದದ್ದು.

'ಅಂದಿನ ಸಮಯದಲ್ಲಿ ಕಾಂಗ್ರೆಸ್ ಅಥವಾ ಆರ್ಯ ಸಮಾಜವೇನಾದರೂ ಇಲ್ಲದೇ ಹೋಗಿದ್ದಲ್ಲಿ, ಇಲ್ಲಿರುವ ಎಷ್ಟೋ ಪರಿಶಿಷ್ಟ ಜಾತಿಯವರು ಇಸ್ಲಾಂಗೆ ಮತಾಂತರವಾಗುವ ಸಂಭವವಿತ್ತು. ನಾವು ಹಳೆಯ ರೀತಿಯಲ್ಲೇ ಬದುಕಿದ್ದರೆ ನಮಗೆ ಎಂದಿಗೂ ಸ್ವಾತಂತ್ರ್ಯ ದೊರಕುತ್ತಿರಲಿಲ್ಲ.'

'ಆ ಸಮಯದಲ್ಲಿ ಯಾರೂ ಅಸ್ಪೃಶ್ಯರನ್ನು ಶಾಲೆಗೆ ಸೇರಿಸಿಕೊಳ್ಳುತ್ತಿರಲಿಲ್ಲ. ಅವನು ಕಂಜಾರ್, ಅವನು ದೋಂಮ ಎನ್ನುತ್ತಿದ್ದರು. ನಮ್ಮನ್ನು ಆಚೆ ಇರಿಸಲಾಗುತ್ತಿತ್ತು. ನಾನು ಒಂದನೇ ತರಗತಿಗೆ ಕಾಲಿಟ್ಟಾಗ ನನ್ನ ವಯಸ್ಸು 11. ಅದು ಸಾಧ್ಯವಾಗಿದ್ದು ಆ ವೇಳೆಗೆ ಆರ್ಯ ಸಮಾಜದ ಮಂದಿ ಕ್ರಿಶ್ಚಿಯನ್ನರನ್ನು ಎದುರಿಸಲು ಯತ್ನಿಸುತ್ತಿದ್ದರಿಂದ. ಲಿಂಕ್ ರೋಡ್ ಪ್ರದೇಶದಲ್ಲಿದ್ದ ನನ್ನ ಜಾತಿಯ ಎಷ್ಟೋ ಮಂದಿ ಕ್ರೈಸ್ತ ಧರ್ಮಕ್ಕೆ ಮತಾಂತರಗೊಂಡಿದ್ದರು. ಇದರಿಂದಾಗಿ ಕೆಲವು ಹಿಂದೂ ಪಂಗಡದವರು ನಮ್ಮನ್ನು ಒಪ್ಪಿಕೊಳ್ಳಲು ಆರಂಭಿಸಿದ್ದಲ್ಲದೆ, ದಯಾನಂದ ಆಂಗ್ಲೋ ವೇದ ಶಾಲೆಗಳಿಗೆ ಸೇರಲು ಉತ್ತೇಜಿಸಿದರು.'

ಆದರೆ, ತಾರತಮ್ಯ ಅಳಿಸಿ ಹೋಗಲಿಲ್ಲ. ಹಾಗಾಗಿ ಕೋಲಿ ಸಮಾಜ ತನ್ನದೇ ಶಾಲೆಯನ್ನು ಆರಂಭಿಸಿತು.

'ಆ ಶಾಲೆಗೇ ಗಾಂಧಿ ಅವರು ಬಂದದ್ದು. ಸರಸ್ವತಿ ಬಾಲಿಕಾ ವಿದ್ಯಾಲಯಕ್ಕೆ. ನಮ್ಮ ಸಮುದಾಯದ ಹಿರಿಯರು ಆರಂಭಿಸಿದ ಶಾಲೆ ಇದು. ಅದು ಈಗಲೂ ಚಾಲ್ತಿಯಲ್ಲಿದೆ. ಗಾಂಧಿ ನಮ್ಮ ಕೆಲಸ ನೋಡಿ ಬೆರಗಾದರು. ನೀವು ತುಂಬಾ ಒಳ್ಳೆಯ ಕೆಲಸ ಮಾಡಿದ್ದೀರಿ. ನಾನು ಅಂದುಕೊಂಡದ್ದಕ್ಕಿಂತಲೂ ತುಂಬಾ ಮುಂದೆ ಹೋಗಿದ್ದೀರಿ' ಎಂದರು.

'ಈ ಶಾಲೆಯನ್ನು ಕೋಲಿ ಸಮಾಜದವರು ಆರಂಭಿಸಿದರೂ ಇತರೆ ಜಾತಿಗಳವರೂ ಸಹಾ ಶಾಲೆಗೆ ಪ್ರವೇಶ ಪಡೆದರು. ಮೊದಲು ಆ ಎಲ್ಲರೂ ಪರಿಶಿಷ್ಟ ಜಾತಿಯವರಾಗಿದ್ದರು. ನಂತರದ ದಿನಗಳಲ್ಲಿ ಇತರೆ ಸಮುದಾಯಗಳವರೂ ಸೇರಿದರು. ಹೀಗಾಗಿ ಮೇಲ್ವರ್ಗದ ಅಗರವಾಲ್‌ಗಳು ಈ ಶಾಲೆಯ ಮೇಲುಸ್ತುವಾರಿ ಕೈಗೆತ್ತಿಕೊಂಡರು. ಶಾಲೆಯ ನೊಂದಣಿ ನಮ್ಮ ಹೆಸರಿನಲ್ಲಿಯೇ ಇತ್ತು. ಆದರೆ, ಅವರು ಆಡಳಿತವನ್ನು ತಮ್ಮ ಕೈಗೆತ್ತಿಕೊಂಡರು.' ಶೋಭಾರಾಂ ಅವರು ಈಗಲೂ ಶಾಲೆಗೆ ಭೇಟಿ ಕೊಡುತ್ತಾರೆ. ಅಥವಾ ಕೋವಿಡ್–19 ಕಾಲಿಟ್ಟು ಎಲ್ಲಾ ಶಾಲೆಗಳ ಬಾಗಿಲು ಮುಚ್ಚುವವರೆಗೆ ಅವರು ಭೇಟಿ ಕೊಡುತ್ತಿದ್ದರು ಎನ್ನಬಹುದು.

'ಹೌದು, ನಾನು ಈಗಲೂ ಅಲ್ಲಿಗೆ ಹೋಗುತ್ತೇನೆ. ಆದರೆ ಈಗ ಶಾಲೆ ನಡೆಸುತ್ತಿರುವವರು ಅವರೇ (ಮೇಲ್ಜಾತಿಯವರು). ಅವರು ಬಿಎಡ್ ಕಾಲೇಜನ್ನು ಸಹಾ ಆರಂಭಿಸಿದ್ದಾರೆ.'

'ನಾನು ಒಂಬತ್ತನೆಯ ತರಗತಿಯವರೆಗೆ ಮಾತ್ರ ಓದಿದೆ. ಅದರ ಬಗ್ಗೆ ನನಗೆ ಪಶ್ಚಾತ್ತಾಪವಿದೆ. ನನ್ನ ಕೆಲವು ಗೆಳೆಯರು ಚೆನ್ನಾಗಿ ಓದಿ ಸ್ವಾತಂತ್ರ್ಯಾನಂತರ ಐಎಎಸ್ ಅಧಿಕಾರಿಗಳಾದರು. ಇನ್ನು ಕೆಲವರು ಉನ್ನತ ಮಟ್ಟ ತಲುಪಿದರು. ಆದರೆ, ನಾನು ಸಮಾಜ ಸೇವೆಗೆ ನನ್ನನ್ನು ಅರ್ಪಿಸಿಕೊಂಡೆ.'

ಶೋಭಾರಾಂ ಅವರು ದಲಿತರು ಹಾಗೂ ಸ್ವಯಂಘೋಷಿತ ಗಾಂಧಿವಾದಿ. ಅವರು ತೀವ್ರವಾಗಿ ಅಂಬೇಡ್ಕರ್ ಅವರನ್ನೂ ಇಷ್ಟಪಡುತ್ತಾರೆ. 'ನಾನು ಗಾಂಧಿವಾದ ಹಾಗೂ ಕ್ರಾಂತಿವಾದ ಎರಡರ ಜೊತೆಯೂ ಇದ್ದೆ. ಎರಡಕ್ಕೂ ನಿಕಟ ನಂಟಿತ್ತು.' ಮೂಲತಃ ಅವರು ಗಾಂಧಿವಾದಿಯಾಗಿದ್ದರೂ ಮೂರು ರಾಜಕೀಯ ಧಾರೆಗಳ ಜೊತೆ ಒಡನಾಟ ಹೊಂದಿದ್ದರು.

ಶೋಭಾರಾಂ ಅವರು ಗಾಂಧಿಯನ್ನು ಪ್ರೀತಿಸಿ, ಪ್ರಶಂಸಿಸಿದರೂ ಸಹಾ ಅವರನ್ನು ವಿಮರ್ಶೆ ಮಾಡದೆ ಬಿಡುವುದಿಲ್ಲ. ಅದರಲ್ಲೂ ಅಂಬೇಡ್ಕರ್ ಜೊತೆಗಿನ ವಿಷಯ ಬಂದಾಗ.

‘ಅಂಬೇಡ್ಕರ್ ಅವರ ಸವಾಲನ್ನು ಎದುರಿಸಬೇಕಾಗಿ ಬಂದಾಗ ಗಾಂಧಿ ತಲ್ಲಣಗೊಂಡರು. ಎಲ್ಲಾ ಪರಿಶಿಷ್ಟರೂ ಅಂಬೇಡ್ಕರ್ ಜೊತೆ ಹೋಗಿಬಿಡುತ್ತಾರೆ ಎಂದು ಅವರಿಗೆ ಭಯವಾಗಿತ್ತು. ನೆಹರೂ ಅವರಿಗೂ ಸಹಾ. ಇದರಿಂದ ಚಳವಳಿಯ ಅಗಾಧತೆಗೆ ಧಕ್ಕೆ ಬರುತ್ತದೆ ಎಂದು ಅವರು ಭಾವಿಸಿದ್ದರು. ಆದರೆ ಅವರಿಬ್ಬರಿಗೂ ಅಂಬೇಡ್ಕರ್ ಅವರು ದೊಡ್ಡ ಸಾಮರ್ಥ್ಯವಿರುವ ವ್ಯಕ್ತಿ ಎಂಬುದು ಗೊತ್ತಿತ್ತು. ದೇಶಕ್ಕೆ ಸ್ವಾತಂತ್ರ್ಯ ಬಂದಾಗ, ಎಲ್ಲರೂ ಈ ಸಂಘರ್ಷದ ಬಗ್ಗೆ ತೀವ್ರ ಆತಂಕಿತರಾಗಿದ್ದರು.’

‘ಅಂಬೇಡ್ಕರ್ ಅವರಿಲ್ಲದೆ ದೇಶದ ಸಂವಿಧಾನ ಮತ್ತು ಕಾನೂನನ್ನು ರೂಪಿಸಲು ಸಾಧ್ಯವಿಲ್ಲ ಎನ್ನುವುದು ಗಾಂಧಿ ಮತ್ತು ನೆಹರೂ ಇಬ್ಬರಿಗೂ ಅರಿವಾಯಿತು. ಅವರೊಬ್ಬರೇ ಅದಕ್ಕೆ ಸಮರ್ಥ ವ್ಯಕ್ತಿ. ಅಂಬೇಡ್ಕರ್ ಅವರೇನೂ ಈ ಕೆಲಸಕ್ಕಾಗಿ ಗೋಗರೆಯಲಿಲ್ಲ. ನಮ್ಮ ಕಾನೂನಿನ ಚೌಕಟ್ಟು ಸಿದ್ಧಪಡಿಸಿಕೊಡುವಂತೆ ಎಲ್ಲರೂ ಅಂಬೇಡ್ಕರ್ ಅವರನ್ನು ಬೇಡಿದರು. ಅವರು ಒಂದು ರೀತಿ ಈ ಬ್ರಹ್ಮಾಂಡವನ್ನು ಸೃಷ್ಟಿಸಿದ ಬ್ರಹ್ಮನಂತೆ. ಬುದ್ಧಿವಂತ ಹಾಗೂ ತಿಳುವಳಿಕೆಯುಳ್ಳ ವ್ಯಕ್ತಿ. ಆದರೂ ನಾವು ಈ ಹಿಂದೂಸ್ಥಾನವಾಸಿಗಳು ಅತಿ ಭಯಂಕರರು. ಅಂಬೇಡ್ಕರ್ ಅವರನ್ನು 1947ಕ್ಕೂ ಮುಂಚೆ ಹಾಗೂ ನಂತರವೂ ತುಂಬಾ ಕೆಟ್ಟದಾಗಿ ನಡೆಸಿಕೊಂಡೆವು. ಈ ಸ್ವಾತಂತ್ರ್ಯ ಚಳವಳಿಯ ಕಥನದಿಂದಲೂ ಅವರನ್ನು ಹೊರಗಿಡಲಾಯಿತು. ಅವರು ಇಂದಿಗೂ ನನಗೆ ಸ್ಫೂರ್ತಿಸೆಲೆ’ ಎಂದರು.

‘ನಾನು ಹೃದಯದಾಳದಿಂದ ಒಬ್ಬ ಕಾಂಗ್ರೆಸ್ಸಿಗ, ನಿಜವಾದ ಕಾಂಗ್ರೆಸ್ಸಿಗ. ಹಾಗೆ ಹೇಳುತ್ತಾ ಅವರು ಪಕ್ಷದ ಈಗಿನ ದಿಕ್ಕಿನ ಬಗ್ಗೆಯೂ ಟೀಕಿಸಿದರು. ನಂತರ ಮಾತನಾಡುತ್ತಾ ಭಾರತದ ಈಗಿನ ನಾಯಕತ್ವ ಈ ದೇಶವನ್ನು ಸರ್ವಾಧಿಕಾರದತ್ತ ಕೊಂಡೊಯ್ಯುತ್ತಿದೆ. ಈ ಹಂತದಲ್ಲಿ ಕಾಂಗ್ರೆಸ್ ಪುನರ್ ಚೇತರಿಸಿಕೊಂಡು ದೇಶದ ಸಂವಿಧಾನವನ್ನು ಉಳಿಸಲು ಮುಂದಾಗಬೇಕು’ ಎಂದರು.

ಶೋಭಾರಾಂ ರಾಜಸ್ಥಾನದ ಮುಖ್ಯಮಂತ್ರಿ ಅಶೋಕ್ ಗೆಹ್ಲೋಟ್ ಅವರನ್ನು ಪ್ರಶಂಸಿಸಿದರು. ‘ಅವರಿಗೆ ಜನರ ಬಗ್ಗೆ ಕಾಳಜಿಯಿದೆ. ನಮ್ಮಂತಹ ಸ್ವಾತಂತ್ರ್ಯ ಯೋಧರನ್ನು ಹುಡುಕುತ್ತಾರೆ.’ ಇಡೀ ದೇಶಕ್ಕೆ ಹೋಲಿಸಿದರೆ ಈ ರಾಜ್ಯದಲ್ಲಿ ಸ್ವಾತಂತ್ರ್ಯ ಯೋಧರ ಪಿಂಚಣಿ ಮೊತ್ತ ಹೆಚ್ಚು. ಮಾರ್ಚ್ 2021ರಲ್ಲಿ ಗೆಹ್ಲೋಟ್ ಸರ್ಕಾರ ಪಿಂಚಣಿ ಮೊತ್ತವನ್ನು 50 ಸಾವಿರ ರೂ.ಗೆ ಹೆಚ್ಚಿಸಿದೆ. ಕೇಂದ್ರ ನೀಡುವ ಅತಿಹೆಚ್ಚಿನ ಪಿಂಚಣಿ ಎಂದರೆ 30 ಸಾವಿರ ಮಾತ್ರ.

ಅಂಬೇಡ್ಕರ್ ಪ್ರತಿಮೆಗೆ ಮಾಲಾರ್ಪಣೆ ಮಾಡಿ ಮೆಟ್ಟಿಲನ್ನು ಇಳಿಯುವಾಗಲೂ ಶೋಭಾರಾಂ ಅವರು ತಮ್ಮನ್ನು ಗಾಂಧಿವಾದಿ ಎಂದೇ ಬಣ್ಣಿಸಿಕೊಂಡರು.

'ನಾನು ಯಾರನ್ನು ಇಷ್ಟಪಟ್ಟೆನೋ ಅವರನ್ನು ಅನುಸರಿಸಿದೆ. ನನಗೆ ಒಪ್ಪಿಗೆಯಾದ ಎಲ್ಲರ ಚಿಂತನೆಗಳನ್ನೂ ಆಚರಿಸಿದೆ. ಅವು ಬೇಕಾದಷ್ಟು ಇದ್ದವು. ಹಾಗೆ ಮಾಡುವುದರಲ್ಲಿ ನನಗೆ ಏನೂ ಸಮಸ್ಯೆ ಕಾಣಲಿಲ್ಲ. ಅಥವಾ ಈ ಇಬ್ಬರ ವಿಚಾರದಲ್ಲೂ ನನಗೆ ಆ ಸಮಸ್ಯೆ ಆಗಲಿಲ್ಲ' ಎನ್ನುತ್ತಾರೆ.

***

ಶೋಭಾರಾಂ ಗೆಹೆರ್ವರ್ ಅವರು ನಮ್ಮೊಂದಿಗೆ ಅಜ್ಮೇರ್‌ನಲ್ಲಿ ಹಿರಿಯ ಸ್ವಾತಂತ್ರ್ಯ ಹೋರಾಟಗಾರರು ಸೇರುತ್ತಿದ್ದ ಸ್ವಾತಂತ್ರತಾ ಸೇನಾನಿ ಭವನದಲ್ಲಿ ಮಾತನಾಡುತ್ತಿದ್ದರು. ಇದು ಜನನಿಬಿಡ ಮಾರುಕಟ್ಟೆಯ ಮಧ್ಯದಲ್ಲಿಯೇ ಇದೆ. ಅಂಕೆ ಮೀರಿದ ಅಲ್ಲಿನ ಟ್ರಾಫಿಕ್ ಅನ್ನು ಸರಾಗವಾಗಿ ಭೇದಿಸುತ್ತಾ, ಎದುರಿನ ರಸ್ತೆಗೆ ಹೆಜ್ಜೆ ಇಡುತ್ತಿದ್ದ ಆ ಹಿರಿಯ ವ್ಯಕ್ತಿಯ ವೇಗಕ್ಕೆ ತಕ್ಕನಾಗಿ ಹೆಜ್ಜೆ ಇಡಲು ನಾನು ಪರದಾಡಿದೆ. ಅವರು ಊರುಗೋಲನ್ನೂ ಬಳಸದೆ ದಾಪುಗಾಲು ಹಾಕುತ್ತಾ ನಡೆಯುತ್ತಾರೆ.

ಅವರು ಸ್ವಲ್ಪ ತಬ್ಬಿಬ್ಬಾಗಬೇಕಾಗಿ ಬಂದ ಹಾಗೂ ಅದರಿಂದ ಸಾವರಿಸಿಕೊಳ್ಳಲು ಯತ್ನಿಸಿದ ಸಮಯ ಮುಂದೆ ಎದುರಾಯಿತು. ಅವರು ತುಂಬಾ ಹೆಮ್ಮೆಯಿಂದ ಮಾತನಾಡಿದ್ದ ಶಾಲೆಗೆ ನಾವೆಲ್ಲರೂ ಭೇಟಿ ಕೊಟ್ಟಾಗ. 'ಸರಸ್ವತಿ ಶಾಲೆ ಮುಚ್ಚಿದೆ' ಎಂದು ಅಲ್ಲಿನ ಗೋಡೆಯ ಮೇಲೆ ಬರೆದಿದ್ದನ್ನು ಓದಿದ ಅವರು ತಬ್ಬಿಬ್ಬಾದರು. ನಿಜ ಅರ್ಥದಲ್ಲಿಯೂ ಅದು ಗೋಡೆಯ ಮೇಲಿನ ಬರಹವೇ ಆಗಿತ್ತು. ಆ ಶಾಲೆ ಮತ್ತು ಕಾಲೇಜು ಎರಡನ್ನೂ ಮುಚ್ಚಲಾಗಿತ್ತು. ಅಲ್ಲಿದ್ದ ಕಾವಲುಗಾರ ಹಾಗೂ ಇತರರು ಶಾಲೆಯನ್ನು ಶಾಶ್ವತವಾಗಿ ಮುಚ್ಚಲಾಗಿದೆ ಎಂದರು. ಅದು ಇಷ್ಟರಲ್ಲೇ ಸಿಕ್ಕಾಪಟ್ಟೆ ಬೆಲೆಯ ಆಸ್ತಿಯಾಗಿ ಬದಲಾಗಲಿತ್ತು.

ಸ್ವಾತಂತ್ರತಾ ಭವನದಲ್ಲಿ ಅವರು ತುಂಬಾ ಭಾವುಕರಾಗಿದ್ದರು. ಬೇಸರ ಅವರಲ್ಲಿ ಮನೆಮಾಡಿತ್ತು.

'1947ರ ಆಗಸ್ಟ್ 15ರಂದು ಕೆಂಪು ಕೋಟೆಯ ಮೇಲೆ ಭಾರತದ ಬಾವುಟ ಹಾರಿಸಿದಾಗ ನಾವು ಇಲ್ಲಿ ತಿರಂಗಾವನ್ನು ಹಾರಿಸಿದೆವು. ನಾವು ಈ ಕಟ್ಟಡವನ್ನು ನವವಧುವಿನಂತೆ ಸಿಂಗರಿಸಿದ್ದೆವು. ಸ್ವಾತಂತ್ರ್ಯ ಯೋಧರೆಲ್ಲಾ ಇಲ್ಲಿದ್ದೆವು. ಆಗ ನಾವಿನ್ನೂ ಯುವಕರು. ನಾವೆಲ್ಲರೂ ಉತ್ಸಾಹದಲ್ಲಿದ್ದೆವು.'

'ಈ ಭವನ ವಿಶೇಷವಾದದ್ದು. ಇದಕ್ಕೆ ಒಬ್ಬರೇ ಮಾಲೀಕ ಎಂದಿಲ್ಲ. ಹಲವಾರು ಸ್ವಾತಂತ್ರ್ಯ ಯೋಧರಿದ್ದರು. ನಮ್ಮ ಜನತೆಗಾಗಿ ನಾವು ಏನೆಲ್ಲಾ ಮಾಡಿದೆವು. ನಾವು ಕೆಲವು ಬಾರಿ ದೆಹಲಿಗೆ ಹೋಗಿ ನೆಹರೂರವರನ್ನು ಭೇಟಿ ಮಾಡುತ್ತಿದ್ದೆವು. ನಂತರ ಇಂದಿರಾ ಗಾಂಧಿಯವರನ್ನು ಕಾಣುತ್ತಿದ್ದೆವು. ಈಗ ಇವರಾರೂ ಜೀವಂತವಾಗಿಲ್ಲ.'

'ನಾವು ಎಷ್ಟೊಂದು ಸ್ವಾತಂತ್ರ್ಯ ಯೋಧರನ್ನು ಹೊಂದಿದ್ದೆವು. ನಾನು ಕ್ರಾಂತಿ ವಿಭಾಗದಲ್ಲೂ, ಸೇವಾ ವಿಭಾಗದಲ್ಲೂ ಎಷ್ಟೊಂದು ಜನರ ಜೊತೆ ಕೆಲಸ ಮಾಡಿದ್ದೇನೆ' ಎನ್ನುತ್ತಾ ಒಂದಷ್ಟು ಹೆಸರುಗಳನ್ನು ಹೇಳುತ್ತಾ ಹೋದರು.

ಡಾ. ಸರದಾನಂದ್, ವೀರ್ ಸಿಂಗ್ ಮೆಹ್ತಾ, ರಾಮ್ ನಾರಾಯಣ್ ಚೌಧರಿ, ರಾಮ್ ನಾರಾಯಣ್ ಅವರು 'ದೈನಿಕ ನವಜ್ಯೋತಿ' ಪತ್ರಿಕೆಯ ಸಂಪಾದಕರಾಗಿದ್ದ ದುರ್ಗಾಪ್ರಸಾದ್ ಚೌಧರಿಯವರ ಅಣ್ಣ. ಅಜ್ಮೇರ್‌ನ ಭಾರ್ಗವ ಕುಟುಂಬ ಇತ್ತು. ಅಂಬೇಡ್ಕರ್ ಅವರ ನೇತೃತ್ವದಲ್ಲಿ ಸಂವಿಧಾನದ ಕರಡು ರೂಪಿಸಿದ ಸಮಿತಿಯ ಸದಸ್ಯರಲ್ಲೊಬ್ಬರಾದ ಮುಕುಟ್ ಬಿಹಾರ್ ಭಾರ್ಗವ್ ಇದ್ದರು. ಈಗ ಈ ಯಾರೂ ಬದುಕಿಲ್ಲ. ನಮ್ಮ ಮಹಾನ್ ಸ್ವಾತಂತ್ರ್ಯ ಹೋರಾಟಗಾರರಲ್ಲೊಬ್ಬರಾದ ಗೋಕುಲಬಾಯಿ ಭಟ್. ಅವರನ್ನು ರಾಜಸ್ಥಾನದ ಗಾಂಧೀಜಿ ಎಂದೇ ಕರೆಯುತ್ತಿದ್ದರು. ಅವರು ಕೆಲಕಾಲ ಸಿರೋಹಿ ರಾಜಮನೆತನದ ಮುಖ್ಯಮಂತ್ರಿ ಸಹಾ ಆಗಿದ್ದರು. ಆದರೆ, ಸಮಾಜಸೇವೆ ಹಾಗೂ ಸ್ವಾತಂತ್ರ್ಯ ಹೋರಾಟದಲ್ಲಿ ಭಾಗವಹಿಸಲು ಅವರು ಅದನ್ನೆಲ್ಲಾ ಬಿಟ್ಟುಕೊಟ್ಟರು.

ಸ್ವಾತಂತ್ರ್ಯ ಹೋರಾಟದಲ್ಲಿ ರಾಷ್ಟ್ರೀಯ ಸ್ವಯಂಸೇವಕ ಸಂಘ–ಆರ್‌ಎಸ್‌ಎಸ್‌ನ ಯಾರೊಬ್ಬರ ಪಾತ್ರವೂ ಇರಲಿಲ್ಲ ಎನ್ನುವುದನ್ನು ಶೋಭಾರಾಂ ಒತ್ತಿ ಹೇಳಿದರು.

ಬೆರಳಿಗೆ ಚಿಕ್ಕ ಗಾಯವಾದರೆ ಆಗುವಷ್ಟು ನೋವನ್ನೂ ಸಹಾ ಅವರು ಅನುಭವಿಸಲಿಲ್ಲ.

ಶೋಭಾರಾಂ ಅವರನ್ನು ಈಗ ಕಾಡುತ್ತಿರುವ ಮುಖ್ಯ ವಿಷಯವೆಂದರೆ, ಆ ಸ್ವಾತಂತ್ರತಾ ಸೇನಾನಿ ಭವನದ ಭವಿಷ್ಯ ಏನಾಗುತ್ತದೋ ಎನ್ನುವುದು.

'ಈಗ ನನಗೆ ವಯಸ್ಸಾಗಿದೆ. ನಾನು ಪ್ರತೀ ದಿನ ಇಲ್ಲಿಗೆ ಬರಲಾಗುವುದಿಲ್ಲ. ನನಗೆ ಆರೋಗ್ಯ ಸರಿಯಾಗಿದ್ದರೆ ನಾನು ಬಂದು ಇಲ್ಲಿ ಕೆಲ ಗಂಟೆ ಕೂತು ಹೋಗುತ್ತೇನೆ. ಇಲ್ಲಿಗೆ ಬರುವವರನ್ನು ಭೇಟಿ ಮಾಡಿ ನನಗೆ ಸಾಧ್ಯವಾದಾಗಲೆಲ್ಲ ಅವರ ಸಮಸ್ಯೆಗೆ ಪರಿಹಾರ ಒದಗಿಸಲು ಯತ್ನಿಸುತ್ತೇನೆ.'

'ನನ್ನ ಜೊತೆ ಯಾರೂ ಇಲ್ಲ. ಈ ನಡುವೆ ನಾನು ಒಂಟಿಯಾಗಿದ್ದೇನೆ. ಇತರೆ ಸ್ವಾತಂತ್ರ್ಯ ಯೋಧರೆಲ್ಲಾ ನಿಧನ ಹೊಂದಿದ್ದಾರೆ. ಈಗ ಬದುಕಿರುವ ಇತರರೂ ಸಹಾ ಗಟ್ಟಿಮುಟ್ಟಾಗಿಲ್ಲ. ಅನಾರೋಗ್ಯದಿಂದ ನರಳುತ್ತಿದ್ದಾರೆ. ಹಾಗಾಗಿ ಈಗ ಈ ಸ್ವಾತಂತ್ರತಾ ಸೇನಾನಿ ಭವನವನ್ನು ನೋಡಿಕೊಳ್ಳುತ್ತಿರುವವನು ನಾನೊಬ್ಬನೇ. ಇಂದಿಗೂ ಸಹಾ ನಾನು ಇದನ್ನು ಕಾಪಾಡುವ, ಉಳಿಸುವ ಬಗ್ಗೆ ಯೋಚಿಸುತ್ತೇನೆ. ಆದರೆ, ನನ್ನ ಜೊತೆ ಯಾರೂ ಇಲ್ಲದಿರುವುದನ್ನು ನೆನೆದಾಗ ನನ್ನ ಕಣ್ಣು ತುಂಬಿಬರುತ್ತದೆ.'

ಬೇರೆ ಯಾರಾದರೂ ಇದನ್ನು ಕಬಳಿಸುವ ಮುಂಚೆಯೇ ಈ ಭವನವನ್ನು ವಶಕ್ಕೆ ತೆಗೆದುಕೊಳ್ಳುವಂತೆ ಕೋರಿ ನಾನು ಮುಖ್ಯಮಂತ್ರಿ ಅಶೋಕ್ ಗೆಹ್ಲೋಟ್ ಅವರಿಗೆ ಬರೆದಿದ್ದೇನೆ.

'ಈ ಜಾಗ ಕೋಟ್ಯಂತರ ರೂಪಾಯಿ ಬೆಲೆ ಬಾಳುತ್ತದೆ. ಇದು ನಗರದ ಹೃದಯಭಾಗದಲ್ಲಿದೆ. ಸುಮಾರು ಜನ ನನಗೆ ಆಮಿಷ ಒಡ್ಡಲು ಯತ್ನಿಸಿದ್ದಾರೆ. ಶೋಭಾರಾಂಜೀ, ನೀವೊಬ್ಬರೇ ಏನು ಮಾಡಲು ಸಾಧ್ಯ? ಈ ಜಾಗವನ್ನು ನಮಗೆ ಕೊಟ್ಟುಬಿಡಿ. ನಿಮಗೆ ನಾವು ಕೋಟ್ಯಂತರ ರೂಪಾಯಿ ನೀಡುತ್ತೇವೆ ಎನ್ನುತ್ತಾರೆ. ನಾನು ಸತ್ತ ನಂತರ ನೀವು ಏನು ಬೇಕಾದರೂ ಮಾಡಿಕೊಳ್ಳಿ ಎಂದು ಅವರಿಗೆ ಹೇಳಿದ್ದೇನೆ. ನಾನು ಏನು ತಾನೇ ಮಾಡಲು ಸಾಧ್ಯ? ಅವರು ಹೇಳಿದಂತೆ ನಾನೇಗೆ ಮಾಡಲಾಗುತ್ತದೆ. ನಮ್ಮ ಸ್ವಾತಂತ್ರ್ಯಕ್ಕಾಗಿ ಲಕ್ಷಾಂತರ ಮಂದಿ ಪ್ರಾಣಬಿಟ್ಟಿದ್ದಾರೆ. ಆ ಎಲ್ಲಾ ಹಣದಿಂದ ನಾನೇನು ಮಾಡಲಿ?'

'ನಾನು ಈ ವಿಷಯವನ್ನು ನಿಮ್ಮ ಗಮನಕ್ಕೆ ತರಬೇಕು. ನಮ್ಮನ್ನು ಯಾರೂ ಲೆಕ್ಕಕ್ಕಿಟ್ಟಿಲ್ಲ. ಯಾರೂ ಸ್ವಾತಂತ್ರ್ಯ ಯೋಧರ ಬಗ್ಗೆ ಕಾಳಜಿ ಮಾಡುವುದಿಲ್ಲ. ನಾವು ಹೇಗೆ ಹೋರಾಡಿ, ಈ ಸ್ವಾತಂತ್ರ್ಯವನ್ನು ಗಳಿಸಿದೆವು ಎನ್ನುವುದನ್ನು ಶಾಲಾಮಕ್ಕಳಿಗೆ ಹೇಳುವ ಒಂದು ಪುಸ್ತಕವೂ ಇಲ್ಲ. ನಮ್ಮ ಬಗ್ಗೆ ಜನರಿಗೆ ಏನು ಗೊತ್ತಾಗುತ್ತದೆ?'

'ಪರಿ'ಯ ಸ್ವಾತಂತ್ರ್ಯ ಯೋಧರ
ಗ್ಯಾಲರಿಗೆ ಭೇಟಿ ನೀಡಲು
ಈ QR ಕೋಡ್ ಸ್ಕ್ಯಾನ್ ಮಾಡಿ

❝

ಲ್ಯಾಪ್‌ಟಾಪ್, ಸೆಲ್‌ಫೋನ್ ಹಾಗೂ ನನಗೆ ಹೆಸರು
ಹೇಳಲೂ ಬಾರದ ಎಷ್ಟೊಂದು ತಂತ್ರಜ್ಞಾನವಿದೆ.
ಅದು ನಿಮ್ಮ ಆಯುಧವಾದರೆ, ಕವಣೆಗೋಲು ನನ್ನ
ಆಯುಧವಾಗಿತ್ತು.

– ಮಲ್ಲು ಸ್ವರಾಜ್ಯಂ
ಹೈದ್ರಾಬಾದ್, ತೆಲಂಗಾಣ

5

ತೆಲಂಗಾಣದಲ್ಲಿ, 'ಸ್ವರಾಜ್ಯಂ' ಹುಡುಕಾಟದಲ್ಲಿ

'ಇದು ನನ್ನ ಆಯುಧವಾಗಿತ್ತು.'

ಹೈದ್ರಾಬಾದ್‌ನ ಸಭಾಂಗಣದಲ್ಲಿ 20 ವರ್ಷ ಆಸುಪಾಸಿನಲ್ಲಿದ್ದ 1500 ಕ್ಕೂ ಹೆಚ್ಚು ಟೆಕ್ಕಿಗಳನ್ನು ಉದ್ದೇಶಿಸಿ ಮಲ್ಲು ಸ್ವರಾಜ್ಯಂ ತೆಲುಗಿನಲ್ಲಿ ಮಾತನಾಡುತ್ತಿದ್ದರು. 'ಅದು' ಹಗ್ಗ ಮತ್ತು ಚರ್ಮದಿಂದ ಮಾಡಿದ, ಒರಟಾಗಿ ಕಾಣುವ ಆ ಅಸ್ತ್ರ - ಕವಣೆಗೋಲು. ತೆಲುಗಿನಲ್ಲಿ 'ವಡಿಸೇಲು' ಎನ್ನುತ್ತಾರೆ. ಈ ಅಸ್ತ್ರವನ್ನು ಪರಿಚಯಿಸಿ, ಅದರ ಬಳಕೆಯನ್ನು ತಿಳಿ ಹೇಳಿದ ಮೇಲೆ ಆ 80 ವಯಸ್ಸಿನ ಸ್ವಾತಂತ್ರ್ಯ ಹೋರಾಟಗಾರ್ತಿ ಅದನ್ನು ಅಷ್ಟೇ ಬಲವಾಗಿ, ಸುಲಭವಾಗಿ ತಮ್ಮ ತಲೆಯ ಮೇಲೆ ತಿರುಗಿಸುತ್ತಾ ಪ್ರದರ್ಶನ ನೀಡಿದರು. ಇದು ಸಭಾಂಗಣದಲ್ಲಿ ಅವರಿಗೆ ತೀರಾ ಸನಿಹದಲ್ಲಿ ಕುಳಿತಿದ್ದ ಕೆಲವರು ಜಾಗ್ರತೆ ವಹಿಸುವಂತೆ ಮಾಡಿತು. ಇವರ ಭಾಷಣವನ್ನು ಅನುವಾದಿಸುತ್ತಿದ್ದ ಸಂಶೋಧಕಿ, ಸಾಮಾಜಿಕ ಕಾರ್ಯಕರ್ತೆ ಡಾ.ಕೆ. ಲಲಿತಾ ಅವರು ಕವಣೆಗೋಲು ಮೊದಲ ಸುತ್ತು ಸುತ್ತಿ ಬಂದಾಗ ತಕ್ಷಣ ಬಗ್ಗಿ ಪಾರಾದವರು ನಂತರ ಎಲ್ಲಿದ್ದರೋ ಅಲ್ಲೇ ಕುಳಿತುಬಿಟ್ಟರು.

ಇವರು ಸ್ವರಾಜ್ಯಂ. ವಯಸ್ಸು 84. ಕವಣೆಗೋಲು, ಕವಣೆಯಂತ್ರಗಳಂತಹದ್ದನ್ನು ಬೇಟೆಯಾಡಲು ಬಳಸಬಹುದು. ಆದರೆ ಹೋರಾಟಕ್ಕೆ ಬಳಸುವಷ್ಟು ಅದು ಪರಿಣಾಮಕಾರಿಯೇ? ಎಂದು ಕೇಳುವ ಒಂದು ತಪ್ಪನ್ನು ಸ್ವಲ್ಪ ಹೊತ್ತಿನ ಮುಂಚೆ ನಾವು ಮಾಡಿಬಿಟ್ಟಿದ್ದೆವು. ಅದು ಅವರನ್ನು ಚುಚ್ಚಿತು. ತಕ್ಷಣ ಎದ್ದು ನಿಂತವರೇ 1940ರ ದಶಕದಲ್ಲಿ ತೆಲಂಗಾಣ ಜನ ಹೋರಾಟದಲ್ಲಿ ಹೇಗೆ ತಾವು ಹಾಗೂ ತಮ್ಮ ಜೊತೆಗಿದ್ದ ಇತರ ಕ್ರಾಂತಿಕಾರಿಗಳು ಇದನ್ನು ಬಳಸಿದ್ದರು ಎಂಬ ಪ್ರಾತ್ಯಕ್ಷಿಕೆಯನ್ನೇ

ನೀಡಿಬಿಟ್ಟರು. ಇದನ್ನು ನಿಜಾಮರ ಅರೆಸೇನಾಪಡೆಯಾಗಿದ್ದ ರಜಾಕಾರರ ವಿರುದ್ಧ, ಹೋರಾಟಗಳನ್ನು ಹತ್ತಿಕ್ಕಲು ಕಳುಹಿಸಲ್ಪಟ್ಟಿದ್ದ ಮಲಬಾರ್ ವಿಶೇಷ ಪೊಲೀಸರ ವಿರುದ್ಧ, ಪಾಳೇಗಾರಿ ಭೂಮಾಲೀಕರ ದಂಡನ್ನು ಎದುರಿಸಲು ಬಳಸಲಾಗಿತ್ತು.

ನಮ್ಮ ಹೆಚ್ಚಿನ ತಿಳುವಳಿಕೆಗಾಗಿ ಸ್ವರಾಜ್ಯಂ ಒಂದು ಚೆಂಡನ್ನು ಅದರಲ್ಲಿಟ್ಟು ತಿರುಗಿಸಿ ಬೀಸಿದರು. ನೆರೆದಿದ್ದ ಸಭಿಕರು ಅಬ್ಬಾ! ಎಂದು ನಿಟ್ಟುಸಿರು ಬಿಡುವಂತೆ, 'ನಾನು ಈ ಬಾರಿ ಇದರಲ್ಲಿ ಕಲ್ಲನ್ನು ಬಳಸುವುದಿಲ್ಲ. ಇಲ್ಲಿರುವ ಯಾರನ್ನೂ ಗಾಯಗೊಳಿಸಲು ಇಷ್ಟಪಡುವುದಿಲ್ಲ. ನಾನು 'ವಡಿಸೇಲು'ವನ್ನು ಹೇಗೆ ಬಳಸುತ್ತಿದ್ದರು ಎನ್ನುವುದನ್ನಷ್ಟೇ ತೋರಿಸುತ್ತೇನೆ' ಎಂದರು. ನಂತರ ಅವರು ಅದನ್ನು ಆರಾಮವಾಗಿ, ಸರಾಗವಾಗಿ ತಮ್ಮ ಬಲಗೈನಿಂದ ತಿರುಗಿಸುತ್ತಾ ಒಂದು ಶಸ್ತ್ರದ ಕಲ್ಪನೆಯನ್ನು ನೀಡಿದರು. ಆ ಹಗ್ಗ ಹಾಗೂ ಕವಣೆಗೋಲಿನ ತುದಿ ಆಕೆಯ ಎಡ ಭುಜದ ಮೇಲೆ ಹಾದು ಆಕೆಯ ಬಲ ಕಂಕುಳಿನ ಕೆಳಗಿನಿಂದ ಹೊರ ಬರುತ್ತಿತ್ತು.

'ನಾವು ನಿಜಾಮರ ಪೊಲೀಸರನ್ನು ಎದುರಿಸಿದ್ದು ಹೀಗೆ' ಎಂದಾಗ ಸಭಿಕರು ಎದ್ದು ನಿಂತು ದೀರ್ಘ ಕರತಾಡನ ನೀಡಿದರು. ಅಂತಹ ಇನ್ನೂ ಮೂರು ದೀರ್ಘ ಕರತಾಡನವನ್ನು ಅವರು ಅಂದು ಮತ್ತೆ ಕೊಡಬೇಕಾಗಿತ್ತು. ಇಷ್ಟೆಲ್ಲಾ ಆದ ನಂತರವೂ ಮಲ್ಲು ಸ್ವರಾಜ್ಯಂ ಅವರಿಗೆ ಹೇಳುವುದು ಇನ್ನೂ ಮುಗಿದಿರಲಿಲ್ಲ. ತಾವು ಹೋರಾಟ ಮಾಡಿದಂತೆಯೇ ಉತ್ತಮ ಸಮಾಜಕ್ಕಾಗಿ ಹೋರಾಡುವಂತೆ ನೆರೆದಿದ್ದ ಟೆಕ್ಕಿಗಳಿಗೆ ಕರೆ ನೀಡಿದರು. ಸಮಾನತೆ ಹಾಗೂ ನ್ಯಾಯಯುತವಾದ ಸಮಾಜ ಸೃಷ್ಟಿಗಾಗಿ.

'ವಾಲ್‌ಸ್ಟ್ರೀಟ್ ಅನ್ನು ಆಕ್ರಮಿಸಿಕೊಳ್ಳುವ ಹೋರಾಟದಲ್ಲಿ ನೀವೆಲ್ಲರೂ ಮುಂಚೂಣಿಯಲ್ಲಿದ್ದಿರಿ... ನೀವು ಹೋರಾಡುವ ಮನಸ್ಸು ಮಾಡಿದರೆ ನೀವು ಬೇಕಾದಷ್ಟು ಸಾಧಿಸಬಹುದು. ಕವಣೆಗೋಲು ನನ್ನ ಅಸ್ತ್ರವಾಗಿತ್ತು. ಲ್ಯಾಪ್‌ಟಾಪ್, ಸೆಲ್‌ಫೋನ್ ಹಾಗೂ ನನಗೆ ಹೆಸರು ಹೇಳಲೂ ಬಾರದ ಎಷ್ಟೊಂದು ತಂತ್ರಜ್ಞಾನ ವಿದೆ. ಅದು ನಿಮ್ಮ ಆಯುಧವಾದರೆ, ಕವಣೆಗೋಲು ನನ್ನ ಆಯುಧವಾಗಿತ್ತು.' ಎನ್ನುವ ಮೂಲಕ ನೆರೆದಿದ್ದವರನ್ನು ಚಕಿತಗೊಳಿಸಿದರು.

***

ಕವಣೆಗೋಲು ಮಾತ್ರವೇ ಅವರ ಅಸ್ತ್ರವಾಗಿರಲಿಲ್ಲ. ಆಕೆ ಅದನ್ನು ತಮ್ಮ 13ನೆಯ ವಯಸ್ಸಿನ ನಂತರ ಪರಿಣಾಮಕಾರಿಯಾಗಿ ಬಳಸಿದ್ದರು. ಆದರೆ, 16 ತುಂಬುತ್ತಿದ್ದಂತೆಯೇ ಕಮ್ಯುನಿಸ್ಟರ ಮುಂದಾಳತ್ವದ ತೆಲಂಗಾಣ ಬಂಡಾಯ ಅವರಿಗೆ ಬಂದೂಕನ್ನು ಕೊಟ್ಟು ಅದನ್ನು ಬಳಸುವುದರ ಬಗ್ಗೆ ತರಬೇತಿಯನ್ನೂ ನೀಡಿತು.

‘ಎಲ್ಲಕ್ಕೂ ಒಂದು ಪದ್ಧತಿ ಇತ್ತು. ನಾವು ಒಂದು ವಯಸ್ಸನ್ನು ತಲುಪಿ, ನಮ್ಮ ಸಾಮರ್ಥ್ಯವನ್ನು ಸಾಬೀತುಪಡಿಸಿದ ನಂತರದಲ್ಲಷ್ಟೇ ಬಂದೂಕುಗಳನ್ನು ನೀಡಲಾಗುತ್ತಿತ್ತು. ನಾನು ನನ್ನ ಸಾಮರ್ಥ್ಯ ಸಾಬೀತುಪಡಿಸಿದ ನಂತರ ನನಗೆ ಕೋವಿಯನ್ನು ಕೊಡಲಾಯಿತು. ಜನರೇ ನನ್ನನ್ನು ನಾಯಕಿಯಾಗಿ ನೇಮಿಸಿದರು.’

ಹಾಗೆ ಅವರ ಸಾಮರ್ಥ್ಯವನ್ನು ಅರ್ಥ ಮಾಡಿಕೊಂಡಿದ್ದು ಬರೀ ಕಮ್ಯುನಿಸ್ಟರು ಮಾತ್ರವಾಗಿರಲಿಲ್ಲ. ನಿಜಾಮ ಸರ್ಕಾರವೂ ಅರ್ಥ ಮಾಡಿಕೊಂಡಿತ್ತು. ಹಾಗಾಗಿಯೇ ಇವರನ್ನು ಜೀವಂತವಾಗಿ ಅಥವಾ ಶವವಾಗಿ ಒಪ್ಪಿಸಿದವರಿಗೆ ಹತ್ತು ಸಾವಿರ ರೂಪಾಯಿ ಬಹುಮಾನವನ್ನೂ ಘೋಷಿಸಿತ್ತು. ಹತ್ತು ಸಾವಿರ ರೂಪಾಯಿ ಎಂದರೆ ಅದರ ಮೌಲ್ಯ ಆಗ ಎಷ್ಟು ಇರಬಹುದು? 1947ರ ಸಮಯದಲ್ಲಿ ಆ ಮೊತ್ತಕ್ಕೆ 83 ಸಾವಿರ ಕೆಜಿ ಅಕ್ಕಿಯನ್ನು ಆರಾಮವಾಗಿ ಕೊಳ್ಳಬಹುದಿತ್ತು. ಆಗ ಒಂದು ಕೆಜಿ ಅಕ್ಕಿಗೆ 12 ಪೈಸೆ. ಈಗ ಅಷ್ಟೇ ಅಕ್ಕಿಗೆ 40 ಲಕ್ಷ ರೂಪಾಯಿ. ಅಂದರೆ ಇವತ್ತಿನ ಲೆಕ್ಕದಲ್ಲಿ ಮಲ್ಲು ಸ್ವರಾಜ್ಯಂ ಅವರ ತಲೆಗೆ ಘೋಷಿಸಿದ್ದ ಮೊತ್ತ 40 ಲಕ್ಷ ರೂಪಾಯಿ ಸನಿಹ ಇತ್ತು.

ಆ ಮೊತ್ತ ಅಥವಾ ಆ ಬೆದರಿಕೆಯ ಬಗ್ಗೆ ಸ್ವರಾಜ್ಯಂ ಎಂದೂ ಅಷ್ಟಾಗಿ ತಲೆಕೆಡಿಸಿಕೊಂಡಿರಲಿಲ್ಲ. ಆಗಲೂ ಅಷ್ಟೇ, ಈಗಲೂ ಅಷ್ಟೇ. ‘ಜನ ನಮ್ಮ ಜೊತೆ ಇದ್ದರು’ ಎಂದು ಸರಳವಾಗಿ ಉತ್ತರಿಸುತ್ತಾರೆ.

ನಾನು ‘1930 ಅಥವಾ 1931ರಲ್ಲಿ ಜನಿಸಿದೆ’ ಎನ್ನುತ್ತಾರೆ. ಯಾವ ದಿನ ಅಥವಾ ತಿಂಗಳು ಎನ್ನುವ ಬಗ್ಗೆ ಅವರು ತಲೆಕೆಡಿಸಿಕೊಂಡಿಲ್ಲ. ‘ಅದು ನನ್ನ 11 ಅಥವಾ 12ನೆಯ ವಯಸ್ಸಿನಲ್ಲಿರುವಾಗ ಇರಬೇಕು. ಸರಿಯಾಗಿ ನೆನಪಿಲ್ಲ. ನಾನು ಮಾರ್ಕ್ಸ್‌ವಾದಿ ರಾಜಕೀಯ ತರಗತಿಗಳಲ್ಲಿ ಭಾಗವಹಿಸುತ್ತಿದ್ದೆ.’ ಆಕೆಗೆ ಈಗಲೂ ನಿಚ್ಚಳವಾಗಿ ನೆನಪಿನಲ್ಲಿರುವುದು ಗುಲಾಮಗಿರಿಯ ಸಂಕೋಲೆಗಳನ್ನು ಕಿತ್ತುಹಾಕಿ ನ್ಯಾಯವನ್ನು ತಮ್ಮದಾಗಿಸಿಕೊಂಡ ವೀರ ತೆಲಂಗಾಣ ಹೋರಾಟ.

ನಂತರದಲ್ಲಿ ‘ರಾಜಕ್ಕ’–ಇದು ಅವರ ಭೂಗತ ಹೆಸರು–ನಿಜಾಮರು ಹಾಗೂ ಅವರ ಭೂಮಾಲೀಕ ಪ್ರತಿನಿಧಿಗಳ ವಿರುದ್ಧ ಜನರು ನಡೆಸಿದ ಗೆರಿಲ್ಲಾ ಹೋರಾಟದಲ್ಲಿ ಪ್ರಮುಖ ಸಂಘಟಕಿಯಾಗಿ ಹಾಗೂ ಹೋರಾಟಗಾರರಾಗಿ ಹೊರಹೊಮ್ಮಿದರು. ಭಾರತದಲ್ಲಿ ತೆಲಂಗಾಣ ಅತ್ಯಂತ ಪಾಳೇಗಾರಿ ವ್ಯವಸ್ಥೆ ಹೊಂದಿದ್ದ ಪ್ರದೇಶ. ಆಗಿನ ಶೋಷಣೆ ಹೇಗಿತ್ತು ಎನ್ನುವುದನ್ನು ಸ್ವರಾಜ್ಯಂ ಬಣ್ಣಿಸಿದರು. ಆ ಪಾಳೇಗಾರಿ ದೌರ್ಜನ್ಯ ಹಾಗೂ ಅದರ ವಿಧಾನ ಹೇಗಿತ್ತೆಂದರೆ 19ನೆಯ ಶತಮಾನದ ಸಾಹಿತ್ಯದಿಂದ ನೇರವಾಗಿ ಎತ್ತಿ ಇಟ್ಟಂತಿತ್ತು. ಆದರೆ 40ರ ದಶಕದ ಅಂತ್ಯದವರೆಗೂ ಈ ಪ್ರದೇಶದಲ್ಲಿ ಈ ದೌರ್ಜನ್ಯ ವಾಸ್ತವವಾಗಿತ್ತು.

ಕೆಲ ಸಮಯದಲ್ಲಿಯೇ ಅವರು 'ದಳಂ' ಎಂದು ಕರೆಯಲ್ಪಡುತ್ತಿದ್ದ ಸಶಸ್ತ್ರ ಹೋರಾಟಗಾರರ ಪಡೆಯ ನಾಯಕಿಯಾದರು. ನಂತರದ ಕೆಲವೇ ತಿಂಗಳಲ್ಲಿ ಆಕೆ ಪಿಂಡಿಪೋಲು ಬಳಿಯ ವಾರಂಗಲ್ ಅರಣ್ಯ ಪ್ರದೇಶದ ಬಯ್ಯಾರಾಂನ ದಳಗಳ ನಾಯಕಿಯಾದರು. 29 ಅಕ್ಟೋಬರ್ 2021ರಂದು ಹೈದ್ರಾಬಾದ್‌ನ ಅವರ ಮನೆಯಲ್ಲಿ ಅವರು ನಮ್ಮೊಡನೆ ತಮ್ಮ ಮೂರನೆಯ ಹಾಗೂ ಕೊನೆಯ ಭೇಟಿಯಲ್ಲಿ ಮಾತನಾಡುತ್ತಿದ್ದರು.

'ನಾವು ತರಬೇತಿ ನಡೆಸುತ್ತಿದ್ದ ಬಯ್ಯಾರಾಂನಲ್ಲಿ ತುಂಬಾ ಮರಳಿರುತ್ತಿತ್ತು. ನಾನು ಅಲ್ಲಿಯೇ ಉಳಿದಿದ್ದೆ. ಆ ಪ್ರದೇಶದಲ್ಲಿದ್ದಾಗಲೇ ನನಗೆ ತೀವ್ರ ಅನಾರೋಗ್ಯ ಸಹಾ ಉಂಟಾಯಿತು. ಅಲ್ಲಿದ್ದ ಗುಹೆಯಲ್ಲಿ ನನ್ನನ್ನು ಇರಿಸಲಾಯಿತು. ನಾನು ಅಲ್ಲಿ ಚೇತರಿಸಿಕೊಂಡೆ. ಹಸು ಮೇಯಿಸುತ್ತಾ ಅಲ್ಲಿಗೆ ಬರುವವರು ನನಗೆ ಒಂದಿಷ್ಟು ಹಾಲು ಕೊಡುತ್ತಿದ್ದರು. ಅದರಿಂದ ನಾನು ಬದುಕುಳಿದೆ.'

'ನಾವು ಭೂಮಾಲೀಕರು ಹಾಗೂ ರಜಾಕಾರರ ವಿರುದ್ಧ ದಾಳಿ ಮಾಡುತ್ತಿದ್ದೆವು.' ರಜಾಕಾರ್ ಎಂದರೆ ಸ್ವಯಂಸೇವಕ ಎಂದರ್ಥ. ಆದರೆ, ವಾಸ್ತವದಲ್ಲಿ ರಜಾಕಾರರ ಗುಂಪು ಶಸ್ತ್ರಸಜ್ಜಿತವಾದ, ಅತಿ ಉನ್ಮಾದದ, ಖಾಸಗಿ ಮಿಲಿಟರಿ ದಳವಾಗಿತ್ತು. ಅವರಿಗಿದ್ದ ಗುರಿಯೆಂದರೆ, ನಿಜಾಮನ ಆಡಳಿತವನ್ನು ಉಳಿಸುವುದು ಹಾಗೂ ಭಾರತದೊಡನೆ ಹೈದ್ರಾಬಾದ್ ವಿಲೀನವಾಗುವುದನ್ನು ತಪ್ಪಿಸುವುದು.

'ನಮ್ಮ ಗುಂಪಿನ ಸಂಖ್ಯೆಯನ್ನು ಅತಿರಂಜಿತಗೊಳಿಸಿ ಹೇಳುತ್ತಿದ್ದರು', ಎಂದು ಮಲ್ಲು ಸ್ವರಾಜ್ಯಂ ನಗುತ್ತಾ ಹೇಳಿದರು. 'ನಾವು ಹತ್ತು ಮಂದಿ ಒಂದು ಸ್ಥಳದ ಮೇಲೆ ದಾಳಿ ಮಾಡುತ್ತಿದ್ದರೆ, ನಾವು 20 ಅಥವಾ 30 ಜನರಿದ್ದೀವೇನೋ ಎನ್ನುವ ಭಾವವನ್ನು ಜನರು ಮೂಡಿಸುತ್ತಿದ್ದರು. ಶತ್ರು ಪಾಳೆಯದಲ್ಲಿ ಹೆದರಿಕೆ ಹುಟ್ಟಿಸಲು ನಮ್ಮ ಬಗ್ಗೆಯೂ ಅತಿರಂಜಿತ ಕಥೆಗಳನ್ನು ಹುಟ್ಟಿಸಿ ಹೇಳುತ್ತಿದ್ದರು. ನನಗೆ ಕುದುರೆ ಸವಾರಿ ಮಾಡುವುದು ಗೊತ್ತಿತ್ತು. ಕೆಲವೊಮ್ಮೆ ಮಾಡುತ್ತಿದ್ದೆ ಕೂಡಾ. ಹಾಗಾಗಿ ನನಗೆ ಝಾನ್ಸಿಯ ರಾಣಿ ಹೆಸರಲ್ಲಿ 'ಝಾನ್ಸಿ ಲಕ್ಷ್ಮಿ' ಎಂದೇ ಅಡ್ಡಹೆಸರಿಟ್ಟಿದ್ದರು. ಆ ರೀತಿಯ ಪ್ರಚಾರ ಹಳೆಯ ಕಾಲದ ಯುದ್ಧ ತಂತ್ರಗಳಲ್ಲಿ ಒಂದಾಗಿತ್ತು' ಎಂದರು.

ವೀರ ತೆಲಂಗಾಣ ಹೋರಾಟವು ತನ್ನ ಉಚ್ಛ್ರಾಯ ಘಟ್ಟದಲ್ಲಿ ಸುಮಾರು 5000 ಹಳ್ಳಿಗಳಿಗೆ ಹರಡಿತ್ತು. 25 ಸಾವಿರ ಚದರ ಕಿಮೀನಲ್ಲಿನ ಸುಮಾರು 30 ಲಕ್ಷ ಜನರನ್ನು ತಲುಪಿತ್ತು. ತಮ್ಮ ಪ್ರಭಾವವಿದ್ದ ಹಳ್ಳಿಗಳಲ್ಲಿ ಈ ಜನತಾ ಚಳವಳಿ ತನ್ನದೇ ಪರ್ಯಾಯ ಸರ್ಕಾರವನ್ನು ರಚಿಸಿತ್ತು. ಗ್ರಾಮ ಸ್ವರಾಜ್ಯ ಸಮಿತಿ ಅಥವಾ ಗ್ರಾಮ ಸಮುದಾಯವನ್ನು ರಚಿಸುವುದೂ ಸಹಾ ಇದರಲ್ಲಿ ಒಂದಾಗಿತ್ತು. ಸುಮಾರು 10 ಲಕ್ಷ ಎಕರೆ ಪ್ರದೇಶವನ್ನು ಬಡಜನರಿಗೆ ಮರು ವಿತರಿಸಲಾಗಿತ್ತು. ಬಹುತೇಕ

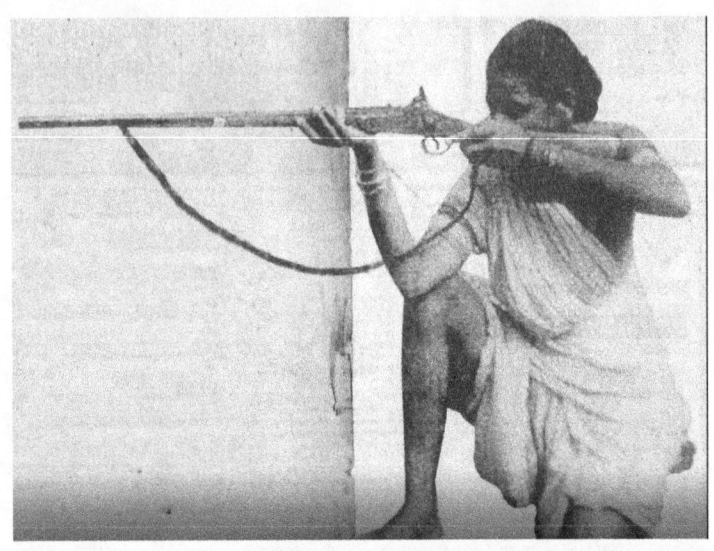

ಸರ್ಕಾರಿ ದಾಖಲೆಗಳು ಈ ಕಮ್ಯುನಿಸ್ಟ್ ನೇತೃತ್ವದ ಬಂಡಾಯ 1946ರಿಂದ 51ರಲ್ಲಿ ಆಗಿತ್ತು ಎನ್ನುತ್ತವೆ. ಆದರೆ ಇಲ್ಲಿ 1943ರಿಂದಲೇ ದೊಡ್ಡ ಚಳವಳಿ, ಪ್ರತಿಭಟನೆಗಳೂ ಆರಂಭವಾಗಿದ್ದವು.

'ನಾವು ನಿಜಾಮ ಹಾಗೂ ಆತನ ರಜಾಕಾರರ ವಿರುದ್ಧ ಹೋರಾಡಿದೆವು. ನಾವು ಅವರು ಜಾರಿಯಲ್ಲಿಟ್ಟಿದ್ದ ಬಲವಂತದ ಕೆಲಸ ಹಾಗೂ ವೇತನವಿಲ್ಲದ ಕೆಲಸದ ವಿರುದ್ಧ ಹೋರಾಡಿದೆವು. ನಾವು ಹಲವು ರೀತಿಯ ಗುಲಾಮಿ ಪದ್ಧತಿಗಳ ವಿರುದ್ಧ ಹೋರಾಟ ನಡೆಸಿದೆವು. ನಾವು ಮಹಿಳೆಯರಿಗೆ ಹೋರಾಟದ ಭಾಗವಾಗುವಂತೆ ಮಾತ್ರವಲ್ಲ, ತಮ್ಮ ಹಕ್ಕುಗಳ ಪ್ರತಿಪಾದನೆಗಾಗಿಯೂ ಹೋರಾಟಕ್ಕೆ ಸೇರಿಕೊಳ್ಳುವಂತೆ ಕರೆ ನೀಡಿದೆವು. ದೊಡ್ಡ ಸಂಖ್ಯೆಯಲ್ಲಿ ಯುವತಿಯರೂ, ವಯಸ್ಕರೂ ಹೋರಾಟಕ್ಕೆ ಸೇರಲು ಮುಂದೆ ಬಂದರು. ಪಾಳೇಗಾರಿ ಶಕ್ತಿಗಳ ವಿರುದ್ಧ ಹಲವು ಮುಖ್ಯ ಹೋರಾಟಗಳ ಮುಂಚೂಣಿಯಲ್ಲಿ ಮಹಿಳೆಯರೇ ಇದ್ದರು. ಸಶಸ್ತ್ರ ಮಹಿಳೆಯರಿದ್ದ 'ಮಹಿಳಾ ದಳಂ'ಗಳಿದ್ದವು. ನಮ್ಮ ಪ್ರದೇಶದಲ್ಲಿದ್ದ ಪ್ರತಿಯೊಂದು ದಳದಲ್ಲೂ ಎಂಟು ಮಂದಿ ಇದ್ದರು.'

ಮಲ್ಲು ಸ್ವರಾಜ್ಯಂ ಒಬ್ಬರೇ ತಮ್ಮ ಪ್ರದೇಶದ ಎಲ್ಲಾ ದಳಗಳಿಗೂ ಮುಖ್ಯಸ್ಥರಾಗಿದ್ದರು.

ಕೇವಲ ನಿಜಾಮರು ಹಾಗೂ ರಜಾಕಾರರ ವಿರುದ್ಧ ಮಾತ್ರ ಈ ಮಹಿಳೆಯರು ಸಂಘಟಿತರಾಗಿರಲಿಲ್ಲ. ಮದ್ಯಪಾನ ಹಾಗೂ ಪತ್ನಿಪೀಡನೆಯ ವಿರುದ್ಧವೂ ಸ್ವರಾಜ್ಯಂ ಹಾಗೂ ಅವರ ಕೆಲ ಮಹಿಳಾ ಕಮ್ಯುನಿಸ್ಟ್ ಸಂಗಾತಿಗಳು ಹೋರಾಟ ನಡೆಸಿದ್ದರು. 'ಗಂಡಂದಿರು ನೀಡುತ್ತಿದ್ದ ಎಲ್ಲ ರೀತಿಯ ಕಿರುಕುಳದ ವಿರುದ್ಧ ಹಾಗೂ ಮಹಿಳೆಯರ ಹಕ್ಕುಗಳಿಗಾಗಿ ಹೋರಾಟ ಮಾಡಲಾಗಿತ್ತು.' ಪುರುಷ ಮೌಲ್ಯಗಳಿಗೆ ಜೋತುಬಿದ್ದಿದ್ದ ತಮ್ಮ ಸಂಗಾತಿಗಳಿಗೂ ಸಹಾ ಸ್ವರಾಜ್ಯಂ ಹಲವು ಬಾರಿ ತಿಳಿವಳಿಕೆ ಹೇಳಿದ್ದರು. ಮಲ್ಲು ಸ್ವರಾಜ್ಯಂ ಅವರ ಜೊತೆಗಿನ ಈ ಮಾತುಕತೆಗಳ ನಂತರ ಅವರು ಎಷ್ಟೋ ಬದಲಾವಣೆ ಹೊಂದುತ್ತಿದ್ದರು.

'ಮಾರ್ಕ್ಸ್‌ವಾದಿ ಸಿದ್ಧಾಂತ ಕಲಿಯುವ ಜೊತೆ ಜೊತೆಯಲ್ಲೇ ತಮ್ಮ ಮೇಲೆ ದಾಳಿ ಮಾಡಲು ಬಂದವರ ಕಣ್ಣಿಗೆ ಮೆಣಸಿನಪುಡಿ, ಮರಳು ತೂರುವಂತಹ ಇನ್ನೂ ಹಲವು ಸ್ವರಕ್ಷಣಾತ್ಮಕ ತಂತ್ರಗಳನ್ನು ಕಲಿತರು. ಕುಡುಗೋಲಿನಿಂದ ಅವರ ಮೇಲೆ ದಾಳಿ ಮಾಡಿ ಹೋರಾಡುವುದನ್ನು ಕಲಿತರು. ಲೈಂಗಿಕವಾಗಿ ದಾಳಿ ಮಾಡಿದವರ ಪುರುಷತ್ವವನ್ನೇ ಕಿತ್ತು ಹಾಕುವಂತೆ ಸಹಾ ನಾವು ಆ ಮಹಿಳೆಯರಿಗೆ ಹೇಳಿದ್ದೆವು.'

'ನಾವು ಜನರನ್ನು ಹೋರಾಟಗಾರರನ್ನಾಗಿ ತಯಾರು ಮಾಡಿದ್ದಲ್ಲ. ಜನರೇ ಬಂಡಾಯವೆದ್ದು ನಾಯಕರಾಗಿ ಬೆಳೆದರು. ಹೋರಾಟದಲ್ಲಿ ಜನಸಾಮಾನ್ಯರ ಇಂತಹ ದಿಟ್ಟತನವೇ ನಮಗೆ ಸದಾ ಸ್ಫೂರ್ತಿ ನೀಡುತ್ತಿತ್ತು' ಎಂದರು.

'ಭೂಮಿ, ಭುಕ್ತಿ, ವಿಮುಕ್ತಿ
ನೆಲ, ಬದುಕು, ಸ್ವಾತಂತ್ರ್ಯ'

ತಾವು ಪಾಲ್ಗೊಂಡ ಚಳವಳಿಯನ್ನು ಮಲ್ಲು ಸ್ವರಾಜ್ಯಂ ಯಾವಾಗಲೂ ಈ ಘೋಷಣೆಯ ಮೂಲಕ ನೆನೆಪಿಸಿಕೊಳ್ಳುತ್ತಿದ್ದರು.

'ನಲ್ಗೊಂಡದ ಧೀರರೇ,
ಈಗ ಕೆಂಪು ಬಾವುಟವನ್ನು ಏರಿಸಿರಿ'

ಸ್ವರಾಜ್ಯಂ ಅವರು ಕ್ರಾಂತಿಕಾರಿಗಳು ಹಾಡುತ್ತಿದ್ದ ಹಾಡಿನ ಒಂದು ಸಾಲನ್ನು ಹಾಡಿದರು. ಅವರೇ ಸ್ವತಃ ಹಾಡು ಬರೆಯುತ್ತಿದ್ದುದಲ್ಲದೇ ಅದಕ್ಕೆ ರಾಗವನ್ನೂ ಸಂಯೋಜಿಸುತ್ತಿದ್ದರು. ಮಹಿಳೆಯರು ಕೆಲಸ ಮಾಡುವಾಗ ಹಾಡುತ್ತಿದ್ದ 'ಉಯ್ಯಾಲ' ಹಾಡುಗಳಿಗೆ ಹೊಸ ಸ್ಪರ್ಶ ನೀಡಿದರು. ಜೋಕಾಲಿ ಹಾಡುಗಳೆಂದೇ ಹೆಸರಾಗಿದ್ದ ಈ ಲಾಲಿ ಹಾಡುಗಳು ಉಯ್ಯಾಲ ಎಂಬ ಪದದಿಂದ ಕೊನೆಗೊಳ್ಳುತ್ತಿತ್ತು. ಆ ನವಿರಾದ ಹಾಡುಗಳಿಗೆ ಸ್ವರಾಜ್ಯಂ ಕ್ರಾಂತಿಕಾರಿ, ರಾಜಕೀಯ ಆಯಾಮ ನೀಡಿದರು.

ಹೊಲದಲ್ಲಿ ಕೆಲಸ ಮಾಡುವವರನ್ನು ಇವರ ಗೀತೆಯೊಂದು 'ನೀನು ರಕ್ತ ಮತ್ತು ಕೋವಿಗೆ ಹೆದರುತ್ತೀಯಾ?' ಎಂದು ಕೇಳಿತ್ತು.

'ನೀನು ಉಳಲು ಸಾಧ್ಯವಾಗುವುದಾದರೆ ಉಯ್ಯಾಲ
ಉರಿದೇಳಲು ಸಾಧ್ಯವಾಗಬೇಕಲ್ಲ ಉಯ್ಯಾಲ'

ಹಾಲುಣಿಸುವ ತಾಯಂದಿರ ಮೇಲೆ ದರೋಡೆಕೋರರು ಹಾಗೂ ಭೂಮಾಲೀಕರು ನಡೆಸುತ್ತಿದ್ದ ದೌರ್ಜನ್ಯದ ಬಗ್ಗೆ ಅವರು ಬರೆದ ಹಾಡು ಅವರ ಅತ್ಯಂತ ಜನಪ್ರಿಯ ಹಾಡುಗಳಲ್ಲೊಂದಾಗಿತ್ತು. 'ತಮ್ಮ ಮಗುವಿಗೆ ಹಾಲುಣಿಸಲೂ ಸಹಾ ಈ ಪಾಳೆಯಗಾರರು ಒಂದಿಷ್ಟು ಹೊತ್ತೂ ಬಿಡುವು ನೀಡುತ್ತಿರಲಿಲ್ಲ. ಒಬ್ಬ ಮಹಿಳೆಯ ಮೊಲೆಗಳ ಮೇಲೂ ದೌರ್ಜನ್ಯ ನಡೆಸಿದರು. ಈ ಬಗ್ಗೆ ನಾನು ಒಂದು ಉಯ್ಯಾಲ ಹಾಡು ಬರೆದೆ.'

ಮಲ್ಲು ಸ್ವರಾಜ್ಯಂ ಅವರು ಇದ್ದುದ್ದರಲ್ಲಿ ಸ್ಥಿತಿವಂತ ಹಿನ್ನೆಲೆಯಿಂದಲೇ ಬಂದಿದ್ದರು. 'ನನ್ನ ತಾಯಿ ಚೊಕ್ಕಮ್ಮ ಸ್ಥಿತಿವಂತ ಭೂಮಾಲೀಕರ ಕುಟುಂಬದವರು. ನನ್ನ ತಂದೆ ಭೀಮಿರೆಡ್ಡಿ ರಾಮರೆಡ್ಡಿ ಅವರೂ ಸಹಾ ತಮ್ಮ ಅಂತಸ್ತಿನ ಬಗ್ಗೆ ತೀವ್ರ ಪ್ರತಿಷ್ಠೆ ಹೊಂದಿದ್ದ, ಒಂದಿಷ್ಟು ಭೂಮಿ ಇರುವ ಹಿನ್ನೆಲೆಯ ಕುಟುಂಬದಿಂದ ಬಂದಿದ್ದರು. ಮದುವೆ ಆದ ಕಾರಣದಿಂದಾಗಿ ಅವರಿಗೆ ಒಂದಿಷ್ಟು ಭೂಮಿಯ ಒಡೆತನ ಸಿಕ್ಕಿತು. ಆದರೆ ಖಂಡಿತವಾಗಿ ಅದು ಅವರ ಸುತ್ತಮುತ್ತಲಿನ ಭೂಮಾಲೀಕರಷ್ಟು ದೊಡ್ಡ ಆಸ್ತಿಯಾಗಿರಲಿಲ್ಲ. ಅವರು ಸದಾ ಕರುಬುತ್ತಿದ್ದರು. ಅವರ ಪಾಳೇಗಾರಿ ಮನಸ್ಥಿತಿ ಎಷ್ಟಿತ್ತೆಂದರೆ ಆ ವಿಷಯದಲ್ಲಿ ತಮ್ಮ ನೆರೆಯ ಜಮೀನ್ದಾರರ ಜೊತೆ ಬೇಕಾದರೆ ಸ್ಪರ್ಧೆ ನಡೆಸಬಹುದಿತ್ತು.'

'ಈ ಅಹಂ ಕಾರಣದಿಂದಾಗಿಯೇ ಅವರಿಗೆ ಹೆಣ್ಣುಮಕ್ಕಳೂ ಸೇರಿದಂತೆ ತಮ್ಮ ಮಕ್ಕಳು ಕುದುರೆ ಸವಾರಿ ಕಲಿಯಬೇಕು. ಖಾಸಗಿ ಟ್ಯೂಷನ್ಗೆ ಹೋಗಬೇಕು ಎಂಬ ಮನಸ್ಥಿತಿ ಇತ್ತು. ನಮ್ಮನ್ನು ಹೈದ್ರಾಬಾದ್ನ ಖಾಸಗಿ ಶಾಲೆಗೆ ಕಳಿಸುವಷ್ಟು ಸ್ಥಿತಿವಂತರಾಗಿರಲಿಲ್ಲ. ಆದರೂ ಅದೆಲ್ಲವನ್ನೂ ಅವರು ಮಾಡಿದರು. ಹಾಗೆ ಮಾಡುವುದು ಅವರಿಗೆ ತಮ್ಮ ಪ್ರತಿಷ್ಠೆಯ ಸಂಕೇತವಾಗಿತ್ತು. ಆದರೆ, ಇದರಿಂದ ನಮಗೆ, ಹೆಣ್ಣುಮಕ್ಕಳಿಗಂತೂ ಅನುಕೂಲವಾಯಿತು.'

'ನಮಗೆ ತೀರಾ ಮುಖ್ಯವಾಗಿದ್ದುದು ನಮ್ಮ ಅಮ್ಮ. ತಂದೆ ಎಷ್ಟು ಪಾಳೇಗಾರಿ ಮನಸ್ಥಿತಿಯವರೋ, ಅಮ್ಮ ಅಷ್ಟೇ ಮಾನವೀಯತೆ ಉಳ್ಳವರಾಗಿದ್ದರು. ಆಕೆ ತುಂಬಾ ಮೃದು ಹಾಗೂ ದಯಾಮಯಿ. ಆಕೆ ಬಂದ ಮನೆತನದ ಹಿನ್ನೆಲೆಯ ಕಾರಣದಿಂದಾಗಿ ಆಕೆಗೆ ಶ್ರೀಮಂತಿಕೆಯ ಎಲ್ಲಾ ಕುರುಹುಗಳಿದ್ದವು. ಆಕೆ ತನ್ನ

ತವರಿಗೆ ಪಲ್ಲಕ್ಕಿಯಲ್ಲಿ ಹೋಗಿ ಬರುತ್ತಿದ್ದಳು. ಆಕೆ ಪರದೆಯ ಹಿಂದಿದ್ದು, ಅಗಸರು ಹಾಗೂ ಬಳೆಗಾರರ ದೃಷ್ಟಿಗೂ ಬೀಳುತ್ತಿರಲಿಲ್ಲ.'

'ನನ್ನ ತಾಯಿ ಯಾವುದೇ ಸಶಸ್ತ್ರ ಹೋರಾಟ ಅಥವಾ ಪ್ರಮುಖ ಕಾರ್ಯಾಚರಣೆಯ ಭಾಗವಾಗಿರಲಿಲ್ಲ. ಆದರೂ ಆಕೆ ತುಂಬಾ ಪ್ರಗತಿಪರರಾಗಿದ್ದರು. ಹಾಗೂ ತುಳಿತಕ್ಕೊಳಗಾದವರಿಗೆ ಸಹಾಯ ಮಾಡುತ್ತಿದ್ದರು. ಆಕೆಗೆ ತನ್ನದೇ ಭಾವನೆಗಳಿದ್ದವು. ಆಕೆಯೇ ನನಗೆ 'ಸ್ವರಾಜ್ಯಂ' (ಸ್ವಾತಂತ್ರ್ಯ) ಎಂದು ನಾಮಕರಣ ಮಾಡಿದ್ದು. ಆಕೆ ರಾತ್ರಿ ಹೆಚ್ಚು ಹೊತ್ತು ಎದ್ದಿರಬೇಕಾದ ಪ್ರಸಂಗಗಳಿದ್ದಾಗ ಹಾಲು ಬಿಸಿ ಮಾಡಿಕೊಂಡು ಕುಡಿಯುತ್ತಾ ಯಾರಾದರೂ ಮ್ಯಾಕ್ಸಿಂ ಗಾರ್ಕಿಯ ರಷ್ಯನ್ ಕೃತಿ 'ತಾಯಿ'ಯ ಅನುವಾದವನ್ನು ಓದಿ ಹೇಳುವಂತೆ ಮಾಡುತ್ತಿದ್ದಳು.'

'ನನ್ನ ಕುಟುಂಬದಲ್ಲಿನ ಇನ್ನೊಬ್ಬ ಮುಖ್ಯ ವ್ಯಕ್ತಿಯೆಂದರೆ ನನ್ನ ಅಣ್ಣ ಭೀಮಿರೆಡ್ಡಿ ನರಸಿಂಹರೆಡ್ಡಿ. ಅವರು ತೆಲಂಗಾಣ ಸಶಸ್ತ್ರ ಹೋರಾಟದ ಸ್ಥಾಪಕರಲ್ಲೊಬ್ಬರು. 2008ರಲ್ಲಿ ನಿಧನ ಹೊಂದಿದರು. ನನಗೆ ಒಬ್ಬ ತಮ್ಮ ಭೀಮಿರೆಡ್ಡಿ ಕುಶಲವರೆಡ್ಡಿ, ಒಬ್ಬ ಅಕ್ಕ ಶಶಿರೇಖಾ, ತಂಗಿ ಸರಸ್ವತಿ ಇದ್ದರು. ಈ ಪೈಕಿ ಅಕ್ಕ ಶಶಿರೇಖಾ ಮೂರು ತಿಂಗಳ ಕಾಲ ಜೈಲಿನಲ್ಲಿದ್ದರು.'

ಕೆಲವು ವರ್ಷಗಳ ಹಿಂದೆ ಅವರ ಇಬ್ಬರು ಸಹೋದರಿಯರೂ ನಿಧನ ಹೊಂದಿದರು. ಕುಶಲವರೆಡ್ಡಿ ಏಳೆಂಟು ವರ್ಷಗಳ ಹಿಂದೆ ಇಲ್ಲವಾದರು.

ತಮ್ಮ ಎಳೆವಯಸ್ಸಿನಿಂದಲೇ ಸ್ವರಾಜ್ಯಂ ತನ್ನ ಅಣ್ಣನ ಪ್ರಭಾವಕ್ಕೆ ಒಳಗಾದರು. ಚಿಕ್ಕವರಿರುವಾಗಲೇ ತಮ್ಮ ಹೊಲದ ಕಾರ್ಮಿಕರು, ಆಳುಗಳ ಜೊತೆ ಮುಕ್ತವಾಗಿ ಮಾತನಾಡುತ್ತಿದ್ದರು. ಬಹುಶಃ ಆಗಲೇ ಅವರು 'ಸಂಘಂ' ಬಗ್ಗೆ ಕೇಳಿರಬೇಕು. (ಸಂಘಂ ಎಂದರೆ ಪ್ರಮುಖವಾಗಿ ಕಮ್ಯುನಿಸ್ಟರ ಸಂಘದ ಹೆಸರು). ಸಂಘಂನವರ ಬಗ್ಗೆ ಆಕೆಗೆ ಏನೂ ಗೊತ್ತಿರಲಿಲ್ಲ. ಆದರೂ ತಾನು ಯಾರ ಜೊತೆ ಮಾತನಾಡುತ್ತಿದ್ದೇನೋ, ಯಾರ ಮಾತನ್ನು ಕೇಳುತ್ತಿದ್ದೇನೋ ಅಂತಹ ತುಳಿತಕ್ಕೊಳಗಾದವರಿಗೆ ಸಂಘಂ ಭರವಸೆಯಾಗಿತ್ತು ಎನ್ನುವುದನ್ನು ಗ್ರಹಿಸಿದ್ದರು.

ಮಲ್ಲು ಸ್ವರಾಜ್ಯಂಗೆ 40 ವರ್ಷವಾಗಿದ್ದಾಗ ಅವರ ತಂದೆ ತೀರಿಕೊಂಡರು. ಆನಂತರ ತಮ್ಮ ಬಹುತೇಕ ಜಮೀನನ್ನು ಅವರು ಹಾಗೂ ಅವರ ಸಹೋದರರು ಒಪ್ಪೊತ್ತಿನ ಊಟಕ್ಕೂ ಕಷ್ಟಪಡುತ್ತಿದ್ದ ರೈತರಿಗೆ ಹಂಚಿಬಿಟ್ಟರು.

ತನ್ನ ತಂದೆಯ ಜೊತೆ ನಡೆಯುತ್ತಿದ್ದ ಸಂಘರ್ಷ ಮಲ್ಲು ಸ್ವರಾಜ್ಯಂ ಅವರ ಮನದಲ್ಲಿ ಇನ್ನೂ ಮರೆಯಾಗದೇ ಉಳಿದಿದೆ.

'ಅವರು ತಮ್ಮ ಹೊಲದ ಬಾವಿಯ ಬಳಿ ಲಾಯ ನಿರ್ಮಿಸಿ ಮೂರು ಕುದುರೆಗಳನ್ನು ಸಾಕಿದ್ದರು. ನನ್ನ ಸಹೋದರನ ಜೊತೆಗೆ ನನಗೂ ಕುದುರೆ ಸವಾರಿ ಕಲಿಸಿದರು. ನನ್ನನ್ನು ನೋಡಿದ ಒಬ್ಬ ಜ್ಯೋತಿಷಿ ಈಕೆ ಗಂಡು ಮಗುವಾಗಿ ಹುಟ್ಟಬೇಕಿದ್ದವಳು ಎಂದು ಭವಿಷ್ಯ ನುಡಿದಿದ್ದನಂತೆ. ಹಾಗಾಗಿ ಅವರು ನನ್ನನ್ನು ಹಾಗೆಯೇ ಬೆಳೆಸಿದರು. ಒಮ್ಮೆ ನನ್ನ ತಂದೆ ಎಲ್ಲಿಗೋ ಹೋಗಬೇಕಾಗಿದ್ದಾಗ ಕುದುರೆ ಸವಾರಿ ಮಾಡುತ್ತಿದ್ದ ನನಗೆ ಇಳಿದು ಮನೆಗೆ ಹೋಗುವಂತೆ ಹೇಳಿದರು. ನನಗೆ ಆಗ ಹತ್ತು ವರ್ಷ ವಯಸ್ಸಿರಬೇಕು. ನಾನು ಒಪ್ಪದಿದ್ದಾಗ ಬಲವಂತವಾಗಿ ಒಳಗೆ ಕರೆದುಕೊಂಡು ಹೋಗುವಂತೆ ನಮ್ಮ ಹೊಲದ ಕೆಲಸಗಾರರಿಗೆ ಹೇಳಿದರು. ನಂತರ ಒಳಗೆ ಬಂದವರೇ ಅವರ ಮಾತನ್ನು ಕೇಳಲಿಲ್ಲ ಎನ್ನುವ ಕಾರಣಕ್ಕೆ ಚಾಟಿಯಿಂದ ಹೊಡೆದರು.'

'ನಾನು ಜಗ್ಗದೆ ನಿಂತಿದ್ದೆ. ಆಗಿನ ಅಷ್ಟು ಚಿಕ್ಕ ವಯಸ್ಸಿನಲ್ಲಿಯೇ ಹೋಗಿ ನಾನು ಕಮ್ಯುನಿಸ್ಟರ ಜೊತೆ ಸೇರುತ್ತೇನೆ ಎಂದಿದ್ದೆ' ಎಂದು ನಕ್ಕರು.

ಒಂದೆರಡು ವರ್ಷದ ನಂತರ ಹಾಗೇ ಮಾಡಿದರು ಕೂಡ.

***

ಹೋರಾಟದ ನೆನಪುಗಳು

'ನಮ್ಮ ಹೋರಾಟವನ್ನು ಹತ್ತಿಕ್ಕಲು ತೆಲಂಗಾಣದ ಈಗ ಸೂರ್ಯಪೇಟೆ ಜಿಲ್ಲೆಯಲ್ಲಿರುವ ಬಾಲೆಮುಲಾದಲ್ಲಿ ಪೊಲೀಸರನ್ನು ನಿಯೋಜಿಸಿದ್ದರು. ನಾವು ಆ ಕ್ಯಾಂಪ್‌ನ ಮೇಲೆ ದಾಳಿ ಮಾಡಿದೆವು. ದಳಂ ಹಾಗೂ ಸ್ಥಳೀಯ ಗ್ರಾಮಸ್ಥರು ಸೇರಿ ಜಂಟಿಯಾಗಿ ನಡೆಸಿದ ಕಾರ್ಯಾಚರಣೆ ಇದು. ನನ್ನ ಅಣ್ಣ ಆಗ ದಳಂನ ಮುಖ್ಯಸ್ಥನಾಗಿದ್ದ. ಇಂತಹ ಕಾರ್ಯಾಚರಣೆಗಳಲ್ಲಿ ನನ್ನಂತಹ ಹುಡುಗಿಯರು ಪಾಲ್ಗೊಳ್ಳುವ ಬಗ್ಗೆ ನನ್ನ ಅಮ್ಮನಿಗೆ ಇದ್ದ ಆತಂಕವನ್ನು ಕಡಿಮೆ ಮಾಡಿದ್ದು ಆತನೇ. ನನ್ನ ಅಕ್ಕ ಶಶಿರೇಖಾ ಸಹಾ ಈ ಬಂಡಾಯದಲ್ಲಿ ಭಾಗವಹಿಸಿದ್ದರು.'

'ಪೊಲೀಸರನ್ನು ಅವರ ಕ್ಯಾಂಪ್‌ನಲ್ಲಿಯೇ ಮಣಿಸಲು ನಮಗೆ ಸಾಧ್ಯವಾಗಿತ್ತು. ಇನ್ನೇನು, ಅವರ ಶಸ್ತ್ರಾಸ್ತ್ರಗಳ ಮೇಲೆ ನಮಗೆ ಆಗ ಹಿಡಿತ ಸಿಕ್ಕುವುದಿತ್ತು. ಶಸ್ತ್ರಾಸ್ತ್ರಗಳನ್ನು ನಮ್ಮ ಬಳಿಯೇ ಬಿಟ್ಟು ಹೋದರೆ ನಾವು ಅವರಿಗೆ ಯಾವ ರೀತಿಯ ತೊಂದರೆಯನ್ನೂ ಕೊಡದೆ ಬಿಟ್ಟುಕೊಡುವುದಾಗಿ ಹೇಳಿದೆವು. ಅವರು ಹಾಗೇ ಮಾಡಿದರು. ನಾವು ಅವರನ್ನು ಬಿಟ್ಟುಕೊಟ್ಟೆವು.'

'ಇದು ಸಣ್ಣ ಸಾಧನೆಯೇನೂ ಆಗಿರಲಿಲ್ಲ. ಅಲ್ಲಿದ್ದವರು ರಣಭಯಂಕರ ಮಲಬಾರ್ ವಿಶೇಷ ಪೊಲೀಸರು. ಅವರು ಗೋದಾವರಿ ಪ್ರಾಂತ್ಯದಲ್ಲಿ ಎರಡು ದಶಕಗಳ ಹಿಂದೆ ನಡುಕ ಹುಟ್ಟಿಸಿದ್ದರು. ಆಂಧ್ರದ ಅತಿ ಜನಪ್ರಿಯ ಸ್ವಾತಂತ್ರ್ಯ

ಹೋರಾಟಗಾರ ಅಲ್ಲೂರಿ ಸೀತಾರಾಮರಾಜು ಅವರ ನೇತೃತ್ವದ ಹೋರಾಟವನ್ನೇ ಅವರು ಹತ್ತಿಕ್ಕಿದ್ದರು.'

'ನಮ್ಮ ಕವಣೆಗೋಲಿನಿಂದ ಕಲ್ಲುಗಳು ಹೊರಬೀಳುತ್ತಿದ್ದ 'ಚೊಂಯ್, ಚೊಂಯ್...' ಶಬ್ದವನ್ನು ನೀವು ಕೇಳಬೇಕಿತ್ತು. ಅವರು ಧರಿಸಿದ್ದ ಲೋಹದ ಹೆಲ್ಮೆಟ್‌ಗಳಿಗೆ ಹೋಗಿ ಅವು ಬಡಿಯುತ್ತಿದ್ದವು. ಅವು ಎಂತಹ ಶಬ್ದ ಮಾಡುತ್ತಿದ್ದವು..!' ಎಂದು ಮಲ್ಲು ಸ್ವರಾಜ್ಯಂ ಅವರು ನನ್ನತ್ತ ನೋಡುತ್ತಾ ಹೇಳಿದರು. ಕವಣೆಗೋಲನ್ನು ಅಷ್ಟು ಪರಿಣಾಮಕಾರಿ ಅಸ್ತ್ರವಾಗಿ ಬಳಸಬಹುದೇ? ಎಂದು ನಾನು ಕೇಳಿದ್ದನ್ನು ಬಹುಶಃ ಅವರು ನೆನಪಿಸಿಕೊಂಡಿರಬೇಕು.

'ಅದು ನಿಜ, ಕವಣೆಗೋಲಿನಿಂದ ಹೊರಟ ಕಲ್ಲುಗಳು ಬಂದೂಕಿನಿಂದ ಹೋಗುವ ಗುಂಡಿನಷ್ಟು ದೂರ ಹೋಗಲಾರವು. ಆದರೂ ಅವು ಸಾಕಷ್ಟು ದೂರವೇ ಹೋಗುತ್ತಿದ್ದವು. ಹತ್ತಿರದ ಗುರಿಗೆ ಅವು ಸಾಕಾಗಿತ್ತು. ಕೆಲವೊಮ್ಮೆ ತಲೆಗೆ ಬಡಿದು ಪ್ರಾಣವನ್ನೇ ತೆಗೆಯಬಹುದಾಗಿದ್ದ ಅಸ್ತ್ರ. ಇಷ್ಟೇ ಅಲ್ಲ, ನಮ್ಮ ಬಳಿ ನಾಡ ಬಾಂಬ್‌ಗಳೂ ಇದ್ದವು.'

'ಇದಲ್ಲದೆ, ನಾವು ಇನ್ನೂ ಒಂದು ಅಸ್ತ್ರವನ್ನು ತಯಾರಿಸಿದ್ದೆವು' ಎಂದು ಅವರು ಇನ್ನೊಂದು ಹೋರಾಟವನ್ನು ನೆನಪಿಸಿಕೊಳ್ಳುತ್ತಾ ಹೇಳಿದರು.

'ಈಗ ತೆಲಂಗಾಣದ ನಲ್ಗೊಂಡ ಜಿಲ್ಲೆಯಲ್ಲಿರುವ ಯರ್ರಪಾಡುವಿನಲ್ಲಿ ಗ್ರಾಮಸ್ಥರೊಬ್ಬರು ಒಂದು ಹೊಸ ಮಾದರಿಯನ್ನು ನೀಡಿದ್ದರು. ಒಂದು ಗೋಣಿಚೀಲದಲ್ಲಿ ಮೆಣಸಿನಕಾಯಿಯನ್ನು ತುಂಬಿ ಅದಕ್ಕೆ ಬೆಂಕಿ ಹೊತ್ತಿಸಿ ನಮ್ಮನ್ನು ಗುರಿಯಾಗಿಸಿಕೊಂಡು ನಿಂತಿರುವ ರಜಾಕಾರರು ಇದ್ದ ಆ ಜಮೀನ್ದಾರರ ಮನೆಯ ಮಹಡಿಗೆ ಎಸೆಯುವುದು.'

ಅದು ಕೆಲಸ ಮಾಡಿತೇ?

'ಅದು ಅವರಿಗೆ ಅಸಹನೀಯವಾಯಿತು. ಅವರಿಗೆ ಉಸಿರಾಡಲೂ ಆಗಲಿಲ್ಲ. ಅವರ ಕಣ್ಣು ಹಾಗೂ ಶ್ವಾಸಕೋಶ ಉರಿಯಲು ಶುರುವಾಯಿತು. ರಜಾಕಾರರು, ಮಾಲೀಕ ಇಬ್ಬರೂ ಶರಣಾದರು. ಇದು ದಿನದುದ್ದಕ್ಕೂ ನಡೆದ ಕದನ. ಇಡೀ ಹೋರಾಟ ಮೂರು ದಿನಗಳ ಕಾಲ ನಡೆಯಿತು.'

ಶರಣಾಗತರಾದವರಿಗೆ ಏನಾಯಿತು?

'ನಾವು ಶಸ್ತ್ರಗಳನ್ನು ತೆಗೆದುಕೊಂಡು ಅವರನ್ನು ಬಿಟ್ಟುಬಿಟ್ಟೆವು. ನಾವು ಅವರಿಗೆ ಯಾವ ತೊಂದರೆಯನ್ನೂ ಮಾಡಲಿಲ್ಲ. ಅದು ನಮ್ಮ ನೀತಿಯಾಗಿತ್ತು. ನಾವು ಈ ಶಸ್ತ್ರಗಳನ್ನು ತಲೆಯ ಮೇಲೆ ಹೊತ್ತು ವಿವಿಧ ಜಾಗಗಳಿಗೆ ಕೊಂಡೊಯ್ದೆವು.'

ವಾರಂಗಲ್‌ನಲ್ಲಿ ಇನ್ನೂ ಬೇರೆ ಪ್ರಮುಖ ಕಾರ್ಯಾಚರಣೆಗಳು ನಡೆದಿದ್ದವೇ?

'ಹೌದು, ಸಾಕಷ್ಟು, ಕೋನಕಾಂಡ್ಲಾದಲ್ಲಿ ನಾವು ಪೊಲೀಸ್ ಕ್ಯಾಂಪ್ ಮೇಲೆ ಎರಗಿದ್ದೆವು. ಅವರು ಗ್ರಾಮಸ್ಥರಿಗೆ ಭೀತಿಯುಂಟು ಮಾಡಿದ್ದ ದೊರಾಗಳ ಬೆನ್ನಿಗೆ ನಿಂತಿದ್ದರು. ಅಲ್ಲಿಯೂ ಸಹಾ ನಾವು ಪೊಲೀಸರನ್ನು ಓಡಿಸಿದೆವು.'

ಜೀತ ಕಾರ್ಮಿಕರನ್ನು ಮುಕ್ತಗೊಳಿಸುವ ಹೋರಾಟಗಳ ಬಗ್ಗೆ..?

'ತುಂಬಾ ಹೋರಾಟಗಳು ಜರುಗಿದವು. ಈಗ ವಾರಂಗಲ್ ಜಿಲ್ಲೆಯಲ್ಲಿರುವ ಆಕುನೂರು ಹಾಗೂ ಮೇಡಕ್‌ನಲ್ಲಿರುವ ಮಾಚಿರೆಡ್ಡಿಪಲ್ಲಿಯಲ್ಲಿ ಅದು ಸಂಕೀರ್ಣ ವಾಗಿತ್ತು. ಅಲ್ಲಿ ಪೊಲೀಸರು ಗ್ರಾಮಸ್ಥರ ಮನೆಗಳಿಗೆ ನುಗ್ಗಿ ದವಸಧಾನ್ಯಗಳನ್ನು ಹೊತ್ತೊಯ್ದರು. ನಮಗೆ ಇದು ಗೊತ್ತಾದಾಗ ನಮ್ಮ ದಳದ ಎಲ್ಲರನ್ನೂ ಸೇರಿಸಿ ಕೊಂಡು, ಗುಂಪಾಗಿ ಅಲ್ಲಿಗೆ ಹೋದೆವು. ಕೆಲವರು ದಾಳಿ ನಡೆಸಿದರು. ನಾವು ಮಹಿಳೆಯರು ಧಾನ್ಯವನ್ನು ಕಸಿದು ಅವರಿಂದ ಕೊಡಲಿಯಂತಹ ಅಸ್ತ್ರಗಳನ್ನು ಕಿತ್ತುಕೊಂಡು ಇದೆಲ್ಲದರಿಂದ ಉಂಟಾದ ಗಲಿಬಿಲಿಯಲ್ಲಿ ಗೊತ್ತಾಗದಂತೆ ತಪ್ಪಿಸಿಕೊಂಡೆವು.'

ಸೋಲು, ನಷ್ಟ, ಸಾವು ಇವನ್ನೆಲ್ಲಾ ಅವರು ಹೇಗೆ ತೆಗೆದುಕೊಳ್ಳುತ್ತಿದ್ದರು?

'ನಮಗೆ ಏನು ಸಾಧ್ಯವಾಗುತ್ತಿತ್ತೋ ಅದನ್ನು ಮಾಡುತ್ತಿದ್ದೆವು. ಮದ್ರಾಸ್ ನಿಂದ ಬಂದ ರಾಮದಾಸ್ ಎನ್ನುವ ವೈದ್ಯರಿದ್ದರು. ತೆಲಂಗಾಣ ಹೋರಾಟದ ದಂತಕಥೆಯಾದ ನಾಯಕ ಸುಂದರಯ್ಯ ಅವರ ಅಣತಿಯ ಮೇರೆಗೆ ಅವರು ಹೋರಾಟದಲ್ಲಿ ಭಾಗವಹಿಸಲು ಬಂದಿದ್ದರು. ಅವರು ನಮ್ಮಲ್ಲೊಬ್ಬರಾದರು. ಅವರು ಕೋವಿ ಬಳಸುವುದು ಹೇಗೆ ಎಂದು ಕಲಿತು ನಮಗೂ ಹೇಳಿಕೊಟ್ಟರು. ಪ್ರಥಮ ಚಿಕಿತ್ಸೆ ನೀಡುವುದು ಹೇಗೆ, ಹೆರಿಗೆ ಮಾಡಿಸುವುದು ಹೇಗೆ ಎನ್ನುವುದನ್ನೂ ಅವರಿಂದ ಕಲಿತುಕೊಂಡೆವು. ಒಳ್ಳೆಯ ವೈದ್ಯಕೀಯ ಸಹಾಯ ಸಿಗುವವರೆಗೂ ಗಾಯಗೊಂಡ ಸಂಗಾತಿಗಳನ್ನು ಕಾಪಾಡಿಕೊಳ್ಳುವುದು ಹೇಗೆ ಎನ್ನುವುದನ್ನೂ ಕಲಿತೆವು.'

ಮಲ್ಲು ಸ್ವರಾಜ್ಯಂ ಅವರು ಮಾಡಿದ ಹೋರಾಟಗಳ ಪಟ್ಟಿಗೆ ಅಂತ್ಯ ವಿದ್ದಂತಿರಲಿಲ್ಲ. ಅದನ್ನು ಅಷ್ಟೇ ತೀವ್ರವಾಗಿ ಅವರು ನೆನಪಿಸಿಕೊಳ್ಳುತ್ತಿದ್ದರು. ಅಲ್ಲಿ ಎದ್ದು ಕಾಣುತ್ತಿದ್ದದ್ದು ಅವರ ಸರಳ ವಿಶ್ಲೇಷಣಾ ಪ್ರಾಮಾಣಿಕತೆ. 'ಜನರು ಎದ್ದು ನಿಲ್ಲದಿದ್ದರೆ ಏನೂ ಆಗುತ್ತಿರಲಿಲ್ಲ. ಇದು ಅವರ ಹೀರೋಗಿರಿ' ಎಂದರು.

ಆ ಹಂತದ ಹೋರಾಟ 1948ರಲ್ಲಿ ಕೊನೆಗೊಂಡಿತು. 'ಜನರು ಆರಂಭದಲ್ಲಿ ಭಾರತದ ಹೊಸ ಸರ್ಕಾರವು ನಿಜಾಮರ ಕೈನಿಂದ ಹೈದ್ರಾಬಾದನ್ನು ವಿಮೋಚನೆ

ಗೊಳಿಸಲು ಸೇನೆಯನ್ನು ಕಳಿಸಲು ಮಾಡಿದ್ದ ನಿರ್ಧಾರವನ್ನು ಹೃತ್ಪೂರ್ವಕವಾಗಿ ಸ್ವಾಗತಿಸಿದರು. ನೆಹರೂರವರು ಸಮಾಜವಾದದ ಆಶಯವನ್ನು ವಿಸ್ತರಿಸುತ್ತಾರೆ ಎಂದು ಇನ್ನು ಕೆಲವರು ಭಾವಿಸಿದ್ದರು.'

'ಆದರೆ ಅದು ಸಾಧ್ಯವಾಗಲಿಲ್ಲ. ನಿಜಾಮರ ವಿರುದ್ಧ ನಡೆಸಿದ ಹೋರಾಟದ ಫಲವನ್ನು ಕಾಪಾಡಿಕೊಳ್ಳಲು ತೆಲಂಗಾಣದ ಜನತೆ ಮತ್ತೆ ಹೋರಾಟ ನಡೆಸಬೇಕಾಯಿತು. ಈ ಬಾರಿ ಹೋರಾಟ ಮಾಡಬೇಕಾಗಿ ಬಂದದ್ದು ಬ್ರಿಟಿಷರ ಹಿಡಿತದಿಂದ ಇನ್ನೂ ಹೊರಬರದಿದ್ದ ಭಾರತೀಯ ಸೇನೆಯ ಜೊತೆ. ಒಂದಷ್ಟು ಸಮಯ ಕಾದು ನೋಡಿ ಮತ್ತೆ ಹೋರಾಟಕ್ಕೆ ಧುಮುಕಿದ ಕಮ್ಯುನಿಸ್ಟ್ ಪಕ್ಷವನ್ನು 1948ರಲ್ಲಿ ನಿಷೇಧಿಸಲಾಯಿತು. ಆ ನಿಷೇಧ 1951 ರವರೆಗೆ ಇತ್ತು.'

ಸ್ವರಾಜ್ಯಂ ಅವರು 1951ರಲ್ಲಿ ಅದೇ ವರ್ಷ ಮದುವೆಯಾಗಲು ನಿರ್ಧರಿಸಿದರು. ತಮ್ಮದೇ ಪಕ್ಷದ ಸದಸ್ಯ ಹಾಗೂ ನಾಯಕ ಮಲ್ಲು ವೆಂಕಟನರಸಿಂಹ ರೆಡ್ಡಿಯವರ ಜೊತೆ ಮದುವೆ ಜರುಗಿತು.

'ನಾನು ಸಶಸ್ತ್ರ ಹೋರಾಟದ ಭಾಗವಾಗಿ ಇರುವವರೆಗೆ ಮದುವೆಯಾಗಲಿಲ್ಲ. ಅದರಿಂದ ಹೊರಬಂದ ನಂತರವಷ್ಟೇ ಮದುವೆಯಾಗಿದ್ದು. ನನ್ನ ಗಂಡ ಸಹಾ ಈ ಹೋರಾಟದ ಭಾಗವಾಗಿದ್ದರು. ಅವರು ಬುದ್ಧಿವಂತರು ಹಾಗೂ ಮಾರ್ಕ್ಸ್‌ವಾದಿ ಸಿದ್ಧಾಂತವನ್ನು ನನಗಿಂತ ಚೆನ್ನಾಗಿ ಅರಿತಿದ್ದರು. ಅವರು ಸಶಸ್ತ್ರ ಹೋರಾಟದ ಭಾಗವಾಗಿದ್ದಾಗ ದಳಂನ ಹಾಗೂ ಆ ಪ್ರದೇಶ ನಾಯಕರಾಗಿದ್ದರು. ನಾವಿಬ್ಬರೂ ಆ ಹಂತವನ್ನು ದಾಟಿ ಬಂದ ಮೇಲೆಯೇ ಮದುವೆ ಮಾಡಿಕೊಂಡದ್ದು. ನಮ್ಮ ಎಲ್ಲಾ ಸಂಗಾತಿಗಳ ವಿಚಾರದಲ್ಲೂ ಅದು ಆಗಿದ್ದು ಹೀಗೆಯೇ.'

2021ರಲ್ಲಿ ನಮ್ಮೊಂದಿಗೆ ಮಾತನಾಡುತ್ತಿದ್ದಾಗ, 'ನನ್ನ ಗಂಡ 2004ರಲ್ಲಿ ನಿಧನ ಹೊಂದಿದರು' ಎಂದು ಅವರು ಹೇಳಿದರು. 'ಅವರು ತುಂಬಾ ಶಿಸ್ತಿನವರಾಗಿದ್ದರು ಹಾಗೂ ಸಿಪಿಎಂನ ಕೇಂದ್ರ ಸಮಿತಿ ಸದಸ್ಯರಾಗಿ ಸೇವೆ ಸಲ್ಲಿಸಿದ್ದರು.'

1964ರಲ್ಲಿ ಸಿಪಿಐ ವಿಭಜನೆಗೊಂಡಾಗ ಸ್ವರಾಜ್ಯಂ ಅವರು ಹೊಸದಾಗಿ ಸ್ಥಾಪಿತವಾದ ಭಾರತ ಕಮ್ಯುನಿಸ್ಟ್ ಪಕ್ಷ (ಮಾರ್ಕ್ಸ್‌ವಾದಿ)–ಸಿಪಿಎಂ ಸೇರಿದರು. ಇವರು 1981ರಲ್ಲಿ ಅಖಿಲ ಭಾರತ ಪ್ರಜಾಸತ್ತಾತ್ಮಕ ಮಹಿಳಾ ಸಂಘಟನೆ–ಎಐಡಿಡಬ್ಲ್ಯೂಎ ಸ್ಥಾಪಕ ಸದಸ್ಯರೂ ಹೌದು. ಇದು ಇಂದಿಗೂ ದೇಶದ ಅತಿದೊಡ್ಡ ಮಹಿಳಾ ಸಂಘಟನೆ. ಅವರು ಎಐಡಿಡಬ್ಲ್ಯೂಎನ ಉಪಾಧ್ಯಕ್ಷರಾಗಿಯೂ ಕೆಲ ವರ್ಷ ಇದ್ದರು.

ಸ್ವರಾಜ್ಯಂ ತಮ್ಮ ಜೀವನದುದ್ದಕ್ಕೂ ಪುರುಷರ ಆಧಿಪತ್ಯದ ವಿರುದ್ಧ ಹೋರಾಟವನ್ನು ನಡೆಸುತ್ತಲೇ ಇದ್ದರು. ತೆಲಂಗಾಣದಲ್ಲಿ ಸಶಸ್ತ್ರ ಹೋರಾಟ ಮುಕ್ತಾಯಗೊಂಡ ಬಳಿಕ ಮಹಿಳೆಯರನ್ನು ಅವರ ಮನೆಗಳಿಗೆ ಕಳಿಸಿದ ರೀತಿಯ ಬಗ್ಗೆ ಅವರಿಗೆ ಒಂದಿಷ್ಟು ಸಮಾಧಾನವಿರಲಿಲ್ಲ. ಈ ಕ್ರಮವನ್ನು ಅವರು ರಾಜಕೀಯವಾಗಿ ವಿನಾಶಕಾರಿ ಎಂದು ತೀವ್ರವಾಗಿ ಖಂಡಿಸಿದರು. ಸ್ವರಾಜ್ಯಂ ಅವರು ಸಕ್ರಿಯವಾಗಿದ್ದ ಎಂಟು ದಶಕಗಳ ಉದ್ದಕ್ಕೂ ಅವರು ಈ ಗಂಡಾಳ್ವಿಕೆಯ ಬಗ್ಗೆ ರಾಜಿ ಮಾಡಿಕೊಳ್ಳಲೇ ಇಲ್ಲ.

1978ರಲ್ಲಿ ಅವರ ಪಕ್ಷವು ಅವರನ್ನು ಈಗ ಸೂರ್ಯಪೇಟೆ ಜಿಲ್ಲೆಯಲ್ಲಿರುವ ತುಂಗತುರ್ತಿ ಕ್ಷೇತ್ರದಿಂದ ಆಂಧ್ರಪ್ರದೇಶ ವಿಧಾನಸಭೆ ಚುನಾವಣೆಯಲ್ಲಿ ಸ್ಪರ್ಧಿಸುವಂತೆ ಹೇಳಿತು. ವಿಧಾನಸಭೆ ಚುನಾವಣೆ ಅಂದರೇನು ಎನ್ನುವ ಬಗ್ಗೆ ಆಗ ಅವರಿಗೇನೂ ಗೊತ್ತಿರಲಿಲ್ಲ. ಆದರೂ ಸಹಾ ಸಿಪಿಎಂನ ನಿಷ್ಠ ಕಾರ್ಯಕರ್ತರಾಗಿ ಅವರು ಸ್ಪರ್ಧಿಸಿದರು. ಕಾಂಗ್ರೆಸ್ ಸೇರಿ ತಮ್ಮ ವಿರುದ್ಧ ಸ್ಪರ್ಧಿಸಿದ್ದ ತನ್ನ ತಮ್ಮ ಕುಶಲವರೆಡ್ಡಿ ವಿರುದ್ಧವೇ ಆಕೆ ಜಯವನ್ನೂ ಗಳಿಸಿದರು. ತನ್ನ ತಂದೆಯ ಮಾತನ್ನು ಧಿಕ್ಕರಿಸಿದ ದಿನದಿಂದ ತನ್ನ ತಮ್ಮನನ್ನು ಸೋಲಿಸುವ ದಿನದವರೆಗೂ ಆಕೆ ತನ್ನ ರಾಜಕೀಯ ಸಿದ್ಧಾಂತವನ್ನು ತನ್ನ ಕುಟುಂಬದ ಸಂಬಂಧಗಳಿಗೂ ಮೀರಿದ ಎತ್ತರದಲ್ಲಿರಿಸಿದ್ದರು.

***

'ಫೂಲನ್ ದೇವಿ ಉತ್ತರ ಭಾರತದ ಪಾಳೇಗಾರಿ ವ್ಯವಸ್ಥೆಯ ವಿರುದ್ಧ ದಿಟ್ಟವಾಗಿ ಹೋರಾಡಿದಳು ಎನ್ನುವುದನ್ನು ನಾನು ಗಟ್ಟಿಯಾಗಿ ಘೋಷಿಸಬಲ್ಲೆ. ಆ ಮೊದಲು ಯಾರೂ ಆ ಭೂಮಾಲೀಕರ ಎದುರು ನಿಲ್ಲುವ ತಾಕತ್ತು ತೋರಿಸಿರಲಿಲ್ಲ.'

2014ರಲ್ಲಿ ಹೈದ್ರಾಬಾದ್‌ನ ವೇದಿಕೆಯ ಮೇಲಿದ್ದದ್ದು ಅಂತಹ ಮಲ್ಲು ಸ್ವರಾಜ್ಯಂ. ತನ್ನ ಕವಣೆಗೋಲಿನ ಸಾಮರ್ಥ್ಯವನ್ನು ತೋರಿಸುವುದರಿಂದ ಹಿಡಿದು ಆಕೆ 'ವಾಲ್‌ಸ್ಟ್ರೀಟ್ ಆಕ್ರಮಿಸಿ' ವಿಷಯವನ್ನು ಯುವ ಟೆಕ್ಕಿಗಳ ಮುಂದೆ ಪ್ರಸ್ತಾಪಿಸುವ ಮೂಲಕ ನೆರೆದಿದ್ದ ಸಭಿಕರನ್ನು ಚಕಿತಗೊಳಿಸಿದ್ದರು. ಇಂಗ್ಲಿಷ್‌ನಲ್ಲಿ ಒಂದು ಪದ ಸಹಾ ಮಾತನಾಡಲು ಗೊತ್ತಿಲ್ಲದ ಒಬ್ಬ ವ್ಯಕ್ತಿ ಪ್ರಚಲಿತ ವಿದ್ಯಮಾನಗಳಿಗೆ ಸದಾ ಕಿವಿಯಾಗಿದ್ದು, ನ್ಯೂಯಾರ್ಕ್‌ನಲ್ಲಿ ಜರುಗಿದ ಸಾಮೂಹಿಕ ಚಳವಳಿಗಳ ಬಗ್ಗೆ ಅರಿತುಕೊಂಡಿದ್ದು ಸಭಿಕರಿಗೆ ಚೆನ್ನಾಗಿ ಮನದಟ್ಟಾಯಿತು.

ಅವರು ಎಷ್ಟು ಪ್ರಜ್ಞಾವಂತರಾಗಿದ್ದರೆಂದರೆ, 'ವಾಲ್‌ಸ್ಟ್ರೀಟ್ ಆಕ್ರಮಿಸಿ ಚಳವಳಿಯ ಮುಖ್ಯ ಘೋಷಣೆಯಾಗಿದ್ದ–ನಾವು ಆ ಶೇ.99 ಮಂದಿ' ಬಗ್ಗೆ ಮಾತನಾಡಿದರು. '99 ಜನರ ಕೆಲಸವನ್ನು ಅದು ಹೇಗೆ ಕೇವಲ ಒಬ್ಬನೇ ಒಬ್ಬ

ಮನುಷ್ಯ ಶೋಷಿಸಲು ಸಾಧ್ಯ? ನಾವು 60 ವರ್ಷದ ಹಿಂದೆ ತೆಲಂಗಾಣ ಜನತಾ ಚಳವಳಿಯಲ್ಲಿ ಎತ್ತಿದ್ದ ಪ್ರಶ್ನೆ ಕೂಡಾ ಅದೇ' ಎಂದರು.

'ಶೋಷಣೆ ಹಾಗೂ ತುಳಿತದ ವಿರುದ್ಧ ಹೋರಾಟ ಅನಿವಾರ್ಯ' ಎಂದು ಅವರು ಆ ಟೆಕ್ಕಿಗಳಿಗೆ ತಿಳಿಸಿದರು. 'ಹೋರಾಟ ವ್ಯಕ್ತಿಗಳ ವಿರುದ್ಧ ಅಲ್ಲ, ವ್ಯವಸ್ಥೆಯ ವಿರುದ್ಧ. ನಿಜಕ್ಕೂ ತಪ್ಪುದಾರಿಯಲ್ಲಿರುವ ವ್ಯವಸ್ಥೆಯ ವಿರುದ್ಧ. ಈ ಹೋರಾಟದಲ್ಲಿ ನಾವು ಶೋಷಣೆಗೆ ಒಳಗಾದವರನ್ನು ಒಟ್ಟುಗೂಡಿಸಬೇಕಾದ ಜವಾಬ್ದಾರಿ ಇದೆ. ಹಾಗೆ ಮಾಡಿದಾಗ ಮಾತ್ರ ನಾವು ಸಮಾಜವಾದವನ್ನು ಗಳಿಸಲು ಸಾಧ್ಯ. ಆನಂತರವಷ್ಟೇ ಸಮಾನತೆ ಪಡೆಯಲು ಸಾಧ್ಯ' ಎಂದರು.

2014ರ ಆ ದಿನದಂದು ಆಕೆ ವೇದಿಕೆಯ ಮೇಲೆ ಅದ್ಭುತವಾಗಿ ಮಾತನಾಡಿದರು. ಅವರನ್ನು ಖಾಸಗಿಯಾಗಿ ಅಲ್ಲಿನ ಕೋಣೆಯೊಂದರಲ್ಲಿ ಮಾತನಾಡಿಸಿದಾಗ ನಾನು ಅವರ ಬಿರುನುಡಿಗಳನ್ನು ಕೇಳಬೇಕಾಯಿತು. ನಾನು ಮತ್ತು ನನ್ನ ಪೀಳಿಗೆಯವರು ಯಾಕೆ ನಾವು ಕುಳಿತಲ್ಲಿಂದ ಎದ್ದು ಸಾಮೂಹಿಕ ಚಳವಳಿಗಳನ್ನು ಮುನ್ನಡೆಸುತ್ತಿಲ್ಲ ಎನ್ನುವುದನ್ನು ಅವರಿಗೆ ಗೊತ್ತುಮಾಡಿಕೊಳ್ಳಬೇಕಿತ್ತು. 'ನೀವು ಅಗತ್ಯವಿರುವಷ್ಟು ಮಾಡುತ್ತಿಲ್ಲ. ನೀವು ಸಾಮೂಹಿಕ ಚಳವಳಿಗಳನ್ನು ನಿರ್ಲಕ್ಷಿಸುತ್ತಿದ್ದೀರಿ' ಎಂದರು.

ವೇದಿಕೆಯ ಮೇಲೆ ಟೆಕ್ಕಿಗಳನ್ನು ಉದ್ದೇಶಿಸಿ ಹೇಳಿದರು–'ನಾನು ಈ ಸಭೆಯಲ್ಲಿ ಇರುವ ಎಲ್ಲರಿಂದ ಸ್ಫೂರ್ತಿ ಪಡೆದಿದ್ದೇನೆ. ನನ್ನೆದುರು ಎಷ್ಟೊಂದು ಯುವಶಕ್ತಿ ಹಾಗೂ ಪ್ರತಿಭೆ ಇದೆ. ಸಮಾನತೆ, ಅಭಿವ್ಯಕ್ತಿ ಸ್ವಾತಂತ್ರ್ಯದ ಬಗ್ಗೆ ಸಂದೇಶ ಸಾರಲು ನಿಮ್ಮ ಲ್ಯಾಪ್‌ಟಾಪ್‌ಗಳನ್ನು, ಸೆಲ್‌ಫೋನ್‌ಗಳನ್ನು ಅಸ್ತ್ರವನ್ನಾಗಿ ಬಳಸಿಕೊಳ್ಳಿ. ಈಗ ಸದ್ದಿಲ್ಲದೇ ಜರುಗುವ ಎಲ್ಲಾ ರೀತಿಯ ಶೋಷಣೆಯಿಂದ ಬಿಡುಗಡೆ ಹೊಂದಲು ಅವನ್ನು ಬಳಸಿ. ಈಗಿನ ಜಾಗತಿಕ ಕಾರ್ಪೊರೇಟ್ ವ್ಯವಸ್ಥೆಯ ಕಾರಣದಿಂದಾಗಿ ಜನರಿಗೆ ಏನಾಗುತ್ತಿದೆ ಎನ್ನುವುದೇ ಗೊತ್ತಾಗುತ್ತಿಲ್ಲ. ಇಲ್ಲಿ ಎಲ್ಲರೂ ಗುಲಾಮರೇ' ಎಂದು ಮನವರಿಕೆ ಮಾಡಿಕೊಟ್ಟರು.

'ನಿಮ್ಮ ಎಲ್ಲಾ ಕೌಶಲ್ಯವನ್ನು ಬಳಸಿ. ನವಗುಲಾಮಗಿರಿಯನ್ನು ತೊಡೆದು ಹಾಕಿ' ಎಂದು ಅವರು ಒತ್ತಾಯಿಸಿದರು.

ಅದು ಜರುಗಿದ್ದು 2014ರಲ್ಲಿ. ನಾವು 2021ರ ಅಕ್ಟೋಬರ್ 29ರಂದು ಮತ್ತೆ ಕೊನೆಯ ಬಾರಿ ಭೇಟಿ ಮಾಡಿದಾಗ ಅವರಿಗೆ ಹೇಳುವುದು ಇನ್ನೂ ಬೇಕಾದಷ್ಟಿತ್ತು.

'ನಮ್ಮ ಇಡೀ ಸಮಾಜಕ್ಕೆ, ನಮ್ಮ ಕ್ರಾಂತಿಗೂ ಸಹಾ ನನ್ನ ದೇಹಕ್ಕೆ ತಗುಲಿ ದಂತೆಯೇ ಪಾರ್ಶ್ವವಾಯು ತಗುಲಿದೆ ಅನಿಸುತ್ತಿದೆ. ಇದು ನಮ್ಮ ಕಾಲದಂತಲ್ಲ. ಒಂದು ಉದ್ದೇಶಕ್ಕಾಗಿ, ಒಂದು ಗುರಿ ಸಾಧನೆಗಾಗಿ ಎಲ್ಲರೂ ಅಣಿನೆರೆಯುತ್ತಿದ್ದ

ಕಾಲದಂತಲ್ಲ. ಈಗ ಎಲ್ಲರೂ ಜಾತಿ ಆಧಾರದ ಮೇಲೆ, ಇನ್ನೂ ಅಂತಹ ಹಲವು ಆಧಾರಗಳ ಮೇಲೆ ಹಲವು ಗುಂಪುಗಳಾಗಿ ಒಡೆದು ಹೋಗಿದ್ದಾರೆ. ಜನರು ಬಂಡೇಳಬೇಕು, ಹೋರಾಟ ಮಾಡಬೇಕು. ಬೇರೆ ದಾರಿಯೇ ಇಲ್ಲ.'

ಮಲ್ಲು ಸ್ವರಾಜ್ಯಂ ಅವರು ಹೈದ್ರಾಬಾದ್‌ನಲ್ಲಿ 2022ರ ಮಾರ್ಚ್ 19ರಂದು ನಿಧನ ಹೊಂದಿದರು. ಆಗ ಅವರಿಗೆ '91 ಅಥವಾ 92' ವಯಸ್ಸಾಗಿತ್ತು. ಅವರಿಗೆ ತಮ್ಮ ವಯಸ್ಸಿನ ಬಗ್ಗೆ ಖಾತರಿ ಇರಲಿಲ್ಲ. ಅವರು ಅದರ ಬಗ್ಗೆ ಯೋಚಿಸುತ್ತಲೂ ಇರಲಿಲ್ಲ. ಅವರು ಸದಾ ಕಾಳಜಿ ವಹಿಸಿದ್ದು ಸಮಾನತೆ ಹಾಗೂ ನ್ಯಾಯಕ್ಕಾಗಿನ ಜನ ಹೋರಾಟದ ಬಗ್ಗೆ ಮಾತ್ರ.

ಭೂಮಿ, ಭುಕ್ತಿ, ವಿಮುಕ್ತಿ
ಭೂಮಿ, ಬದುಕು, ಬಿಡುಗಡೆಗಾಗಿ.

'ಪರಿ'ಯ ಸ್ವಾತಂತ್ರ್ಯ ಯೋಧರ
ಗ್ಯಾಲರಿಗೆ ಭೇಟಿ ನೀಡಲು
ಈ QR ಕೋಡ್ ಸ್ಕ್ಯಾನ್ ಮಾಡಿ

108 / ಪಿ ಸಾಯಿನಾಥ್

6

ನಾವು ರೈಲನ್ನು 'ಲೂಟಿ' ಮಾಡಿದೆವು ಎನ್ನುವುದು
ಸರಿಯಲ್ಲ. ನಾವು ಭಾರತದ ಜನರಿಂದ ಬ್ರಿಟಿಷರು ಕದ್ದ
ಹಣವನ್ನು ವಾಪಸು ತಂದೆವು ಅಷ್ಟೇ.

— 'ಕ್ಯಾಪ್ಟನ್ ಬಾವು' ರಾಮಚಂದ್ರ ಶ್ರೀಪತಿ ಲಾಡ್
ಕುಂದಲ್, ಸಾಂಗ್ಲಿ, ಮಹಾರಾಷ್ಟ್ರ

6

'ಕ್ಯಾಪ್ಟನ್ ಅಣ್ಣ' ಹಾಗೂ ತೂಫಾನ್ ಸೇನೆ

ನಾವು ಈಗ ನಿಂತಿರುವ ಇದೇ ಜಾಗದಲ್ಲೇ ಹಳಿಯ ಮೇಲೆ ಕಲ್ಲುಗಳನ್ನು ಅಡ್ಡ ಇಟ್ಟು ರೈಲನ್ನು ತಡೆದು ನಿಲ್ಲಿಸಿದೆವು. ರೈಲು ವಾಸಪ್ ಓಡಿ ಹೋಗದಂತೆ ತಡೆಯಲು ಅದರ ಹಿಂದೆಯೂ ಬಂಡೆಗಳನ್ನಿಟ್ಟೆವು, ಆಮೇಲೆ ಜಿ.ಡಿ. ಬಾಪು ಲಾಡ್ ಅವರ ನೇತೃತ್ವದಲ್ಲಿ ಒಂದು ಹಾಗೂ ನನ್ನ ನೇತೃತ್ವದಲ್ಲಿ ಇನ್ನೊಂದು, ಹೀಗೆ ನಮ್ಮ ತಂಡ ಎರಡಾಗಿ ರೈಲಿನ ಮೇಲೆ ದಾಳಿ ಮಾಡಿತು. ನಮ್ಮ ಅಸ್ತ್ರಗಳು ಮುಖ್ಯವಾಗಿ ಕುಡುಗೋಲು, ಲಾಠಿ ಹಾಗೂ ಒಂದಿಷ್ಟು ಕಚ್ಚಾ ನಾಡಬಾಂಬ್‌ಗಳು. ರೈಲಿನಲ್ಲಿ ಬಂದೂಕು ಹಿಡಿದ ಮುಖ್ಯ ಕಾವಲುಗಾರನಿದ್ದ. ಆದರೆ ಆತ ಎಷ್ಟು ಹೆದರಿದ್ದ ಅಂದರೆ, ಅವನನ್ನು ಸುಲಭವಾಗಿ ಮಣಿಸಬಹುದಿತ್ತು. ನಾವು ರೈಲಿನಲ್ಲಿದ್ದ ಸಂಬಳ ಕೊಡಲು ತೆಗೆದುಕೊಂಡು ಹೋಗುತ್ತಿದ್ದ ಹಣವನ್ನು ಮಾತ್ರ ಎತ್ತಿಕೊಂಡು ಹಿಂದಿರುಗಿದೆವು.

ಇದು ಜರುಗಿದ್ದು 73 ವರ್ಷಗಳ ಹಿಂದೆ. ಆದರೆ, ಕ್ಯಾಪ್ಟನ್ ಬಾವು (ಇದು ಅವರ ಭೂಗತ ನಾಮ) ಹೇಳುತ್ತಾ ಹೋದದ್ದನ್ನು ಕೇಳಿದರೆ, ಅದು ನಿನ್ನೆ ಮೊನ್ನೆ ನಡೆಯಿತೇನೋ ಅನಿಸುತ್ತದೆ.

ಈಗ 94ರ ಹೊಸ್ತಿಲಿನಲ್ಲಿರುವ (2016ರ ಸೆಪ್ಟೆಂಬರ್‌ನಲ್ಲಿ) ರಾಮಚಂದ್ರ ಶ್ರೀಪತಿ ಲಾಡ್ ಅಥವಾ ಬಾವು (ಬಾವು ಎಂದರೆ ಮರಾಠಿಯಲ್ಲಿ 'ಅಣ್ಣ' ಎಂದು ಅರ್ಥ) ಅವರು ತಾವು ಪುಣೆ–ಮೀರಜ್ ರೈಲಿನ ಮೇಲೆ ತಮ್ಮ ನೇತೃತ್ವದಲ್ಲಿ ಜರುಗಿದ ದಾಳಿಯ ಬಗ್ಗೆ ಆಶ್ಚರ್ಯವಾಗುವಷ್ಟು ಸ್ಪಷ್ಟತೆಯಿಂದ ಮಾತನಾಡುತ್ತಾರೆ. ಬ್ರಿಟಿಷ್ ಸರ್ಕಾರ ಆ ರೈಲಿನಲ್ಲಿ ಅಧಿಕಾರಿಗಳ ಸಂಬಳವನ್ನು ಸಾಗಿಸುತ್ತಿತ್ತು.

'ಇವರು ಈ ನಡುವೆ ಇಷ್ಟೊಂದು ಮಾತನಾಡಿರಲಿಲ್ಲ' ಎಂದು ಈ ಹಿರಿಯ ಸ್ವಾತಂತ್ರ್ಯ ಯೋಧರ ಜೊತೆಗಾರರಾದ ಬಾಳಾಸಾಹೇಬ್ ಗಣಪತಿ ಶಿಂಧೆ ನಮ್ಮ ಕಿವಿಯಲ್ಲಿ ಪಿಸುಗುಟ್ಟಿದರು. 1943ರ ಜೂನ್ 7ರಂದು ಬಾಪು ಲಾಡ್ ಹಾಗೂ ಇವರು ತೂಫಾನ್ ಸೇನೆಯ ದಾಳಿಯನ್ನು ಮುನ್ನಡೆಸಿದ ಹಳಿಯ ಮೇಲಿನ ಅದೇ ಜಾಗದಲ್ಲಿ ಮತ್ತೆ ನಿಂತಾಗ ಕ್ಯಾಪ್ಟನ್ ಬಾವು (ಕ್ಯಾಪ್ಟನ್ ಅಣ್ಣ) ಅವರಿಗೆ ನೆನಪುಗಳು ಗರಿಗೆದರಿ ಬರತೊಡಗಿದವು.

ಅವರು ಆ ದಾಳಿಯನ್ನು ನಡೆಸಿದ ನಂತರ ಇದೇ ಮೊದಲ ಬಾರಿಗೆ ಸತಾರಾ ಜಿಲ್ಲೆಯ ಶೆನೋಳಿ ಗ್ರಾಮದ ಆ ಸ್ಥಳಕ್ಕೆ ಬಂದಿದ್ದರು. ಕುಂದಾಲ್‌ನ ಅವರ ಮನೆಯಿಂದ ಕ್ಯಾಪ್ಟನ್ ಬಾವು ಅವರು ಬಳಸುತ್ತಿದ್ದ ಕುರ್ಚಿಯನ್ನು ಅವರ ಮೊಮ್ಮಗ ಹೊತ್ತು ತಂದಿದ್ದ. ಅದನ್ನು ಈಗ ರೈಲು ಹಳಿಯ ಬದಿ ಇಟ್ಟ, ಕ್ಯಾಪ್ಟನ್ ಬಾವು ಅವರು ಕೆಲವು ದಿನ ಲವಲವಿಕೆಯಿಂದ ಆದರೆ, ಇನ್ನು ಕೆಲವೊಮ್ಮೆ ಮಬ್ಬು ಕವಿದಂತೆ ಇದ್ದು ಬಿಡುತ್ತಾರೆ ಎಂದು ಅವರ ಕುಟುಂಬದವರು ನನ್ನನ್ನು ಎಚ್ಚರಿಸಿದ್ದರು. ಊರುಗೋಲು ಹಿಡಿದು ಬಂದ ಕ್ಯಾಪ್ಟನ್ ಅವರು ಅಂಕುಡೊಂಕಾದ ನೆಲದ ಮೇಲೆ ಇರಿಸಿದ್ದ, ತಮಗೆ ತೀರಾ ಪರಿಚಿತವಾಗಿದ್ದ ಕುರ್ಚಿಯಲ್ಲಿ ಕುಳಿತರು. ಇದು ಅವರಿಗೆ ಏಕಕಾಲದಲ್ಲಿ ಹಿತವಾಗಿಯೂ ಇತ್ತು ಹಾಗೂ ನೆನಪುಗಳು ಮರುಕಳಿಸುವಂತೆಯೂ ಮಾಡಿರಬೇಕು.

ಇದು ಕೆಲಸ ಮಾಡಿತು.

ಇವತ್ತು ಅವರ ಲವಲವಿಕೆಯ ದಿನಗಳಲ್ಲಿ ಒಂದು.

ಕೆಲವು ನಿಮಿಷಗಳ ಕಾಲ ಅವರು ತಮ್ಮದೇ ಆಲೋಚನೆಯಲ್ಲಿ ಕಳೆದು ಹೋಗಿದ್ದರು. ನಂತರ ಆ ಎಲ್ಲವೂ ಹೊರ ಧುಮುಕಿತು. ದಾಳಿಯ ವೇಳೆ ತಮ್ಮ ಜೊತೆಗೆ ಇದ್ದ ಸಂಗಾತಿಗಳ ಹೆಸರುಗಳನ್ನು ನೆನಪಿಸಿಕೊಂಡರು. 'ಆ ಪಾಟೀಲ್ ನನ್ನ ಜೊತೆಗಿದ್ದರು. ಇದಲ್ಲದೆ, ಆತ ಮೋರೆಯವರ ಹುಡುಗ. ಅವನೂ ಜೊತೆಗಿದ್ದ.' ಇನ್ನೂ ಹಲವರ ಹೆಸರುಗಳನ್ನು ಅವರು ನೆನಪಿಸಿಕೊಂಡರು. 'ಹಾಗೆ ನಾವು ರೈಲಿನಿಂದ ಲೂಟಿ ಮಾಡಿದ ಹಣ ಯಾರೊಬ್ಬರ ಜೋಬಿಗೂ ಹೋಗಲಿಲ್ಲ. ಅವೆಲ್ಲವೂ ಹೋಗಿದ್ದು ಪ್ರತಿ ಸರ್ಕಾರಕ್ಕೆ. (ಸತಾರಾದಲ್ಲಿ ರಚಿಸಿದ್ದ ತಾತ್ಕಾಲಿಕ ಸರ್ಕಾರ) ನಾವು ಆ ಹಣವನ್ನು ಅಗತ್ಯ ಇರುವವರಿಗೆ, ಬಡವರಿಗೆ ಕೊಟ್ಟೆವು.'

ಆ ದಾಳಿಯಲ್ಲಿ ಒಂದೇ ಒಂದು ಗುಂಡು ಹಾರಿಸದೆ ಲೂಟಿ ಮಾಡಿದ ಹಣ 19,175 ರೂಪಾಯಿ. ಅದು ಸಣ್ಣ ಮೊತ್ತವೇನಲ್ಲ. ಅದು ಬಂಗಾಳ ಮಹಾ ಬರದಿಂದ ತತ್ತರಿಸಿದ್ದ ವರ್ಷ. ಬಂಗಾಳದಂತೆ ಬೇರೆ ಪ್ರದೇಶಗಳಲ್ಲಿ ಬೆಲೆ ಆತ್ಮಹತ್ಯಾತ್ಮಕವಾಗಿ ಏರಿಲ್ಲದಿದ್ದರೂ ಆ ಪ್ರದೇಶಗಳಿಗೂ ಇದರ ಬಿಸಿ ತಟ್ಟಿತ್ತು. 1943ರ ಆ ಅತಿ ಬೆಲೆ

ಏರಿಕೆ ವರ್ಷದಲ್ಲೂ ರೈಲಿನಿಂದ ಲೂಟಿ ಮಾಡಿದ ಹಣದಲ್ಲಿ ಬಾಂಬೆ ಪ್ರಾಂತ್ಯದಿಂದ ಆಗ 60,000 ಕೆಜಿ ಅಕ್ಕಿ ಕೊಳ್ಳಬಹುದಿತ್ತು.

ಮುಂದಿನ ಒಂದು ವರ್ಷದ ಒಳಗೆ ತೂಫಾನ್ ಸೇನೆ ಇನ್ನೂ ಅಂತಹ ಹಲವು ಮಾರಕ ದಾಳಿಯನ್ನು ಮಾಡುವುದರಲ್ಲಿತ್ತು.

'ನಾವು ರೈಲನ್ನು ಲೂಟಿ ಮಾಡಿದೆವು ಎಂದು ಹೇಳುವುದು ತಪ್ಪು' ಎಂದು ಕ್ಯಾಪ್ಟನ್ ಬಾವು ತೀಕ್ಷ್ಣವಾಗಿ ಹೇಳಿದರು. 'ಆ ಹಣ ಬ್ರಿಟಿಷ್ ಆಡಳಿತಗಾರರು ಭಾರತದ ಜನತೆಯಿಂದ ಕದ್ದದ್ದು. ಅದನ್ನು ನಾವು ವಾಪಸ್ ತಂದೆವು ಅಷ್ಟೇ.' ಇದು 2010ರಲ್ಲಿ ಜಿ.ಡಿ. ಬಾಪು ಲಾಡ್ ಅವರು ನಿಧನರಾಗುವ ಒಂದು ವರ್ಷದ ಮುಂಚೆ ನನಗೆ ಹೇಳಿದ್ದರ ಪ್ರತಿಧ್ವನಿಯಂತೆ ಇತ್ತು.

ತೂಫಾನ್ ಸೇನೆಯು (ಚಂಡಮಾರುತ) ಪ್ರತಿ ಸರ್ಕಾರದ ಸಶಸ್ತ್ರ ದಳ. ಭಾರತ ಸ್ವಾತಂತ್ರ್ಯ ಹೋರಾಟದ ಒಂದು ಬೆರಗುಗೊಳಿಸುವ ಅಧ್ಯಾಯ. 1942ರ ಕ್ವಿಟ್ ಇಂಡಿಯಾ ಚಳವಳಿಯಿಂದ ಭ್ರಮನಿರಸನಗೊಂಡ ಕ್ರಾಂತಿಕಾರಿಗಳ ಒಂದು ಗುಂಪು ಸತಾರಾದಲ್ಲಿ ಪ್ರತಿ ಸರ್ಕಾರವನ್ನು ಘೋಷಿಸಿಕೊಂಡಿತು. ಈಗಿನ ಸಾಂಗ್ಲಿ ಜಿಲ್ಲೆಯೂ ಸೇರಿದಂತೆ ಆಗಿನ ಸತಾರಾ ದೊಡ್ಡ ಪ್ರದೇಶವನ್ನು ಹೊಂದಿತ್ತು. ಅದರ ಹತೋಟಿಯಲ್ಲಿದ್ದ 600 ಗ್ರಾಮಗಳವರು ತೂಫಾನ್ ಸರ್ಕಾರದಿಂದ ಮಾತ್ರವೇ ಬ್ರಿಟಿಷ್ ಆಡಳಿತವನ್ನು ಕಿತ್ತೊಗೆಯಲು ಸಾಧ್ಯ ಎಂದು ಭಾವಿಸಿದ್ದರು.

'ಭೂಗತ ಸರ್ಕಾರ ಎಂದರೇನು?' ಎನ್ನುವ ನನ್ನ ಪ್ರಶ್ನೆ ಕೇಳಿ ಕ್ಯಾಪ್ಟನ್ ಬಾವು ಗೊಣಗಿದರು. ಅವರಿಗೆ ನಾನು ಬಳಸಿದ ಆ ಪದ ಸಿಟ್ಟು ತರಿಸಿತ್ತು. 'ಇಲ್ಲಿ ನಾವೇ ಸರ್ಕಾರವಾಗಿದ್ದೆವು. ಬ್ರಿಟಿಷ್ ರಾಜ್ ಇಲ್ಲಿ ಪ್ರವೇಶಿಸಲೂ ಆಗಿರಲಿಲ್ಲ. ಪೊಲೀಸರು ಸಹಾ ತೂಫಾನ್ ಸೇನೆಗೆ ಹೆದರುತ್ತಿದ್ದರು' ಎಂದರು.

ಅದು ಸರಿಯೇ. ಕೃಷಿ ಕೂಲಿಕಾರರ ಬೆಂಬಲದೊಂದಿಗೆ ರೈತ ಕಾರ್ಮಿಕರು ಸೇರಿ ರಚಿಸಿದ್ದ ಈ ಪ್ರತಿ ಸರ್ಕಾರ ತನ್ನ ಹತೋಟಿಯಲ್ಲಿದ್ದ ಗ್ರಾಮಗಳಲ್ಲಿ ಸರ್ಕಾರದಂತೆಯೇ ಕಾರ್ಯಾಚರಿಸಿತ್ತು. ಕ್ರಾಂತಿಸಿನ್ಹ ನಾನಾ ಪಾಟೀಲ್ ಅವರ ನೇತೃತ್ವದಲ್ಲಿ ಆಹಾರಧಾನ್ಯಗಳ ಸರಬರಾಜು ಹಾಗೂ ವಿತರಣೆಯನ್ನು ಮಾಡಲಾಯಿತು. ಸುವ್ಯವಸ್ಥಿತ ಮಾರುಕಟ್ಟೆಯನ್ನು ಸ್ಥಾಪಿಸಿದ್ದಲ್ಲದೆ, ನ್ಯಾಯಾಂಗ ವ್ಯವಸ್ಥೆಯನ್ನೂ ರೂಪಿಸಲಾಯಿತು. ಬ್ರಿಟಿಷ್ ವ್ಯವಸ್ಥೆಯ ಜೊತೆಗೆ ಕೈಜೋಡಿಸಿದ್ದ ಲೇವಾದೇವಿಗಾರರು, ಗಿರವಿದಾರರು ಹಾಗೂ ಭೂಮಾಲೀಕರನ್ನು ಶಿಕ್ಷೆಗೆ ಒಳಪಡಿಸಿತ್ತು.

'ಕಾನೂನು ಹಾಗೂ ಸುವ್ಯವಸ್ಥೆ ನಮ್ಮ ನಿಯಂತ್ರಣದಲ್ಲಿತ್ತು. ಜನರು ನಮ್ಮ ಜೊತೆ ಇದ್ದರು' ಎಂದರು ಕ್ಯಾಪ್ಟನ್ ಬಾವು. ತೂಫಾನ್ ಸೇನೆಯು ರೈಲು, ಖಜಾನೆ,

ಶಸ್ತ್ರಾಗಾರ ಹಾಗೂ ಅಂಚೆ ಕಚೇರಿಗಳ ಮೇಲೆ ನಿರ್ಭೀತ ದಾಳಿ ನಡೆಸುತ್ತಿತ್ತು. ತೀರಾ ತೊಂದರೆಯಲ್ಲಿದ್ದ ರೈತರು, ಕಾರ್ಮಿಕರಿಗೆ ಪರಿಹಾರ ನೀಡುತ್ತಿತ್ತು. ಶೆನೋಳಿಯ ಯಶಸ್ಸಿನ ನಂತರ ತೂಫಾನ್ ಸೇನೆಯು ಬ್ರಿಟಿಷ್ ವ್ಯವಸ್ಥೆಯ ವಿರುದ್ಧ ದಾಳಿಯನ್ನು ಇನ್ನೂ ಹೆಚ್ಚು ಮಾಡಿತು. 1944 ಏಪ್ರಿಲ್ 14ರಂದು ಸೇನೆಯ ಇನ್ನೊಂದು ತುಕುಡಿ ಜಿ.ಡಿ. ಬಾಪು ಲಾಡ್ ಹಾಗೂ ನಾಗನಾಥ್ ನಾಯಕವಾಡಿ ನೇತೃತ್ವದಲ್ಲಿ ಧೂಲೆಯ ಚಿಮ್ಠಾನದಲ್ಲಿ ರಾಜ್ಯ ಸಾರಿಗೆ ಬಸ್ ಅನ್ನು ಅಡ್ಡ ಹಾಕಿತು. ಆ ಬಸ್‌ನಲ್ಲಿ ರಾಜ್ಯ ಖಜಾನೆಗೆ ಸೇರಿದ್ದ ದೊಡ್ಡ ಮೊತ್ತವನ್ನು ಸಾಗಿಸಲಾಗುತ್ತಿತ್ತು. ಈ ಬಾರಿ 5,51,000 ರೂಪಾಯಿಗಳನ್ನು ವಶಪಡಿಸಿಕೊಳ್ಳಲಾಯಿತು. ಇದು ಈಗಿನ 6 ಕೋಟಿ ರೂಪಾಯಿಗೆ ಸಮ.

ಸತಾರಾದಲ್ಲಿ ಆರಂಭದಲ್ಲಿ ಕ್ಯಾಪ್ಟನ್ ಬಾವು ಅವರನ್ನು ಕೆಲವೊಮ್ಮೆ ಬಂಧಿಸಿ ಜೈಲಿನಲ್ಲಿಡಲಾಯಿತು. ಆದರೆ, ಇವರ ಬೆಳೆಯುತ್ತಿದ್ದ ವರ್ಚಸ್ಸು ಕಂಡ ಜೈಲಿನ ಕಾವಲುಗಾರರೂ ಸಹಾ ಇವರನ್ನು ತುಂಬಾ ಮರ್ಯಾದೆಯಿಂದ ನೋಡಿಕೊಳ್ಳುವಂತೆ ಮಾಡಿತು. ಅವರಲ್ಲೂ ಹಲವರು ಸೇನೆಯ ನಿಯಂತ್ರಣ ಇದ್ದ ಗ್ರಾಮಗಳಿಂದ ಬಂದವರೇ ಆಗಿದ್ದರು. ಸೇನೆಯ ಉದ್ದೇಶಗಳ ಬಗ್ಗೆ ಆಳದಲ್ಲಿ ಸಹಾನುಭೂತಿ ಹೊಂದಿದ್ದವರೇ. 'ನಾನು ಮೂರನೆಯ ಬಾರಿ ಒಳ ಹೋಗಿದ್ದು ಔಂದ್ ಜೈಲಿಗೆ.' ಅವರಿಗೆ ಜೈಲಿನಲ್ಲಿ ಹಿಂಸೆ ನೀಡಲಾಯಿತೇ?' ಇಲ್ಲ ಎಂದು ಹೇಳಿದ ಅವರು, 'ಅದು ಒಂದು ರೀತಿಯಲ್ಲಿ ರಾಜನ ಅತಿಥಿಯಾಗಿ ಅರಮನೆಯಲ್ಲಿ ಇದ್ದ ಹಾಗಿತ್ತು' ಎಂದು ನಗುತ್ತಾ ಹೇಳಿದರು. 1943ರಿಂದ 1946ರ ನಡುವೆ ತೂಫಾನ್ ಸೇನೆ ಸತಾರಾದ ಮೇಲೆ ಸಂಪೂರ್ಣ ಹತೋಟಿ ಸಾಧಿಸಿತು. ಭಾರತಕ್ಕೆ ಸ್ವಾತಂತ್ರ್ಯ ಸಿಕ್ಕ ನಂತರ ಸೇನೆಯನ್ನು ವಿಲೀನಗೊಳಿಸಲಾಯಿತು.

ನಾನು ಮತ್ತೆ ಅವರನ್ನು ಕೆಣಕಲು ಮುಂದಾದೆ. 'ನಾನು ತೂಫಾನ್ ಸೇನೆಯನ್ನು ಸೇರಿದಾಗ ಎಂದು ನೀವು ಹೇಳಿದರಲ್ಲ, ಅದರ ಅರ್ಥವೇನು?.' ಅವರು, 'ನಾನೇ ಅದನ್ನು ಸ್ಥಾಪಿಸಿದ್ದು' ಎಂದು ರೇಗಿದರು.

ನಾನಾ ಪಾಟೀಲ್ ಅವರು ಪ್ರಾಂತೀಯ ಸರ್ಕಾರವನ್ನು ಮುನ್ನಡೆಸಿದರು. ಅವರ ಬಲಗೈ ಭಂಟನಾಗಿದ್ದ ಜಿ.ಡಿ. ಬಾಪು ಸೇನೆಯ 'ಫೀಲ್ಡ್ ಮಾರ್ಷಲ್' ಆಗಿದ್ದರು. ಕ್ಯಾಪ್ಟನ್ ಬಾವು ಅದರ ಕಾರ್ಯಾಚರಣೆಯ ಉಸ್ತುವಾರಿ. ತಮ್ಮ ಬೆಂಬಲಿಗರೊಂದಿಗೆ ಸೇರಿ ಇವರು ವಸಾಹತುಶಾಹಿ ಬ್ರಿಟಿಷ್ ಸರ್ಕಾರಕ್ಕೆ ಮರ್ಮಾಘಾತ ನೀಡಿದರು. ಅದೂ ಬಂಗಾಳ, ಬಿಹಾರ, ಉತ್ತರ ಪ್ರದೇಶ ಹಾಗೂ ಒಡಿಶಾದಲ್ಲಿ ಇದೇ ರೀತಿಯ ಪ್ರತಿರೋಧವೆದ್ದು, ಅದನ್ನು ನಿಯಂತ್ರಿಸಲು ಸಾಧ್ಯವಾಗದೆ ಬ್ರಿಟಿಷರು ಒದ್ದಾಡುತ್ತಿದ್ದ ಸಮಯದಲ್ಲಿ.

ಬೆರಗಾಗುವಷ್ಟು ಸ್ಪಷ್ಟವಾಗಿ ಒಂದು ಗಂಟೆಯ ಕಾಲ ನಮ್ಮೊಂದಿಗೆ ಮಾತನಾಡಿದ ಬಾವು ಅವರು 1943ರ ಜೂನ್‌ನಲ್ಲಿ ದಾಳಿ ನಡೆಸಿದ ಆ ಪ್ರದೇಶವನ್ನು ಮತ್ತೊಮ್ಮೆ ನೋಡಿದ ನಂತರ ಕೆಲಕ್ಷಣ ಮೌನಕ್ಕೆ ಶರಣಾದರು. ಆಮೇಲೆ 'ಇಷ್ಟು ಸಾಕು, ಇನ್ನು ನಾವು ಮನೆಗೆ ಹೋಗೋಣ' ಎಂದರು. ನಾವು ಹಾಗೇ ಮಾಡಿದೆವು.

ಕ್ಯಾಪ್ಟನ್ ಬಾವು ಅವರ ಮನೆಯ ಹಜಾರ ಹಲವು ನೆನಪು ಹಾಗೂ ಸ್ಮರಣಿಕೆಗಳಿಂದ ತುಂಬಿ ಹೋಗಿತ್ತು. ಅವರ ಖಾಸಗಿ ಕೋಣೆಯಲ್ಲಿ ಚೌಕಟ್ಟು ಹಾಕಿದ ಗಾಂಧಿಯ ಚಿತ್ರದ ಜೊತೆಗೆ ಒಂದಿಷ್ಟು ಮಾತ್ರ ವಸ್ತುಗಳಿದ್ದವು. ಇವರಿಗಿಂತ ಒಂದು ದಶಕದಷ್ಟು ಕಿರಿಯವರಾದ ಇವರ ಪತ್ನಿ ಕಲ್ಪನಾ ಇವರಷ್ಟೇ ಸದೃಢರು. ನಮ್ಮೊಂದಿಗೆ ಮಾತನಾಡುವಾಗ ಬಿಲ್ಲಿನಂತೆ ಸೆಟೆದು ನಿಂತಿದ್ದರು. ತಮ್ಮ ಬದುಕಿಗಿಂತಲೂ ಎತ್ತರದ ವ್ಯಕ್ತಿತ್ವ ಹೊಂದಿರುವ ಬಾವು ಅವರೊಂದಿಗೆ ಬದುಕುವುದರ ಅನುಭವ ಏನು? ಎಂದು ನಾವು ಪ್ರಶ್ನಿಸಿದಾಗ ಅವರು ಖಡಕ್ಕಾಗಿ ಉತ್ತರ ಕೊಟ್ಟರು.

'ಈ ವ್ಯಕ್ತಿಯಾ?' ಎಂದು ಒಂದಿಷ್ಟು ಅಸಡ್ಡೆಯಿಂದ ಅವರತ್ತ ಕೈ ತೋರಿಸಿ, ಆಕ್ರೋಶದಿಂದ ಹೇಳಿದರು. 'ಇವತ್ತಿನವರೆಗೂ ಈ ಮನುಷ್ಯನಿಗೆ ತನ್ನ ಕುಟುಂಬದ ಹೊಲ ಎಲ್ಲಿದೆ ಎನ್ನುವುದು ಗೊತ್ತಿಲ್ಲ. ನಾನೊಬ್ಬಳೇ ಜಮೀನು, ಮನೆ ಹಾಗೂ ಮಕ್ಕಳನ್ನು ನೋಡಿಕೊಂಡೆ. ಇಷ್ಟೂ ವರ್ಷಗಳಲ್ಲಿ ಐವರು ಮಕ್ಕಳು, 13 ಮೊಮ್ಮಕ್ಕಳು,

11 ಮರಿಮಕ್ಕಳನ್ನು ನಾನೊಬ್ಬಳೇ ನೋಡಿಕೊಂಡೆ. ಇವರು ತಸಗಾಂವ್, ಔಂದ್, ಯರವಾಡ ಜೈಲುಗಳಲ್ಲಿದ್ದರು. ಜೈಲಿನಿಂದ ಹೊರ ಇದ್ದ ಸಮಯದಲ್ಲಿ ಹಳ್ಳಿಗಳ ಕಡೆ ಹೋಗಿ ಬಿಡುತ್ತಿದ್ದರು. ಇಲ್ಲವೇ ಕಾಡಿನಲ್ಲಿ ಕೋವಿ ಹೊತ್ತು ತಿರುಗುತ್ತಾ ತಿಂಗಳುಗಳ ನಂತರ ವಾಪಸ್ ಬರುತ್ತಿದ್ದರು. ನಾನೇ ಎಲ್ಲವನ್ನೂ ನೋಡಿಕೊಂಡೆ. ಈಗಲೂ ನಾನೇ ನೋಡಿಕೊಳ್ಳುತ್ತಿದ್ದೇನೆ' ಎಂದರು.

ಆ ಹಿರಿಯ ಹೋರಾಟಗಾರರು ತಮ್ಮ ಕಿವಿಗೆ ಶ್ರವಣ ಸಾಧನವನ್ನು ಸಿಕ್ಕಿಸಿಕೊಂಡು ಪತ್ನಿಗೆ ತೀರಾ ಹತ್ತಿರದಲ್ಲಿಯೇ ಕುಳಿತಿದ್ದರು. ಅವರು ಹೇಳುತ್ತಿದ್ದದ್ದೆಲ್ಲವೂ ಇವರಿಗೆ ಕೇಳುತ್ತಿತ್ತು. ಆಕೆ ಇದನ್ನೆಲ್ಲ ಹೇಳುವಾಗ ಇವರು ಮುಖದಲ್ಲಿ ಹುಳ್ಳನೆಯ ನಗು ಹೊತ್ತು ವಿಧೇಯರಾಗಿ ಕುಳಿತಿದ್ದರು. ಆ ಒಂದೇ ಒಂದು ಹೇಳಿಕೆಯ ಮೂಲಕ ಕಲ್ಪನಾ ಲಾಡ್ ಅವರು ನಾವು ನಮ್ಮ ಕಥೆ ಅಥವಾ ಸಾಕ್ಷ್ಯಚಿತ್ರದಲ್ಲಿ ಮಾಡಬಹುದಾದಕ್ಕಿಂತ ಹೆಚ್ಚಾಗಿ ಆ ಅತಿಮಾನುಷ ವ್ಯಕ್ತಿತ್ವವನ್ನು ನಿಜರೂಪಕ್ಕೆ ತಂದಿದ್ದರು.

ಪ್ರತಿ ಸರ್ಕಾರ ಹಾಗೂ ತೂಫಾನ್ ಸೇನೆ ಮಹಾರಾಷ್ಟ್ರದಿಂದ ಭಾರತ ಸ್ವಾತಂತ್ರ್ಯ ಹೋರಾಟಕ್ಕೆ ಅನೇಕ ಮುಖ್ಯ ನಾಯಕರನ್ನು ಕೊಟ್ಟಿತ್ತು. ನಾನಾ ಪಾಟೀಲ್, ನಗಂತ್ ನಾಯಕವಾಡಿ, ಜಿ.ಡಿ. ಬಾಪು ಲಾಡ್, ಕ್ಯಾಪ್ಟನ್ ಬಾವು ಹಾಗೂ ಇನ್ನೂ ಅನೇಕರು. ಈ ಪೈಕಿ ಅನೇಕರಿಗೆ ಸ್ವತಂತ್ರ ಭಾರತದಲ್ಲಿ ಎಷ್ಟು ಮಹತ್ವ ಸಿಗಬೇಕಿತ್ತೋ ಅಷ್ಟು ಮಹತ್ವ ಸಿಗಲಿಲ್ಲ.

1947ರ ನಂತರ ಪ್ರತಿ ಸರ್ಕಾರದ ನಾಯಕರು ವಿವಿಧ ರಾಜಕೀಯ ಧಾರೆಗಳನ್ನು ಸೇರಿಕೊಂಡರು. ಬಹುತೇಕರು ತಾವು ಸೇರಿದ ರಾಜಕೀಯ ಶಕ್ತಿ ಯಾವುದೇ ಇದ್ದರೂ ಸಹಾ ತಮ್ಮ ಪ್ರಗತಿಪರ ಮನೋಭಾವವನ್ನು ಉಳಿಸಿಕೊಂಡರು. ಸುಮಾರು ಮಂದಿ ಅವಿಭಜಿತ ಕಮ್ಯುನಿಸ್ಟ್ ಪಕ್ಷಕ್ಕೆ ಹಾಗೂ ರೈತ, ಕಾರ್ಮಿಕರ ಪಕ್ಷಗಳಿಗೆ ಸೇರಿದರು. ಕೆಲವರು ಕಾಂಗ್ರೆಸ್ ಸೇರಿಕೊಂಡರು.

ನಾನಾ ಪಾಟೀಲ್ ಅವರು ಅಖಿಲ ಭಾರತ ಕಿಸಾನ್ ಸಭಾದ ಅಧ್ಯಕ್ಷರಾದರು. 1957ರಲ್ಲಿ ಸಿಪಿಐ ಪಕ್ಷದಿಂದ ಸತಾರಾದಲ್ಲಿ ಸಂಸತ್ ಸ್ಥಾನಕ್ಕೆ ಸ್ಪರ್ಧಿಸಿದರು.

ಕ್ಯಾಪ್ಟನ್ ಅವರು ಸದಾ ನಿಷ್ಠರಾಗಿದ್ದ ಬಾಪು ಲಾಡ್ ಹಾಗೂ ಕ್ಯಾಪ್ಟನ್ ಬಾವು ಅವರ ಜೊತೆಗೆ ಅನೇಕರು ರೈತ, ಕಾರ್ಮಿಕರ ಪಕ್ಷವನ್ನು ಸೇರಿದರು. ಮಾಧವರಾವ್ ಮಾನೆಯವರು ಕಾಂಗ್ರೆಸ್ ಸೇರಿದರು. ಪಕ್ಷಗಳ ಬೇಧದ ಆಚೆಗೂ, ಈಗ ಬದುಕಿರುವ ಬಹುತೇಕ ಸ್ವಾತಂತ್ರ್ಯ ಹೋರಾಟಗಾರರು ಆಗಿನ ಸೋವಿಯತ್ ಒಕ್ಕೂಟ ಹಾಗೂ ಹಿಟ್ಲರ್‌ನ ವಿರುದ್ಧ ಅದು ತೋರಿದ ಪ್ರತಿರೋಧ ತಮ್ಮ ಬಂಡಾಯಕ್ಕೆ ಸ್ಫೂರ್ತಿಯಾಗಿತ್ತು ಎಂದು ನೆನಪಿಸಿಕೊಳ್ಳುತ್ತಾರೆ.

94 ವರ್ಷದ ಬಾವು ಈಗ ಸುಸ್ತಾಗಿದ್ದಾರೆ. ಆದರೂ ನೆನಪುಗಳನ್ನು ಹೆಕ್ಕುತ್ತಿದ್ದಾರೆ. 'ನಾವು ಜನಸಾಮಾನ್ಯರಿಗೆ ಸ್ವಾತಂತ್ರ್ಯ ತಂದು ಕೊಡುವ ಕನಸು ಕಂಡೆವು. ಅದೊಂದು ಸುಂದರ ಕನಸು. ನಾವು ಸ್ವಾತಂತ್ರ್ಯವನ್ನು ಸಾಧಿಸಿದೆವು.' ಈ ಬಗ್ಗೆ ಅವರಿಗೆ ಹೆಮ್ಮೆ ಇದೆ. ಆದರೆ ನಮ್ಮ ವಿಸ್ತಾರ ಕನಸನ್ನು ಸಂಪೂರ್ಣವಾಗಿ ಸಾಧಿಸಲಾಗಿಲ್ಲ. ಇವತ್ತು ಹಣ ಇದ್ದವರದ್ದೇ ಆಡಳಿತ. ಇದು ನಮ್ಮ ಈಗಿನ ಸ್ವಾತಂತ್ರ್ಯದ ಸ್ಥಿತಿ.'

ಶೆನೋಳಿಯ ರೈಲು ಹಳಿಗಳ ಇನ್ನೊಂದು ಬದಿಯಲ್ಲಿ, ನಾವು ಕ್ಯಾಪ್ಟನ್ ಬಾವು ಅವರನ್ನು ಸಂದರ್ಶಿಸುತ್ತಿದ್ದ ಸ್ಥಳದಿಂದ ಅಷ್ಟೇನೂ ದೂರವಿಲ್ಲದ ಸ್ಥಳದಲ್ಲಿ ಬಣ್ಣ ಕಳೆದುಕೊಂಡು ಮಂಕಾದ ಒಂದು ಪ್ರತಿಮೆ ಇತ್ತು. ಅದು ರೈಲು ದರೋಡೆಯನ್ನು ಸ್ಮರಿಸಲು ನಿರ್ಮಿಸಿದ ಪ್ರತಿಮೆ ಅಲ್ಲ. ಬದಲಿಗೆ ಅದನ್ನು ಖಂಡಿಸಲು ಬ್ರಿಟಿಷ್ ರೈಲ್ವೆ ಇಲಾಖೆ ನಿರ್ಮಿಸಿದ್ದ ಸ್ಮಾರಕ. ಅದರ ಮೇಲಿದ್ದ ಬರಹ–ಅಂತಹದ್ದೇನಾದರೂ ಇದ್ದರೂ ಹವಾಮಾನ ಮತ್ತು ಕಾಲದ ಓಟದಲ್ಲಿ ಅದು ಎಂದೋ ಅಳಿಸಿ ಹೋಗಿತ್ತು. ಆದರೆ ಇಲ್ಲಿ 1943ರ ಜೂನ್ 7ರ ಇಲ್ಲಿ ಜರುಗಿದ ಮಹಾ ಘಟನೆಯ ಬಗ್ಗೆ ಕಿಡಿಕಾರುವ ಒಂದು ಫಲಕ ಇತ್ತು ಎಂಬುದನ್ನು ಇಲ್ಲಿನ ಹಿರಿಯರು ನೆನಪಿಸಿಕೊಳ್ಳುತ್ತಾರೆ. ಏನನ್ನು ನೆನಪಿಟ್ಟುಕೊಳ್ಳಬೇಕು ಎಂದು ಬ್ರಿಟಿಷ್ ಪ್ರಭುತ್ವ ಬಯಸಿತ್ತೋ ಅದು ಇನ್ನೂ ಇಲ್ಲಿದೆ. ಆದರೆ, ಬ್ರಿಟಿಷ್ ಸಾಮ್ರಾಜ್ಯಕ್ಕೆ ದಿಟ್ಟತನದ ಸವಾಲು ಹಾಕಿದ ಮತ್ತು ಶೆನೋಳಿಯ ಹಳಿಗಳ ಮೇಲೆ ನಡೆದ ಸಾಹಸವನ್ನು ಸ್ಮರಿಸುವ ಯಾವ ಸ್ಮಾರಕವೂ 1947ರ ನಂತರವೂ ಸಹಾ ಇಲ್ಲಿ ಇಲ್ಲ.

ಈಗ ಮಹಾರಾಷ್ಟ್ರದ ಶಾಲೆಗಳ ಚರಿತ್ರೆಯ ಪಠ್ಯದಲ್ಲಿ ಒಂದು ಅಥವಾ ಎರಡು ಪ್ಯಾರಾ ಪ್ರತಿ ಸರ್ಕಾರದ ಬಗ್ಗೆ ಪ್ರಸ್ತಾಪ ಇರಬಹುದು. ಆದರೆ, ಸ್ವಾತಂತ್ರ್ಯ ಬಂದ ಕೆಲವು ದಶಕಗಳಲ್ಲೇ ತೂಫಾನ್ ಸೇನೆ ಮರತೇ ಹೋಗಿದೆ.

'ಕ್ಯಾಪ್ಟನ್ ಬಾವು ಅವರಿಗೆ ತೂಫಾನ್ ಸೇನೆ ತನ್ನ ಉಸಿರಾಗಿಯಾದರೂ ಇನ್ನೂ ಬದುಕಿದೆ. ಜನರಿಗಾಗಿ ತೂಫಾನ್ ಸೇನೆ ಇನ್ನೂ ಅಸ್ತಿತ್ವದಲ್ಲಿದೆ, ಅಗತ್ಯ ಬಿದ್ದಾಗ ಅದು ಮತ್ತೆ ಪುಟಿದೇಳಲಿದೆ' ಎನ್ನುತ್ತಾರೆ.

***

2016ರ ಸೆಪ್ಟೆಂಬರ್‌ನಲ್ಲಿ ನಮ್ಮ ಮೊದಲ ಭೇಟಿ ಆದ ನಂತರ ನಾನು ಅವರೊಂದಿಗೆ ಪ್ರತೀ ವರ್ಷ ಒಂದೆರಡು ಬಾರಿಯಾದರೂ ಮಾತನಾಡುತ್ತಿದ್ದೆ. ಜೂನ್ 22ರ ಅವರ ಹುಟ್ಟಹಬ್ಬದಂದು ಅವರ ಮೊಮ್ಮಗ ಫೋನ್ ಮಾಡಿ, ಅವರಿಗೆ ಶುಭ ಹಾರೈಸುವಂತೆ ಕೋರಿದಾಗ, ಇಲ್ಲವೇ ರೈತ ಚಳವಳಿಯ ಬಗ್ಗೆ ಅಭಿಪ್ರಾಯ ಪಡೆಯಲು ನಾನು ಅವರನ್ನು ಸಂಪರ್ಕಿಸುತ್ತಿದ್ದೆ. 2017ರಲ್ಲಿ

ಮಹಾರಾಷ್ಟ್ರದಲ್ಲಿ ಜರುಗುತ್ತಿದ್ದ ರೈತ ಚಳವಳಿಗೆ ಬೆಂಬಲ ಸೂಚಿಸಿ ಈ 95ರ ಹರೆಯದ ಬಾವು ಕುಂದಾಲ್‌ನ ಬೀದಿಗಿಳಿದಿದ್ದರು.

ಅದೇ ವರ್ಷ, ಅವರು ಮತ್ತು ಇತರ ತೂಫಾನ್ ಸೈನಿಕರು ಸಭೆಯೊಂದರಲ್ಲಿ ಭಾಗವಹಿಸಲು ಮುಂಬೈಗೆ ಬಂದಿದ್ದರು. ಅಲ್ಲಿ ಗೋಪಾಲಕೃಷ್ಣ ಗಾಂಧಿ ಅವರು ಈ ಎಲ್ಲರನ್ನೂ ಸನ್ಮಾನಿಸಿದ್ದರು. ತೀವ್ರ ಭಿನ್ನಾಭಿಪ್ರಾಯ ಹೊಂದಿದ್ದ ಆದರೆ, ತುಂಬು ಗೌರವ ಹೊಂದಿದ್ದ ವ್ಯಕ್ತಿಯ ಮೊಮ್ಮಗನನ್ನು ಕಂಡು ಆ ಹಿರಿಯ ಕ್ರಾಂತಿಕಾರಿಗಳ ಕಣ್ಣು ತುಂಬಿ ಬಂದಿದ್ದ ದೃಶ್ಯ ನೋಡುವಂತಿತ್ತು.

ಇಂತಹ ವಯಸ್ಸಿನಲ್ಲಿ, ಬಿಗಡಾಯಿಸುತ್ತಿರುವ ಆರೋಗ್ಯದ ನಡುವೆ ರೈತ ಚಳವಳಿಯಲ್ಲಿ ಭಾಗವಹಿಸಲು ಬೀದಿಗಿಳಿದಿದ್ದು ಏಕೆ? ಎಂದು ನಾನು ಕ್ಯಾಪ್ಟನ್ ಬಾವು ಅವರನ್ನು ಪ್ರಶ್ನಿಸಿದ್ದೆ. ಅವರ ಉತ್ತರ ಮತ್ತೆ ಸ್ವಾತಂತ್ರ್ಯ ಚಳವಳಿಗೇ ಮರಳಿತು. 'ಆಗಲೂ ಸಹಾ ನಾವು ರೈತ ಕಾರ್ಮಿಕರಿಗಾಗಿಯೇ ಹೋರಾಟ ನಡೆಸಿದ್ದು. ಈಗಲೂ ಅವರಿಗಾಗಿಯೇ ಈ ಹೋರಾಟ' ಎಂದರು.

ನಾವು ಅವರ ಬಗ್ಗೆ ರೂಪಿಸಿದ ಸಾಕ್ಷ್ಯಚಿತ್ರಕ್ಕೆ ವಂದನೆ ಸಲ್ಲಿಸಿ ಅವರು 'ಪೀಪಲ್ಸ್ ಆರ್ಕೈವ್ ಆಫ್ ರೂರಲ್ ಇಂಡಿಯಾ' (ಪರಿ)ಗೆ ಸಂದೇಶ ಕಳಿಸಿದ್ದರು. 'ಚರಿತ್ರೆಯ ಮುಖ್ಯ ಅಧ್ಯಾಯವೊಂದು (ಪ್ರತಿ ಸರ್ಕಾರ ಮತ್ತು ಶೆನೋಳಿಯ ರೈಲು ದಾಳಿ) ಚರಿತ್ರೆಯ ಪುಟಗಳಿಂದ ಅಳಿಸಿ ಹೋಗಿತ್ತು. ಅದನ್ನು ನೀವು ಮತ್ತೆ ಪ್ರಧಾನ ನೆಲೆಗೆ ತಂದಿದ್ದೀರಿ. ನಾವು ಸ್ವಾತಂತ್ರ್ಯ ಮತ್ತು ಬಿಡುಗಡೆಗಾಗಿ ಹೋರಾಡಿದೆವು. ಆದರೆ, ವರ್ಷಗಳು ಕಳೆದಂತೆ ನಾವು ಮರೆತೇ ಹೋದೆವು. ನಮ್ಮನ್ನು ಅನಾಥರನ್ನಾಗಿಸಲಾಯಿತು. ಆದರೆ, ಈಗ ಈ ಸಾಕ್ಷ್ಯಚಿತ್ರ ಹಾಗೂ ವರದಿ ನಮ್ಮ ಘನತೆ ಹಾಗೂ ಗೌರವವನ್ನು ಸಮಾಜದ ಪ್ರಜ್ಞೆಯಲ್ಲಿ ಪುನರ್ ಸ್ಥಾಪಿಸಿದೆ. ಸಾಕ್ಷ್ಯಚಿತ್ರ ನೋಡಿ ನಾನು ತುಂಬಾ ಭಾವುಕನಾದೆ. ನನ್ನ ಗ್ರಾಮದ ಯುವಕರಿಗೇ ನಾನು ಯಾರು, ನನ್ನ ಪಾತ್ರವೇನು ಎನ್ನುವುದು ತಿಳಿದಿರಲಿಲ್ಲ. ಆದರೆ, ಈಗ ಅವರು ನನ್ನನ್ನು ನೋಡುವ ಬಗೆಯೇ ಬೇರೆ. ಇದು ನನ್ನ ಕೊನೆಯ ಹಾಗೂ ಅಂತಿಮ ವರ್ಷಗಳಲ್ಲಿ ನನ್ನ ಗೌರವವನ್ನು ಮರಳಿ ತಂದು ಕೊಟ್ಟಿದೆ' ಎಂದು ಬರೆದಿದ್ದರು.

2018ರಲ್ಲಿ ಹಲವಾರು ಬೇಡಿಕೆಗಳ ಈಡೇರಿಕೆಗಾಗಿ ಒತ್ತಾಯಿಸಿ ಒಂದು ಲಕ್ಷದಷ್ಟು ರೈತರು ನಡೆಸಿದ ನವೆಂಬರ್ ರ್‍ಯಾಲಿಯನ್ನು ಬೆಂಬಲಿಸಿ ತಮ್ಮ ಅನಾರೋಗ್ಯದ ನಡುವೆಯೂ ಕ್ಯಾಪ್ಟನ್ ಬಾವು ಅವರು ವಿಡಿಯೋ ಸಂದೇಶವೊಂದನ್ನು ಕಳಿಸಿದ್ದರು. 'ನನ್ನ ಆರೋಗ್ಯ ಚೆನ್ನಾಗಿದ್ದಿದ್ದರೆ, ನಾನು ಖಂಡಿತಾ ನಿಮ್ಮ ಜೊತೆ ಹೆಜ್ಜೆ ಹಾಕುತ್ತಿದ್ದೆ' ಎಂದು ಹೇಳಿದ್ದರು.

2021ರ ಜೂನ್ 22, ಅವರ ಹುಟ್ಟುಹಬ್ಬದ ದಿನದಂದು ನನ್ನ ಸಹೋದ್ಯೋಗಿ ಮೇಧಾ ಕಾಳೆ ಅವರೊಂದಿಗೆ ಮುಂಬೈನಿಂದ ಕುಂದಾಲ್‌ಗೆ ಹೋಗಿ ನೂರನೆಯ

117
ಕೊನೆಯ ಹೀರೋಗಳು

ವರ್ಷಕ್ಕೆ ಕಾಲಿಡುತ್ತಿದ್ದ ಅವರಿಗೆ ಶುಭಾಶಯ ಕೋರಿದ್ದೆ. ಅವರನ್ನು ಮತ್ತೊಮ್ಮೆ ನೋಡುವುದು ಒಳ್ಳೆಯದು ಹಾಗೂ ಅವರು ಈ ಕೋವಿಡ್‌ನಲ್ಲಿ ಹೇಗೆ ಪರಿಸ್ಥಿತಿ ನಿಭಾಯಿಸುತ್ತಿದ್ದಾರೆ ಎನ್ನುವುದನ್ನು ಮನವರಿಕೆ ಮಾಡಿಕೊಳ್ಳಬೇಕು ಎಂದು ಅನಿಸಿತ್ತು. ಸೋಲೊಪ್ಪದ ಕಲ್ಪನಾ ಲಾಡ್ ಅವರು ಒಂದೂವರೆ ವರ್ಷದ ಮುಂಚೆ ಕೊನೆಯುಸಿರೆಳೆದಿದ್ದರು. ವಯಸ್ಸಾದ ಕ್ಯಾಪ್ಟನ್ ಬಾವು ಅವರನ್ನು ಇದು ಇನ್ನಷ್ಟು ಕುಗ್ಗಿಸಿತ್ತು. 70 ವರ್ಷದ ತಮ್ಮ ಜೀವನ ಸಂಗಾತಿಯನ್ನು ಕಳೆದುಕೊಂಡಿದ್ದು, ಅವರ ಪುಟಿಯುತ್ತಿದ್ದ ಚೈತನ್ಯವನ್ನು ಕಸಿದುಕೊಂಡಿತ್ತು. ಅವರು ಸುಸ್ತಾಗಿದ್ದರು. ಆದರೂ ಸಹಾ ಅವರು ತಮ್ಮ ಮೊಮ್ಮಗನ ಮನೆಯ ಜಗಲಿಯಲ್ಲಿ ಕುಳಿತು ಈ ಬಿರುಬೇಸಿಗೆಯ ದಿನವೂ ಸಹಾ 200ಕ್ಕೂ ಹೆಚ್ಚು ಮಂದಿಯನ್ನು ಭೇಟಿ ಮಾಡಿದ್ದರು. 2016ರಲ್ಲಿ 'ಪರಿ'ಯಲ್ಲಿ ಲೇಖನ ಬಂದ ನಂತರ ಅವರ ಹಾಗೂ ತೂಫಾನ್ ಸೇನೆಯ ಖ್ಯಾತಿ ಮರುಕಳಿಸಿತು, ಅದರಿಂದಾಗಿಯೇ ಇಷ್ಟು ಮಂದಿ ಭೇಟಿ ಮಾಡಲು ಬರುತ್ತಾರೆ ಎಂದು ಅವರು ನಮಗೆ ತಿಳಿಸಿದರು.

ಕುಗ್ಗಿದ ಹಾಗೂ ದುರ್ಬಲವಾಗಿದ್ದ ಕ್ಯಾಪ್ಟನ್ ಅವರನ್ನು ಭೇಟಿ ಮಾಡಿ ಶುಭಾಶಯ ಕೋರಿದ ನಂತರ ನಾವು ಪುಣೆ ಹಾಗೂ ಮುಂಬೈಗೆ ಹಿಂದಿರುಗಿದೆವು. ನಾನು ಅವರ ಜೊತೆಗಿನ ನಮ್ಮ ಈ ಮೊದಲಿನ ಭೇಟಿಯನ್ನು ಮೆಲುಕು ಹಾಕುತ್ತಾ ಪ್ರಯಾಣ ಮಾಡಿದೆ. ಸ್ವಾತಂತ್ರ್ಯ ಚಳವಳಿಗೆ ಅವರು ನೀಡಿದ ಕೊಡುಗೆಗಾಗಿ ನಾನು ಅವರಿಗೆ ವಂದನೆ ಸಲ್ಲಿಸುವಾಗಲೆಲ್ಲಾ ಅವರು ತಪ್ಪದೇ ನನ್ನನ್ನು ತಿದ್ದುತ್ತಿದ್ದರು. 'ನಾವು ಎರಡು ವಿಷಯಕ್ಕಾಗಿ ಹೋರಾಡಿದೆವು. ಒಂದು ಸ್ವಾತಂತ್ರ್ಯ ಇನ್ನೊಂದು ಬಿಡುಗಡೆ.' ಅವರು ಹೇಳುತ್ತಿದ್ದರು 'ನಾವು ಗಳಿಸಿದ್ದು ಸ್ವಾತಂತ್ರ್ಯವನ್ನು ಮಾತ್ರ.'

ಬಿಡುಗಡೆ ಎನ್ನುವುದು ಮಾತ್ರ ಕೆಲವೇ ಮಂದಿಯ ಸ್ವತ್ತಾಗಿ ಉಳಿಯಿತು ಎಂದು ದೂರಿದರು.

2022ರ ಫೆಬ್ರವರಿ 5ರಂದು ಈ ಹಿರಿಯ ಸೈನಿಕ ಮರೆಯಾದರು. ಅದರೊಂದಿಗೆ ಚರಿತ್ರೆಯ ಒಂದು ಮಹತ್ವದ ಕ್ಷಣವೂ ಮರೆಯಾಗಿ ಹೋಯಿತು. ದೇಶದಿಂದ ಯಾವುದೇ ಗೌರವ ಹಾಗೂ ಮನ್ನಣೆ ಇಲ್ಲದೆ ಅವರು ಮರೆಯಾದರು. ಆದರೆ, ಈ ಮಾನವೀಯ ವ್ಯಕ್ತಿಯನ್ನು ಬಲ್ಲ, 40ರ ದಶಕದಲ್ಲಿ ತಮ್ಮ ಸಂಗಾತಿಗಳೊಂದಿಗೆ ಜಗತ್ತಿನ ಬಲಿಷ್ಠ ಸಾಮ್ರಾಜ್ಯದ ವಿರುದ್ಧ ಸೆಟೆದು ನಿಂತಿದ್ದು ಗೊತ್ತಿದ್ದ ಸಾವಿರಾರು ಜನರಿಂದ ಅವರು ಸ್ತುತಿಸಲ್ಪಟ್ಟರು.

'ಪರಿ'ಯ ಸ್ವಾತಂತ್ರ್ಯ ಯೋಧರ
ಗ್ಯಾಲರಿಗೆ ಭೇಟಿ ನೀಡಲು
ಈ QR ಕೋಡ್ ಸ್ಕ್ಯಾನ್ ಮಾಡಿ

ಇವತ್ತು ನಿಮಗೆ ಇದು ಗೊತ್ತಿಲ್ಲದೇ ಇರಬಹುದು
ಅಥವಾ ತಿಳಿವಿಗೆ ಬಾರದೆಯೂ ಇರಬಹುದು.
ಆದರೆ, ಭಗತ್‌ಸಿಂಗ್ ಅವರನ್ನು ಗಲ್ಲಿಗೇರಿಸಿದ್ದು
ತಮಿಳುನಾಡಿನ ಸ್ವಾತಂತ್ರ್ಯ ಚಳವಳಿಗೆ ಭಾವನಾತ್ಮಕ
ತಿರುವು ನೀಡಿತು. ಜನತೆ ಆಘಾತಕ್ಕೊಳಗಾದರು,
ಹಲವರು ಕಣ್ಣೀರಿಟ್ಟರು.

— ಎನ್. ಶಂಕರಯ್ಯ
ಚೆನ್ನೈ, ತಮಿಳುನಾಡು

7

9 ದಶಕಗಳ ಕ್ರಾಂತಿಕಾರಿ

ತಮಿಳುನಾಡಿನ ಹಲವೆಡೆ ಆದಂತೆ ತೂತುಕುಡಿ ಪಟ್ಟಣದಲ್ಲೂ ಜನರು ಬೀದಿಗಿಳಿದಾಗ ಹುಡುಗನೊಬ್ಬ ಮೆರವಣಿಗೆಗೆ ಸೇರಿಕೊಳ್ಳಲು ಓಡಿ ಬಂದ. ಕೆಲವೇ ಕ್ಷಣಗಳಲ್ಲಿ ಆತ ಸಹಾ ಬ್ರಿಟಿಷರ ವಿರುದ್ಧ ಘೋಷಣೆ ಮೊಳಗಿಸುತ್ತಿದ್ದ ಪ್ರತಿಭಟನೆಯ ಭಾಗವಾಗಿ ಹೋಗಿದ್ದ. 'ಇವತ್ತು ನಿಮಗೆ ಇದು ಗೊತ್ತಿಲ್ಲದೇ ಇರಬಹುದು ಅಥವಾ ತಿಳಿವಿಗೆ ಬಾರದೆಯೂ ಇರಬಹುದು. ಆದರೆ, ಭಗತ್ ಸಿಂಗ್ ಅವರನ್ನು ಗಲ್ಲಿಗೇರಿಸಿದ್ದು ತಮಿಳುನಾಡಿನ ಸ್ವಾತಂತ್ರ್ಯ ಚಳವಳಿಗೆ ಭಾವನಾತ್ಮಕ ತಿರುವು ನೀಡಿತು. ಜನತೆ ಆಘಾತಕ್ಕೊಳಗಾದರು, ಹಲವರು ಕಣ್ಣೀರಿಟ್ಟರು' ಎಂದು ಅವರು ಹೇಳಿದರು.

'ಆಗ ನನಗೆ ಕೇವಲ 9 ವರ್ಷ ವಯಸ್ಸು' ಎಂದು ನಗುತ್ತಾ ನುಡಿದರು.

ಈಗ ಅವರಿಗೆ 99 ವರ್ಷ. ಆದರೆ ಇಂದಿಗೂ ಅವರು ತಮ್ಮೊಳಗೆ ತಮ್ಮನ್ನು ಸ್ವಾತಂತ್ರ್ಯ ಹೋರಾಟಗಾರ, ಭೂಗತ ಕ್ರಾಂತಿಕಾರಿ, ಬರಹಗಾರ, ಭಾಷಣಕಾರ, ಪ್ರಗತಿಪರ ಬುದ್ಧಿಜೀವಿ ಎಲ್ಲವನ್ನೂ ಆಗಿಸಿದ ಆ ಕಿಚ್ಚು ಹಾಗೂ ಚೇತನವನ್ನು ಉಳಿಸಿಕೊಂಡಿದ್ದಾರೆ. 1947 ಆಗಸ್ಟ್ 14ರಂದು ಇವರು ಬ್ರಿಟಿಷರ ಜೈಲಿನಿಂದ ಹೊರಬಂದರು. 'ಆ ದಿನ ನ್ಯಾಯಾಧೀಶರು ಕೇಂದ್ರ ಬಂದೀಖಾನೆಗೆ ಬಂದು ನಮ್ಮನ್ನು ಬಿಡುಗಡೆ ಮಾಡಿದರು. ನಮ್ಮನ್ನು ಮಧುರೈ ಪಿತೂರಿ ಪ್ರಕರಣದಿಂದ ಖುಲಾಸೆಗೊಳಿಸಲಾಯಿತು. ಮಧುರೈ ಸೆಂಟ್ರಲ್ ಜೈಲಿನಿಂದ ಹೊರಬಂದವನೇ ನಾನು ಸ್ವಾತಂತ್ರ್ಯ ಮೆರವಣಿಗೆಯಲ್ಲಿ ಭಾಗವಹಿಸಿದೆ.'

2019ರಲ್ಲಿ ನಾವು ಅವರನ್ನು ಭೇಟಿಯಾದಾಗ ಅವರು ಶತಕದ ಹೊಸ್ತಿ ಲಿನಲ್ಲಿದ್ದರು. ಶಂಕರಯ್ಯ ಅವರು ಆ ವಯಸ್ಸಿನಲ್ಲೂ ಬೌದ್ಧಿಕವಾಗಿ ತುಂಬಾ

ಕ್ರಿಯಾಶೀಲರಾಗಿದ್ದರಲ್ಲದೆ ಎಲ್ಲೆಡೆ ಭಾಷಣ ಹಾಗೂ ಉಪನ್ಯಾಸಗಳನ್ನು ಕೊಡುತ್ತಿದ್ದರು. 2018ರಲ್ಲಿ ಮಧುರೈನಲ್ಲಿ ಜರುಗಿದ ತಮಿಳುನಾಡು ಪ್ರಗತಿಪರ ಸಾಹಿತಿ ಹಾಗೂ ಕಲಾವಿದರ ಸಂಘದ ಸಮಾವೇಶದಲ್ಲಿ ಭಾಗವಹಿಸಲು ಅವರು ಚೆನ್ನೈ ಹೊರವಲಯದಲ್ಲಿದ್ದ ಕ್ರೋಮ್‌ಪೇಟ್‌ನಿಂದ ಬಂದಿದ್ದರು. ಅಲ್ಲಿಯೇ ಅವರನ್ನು ನಾವು ಸಂದರ್ಶಿಸಿದ್ದೆವು. ಭಾರತ ಸ್ವಾತಂತ್ರ್ಯ ಚಳವಳಿಯಲ್ಲಿ ಭಾಗವಹಿಸಲು ತಮ್ಮ ಪದವಿಯನ್ನೇ ಪೂರ್ಣಗೊಳಿಸಲಾಗದಿದ್ದ ಈ ವ್ಯಕ್ತಿ ಹಲವಾರು ರಾಜಕೀಯ ದಾಖಲೆಗಳು, ಕರಪತ್ರಗಳು, ಕಿರುಹೊತ್ತಿಗೆಗಳು ಹಾಗೂ ಪತ್ರಿಕಾ ಲೇಖನಗಳನ್ನು ಬರೆದರು.

ಹತ್ತು ಜನರ ಇವರ ಕುಟುಂಬದಲ್ಲಿ ಬದುಕುಳಿದವರು ಮೂವರು ಮಾತ್ರ. ಅವರಲ್ಲಿ ಶಂಕರಯ್ಯ ಒಬ್ಬರು. ಮಧುರೈ ನಿಗಮದಲ್ಲಿ ಇವರ ತಂದೆಗೆ ಕೆಲಸ ಸಿಕ್ಕಿದ ಕಾರಣ ಇವರ ಕುಟುಂಬ ತೂತುಕುಡಿಯಿಂದ (ಈಗಿನ ಟ್ಯೂಟಿಕಾರ್ನ್) ಮಧುರೈಗೆ ಸ್ಥಳಾಂತರಗೊಂಡಿತು. ಇವರ ತಾಯಿ ಗೃಹಿಣಿ.

ಮಧುರೈನ ಅಮೆರಿಕನ್ ಕಾಲೇಜಿನಲ್ಲಿ ನರಸಿಂಹಲು ಶಂಕರಯ್ಯ ಅವರು ಚರಿತ್ರೆಯಲ್ಲಿ ಇನ್ನೇನು ಪದವಿ ಪೂರ್ಣಗೊಳಿಸುವ ಹಂತದಲ್ಲಿದ್ದರು. 1941ರಲ್ಲಿ ಇನ್ನೇನು ಎರಡು ವಾರ ಇದೆ ಎನ್ನುವಾಗ ಅವರು ಅಂತಿಮ ಪರೀಕ್ಷೆಯನ್ನು ತಪ್ಪಿಸಿಕೊಂಡರು. 'ನಾನು ಕಾಲೇಜಿನ ವಿದ್ಯಾರ್ಥಿ ಸಂಘದ ಜಂಟಿ ಕಾರ್ಯದರ್ಶಿಯಾಗಿದ್ದೆ' ಎಂದರು. ಅವರು ಕಾಲೇಜಿನಲ್ಲಿ ತಮಿಳು ಕಾವ್ಯ ಸಂಘ 'ಪರಿಮೆಲಳಗರ್' ಹುಟ್ಟುಹಾಕಿದ್ದರು. ಅಷ್ಟೇ ಅಲ್ಲ, ಫುಟ್‌ಬಾಲ್‌ನಲ್ಲಿ ಕಾಲೇಜ್‌ನ್ನು ಪ್ರತಿನಿಧಿಸಿದ್ದರು. ಆ ಸಮಯದ ಬ್ರಿಟಿಷ್ ವಿರೋಧಿ ಚಳವಳಿಯಲ್ಲಿ ಅವರು ತುಂಬಾ ಸಕ್ರಿಯರಾಗಿದ್ದರು.

'ನನ್ನ ಕಾಲೇಜು ದಿನಗಳಲ್ಲಿ ನಾನು ಎಡ ಚಿಂತನೆಯ ಹಲವರ ಜೊತೆ ಗೆಳೆತನ ಬೆಳೆಸಿದೆ. ಭಾರತಕ್ಕೆ ಸ್ವಾತಂತ್ರ್ಯ ಬಾರದೆ ಸಮಾಜ ಸುಧಾರಣೆ ಸಾಧ್ಯವಾಗುವುದಿಲ್ಲ ಎಂದು ಮನಗಂಡಿದ್ದೆ.' 17ನೆಯ ವಯಸ್ಸಿನ ವೇಳೆಗೆ ಇವರು ಭಾರತ ಕಮ್ಯುನಿಸ್ಟ್ ಪಕ್ಷದ ಸದಸ್ಯರಾಗಿದ್ದರು (ಆಗ ಆ ಪಕ್ಷವನ್ನು ನಿಷೇಧಿಸಲಾಗಿತ್ತು ಹಾಗೂ ಭೂಗತವಾಗಿತ್ತು)

'ಅಮೆರಿಕನ್ ಕಾಲೇಜಿನ ರೀತಿ ಸಕಾರಾತ್ಮಕವಾಗಿತ್ತು. ಕಾಲೇಜಿನ ನಿರ್ದೇಶಕರು ಹಾಗೂ ಕೆಲವು ಅಧ್ಯಾಪಕರನ್ನು ಹೊರತುಪಡಿಸಿದರೆ ಉಳಿದವರೆಲ್ಲರೂ ತಮಿಳರೇ ಆಗಿದ್ದರು. ಅವರು ತಟಸ್ಥವಾಗಿ ಉಳಿದಿದ್ದರು. ಆದರೆ ಅವರು ಬ್ರಿಟಿಷ್ ಪರವಾಗಿರಲಿಲ್ಲ. ವಿದ್ಯಾರ್ಥಿ ಚಳವಳಿಗೆ ಅಲ್ಲಿ ಅವಕಾಶ ನೀಡಲಾಗಿತ್ತು...'

1941ರಲ್ಲಿ ಬ್ರಿಟಿಷರ ವಿರುದ್ಧದ ಪ್ರತಿಭಟನೆಯಲ್ಲಿ ಭಾಗವಹಿಸಿದ್ದಕ್ಕಾಗಿ ಅಣ್ಣಾಮಲೈ ವಿಶ್ವವಿದ್ಯಾಲಯದ ವಿದ್ಯಾರ್ಥಿ ಮೀನಾಕ್ಷಿಯನ್ನು ಬಂಧಿಸಿದ್ದನ್ನು

ಖಂಡಿಸಿ ಮಧುರೈನಲ್ಲಿ ಸಭೆ ನಡೆಸಲಾಯಿತು. 'ನಾವು ಕರಪತ್ರ ಹಂಚಿದೆವು. ನಮ್ಮ
ವಿದ್ಯಾರ್ಥಿನಿಲಯದ ಮೇಲೆ ದಾಳಿ ಮಾಡಲಾಯಿತು. ಕರಪತ್ರ ಇಟ್ಟುಕೊಂಡಿದ್ದ ನನ್ನ
ಗೆಳೆಯ ನಾರಾಯಣಸ್ವಾಮಿಯನ್ನು ಬಂಧಿಸಿದರು. ನಂತರ ಈತನ ಬಂಧನವನ್ನೂ
ವಿರೋಧಿಸಿ ನಾವು ಪ್ರತಿಭಟನಾ ಸಭೆ ನಡೆಸಿದೆವು.'

'ಅದರ ನಂತರ ಬ್ರಿಟಿಷರು ನನ್ನನ್ನು 1941ರ ಫೆಬ್ರವರಿ 28ರಂದು ಬಂಧಿಸಿದರು. ನನ್ನ ಅಂತಿಮ ಪರೀಕ್ಷೆಗಳಿಗೆ ಇನ್ನು ಕೇವಲ 15 ದಿನಗಳಷ್ಟೇ ಇತ್ತು. ನಾನು ಪುನಃ ಹಿಂದಿರುಗಲೇ ಇಲ್ಲ. ಪದವಿಯನ್ನು ಎಂದೆಂದಿಗೂ ಪೂರೈಸಲಿಲ್ಲ.' ದಶಕಗಳ ನಂತರ ತಮ್ಮ ಬಂಧನದ ಪ್ರಸಂಗವನ್ನು ಬಣ್ಣಿಸುತ್ತಾ, 'ಭಾರತದ ಸ್ವಾತಂತ್ರ್ಯಕ್ಕಾಗಿ, ಸ್ವಾತಂತ್ರ್ಯ ಹೋರಾಟದ ಭಾಗವಾಗಿ ಜೈಲಿಗೆ ಹೋಗಲು ನನಗೆ ತುಂಬಾ ಹೆಮ್ಮೆ ಎನಿಸಿತ್ತು. ನನ್ನ ಮನಸ್ಸಿನಲ್ಲಿ ಆಗ ಇದ್ದ ಭಾವನೆ ಅದೊಂದೇ.' ನಾಶವಾಗಿದ್ದು ಅವರ ವೃತ್ತಿಬದುಕಲ್ಲ. ಆಗಿನ ಕಾಲದಲ್ಲಿ ಕ್ರಾಂತಿಕಾರಿ ಯುವಕರ ನಡುವೆ ಪ್ರಚಲಿತವಿದ್ದ, ಇವರಿಗೆ ತುಂಬಾ ಇಷ್ಟವಾದ 'ನಾವು ಉದ್ಯೋಗ ಹುಡುಕುವವರಲ್ಲ, ನಾವು ಸ್ವಾತಂತ್ರ್ಯ ಹುಡುಕುತ್ತಿರುವವರು' ಎನ್ನುವ ಘೋಷಣೆಗೆ ಇದು ಸರಿಹೊಂದುವಂತಿತ್ತು.

***

'ನಾನು ಮಧುರೈ ಜೈಲಿನಲ್ಲಿ 15 ದಿನ ಕಳೆದ ನಂತರ ನನ್ನನ್ನು ವೆಲ್ಲೂರು ಜೈಲಿಗೆ ಸ್ಥಳಾಂತರಿಸಲಾಯಿತು. ಆಗ ಅಲ್ಲಿ ತಮಿಳುನಾಡು, ಆಂಧ್ರ, ಕೇರಳದ ಹಲವರನ್ನು ಬಂಧಿಸಿಡಲಾಗಿತ್ತು.'

'ಕಾಮ್ರೇಡ್ ಎ.ಕೆ. ಗೋಪಾಲನ್ (ಭಾರತ ಕಮ್ಯುನಿಸ್ಟ್ ಪಕ್ಷದ ಕೇರಳದ ಮಹಾನಾಯಕ) ಅವರನ್ನು ರಾಜಕೀಯ ಕಾರ್ಯಕ್ರಮವೊಂದನ್ನು ಸಂಘಟಿಸಿದ್ದಕ್ಕಾಗಿ ತಿರುಚ್ಚಿಯಲ್ಲಿ ಬಂಧಿಸಲಾಗಿತ್ತು. ಕೇರಳದ ಇಂಬಿಚಿ ಬಾವಾ, ವಿ. ಸುಬ್ಬಯ್ಯ ಹಾಗೂ ಜೀವಾನಂದಮ್ ಸಂಗಾತಿಗಳನ್ನೂ ಇದೇ ಕಾರ್ಯಕ್ರಮದಲ್ಲಿ ಬಂಧಿಸಲಾಗಿತ್ತು. ಈ ಎಲ್ಲರೂ ವೆಲ್ಲೂರು ಜೈಲಿನಲ್ಲಿದ್ದರು. ನಮ್ಮನ್ನು ಎರಡು ಗುಂಪುಗಳನ್ನಾಗಿ ಒಡೆಯಲು ಮದ್ರಾಸ್ ಸರ್ಕಾರ ಉದ್ದೇಶಿಸಿತ್ತು. ಒಂದು ಗುಂಪಿಗೆ ಅಪರಾಧ ಮಾಡಿ ಜೈಲು ಸೇರಿದ ಕೈದಿಗಳಿಗೆ ಮಾತ್ರ ನೀಡಲಾಗುವ 'ಸಿ' ದರ್ಜೆಯ ಪಡಿತರವನ್ನು ನೀಡುತ್ತಿದ್ದರು. ಈ ವ್ಯವಸ್ಥೆಯ ವಿರುದ್ಧ ನಾವು 19 ದಿನಗಳ ಅನ್ನ ಸತ್ಯಾಗ್ರಹ ನಡೆಸಿದೆವು. ಹತ್ತು ದಿನ ಪೂರೈಸುವ ವೇಳೆಗೆ ಅವರು ನಮ್ಮನ್ನು ಎರಡು ಗುಂಪುಗಳನ್ನಾಗಿಸಿದರು. ಆಗ ನಾನಿನ್ನೂ ವಿದ್ಯಾರ್ಥಿ.'

'ಶಂಕರಯ್ಯ ಅವರಿದ್ದ ಕೋಣೆಗೆ ಭೇಟಿ ನೀಡಿದ ಬಂದೀಖಾನೆಯ ಇನ್‌ಸ್ಪೆಕ್ಟರ್ ಒಬ್ಬರು ಶಂಕರಯ್ಯ ಅವರು ಮ್ಯಾಕ್ಸಿಂ ಗಾರ್ಕಿಯ 'ಮದರ್' ಕಾದಂಬರಿಯನ್ನು ಓದುತ್ತಿರುವುದನ್ನು ನೋಡಿ ಆಶ್ಚರ್ಯ ಚಕಿತರಾದರು. 'ನೀನು ಅನ್ನ ಸತ್ಯಾಗ್ರಹ ಆರಂಭಿಸಿ ಹತ್ತು ದಿನ ಆಗಿದೆ. ಆದರೂ ಪುಸ್ತಕ ಓದುತ್ತಿದ್ದೀಯಾ? ಗಾರ್ಕಿಯವರ 'ಮದರ್'ನ್ನು? ಎಂದು ಅವರು ಕೇಳಿದರು' ಎಂದು ಶಂಕರಯ್ಯ ಬಣ್ಣಿಸಿದರು. ಇದನ್ನೆಲ್ಲಾ ನೆನಪು ಮಾಡಿಕೊಳ್ಳುವಾಗ ಆ ಹಿರಿಯ ಸ್ವಾತಂತ್ರ್ಯ ಹೋರಾಟಗಾರರ ಕಣ್ಣುಗಳು ಸಂತೋಷದಿಂದ ಹೊಳೆಯುತ್ತಿತ್ತು.

'ಇನ್ನೂ ಹಲವಾರು ಹೆಸರಾಂತ ವ್ಯಕ್ತಿಗಳನ್ನು ಅಲ್ಲಿ ಪ್ರತ್ಯೇಕ ಜೈಲಿನಲ್ಲಿಟ್ಟಿದ್ದರು. ಅವರಲ್ಲಿ ಕಾಮರಾಜರ್ (1954 ರಿಂದ 1963ರವರೆಗೆ ಈಗ ತಮಿಳುನಾಡಾಗಿರುವ, ಅಂದಿನ ಮದ್ರಾಸ್ ರಾಜ್ಯದ ಮುಖ್ಯಮಂತ್ರಿಯಾಗಿದ್ದವರು) ಪಟ್ಟಾಭಿ ಸೀತಾರಾಮಯ್ಯ (ಸ್ವಾತಂತ್ರ್ಯಾನಂತರ ಕಾಂಗ್ರೆಸ್‌ನ ಅಧ್ಯಕ್ಷರಾದವರು) ಹಾಗೂ ಇನ್ನೂ ಅನೇಕರು ಇದ್ದರು. ಅವರು ಇನ್ನೊಂದು ಜೈಲಿನಲ್ಲಿ ಬೇರೆಯದೇ ವಾರ್ಡ್‌ನಲ್ಲಿದ್ದರು.'

'ಕಾಂಗ್ರೆಸ್ಸಿಗರು ಅನ್ನ ಸತ್ಯಾಗ್ರಹದಲ್ಲಿ ಭಾಗವಹಿಸಲಿಲ್ಲ. ಅವರು ನಾವು ಮಹಾತ್ಮಾ ಗಾಂಧಿಯವರು ಕೊಟ್ಟಿರುವ ಸಲಹೆಗೆ ಬದ್ಧರಾಗಿದ್ದೇವೆ ಎನ್ನುತ್ತಿದ್ದರು. ಜೈಲಿನಲ್ಲಿ ಯಾವುದೇ ರೀತಿಯ ಚಳವಳಿ ಮಾಡಬೇಡಿ ಎನ್ನುವುದೇ ಆ ಸಲಹೆಯಾಗಿತ್ತು. ಸರ್ಕಾರ ಒಂದಿಷ್ಟು ರಿಯಾಯಿತಿ ನೀಡಿತು. ನಾವು 19ನೆಯ ದಿನ ಸತ್ಯಾಗ್ರಹವನ್ನು ಹಿಂಪಡೆದೆವು.'

'ಹಲವು ವಿಷಯಗಳಿಗೆ ಸಂಬಂಧಿಸಿದಂತೆ ತೀವ್ರ ಭಿನ್ನಾಭಿಪ್ರಾಯಗಳಿದ್ದರೂ ಸಹಾ ಕಾಮರಾಜರ್ ಕಮ್ಯುನಿಸ್ಟರ ಒಳ್ಳೆಯ ಗೆಳೆಯರಾಗಿದ್ದರು. ಮಧುರೈ ಹಾಗೂ ತಿರುನೆಲ್ವೇಲಿಯ ಜೈಲಿನಲ್ಲಿ ಇವರೊಂದಿಗೆ ಕೊಠಡಿ ಹಂಚಿಕೊಂಡಿದ್ದವರು ಸಹಾ ಕಮ್ಯುನಿಸ್ಟರೇ. ನಾನು ಕಾಮರಾಜರ್‌ಗೆ ತೀರಾ ಹತ್ತಿರದವನಾಗಿದ್ದೆ. ನಮಗೆ ಆಗುತ್ತಿದ್ದ ಅನ್ಯಾಯವನ್ನು ಸರಿಪಡಿಸಲು ಅವರು ಹಲವು ಬಾರಿ ಮಧ್ಯಪ್ರವೇಶಿಸಿದ್ದರು. ಇದೆಲ್ಲದರ ಮಧ್ಯೆಯೂ ಜರ್ಮನಿ ಹಾಗೂ ಸೋವಿಯತ್ ನಡುವೆ ಯುದ್ಧ ಆರಂಭವಾದಾಗ ಜೈಲಿನಲ್ಲಿ ಕಾಂಗ್ರೆಸ್ ಹಾಗೂ ಕಮ್ಯುನಿಸ್ಟರ ನಡುವೆ ಭಾರೀ ವಾದ ವಿವಾದಗಳಾಗುತ್ತಿದ್ದವು.'

'ಕೆಲಕಾಲದ ನಂತರ ನಾವು ಎಂಟು ಮಂದಿಯನ್ನು ಈಗ ಆಂಧ್ರಪ್ರದೇಶದಲ್ಲಿರುವ ರಾಜಮುಂಡ್ರಿ ಜೈಲಿನಲ್ಲಿ ಪ್ರತ್ಯೇಕ ಯಾರ್ಡ್‌ನಲ್ಲಿ ಇರಿಸಲಾಯಿತು.'

'1942ರ ಏಪ್ರಿಲ್ ಹೊತ್ತಿಗೆ ನನ್ನನ್ನು ಹೊರತುಪಡಿಸಿ ಉಳಿದ ಎಲ್ಲಾ ವಿದ್ಯಾರ್ಥಿಗಳನ್ನು ಸರ್ಕಾರ ಬಿಡುಗಡೆ ಮಾಡಿತು. ಮುಖ್ಯ ವಾರ್ಡನ್ ಬಂದವರೇ, ಇಲ್ಲಿ ಶಂಕರಯ್ಯ ಯಾರು? ಎಂದು ವಿಚಾರಿಸಿದರು. ನಂತರ ನನ್ನನ್ನು ಹೊರತುಪಡಿಸಿ ಉಳಿದ ಎಲ್ಲರನ್ನೂ ಬಿಡುಗಡೆ ಮಾಡಲಾಗಿದೆ ಎಂದು ತಿಳಿಸಿದರು. ಸುಮಾರು ಒಂದು ತಿಂಗಳ ಕಾಲ ನನ್ನನ್ನು ಏಕಾಂತ ಶಿಕ್ಷೆಗೆ ದೂಡಿದ್ದರು. ಇಡೀ ಜೈಲೇ ನನ್ನದಾಗಿತ್ತು.'

ಒಬ್ಬರೇ ಕೈದಿಯಾಗಿ ಅಲ್ಲಿ ಉಳಿದ ಬಹುತೇಕ ದಿನಗಳನ್ನು ಅವರು ಓದುತ್ತಾ, ಇನ್ನೂ ಹೆಚ್ಚಿಗೆ ಓದುತ್ತಾ ಕಳೆದರು.

ಅವರ ಮೇಲೆ ಹಾಗೂ ಇತರರ ಮೇಲೆ ಏನು ಆಪಾದನೆ ಹೊರಿಸಲಾಗಿತ್ತು?

'ಯಾವುದೇ ಅಧಿಕೃತ ಆರೋಪ ಇರಲಿಲ್ಲ. ಬರೀ ಬಂಧನ ಅಷ್ಟೇ. ನಿಮ್ಮನ್ನು ಯಾಕೆ ಬಂಧಿಸಲಾಗಿದೆ ಎಂದು ತಿಳಿಸುವ ಲಿಖಿತ ನೋಟಿಸನ್ನು ಅವರು ಪ್ರತೀ ಆರು ತಿಂಗಳಿಗೊಮ್ಮೆ ಕಳಿಸುತ್ತಿದ್ದರು. ಅವು ದೇಶದ್ರೋಹ, ಕಮ್ಯುನಿಸ್ಟ್ ಚಟುವಟಿಕೆ ಹಾಗೂ ಇತರೆ ಇಂತಹದ್ದೇ ಕಾರಣಗಳಿರುತ್ತಿದ್ದವು. ನಾವು ನಮ್ಮ ಪ್ರತಿಕ್ರಿಯೆಯನ್ನು ಸಮಿತಿಯೊಂದಕ್ಕೆ ಒಪ್ಪಿಸುತ್ತಿದ್ದೆವು. ಆ ಸಮಿತಿ ಅದನ್ನು ತಿರಸ್ಕರಿಸುತ್ತಿತ್ತು.'

'ಜೈಲಿನಿಂದ ಬಿಡುಗಡೆಯಾದ ನನ್ನ ಗೆಳೆಯರು ರಾಜಮುಂಡ್ರಿ ರೈಲು ನಿಲ್ದಾಣದಲ್ಲಿ ಕಾಮರಾಜರ್ ಅವರನ್ನು ಭೇಟಿಯಾಗಿದ್ದರು. ಆಗ ಅವರು ಕಲ್ಕತ್ತ (ಈಗ ಕೊಲ್ಕೊತ್ತಾ)ಗೆ ಹಿಂದಿರುಗುತ್ತಿದ್ದರು. ನನ್ನ ಬಿಡುಗಡೆಯಾಗಿಲ್ಲ ಎಂದು ಅವರಿಗೆ ಗೊತ್ತಾದಾಗ ನನ್ನನ್ನು ವೆಲ್ಲೂರು ಬಂದೀಖಾನೆಗೆ ಮತ್ತೆ ವಾಪಸ್ ಕಳಿಸುವಂತೆ ಅವರು ಮದ್ರಾಸ್‌ನ ಮುಖ್ಯ ಕಾರ್ಯದರ್ಶಿಗೆ ಪತ್ರ ಬರೆದರು. ಅವರು ನನಗೂ ಸಹಾ ಒಂದು ಪತ್ರ ಬರೆದರು. ಸುಮಾರು ಒಂದು ತಿಂಗಳ ನಂತರ ನನ್ನನ್ನು ಮತ್ತೆ ವೆಲ್ಲೂರು ಜೈಲಿಗೆ ಸ್ಥಳಾಂತರಿಸಲಾಯಿತು. ಅಲ್ಲಿ ನಾನು ಇತರೆ 200 ಜೊತೆಗಾರರೊಂದಿಗೆ ಇದ್ದೆ.'

ಶಂಕರಯ್ಯ ಅವರು ಹೀಗೆ ಹಲವು ಬಂದೀಖಾನೆಗಳಲ್ಲಿ ಇರಬೇಕಾಗಿದ್ದ ಒಂದು ಸಂದರ್ಭದಲ್ಲಿ ಮುಂದೆ ಭಾರತದ ರಾಷ್ಟ್ರಪತಿಯಾದ ಆರ್. ವೆಂಕಟರಾಮನ್ ಅವರನ್ನು ಭೇಟಿ ಮಾಡಿದ್ದರು. 'ಅವರು ಭಾರತ ಕಮ್ಯುನಿಸ್ಟ್ ಪಕ್ಷದ ಸದಸ್ಯರಾಗಿದ್ದರು, 1943ರಲ್ಲಿ ಜೈಲಿನಲ್ಲಿದ್ದರು. ಆನಂತರದಲ್ಲಿ ಅವರು ಕಾಂಗ್ರೆಸ್ ಪಕ್ಷವನ್ನು ಸೇರಿದರು. ನಾವು ಒಟ್ಟಾಗಿ ಹಲವು ವರ್ಷ ಕೆಲಸ ಮಾಡಿದೆವು.'

***

ಅಮೆರಿಕನ್ ಕಾಲೇಜಿನಲ್ಲಿ ಶಂಕರಯ್ಯ ಅವರ ಸಹಪಾಠಿಗಳಾಗಿದ್ದ ಹಾಗೂ ವಿದ್ಯಾರ್ಥಿ ಚಳವಳಿಗಳಲ್ಲಿ ಜೊತೆಯಾಗಿದ್ದ ಹಲವರು ಪದವಿ ಮುಗಿಸಿದ ನಂತರ ಪ್ರಮುಖ ವ್ಯಕ್ತಿಗಳಾದರು. ಒಬ್ಬರು ತಮಿಳುನಾಡಿನ ಮುಖ್ಯ ಕಾರ್ಯದರ್ಶಿಯಾದರು. ಇನ್ನೊಬ್ಬರು ಹೈಕೋರ್ಟ್ ನ್ಯಾಯಾಧೀಶರಾದರು. ಇನ್ನೊಬ್ಬರು ಐಎಎಸ್ ಅಧಿಕಾರಿಯಾಗಿ ಈ ಹಿಂದಿನ ಮುಖ್ಯಮಂತ್ರಿಯೊಬ್ಬರಿಗೆ ಕಾರ್ಯದರ್ಶಿಯಾಗಿ ಕೆಲಸ ಮಾಡಿದರು. ಶಂಕರಯ್ಯ ಅವರು ಸ್ವಾತಂತ್ರ್ಯ ಬಂದ ನಂತರವೂ ಮತ್ತೆ ಮತ್ತೆ ಜೈಲಿಗೆ ಹೋದರು. 1947ರ ಮೊದಲು ಅವರು ಕಂಡ ಜೈಲುಗಳು–ಮಧುರೈ, ವೆಲ್ಲೂರು, ರಾಜಮುಂಡ್ರಿ, ಕಣ್ಣೂರು, ಸೇಲಂ, ತಂಜಾವೂರು...

ಅವರು ಹೀಗೆ ತಾವು ತಮಿಳುನಾಡಿನ 'ಬಂದೀಖಾನೆ ಯಾತ್ರೆ' ನಡೆಸಿದ್ದನ್ನು ನೆನಪಿಸಿಕೊಂಡು ನಗು ಚೆಲ್ಲುತ್ತಾರೆ.

1948ರಲ್ಲಿ ಕಮ್ಯುನಿಸ್ಟ್ ಪಕ್ಷವನ್ನು ನಿಷೇಧಿಸಿದಾಗ ಅವರು ಮತ್ತೊಮ್ಮೆ ಭೂಗತರಾದರು. 1950ರಲ್ಲಿ ಅವರನ್ನು ಬಂಧಿಸಿ, ಒಂದು ವರ್ಷದ ನಂತರ ಬಿಡುಗಡೆ ಮಾಡಲಾಯಿತು. 1962ರಲ್ಲಿ ಭಾರತ–ಚೀನಾ ಯುದ್ಧದ ಸಮಯದಲ್ಲಿ ಜೈಲು ಪಾಲಾದ ಹಲವು ಕಮ್ಯುನಿಸ್ಟರಲ್ಲಿ ಇವರೂ ಇದ್ದರು. 7 ತಿಂಗಳ ಬಂಧನ. 1965ರಲ್ಲಿ ಕಮ್ಯುನಿಸ್ಟ್ ಚಳವಳಿಯ ಮೇಲೆ ಜರುಗಿದ ಮತ್ತೊಂದು ಕಾರ್ಯಾಚರಣೆಯಲ್ಲಿ ಇವರು ಮತ್ತೆ 17 ತಿಂಗಳು ಜೈಲಿನಲ್ಲಿದ್ದರು.

ಸ್ವಾತಂತ್ರ್ಯ ಬಂದ ನಂತರ ಇವರನ್ನೇ ಗುರಿಯಾಗಿಸಿಕೊಂಡವರ ಮೇಲೆ ಇವರಿಗೆ ಕಹಿ ಭಾವನೆಯೇನೂ ಇಲ್ಲ. ಇವರ ಪ್ರಕಾರ ಅವು ರಾಜಕೀಯ ಯುದ್ಧಗಳಾಗಿತ್ತೇ ಹೊರತು ಖಾಸಗಿಯವಲ್ಲ. ಇವರದ್ದು ಎಂದಿಗೂ ಈ ಭೂಮಿಯ ಮೇಲಿನ ನೊಂದವರ ಪರ ಹೋರಾಟವಾಗಿರುತ್ತದೆಯೇ ಹೊರತು ತನ್ನ ಲಾಭದ ಯಾವ ಯೋಚನೆಯೂ ಇಲ್ಲ.

ಇವರ ಪ್ರಕಾರ ಸ್ವಾತಂತ್ರ್ಯ ಚಳವಳಿಯ ಮುಖ್ಯ ತಿರುವು ಹಾಗೂ ಸ್ಫೂರ್ತಿದಾಯಕ ಅಂಶಗಳು ಯಾವುದಾಗಿತ್ತು?

'ಬ್ರಿಟಿಷರು ಭಗತ್‌ಸಿಂಗ್‌ರನ್ನು ಗಲ್ಲಿಗೇರಿಸಿದ್ದು (23 ಮಾರ್ಚ್ 1931). 1945ರಲ್ಲಿ ಶುರುವಾದ ಇಂಡಿಯನ್ ನ್ಯಾಷನಲ್ ಆರ್ಮಿ (ಐಎನ್‌ಎ) ವಿಚಾರಣೆ ಹಾಗೂ 1946ರ ರಾಯಲ್ ಇಂಡಿಯನ್ ನೌಕಾಪಡೆಯ ಕ್ರಾಂತಿ. ಬ್ರಿಟಿಷರ ವಿರುದ್ಧ ನಡೆಯುತ್ತಿದ್ದ ಚಳವಳಿಗೆ ತೀವ್ರ ಸ್ವರೂಪ ಕೊಟ್ಟಿದ್ದು ಇಂತಹ ಘಟನೆಗಳು.'

ದಶಕಗಳು ಉರುಳಿದಂತೆ ಎಡ ಚಳವಳಿಯೆಡೆಗಿನ ಇವರ ಬದ್ಧತೆ ಹಾಗೂ ಅದರಲ್ಲಿ ಪಾಲ್ಗೊಳ್ಳುವಿಕೆ ಹೆಚ್ಚಾಗುತ್ತಲೇ ಹೋಯಿತು. ಇವರು ಮೊದಲಿನಿಂದಲೂ ಪಕ್ಷದ ಪೂರ್ಣಾವಧಿ ಕಾರ್ಯಕರ್ತರಾಗಿದ್ದರು.

'1944ರಲ್ಲಿ ನಾನು ತಂಜಾವೂರು ಜೈಲಿನಿಂದ ಬಿಡುಗಡೆಯಾದೆ. ಹಾಗೂ ಸಿಪಿಐನ ಮಧುರೈ ಜಿಲ್ಲಾ ಸಮಿತಿಯ ಕಾರ್ಯದರ್ಶಿಯಾಗಿ ಆಯ್ಕೆಯಾದೆ. ಮುಂದಿನ 22 ವರ್ಷಗಳ ಕಾಲ ನನ್ನನ್ನು ಪಕ್ಷದ ರಾಜ್ಯ ಕಾರ್ಯದರ್ಶಿಯಾಗಿ ಆಯ್ಕೆ ಮಾಡಿದರು.'

ಜನರನ್ನು ಒಟ್ಟುಗೂಡಿಸುವುದರಲ್ಲಿ ಶಂಕರಯ್ಯ ಪ್ರಮುಖ ವ್ಯಕ್ತಿಯಾಗಿದ್ದರು. 1940ರ ಮಧ್ಯದ ವೇಳೆಗೆ ಮಧುರೈ ಎಡ ಚಳವಳಿಗಾರರ ಪ್ರಧಾನ ಕಾರ್ಯಕ್ಷೇತ್ರವಾಗಿತ್ತು. '1946ರಲ್ಲಿ ಪಿ.ಸಿ. ಜೋಶಿ (ಸಿಪಿಐನ ಪ್ರಧಾನ ಕಾರ್ಯದರ್ಶಿ) ಮಧುರೈಗೆ ಬಂದಾಗ ಒಂದು ಲಕ್ಷ ಮಂದಿ ಸಭೆಯಲ್ಲಿ ಭಾಗವಹಿಸಿದ್ದರು. ನಮ್ಮ ಬಹುತೇಕ ಮೆರವಣಿಗೆಗಳು ಅಪಾರ ಜನರನ್ನು ಸೆಳೆಯುತ್ತಿದ್ದವು.'

ಪಕ್ಷದ ಬೆಳೆಯುತ್ತಿದ್ದ ಜನಪ್ರಿಯತೆಯಿಂದಾಗಿ ಬ್ರಿಟಿಷರು ಅದನ್ನು ಹತ್ತಿಕ್ಕಲು ಮುಂದಾದರು. ಇದೇ ಮುಂದೆ 'ಮಧುರೈ ಪಿತೂರಿ ಪ್ರಕರಣ' ಎಂದೆನಿಸಿತು. ಪಿ. ರಾಮಮೂರ್ತಿ (ತಮಿಳುನಾಡಿನ ಕಮ್ಯುನಿಸ್ಟ್ ಪಕ್ಷದ ನಾಯಕ) ಅವರು ಈ ಪ್ರಕರಣದ ಮೊದಲ ಆರೋಪಿಯಾಗಿದ್ದರು. ಶಂಕರಯ್ಯ ಎರಡನೇ ಆಪಾದಿತರಾಗಿದ್ದರು. ಹಲವು ಸಿಪಿಐ ನಾಯಕರು ಹಾಗೂ ಕಾರ್ಯಕರ್ತರನ್ನು ಬಂಧಿಸಲಾಯಿತು. ಪಕ್ಷದ ಕಚೇರಿಯಲ್ಲಿ ಇವರೆಲ್ಲ ಸೇರಿ ಇತರೆ ಕಾರ್ಮಿಕ ಸಂಘಟನೆಗಳ ನಾಯಕರನ್ನು ಕೊಲೆ ಮಾಡುವ ಸಂಚು ನಡೆಸಿದ್ದರು ಎಂಬ ಆರೋಪವನ್ನು ಇವರುಗಳ ಮೇಲೆ ಹೊರಿಸಲಾಯಿತು. ಬಂಡಿ ಎಳೆಯುವವನೊಬ್ಬನನ್ನು ಇದಕ್ಕೆ ಪ್ರಮುಖ ಸಾಕ್ಷೀದಾರರನ್ನಾಗಿಸಿದ್ದರು. ಆತ ಅದೇ ಸಮಯದಲ್ಲಿ ಅಲ್ಲಿರುವ ಸಂದರ್ಭ ಬಂದು, ಇದನ್ನು ಕೇಳಿಸಿಕೊಂಡು, ವಿಷಯವನ್ನು ತಕ್ಷಣ ಅಧಿಕಾರಿಗಳಿಗೆ ಮುಟ್ಟಿಸಿದ್ದ ಎಂದು ಪೊಲೀಸರು ಹೇಳಿಕೆ ನೀಡಿದ್ದರು.

2008ರಲ್ಲಿ ಶಂಕರಯ್ಯ ಅವರ ಸಹೋದರ ಎನ್. ರಾಮಕೃಷ್ಣನ್ ಅವರು ಹೊರತಂದಿರುವ ಆತ್ಮಕಥನ 'ಪಿ. ರಾಮಮೂರ್ತಿ: ಶತಮಾನದ ಸ್ಮರಣೆ' (ಪಿ. ರಾಮಮೂರ್ತಿ: ಎ ಸೆಂಟಿನರಿ ಟ್ರಿಬ್ಯೂಟ್) ಕೃತಿಯಲ್ಲಿ, 'ವಿಚಾರಣೆಯ ವೇಳೆ ತಮ್ಮ ಪರವಾಗಿ ತಾವೇ ವಾದ ಮಾಡಿದ್ದ ರಾಮಮೂರ್ತಿಯವರು ಈ ಮುಖ್ಯ ಸಾಕ್ಷಿಯು ಒಬ್ಬ ಮೋಸಗಾರ ಹಾಗೂ ಹಲವಾರು ಪ್ರಕರಣಗಳಲ್ಲಿ ಜೈಲಿಗೆ ಹೋಗಿ ಬಂದಿರುವ ಕಳ್ಳ ಎಂಬುದನ್ನು ರುಜುವಾತುಪಡಿಸಿದ್ದರು' ಎಂದು ದಾಖಲಿಸಿದ್ದಾರೆ.

ಈ ವಿಚಾರಣೆ ನಡೆಸಿದ ವಿಶೇಷ ನ್ಯಾಯಾಧೀಶರು '1947ರ ಆಗಸ್ಟ್ 14ರಂದು ಖುದ್ದಾಗಿ ಜೈಲಿಗೆ ಬಂದು ಪ್ರಕರಣದಲ್ಲಿ ಭಾಗಿಯಾಗಿದ್ದ ಎಲ್ಲರನ್ನೂ ಬಿಡುಗಡೆ ಮಾಡಿದರಲ್ಲದೆ ಗೌರವಾನ್ವಿತ ಮುಖಂಡರು ಹಾಗೂ ಕಾರ್ಮಿಕರ ಮೇಲೆ ಮೊಕದ್ದಮೆ ಹೂಡಿದ್ದಕ್ಕಾಗಿ ತೀವ್ರವಾಗಿ ಟೀಕಿಸಿದ್ದರು.

ಇತ್ತೀಚಿನ ವರ್ಷಗಳಲ್ಲಿ, ಕಳೆದು ಹೋದ ಆ ಕಾಲದ ವಿಚಿತ್ರ ಪುನರಾವರ್ತನೆಯನ್ನು ಕಾಣುತ್ತಿದ್ದೇವೆ. ವಿಶೇಷ ನ್ಯಾಯಾಧೀಶರೇ ನೇರವಾಗಿ ಬಂದೀಖಾನೆಗೆ ಹೋಗಿ ಮುಗ್ಧರನ್ನು ಬಿಡುಗಡೆ ಮಾಡಿಸಿ, ಸರ್ಕಾರವನ್ನು ಟೀಕಿಸುವ ಸಾಧ್ಯತೆ ಇಲ್ಲದಿದ್ದರೂ.

***

ರಾಮಮೂರ್ತಿ ಹಾಗೂ ಇತರರನ್ನು ಮತ್ತೆ ಬಂಧಿಸಲಾಯಿತು. ಆದರೆ ಈ ಬಾರಿಯ ಬಂಧನವಾದದ್ದು ಸ್ವತಂತ್ರ ಭಾರತದಲ್ಲಿ, 1948ರಲ್ಲಿ ಸಿಪಿಐನ ಮೇಲೆ ನಿಷೇಧ ಹೇರಿದಾಗ. ಆದರೂ ಸಹಾ ಎಡ ಪಕ್ಷಗಳ ಜನಪ್ರಿಯತೆ ತುಂಬಾ ಇತ್ತು.

ಮದ್ರಾಸ್‌ನ ಆಡಳಿತ ಪಕ್ಷವಾಗಿದ್ದ ಕಾಂಗ್ರೆಸ್‌ಗೆ ಇದು ಆತಂಕ ಎನಿಸಿತ್ತು ಎನ್ನುತ್ತಾರೆ ಶಂಕರಯ್ಯ.

ರಾಮಮೂರ್ತಿ ಅವರು ಜೈಲಿನಲ್ಲಿರುವಾಗಲೇ ನಾಮಪತ್ರ ಸಲ್ಲಿಸಿದ್ದರು. ಸೆಂಟ್ರಲ್ ಜೈಲಿನ ಸೂಪರಿಂಟೆಂಡೆಂಟ್ ಮೂಲಕ. 1952ರಲ್ಲಿ ಅವರು ಮಧುರೈ ಉತ್ತರ ಕ್ಷೇತ್ರದಿಂದ ಮದ್ರಾಸ್ ವಿಧಾನಸಭಾ ಚುನಾವಣೆಗೆ ಸ್ಪರ್ಧಿಸಿದ್ದರು. ನಾನು ಅವರ ಪ್ರಚಾರದ ಉಸ್ತುವಾರಿ ವಹಿಸಿದ್ದೆ. ಉಳಿದ ಇಬ್ಬರು ಅಭ್ಯರ್ಥಿಗಳೆಂದರೆ ಹಿರಿಯ ಕಾಂಗ್ರೆಸ್ಸಿಗ ಚಿದಂಬರಂ ಭಾರತಿ ಹಾಗೂ ಜಸ್ಟಿಸ್ ಪಕ್ಷದ ಪಿ.ಟಿ. ರಾಜನ್.

'ರಾಮಮೂರ್ತಿ ಅವರು ಭರ್ಜರಿ ಜಯ ಗಳಿಸಿದರು. ಅವರು ಇನ್ನೂ ಜೈಲಿನಲ್ಲಿರುವಾಗಲೇ ಫಲಿತಾಂಶವನ್ನು ಘೋಷಿಸಲಾಯಿತು. ಭಾರತಿ ಅವರು ಎರಡನೆಯ ಸ್ಥಾನದಲ್ಲಿದ್ದರು. ರಾಜನ್ ಠೇವಣಿ ಕಳೆದುಕೊಂಡಿದ್ದರು. ವಿಜಯೋತ್ಸವ ಆಚರಣೆಯಲ್ಲಿ ಮೂರು ಲಕ್ಷ ಜನರು ಸೇರಿದ್ದರು.' ಸ್ವಾತಂತ್ರ್ಯ ಗಳಿಸಿದ ನಂತರ ತಮಿಳುನಾಡು ವಿಧಾನಸಭೆಯಲ್ಲಿ ರಾಮಮೂರ್ತಿ ಅವರು ವಿರೋಧ ಪಕ್ಷದ ಮೊದಲ ನಾಯಕರಾದರು.

1964ರಲ್ಲಿ ಕಮ್ಯುನಿಸ್ಟ್ ಪಕ್ಷ ಇಬ್ಭಾಗವಾದಾಗ ಶಂಕರಯ್ಯ ಅವರು ನೂತನವಾಗಿ ಅಸ್ತಿತ್ವಕ್ಕೆ ಬಂದ ಸಿಪಿಎಂ ಅನ್ನು ಸೇರಿಕೊಂಡರು. '1964ರಲ್ಲಿ ಸಿಪಿಐ ರಾಷ್ಟ್ರೀಯ ಮಂಡಳಿಯಿಂದ ಹೊರಬಂದ 32 ಸದಸ್ಯರಲ್ಲಿ ಈಗ ಉಳಿದಿರುವವರು ವಿ.ಎಸ್. ಅಚ್ಯುತಾನಂದ್ (ಕೇರಳದ ಮಾಜಿ ಮುಖ್ಯಮಂತ್ರಿ) ಹಾಗೂ ನಾನು ಇಬ್ಬರೇ' ಎಂದರು ಶಂಕರಯ್ಯ ಅವರು ನಂತರ ಅಖಿಲ ಭಾರತ ಕಿಸಾನ್ ಸಭಾದ ಪ್ರಧಾನ ಕಾರ್ಯದರ್ಶಿಯಾಗಿದ್ದು, ನಂತರ ಅಧ್ಯಕ್ಷರಾದರು. 1.5 ಕೋಟಿ ಸದಸ್ಯರೊಂದಿಗೆ ಇಂದಿಗೂ ಇದು ಭಾರತದಲ್ಲಿನ ಅತಿದೊಡ್ಡ ಸಂಘಟನೆ. ಏಳು ವರ್ಷಗಳ ಕಾಲ ಇವರು ಸಿಪಿಎಂನ ತಮಿಳುನಾಡು ರಾಜ್ಯ ಕಾರ್ಯದರ್ಶಿಯಾಗಿದ್ದರು. ಸುಮಾರು ಎರಡು ದಶಕಗಳ ಕಾಲ ಪಕ್ಷದ ಕೇಂದ್ರ ಸಮಿತಿಯ ಸದಸ್ಯರಾಗಿದ್ದರು.

'ತಮಿಳುನಾಡು ವಿಧಾನಸಭೆಯಲ್ಲಿ ತಮಿಳನ್ನು ಮೊದಲು ಬಳಸಿದ್ದು ನಾವೇ' ಎಂದು ಶಂಕರಯ್ಯ ಹೆಮ್ಮೆಪಡುತ್ತಾರೆ. 1952ರಲ್ಲಿ ವಿಧಾನಸಭೆಯಲ್ಲಿ ತಮಿಳಿನಲ್ಲಿ ಮಾತನಾಡಲು ಅವಕಾಶ ಇರಲಿಲ್ಲ. ಇಂಗ್ಲಿಷ್ ಮಾತ್ರವೇ ಅಧಿಕೃತವಾಗಿತ್ತು. ಆದರೆ, ನಮ್ಮ ಶಾಸಕರಾದ ಜೀವಾನಂದಂ ಹಾಗೂ ರಾಮಮೂರ್ತಿ ಅವರು ತಮಿಳಿನಲ್ಲಿಯೇ ಮಾತನಾಡಿದರು. ಆರೇಳು ವರ್ಷಗಳ ನಂತರ ತಮಿಳು ಅಧಿಕೃತವಾಯಿತು.

ರೈತ, ಕಾರ್ಮಿಕರೆಡೆಗಿನ ಶಂಕರಯ್ಯ ಅವರ ಬದ್ಧತೆ ಇಂದಿಗೂ ಕಿಂಚಿತ್ತೂ ಕಡಿಮೆಯಾಗಿಲ್ಲ. ಕಮ್ಯುನಿಸ್ಟರು ಚುನಾವಣಾ ರಾಜಕೀಯಕ್ಕೆ ಸರಿಯಾದ

ಉತ್ತರವನ್ನು ಹುಡುಕುತ್ತಾರೆ ಎಂಬ ಭರವಸೆ ಹೊಂದಿದ್ದಾರೆ. ದೊಡ್ಡ ಮಟ್ಟದ ಸಾಮೂಹಿಕ ಚಳವಳಿಗಳನ್ನು ಸಂಘಟಿಸುತ್ತಾರೆ. ನಮ್ಮ ಸಂದರ್ಶನ ಆರಂಭವಾಗಿ ಒಂದೂವರೆ ಗಂಟೆ ಕಳೆದಿದ್ದರೂ, ಈ 99 ವರ್ಷದ ಹಿರಿಯರು ನಾವು ಸಂದರ್ಶನ ಆರಂಭಿಸಿದಾಗ ಯಾವ ಉತ್ಸಾಹ ಹಾಗೂ ತೀವ್ರತೆಯಿಂದ ಮಾತನಾಡುತ್ತಿದ್ದರೋ ಹಾಗೆಯೇ ಮಾತನಾಡುತ್ತಿದ್ದರು.

ಅವರ ಉತ್ಸಾಹ ಹೇಗಿತ್ತೆಂದರೆ ಭಗತ್‌ಸಿಂಗ್ ಬಲಿದಾನದ ನಂತರ ಬೀದಿಗಿಳಿದ ಅದೇ ಆ 9 ವರ್ಷದ ಹುಡುಗನ ರೀತಿ ಇತ್ತು.

***

ನಾವು ನಡೆಸಿದ ಮೊದಲ ಸಂದರ್ಶನ 'ಪೀಪಲ್ಸ್ ಆರ್ಕೇವ್ ಆಫ್ ರೂರಲ್ ಇಂಡಿಯಾ (ಪರಿ)'ಯಲ್ಲಿ 2020ರ ಜುಲೈ 20ರಂದು ಪ್ರಕಟವಾಯಿತು. ಆ ಒಂದು ವರ್ಷದ ನಂತರ ತಮಿಳುನಾಡು, ಎಂ.ಕೆ. ಸ್ಟಾಲಿನ್ ನೇತೃತ್ವದ ಡಿಎಂಕೆ ಸರ್ಕಾರವನ್ನು ಆಯ್ಕೆ ಮಾಡಿತು. ಅದು ಆರಂಭದಲ್ಲೇ ತೆಗೆದುಕೊಂಡು ನಿರ್ಧಾರಗಳಲ್ಲಿ 'ತಗೈಸಲ್ ತಮಿಳರ್' ಪ್ರಶಸ್ತಿ ಸಹಾ ಒಂದು. ಇದು ರಾಜ್ಯದ ಅತ್ಯುನ್ನತ ಗೌರವ. ತಮಿಳುನಾಡಿಗೆ ಹಾಗೂ ತಮಿಳು ಜನತೆಗೆ ಮಹತ್ವದ ಕೊಡುಗೆ ನೀಡಿದವರನ್ನು ಗುರುತಿಸುವುದು ಈ ಪ್ರಶಸ್ತಿಯ ಉದ್ದೇಶ.

ಎನ್. ಶಂಕರಯ್ಯ ಅವರಿಗೆ ಈ ಮೊದಲ ಪ್ರಶಸ್ತಿಯನ್ನು ಘೋಷಿಸಲಾಯಿತು. ಮುಖ್ಯಮಂತ್ರಿ ಸ್ಟಾಲಿನ್ ಅವರು ಈ ಪ್ರಶಸ್ತಿಯನ್ನು ಸ್ವಾತಂತ್ರ್ಯ ದಿನದಂದು ಶಂಕರಯ್ಯ ಅವರಿಗೆ ಕ್ರೋಮ್‌ಪೇಟ್‌ನ ಅವರ ನಿವಾಸದಲ್ಲಿ ಪ್ರದಾನ ಮಾಡಿದರು.

ಶತಾಯುಷಿ ಶಂಕರಯ್ಯ ಅವರು ಈ ಪ್ರಶಸ್ತಿಯನ್ನು ಸ್ವೀಕರಿಸಿ, ಮುಖ್ಯಮಂತ್ರಿ ಹಾಗೂ ರಾಜ್ಯ ಸರ್ಕಾರಕ್ಕೆ ವಂದನೆ ಸಲ್ಲಿಸಿದರು. ಆದರೆ, ಅವರು ಪ್ರಶಸ್ತಿಯ ಜೊತೆಗೆ ನೀಡಲಾಗಿದ್ದ 10 ಲಕ್ಷ ರೂಪಾಯಿಗಳನ್ನು ಸ್ವೀಕರಿಸಲು ನಿರಾಕರಿಸಿದರು. ಆ ಮೊತ್ತವನ್ನು ಅವರು ಕೋವಿಡ್ ಸಂತ್ರಸ್ತರಿಗೆ ಸಹಾಯ ನೀಡಲು ಮುಖ್ಯಮಂತ್ರಿ ಪರಿಹಾರ ನಿಧಿಗೆ ನೀಡಿದರು.

1972ರಲ್ಲಿ ಇವರು ಸ್ವಾತಂತ್ರ್ಯ ಯೋಧ ಪಿಂಚಣಿ ನಿರಾಕರಿಸಿದ್ದರ ಮುಂದುವರಿಕೆಯಾಗಿ ಇದು ತೋರಿತು. ಇವರು ನಮ್ಮ ಬಳಿ ಒಮ್ಮೆ, 'ನಾವು ಸ್ವಾತಂತ್ರ್ಯಕ್ಕಾಗಿ ಹೋರಾಡಿದೆವು. ಪಿಂಚಣಿಗಾಗಿ ಅಲ್ಲ' ಎಂದಿದ್ದರು.

ವಿಚಿತ್ರವೆಂದರೆ, ಈ ಪ್ರತಿಷ್ಠಿತ ಹಳೆಯ ವಿದ್ಯಾರ್ಥಿಯನ್ನು ಮಧುರೈನ ಅಮೆರಿಕನ್ ಕಾಲೇಜು ಇನ್ನೂ ಗೌರವಿಸಬೇಕಿದೆ. ಶಂಕರಯ್ಯ ಅವರು ಈ ಕಾಲೇಜಿನ ಉನ್ನತ ವಿದ್ಯಾರ್ಥಿಗಳಲ್ಲೊಬ್ಬರು. ಅಂತಿಮ ಪರೀಕ್ಷೆಗೆ ಇನ್ನೇನು

ಕೆಲವೇ ವಾರಗಳು ಇರುವಾಗ ತನ್ನ ದೇಶಕ್ಕಾಗಿ ಜೈಲುಪಾಲಾದ ಕಾರಣದಿಂದ ಇವರು ಪದವಿಯನ್ನು ಪೂರೈಸಲಾಗಲಿಲ್ಲ. ರಾಜ್ಯ ಸರ್ಕಾರದ ಪ್ರಶಸ್ತಿ ಘೋಷಣೆಯಿಂದಲಾದರೂ ಈ ಕಾಲೇಜು ಸುಳಿವು ಪಡೆದುಕೊಳ್ಳಬಹುದಿತ್ತು. ಮಧುರೈ ಕಾಮರಾಜ್ ವಿಶ್ವವಿದ್ಯಾಲಯದಡಿ ಬರುವ ಈ ಕಾಲೇಜು ಇಳಿಸಂಜೆಯತ್ತ ನಡೆದು ಹೋಗುತ್ತಿರುವ ಸ್ವಾತಂತ್ರ್ಯದ ಈ ಕಾಲಾಳುವಿಗೆ ಗೌರವ ಡಾಕ್ಟರೇಟ್ ನೀಡುವ ಬಗ್ಗೆ ಇಲ್ಲಿಯವರೆಗೂ ಮನಸ್ಸನ್ನೇ ಮಾಡಿಲ್ಲ.

'ಪರಿ'ಯ ಸ್ವಾತಂತ್ರ್ಯ ಯೋಧರ
ಗ್ಯಾಲರಿಗೆ ಭೇಟಿ ನೀಡಲು
ಈ QR ಕೋಡ್ ಸ್ಕ್ಯಾನ್ ಮಾಡಿ

ಕೊನೆಯ
ಹೀರೋಗಳು

ಜೈಲಿನಲ್ಲಿದ್ದಾಗ ಒಮ್ಮೆ ಜನರು ಪೊಲೀಸರ ಮೇಲೆ ಹಲ್ಲೆ
ಮಾಡಲು ಸಜ್ಜಾದರು. ಆದರೆ ನಾನು ಅವರನ್ನು ತಡೆದೆ.
ನಾವು ಪ್ರಾಣ ಕೊಡೋಣ. ಆದರೆ ನಾವು ಎಂದಿಗೂ ಹಲ್ಲೆ
ಮಾಡುವುದು ಬೇಡ ಎಂದೆ.

– ಬಾಜಿ ಮಹಮದ್
ನವರಂಗಪುರ್ ಪಟ್ಟಣ, ಒಡಿಶಾ

8

9 ದಶಕಗಳ ಅಹಿಂಸಾವಾದ

'**ನಾ**ವೆಲ್ಲರೂ ಶಾಮಿಯಾನದ ಕೆಳಗೆ ಕುಳಿತಿದ್ದೆವು. ಅವರು ಅದನ್ನು ಹರಿದು ಹಾಕಿದರು. ಆದರೂ ನಾವು ಕುಳಿತಿದ್ದೆವು.' ಎಂದು ಆ ಹಿರಿಯ ಸ್ವಾತಂತ್ರ್ಯ ಹೋರಾಟಗಾರರು ನಮಗೆ ಹೇಳುತ್ತಿದ್ದರು. 'ಅವರು ನಮ್ಮ ಮೇಲೆ ಹಾಗೂ ನೆಲದ ಮೇಲೆ ನೀರು ಎರಚಿದರು. ನೆಲವನ್ನು ಒದ್ದೆ ಮಾಡಿ ನಾವು ಕುಳಿತುಕೊಳ್ಳಲು ಕಷ್ಟವಾಗುವಂತೆ ಮಾಡಲು ಯತ್ನಿಸಿದರು. ಆದರೂ ನಾವು ಮೌನವಾಗಿ ಕುಳಿತೇ ಇದ್ದೆವು. ಆಮೇಲೆ ನಾನು ನೀರು ಕುಡಿಯಲು ನಲ್ಲಿಯ ಬಳಿ ಹೋಗಿ ಬಗ್ಗಿದ ತಕ್ಷಣವೇ ಅವರು ನನ್ನ ತಲೆಯ ಮೇಲೆ ಹೊಡೆದರು. ನನ್ನ ತಲೆಗೆ ತೀವ್ರ ಪೆಟ್ಟಾಯಿತು. ತಕ್ಷಣ ನನ್ನನ್ನು ಆಸ್ಪತ್ರೆಗೆ ಸಾಗಿಸಿದರು.'

ಬಾಜಿ ಮಹಮದ್ – ಭಾರತ ಸ್ವಾತಂತ್ರ್ಯ ಹೋರಾಟದ ಪ್ರಮುಖ ಹೆಸರು. ಅವರು 1942ರ ಬ್ರಿಟಿಷರ ದೌರ್ಜನ್ಯದ ಚಿತ್ರಣವನ್ನೇನೂ ನಮ್ಮ ಮುಂದೆ ಬಿಚ್ಚಿಡುತ್ತಿರಲಿಲ್ಲ. ಅದರ ಬಗ್ಗೆ ಅವರಿಗೆ ಹೇಳುವುದು ಬೇಕಾದಷ್ಟಿದ್ದರೂ, ಅವರು ತಣ್ಣಗಿನ ದನಿಯಲ್ಲಿ ಯಾವುದೇ ಕಹಿ ಹಾಗೂ ರೋಷ ಇಲ್ಲದೆ ಹೇಳುತ್ತಿದ್ದದ್ದು 1992ರಲ್ಲಿ ಅಯೋಧ್ಯೆಯಲ್ಲಿ ಬಾಬ್ರಿ ಮಸೀದಿಯನ್ನು ಉರುಳಿಸಿದಾಗ ಅವರ ಮೇಲೆ ಜರುಗಿದ ದೌರ್ಜನ್ಯವನ್ನು. ಇದು ಕ್ವಿಟ್ ಇಂಡಿಯಾ ಚಳವಳಿಯ ವೇಳೆ ಪೊಲೀಸರು ದೌರ್ಜನ್ಯ ನಡೆಸಿ ಸರಿಯಾಗಿ 50 ವರ್ಷಗಳ ನಂತರ. ಆ ಚಳವಳಿಯಲ್ಲೂ ಇವರಿಗೆ ರಕ್ತ ಬರುವಂತೆ ಹೊಡೆಯಲಾಗಿತ್ತು.

'ಅಂದು ನಾನು ನೂರು ಸದಸ್ಯರನ್ನು ಒಳಗೊಂಡ ಶಾಂತಿ ಸಮಿತಿಯ ಭಾಗವಾಗಿ ಅಯೋಧ್ಯೆಯಲ್ಲಿದ್ದೆ.' ಆದರೆ, ಈ ಸಮಿತಿಗೆ ಮಾತ್ರ ಶಾಂತಿ ಸಿಕ್ಕಿರಲಿಲ್ಲ.

ಆಗಲೇ 70ರ ವಯಸ್ಸಿನಲ್ಲಿದ್ದ ಆ ಹಿರಿಯ ಗಾಂಧಿವಾದಿಗಳು ತಮ್ಮ ತಲೆಗೆ ಬಿದ್ದ ಹೊಡೆತದಿಂದ ಆಸ್ಪತ್ರೆಯಲ್ಲಿ ಹತ್ತು ದಿನಗಳ ಕಾಲ ಹಾಗೂ ವಾರಣಾಸಿಯ ಆಶ್ರಮದಲ್ಲಿ ಒಂದು ತಿಂಗಳು ಚೇತರಿಸಿಕೊಳ್ಳಬೇಕಾಯಿತು.

ಅವರು ಮಾತನಾಡುತ್ತಾ ಇರಬೇಕಾದರೆ, ನಮಗೆ ಮತ್ತೆ ಮತ್ತೆ ಅರಿವಾದ್ದದೇನೆಂದರೆ ನಗು ಅವರ ಚಿರಸ್ಥಾಯಿ ಭಾವವಾಗಿತ್ತು. ಅವರಲ್ಲಿ ತೃಣ ಮಾತ್ರವೂ ಕೋಪವಿರಲಿಲ್ಲ. ಅವರ ತಲೆ ಒಡೆದ ಸಂಘ ಪರಿವಾರದ ಕರಸೇವಕರ ಬಗ್ಗೆಯೂ ದ್ವೇಷವಿರಲಿಲ್ಲ.

ಇವರು ಮುಸ್ಲಿಂ. ಒಡಿಶಾದ ನವರಂಗಪುರ ಜಿಲ್ಲೆಯಲ್ಲಿ ಗೋಹತ್ಯೆ ವಿರೋಧಿ ದಳದ ಮುಖಂಡ. ನವರಂಗಪುರ ಪಟ್ಟಣದಲ್ಲಿನ ಇವರ ಸಾಧಾರಣ ಮನೆಯಲ್ಲಿನ ಮೇಜಿನ ಮೇಲೆ ಗೀತೆ, ಕುರಾನ್ ಹಾಗೂ ಬೈಬಲ್‌ಗಳು ಸದಾ ಇರುತ್ತವೆ.

'ದಾಳಿಯ ನಂತರ ಬಿಜು ಪಟ್ನಾಯಕ್ (ಒಡಿಶಾದ ಮುಖ್ಯಮಂತ್ರಿ) ನನ್ನ ಮನೆಗೆ ಬಂದು ನನ್ನನ್ನು ತರಾಟೆಗೆ ತೆಗೆದುಕೊಂಡರು. ಈ ವಯಸ್ಸಿನಲ್ಲೂ ನಾನು ಶಾಂತಿಯುತ ಪ್ರತಿಭಟನೆಯಲ್ಲಿ ಸಕ್ರಿಯವಾಗಿರುವುದರ ಬಗ್ಗೆ ಅವರು ಆತಂಕಗೊಂಡಿದ್ದರು. ಈ ಮೊದಲೂ ಸಹಾ ನಾನು 12 ವರ್ಷಗಳ ಕಾಲ ಸ್ವಾತಂತ್ರ್ಯ ಯೋಧರ ಪಿಂಚಣಿಯನ್ನು ಒಪ್ಪಿಕೊಳ್ಳದಿದ್ದಾಗಲೂ ಅವರು ನನ್ನನ್ನು ಛೇಡಿಸಿದ್ದರು.' ಇವರಿಬ್ಬರೂ 1947ರಲ್ಲಿ ಕಟಕ್‌ನ ಜೈಲಿನಲ್ಲಿ ಒಟ್ಟಿಗೇ ಇದ್ದವರು. ಅಂದಿನಿಂದಲೂ ಪಟ್ನಾಯಕ್ ಅವರು ಜೈಲಿನ ತಮ್ಮ ಸಹವಾಸಿಯ ಬಗ್ಗೆ ಕಾಳಜಿ ತೋರಿಸುತ್ತಲೇ ಬಂದಿದ್ದಾರೆ.

ಈ ಹಿರಿಯ ಆದರ್ಶವಾದಿ ಕೊನೆಗೂ ಪಿಂಚಣಿಯನ್ನು ಪಡೆಯಲು ಒಪ್ಪಿದ್ದು ಅದರ ಮೊತ್ತದ ಒಂದು ಭಾಗವನ್ನು ಆದಿವಾಸಿ ಹಾಗೂ ದಲಿತ ಶಾಲೆಗಳಿಗೆ ಪ್ರತೀ ತಿಂಗಳು ದೇಣಿಗೆಯಾಗಿ ಕೊಡಲು ಸಾಧ್ಯವಾಗುತ್ತದೆ ಎನ್ನುವ ಕಾರಣಕ್ಕೆ.

ಬಾಜಿ ಮಹಮದ್ ಅವರು ಈಗ ಮರೆಯಾಗುತ್ತಿರುವ ಅಪರೂಪದ ವರ್ಗಕ್ಕೆ ಸೇರುವ ವರ್ಣಮಯ ವ್ಯಕ್ತಿತ್ವದವರು. ದೇಶದ ಸ್ವಾತಂತ್ರ್ಯಕ್ಕಾಗಿ ಗ್ರಾಮೀಣ ಭಾಗದ ಅಸಂಖ್ಯಾತ ಭಾರತೀಯರು ತ್ಯಾಗ ಮಾಡಿದ್ದಾರೆ. ಈ ಹೋರಾಟದಲ್ಲಿ ಖೋರಾಪುಟ್ ಗ್ರಾಮ ಅಂತಹ ಅನೇಕ ನಾಯಕರನ್ನು ಹುಟ್ಟುಹಾಕಿದೆ. ಬಾಜಿಯವರೂ ಸೇರಿದಂತೆ ಈ ಪೈಕಿ ನಾಲ್ಕೋ ಐದು ಮಂದಿ 'ಅಧಿಕೃತವಾಗಿ ಗುರುತಿಸಲ್ಪಟ್ಟವರು' ಮಾತ್ರ ಬದುಕಿದ್ದಾರೆ. ದೇಶವನ್ನು ಸ್ವಾತಂತ್ರ್ಯದತ್ತ ಕೊಂಡೊಯ್ದ ತಲೆಮಾರು ವೇಗವಾಗಿ ಇಲ್ಲವಾಗುತ್ತಿದೆ. ಅನೇಕರು 80 ಹಾಗೂ 90ರ ವಯಸ್ಸಿನಲ್ಲಿದ್ದಾರೆ. 2007ರಲ್ಲಿ ನಾವು ಅವರನ್ನು, ಅವರ ಮನೆಯಲ್ಲಿ ಭೇಟಿಯಾದಾಗ ಬಾಜಿ ಅವರು 90ರ ಸನಿಹದಲ್ಲಿದ್ದರು.

ಅವರು ಸುಂದರ ಮುಗುಳ್ನಗುವಿನ ಹಿರಿಯ ವ್ಯಕ್ತಿ. ಹಾಗೂ ದೃಢ ಗಾಂಧಿ ಭಕ್ತ.

***

'1930ರಲ್ಲಿ ನಾನು ವ್ಯಾಸಂಗ ಮಾಡುತ್ತಿದ್ದೆ. ಆದರೆ, ಮೆಟ್ರಿಕ್ ದಾಟಿ ಮುಂದೆ ಹೋಗಲಾಗಲಿಲ್ಲ. ನನ್ನ ಗುರು ಸದಾಶಿವ ತ್ರಿಪಾಠಿ ಅವರು. ಮುಂದೆ ಅವರು ಒಡಿಶಾದ ಮುಖ್ಯಮಂತ್ರಿಯಾದರು.' ಬಾಜಿ ಅವರಿಗೆ ಮುಂದೆ ಓದುವ ಉತ್ಸಾಹ ಇರಲಿಲ್ಲ ಎಂದೇನಲ್ಲ. ಆದರೆ, 8ನೆಯ ತರಗತಿಯ ನಂತರ ವ್ಯಾಸಂಗ ಮಾಡಲು ಅವರ ಊರಾದ ನವರಂಗಪುರದಲ್ಲಿ ಶಾಲೆಗಳೇ ಇರಲಿಲ್ಲ. ಅದರ ನಂತರ ವ್ಯಾಸಂಗ ಮಾಡಬೇಕು ಎಂದರೆ 40 ಕಿಮೀ ದೂರ ಇರುವ ಜೆಪುರ್‌ಗೆ ಹೋಗಬೇಕಿತ್ತು. ಅಲ್ಲಿಗೆ ಹೋಗಲು ಇದ್ದ ಒಂದೇ ಸಾಧನವೆಂದರೆ ಎತ್ತಿನ ಬಂಡಿಗಳು.

'20 ಮಕ್ಕಳ ಕುಟುಂಬದಲ್ಲಿ ಬಾಜಿ ಅವರು 19ನೆಯವರು.' ಇವರ ಪೋಷಕರು ಸಣ್ಣ ಹಿಡುವಳಿ ರೈತರು.

ಜೇಪುರ್‌ದವರೆಗೆ ಎತ್ತಿನಬಂಡಿಗಳಲ್ಲಿ ಹೋಗಲು ಸಾಧ್ಯವಾಗದೆ ಇವರು ಆ ಪಟ್ಟಣದಲ್ಲಿ ವಸತಿ ನಿಲಯಕ್ಕೆ ಸೇರಿಕೊಂಡರು. ಈ ಅವಧಿಯುದ್ದಕ್ಕೂ 'ಸದಾಶಿವ ಗುರೂಜಿ ಅವರು ಸ್ಫೂರ್ತಿಯಾಗಿದ್ದರು.' ಬ್ರಿಟಿಷರು ತ್ರಿಪಾಠಿ ಹಾಗೂ ಬಾಜಿ ಇಬ್ಬರನ್ನೂ ನೋಡಿದ ರೀತಿ ಬೇರೆಯೇ. ಆದರೆ ಇಬ್ಬರನ್ನೂ ಪದೇಪದೆ ಜೈಲಿಗೆ ಕಳಿಸಿದರು.

1940ರ ದಶಕದಲ್ಲಿ ಬಾಜಿ ಮೂರು ವರ್ಷ ಕಾಲ ವಿವಿಧ ಬಂದೀಖಾನೆಗಳಲ್ಲಿ ಕಳೆದರು. ಈ ಪೈಕಿ ಮೊದಲ ಆರು ತಿಂಗಳು ನವರಂಗಪುರದ ಜೈಲಿನಲ್ಲಿದ್ದರು. ಅದು ತುಂಬಾ ಕಿರಿದಾದ, ಶೋಚನೀಯವಾಗಿದ್ದ, ಕತ್ತಲೆ ಹಾಗೂ ತೇವದಿಂದ ಕೂಡಿದ್ದ 8x10 ಅಡಿಯ ಕೋಣೆ. ಇದನ್ನೇ ಅವರು ಇತರೆ ಆರರಿಂದ ಏಳು ಕೈದಿಗಳ ಜೊತೆ ಹಂಚಿಕೊಳ್ಳಬೇಕಿತ್ತು. ಹಲವು ದಶಕಗಳ ನಂತರ ಆ ಬಂದೀಖಾನೆಗೆ ಭೇಟಿ ಕೊಟ್ಟಾಗಲೂ ಅದು ನಿಮ್ಮಲ್ಲಿ ನಡುಕ ಹುಟ್ಟಿಸುತ್ತದಲ್ಲದೆ, ವಾಕರಿಕೆ ತರಿಸುತ್ತದೆ.

ಬಾಜಿ ಮಹಮದ್ ಅದನ್ನೇನೂ ತುಂಬಾ ದೊಡ್ಡದು ಮಾಡಲು ಹೋಗಲಿಲ್ಲ. ಬದಲಿಗೆ ಅವರು ತಾವು ಗಾಂಧಿವಾದಿಯಾಗಿ ರೂಪುಗೊಂಡ ಬಗ್ಗೆಯೇ ಹೆಚ್ಚು ಮಾತನಾಡಿದರು. ಈ ಪ್ರಕ್ರಿಯೆ ಆರಂಭವಾಗುವುದು 1940ರ ದಶಕಕ್ಕೂ ಮುನ್ನ.

'ನಾನು ಕಾಂಗ್ರೆಸ್ ಪಕ್ಷವನ್ನು ಸೇರಿ ನವರಂಗಪುರ ಶಾಖೆಯ (ಆಗ ಅದಿನ್ನೂ ಕೋರಾಪುಟ್ ಜಿಲ್ಲೆಯ ಭಾಗವಾಗಿತ್ತು) ಅಧ್ಯಕ್ಷನಾಗಿದ್ದೆ. 20 ಸಾವಿರ ಸದಸ್ಯರನ್ನು ಕಾಂಗ್ರೆಸ್‌ಗೆ ಸೇರಿಸಿದೆ. ಈ ಪ್ರದೇಶ ಒಂದು ರೀತಿಯಲ್ಲಿ ಕುದಿಯುತ್ತಿದ್ದ ಸತ್ಯಾಗ್ರಹ ಕಾರಣದಿಂದಾಗಿ ಸಂಪೂರ್ಣವಾಗಿ ಜಾಗೃತವಾಯಿತು.'

ನೂರಾರು ಮಂದಿ ಖೋರಾಪುಟ್ ಕಡೆಗೆ ನಡೆದರೆ, ಬಾಜಿ ಮಹಮದ್ ಮಾತ್ರ ಬೇರೆಯದೇ ದಿಕ್ಕಿಗೆ ಹೆಜ್ಜೆ ಹಾಕಿದರು. 'ನಾನು ಗಾಂಧೀಜಿಯವರ ಬಳಿ ಹೋದೆ. ನಾನು ಅವರನ್ನು ನೋಡಬೇಕಿತ್ತು. ಹಾಗಾಗಿ ನಾನು ಒಂದು ಸೈಕಲ್ ತೆಗೆದುಕೊಂಡೆ. ಗೆಳೆಯ ಲಕ್ಷ್ಮಣ ಸಾಹು ನನಗೆ ಆತನ ಸೈಕಲ್‌ನಲ್ಲಿ ಜೊತೆಯಾದ. ನಮ್ಮ ಬಳಿ ಹಣವಿರಲಿಲ್ಲ. ಇಲ್ಲಿಂದ ರಾಯಪುರಕ್ಕೆ ಹೋದೆವು. ಹಾಗೆ ಅವರು ಸೈಕಲ್ ತುಳಿದದ್ದು 350 ಕಿ.ಮೀ ದೂರ ಕಠಿಣವಾದ, ಕೆಲವೊಮ್ಮೆ ಗುಡ್ಡಗಾಡಿನ ಪ್ರದೇಶದಲ್ಲಿ.

'ರಾಯಪುರದಿಂದ ನಾವು ರೈಲು ಹತ್ತಿ ವಾರ್ಧಾದ ಸೇವಾ ಗ್ರಾಮಕ್ಕೆ ಹೋದೆವು. ಗಾಂಧಿಯವರ ಆಶ್ರಮದಲ್ಲಿ ಹಲವು ಮಹಾನ್ ವ್ಯಕ್ತಿಗಳಿದ್ದರು. ನಾವು ಬೆರಗಾಗಿದ್ದೆವು. ನಮಗೆ ಅವರ ಭೇಟಿ ಸಾಧ್ಯ ಆಗುತ್ತದೆ ಎನ್ನುವುದಾದರೆ ಅದು ಯಾವಾಗ? ಎಂದು ಚಿಂತಿತರೂ ಆದೆವು. ಅಲ್ಲಿದ್ದವರು ಅವರ ಕಾರ್ಯದರ್ಶಿ ಮಹದೇವ ದೇಸಾಯಿ ಅವರನ್ನು ಭೇಟಿ ಮಾಡಿ ನೋಡಿ ಎಂದು ಹೇಳಿದರು.'

'ಗಾಂಧಿಯವರು ಸಂಜೆ 5 ಗಂಟೆಗೆ ವಾಯುವಿಹಾರಕ್ಕೆ ಹೋಗುವಾಗ ಅವರನ್ನು ಮಾತನಾಡಿಸುವಂತೆ ದೇಸಾಯಿ ನಮಗೆ ಸಲಹೆ ನೀಡಿದರು. ಅದು ಆರಾಮು ಭೇಟಿಯಾಗಿತ್ತು. ಆದರೆ ಆ ಮನುಷ್ಯ ಎಷ್ಟು ವೇಗವಾಗಿ ನಡೆಯುತ್ತಿದ್ದರು! ನನಗೆ ಕೊನೆಗೆ ಅವರ ವೇಗಕ್ಕೆ ನಡೆಯಲಾಗದೆ ದಯವಿಟ್ಟು ನಿಲ್ಲಿ ಎಂದು ಅವರನ್ನು ಕೇಳಿಕೊಂಡೆ. ನಾನು ದೂರದ ಒಡಿಶಾದಿಂದ ನಿಮ್ಮನ್ನು ನೋಡಲೆಂದೇ ಬಂದಿದ್ದೇನೆ' ಎಂದು ಹೇಳಿದೆ.

'ಹಾಗಂದ ತಕ್ಷಣ ಗಾಂಧಿಯವರು ಏನು ನೋಡುತ್ತೀಯ? ನಾನೂ ನಿನ್ನಂತೆಯೇ ಒಬ್ಬ ಮನುಷ್ಯ. ಎರಡು ಕೈ, ಎರಡು ಕಾಲು, ಒಂದು ಜೊತೆ ಕಣ್ಣುಗಳು ಎಂದವರೇ ನೀನು ಒಡಿಶಾದಲ್ಲಿ ಸತ್ಯಾಗ್ರಹಿಯಾಗಿದ್ದೀಯಾ?' ಎಂದು ಕೇಳಿದರು. 'ನಾನು ಸತ್ಯಾಗ್ರಹಿ ಆಗಬೇಕೆಂದು ಪಣ ತೊಟ್ಟಿದ್ದೇನೆ' ಎಂದೆ.

'ಹೋಗು ಜೈಲಿಗೆ ಹೋಗು, ಲಾಠಿ ಏಟು ತಿನ್ನು. ದೇಶಕ್ಕಾಗಿ ತ್ಯಾಗ ಮಾಡು' ಎಂದರು ಗಾಂಧಿ. 'ಏಳು ದಿನ ಕಳೆದು ಅವರು ಹೇಳಿದಂತೆಯೇ ಮಾಡಲು ನಾವು ಇಲ್ಲಿಗೆ ಹಿಂದಿರುಗಿದೆವು.' ಬಾಜಿ ಮಹಮದ್ ಅವರು ನವರಂಗಪುರದ ಮಸೀದಿಯ ಹೊರಗೆ ಜರುಗಿದ ಯುದ್ಧ ವಿರೋಧಿ ಪ್ರತಿಭಟನೆಯ ಭಾಗವಾಗಿ ಸತ್ಯಾಗ್ರಹ ನಡೆಸಿದರು. ಯುದ್ಧ ನಡೆಸುವ ಬ್ರಿಟಿಷರ ಪ್ರಯತ್ನಕ್ಕೆ ಕೈಜೋಡಿಸುವುದು ಮಹಾ ಪಾಪ. ಇವರ ಪ್ರತಿಭಟನೆ ಇವರಿಗೆ ಆರು ತಿಂಗಳ ಸೆರೆವಾಸ ಹಾಗೂ 50 ರೂ. ದಂಡವನ್ನು ತಂದಿತು. ಆ ಕಾಲಕ್ಕೆ ಅದು ಸಣ್ಣ ಮೊತ್ತವೇನೂ ಆಗಿರಲಿಲ್ಲ.

ಈ ರೀತಿಯ ಇನ್ನೂ ಹಲವು ಪ್ರಕರಣಗಳು ಜರುಗಿದವು. ಒಮ್ಮೆ ಜೈಲಿನಲ್ಲಿ ಪೊಲೀಸರ ಮೇಲೆ ಜನರು ಹಲ್ಲೆ ಮಾಡಲು ಗುಂಪುಗೂಡಿದ್ದರು. ಬಾಜಿ ಮಧ್ಯಪ್ರವೇಶಿಸಿ ಅದನ್ನು ತಡೆದರು. 'ನಾವು ಬೇಕಾದರೆ ಸಾಯೋಣ. ಆದರೆ, ಬೇರೆಯವರ ಮೇಲೆ ಹಲ್ಲೆ ಮಾಡುವುದು ಬೇಡ' ಎಂದೆ.

***

ಜೈಲಿನಿಂದ ಹೊರಬಂದ ನಾನು ಗಾಂಧಿಯವರಿಗೆ 'ಈಗೇನು?' ಎಂದು ಪತ್ರ ಬರೆದೆ. ಅವರು 'ಮತ್ತೆ ಜೈಲಿಗೆ ಹೋಗು' ಎಂದು ಉತ್ತರಿಸಿದರು.'

'ನಾನು ಹಾಗೇ ಮಾಡಿದೆ. ಈ ಬಾರಿ 4 ತಿಂಗಳ ಕಾಲ ಜೈಲುವಾಸ. ಆದರೆ, ಮೂರನೆಯ ಬಾರಿ ಪೊಲೀಸರು ನನ್ನನ್ನು ಬಂಧಿಸಲಿಲ್ಲ. ಹಾಗಾಗಿ ನಾನು ಮತ್ತೆ ಗಾಂಧಿ ಅವರನ್ನೇ ಕೇಳಿದೆ– 'ಈಗೇನು'? ಅವರು ಹೇಳಿದರು. 'ಅದೇ ಘೋಷಣೆ ಮೊಳಗಿಸುತ್ತಾ ಜನರ ನಡುವೆ ಹೋಗು.' ನಾನು 20–30 ಜನರೊಂದಿಗೆ ಪ್ರತೀ ಬಾರಿ 60 ಕಿಮೀ ನಡೆದು ಹಲವು ಹಳ್ಳಿಗಳಿಗೆ ಹೋಗಲು ಆರಂಭಿಸಿದೆ.

ಮಹಾತ್ಮಾ ಗಾಂಧಿಯವರ 'ಮಾಡು ಇಲ್ಲವೇ ಮಡಿ' ಘೋಷಣೆಯೊಂದಿಗೆ ಕ್ವಿಟ್ ಇಂಡಿಯಾ ಚಳವಳಿ ಆರಂಭವಾಯಿತು. ಪರಿಸ್ಥಿತಿ ಬದಲಾಗಲು ಆರಂಭಿಸಿತು.

‘1942ರ ಆಗಸ್ಟ್ 25ರಂದು ನಮ್ಮೆಲ್ಲರನ್ನೂ ಬಂಧಿಸಿಡಲಾಯಿತು. ನವರಂಗಪುರದ ಪಾಪಡಹಂಡಿಯಲ್ಲಿ ಪೊಲೀಸರು ಹಾರಿಸಿದ ಗುಂಡಿಗೆ ಸ್ಥಳದಲ್ಲೇ 19 ಮಂದಿ ಪ್ರಾಣ ತೆತ್ತರು. ಗಾಯಗಳಿಂದ ನರಳುತ್ತಿದ್ದ ಇನ್ನೂ ಹಲವರು ಆನಂತರ ಪ್ರಾಣಬಿಟ್ಟರು. ಸುಮಾರು 300 ಮಂದಿಗೆ ಗಾಯಗಳಾಗಿದ್ದವು.’

‘ತುರಿ ನದಿಯ ದಡದಲ್ಲಿ ಸೇರಿದ್ದ ಪ್ರತಿಭಟನಾಕಾರರ ಗುಂಪಿನ ಮೇಲೆ ಬ್ರಿಟಿಷ್ ಪೊಲೀಸರು ಮನಬಂದಂತೆ ಗುಂಡು ಹಾರಿಸಿದರು. ಈ ಗೊಂದಲದಲ್ಲಿ ಸುಮಾರು ಮಂದಿ ನದಿಗೆ ಹಾರಿ ಪಾರಾಗಲು ಯತ್ನಿಸಿದರು. ನೀರಿನಲ್ಲಿ ಕೊಚ್ಚಿ ಹೋದರು.’

ಇಡೀ ಪ್ರಾಂತ್ಯದಲ್ಲಿ ಪ್ರತಿಭಟನೆ ಕಾಳ್ಗಿಚ್ಚಿನಂತೆ ಹಬ್ಬಿತು. (1992ರಲ್ಲಿ ಈ ದೊಡ್ಡ ಪ್ರದೇಶವನ್ನು ಖೋರಾಪುಟ್, ಮಲ್ಕನ್‌ಗಿರಿ, ರಾಯಗಢ ಹಾಗೂ ನವರಂಗಪುರ ಎಂಬ ನಾಲ್ಕು ಜಿಲ್ಲೆಗಳಾಗಿ ವಿಭಜಿಸಲಾಯಿತು)

1936ರಲ್ಲಿ ಈ ಅವಿಭಜಿತ ಖೋರಾಪುಟ್ ಜಿಲ್ಲೆ 36 ಸಾವಿರ ಚದರ ಕಿಮೀ ವ್ಯಾಪ್ತಿಯದ್ದಾಗಿತ್ತು. ಅಂದರೆ ಈಗಿನ ಗೋವಾದ ಏಳು ಪಟ್ಟು. ಈಗಲೂ ಸಹಾ ಪ್ರತಿಯೊಂದು ಹೊಸ ಜಿಲ್ಲೆಯೂ ಗಾತ್ರದಲ್ಲಿ ಗೋವಾಗಿಂತ ದೊಡ್ಡದಿದೆ. ಖೋರಾಪುಟ್ ಗೋವಾಗಿಂತ ಎರಡು ಪಟ್ಟು ದೊಡ್ಡದಿದೆ.

‘ಕ್ವಿಟ್ ಇಂಡಿಯಾ ಚಳವಳಿಯಲ್ಲಿ ಖೋರಾಪುಟ್ ಒಂದರಲ್ಲೇ ಸಾವಿರಕ್ಕೂ ಹೆಚ್ಚು ಮಂದಿಯನ್ನು ಬಂಧಿಸಲಾಯಿತು. ಹಲವರಿಗೆ ಗುಂಡಿಕ್ಕಲಾಯಿತು, ಇಲ್ಲವೇ ನೇಣಿಗೇರಿಸಲಾಯಿತು. ಖೋರಾಪುಟ್‌ನಲ್ಲಿ ನೂರಾರು ಹುತಾತ್ಮರಿದ್ದಾರೆ. ಬ್ರಿಟಿಷ್‌ರನ್ನು ವಿರೋಧಿಸಿದ ಮಹಾನ್ ವ್ಯಕ್ತಿ ಬುಡಕಟ್ಟು ನಾಯಕ ವೀರ ಲಖನ್ ನಾಯಕ್‌ನನ್ನು ಗಲ್ಲಿಗೇರಿಸಲಾಯಿತು. 56 ಮಂದಿಗೆ ಜೈಲು ಶಿಕ್ಷೆ ವಿಧಿಸಲಾಯಿತು. ನಾನು ಆ 56 ಜನರಲ್ಲಿ ಒಬ್ಬ’ ಎಂದು ಅವರು ಯಾವುದೇ ಬಡಾಯಿಯಿಲ್ಲದೆ ಹೇಳಿದರು.

ಪ್ರತಿಭಟನಾಕಾರರ ಮೇಲೆ ಪೊಲೀಸರು ಎಸಗಿದ ದೌರ್ಜನ್ಯದಲ್ಲಿ ಬಾಜಿ ಅವರ ಎರಡೂ ಭುಜಗಳು ಜರ್ಝರಿತವಾಗಿವೆ. ‘ಖೋರಾಪುಟ್ ಜೈಲಿನಲ್ಲಿ ನಾನು ದೀರ್ಘಕಾಲ ಇದ್ದೆ’ ಎಂದು ಬಾಜಿ ಹೇಳಿದರು.

‘ಅಲ್ಲಿಯೇ ನಾನು ಬೆಹ್ರಾಂಪುರ ಜೈಲಿಗೆ ಸ್ಥಳಾಂತರಿಸುವ ಮುನ್ನ ಲಖನ್ ನಾಯಕ್‌ರನ್ನು ನೋಡಿದೆ. ಅವರು ನನ್ನ ಎದುರಿನ ಕೋಣೆಯಲ್ಲಿದ್ದರು. ಅವರಿಗೆ ಗಲ್ಲು ಶಿಕ್ಷೆಯ ಆದೇಶ ಬಂದಾಗ ನಾನು ಅವರ ಜೊತೆಯಲ್ಲಿಯೇ ಇದ್ದೆ. ‘ನಾನು ನಿಮ್ಮ ಕುಟುಂಬಕ್ಕೆ ಏನು ತಿಳಿಸಬೇಕು?’ ಎಂದು ಅವರನ್ನು ಕೇಳಿದೆ. ‘ನಾನು ಚಿಂತೆಗೀಡಾಗಿರಲಿಲ್ಲ ಎಂದು ಅವರಿಗೆ ತಿಳಿಸಿ’ ಎಂದರು. ನಾವು ಯಾವ

ಸ್ವರಾಜ್ಯವನ್ನು ಪಡೆಯಲು ಹೋರಾಡಿದೆವೋ ಆ ಸ್ವರಾಜ್ಯ ಬರುವುದನ್ನು ನೋಡಲು ನಾನಿರುವುದಿಲ್ಲವಲ್ಲ ಎನ್ನುವುದಷ್ಟೇ ನನ್ನ ಯೋಚನೆ' ಎಂದಿದ್ದರು.

ಸ್ವರಾಜ್ಯದ ಆಗಮನವನ್ನು ಬಾಜಿ ಕಂಡರು. ಸ್ವಾತಂತ್ರ್ಯ ಬರುವ ಸ್ವಲ್ಪಕಾಲ ಮುಂಚೆ 'ನೂತನ ಸ್ವತಂತ್ರ ದೇಶಕ್ಕೆ ಹೆಜ್ಜೆ ಇಡಲು' ಅವರನ್ನು ಕಟಕ್ ಜೈಲಿನಿಂದ ಬಿಡುಗಡೆ ಮಾಡಲಾಗಿತ್ತು. ಸದಾಶಿವ ತ್ರಿಪಾಠಿ ಅವರೂ ಸೇರಿದಂತೆ ಬಾಜಿ ಅವರ ಅನೇಕ ಸಂಗಾತಿಗಳು 1952ರಲ್ಲಿ ಸ್ವತಂತ್ರ ಭಾರತದ ಮೊದಲ ಚುನಾವಣೆಯಲ್ಲಿ ಸ್ಪರ್ಧಿಸಿ ಶಾಸಕರಾಗಿ ಆಯ್ಕೆಯಾದರು. ಸದಾಶಿವ ತ್ರಿಪಾಠಿಯವರು ಮುಖ್ಯಮಂತ್ರಿಯೂ ಆದರೂ. ಬಾಜಿ ಅವರು ಎಂದಿಗೂ ಚುನಾವಣೆಯಲ್ಲಿ ಸ್ಪರ್ಧಿಸಲಿಲ್ಲ. 'ನಾನು ಎಂದೂ ಅಧಿಕಾರವನ್ನಾಗಲೀ ಅಥವಾ ಯಾವುದೇ ಸ್ಥಾನಮಾನವನ್ನಾಗಲೀ ಬಯಸಲಿಲ್ಲ' ಎಂದು ವಿವರಿಸಿದರು.

'ಗಾಂಧಿ ಅವರು ನಮ್ಮಿಂದ ಬಯಸಿದಂತೆ ನಾವು ಇನ್ನೂ ಹಲವಾರು ರೀತಿಯಲ್ಲಿ ಸೇವೆ ಮಾಡಬಹುದು ಎಂದು ನನಗೆ ಗೊತ್ತಿತ್ತು.' ಬಾಜಿ ಅವರು ದಶಕಗಳ ಕಾಲ ಕಾಂಗ್ರೆಸ್ ನಿಷ್ಠರಾಗಿದ್ದರು. 'ಆದರೆ ನನಗೆ ಈಗ ಯಾವ ಪಕ್ಷವೂ ಇಲ್ಲ. ನಾನು ಪಕ್ಷಾತೀತ' ಎಂದರು.

ಜನರಿಗೆ ಮುಖ್ಯವಾದ ಯಾವುದೇ ವಿಷಯಗಳಲ್ಲಿ ಇವರು ಸಕ್ರಿಯವಾಗಿರಲು ಇದು ತೊಡಕೇನೂ ಆಗಲಿಲ್ಲ. 1956ರಲ್ಲಿ ವಿನೋಭಾ ಭಾವೆ ಅವರ ಭೂದಾನ ಚಳವಳಿಯಲ್ಲಿ ಭಾಗವಹಿಸುವುದರಿಂದ ಹಿಡಿದು, ತಮಗೆ ಅಪಾಯವಿದ್ದರೂ ಭೂಮಾಲೀಕರ ಬೆದರಿಕೆಗಳಿಗೆ ಜಗ್ಗದೆ ಜೀತ ಕಾರ್ಮಿಕರನ್ನು ಮುಕ್ತಗೊಳಿಸಲು ಹೋರಾಟ ನಡೆಸುವವರೆಗೆ ಇವರು ಸಕ್ರಿಯವಾಗಿಯೇ ಇದ್ದರು.

ಖೋರಾಪುಟ್ ಭೂದಾನ ಚಳವಳಿಯು ಭೂರಹಿತರಿಗೆ ಹಂಚಲು ಬಹುಶಃ ಸಾವಿರಾರು ಎಕರೆ ಭೂಮಿಯನ್ನು ಸಂಗ್ರಹಿಸಿತು. ಬಾಜಿ ಈ ಬಗ್ಗೆ ತಮ್ಮನ್ನು ಹೊಗಳಿಕೊಳ್ಳಲಿಲ್ಲ. ಆದರೆ, ಈ ಎಲ್ಲದರ ಹಿಂದಿದ್ದ ಮುಖ್ಯ ಚಾಲಕ ಶಕ್ತಿ ಇವರಾಗಿದ್ದರು. ಈ ಭೂದಾನ ಚಳವಳಿಗೆ ಅವರು ತಮ್ಮ 14 ಎಕರೆ ಭೂಮಿಯನ್ನು ದಾನ ಮಾಡಿದ್ದರ ಬಗ್ಗೆಯೂ ಅವರು ಹೊಗಳಿಕೊಳ್ಳಲಿಲ್ಲ.

ಇವರು ಜಯಪ್ರಕಾಶ್ ನಾರಾಯಣ ಅವರ ಕೆಲವು ಸಾಮಾಜಿಕ ಹಾಗೂ ರಾಜಕೀಯ ಪ್ರಚಾರ ಕಾರ್ಯಕ್ರಮಗಳನ್ನೂ ಬೆಂಬಲಿಸಿದ್ದರು. '1950ರಲ್ಲಿ ಜೆಪಿ ಎರಡು ಬಾರಿ ಇಲ್ಲಿ ನೆಲೆ ನಿಂತಿದ್ದರು' ಎಂದರು. ಚುನಾವಣೆಗೆ ಸ್ಪರ್ಧಿಸುವಂತೆ ಕಾಂಗ್ರೆಸ್ ಬಾಜಿ ಅವರನ್ನು ಹಲವು ಬಾರಿ ಕೋರಿತ್ತು.

'ಆದರೆ, ನಾನು ಅಧಿಕಾರ ದಳಕ್ಕಿಂತ ಹೆಚ್ಚಾಗಿ ಸೇವಾ ದಳಕ್ಕೆ ಸೇರಿದವನು' ಎಂದರು.

2008ರಲ್ಲಿ ಕಂದಮಲ್ ಜಿಲ್ಲೆಯಲ್ಲಿ ಜರುಗಿದ ಕೋಮು ಸಂಘರ್ಷ 91 ವಯಸ್ಸಿನ ಬಾಜಿಯವರು ಮತ್ತೆ ಮಧ್ಯಪ್ರವೇಶಿಸುವಂತೆ ಮಾಡಿತು. ಅವರ ಪ್ರಕಾರ 'ಹಿಂಸಾಚಾರ ಒಂದು ಹುಚ್ಚಿನ ಕೆರಳುವಿಕೆ.' ಬಾಬ್ರಿ ಮಸೀದಿಯ ಧ್ವಂಸದ ನಂತರ ಅವರು ಕಂದಮಲ್‌ನಲ್ಲಿ ಶಾಂತಿ ಕಾಪಾಡುವಂತೆ ಮನವಿ ಮಾಡಿ ನವರಂಗಪುರದಲ್ಲಿ ಅನೇಕ ಪಾದಯಾತ್ರೆಗಳನ್ನು ನಡೆಸಿದರು.

ಬಾಜಿ ಮಹಮದ್‌ರಂತಹ ಸ್ವಾತಂತ್ರ್ಯ ಯೋಧರಿಗೆ ಗಾಂಧಿಯವರ ಭೇಟಿ 'ನನ್ನ ಹೋರಾಟಕ್ಕೆ ಸಿಕ್ಕ ಅತಿದೊಡ್ಡ ಪ್ರತಿಫಲ. ಇದಕ್ಕಿಂತ ಇನ್ನು ಹೆಚ್ಚು ಕೇಳುವುದಕ್ಕೆ ಏನಿದೆ?' ಎಂದು ಪ್ರಶ್ನಿಸಿದರು. ಪ್ರತಿಭಟನಾ ಮೆರವಣಿಗೆಯೊಂದರಲ್ಲಿ ಇವರು ಗಾಂಧಿಯವರೊಂದಿಗೆ ಇರುವ ಚಿತ್ರಗಳನ್ನು ನಮಗೆ ತೋರಿಸುವಾಗ ಇವರ ಕಣ್ಣುಗಳು ಒದ್ದೆಯಾಗಿದ್ದವು. ಇವೇ ಅವರ ಅಮೂಲ್ಯ ಆಸ್ತಿ.

***

ಬಾಜಿ ಮಹಮದ್ ಅವರ ಜೊತೆಗಿನ ಸಂದರ್ಶನದ
15 ವರ್ಷಗಳ ನಂತರದ ನವರಂಗಪುರ

ನಾವು ಕಮಟು ವಾಸನೆ ಹೊರಸೂಸುತ್ತಿದ್ದ, ಒಂದು ಮಂಕು ಕವಿದ ಕೋಣೆಯೊಂದರಲ್ಲಿ ಇಣುಕಿ ನೋಡುತ್ತಿದ್ದೆವು.

ಬಾಜಿ ಮಹಮದ್ ಈಗ ಬದುಕಿಲ್ಲ. 2019ರ ಜೂನ್ 27ರಂದು ತಮ್ಮ 103ನೆಯ ವಯಸ್ಸಿನಲ್ಲಿ ಅವರು ನಿಧನ ಹೊಂದಿದರು. 1942ರಲ್ಲಿ ಅವರು ಸೆರೆವಾಸ ಅನುಭವಿಸಿದ್ದ ಬಂದೀಖಾನೆಗೆ 2022ರ ಮಾರ್ಚ್ 30ರಂದು ಭೇಟಿ ಕೊಟ್ಟಿದ್ದೆವು. ನಮ್ಮ ಜೊತೆ 45 ವರ್ಷದ ಅವರ ಮಹಾ ಸೋದರಳಿಯ ನವರಂಗಪುರ ಜಿಲ್ಲಾ ಅಪರಾಧ ನ್ಯಾಯಾಲಯದಲ್ಲಿ ವಕೀಲರಾಗಿರುವ ಸಿರಾಜುದ್ದೀನ್ ಅಹ್ಮದ್ ಇದ್ದರು. ಸಿರಾಜುದ್ದೀನ್ ಅವರು ಬಾಜಿ ಮಹಮದ್‌ರ ಹೆಜ್ಜೆ ಅನುಸರಿಸಿ, ಸಾಮಾಜಿಕ ಹೋರಾಟಗಾರರಾಗಿದ್ದರು. ಅವರು ನಗರದ ನಿರ್ಮಾಣ ಕಾರ್ಮಿಕ ಸಂಘ, ನವರಂಗಪುರ ರಾಜಮಿಸ್ತ್ರಿ ಸಂಘವನ್ನು ಮುನ್ನಡೆಸುತ್ತಿದ್ದಾರೆ.

ನಾವು ಇಣುಕಿ ನೋಡುತ್ತಿದ್ದ ಈ ಜೈಲಿನ ಕೋಣೆಯ ಕಬ್ಬಿಣವು ತುಕ್ಕು ಹಿಡಿದಿತ್ತು. ಈಗ ಇದು ನವರಂಗಪುರ ತಹಸೀಲ್ದಾರ್ ಕಚೇರಿಯ ಗೋದಾಮಾಗಿ ಬಳಸಲ್ಪಡುತ್ತಿದೆ. ಈಗಲೂ ನಡುಕ ಹುಟ್ಟಿಸುವಂತಿರುವ ಈ ಕೋಣೆ 80 ವರ್ಷಗಳ ಹಿಂದೆ ಬಾಜಿ ಮಹಮದ್‌ರನ್ನು ಅಲ್ಲಿ ಇರಿಸಿದ್ದಾಗ ಇನ್ನೂ ಭೀಕರವಾಗಿರಬೇಕು.

'ಇದರೊಳಗೆ ಆರರಿಂದ ಎಂಟು ಮಂದಿಯನ್ನು ತುರುಕುತ್ತಿದ್ದರು' ಎಂದು ಸಿರಾಜುದ್ದೀನ್ ಹೇಳಿದರು. 'ರಾತ್ರಿಯ ವೇಳೆ ಇಲ್ಲಿ ಯಾರೂ ಒಂದಿಷ್ಟು ಗಂಟೆ ನೆಮ್ಮದಿಯಾಗಿ ನಿದ್ದೆ ಮಾಡಲು ಸಾಧ್ಯವಿರಲಿಲ್ಲ.' 'ಮಣ್ಣಿನ ಕುಡಿಕೆಯೇ ಆ

139

ಎಲ್ಲಾ ಎಂಟು ಜನರೂ ಬಳಸುವ ಪಾಯಿಖಾನೆಯಾಗಿತ್ತು. ಪ್ರತೀ ದಿನ ಸಶಸ್ತ್ರ ಕಾವಲುಗಾರರು ಕೈದಿಗಳಲ್ಲಿ ಒಬ್ಬರನ್ನು ಅಲ್ಲಿಯೇ ಸಂಗ್ರಹವಾಗಿದ್ದ ಮಲವನ್ನು ಸುರಿಯಲು ಸನಿಹದ ಪೊದೆಗಳತ್ತ ಕರೆದುಕೊಂಡು ಹೋಗುತ್ತಿದ್ದರು. ಆನಂತರ ಖಾಲಿಯಾದ ಅದೇ ಮಡಿಕೆಯನ್ನು ಹೊತ್ತು ಆತ ಹಿಂದೆ ಬರುತ್ತಿದ್ದ. ಅದನ್ನೇ ಮತ್ತೆ ಬಳಸಬೇಕಾಗುತ್ತಿತ್ತು.'

'ನಾವು ಬಾಜಿ ಅವರನ್ನು ಈ ಬಗ್ಗೆ ಮೇಲಿಂದ ಮೇಲೆ ಪ್ರಶ್ನಿಸುತ್ತಿದ್ದಾಗ ಅವರು ಇಂತಹ ಹಾಗೂ ಇನ್ನೂ ಅನೇಕ ಸಂಗತಿಗಳನ್ನು ಬಿಚ್ಚಿಡುತ್ತಿದ್ದರು. ಆದರೆ, ಅವರು ಎಂದೂ ನಮ್ಮ ಬಳಿ ಆ ಬಗ್ಗೆ ದೂರುತ್ತಿರಲಿಲ್ಲ ಅಥವಾ ಕಹಿ ಭಾವನೆ ಹೊಂದಿರಲಿಲ್ಲ. 'ಬ್ರಿಟಿಷ್ ರಾಜ್ ಇವರ ಮೂಳೆಗಳನ್ನು ಮುರಿದಿತ್ತೇ ಹೊರತು ಇವರ ಸ್ಥೈರ್ಯವನ್ನಲ್ಲ.'

ಅಂದಿನ ಸಂಜೆಯನ್ನು ನಾವು ಬಾಜಿ ಅವರ ಕುಟುಂಬದೊಂದಿಗೆ ಕಳೆದೆವು. ಸಿರಾಜುದ್ದೀನ್ ಹಾಗೂ ಅವರ ತಮ್ಮ ಅಹ್ಮದ್ ಷರೀಫ್ ಅವರ ಕುಟುಂಬವೂ ಸೇರಿದಂತೆ ಒಟ್ಟು 11 ಜನರಿದ್ದರು. ಅವರು ನವರಂಗಪುರದ ಸುನಾರಿ ಸಾಹಿ ಬೀದಿಯಲ್ಲಿರುವ ಗಲ್ಲಿಯ ಆ ಸ್ವಾತಂತ್ರ್ಯ ಯೋಧರ ಮನೆಯಲ್ಲಿಯೇ ಇಂದಿಗೂ ವಾಸವಾಗಿದ್ದಾರೆ. ಸಿರಾಜ್ ಹಾಗೂ ಷರೀಫ್ ಇಬ್ಬರೂ ಬಾಜಿಯವರ ಅಣ್ಣ ಮಹಮದ್ ಪೆಂಟೋ ಸಾಹೇಬ್ ಅವರ ಮೊಮ್ಮಕ್ಕಳು. ಬಾಜಿಯವರು ಮದುವೆಯಾಗಿರಲಿಲ್ಲ. ಮಕ್ಕಳೂ ಇರಲಿಲ್ಲ.

103ನೆಯ ವಯಸ್ಸಿನಲ್ಲಿ ಅವರ ಸಾವು ಸಂಭವಿಸಿದಾಗ ಅವರ ಸ್ಮರಣಿಕೆಗಳನ್ನು ಬೇಟೆಯಾಡುವವರು ಅವರ ಕುಟುಂಬಕ್ಕೆ ಮುಗಿಬಿದ್ದರು. 'ಬಾಜಿ ಅವರು ತುಂಬಾ ಕಕ್ಕುಲಾತಿಯಿಂದ ಸಂಗ್ರಹಿಸುತ್ತಿದ್ದ ಮೂಲ ಛಾಯಾಚಿತ್ರಗಳು ಹೋದವು. ಗಾಂಧಿ ಹಾಗೂ ಕಾಂಗ್ರೆಸ್ ಪಕ್ಷದ ಹಲವು ಮನವಿಗಳನ್ನು ಟೈಪ್ ಮಾಡಿದ್ದ, ಮುದ್ರಿಸಿಕೊಟ್ಟಿದ್ದ ಪುರಾತನ ಸೈಕ್ಲೋಸ್ಟೈಲ್ ಮೆಶಿನ್ ಅನ್ನು ಹೊತ್ತೊಯ್ದರು. ಇಲ್ಲಿಗೆ ಬಂದ ಕೆಲವರು ಇದನ್ನು ಸ್ವಾತಂತ್ರ್ಯ ಯೋಧರ ವಸ್ತುಸಂಗ್ರಹಾಲಯಕ್ಕೆ ಕೊಂಡೊಯ್ಯುವುದಾಗಿ ಹೇಳಿ ತೆಗೆದುಕೊಂಡು ಹೋದರು' ಎನ್ನುತ್ತಾರೆ ಸಿರಾಜುದ್ದೀನ್. ಅಂತಹ ಸಂಗ್ರಹಾಲಯವೊಂದು ಆಗುತ್ತದೆ ಎಂದು ಅವರು ಇಂದಿಗೂ ಆಶಾಭಾವ ತಳೆದಿದ್ದಾರೆ. ಆದರೆ, ಆ ನಂತರದಲ್ಲಿ ಅವರಿಂದ ಯಾವ ಸುದ್ದಿಯೂ ಇಲ್ಲ.

ಇವರು ಅಂತಹ ವಸ್ತುಸಂಗ್ರಹಾಲಯವೊಂದನ್ನು ಸ್ಥಾಪಿಸುವಂತೆ ಕೇಂದ್ರ ಹಾಗೂ ರಾಜ್ಯ ಸರ್ಕಾರಗಳೆರಡಕ್ಕೂ ಮನವಿ ಮಾಡಿದ್ದಾರೆ. ಅದರಿಂದ ಸ್ವಾತಂತ್ರ್ಯ ಯೋಧರು ಹಾಗೂ ಅವರ ಕುಟುಂಬಕ್ಕೆ ನ್ಯಾಯ ಒದಗಿಸಿದಂತಾಗುತ್ತದೆ. ಈಗ

ನವರಂಗಪುರದಲ್ಲಿ ಬಾಜಿ ಮಹಮದ್ ಅವರ ಪ್ರತಿಮೆಯೊಂದಿದೆ. ಅದೂ ಸಹಾ ಸಿರಾಜುದ್ದೀನ್ ಹಾಗೂ ಅವರ ಕುಟುಂಬದ ಬೆಂಬಿಡದ ಒತ್ತಡದಿಂದಾಗಿ ಆದದ್ದು.

'ಅದನ್ನೂ ಸಹಾ ಮುಖ್ಯರಸ್ತೆಯಲ್ಲಿ ಸ್ಥಾಪಿಸದೆ ಯಾವುದೋ ಸಂದಿ ರಸ್ತೆಯಲ್ಲಿ ಸ್ಥಾಪಿಸಿದ್ದಾರೆ. ಎಷ್ಟು ಜನ ಅದನ್ನು ನೋಡಲು ಸಾಧ್ಯ' ಎಂದು ಪ್ರಶ್ನಿಸಿದರು. ಅವರ ಈ ಮನವಿಯನ್ನು ಎರಡೂ ಸರ್ಕಾರಗಳಿಗೂ ಹಾಗೂ ಸಮಾಜಕ್ಕೂ ತಲುಪಿಸುವಂತೆ ಕೋರಿದರು. 'ನಾವು ಬಾಜಿ ಮಹಮದ್ ಅವರು ನಂಬಿದ್ದ ಕೋಮು ಸೌಹಾರ್ದದ ಪರಂಪರೆಯನ್ನು ಮುಂದುವರಿಸುತ್ತೇವೆ. ಈಗ ಅತ್ಯಂತ ಅಪಾಯದಲ್ಲಿರುವ ಸೌಹಾರ್ದವನ್ನು ಕಾಪಾಡುತ್ತೇವೆ' ಎಂಬುದು ಅವರ ಮನವಿಯಾಗಿತ್ತು. ಆದಷ್ಟೂ ಬೇಗ ಈ ಸಂಗ್ರಹಾಲಯ ಸ್ಥಾಪನೆಯಾಗಬೇಕು ಎಂದು ಅವರು ಆಶಿಸಲು ಇದೂ ಒಂದು ಕಾರಣ.

ಅವರ ಪರಿವಾರದೊಡನೆ ಆ ಮಧ್ಯಾಹ್ನ ನಾವು ಕುಳಿತಿದ್ದಾಗ ನಮಗೆ ಬಾಜಿ ಮಹಮದ್ ಅವರ ಇರುವಿನ ಅರಿವಾಯಿತು. 2007ರಲ್ಲಿ ನಾನು ಅವರಿಗೆ ಕೇಳಿದ ಕೊನೆಯ ಪ್ರಶ್ನೆಯ ನೆನಪಾಯಿತು. ಸ್ವಾತಂತ್ರ್ಯ ಚಳವಳಿಯಲ್ಲಿ ಅವರಿಗೆ ಅತ್ಯಂತ ಸ್ಮರಣಾರ್ಹ ಎನಿಸಿದ ಕ್ಷಣ ಯಾವುದು?

'ಪ್ರತಿಯೊಂದೂ ಸ್ಮರಣಾರ್ಹವೇ. ಅದರಲ್ಲೂ ಮಹಾತ್ಮರನ್ನು ಭೇಟಿಯಾಗಿದ್ದು, ಅವರ ದನಿ ಕೇಳಿದ್ದು, ನನ್ನ ಬದುಕಿನ ಅತಿದೊಡ್ಡ ಕ್ಷಣ. ಒಂದು ದೇಶವಾಗಿ ನಾವು ಏನಾಗಬಹುದಿತ್ತು ಎನ್ನುವ ಬಗ್ಗೆ ಗಾಂಧಿಯವರಿಗಿದ್ದ ನೋಟ ಅದು ಇನ್ನೂ ಈಡೇರಿಲ್ಲ ಎನ್ನುವುದು ಖೇದಕರ ಸಂಗತಿ' ಎಂದರು.

ಮನಮೋಹಕವಾದ ಮುಗುಳ್ನಗುವನ್ನು ಹೊತ್ತ ಒಬ್ಬ ವಯೋವೃದ್ಧರು ಅವರು. ಅವರು ಮಾಡಿದ ತ್ಯಾಗ ಅವರ ವಯಸ್ಸಾಗಿದ್ದ ಭುಜಗಳ ಮೇಲೆ ಹಗುರವಾಗಿ ಕುಳಿತಿತ್ತು.

'ಪರಿ'ಯ ಸ್ವಾತಂತ್ರ್ಯ ಯೋಧರ
ಗ್ಯಾಲರಿಗೆ ಭೇಟಿ ನೀಡಲು
ಈ QR ಕೋಡ್ ಸ್ಕ್ಯಾನ್ ಮಾಡಿ

ಕೊನೆಯ ಹೀರೋಗಳು

‘

ನಾನು ಯಾವತ್ತೂ ಜೈಲಿಗೆ ಹೋಗಿರಲಿಲ್ಲ. ಬಂದೂಕಿನ ತರಬೇತಿ ಪಡೆದಿದ್ದರೂ ಎಂದೂ ಯಾರ ಮೇಲೂ ಗುಂಡು ಹಾರಿಸಲಿಲ್ಲ ಎಂದ ಮಾತ್ರಕ್ಕೆ ನಾನು ಸ್ವಾತಂತ್ರ್ಯ ಹೋರಾಟಗಾರಳೇ ಅಲ್ಲ ಎಂದು ಅರ್ಥವೇನು?

– ಲಕ್ಷ್ಮಿ ಪಾಂಡಾ

ಜೇಪುರ್, ಕೋರಾಪುಟ್, ಒಡಿಶಾ

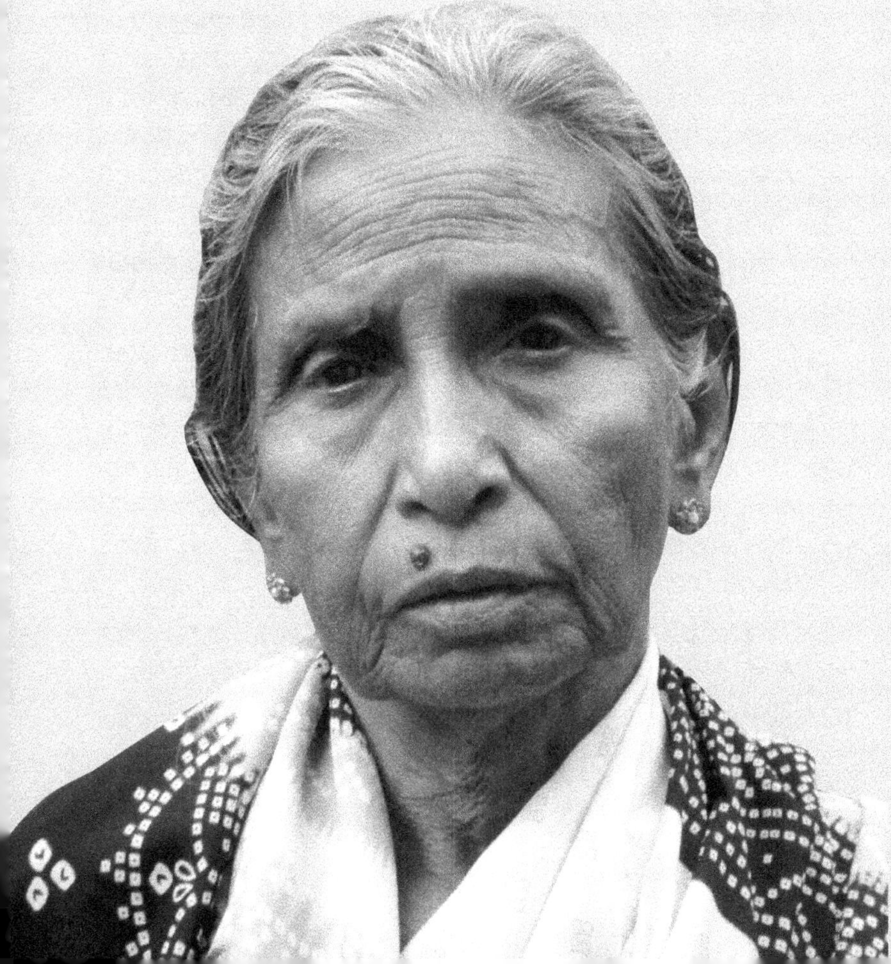

9

ಲಕ್ಷ್ಮಿ ಪಾಂಡಾಳ ಕೊನೆಯ ಹೋರಾಟ

ಭುವನೇಶ್ವರದಲ್ಲಿ ಜರುಗುವ ಗಣರಾಜ್ಯೋತ್ಸವ ಸಮಾರಂಭದಲ್ಲಿ ಭಾಗವಹಿಸುವಂತೆ ಒಡಿಶಾದ ರಾಜ್ಯಪಾಲರು ಹಾಗೂ ಅವರ ಪತ್ನಿ ಕಳುಹಿಸಿದ ಆಹ್ವಾನವನ್ನು ಲಕ್ಷ್ಮಿ ಇಂದಿರಾ ಪಾಂಡಾ ಒಪ್ಪಿಕೊಳ್ಳಲಿಲ್ಲ. ಅದೇ ದಿನ ರಾಜಭವನದಲ್ಲಿ ಜರುಗುವ ಚಹಾ ಕೂಟದಲ್ಲಿ ಭಾಗವಹಿಸುವಂತೆ ಅವರು ಮಾಡಿದ ಮನವಿಗೂ ಆಕೆ ಸಮ್ಮತಿ ನೀಡಲಿಲ್ಲ. ರಾಜ್ಯಪಾಲರು ಆಕೆಯ ಕಾರ್‌ಗೆ 'ಪಾರ್ಕಿಂಗ್ ಪಾಸ್'ನ ವ್ಯವಸ್ಥೆ ಸಹಾ ಮಾಡಿದ್ದರು. ಲಕ್ಷ್ಮಿ ಇದಕ್ಕೆ ಉತ್ತರಿಸುವ ಗೋಜಿಗೂ ಹೋಗಲಿಲ್ಲ. ಅಥವಾ ಸ್ವಾತಂತ್ರ್ಯ ಉತ್ಸವಕ್ಕೂ ಹೋಗಲಿಲ್ಲ. ಆಕೆ ನಗುತ್ತಾ ಆ ಆಹ್ವಾನಪತ್ರಿಕೆ ಹಾಗೂ ಪಾರ್ಕಿಂಗ್ ಪಾಸ್‌ನ್ನು ನಮಗೆ ತೋರಿಸಿದರು.

ಆಕೆ ದೊಡ್ಡಸ್ತಿಕೆಯನ್ನೇನೂ ಪ್ರದರ್ಶಿಸುತ್ತಿರಲಿಲ್ಲ. ಅಥವಾ ಆಕೆ ರಾಜ್ಯಪಾಲರಿಗೆ ಪ್ರತಿಭಟನೆಯನ್ನೂ ತೋರಿಸುತ್ತಿರಲಿಲ್ಲ.

ಲಕ್ಷ್ಮಿ ಪಾಂಡಾ ಬಳಿ ಕಾರ್ ಇಲ್ಲ. ಆಕೆ ಜೀವಿಸುವುದು ಒಡಿಶಾದ ಕೋರಾಪುಟ್ ಜಿಲ್ಲೆಯ ಜೇಪುರ್ ಪಟ್ಟಣದ ಚಾಳವೊಂದರ ಕಿರಿದಾದ ಕೊಠಡಿಯಲ್ಲಿ. ಆಕೆ ಕಳೆದ ಎಂಟು ದಶಕಗಳ ಕಾಲ ಬದುಕಿದ್ದ ಕೊಳೆಗೇರಿಗೆ ಹೋಲಿಸಿದರೆ ಇದು ಸ್ವಲ್ಪ ವಾಸಿ ಅಷ್ಟೆ. ಭುವನೇಶ್ವರಕ್ಕೆ ಹೋಗುವುದು ಎಂದರೆ ಆಕೆ ಮನೆಗೆಲಸ ಮಾಡಲು ಹೋಗುವುದರಿಂದ ರಜೆ ತೆಗೆದುಕೊಳ್ಳುವುದೂ ಆಗಿತ್ತು. ಆಕೆ ಬಿಡಿಗಾಸಿಗಾಗಿ ಪ್ರತೀ ದಿನ ಜೇಪುರ್‌ದಲ್ಲಿ ಮೂರು ಮನೆಗಳಲ್ಲಿ ಕಸ ಗುಡಿಸಬೇಕಿತ್ತು. ಆಕೆ ಕೆಲಸಕ್ಕೆ ಹೋಗದ ದಿನಗಳಲ್ಲಿ ಆ ಹಣ ಸಿಗುತ್ತಿರಲಿಲ್ಲ.

ಕಳೆದ ವರ್ಷ ಆಕೆಯ ಹಿತೈಷಿಗಳು ಭುವನೇಶ್ವರಕ್ಕೆ ಹೋಗಲು ರೈಲಿನ ಟಿಕೆಟ್ ಕೊಡಿಸಿದ ಕಾರಣ ಆಕೆ ಸ್ವಾತಂತ್ರ್ಯೋತ್ಸವಕ್ಕೆ ಹೋಗಿದ್ದರು. ಆದರೆ, ಈ ವರ್ಷ, 2007ರಲ್ಲಿ ಆಕೆಗೆ ರೈಲಿನ ವೆಚ್ಚ ಭರಿಸಲು ಆಗಲಿಲ್ಲ.

ಕಾರ್ ಜೊತೆಗೆ ಆಕೆಗೆ ಇರುವ ಏಕೈಕ ಸಂಬಂಧವೆಂದರೆ– 'ನನ್ನ ತೀರಿಹೋದ ಗಂಡ ನಾಲ್ಕು ದಶಕಗಳ ಹಿಂದೆ ಕಾರು ಚಾಲಕನಾಗಿ ಕೆಲಸ ಮಾಡುತ್ತಿದ್ದ' ಎನ್ನುವುದು ಮಾತ್ರ. ಈ ಇಂಡಿಯನ್ ನ್ಯಾಷನಲ್ ಆರ್ಮಿ (ಐಎನ್ಎ)ಯ ಹೋರಾಟಗಾರ್ತಿ ಈಗಲೂ ಸಹಾ ಪತ್ರಿಕೆಯಲ್ಲಿ ಪ್ರಕಟವಾಗಿರುವ ಕೈಯಲ್ಲಿ ಕೋವಿ ಹಿಡಿದ ಛಾಯಾಚಿತ್ರವನ್ನು ಹೆಮ್ಮೆಯಿಂದ ತೋರಿಸುತ್ತಾಳೆ. ಆಕೆ ಸ್ವಲ್ಪ ಹಿಂಜರಿಯುತ್ತ ಹೋರಾಟದಲ್ಲಿ ತಾನು ಯಾರ ಮೇಲೂ ಗುಂಡು ಹಾರಿಸಿಲ್ಲ ಎಂದು ಹೇಳುತ್ತಾಳೆ. ಐಎನ್ಎನಲ್ಲಿ ಆಕೆಯ ಪಾತ್ರ ಬೇರೆಯದೇ ಇತ್ತು.

ಈ ದೇಶದ ಸ್ವಾತಂತ್ರ್ಯಕ್ಕಾಗಿ ಹೋರಾಡಿದ ಲೆಕ್ಕವಿರದಷ್ಟು ಗ್ರಾಮೀಣ ಭಾರತೀಯರ ಪೈಕಿ ಲಕ್ಷ್ಮಿ ಸಹಾ ಒಬ್ಬರು. ಸಾಮಾನ್ಯ ಜನರು ಯಾರೂ ನಾಯಕರೋ, ರಾಜ್ಯಪಾಲರೋ, ಸಚಿವರುಗಳೋ ಆಗಲಿಲ್ಲ. ತಮ್ಮ ಬಹುತೇಕ ಎಲ್ಲವನ್ನೂ ತ್ಯಾಗ ಮಾಡಿದ ಜನರು ಸ್ವಾತಂತ್ರ್ಯ ದೊರೆತ ನಂತರ ತಮ್ಮ ಎಂದಿನ ಬದುಕಿಗೆ ಮರಳಿದರು.

ಆ ಪೀಳಿಗೆಯ ಬಹುತೇಕರು ಈಗ ಬದುಕಿಲ್ಲ. ಉಳಿದಿರುವ ಕೆಲವರೂ ಸಹಾ ತಮ್ಮ 80 ಅಥವಾ 90ರ ವಯಸ್ಸಿನಲ್ಲಿದ್ದಾರೆ. ಅವರಲ್ಲೂ ಹಲವರು ಅನಾರೋಗ್ಯ ಅಥವಾ ಬಡತನದಿಂದ ಬಳಲುತ್ತಿದ್ದಾರೆ. ಆ ವಯಸ್ಸಿನ ಮಂದಿಗೆ ಹೋಲಿಸಿದರೆ ಲಕ್ಷ್ಮಿ ಸ್ವಲ್ಪ ಬೇರೆಯೇ. ಆಕೆ ತನ್ನ ಹದಿಹರೆಯದಲ್ಲೇ ಐಎನ್ಎ ಸೇರಿದರು. ಸ್ವಾತಂತ್ರ್ಯದ ಸುವರ್ಣ ವರ್ಷದಲ್ಲಿ ಆಕೆ 80ಕ್ಕೆ ಹೆಜ್ಜೆಯಿಡುತ್ತಿದ್ದಾರೆ.

ಒಡಿಶಾ ಈಕೆಯನ್ನು ಸ್ವಾತಂತ್ರ್ಯ ಹೋರಾಟಗಾರ್ತಿ ಎಂದು ಗುರುತಿಸಿದೆ. ಇದರಿಂದಾಗಿ ಆಕೆಗೆ ಒಂದಷ್ಟು ವರ್ಷಗಳ ಕಾಲ 700 ರೂ.ನಷ್ಟು ಕಿಂಚಿತ್ತು ಪಿಂಚಣಿಯೂ ಸಿಕ್ಕಿದೆ. ಈ ಪಿಂಚಣಿಯ ಮೊತ್ತ ಆನಂತರದಲ್ಲಿ 3 ಸಾವಿರದವರೆಗೆ ಏರಿದೆ. ಹಲವು ವರ್ಷಗಳ ಕಾಲ ಈ ಪಿಂಚಣಿಯನ್ನು ಎಲ್ಲಿಗೆ ತಲುಪಿಸಬೇಕು ಎಂದೇ ಯಾರಿಗೂ ಗೊತ್ತಿರಲಿಲ್ಲ. ಆದರೂ, ಕೇಂದ್ರ ಸರ್ಕಾರ ಐಎನ್ಎ ನಾಯಕರು ಲಕ್ಷ್ಮಿ ಪಾಂಡಾಳ ಬೇಡಿಕೆಯನ್ನು ಸಮರ್ಥಿಸಿದರೂ ಸಹಾ ಆಕೆಗೆ ಸ್ವಾತಂತ್ರ್ಯ ಯೋಧೆಯ ಗೌರವವನ್ನು ನೀಡಲು ನಿರಾಕರಿಸಿತು. ಹಾಗೆ ಬೆಂಬಲಿಸಿದವರಲ್ಲಿ ಅಖಿಲ ಭಾರತ ಐಎನ್ಎ ಸಮಿತಿಯ ಪ್ರಧಾನ ಕಾರ್ಯದರ್ಶಿಯಾಗಿದ್ದ ಕ್ಯಾಪ್ಟನ್ ಎಸ್.ಎಸ್. ಯಾದವ ಸಹಾಯ್ ಇದ್ದರು. ಅವರು 2005ರಲ್ಲಿ ಹಾಗೂ ಆನಂತರ ಕೇಂದ್ರ ಗೃಹ ಸಚಿವಾಲಯದಲ್ಲಿ ಈಕೆಗೆ ಪಿಂಚಣಿ ಕೊಡಿಸುವ ಸಲುವಾಗಿ ಪ್ರಕರಣದ ಬೆನ್ನು ಹತ್ತಿದರು.

2007ರ ಆಗಸ್ಟ್‌ನಲ್ಲಿ ನಾವು ಭೇಟಿಯಾದ ಒಂದು ತಿಂಗಳ ಮುಂಚೆಯಷ್ಟೇ ಆಕೆ ಒಡಿಶಾ ಸರ್ಕಾರದಿಂದ ಒಂದು ಪತ್ರವನ್ನು ಸ್ವೀಕರಿಸಿದ್ದರು. ಆಕೆ ಕೇಂದ್ರಕ್ಕೆ

ಸಲ್ಲಿಸಿದ್ದ ಅರ್ಜಿಯ ಸ್ಥಿತಿಯನ್ನು ತಿಳಿಸುವ ಪತ್ರ ಅದಾಗಿತ್ತು. 2007ರ ಜುಲೈ 13ರ ಆ ಪತ್ರ ಆಕೆಯ ಮನವಿಯನ್ನು 'ತಿರಸ್ಕರಿಸಲಾಗಿದೆ' ಎಂದು ಹೇಳಿ ಕೈ ತೊಳೆದುಕೊಂಡಿತ್ತು.

'ದೆಹಲಿಯವರು ನಾನು ಜೈಲಿಗೆ ಹೋಗಿರಲಿಲ್ಲ ಎಂದರು; ಹೌದು ನಾನು ಜೈಲಿಗೆ ಹೋಗಿರಲಿಲ್ಲ. ನನ್ನಂತೆಯೇ ಆಗ ಐಎನ್‌ಎಯ ಹಲವರು ಜೈಲಿಗೆ ಹೋಗಿರಲಿಲ್ಲ. ಅಂದ ಮಾತ್ರಕ್ಕೆ ನಾವು ಸ್ವಾತಂತ್ರ್ಯಕ್ಕಾಗಿ ಹೋರಾಡಲಿಲ್ಲ ಎಂದು ಅರ್ಥವೇನು? ನನ್ನ ಪಿಂಚಣಿಗಾಗಿ ನಾನೇಕೆ ಸುಳ್ಳು ಹೇಳಬೇಕು?' ಎಂದರು.

'ನಾನು ಎಂದೂ ಜೈಲಿಗೆ ಹೋಗದ ಕಾರಣಕ್ಕೆ, ಬಂದೂಕಿನ ತರಬೇತಿ ಇದ್ದೂ ಯಾರ ಮೇಲೂ ಗುಂಡು ಹಾರಿಸದ ಕಾರಣಕ್ಕೆ ನಾನು ಸ್ವಾತಂತ್ರ್ಯ ಹೋರಾಟಗಾರ್ತಿ ಅಲ್ಲ ಎಂದು ಅರ್ಥವೇನು? ಬ್ರಿಟಿಷರ ಬಾಂಬ್ ದಾಳಿಯ ಗುರಿಗಳಾಗಿದ್ದ ಐಎನ್‌ಎ ಅರಣ್ಯ ಶಿಬಿರಗಳಲ್ಲಿ ನಾನು ಕೆಲಸ ಮಾಡಿದೆ. ಅದರ ಅರ್ಥ ನಾನು ಸ್ವಾತಂತ್ರ್ಯ ಹೋರಾಟಕ್ಕೆ ಏನೂ ಕೊಡುಗೆ ನೀಡಿಲ್ಲ ಎಂದೇನು? 13ನೆಯ ವಯಸ್ಸಿನಲ್ಲಿ ನಾನು ಹೊರಗೆ ಹೋಗಿ ಸೆಣಸುತ್ತಿದ್ದ ಎಲ್ಲರಿಗೂ ಶಿಬಿರದ ಅಡುಗೆಮನೆಯಲ್ಲಿ ಅಡುಗೆ ಮಾಡುತ್ತಿದ್ದೆ. ನಾನು ಆ ಹೋರಾಟದ ಭಾಗ ಆಗಿರಲಿಲ್ಲವೇ?' ಎಂದು ಅವರು ಸಿಟ್ಟಿನಿಂದ ಗುಡುಗಿದರು.

***

ಲಕ್ಷ್ಮಿ, ನೇತಾಜಿ ಸುಭಾಷ್‌ಚಂದ್ರ ಬೋಸ್ ಅವರ ಇಂಡಿಯನ್ ನ್ಯಾಷನಲ್ ಆರ್ಮಿಯ ಅತ್ಯಂತ ಕಿರಿಯ ಸದಸ್ಯರಲ್ಲೊಬ್ಬರಾಗಿದ್ದರು. ಬಹುಶಃ ಐಎನ್‌ಎ ಸೇರಿ ಅದರ ಮ್ಯಾನ್ಮಾರ್ (ಈಗಿನ ಬರ್ಮಾ) ಶಿಬಿರದಲ್ಲಿದ್ದ ಏಕೈಕ ಒಡಿಯಾ ಮಹಿಳೆ. ಈಗ ಬದುಕಿರುವವರು ಖಂಡಿತಾ ಅವರೊಬ್ಬರೇ. ಆಗ ತುಂಬಾ ಜನಪ್ರಿಯರಾಗಿದ್ದ ಕ್ಯಾಪ್ಟನ್ ಲಕ್ಷ್ಮಿ ಸೈಗಲ್ ಅವರ ಹೆಸರಿನ ಜೊತೆ ಗೊಂದಲವಾಗದಿರಲಿ ಎಂದು ಸ್ವತಃ ಬೋಸ್ ಅವರೇ ಈಕೆಯ ಎರಡನೆಯ ಹೆಸರಾದ 'ಇಂದಿರಾ' ಎಂಬ ಹೆಸರಿನಿಂದ ಕರೆಯಲು ನಿರ್ಧರಿಸಿದ್ದರು. 'ಅವರು ಹೇಳಿದರು, ಈ ಶಿಬಿರದಲ್ಲಿ ನೀನು ಇಂದಿರಾ. ಅದನ್ನೆಲ್ಲಾ ಅರ್ಥ ಮಾಡಿಕೊಳ್ಳಲು ಆಗ ನಾನು ತುಂಬಾ ಚಿಕ್ಕವಳು. ಆದರೆ, ಅಂದಿನಿಂದ ನಾನು ಶಿಬಿರದಲ್ಲಿ ಇಂದಿರಾ ಆದೆ.'

ಲಕ್ಷ್ಮಿ ಜನಿಸಿದ್ದು ಆಗಿನ ಬರ್ಮಾದಲ್ಲಿ. ಅವಳ ಪೋಷಕರು ಅಲ್ಲಿ ರೈಲ್ವೆ ಹಳಿ ಅಳವಡಿಸುವ ಕೆಲಸ ಮಾಡುತ್ತಿದ್ದರು. ಅವರು ಕೆಲಸ ಮಾಡುತ್ತಿದ್ದ ಪ್ರದೇಶವನ್ನು ಜಪಾನೀಯರು ಕೈವಶ ಮಾಡಿಕೊಂಡಿದ್ದರು. ಅವರು ಕೆಲಸ ಮಾಡುತ್ತಿದ್ದಾಗ ಬ್ರಿಟಿಷರ ಬಾಂಬ್ ದಾಳಿಗೆ ಸಿಕ್ಕು ಇಬ್ಬರೂ ಮರಣ ಹೊಂದಿದರು. 'ಇದಾದ ನಂತರ ನನಗೆ ಬ್ರಿಟಿಷರ ವಿರುದ್ಧ ಹೋರಾಡಬೇಕು ಎನಿಸಿತು. ಆ ವೇಳೆಗಾಗಲೇ

ಐಎನ್‌ಎನಲ್ಲಿದ್ದ ಒಡಿಶಾದ ನನ್ನ ಹಿರಿಯ ಗೆಳೆಯರು ನನ್ನನ್ನು ಯಾವುದರಲ್ಲೂ ಸೇರಿಸಿಕೊಳ್ಳಲು ಇಚ್ಛಿಸುತ್ತಿರಲಿಲ್ಲ. ನನಗೆ ಇನ್ನೂ ಚಿಕ್ಕವಯಸ್ಸು ಎಂದು ಹೇಳುತ್ತಿದ್ದರು.'

'ನಾನು ಯಾವ ರೀತಿಯ ಕೆಲಸಕ್ಕಾದರೂ ಪರವಾಗಿಲ್ಲ, ಅದು ಎಂತಹ ನಿಕೃಷ್ಟದ್ದು ಆದರೂ ಪರವಾಗಿಲ್ಲ ಸೇರಿಸಿಕೊಳ್ಳಿ ಎಂದು ಬೇಡಿಕೊಂಡೆ. ನನ್ನ ಸಹೋದರ ನಕುಲ್ ರಥ್ ಸಹಾ ಐಎನ್‌ಎ ಸದಸ್ಯನಾಗಿದ್ದ. ಆತ ಯುದ್ಧದಲ್ಲಿ ಕಣ್ಮರೆಯಾದ. ಹಲವಾರು ವರ್ಷಗಳ ನಂತರ ಆತ ಹೊರಗೆ ಬಂದು ಕಾಶ್ಮೀರದಲ್ಲಿ ಭಾರತೀಯ ಸೇನೆಯನ್ನು ಸೇರಿದ್ದಾನೆ ಎಂದು ಕೆಲವರು ಹೇಳಿದರು. ನನಗಾದರೂ ಅದನ್ನು ಖಚಿತಪಡಿಸಿಕೊಳ್ಳುವ ದಾರಿ ಎಲ್ಲಿತ್ತು? ಇರಲಿ, ಇದೆಲ್ಲವೂ ಆದದ್ದು ಅರ್ಧ ಶತಮಾನದ ಹಿಂದೆ.'

'ಶಿಬಿರದಲ್ಲಿ ನಾನು ಲೆಫ್ಟಿನೆಂಟ್ ಜಾನಕಿ ಅವರನ್ನು ಭೇಟಿ ಮಾಡಿದೆ. ಹಾಗೂ ಲಕ್ಷ್ಮಿ ಸೈಗಲ್, ಗೌರಿ ಹಾಗೂ ಅನೇಕ ಜನಪ್ರಿಯ ಐಎನ್‌ಎ ಯೋಧರನ್ನು ನೋಡಿದೆ. ಯುದ್ಧದ ಕೊನೆಯ ವರ್ಷಗಳಲ್ಲಿ ನಾವು ಸಿಂಗಾಪುರ್‌ಗೂ ಸಹಾ ಹೋಗಿದ್ದೆವು. ಬಹುಶಃ ಬಹದ್ದೂರ್ ಗುಂಪಿನ ಜೊತೆ.' ಅಲ್ಲಿ ಆಕೆ ಐಎನ್‌ಎಯ ತಮಿಳು ಹಿತೈಷಿಗಳ ಜೊತೆ ಉಳಿದಿದ್ದರು. ಹಾಗೂ ತಮಿಳಿನ ಕೆಲವೊಂದು ಪದಗಳನ್ನು ಕಲಿತರು.

ಇದನ್ನು ಸಾಬೀತುಪಡಿಸಲೋ ಎಂಬಂತೆ ಆಕೆ ನಮ್ಮೆಲ್ಲರೆದುರು 'ಇಂದಿರಾ' ಎಂದು ತಮಿಳಿನಲ್ಲಿ ರುಜು ಮಾಡಿದರು. ಹಾಗೂ ಹೆಮ್ಮೆಯಿಂದ ಐಎನ್‌ಎಯ ಧ್ಯೇಯಗೀತೆ–

ಕದಂ ಕದಂ ಬಡಾಯೆ ಜಾ
ಖುಷೀಕೆ ಗೀತ್ ಗಾಯೆ ಜಾ
ಯೇ ಜಿಂದಗಿ ಹೈ ಕೌಮ್ ಕೀ
ತುಮ್ ಕೌಮ್ ಪೆ ಲುಟಾಯೆ ಜಾ...

(ನಾವು ಹೆಜ್ಜೆ, ಹೆಜ್ಜೆ ಇಟ್ಟು ಮುಂದೆ ಸಾಗುತ್ತೇವೆ. ಸಂತಸದ ಹಾಡುಗಳ ಹಾಡುತ್ತೇವೆ. ಈ ಬದುಕು ನನ್ನ ತಾಯ್ನೆಲಕ್ಕೆ ಸೇರಿದ್ದು. ಹಾಗಾಗಿ ತಾಯ್ನಾಡಿಗಾಗಿ ನಿನ್ನನ್ನೇ ಬಲಿದಾನ ಮಾಡು)

ಆಕೆ ಐಎನ್‌ಎ ಸಮವಸ್ತ್ರದಲ್ಲಿರುವ ತಮ್ಮ ಛಾಯಾಚಿತ್ರಗಳನ್ನು ತೋರಿಸಿದರು. ಅದರಲ್ಲಿ ಆಕೆ ಬಂದೂಕಿನಿಂದ ಗುರಿ ಇಡುತ್ತಿರುವ ಚಿತ್ರವಿತ್ತು. 'ಇದು ಯುದ್ಧದ ನಂತರ ನಾವು ಹಿಂದಿರುಗುವ ಮುಂಚೆ ಎಲ್ಲರೂ ಸೇರಿದ್ದಾಗ ತೆಗೆದದ್ದು.' ನಾನು 1951ರಲ್ಲಿ ಬೆಹ್ರಾಂಪುರದಲ್ಲಿ ಕಾಗೇಶ್ವರ್ ಪಾಂಡಾ ಅವರ ಜೊತೆ ಮದುವೆಯಾದೆ.

ನನ್ನ ಮದುವೆಗೆ ಒಡಿಯಾದ ಐಎನ್‌ಎಯ ಹಲವಾರು ಸದಸ್ಯರು ಬಂದಿದ್ದರು' ಎಂದರು.

ತನ್ನ ಐಎನ್‌ಎ ಸಂಗಾತಿಗಳ ಬಗ್ಗೆ ಮಾತನಾಡುವಾಗ ಅವರು ತುಂಬಾ ಭಾವುಕರಾಗುತ್ತಿದ್ದರು. ನನಗೆ ಅವರೆಲ್ಲರೂ ತುಂಬಾ ನೆನಪಾಗುತ್ತಾರೆ. 'ನಾನು ಅವರನ್ನು ತುಂಬಾ ಕಳೆದುಕೊಳ್ಳುತ್ತೇನೆ. ನನಗೆ ಅಷ್ಟೇನೂ ಪರಿಚಯ ಇಲ್ಲದಿದ್ದವರನ್ನೂ ಸಹಾ ಇನ್ನೊಮ್ಮೆ ನೋಡಲು ಸಾಧ್ಯವಾಗಿದ್ದರೆ ಎನಿಸುತ್ತದೆ. ಒಮ್ಮೆ ಕಟಕ್‌ನಲ್ಲಿ ಲಕ್ಷ್ಮಿ ಸೈಗಲ್ ಅವರು ಭಾಷಣ ಮಾಡಲಿದ್ದಾರೆ ಎಂದು ಗೊತ್ತಾಯಿತು. ಆದರೆ ನನಗೆ ಅಲ್ಲಿಗೆ ಹೋಗುವಷ್ಟು ಆರ್ಥಿಕ ಬಲ ಇರಲಿಲ್ಲ. ಕೊನೆಯ ಬಾರಿಯಾದರೂ ಒಮ್ಮೆ ಅವರನ್ನು ನೋಡಬೇಕು ಎನಿಸುತ್ತಿತ್ತು. ನನಗೆ ಹಾಗೆ ಹೋಗುವ ಅವಕಾಶ ಸಿಕ್ಕಿದ್ದು ಕಾನ್ಪುರಕ್ಕೆ. ಆದರೆ ಅಲ್ಲಿಗೆ ಹೋದ ತಕ್ಷಣ ನಾನು ಹುಷಾರು ತಪ್ಪಿದೆ. ನನಗೆ ಮತ್ತೆ ಹೋಗುವ ಅವಕಾಶ ಸಿಗಲೇ ಇಲ್ಲ' ಎಂದರು.

1950ರಲ್ಲಿ ಆಕೆಯ ಪತಿಗೆ ಚಾಲಕ ಪರವಾನಗಿ ಸಿಕ್ಕಿತು. 'ಕೆಲವು ವರ್ಷ ನಾವು ಹಿರಾಕುಡ್‌ನಲ್ಲಿ ಕೆಲಸ ಮಾಡಿದೆವು. ಆ ದಿನಗಳಲ್ಲಿ ನಾನು ತುಂಬಾ ಸಂತೋಷದಿಂದಿದ್ದೆ. ಆದರೆ, 1976ರಲ್ಲಿ ಅವರು ತೀರಿಕೊಂಡರು. ಹಾಗೂ ನನ್ನ ಸಂಕಷ್ಟಗಳು ಶುರುವಾದವು' ಎಂದರು.

ಅಂಗಡಿಯಲ್ಲಿ ಸಹಾಯಕಳಾಗಿ, ಕೂಲಿಯಾಗಿ, ಮನೆಗೆಲಸದವಳಾಗಿ ಲಕ್ಷ್ಮಿ ಕೆಲಸ ಮಾಡಿದ್ದಾರೆ. ತೀರಾ ಕಡಿಮೆ ಸಂಬಳಕ್ಕೆ. ಆಕೆ ಈಗ ತನ್ನ ಮಗನ ಹಲವಾರು ಮಕ್ಕಳನ್ನು ನೋಡಿಕೊಳ್ಳುತ್ತಾ ಬದುಕು ದೂಡುತ್ತಿದ್ದಾರೆ.

'ನಾನು ಏನನ್ನೂ ಕೇಳಲಿಲ್ಲ. ನಾನು ನನ್ನ ದೇಶಕ್ಕಾಗಿ ಹೋರಾಡಿದೆ ಹೊರತು ಯಾವುದೇ ಪ್ರತಿಫಲಕ್ಕಾಗಿ ಅಲ್ಲ. ನಾನು ನನ್ನ ಕುಟುಂಬಕ್ಕಾಗಿಯೂ ಏನೂ ಬಯಸಲಿಲ್ಲ. ಆದರೆ ಈಗ ನನ್ನ ಬದುಕಿನ ಕೊನೆಯ ಅಧ್ಯಾಯದಲ್ಲಿ ನನ್ನ ಕೊಡುಗೆಯನ್ನಾದರೂ ಗುರುತಿಸುತ್ತಾರೆ ಎಂದು ಆಶಿಸುತ್ತೇನೆ' ಎಂದರು.

***

ಬಹುಶಃ ಲಕ್ಷ್ಮಿ ಪಾಂಡಾ ಅಜ್ಞಾತವಾಗಿಯೇ ತಮ್ಮ 'ಕೊನೆಯ ಅಧ್ಯಾಯ'ವನ್ನು ಕಳೆದು ಬಿಡುತ್ತಿದ್ದರೇನೋ. ಆದರೆ, ಖೋರಾಪುಟ್‌ಗೆ ಸೇರಿದ ಜೇಪುರ್‌ದ ಒಬ್ಬ ಯುವ ಪತ್ರಕರ್ತ ಅದಕ್ಕೆ ಹೊಸ ಅಧ್ಯಾಯ ಸೇರಿಸಿದ. ಹಾಗಾಗಿ ಅವರು ಮತ್ತೆ ಮುನ್ನೆಲೆಗೆ ಬರುವಂತಾಯಿತು.

ಪರೇಶ್ ರಥ್‌ನ ಚಾಲಕ, ತನ್ನ ಗೆಳೆಯ 'ಬುಲ್ಲು'ವಿನ ಅಜ್ಜಿಗೆ ಔಷಧ ಕೊಳ್ಳಲು ಹಾಗೂ ಕೆಲವು ಪತ್ರಗಳ ಜೆರಾಕ್ಸ್ ಮಾಡಲು ಸಹಾಯ ಮಾಡುವಂತೆ ಆಗೀಗ ಕೇಳುತ್ತಲೇ ಇದ್ದ.

'ಒಂದಷ್ಟು ಸಲ ಸಹಾಯ ಮಾಡಿದೆ. ಆಮೇಲೆ ನಾನು ಸುಮ್ಮನೆ ಆತನಿಗೆ ಹಣ ಕೊಡುತ್ತಿದ್ದೀನಾ ಅನಿಸಿತು. ಆತನ ಅಜ್ಜಿ ನಿಜವಾಗಿಯೂ ಬದುಕಿದ್ದಾರೆಯೇ ಎಂದು ತಿಳಿಯಲು ನಿರ್ಧರಿಸಿದೆ. ಮುಂದಿನ ಬಾರಿ ಆತ ಕೆಲವು ದಾಖಲೆಗಳ ಜೆರಾಕ್ಸ್ ಮಾಡಿಸಬೇಕಾಗಿದೆ ಎಂದಾಗ ಅದನ್ನು ನನಗೇ ಕಳಿಸಿ ಕೊಡುವಂತೆ ಹೇಳಿದೆ. ಅವನಿಗೆ ಹಣ ನೀಡುವ ಬದಲು ನಾನೇ ಅದರ ಜೆರಾಕ್ಸ್ ಮಾಡಿಸಿಕೊಡುತ್ತೇನೆ ಎಂದೆ.'

ಆ ದಾಖಲೆಗಳನ್ನು ನೋಡಿ ಪರೇಶ್ ರಥ್ ಬೆಚ್ಚಿಬಿದ್ದರಲ್ಲದೆ, ನಿಜಕ್ಕೂ ಮೂಕವಿಸ್ಮಿತರಾದರು. 'ದಾಖಲೆಗಳ ಜೊತೆಗೆ ಸ್ವಾತಂತ್ರ್ಯ ಹೋರಾಟಗಾರರ ಪಟ್ಟಿಯಿದ್ದ ಒಂದು ಪುಸ್ತಕ ಇತ್ತು. ಅದನ್ನು ಗಂಜಾಂ ಜಿಲ್ಲೆಯಲ್ಲಿ ಮುದ್ರಿಸಲಾಗಿತ್ತು. ಒಂದು ಚಿತ್ರದಲ್ಲಿ ಬುಲ್ಲುವಿನ ಅಜ್ಜಿ ಕೋವಿ ಹಿಡಿದ ಚಿತ್ರ ಇತ್ತು.'

'ಆಕೆಗೆ ತೀರಾ ಕಡಿಮೆ ಪಿಂಚಣಿ ಬರುತ್ತಿರುವುದು ಗೊತ್ತಾಯಿತು. ಆಕೆಗೆ ಕೇಂದ್ರದ ಸ್ವಾತಂತ್ರ್ಯ ಹೋರಾಟಗಾರರ ಪಿಂಚಣಿ ಬರುತ್ತಿರಲಿಲ್ಲ. ಸರ್ಕಾರದಿಂದ ಮನೆ ಹಾಗೂ ಇತರೆ ಕೆಲವು ಚಿಕ್ಕಪುಟ್ಟ ಸೌಲಭ್ಯ ಪಡೆಯಲು ಅರ್ಜಿ ಸಲ್ಲಿಸಲು ಆಕೆಗೆ ಕೆಲವು ದಾಖಲೆಗಳನ್ನು ಪ್ರತಿ ಮಾಡಿಕೊಳ್ಳಬೇಕಿತ್ತು.'

'ನಾನು ನಿಮ್ಮ ಅಜ್ಜಿಯನ್ನು ಈಗಲೇ ಭೇಟಿ ಮಾಡಬೇಕು' ಎಂದು ರಥ್ ಬುಲ್ಲುವಿಗೆ ಹೇಳಿದರು. 'ಈಗ ಆಕೆ ಮಾರ್ವಾಡಿ ಒಬ್ಬರ ಮನೆಯಲ್ಲಿ ಪಾತ್ರೆ ತೊಳೆಯುತ್ತಿದ್ದಾಳೆ. ಅದು ಮುಗಿದ ನಂತರ ಆಕೆ ತೆಲುಗರ ಮನೆಯಲ್ಲಿ ಮತ್ತೆ ಅದೇ ರೀತಿಯ ಕಸಮುಸುರೆ ಕೆಲಸಗಳನ್ನು ಮಾಡಬೇಕು' ಎಂದು ಬುಲ್ಲು ಹೇಳಿದ.

ಪತ್ರಕರ್ತ ಪರೇಶ್ ರಥ್ ಒತ್ತಾಯಿಸಿದರು. ಅವರು ನಾಗರ್ಚಿ ಬೀದಿಯಲ್ಲಿ ವಾಸವಾಗಿದ್ದರು. ಒಂದು ದಿನ ನಾನು ಬುಲ್ಲುವಿಗೆ 'ನಿನ್ನ ಅಜ್ಜಿಯನ್ನು ನೋಡಲು ಮನೆಗೆ ಬರುತ್ತೇನೆ ಎಂದು ಹೇಳಿದೆ.' ಹಾಗೆಂದು ಹೇಳಿದ ರಥ್ ಅವರ ಮನೆಗೆ ಹೋದರು.

'ನಾನು ಅವರ ಮನೆಗೆ ಹೋದಾಗ ಆಕೆ ನನ್ನೊಂದಿಗೆ ಈ ದಾಖಲೆಪತ್ರಗಳ ಬಗ್ಗೆ ಮಾತನಾಡಲು ಹಿಂಜರಿದರು. ಅವರ ಮನೆಗೆಲಸದ ಬಗ್ಗೆ ಅಥವಾ ಆಕೆ ಸ್ವಾತಂತ್ರ್ಯ ಚಳವಳಿಯಲ್ಲಿ ಭಾಗವಹಿಸಿದ್ದರ ಬಗ್ಗೆಯೂ ಮಾತನಾಡಲು ಸಿದ್ಧವಿರಲಿಲ್ಲ. ಸಾಕಷ್ಟು ಒತ್ತಾಯಿಸಿದ ನಂತರ ಒಂದು ಪೆಟ್ಟಿಗೆಯನ್ನು ತೆಗೆದು ತುಂಬಾ ಹಿಂದೆ ರಾಜ್ಯ ಸರ್ಕಾರ ಆಕೆಗೆ ನೀಡಿದ ತಾಮ್ರದ ಸ್ಮರಣಿಕೆಯನ್ನು ತೋರಿಸಿದರು. ಅವರು ಸ್ವಾತಂತ್ರ್ಯ ಯೋಧರು ಎಂದು ಗುರುತಿಸುವಂತೆ ಅದರಲ್ಲಿ ಆಕೆಯ ಹೆಸರಿತ್ತು. ಆದರೆ ಇದನ್ನು ಕೊಟ್ಟಿದ್ದದ್ದು ರಾಜ್ಯ ಸರ್ಕಾರ.'

149

'ಯಾಕೆ ನೀವು ಅದನ್ನು ಮುಚ್ಚಿಟ್ಟಿದ್ದೀರಿ?' ಎಂದು ಪರೇಶ್ ರಥ್ ಕೇಳಿದರು. 'ನಾನು ಮಾಡುತ್ತಿರುವ ಕೆಲಸವನ್ನು ನೋಡಿ, ಬೇರೆಯವರ ಮನೆಯಲ್ಲಿ ಮನೆಗೆಲಸದವಳಾಗಿದ್ದೇನೆ. ನಿಮಗೆ ಅಥವಾ ಯಾರಿಗಾದರೂ ಈ ಸ್ಮರಣಿಕೆಯ ಬಗ್ಗೆ ಹೇಳಲು ನನಗೆ ಮುಜುಗರವಾಗುತ್ತದೆ. ನಾನು ಸ್ವಾತಂತ್ರ್ಯ ಯೋಧೆ ಎಂದು ಹೇಳಿದರೆ ಯಾರು ತಾನೇ ಒಪ್ಪಿಕೊಳ್ಳುತ್ತಾರೆ?'

ಆಕೆ ಮೂರು ಮನೆಗಳಲ್ಲಿ ಕೆಲಸ ಮಾಡುತ್ತಿದ್ದರು. ಎಲ್ಲವೂ ಒಡಿಯೇತರ ಕುಟುಂಬಗಳು. ಪ್ರತೀ ಮನೆಯಲ್ಲಿ 300ರಿಂದ 350 ರೂ. ಹಾಗೂ ಮನೆಯಲ್ಲಿ ಅಳಿದುಳಿದದ್ದು ಏನಾದರೂ ಸಿಗುತ್ತಿತ್ತು.

ಅಲ್ಲಿಗೆ ಹೋದ ಪರೇಶ್ ರಥ್ ಅವರು ಆಕೆಯ ತೀರಾ ಚಿಕ್ಕದಾದ, ಮಣ್ಣಿನ ಮನೆಯ ಫೋಟೋ ತೆಗೆದರು. ವಿಡಿಯೋ ಸಹಾ ಮಾಡಿದರು. 'ಆಮೇಲೆ ಇದನ್ನು ನಾನು ಆಗಸ್ಟ್ 15ರಂದು ವರದಿ ಮಾಡಿದೆ. ಇದು ಭಾರತದ ಪ್ರಧಾನಿಯವರು ಸ್ವಾತಂತ್ರ್ಯೋತ್ಸವ ಭಾಷಣ ಮಾಡುವ ಸ್ವಲ್ಪ ಮುಂಚೆ ಪ್ರಸಾರವಾಯಿತು. ಇದು ಆದದ್ದು 2003ರಲ್ಲಿ.' ರಥ್ ಅವರ ಈ ವರದಿ ಪ್ರಸಾರವಾದದ್ದು 'ಈಟಿವಿ ಒಡಿಯಾ' ಹಾಗೂ 'ಈಟಿವಿ ರಾಷ್ಟ್ರೀಯ ವಾಹಿನಿ'ಯಲ್ಲಿ. ಈ ವರದಿ ಜನರ ಮನದಲ್ಲಿ ಆಳವಾದ ಪರಿಣಾಮ ಬೀರಿತು.'

ಇಷ್ಟೆಲ್ಲ ಆದ ನಂತರವೂ ಕೇಂದ್ರ ಸರ್ಕಾರದ ಮನ್ನಣೆ ಸಿಗಲು 5 ವರ್ಷ ಬೇಕಾಯಿತು.

ಪರೇಶ್ ರಥ್ ಅವರು ತಮ್ಮದೇ ಖರ್ಚಿನಲ್ಲಿ ಅವರನ್ನು ಆ ಕೊಳೆಗೇರಿಯಿಂದ

ಒಂದು ಕೊಠಡಿಯಿದ್ದ ಮನೆಗೆ ಸ್ಥಳಾಂತರಿಸಿದರು. ಆ ಮನೆಯಲ್ಲಿಯೇ ನಾವು ಅವರನ್ನು ಭೇಟಿ ಮಾಡಿದ್ದು. ರಥ್ ಅವರೇ ಆಕೆಯ ವೈದ್ಯಕೀಯ ವೆಚ್ಚವನ್ನೂ ನೋಡಿಕೊಂಡರು. ಅನಾರೋಗ್ಯದಿಂದ ಇತ್ತೀಚೆಗೆ ಪಾಂಡಾ ಆಸ್ಪತ್ರೆಗೆ ಸೇರಿದ್ದರು. ಈಗ ಆಕೆ ಮಗನ ಸಮಸ್ಯೆಗಳ ಬಗ್ಗೆ ಚಿಂತಿಸುತ್ತಲೇ ಅವನ ಮನೆಯಲ್ಲಿದ್ದಾರೆ.'

ತನಗೆ 78 ಅಥವಾ 79 ವರ್ಷ ಆಗಿರಬೇಕು ಎಂದು ಆಕೆ ಅಂದಾಜು ಮಾಡುತ್ತಾರೆ. ಆಕೆ 1929 ಅಥವಾ 1930ರಲ್ಲಿ ಜನಿಸಿದ್ದಾರೆ. 'ಯಾವ ದಿನ, ಯಾವ ತಿಂಗಳು ಹುಟ್ಟಿದ್ದೇನೆ ಎನ್ನುವುದು ಗೊತ್ತಿಲ್ಲ' ಎನ್ನುತ್ತಾರೆ. ಈ ಮಧ್ಯೆ ಅನಾರೋಗ್ಯ ಹಾಗೂ ಬಡತನ ಎರಡೂ ಲಕ್ಷ್ಮಿಯನ್ನು ನಜ್ಜುಗುಜ್ಜಾಗಿಸಿವೆ.

***

ರಥ್ ಅವರ ವರದಿಯ ನಂತರ ಇನ್ನೂ ಹಲವು ವರದಿಗಳು ಬಂದವು. ಒಮ್ಮೆಯಂತೂ ಲಕ್ಷ್ಮಿ ರಾಷ್ಟ್ರಮಟ್ಟದ ನಿಯತಕಾಲಿಕೆಯ ಮುಖಪುಟವನ್ನು ಅಲಂಕರಿಸಿದ್ದರು. ಆದರೆ, ಪರೇಶ್ ರಥ್ ಅವರ ವರದಿ ಹಾಗೂ ಆ ನಂತರದಲ್ಲಿ 'ಎನ್‌ಡಿಟಿವಿ'ಗಾಗಿ ಪುರುಷೋತ್ತಮ ಠಾಕೂರ್ ಮಾಡಿದ ವರದಿ ಲಕ್ಷ್ಮಿ ಪಾಂಡಾ ಅವರನ್ನು ಜನರ ಮನಸ್ಸಿನಲ್ಲಿ ಉಳಿಯುವಂತೆ ಮಾಡಿತು.

'ಕೋರಾಪುಟ್‌ನ ಆಗಿನ ಜಿಲ್ಲಾಧಿಕಾರಿ ಉಷಾ ಪಧೀ ಅವರು ತುಂಬಾ ಸಹಾನುಭೂತಿ ಉಳ್ಳ ವ್ಯಕ್ತಿತ್ವದವರಾಗಿದ್ದರು. ಈ ವರದಿಗಳು ಪ್ರಸಾರವಾಗುತ್ತಿದ್ದಂತೆ ಅವರು ಲಕ್ಷ್ಮಿ ಪಾಂಡಾ ಅವರ ಮನೆಗೆ ಭೇಟಿ ಕೊಟ್ಟರು. ವೈದ್ಯಕೀಯ ನೆರವಾಗಿ ರೆಡ್‌ಕ್ರಾಸ್ ವತಿಯಿಂದ 10 ಸಾವಿರ ರೂ.ಗಳನ್ನು ಖುದ್ದಾಗಿ ತಾವೇ ಅವರ ಕೈಗೆ ಕೊಟ್ಟರು. ಆಕೆಗೆ ಸರ್ಕಾರಿ ಜಾಗವನ್ನು ಕೊಡಿಸುವ ಭರವಸೆಯನ್ನೂ ನೀಡಿದರು. ಆದರೆ, ಸ್ವಲ್ಪಕಾಲದಲ್ಲೇ ಪಧೀ ಅವರು ಜಿಲ್ಲೆಯಿಂದ ವರ್ಗವಾಗಿ ಹೋದರು' ಎಂದರು ಪರೇಶ್ ರಥ್.

'ಬಂಗಾಳದಿಂದಲೂ ಕೆಲವರು ಆಕೆಗೆ ಸಣ್ಣಮಟ್ಟ ದೇಣಿಗೆಯನ್ನು ನೀಡಿದರು' ಎನ್ನುತ್ತಾರೆ ರಥ್. ಇವರಲ್ಲಿ ಕೆಲವರು ಐಎನ್‌ಎಯ ರಾಣಿ ಝಾನ್ಸಿ ಬ್ರಿಗೇಡ್‌ಗೆ ಸೇರಿದ ಹಳೆಯ ಸದಸ್ಯರಿರಬಹುದು ಎನ್ನುವುದು ಲಕ್ಷ್ಮಿ ಅವರ ನಂಬಿಕೆ. 'ಇಷ್ಟೆಲ್ಲಾ ಬೆಳವಣಿಗೆಯ ನಂತರ ಲಕ್ಷ್ಮಿ ತಮ್ಮ ಅದೇ ಕಡುಕಷ್ಟದ ಸ್ಥಿತಿಗೆ ಮರಳಿದರು.'

'ಇದು ಕೇವಲ ಹಣದ ವಿಷಯ ಅಲ್ಲ' ಎಂದು ಬೊಟ್ಟು ಮಾಡಿ ಹೇಳುತ್ತಾರೆ ರಥ್. ಇವರಿಗೆ ಈಗ ಕೇಂದ್ರದ ಪಿಂಚಣಿ ಸಿಕ್ಕರೂ ಅದನ್ನು ಎಷ್ಟು ವರ್ಷ ಅಂತ ಅನುಭವಿಸಲು ಸಾಧ್ಯ? ಆದರೆ ಪಿಂಚಣಿ ಎನ್ನುವುದು ಹಣಕ್ಕಿಂತ ಹೆಚ್ಚಾಗಿ ಅದು ಆಕೆಗೆ ಹೆಮ್ಮೆಯ ಹಾಗೂ ಗೌರವದ ವಿಷಯ. ಆದರೆ, ಕೇಂದ್ರ ಸರ್ಕಾರ ಇದಕ್ಕೆ ಸ್ಪಂದಿಸುತ್ತಲೇ ಇಲ್ಲ' ಎನ್ನುತ್ತಾರೆ ರಥ್.

‘ಹೌದು, ನನಗೆ ಒಂದು ತುಂಡು ಭೂಮಿಯನ್ನು ಕೊಟ್ಟಿದ್ದಾರೆ. ಆದರೆ, ಒಂದಿಷ್ಟೂ ಹಣ ಇಲ್ಲದೆ ನಾನು ಆ ಜಾಗದಲ್ಲಿ ಮನೆ ಕಟ್ಟಲು ಹೇಗೆ ಸಾಧ್ಯ?’ ಎಂದು ತಮ್ಮ ಚಾಳದ ಆ ಕಿರಿದಾದ ಕೋಣೆಯಲ್ಲಿ ಕುಳಿತು ಲಕ್ಷ್ಮಿ ನಮಗೆ ಪ್ರಶ್ನಿಸುತ್ತಿದ್ದರು. ತಾನು ಸ್ವಾತಂತ್ರ್ಯ ಯೋಧೆ ಎನ್ನುವ ಮನ್ನಣೆ ಸಿಗುವ ಬಗ್ಗೆ ಆಕೆ ಹೆಚ್ಚು ಕಾಳಜಿ ಹೊಂದಿದ್ದಾರೆಯೇ ಹೊರತು ಅದು ತರುವ ಪಿಂಚಣಿ ಹಣದ ಬಗ್ಗೆ ಅಲ್ಲ. ಸದ್ಯಕ್ಕೆ ರಥ್ ಈಗಿರುವ ಕೊಠಡಿಯ ಪಕ್ಕದಲ್ಲಿಯೇ ಇನ್ನೊಂದು ಸುಮಾರಾದ ಕೊಠಡಿಯನ್ನು ಕಟ್ಟಲು ಹಣ ಸಹಾಯ ಮಾಡಿದ್ದಾರೆ. ಇದಲ್ಲದೆ ಅವರನ್ನು ಅವರ ಹೊಸ ಮನೆ ಸಿದ್ಧವಾದಾಗ ಅಲ್ಲಿಗೆ ಸ್ಥಳಾಂತರಿಸುವ ಆಶಾಭಾವನೆ ಹೊಂದಿದ್ದಾರೆ.

ಇದು ಎಂದೂ ಸಾಧ್ಯವಾಗಲಿಲ್ಲ. ಅಥವಾ ಸಂಪೂರ್ಣವಾಗಿ ಸಾಧ್ಯವಾಗಲಿಲ್ಲ.

***

4 ಮಾರ್ಚ್ 2022

ಜೇಪುರ್‌ದ ಕೊಳೆಗೇರಿಯಲ್ಲಿ ಲಕ್ಷ್ಮಿ ಪಾಂಡಾಳ ಕುಟುಂಬ ಹಾಗೂ ಅವರ ಪರಿವಾರದ ಜೊತೆ ಕುಳಿತು ಮಾತನಾಡುತ್ತಿದ್ದೆವು. 2007ರಲ್ಲಿ ನಾವು ಆಕೆಯನ್ನು ಸಂದರ್ಶಿಸಿದ ಮರುವರ್ಷ ಅವರು ನಿಧನ ಹೊಂದಿದ್ದರು. ಈಗಿರುವವರಲ್ಲಿ ಮಗ 65 ವರ್ಷದ ಸುರೇಶ್ ಪಾಂಡಾ ಹಾಗೂ ಅವರ ಪತ್ನಿ ಸುಜಾತಾ ಇದ್ದಾರೆ. ಅವರಿಗೆ ಏಳು ಮಂದಿ ಮಕ್ಕಳಿದ್ದಾರೆ. ಲಕ್ಷ್ಮಿ ಪಾಂಡಾಳ ಒಬ್ಬಳು ಮಗಳು ರೇಣುಕಾ ಬೆಂಗಳೂರಿನಲ್ಲಿ ವಾಸವಾಗಿದ್ದಾರೆ.

ನಾವು ಕುಳಿತಿದ್ದ ಹಿನ್ನೆಲೆಯಲ್ಲಿ ಈ ಹಿರಿಯ ಸ್ವಾತಂತ್ರ್ಯ ಹೋರಾಟಗಾರ್ತಿಗೆ ಪ್ರಧಾನಮಂತ್ರಿ ಆವಾಸ್ ಯೋಜನೆ (ಪಿಎಂಎವೈ) ಅಡಿ ನೀಡಲಾದ ಇನ್ನೂ ಪೂರ್ಣಗೊಳ್ಳದ, ಯಾರೂ ವಾಸವಿರಲಾಗದ ಮನೆ ಇದೆ.

ಈ ಮನೆಯ ನಿರ್ಮಾಣವನ್ನು ಪೂರ್ಣಗೊಳಿಸಲು ಬೇಕಾಗಿದ್ದಷ್ಟು ಹಣ ಇರಲಿಲ್ಲ. ‘ಇದಕ್ಕೆ ಏನಿಲ್ಲವೆಂದರೂ 40 ಸಾವಿರ ರೂ. ಬೇಕಿತ್ತು’ ಎಂದು ಕುಟುಂಬಸ್ಥರು ಹೇಳುತ್ತಾರೆ. ಅವರು ಈಗ ಅದೇ ಕೊಳೆಗೇರಿಯಲ್ಲಿ ಬದುಕುತ್ತಿದ್ದಾರೆ. ಆಕೆಯ ಮೊಮ್ಮಕ್ಕಳು ಅವರನ್ನು ಪ್ರೀತಿಯಿಂದ ನೆನಪಿಸಿಕೊಳ್ಳುತ್ತಾರೆ.

ಆಕೆಯ 27 ವರ್ಷದ ಮೊಮ್ಮಗಳು ಬಾಬ್ಬಿಯನ್ನು ನೋಡಿದಾಗ ನಮಗೆ ಲಕ್ಷ್ಮಿಯೇ ಜ್ಞಾಪಕಕ್ಕೆ ಬಂದರು. ‘ನಾವು ಅವರ ಬಳಿ ಅದೂ ಇದೂ ಕೇಳುತ್ತಲೇ ಇರುತ್ತಿದ್ದೆವು. ಆಗೆಲ್ಲಾ ಅವರು ತಮ್ಮ ಗತಕಾಲದ ಬಗ್ಗೆ ಹೇಳುತ್ತಾ ಇದ್ದರು. ನನ್ನ ಅಜ್ಜಿ ಹಾಗೂ ಅಜ್ಜ ಗಂಜಾಂ ಜಿಲ್ಲೆಯಿಂದ ಜೇಪುರ್‌ಕ್ಕೆ ಬಂದಿದ್ದಾಗಿ ಅಜ್ಜಿ ಹೇಳುತ್ತಿದ್ದರು’ ಎಂದು ಬಾಬ್ಬಿ ಹೇಳುತ್ತಾ ಹೋದಳು.

ಪ್ರತೀ ತಿಂಗಳು ಪಿಂಚಣಿ ತರಲು ಆ ಖಾತೆ ಇದ್ದ ಸ್ಟೇಟ್ ಬ್ಯಾಂಕ್ ಆಫ್ ಇಂಡಿಯಾಗೆ ಹೋಗಲು ಜೊತೆಯಾಗುತ್ತಿದ್ದದ್ದು ಈ ಬಾಬ್ಬಿಯೇ. 'ನಾನು ಅವರ ಜೊತೆಗೆ ಹೋಗಲು ಶುರು ಮಾಡಿದಾಗ ಪಿಂಚಣಿ ಮೊತ್ತ ಕೇವಲ 500 ರೂ. ಇತ್ತು. ಕಾಲಕಳೆದಂತೆ ಪಿಂಚಣಿ ಮೊತ್ತ ಏರಿಸಿದಂತೆ, ಅದು ಮೂರು ಸಾವಿರ ತಲುಪಿತ್ತು.'

ಆಮೇಲೆ ತಿಳಿದು ಬಂದಂತೆ ಐಎನ್‌ಎ ಶಿಬಿರದಲ್ಲಿ ಲಕ್ಷ್ಮಿಯ ಕೆಲಸ ಅಡುಗೆ ಮಾಡುವುದಷ್ಟೇ ಆಗಿರಲಿಲ್ಲ. ಕೆಲವೊಮ್ಮೆ ಅಡುಗೆ ಮಾಡುವ ಕೆಲಸವೇ ಇರುತ್ತಿರಲಿಲ್ಲ. 'ಕೆಲವು ಪ್ರಮುಖ ಘರ್ಷಣೆಗಳು ಆದಾಗ ಅವರು ಕಾಡಿನ ತೀರಾ ಒಳಗೆ ನದಿಯ ಬದಿಗೆ ಹೋಗಬೇಕಾಗಿ ಬರುತ್ತಿತ್ತು. ಕೆಲವೊಮ್ಮೆ ಹತ್ತರಿಂದ ಹದಿನೈದು ದಿನ ನಾವು ಕಾಡಿನ ಹಣ್ಣು, ಹಸಿ ಮೀನು, ಕೆಲವೊಂದು ಬಗೆಯ ಎಲೆ ಹಾಗೂ ಮೂಲಿಕೆಗಳನ್ನು ತಿಂದು ಬದುಕಬೇಕಾಗಿತ್ತು. ಆ ರೀತಿ ಬದುಕುವುದು ತೀರಾ ಕಷ್ಟ. ಆದರೆ, ಯುದ್ಧದ ಸಮಯದಲ್ಲಿ ಹಾಗೆ ಮಾಡಲೇಬೇಕಿತ್ತು' ಎಂದು ನಮಗೆ ಹೇಳಿದ್ದರು.

ಆಕೆಯ ಕುಟುಂಬಸ್ಥರಿಗೆ ಈಗಿನ ಶಾಂತಿ ಕಾಲದಲ್ಲೂ ಬದುಕುವುದು ಕಷ್ಟವಾಗಿತ್ತು. ಅವರಲ್ಲಿ ಯಾರೊಬ್ಬರಿಗೂ ಸುರಕ್ಷಿತವಾದ ಕೆಲಸವಿರಲಿಲ್ಲ. ಬಾಬ್ಬಿಯ ತಮ್ಮ 19 ವರ್ಷದ ಮುನ್ನಾಗೆ ಮಾತ್ರ ಒಂದಿಷ್ಟು ಭದ್ರ ಎನ್ನುವಂತಹ ಕೆಲಸ ಸಿಕ್ಕಿತ್ತು. 'ನಾನು ಲೇವಾದೇವಿ ವ್ಯಾಪಾರಸ್ಥನ ಬಳಿ ಹಣ ವಸೂಲಿ ಏಜೆಂಟ್ ಆಗಿ ಕೆಲಸ ಮಾಡುತ್ತಿದ್ದೇನೆ. ತಿಂಗಳಿಗೆ 8ರಿಂದ 10 ಸಾವಿರ ರೂ. ಸಿಗುತ್ತದೆ' ಎಂದು ಆತ ಹೇಳಿದ.

'ಮುನ್ನ 11ವರ್ಷ ತುಂಬಿದಾಗಲಿಂದಲೇ ಕೆಲಸ ಮಾಡುತ್ತಿದ್ದಾನೆ' ಎಂದು ಬಾಬ್ಬಿ ನೆನಪಿಸಿಕೊಂಡಳು. 'ಢಾಬಾಗಳು ಹಾಗೂ ಹೋಟೆಲ್‌ಗಳಲ್ಲಿ ಅವನು ಕ್ಲೀನರ್ ಆಗಿ ಕೆಲಸ ಮಾಡಿದ್ದಾನೆ. ಆತ ಎಂದೂ ಶಾಲೆಗೆ ಹೋಗಿಲ್ಲ. ಅಜ್ಜಿ ಸತ್ತಾಗ ಇವನಿಗೆ ಕೇವಲ 5 ವರ್ಷ ಆಗಿತ್ತು.'

ಲಕ್ಷ್ಮಿ ಪಾಂಡಾ ಮಗ ಸುರೇಂದ್ರ ಹತ್ತಿರದ ಬೀದಿ ಮಾರುಕಟ್ಟೆಯಲ್ಲಿ ಒಬ್ಬ ತರಕಾರಿ ವ್ಯಾಪಾರಿ. 'ಈ ಎಲ್ಲಾ ಏಳು ಮಕ್ಕಳನ್ನು ಸಾಕುವುದೇ ಈಗ ನನ್ನ ಪೂರ್ಣಾವಧಿ ಕೆಲಸ. ಇದಕ್ಕೆ ಕೆಲಸದ ಸಮಯ ಎನ್ನುವ ಮಿತಿಯೇ ಇಲ್ಲ' ಎಂದು ಸುಜಾತಾ ಹೇಳುತ್ತಾಳೆ. ಆದರೂ ಸಹಾ ಆಕೆ ಕೆಲವೊಮ್ಮೆ ಸುರೇಂದ್ರನ ಬೀದಿಬದಿಯ ಅಂಗಡಿಗೂ ಹೋಗಿ ಕೆಲಸ ಮಾಡುತ್ತಾಳೆ.

ಹಾಗಾದರೆ ಅವರು ಈಗ ಅಪೂರ್ಣವಾಗಿರುವ ಮನೆಯನ್ನು ಏನು ಮಾಡುತ್ತಾರೆ? ಇದರ ಕೆಲಸ ಪೂರ್ಣಗೊಳಿಸಿದಲ್ಲಿ ಅದು ಚೆನ್ನಾಗಿಯೇ ಕಾಣಬಹುದು ಎನಿಸುತ್ತದೆ. 'ನಾವು ಏನು ಮಾಡಲು ಸಾಧ್ಯ?' ಎಂದು ಅವರು ಕೇಳುತ್ತಾರೆ.

ಪ್ರಧಾನಮಂತ್ರಿ ಆವಾಸ್ ಯೋಜನೆಯಡಿ ಅವರಿಗೆ ಮನೆ ನಿರ್ಮಾಣಕ್ಕಾಗಿ 2 ಲಕ್ಷ ರೂ. ಮಂಜೂರಾಗಿದೆ. 'ಅದರಲ್ಲಿ ಅವರು ಮೊದಲ ಕಂತಿನ ಒಂದು ಲಕ್ಷವನ್ನು ನೀಡಿದರು. ಅದನ್ನು ನಾವು ಮೂಲ ನಿರ್ಮಾಣಕ್ಕೆ ಬಳಸಿದೆವು. ನಂತರ ಅವರು ಎರಡನೆಯ ಕಂತಾಗಿ 60 ಸಾವಿರ ರೂ. ನೀಡಿದರು. ನಾವು ಕಾಮಗಾರಿಯನ್ನು ಮುಂದುವರಿಸಿ, ಮೂಲಸೌಕರ್ಯ ನಿರ್ಮಿಸಿದೆವು' ಎನ್ನುತ್ತಾನೆ ಮುನ್ನಾ.

'ಅಷ್ಟಕ್ಕೆ ಅವರು ಕೊಟ್ಟ ಹಣ ಮುಗಿದು ಹೋಯಿತು. ಅವರು ನಮಗೆ ಕೊಟ್ಟಿದ್ದಕ್ಕಿಂತ ಹೆಚ್ಚು ಖರ್ಚು ಮಾಡಿದ್ದೆವು. ನಾವು ಮನೆ ಕೆಲಸ ಸಂಪೂರ್ಣ ಮುಗಿಸಿದ ಮೇಲೆ ಅವರು ಅಂತಿಮ ಕಂತಿನ 40 ಸಾವಿರ ರೂ. ಬಿಡುಗಡೆ ಮಾಡುತ್ತಾರೆ. ಆದರೆ, ಹಾಗೆ ಮಾಡಲು ನಮ್ಮ ಬಳಿ ಹಣ ಇರಲಿಲ್ಲ. ಅಷ್ಟು ಕೂಡಿಸಲೂ ಸಾಧ್ಯವಾಗಲಿಲ್ಲ.'

'ಅದನ್ನು ಕಟ್ಟಿಕೊಂಡು ಏನು ಮಾಡುತ್ತೀರಾ? ಮಂಕುದಿಣ್ಣೆಗಳೇ ಎಂದು ನಮ್ಮ ಸ್ವಂತ ಸಂಬಂಧಿಯೊಬ್ಬರು ನಮ್ಮನ್ನು ಗೇಲಿ ಮಾಡಿದರು.'

2006ರಲ್ಲಿ ಲಕ್ಷ್ಮಿ ಪಾಂಡಾಗೆ ಕೊಟ್ಟ ಜಾಗ ಏನಾಯಿತು? ಪರೇಶ್ ತಮ್ಮ ಮೊಬೈಲ್‌ನಲ್ಲಿ ಸರ್ಕಾರಿ ದಾಖಲೆಗಳನ್ನು ಹುಡುಕಿ ನೋಡಿ, ಅದು ಇನ್ನೂ ಇದೆ ಎಂದರು. ನಗರದ ಸುಮಾರು 5 ಕಿಮೀ ಆಚೆ ಕುಟುಂರುಕಲ್ ಗ್ರಾಮದಲ್ಲಿದೆ. 1800 ಚದರ ಅಡಿಯ ಜಾಗ.

ಉಷಾ ಪಧೀ ಇನ್ನೂ ಜಿಲ್ಲಾಧಿಕಾರಿಯಾಗಿದ್ದಾಗ ಮಂಜೂರು ಮಾಡಿದ ಜಾಗ ಇದು. ಇದಕ್ಕೆ ಅವರಿಗೆ 'ಪಟ್ಟಾ' ಸಹಾ ನೀಡಲಾಗಿತ್ತು. ಆದರೆ, ಪಧೀ ವರ್ಗಾವಣೆ ಆಗಿ ಹೋದ ನಂತರ ಇಲ್ಲಿಯವರೆಗೆ ಇವರಿಗೆ ಅದನ್ನು ಸ್ವಾಧೀನಕ್ಕೆ ತೆಗೆದುಕೊಳ್ಳಲು ಆಗಿಲ್ಲ.

'ಕೂಲಿ ಕೆಲಸ ಮಾಡುವ ನಾವು ಸ್ವಾಧೀನಕ್ಕೆ ತೆಗೆದುಕೊಂಡಿದ್ದರೂ, ಕೂಲಿಗಳಾಗಿರುವ ನಾವು ಅಷ್ಟು ದೂರದಿಂದ ನಗರಕ್ಕೆ ಬಂದು ಹೋಗಲು ಹೇಗೆ ಸಾಧ್ಯ? ಓಡಾಡಲು ಸಾರ್ವಜನಿಕ ಸಾರಿಗೆಯೂ ಇಲ್ಲ. ಅಥವಾ ಅಲ್ಲಿಯೇ ಕೂಲಿ ಹುಡುಕಿಕೊಳ್ಳಲು ಆಗುತ್ತಿರಲಿಲ್ಲ' ಎಂದಳು ಸುಜಾತಾ.

'ನಮಗೆ ಈಗ ತೀರಾ ಅಗತ್ಯವಿರುವುದು ಎಂದರೆ ಮುನ್ನಾ ಹಾಗೂ ನಮ್ಮಲ್ಲಿ ಇನ್ನೊಬ್ಬರು ಯಾರಿಗಾದರೂ ಒಳ್ಳೆಯ ಉದ್ಯೋಗ ನೀಡುವುದು' ಎನ್ನುತ್ತಾಳೆ ಬಾಬ್ಲಿ.

ನಾವು ಕಾಲೋನಿಯಿಂದ ಹೊರಡುವಾಗ ಹಿಂದಿರುಗಿ ನೋಡಿದೆವು. ಆ ಬೋಳು ಬೋಳಾಗಿದ್ದ ಅಪೂರ್ಣ ಕಟ್ಟಡದ ಮುಂದೆ ಕುಟುಂಬದವರು ನಮ್ಮನ್ನು ಬೀಳ್ಕೊಡಲು ನೆರೆದಿದ್ದರು.

ಲಕ್ಷ್ಮಿ ಎಂದಿಗೂ ಕಟ್ಟಲಾಗದ ಆ ಮನೆಯ ಎದುರು.

***

'ದಿ ಹಿಂದೂ'ವಿನಲ್ಲಿ ಆಕೆಯ ಬಗೆಗಿನ ನನ್ನ ಮೊದಲ ಲೇಖನ ಬಂದಾಗ ಆಕೆ ತುಂಬಾ ಸಂತೋಷಗೊಂಡಿದ್ದರು. ಪತ್ರಕರ್ತರಾದ ಪರೇಶ್ ಹಾಗೂ ಪುರುಷೋತ್ತಮ್ ಅವರ ವರದಿಗಳು ತಂದುಕೊಟ್ಟ ಮನ್ನಣೆಗೆ ಇದೂ ಒಂದಿಷ್ಟು ಸೇರಿಸಿತ್ತು.

ಇವೆಲ್ಲವೂ, ಆಕೆಗೆ ಒಂದಿಷ್ಟು ಹೊಸ ಹಿತೈಷಿಗಳನ್ನು ತಂದುಕೊಟ್ಟಿತು. ಅಲ್ಲದೆ ಆಕೆಯ ಬಗ್ಗೆ ಸಾರ್ವಜನಿಕ ಗಮನವನ್ನು ಸೆಳೆಯಿತು. ಅವರಲ್ಲಿ ಕೆಲವರು ಈ ಪ್ರಕರಣವನ್ನು ದೆಹಲಿಗೂ ಕೊಂಡೊಯ್ದರು. ಅಲ್ಲಿ ಆಕೆ ರಾಷ್ಟ್ರಪತಿ ಪ್ರತಿಭಾ ಪಾಟೀಲ್ ಅವರನ್ನು ಭೇಟಿಯಾದರು.

ಆನಂತರ ಆಕೆ ಸದಾ ಬಯಸಿದ್ದ ರಾಷ್ಟ್ರೀಯ ಮನ್ನಣೆಯನ್ನು ಪಡೆದರೇ ಎನ್ನುವ ಬಗ್ಗೆ ಗೊಂದಲಕಾರಿ ವರದಿಗಳಿವೆ. 2008ರ ಅಕ್ಟೋಬರ್ 7ರಂದು ಆಕೆ ನಿಧನ ಹೊಂದಿದ ಎರಡು ವಾರದ ನಂತರ–ಕೆಲವು ಪತ್ರಿಕೆಗಳು ಮಾಡಿದ್ದ ವರದಿಯಲ್ಲಿ ಆಕೆಗೆ ರಾಷ್ಟ್ರ ಮನ್ನಣೆ ಸಿಕ್ಕಿತ್ತು ಎಂದು ನಮೂದಿಸಿವೆ. ಆದರೆ ಸ್ವಾತಂತ್ರತಾ ಸೈನಿಕ ಸನ್ಮಾನ ಯೋಜನೆ (ಎಸ್‌ಎಸ್‌ಎಸ್‌ವೈ) ಅಡಿ ಪಿಂಚಣಿ ಪಡೆಯುತ್ತಿರುವ ವ್ಯಕ್ತಿಗಳ ಪಟ್ಟಿಯನ್ನು ನೋಡಿದಾಗ ಅಲ್ಲಿ ಆಕೆಯ ಹೆಸರು ಕಾಣಲಿಲ್ಲ. ಕೇಂದ್ರ ಸರ್ಕಾರದ ನಿಧಿಯಿಂದ ಸ್ವಾತಂತ್ರ್ಯ ಹೋರಾಟಗಾರರಿಗೆ ಹಾಗೂ ಅವರನ್ನು ಅವಲಂಬಿಸಿದವರಿಗೆ ಪಿಂಚಣಿ ನೀಡಲು ಎಸ್‌ಎಸ್‌ಎಸ್‌ವೈ ಪ್ರಮುಖ ಯೋಜನೆಯಾಗಿದೆ.

ನಮಗೆ ಗೊತ್ತಿರುವುದೇನೆಂದರೆ, ಆಕೆ ತೀರಾ ಬಯಸಿದ್ದ ಕೇಂದ್ರ ಸರ್ಕಾರದ ಮನ್ನಣೆಯನ್ನು ಪಡೆಯಲು ನವದೆಹಲಿಯಲ್ಲಿದ್ದಾಗಲೇ ಆಕೆ ಅನಾರೋಗ್ಯದಿಂದ ನಿಧನ ಹೊಂದಿದರು. 2007ರ ಆಗಸ್ಟ್‌ನಲ್ಲಿ ಆಕೆ ತನ್ನ ಹೋರಾಟವನ್ನು ರಾಜಧಾನಿಗೆ ಕೊಂಡೊಯ್ಯುವುದಾಗಿ ಹೇಳಿದ್ದರು. 'ನೇತಾಜಿ ಹೇಳಿದ್ದರು, ದಿಲ್ಲಿ ಚಲೋ ಎಂದು. ಆಗಸ್ಟ್ 15ರೊಳಗೆ ಕೇಂದ್ರವು ನನಗೆ ಸ್ವಾತಂತ್ರ್ಯ ಹೋರಾಟಗಾರ್ತಿ ಎಂಬ ಮನ್ನಣೆ ನೀಡದೇ ಹೋದಲ್ಲಿ ದಿಲ್ಲಿ ಚಲೋ ಮಾಡುವುದೇ ನನ್ನ ಯೋಜನೆ. ನಾನು ಸಂಸತ್ ಭವನದ ಎದುರು ಧರಣಿ ಕೂಡುತ್ತೇನೆ' ಎಂದಿದ್ದರು. 'ದಿಲ್ಲಿ ಚಲೋ ಅದನ್ನೇ ನಾನು ಮಾಡುತ್ತೇನೆ.'

ಇದು ಆಕೆಯ ಕೊನೆಯ ಹೋರಾಟವಾಗಿತ್ತು.

ಆಗಲೇ ಬಣ್ಣ ಕಳೆದುಕೊಂಡಿರುವ ಆಕೆಯ ವಿಗ್ರಹ ಅಷ್ಟಾಗಿ ಯಾರೂ ನಿಂತು ನೋಡದ ಜೇಪುರ್‌ನ ಒಂದು ಜಾಗದಲ್ಲಿದೆ. ಇದಕ್ಕೂ ಮುನ್ನ ಸಮಿತಿ

ಒತ್ತಾಯಿಸುವವರೆಗೆ ಆ ವಿಗ್ರಹ ಮುನಿಸಿಪಲ್ ಕಚೇರಿಯಲ್ಲಿಯೇ ವರ್ಷಗಳ ಕಾಲ ಉಳಿದಿತ್ತು.

ಲಕ್ಷ್ಮಿ ಪಾಂಡಾಗೆ ಮುಖ್ಯವಾಗಿದ್ದದ್ದು ತನಗೆ ಸಿಗಬೇಕಾಗಿದ್ದ ಆ ಮರ್ಯಾದೆ ಹಾಗೂ ಮನ್ನಣೆಯೇ?

2007ರ ಆಗಸ್ಟ್ 14ರಂದು ನಮ್ಮ ಜೊತೆ ಮಾತನಾಡುತ್ತಾ ಆಕೆ, 'ನಾಳೆ ನಾನು ಇಲ್ಲಿನ ದೀಪ್ತಿ ಶಾಲೆಯಲ್ಲಿ ಧ್ವಜಾರೋಹಣ ಮಾಡುತ್ತಿದ್ದೇನೆ' ಎಂದು ಹೆಮ್ಮೆಯಿಂದ ನುಡಿದಿದ್ದರು. ಆಕೆಯ ಬಗ್ಗೆ ಬಂದ ವರದಿಗಳು ಈ ಕೆಲಸ ಮಾಡಿದ್ದವು. ಸ್ಥಳೀಯ ಶಾಲಾಕಾಲೇಜುಗಳು ಗಣರಾಜ್ಯೋತ್ಸವ ಅಥವಾ ಸ್ವಾತಂತ್ರ್ಯೋತ್ಸವದಂದು ಧ್ವಜಾರೋಹಣ ಮಾಡಲು ಕೇಳುತ್ತಿದ್ದರು.

'ಆದರೆ ನಾನು ಏನನ್ನು ಉಡಲಿ?' ಎಂದು ಕೇಳಿದ್ದರು. ಸಮಾರಂಭಕ್ಕೆ ಹೋಗಲು ತಕ್ಕುದಾದ ಸೀರೆ ತನ್ನ ಬಳಿ ಇರಲಿಲ್ಲ ಎಂಬುದು ಆಕೆಗೆ ತೀರಾ ಬೇಸರ ತಂದಿತ್ತು. ದಶಕಗಳ ಕಾಲ ಆಕೆ ಅದೇ ಹಳತಾದ ಒಂದೆರಡು ಸೀರೆಗಳನ್ನೇ ಉಡುತ್ತಿದ್ದರು. ಪರೇಶ್ ರಥ್ ಆ ಸಮಸ್ಯೆಯನ್ನೂ ಬಗೆಹರಿಸಿದರು. ಆನಂತರ ಲಕ್ಷ್ಮಿ ಪಾಂಡಾ ದೀಪ್ತಿ ಶಾಲೆಯಲ್ಲಿ ಹಾಗೂ ಇನ್ನೂ ಹಲವಾರು ಕಾರ್ಯಕ್ರಮಗಳಲ್ಲಿ ಹೆಮ್ಮೆಯಿಂದ ಧ್ವಜಾರೋಹಣ ಮಾಡಿದ್ದರು.

2007ರಲ್ಲಿ ನಾವು ಸಂದರ್ಶನದ ಮುಗಿಸಿ ಅವರ ಆ ಕರುಣಾಜನಕವಾದ ಚಾಳದಿಂದ ಹೊರಬಿದ್ದಾಗ ಆಕೆ ಮೆಲುದನಿಯಲ್ಲಿ

ಕದಂ ಕದಂ ಬಡಾಯೆ ಜಾ
ಖುಷೀಕೆ ಗೀತ್ ಗಾಯೆ ಜಾ
ಯೇ ಜಿಂದಗಿ ಹೈ ಕೌಮ್ ಕೀ
ತುಮ್ ಕೌಮ್ ಪೆ ಲುಟಾಯೆ ಜಾ...

ಎಂದು ಹಾಡಿಕೊಳ್ಳುತ್ತಿದ್ದದ್ದು ನೆನಪಿಗೆ ಬಂತು.

'ಪರಿ'ಯ ಸ್ವಾತಂತ್ರ್ಯ ಯೋಧರ
ಗ್ಯಾಲರಿಗೆ ಭೇಟಿ ನೀಡಲು
ಈ QR ಕೋಡ್ ಸ್ಕ್ಯಾನ್ ಮಾಡಿ

ಕೊನೆಯ ಹೀರೋಗಳು

ಪೊಲೀಸರು ನನ್ನನ್ನು ಅರೆಸ್ಟ್ ಮಾಡಲು ಬಂದಾಗ ನಾನೇ ಇಲ್ಲಿಯ ನ್ಯಾಯಾಧೀಶ. ನೀವು ನನ್ನಿಂದ ಆದೇಶ ಪಡೆಯಬೇಕು. ನೀವು ನಿಜಕ್ಕೂ ಭಾರತೀಯರೇ ಆಗಿದ್ದರೆ, ಇದಕ್ಕೆ ವಿಧೇಯರಾಗಿರಿ. ಇಲ್ಲಾ ನೀವು ಬ್ರಿಟಿಷರಾದರೆ, ನಿಮ್ಮ ದೇಶಕ್ಕೆ ವಾಪಸ್ ಹೋಗಿ ಎಂದೆ.

– ಚಾಮರು ಫರೀದಾ

ಪಾನಿಮೋರಾ ಗ್ರಾಮ, ಬಾರ್ಗರ್, ಒಡಿಶಾ

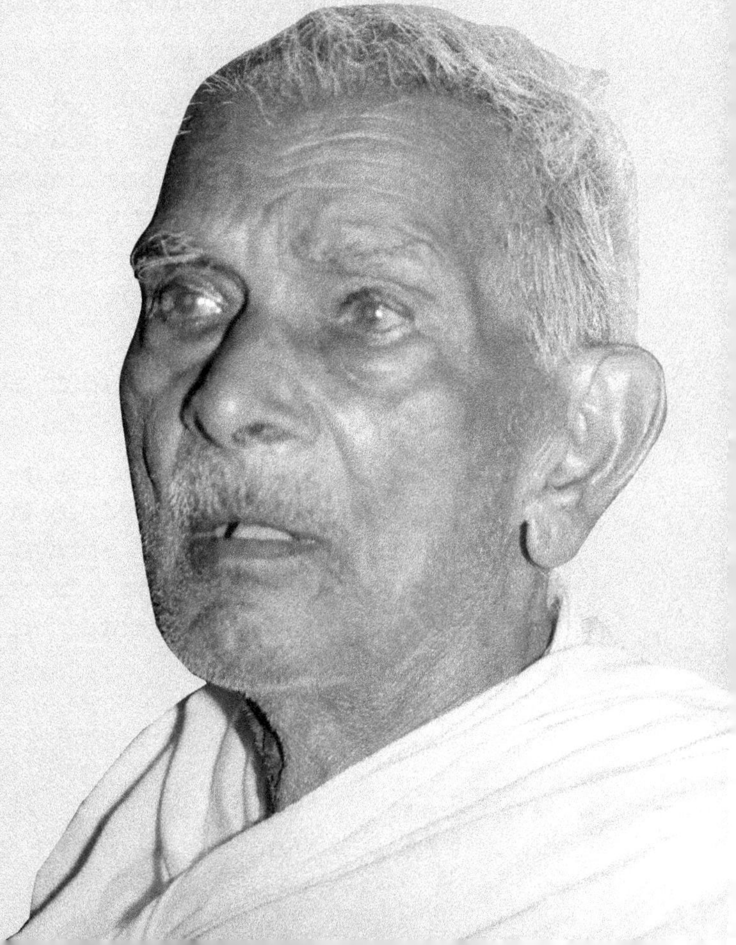

10

ಬ್ರಿಟಿಷ್ ರಾಜ್ ಹಾಗೂ ಬದ್ಮಾಷ್ ಗಾಂವ್

'ನೀವು ನಿಮ್ಮ ಎಲ್ಲಾ ಅರ್ಜಿಗಳನ್ನು ಹಿಂದಕ್ಕೆ ಪಡೆದು, ಹರಿದು ಬಿಸಾಕಿ' ಎಂದು ಆದೇಶಿಸಿದ್ದು ಚಾಮರು. ಇಲ್ಲಿ ನಿಮ್ಮ ಅರ್ಜಿಗಳಿಗೆ ಯಾವುದೇ ಮಾನ್ಯತೆ ಇಲ್ಲ. ಈ ನ್ಯಾಯಾಲಯವು ಅದನ್ನು ಪುರಸ್ಕರಿಸುವುದಿಲ್ಲ'

ತಾನು ಮ್ಯಾಜಿಸ್ಟ್ರೇಟ್ ಆಗಿ ಬದಲಾದದ್ದನ್ನು ಚಾಮರು ಆನಂದಿಸಲು ಶುರು ಮಾಡಿದ್ದರು.

ಅದು 1942ರ ಆಗಸ್ಟ್, ಇಡೀ ದೇಶ ಕುದಿ ಹಂತದಲ್ಲಿತ್ತು. ಅದರಲ್ಲೂ ಸಂಬಲ್‌ಪುರದ ನ್ಯಾಯಾಲಯವಂತೂ ಖಂಡಿತಾ ಹಾಗಿತ್ತು. ಚಾಮರು ಘರೀದಾ ಹಾಗೂ ಆತನ ಸಂಗಾತಿಗಳು ಆಗತಾನೆ ಆ ನ್ಯಾಯಾಲಯವನ್ನು ವಶಪಡಿಸಿಕೊಂಡಿದ್ದರು. ತಾವೇ ಅದರ ನ್ಯಾಯಾಧೀಶರೆಂದು ಚಾಮರು ಸ್ವಯಂ ಘೋಷಿಸಿಕೊಂಡಿದ್ದರು. ಜಿತೇಂದ್ರ ಪ್ರಧಾನ್ ಇವರ ಆರ್ಡರ್ಲಿ. ಪೂರ್ಣಚಂದ್ರ ಪ್ರಧಾನ್ ನ್ಯಾಯಾಲಯದ ಪೇಷ್ಕರ್-ಕಾರಕೂನರು.

ಈ ನ್ಯಾಯಾಲಯ ವಶಪಡಿಸಿಕೊಳ್ಳುವಿಕೆ ಕ್ವಿಟ್ ಇಂಡಿಯಾ ಚಳವಳಿಗೆ ಅವರು ನೀಡಿದ ಕೊಡುಗೆಯಾಗಿತ್ತು.

'ನೀವು ಕೊಟ್ಟಿರುವ ಈ ಎಲ್ಲಾ ಅರ್ಜಿಗಳು ಬ್ರಿಟಿಷ್ ಸರ್ಕಾರವನ್ನು ಉದ್ದೇಶಿಸಿವೆ. ಆದರೆ, ನಾವು ಈಗ ಸ್ವತಂತ್ರ ಭಾರತದಲ್ಲಿದ್ದೇವೆ. ಈ ಪ್ರಕರಣಗಳನ್ನು ಮುಂದುವರಿಸಬೇಕು ಎಂದು ನೀವು ಬಯಸಿದರೆ ಈ ಅರ್ಜಿಗಳನ್ನು ನೀವು ಹಿಂದಕ್ಕೆ ಪಡೆದು, ಮಹಾತ್ಮಾ ಗಾಂಧಿಯವರ ಹೆಸರಿಗೆ ಪುನರ್ ಬರೆದು ತನ್ನಿ. ನಾವು ಅದಕ್ಕೆ ಸೂಕ್ತ ಗಮನ ನೀಡುತ್ತೇವೆ' ಎಂದು ನ್ಯಾಯಾಲಯದಲ್ಲಿ ಆಶ್ಚರ್ಯಚಕಿತರಾಗಿ ನೋಡುತ್ತಿದ್ದ ಸಭೆಗೆ ಚಾಮರು ತಿಳಿಸಿದರು.

ಈ ಘಟನೆ ಜರುಗಿದ 60 ವರ್ಷಗಳ ನಂತರ ಆಗಸ್ಟ್ 2022ರಲ್ಲಿ ಚಾಮರು ಅದೇ ಉತ್ಸಾಹದಿಂದ ಇಡೀ ಘಟನೆಯನ್ನು ಬಿಚ್ಚಿಟ್ಟರು. ಈಗ ಅವರಿಗೆ 91 ವರ್ಷ. 81 ವರ್ಷದ ಜಿತೇಂದ್ರ ಅವರ ಪಕ್ಕದಲ್ಲಿಯೇ ಕುಳಿತಿದ್ದಾರೆ. ಪೂರ್ಣಚಂದ್ರರು ಈಗ ಬದುಕಿಲ್ಲ. ಅವರುಗಳು ಈಗಲೂ ಒಡಿಶಾದ ಬಾರ್ಗರ್ ಜಿಲ್ಲೆಯಲ್ಲಿ ವಾಸವಾಗಿದ್ದಾರೆ. ಸ್ವಾತಂತ್ರ್ಯ ಚಳವಳಿಯ ಉತ್ತುಂಗದಲ್ಲಿ ಈ ಗ್ರಾಮ ನಿಬ್ಬೆರಗಾಗುವಷ್ಟು ದೊಡ್ಡ ಸಂಖ್ಯೆಯಲ್ಲಿ ತನ್ನ ಗಂಡು ಹಾಗೂ ಹೆಣ್ಣುಮಕ್ಕಳನ್ನು ಯುದ್ಧಕ್ಕೆ ಕಳುಹಿಸಿಕೊಟ್ಟಿದೆ. 1942ರೊಂದರಲ್ಲಿಯೇ ಇಲ್ಲಿಂದ 32 ಮಂದಿ ಜೈಲು ಸೇರಿದ್ದರು ಎಂದು ದಾಖಲೆಗಳು ತಿಳಿಸುತ್ತವೆ. ಈ ಪೈಕಿ ಚಾಮರು ಹಾಗೂ ಜಿತೇಂದ್ರ ಸೇರಿ ಏಳು ಮಂದಿ ಈಗಲೂ ಬದುಕಿದ್ದಾರೆ.

'ನ್ಯಾಯಾಲಯದಲ್ಲಿದ್ದ ಪೊಲೀಸರು ಗೊಂದಲಕ್ಕೊಳಗಾದರು' ಎಂದು ಚಾಮರು ನಕ್ಕರು. ಪೊಲೀಸರಿಗೆ ತಾವು ಏನು ಮಾಡಬೇಕೆಂದೇ ಗೊತ್ತಾಗಲಿಲ್ಲ. ನಮ್ಮನ್ನು ಅವರು ದಸ್ತಗಿರಿ ಮಾಡಲು ಮುಂದಾದಾಗ, 'ನಾನೇ ಇಲ್ಲಿಯ ನ್ಯಾಯಾಧೀಶ. ನೀವು ನನ್ನಿಂದ ಆದೇಶ ಪಡೆಯಬೇಕು. ನೀವು ಭಾರತೀಯರೇ ಆಗಿದ್ದರೆ ನನಗೆ ವಿಧೇಯರಾಗಿರಿ, ನೀವು ಬ್ರಿಟಿಷರಾದರೆ, ನಿಮ್ಮ ದೇಶಕ್ಕೆ ಹಿಂದಿರುಗಿ' ಎಂದೆ.

'ಇದೆಲ್ಲಾ ಆದಮೇಲೆ ಪೊಲೀಸರು ಅಂದು ಮನೆಯಲ್ಲೇ ಉಳಿದಿದ್ದ ಅಧಿಕೃತ ನ್ಯಾಯಾಧೀಶರ ಬಳಿಗೆ ಹೋದರು. ಪೊಲೀಸರು ತಂದಿದ್ದ ವಾರೆಂಟ್‌ನಲ್ಲಿ ಯಾವುದೇ ಹೆಸರುಗಳನ್ನು ನಮೂದಿಸಿರದ ಕಾರಣ ನ್ಯಾಯಾಧೀಶರು ನಮ್ಮನ್ನು ದಸ್ತಗಿರಿ ಮಾಡಲು ಸಹಿ ಮಾಡಲಿಲ್ಲ' ಎಂದರು ಜಿತೇಂದ್ರ ಪ್ರಧಾನ್.

'ಪೊಲೀಸರು ವಾಪಸ್ ಬಂದು ನಮ್ಮ ಹೆಸರುಗಳು ಏನೆಂದು ಕೇಳಿದರು. ಆದರೆ ನಮ್ಮ ಗುರುತು ಬಿಟ್ಟುಕೊಡಲು ನಾವು ನಿರಾಕರಿಸಿದೆವು.'

'ಗೊಂದಲಕ್ಕೊಳಗಾದ ಪೊಲೀಸ್ ತಂಡ, ಸಂಬಲ್‌ಪುರದ ಜಿಲ್ಲಾಧಿಕಾರಿ ಮನೆಗೆ ಹೋಯಿತು. ಇಡೀ ಪ್ರಕರಣ ಸುಸ್ತು ಹೊಡೆಸುತ್ತಿರುವುದನ್ನು ಕಂಡ ಆ ಜಿಲ್ಲಾಧಿಕಾರಿ ಯಾವುದೋ ಒಂದಿಷ್ಟು ಹೆಸರು ಹಾಕಿ, ಅವರನ್ನು ಎ, ಬಿ, ಸಿ ಎಂದು ಹೆಸರಿಸಿ ಅರ್ಜಿ ಭರ್ತಿ ಮಾಡಿ' ಎಂದರು. ಪೊಲೀಸರು ಹಾಗೆಯೇ ಮಾಡಿದರು. ಹಾಗಾಗಿ ನಾವು ಎ, ಬಿ, ಸಿ ಎಂಬ ಅಪರಾಧಿಗಳಾಗಿ ಬಂಧಿತರಾದೆವು' ಎಂದರು ಚಾಮರು.

'ಪೊಲೀಸರಿಗೆ ಆ ಪ್ರಕರಣ ಇಡೀ ದಿನ ಸುಸ್ತು ಮಾಡಿ ಹಾಕಿತ್ತು. ಜೈಲಿನಲ್ಲಿ ವಾರ್ಡನ್ ನಮ್ಮನ್ನು ವಶಕ್ಕೆ ತೆಗೆದುಕೊಳ್ಳಲು ಸಿದ್ಧನಿರಲಿಲ್ಲ. ಆತ ಮತ್ತು ಪೊಲೀಸರ ನಡುವೆ ವಾಗ್ವಾದವೇ ಆಯಿತು. 'ನಾನೇನು ಮೂರ್ಖನಾ? ಇವರೇನಾದರೂ

ಇಲ್ಲಿಂದ ನಾಳೆ ತಪ್ಪಿಸಿಕೊಂಡು ಹೋದರೆ, ನಾನು ಎ, ಬಿ, ಸಿ ತಪ್ಪಿಸಿಕೊಂಡು ಹೋಗಿದ್ದಾರೆ ಎಂದು ವರದಿ ಮಾಡಲು ಸಾಧ್ಯವೇ?' ಎಂದು ವಾರ್ಡನ್ ಅವರನ್ನು ಕೇಳಿದ. 'ಹೀಗೇನಾದರೂ ಮಾಡಿದರೆ, ನಾನು ಎಲ್ಲರಿಗೂ ಮೂರ್ಖನಂತೆ ಕಾಣುತ್ತೇನೆ' ಎಂದ. ಆತ ಹಿಡಿದ ಪಟ್ಟು ಸಡಿಲಿಸಲಿಲ್ಲ.

'ಸುಮಾರು ಗಂಟೆಗಳ ತಿಕ್ಕಾಟದ ನಂತರ ನಮ್ಮನ್ನು ಜೈಲಿನ ಒಳಗೆ ಸೇರಿಸುವಂತೆ ಮಾಡಲು ಭದ್ರತಾ ಸಿಬ್ಬಂದಿಯ ಮನ ಒಲಿಸುವಲ್ಲಿ ಪೊಲೀಸರು ಯಶಸ್ವಿಯಾದರು. ಇದರ ನಂತರ ನಮ್ಮನ್ನು ನ್ಯಾಯಾಲಯಕ್ಕೆ ಹಾಜರುಪಡಿಸಿದಾಗ ಪ್ರಹಸನ ಇನ್ನೂ ತೀವ್ರ ಘಟ್ಟಕ್ಕೆ ತಲುಪಿತು. 'ಎ ಹಾಜಿರ್ ಹೋ! ಬಿ ಹಾಜಿರ್ ಹೋ! ಸಿ ಹಾಜಿರ್ ಹೋ!' ಎಂದು ಮುಜುಗರಕ್ಕೆ ಒಳಗಾದವನಂತೆ ಕಂಡ ಆರ್ಡರ್ಲಿ ಘೋಷಿಸುತ್ತಿದ್ದ. ಆನಂತರ ನ್ಯಾಯಾಲಯ ನಮ್ಮ ವಿಚಾರಣೆ ಆರಂಭಿಸಿತು.'

***

ಈ ಎಲ್ಲಾ ಪ್ರಹಸನಕ್ಕೆ ವ್ಯವಸ್ಥೆ ಸರಿಯಾಗಿಯೇ ಸೇಡು ತೀರಿಸಿಕೊಂಡಿತು. ಅವರಿಗೆ ಆರು ತಿಂಗಳು ಕಠಿಣ ಶಿಕ್ಷೆ ನೀಡಿ, ಅಪರಾಧಿಗಳನ್ನಿರಿಸಿದ್ದ ಜೈಲಿಗೆ ಕಳಿಸಲಾಯಿತು. 'ಯಾವಾಗಲೂ ನಮ್ಮನ್ನು ರಾಜಕೀಯ ಕೈದಿಗಳನ್ನು ಇರಿಸುವ ಸ್ಥಳಕ್ಕೆ ಕಳಿಸುತ್ತಿದ್ದರು. ಆದರೆ, ಈ ಒಂದು ಪ್ರತಿಭಟನೆ ಎಲ್ಲದನ್ನೂ ಮೀರಿದ್ದಾಗಿತ್ತು. ಹಾಗಾಗಿ ನಮ್ಮನ್ನು ಅಪರಾಧಿಗಳಿದ್ದ ಜೈಲಿಗೆ ತಳ್ಳಿದರು. ಎಷ್ಟೇ ಆದರೂ ಪೊಲೀಸರು ಕ್ರೂರಿಗಳು ಹಾಗೂ ಸೇಡುಬಾಕರು ತಾನೇ?'

'ಮಹಾನದಿಗೆ ಅಡ್ಡವಾಗಿ ಆಗ ಇನ್ನೂ ಸೇತುವೆ ಇರಲಿಲ್ಲ. ಅವರು ನಮ್ಮನ್ನು ದೋಣಿಯಲ್ಲಿ ಕರೆದೊಯ್ಯಬೇಕಿತ್ತು. ಅವರಿಗೆ ನಾವೇ ಖುದ್ದಾಗಿ ಬಂಧಿತರಾಗಿದ್ದೇವೆ. ಹಾಗಾಗಿ ಪಾರಾಗುವ ಯಾವುದೇ ಉದ್ದೇಶ ನಮಗಿಲ್ಲ ಎಂದು ಗೊತ್ತಿತ್ತು. ಆದರೂ ಸಹಾ ನಮ್ಮ ಕೈಗಳನ್ನು ಕಟ್ಟಿದರು. ಆನಂತರ ಒಬ್ಬರಿಗೊಬ್ಬರನ್ನು ಕಟ್ಟಿ ಹಾಕಿ ಕೂರಿಸಿದರು. ಈ ನದಿಯಲ್ಲಿ ಆಗೀಗ ಆಗುತ್ತಿದ್ದಂತೆ ದೋಣಿಯೇನಾದರೂ ಮಗುಚಿಕೊಂಡಿದ್ದರೆ, ನಮ್ಮ ಮುಂದೆ ಬೇರೆ ಯಾವ ದಾರಿಯೂ ಇರಲಿಲ್ಲ. ನಾವು ಎಲ್ಲರೂ ಸಾಯುತ್ತಿದ್ದೆವು.'

ಜೈಲಿನಲ್ಲಿ ಪಾನಿಮೋರದ ಈ ತ್ರಿವಳಿಗಳು ಅಪರಾಧಿ ಕೈದಿಗಳ ಮಧ್ಯೆ ಪ್ರಚಾರ ಆರಂಭಿಸಿದರು. ಆಗ ಯುದ್ಧಕ್ಕೆ ಕಳಿಸಲು ಬ್ರಿಟಿಷರು ತಮ್ಮ ಸೈನ್ಯಕ್ಕೆ ನೇಮಕಾತಿ ನಡೆಸುತ್ತಿದ್ದರು. ಮಿಲಿಟರಿಗೆ ಸೇರುವುದಾದರೆ ಕೈದಿಗಳಿಗೆ 100 ರೂ. ಹಾಗೂ ಅವರ ಕುಟುಂಬಕ್ಕೆ 500 ರೂ., ಯುದ್ಧದಿಂದ ಬದುಕುಳಿದು ಬಂದರೆ ಜೈಲುವಾಸದಿಂದ ವಿಮುಕ್ತಿ... ಹೀಗೆ ಬಂಧಿತರ ಮುಂದೆ ಆಮಿಷವೊಡ್ಡುತ್ತಿದ್ದರು. ಈ ಆಮಿಷವನ್ನು

ತಿರಸ್ಕರಿಸುವಂತೆ ರಾಜಕೀಯ ಕೈದಿಗಳು ಅಲ್ಲಿದ್ದ ಅಪರಾಧಿ ಕೈದಿಗಳ ಮನ ಒಲಿಸಲು ಪ್ರಯತ್ನಿಸಿದರು.

'ಪೊಲೀಸರು ನಮ್ಮ ಕುಟುಂಬದ ಹಿಂದೆಯೂ ಬಿದ್ದರು. ಒಮ್ಮೆ ನಾನು ಜೈಲಿನಲ್ಲಿದ್ದಾಗ 30 ರೂ. ದಂಡವನ್ನೂ ವಿಧಿಸಲಾಗಿತ್ತು. ಇಡೀ ದಿನ ಕೆಲಸ ಮಾಡಿದರೆ ಎರಡು ಆಣೆ ಮೌಲ್ಯದ ಧಾನ್ಯ ಕೂಲಿಯಾಗಿ ಸಿಗುತ್ತಿದ್ದ ಕಾಲ ಅದು. 30 ರೂ. ಆಗ ದೊಡ್ಡ ಮೊತ್ತವಾಗಿತ್ತು. ಅವರು ದಂಡವನ್ನು ವಸೂಲು ಮಾಡಲು ನನ್ನ ತಾಯಿಯ ಬಳಿ ಹೋಗಿ ದಂಡ ಪಾವತಿ ಮಾಡಿ, ಇಲ್ಲದಿದ್ದಲ್ಲಿ ಅವನಿಗೆ ಇನ್ನೂ ದೊಡ್ಡ ಶಿಕ್ಷೆ ಕಾದಿದೆ ಎಂದು ಎಚ್ಚರಿಸಿದ್ದರು' ಎಂದರು ಚಾಮರು.

ಪೊಲೀಸರಿಗೆ ಈ ತೊಂದರೆ ಕೊಡುತ್ತಿದ್ದವರ ಮೂಲ ಎಲ್ಲಿದೆ ಎನ್ನುವ ಪುಟ್ಟ ಚಿತ್ರಣ ಇನ್ನಷ್ಟೇ ಸಿಗಲಿಕ್ಕಿತ್ತು. ಮನೆಗೆ ಬಂದು ತನ್ನ ಎದುರು ನಿಂತ ಆ ಪೊಲೀಸರ ಆಕಾರಕ್ಕೆ ಬೆಚ್ಚಿಬೀಳದೆ ಚಾಮರುವಿನ ತಾಯಿ ಕೇತಕಿ ಫರೀದಾ ಅವರನ್ನು ತಿರಸ್ಕಾರದಿಂದ ಕಂಡಿದ್ದರು.

'ಆತ ಕೇವಲ ನನ್ನ ಮಗ ಅಲ್ಲ. ಆತ ಈ ಇಡೀ ಗ್ರಾಮದ ಮಗ. ಆತ ನನಗಿಂತಲೂ ಹೆಚ್ಚಾಗಿ ಈ ಇಡೀ ಗ್ರಾಮವನ್ನು ಕಾಳಜಿ ಮಾಡುತ್ತಾನೆ' ಎಂದು ನನ್ನ ತಾಯಿ ಹೇಳಿದ್ದರು. ಆದರೂ ಅವರು ಪಟ್ಟು ಬಿಡದೆ ಒತ್ತಾಯಿಸಿದಾಗ, 'ಈ ಇಡೀ ಗ್ರಾಮದ ಯುವಕರೆಲ್ಲರೂ ನನ್ನ ಮಕ್ಕಳೇ. ಹಾಗಂತ ಜೈಲಿನಲ್ಲಿರುವ ಆ ಎಲ್ಲರ ಹಣವನ್ನು ನಾನು ಕಟ್ಟಲು ಆಗುತ್ತದೆಯೇ? ಎಂದು ಪ್ರಶ್ನಿಸಿದ್ದಳು.'

ಒಂದು ಘಟ್ಟದಲ್ಲಿ ಪಾನಿಮೋರಾದ ಪ್ರತಿಯೊಂದು ಮನೆಯೂ ಒಬ್ಬ ಸತ್ಯಾಗ್ರಹಿಯನ್ನು ಕಳುಹಿಸುತ್ತಿತ್ತು. ಬ್ರಿಟಿಷ್ ಆಡಳಿತವನ್ನು ಈ ಗ್ರಾಮ ತೀರಾ ಇಕ್ಕಟ್ಟಿಗೆ ಸಿಕ್ಕಿಸಿತ್ತು. ಪಾನಿಮೋರ ಗ್ರಾಮವು ತಂಟೆಕೋರರ ತವರಾಗಿದೆ ಎಂದು ಪೊಲೀಸರು ಹಾಗೂ ಆಡಳಿತಗಾರರು ವ್ಯಗ್ರರಾಗಿ ಮಾತನಾಡಿದ್ದಾರೆ ಹಾಗೂ ದಾಖಲಿಸಿದ್ದಾರೆ. ಈ ಗ್ರಾಮದ ಒಗ್ಗಟ್ಟನ್ನು ಯಾರಿಗೂ ಅಲುಗಾಡಿಸಲಾಗಿರಲಿಲ್ಲ. ಇವರ ದೃಢತೆ ಅಭೂತಪೂರ್ವವಾದದ್ದು. ಬ್ರಿಟಿಷ್ ವ್ಯವಸ್ಥೆಯನ್ನು ಎದುರು ಹಾಕಿಕೊಂಡಿದ್ದವರು ಬಡವರು ಹಾಗೂ ನಿರಕ್ಷರ ರೈತರು. ಬದುಕನ್ನು ದೂಡಲು ಒದ್ದಾಡುತ್ತಿದ್ದ ಸಣ್ಣ ಹಿಡುವಳಿಗಾರರು, ಮತ್ತು ಕಾರ್ಮಿಕರು, ಶಾಲಾ ಪ್ರಾಧ್ಯಾಪಕರು, ಮಾಲಿಗಳು, ದರ್ಜಿಗಳು ಹಾಗೂ ಮನೆಗೆಲಸದವರಾಗಿದ್ದರು.

'ಮನೆಗೆ ವಸೂಲಿಗೆ ತೆರಳಿದ್ದ ಪೊಲೀಸರು ಹತಾಶರಾಗಿದ್ದರು. ನಾವು ಇಲ್ಲಿ ವಶಪಡಿಸಿಕೊಂಡಿದ್ದೇವೆ ಎನ್ನುವ ಗುರುತಿಗಾಗಿಯಾದರೂ ಏನನ್ನಾದರೂ ಕೊಡಿ. ಒಂದು ಕುಡುಗೋಲು ಅಥವಾ ಇನ್ನೇನಾದರೂ ಕೊಟ್ಟರೂ ಸರಿ ಎಂದು ಕೇಳಿಕೊಳ್ಳುತ್ತಿದ್ದರು.' ಆದರೆ ಚಾಮರು ಅವರ ಅಮ್ಮ ಮುಲಾಜಿಲ್ಲದೆ 'ನಮ್ಮ ಬಳಿ

ಕುಡುಗೋಲು ಸಹಾ ಇಲ್ಲ ಎಂದು ಹೇಳಿದ್ದರು. ಸಗಣಿ ನೀರನ್ನು ತೆಗೆದುಕೊಂಡು ಬಂದು, 'ನಾನು ನೀವು ನಿಂತಿರುವ ಜಾಗವನ್ನು ತೊಳೆದು ಸ್ವಚ್ಛ ಮಾಡಬೇಕಿದೆ. ದಯವಿಟ್ಟು ಜಾಗ ಬಿಡಿ ಎಂದು ಹೇಳುತ್ತಿದ್ದಳು.'

ಅವರು ಜಾಗ ಬಿಟ್ಟು ಹೋದರು.

ಚರಿತ್ರೆಯ ಪುಸ್ತಕಗಳಲ್ಲಿ ಇದರ ಪ್ರಸ್ತಾಪವೇ ಇಲ್ಲದಿದ್ದರೂ ಪರವಾಗಿಲ್ಲ. ಅಥವಾ ಒಡಿಶಾದಲ್ಲಿಯೇ ಅವರನ್ನು ಮರೆತು ಹೋಗಿರಬಹುದು. ಆದರೂ ಬಾರ್ಗರ್ ಈಗಲೂ ಸ್ವಾತಂತ್ರ್ಯ ಗ್ರಾಮವೇ. ಇಲ್ಲಿನ ಜನರು ಭಾರತದ ಸ್ವಾತಂತ್ರ್ಯಕ್ಕಾಗಿ ಹೋರಾಡಲು ದೊಡ್ಡ ಸವಾಲುಗಳನ್ನೇ ಎದುರಿಸಿದರು. ಈ ಹೋರಾಟದಿಂದ ವೈಯಕ್ತಿಕವಾಗಿ ಲಾಭ ಅಂತೇನಾದರೂ ಆಗಿದ್ದರೆ ಅದು ಕೆಲವರಿಗೆ ಮಾತ್ರ. ಅದೂ ಸಹಾ ಪ್ರತಿಫಲ, ಪದವಿ ಅಥವಾ ಉದ್ಯೋಗ ಅಂತಹದ್ದೇನಲ್ಲ. ಇವರೇ ಸ್ವಾತಂತ್ರ್ಯದ ಕಾಲಾಳು ಯೋಧರು. ಅದೂ ಬರಿಗಾಲು ಯೋಧರು. ಇಲ್ಲಿರುವ ಯಾರಿಗೂ ಹಾಕಿಕೊಳ್ಳಲು ಬೂಟುಗಳೂ ಇರಲಿಲ್ಲ.

***

ಈ ಹಿರಿಯ ಸ್ವಾತಂತ್ರ್ಯ ಯೋಧರು ತಮ್ಮ ಕ್ವಿಟ್ ಇಂಡಿಯಾ ಕಥೆಗೆ ಮರಳಿದರು.

‘ನ್ಯಾಯಾಲಯದ ಈ ಪ್ರಹಸನ ಮುಂದುವರೆದಿರುವಾಗಲೇ ಪಾನಿಮೋರಾದಲ್ಲಿ ಸತ್ಯಾಗ್ರಹಿಗಳ ಎರಡನೆಯ ತಂಡ ತಲೆ ಎತ್ತಿತ್ತು. ನಮ್ಮ ಎದುರಿಗಿದ್ದ ಸವಾಲು ಸಂಬಾಲಪುರದ ಮಾರುಕಟ್ಟೆಯನ್ನು ವಶಪಡಿಸಿಕೊಂಡು ಅಲ್ಲಿದ್ದ ಬ್ರಿಟಿಷರ ಸರಕನ್ನು ನಾಶ ಮಾಡುವುದೇ ಆಗಿತ್ತು’ ಎನ್ನುತ್ತಾರೆ ಆಗಿನ ಭೂರಹಿತ ಗ್ರಾಮಸ್ಥ ದಯಾನಿಧಿ ನಾಯಕ್. ಆತ ಚಾಮರುವಿನ ಸೋದರಸಂಬಂಧಿ. ‘ನನ್ನ ತಾಯಿ ಹೆರಿಗೆಯ ವೇಳೆ ಸತ್ತು ಹೋದರು. ಚಾಮರು ಅವರೇ ನನ್ನನ್ನು ಸಾಕಿದರು. ನಾಯಕತ್ವ ಎನ್ನುವುದನ್ನು ಅರಿಯಲು ನಾನು ನೋಡಿದ್ದೇ ಚಾಮರು ಅವರ ಕಡೆಗೆ’ ಎಂದರು.

ಬ್ರಿಟಿಷರ ವಿರುದ್ಧ ಸಂಘರ್ಷ ಆರಂಭಿಸಿದಾಗ ದಯಾನಿಧಿಗೆ ಇನ್ನೂ 11 ವರ್ಷ. 1942ರಲ್ಲಿ 21 ವರ್ಷ ಆಗಿದ್ದಾಗ ಆತ ಒಳ್ಳೆಯ ನುರಿತ ಹೋರಾಟಗಾರನಾಗಿದ್ದ. ಈಗ ತಮ್ಮ 81ನೆಯ ವಯಸ್ಸಿನಲ್ಲಿ ಅವರು ಆಗಿನ ಎಲ್ಲಾ ಘಟನೆಗಳ ಪ್ರತಿಯೊಂದು ವಿವರವನ್ನೂ ಸುಸ್ಪಷ್ಟವಾಗಿ ನೆನಪು ಮಾಡಿಕೊಳ್ಳುತ್ತಿದ್ದರು.

‘ಆಗ ಬ್ರಿಟಿಷರ ವಿರುದ್ಧ ಇನ್ನಿಲ್ಲದಷ್ಟು ಆಕ್ರೋಶವಿತ್ತು. ನಮ್ಮನ್ನು ತುಳಿಯಲು ಬ್ರಿಟಿಷ್ ರಾಜ್ ಮಾಡಿದ ಎಲ್ಲಾ ಪ್ರಯತ್ನಗಳು ನಮ್ಮನ್ನು ಇನ್ನಷ್ಟು ಬಲಿಷ್ಠವಾಗಿಸುತ್ತಾ ಹೋಯಿತು. ಹಲವು ಬಾರಿ ಅವರ ಸಶಸ್ತ್ರ ಪಡೆಗಳು ನಮ್ಮ ಗ್ರಾಮವನ್ನು ಸುತ್ತುವರಿದು ಕವಾಯತು ನಡೆಸಿದವು. ಇವೆಲ್ಲಾ ನಮ್ಮನ್ನು ಹೆದರಿಸಲು ಅಷ್ಟೇ. ಆದರೆ, ಅದರಿಂದ ಯಾವ ಪ್ರಯೋಜನವೂ ಆಗಲಿಲ್ಲ.’

‘ಆಗ ಬ್ರಿಟಿಷ್ ವಿರೋಧಿ ಭಾವನೆ ಎಲ್ಲಾ ಸ್ತರದಲ್ಲಿತ್ತು. ಭೂರಹಿತ ಕಾರ್ಮಿಕರಿಂದ ಹಿಡಿದು ಶಾಲಾ ಶಿಕ್ಷಕರವರೆಗೆ. ಶಿಕ್ಷಕರೂ ಸಹಾ ಚಳವಳಿಯ ಒಳಗೆ ಇದ್ದರು. ಅವರು ರಾಜೀನಾಮೆ ನೀಡಲಿಲ್ಲ. ಆದರೆ, ಕೆಲಸ ಸ್ಥಗಿತಗೊಳಿಸಿದ. ಅವರ ಬಳಿ ಒಂದು ಕಾರಣವೂ ಇತ್ತು. ನಾವು ಯಾರಿಗೆ ರಾಜೀನಾಮೆಯನ್ನು ನೀಡುವುದು? ನಾವು ಬ್ರಿಟಿಷರನ್ನು ಮಾನ್ಯ ಮಾಡುವುದಿಲ್ಲ. ಹಾಗಾಗಿ ಅವರು ವೃತ್ತಿಯಲ್ಲಿದ್ದೂ ಕೆಲಸ ಮಾಡದೇ ಇರುವುದನ್ನು ಮುಂದುವರಿಸಿದರು!’

‘ಆ ಕಾಲದಲ್ಲಿ ನಮ್ಮದು ಇನ್ನೂ ಹೆಚ್ಚು ಸಂಪರ್ಕರಹಿತ ಗ್ರಾಮವಾಗಿತ್ತು’ ಎನ್ನುತ್ತಾರೆ ದಯಾನಿಧಿ. ‘ಪೊಲೀಸರ ದಾಳಿ ಹಾಗೂ ಬಂಧನಗಳಿಂದಾಗಿ ಕಾಂಗ್ರೆಸ್‌ನ ಕಾರ್ಯಕರ್ತರು ನಿಯತವಾಗಿ ಇಲ್ಲಿಗೆ ಬರಲು ಸಾಧ್ಯವಾಗುತ್ತಿರಲಿಲ್ಲ. ಇದರ ಅರ್ಥ ನಮಗೆ ಹೊರಗಿನ ಪ್ರಪಂಚದ ಸುದ್ದಿಯೇ ತಿಳಿಯುತ್ತಿರಲಿಲ್ಲ. 1942ರಲ್ಲಿ ಎಲ್ಲವೂ ಹಾಗಿತ್ತು. ಹಾಗಾಗಿ ಏನು ಜರುಗುತ್ತಿದೆ ಎಂದು ತಿಳಿಯಲೆಂದೇ ಊರಿನಿಂದ ಜನರನ್ನು ಹೊರಗೆ ಕಳಿಸಿಕೊಡಲಾಗುತ್ತಿತ್ತು. ಎರಡನೆಯ ಹಂತದ ಕಾರ್ಯಾಚರಣೆ ಆರಂಭವಾದದ್ದು ಹೀಗೆ. ನಾನು ಆ ಎರಡನೆಯ ತಂಡದಲ್ಲಿದ್ದೆ’ ಎಂದರು ದಯಾನಿಧಿ.

163
ಕೊನೆಯ ಹೀರೋಗಳು

'ನಮ್ಮ ತಂಡದಲ್ಲಿದ್ದ ಎಲ್ಲಾ ಐವರೂ ಹದಿಹರೆಯದವರು. ಮೊದಲಿಗೆ ನಾವು ಸಂಬಲ್‌ಪುರದಲ್ಲಿದ್ದ ಕಾಂಗ್ರೆಸ್ ಮುಖಂಡ ಫಕೀರಾ ಬೆಹೆರಾ ಅವರ ಮನೆಗೆ ಹೋದೆವು. ಅವರು ನಮಗೆ ಹೂಗಳನ್ನು ಹಾಗೂ ತೋಳಿಗೆ ಕಟ್ಟಿಕೊಳ್ಳಲು 'ಮಾಡು ಇಲ್ಲವೇ ಮಡಿ' ಎನ್ನುವ ಘೋಷಣೆ ಹೊತ್ತಿದ್ದ ತೋಳು ಪಟ್ಟಿಯನ್ನು ನೀಡಿದರು. ಅನೇಕ ಶಾಲಾ ವಿದ್ಯಾರ್ಥಿಗಳೊಂದಿಗೆ ಮಾರುಕಟ್ಟೆ ಪ್ರದೇಶಕ್ಕೆ ನಾವು ಮೆರವಣಿಗೆ ಮಾಡಿದೆವು.'

'ಮಾರುಕಟ್ಟೆಯಲ್ಲಿ ನಾವು ಕ್ವಿಟ್ ಇಂಡಿಯಾ ಕರೆಯನ್ನು ಓದಿ ಹೇಳಿದೆವು. ಇನ್ನೇನು ಓದಿ ಮುಗಿಸಬೇಕು ಎನ್ನುವ ವೇಳೆಗೆ ಅಲ್ಲಿದ್ದ ಸುಮಾರು 30 ಸಶಸ್ತ್ರ ಪೊಲೀಸರು ನಮ್ಮನ್ನು ಬಂಧಿಸಿದರು.'

'ಇಲ್ಲಿಯೂ ಸಹಾ ಸಾಕಷ್ಟು ಗೊಂದಲವಿತ್ತು. ನಮ್ಮಲ್ಲಿದ್ದ ಕೆಲವರನ್ನು ಪೊಲೀಸರು ಹೋಗಲು ಬಿಟ್ಟರು' ಎಂದರು ದಯಾನಿಧಿ.

ಯಾಕೆ?

'ಇನ್ನೂ 11 ವರ್ಷ ಮಾತ್ರವಾಗಿದ್ದ ನಮ್ಮನ್ನು ಬಂಧಿಸಿ ಕೂರಿಸುವುದು ಅವರಿಗೆ ಅಸಂಬದ್ಧ ಎನಿಸಿತು. ಹಾಗಾಗಿ 12 ವರ್ಷದೊಳಗಿದ್ದ ಕೆಲವರನ್ನು ಅವರು ಬಿಟ್ಟುಬಿಟ್ಟರು. ಆದರೆ, ಇಬ್ಬರು, ಜುಗೇಶ್ವರ ಜೇನಾ ಹಾಗೂ ಇಂದರ್‌ಜಿತ್ ಪ್ರಧಾನ್ ಹೋಗಲಿಲ್ಲ. ಅವರು ನಮ್ಮ ತಂಡದ ಜೊತೆಗೇ ಇರಲು ಬಯಸಿದರು. ಅವರನ್ನು ಹೋಗುವಂತೆ ಮನ ಒಲಿಸಲು ಸಾಕಷ್ಟು ಸಮಯ ಹಿಡಿಯಿತು. ಉಳಿದ ನಮ್ಮನ್ನು ಬಾರ್‌ಗರ್ ಜೈಲಿಗೆ ಕಳಿಸಲಾಯಿತು. ದಿವ್ಯ ಸುಂದರ್ ಸಾಹು, ಪ್ರಭಾಕರ ಸಾಹು ಹಾಗೂ ನಾನು 9 ತಿಂಗಳ ಕಾಲ ಜೈಲು ಶಿಕ್ಷೆಗೆ ಒಳಪಟ್ಟೆವು.'

***

ಈಗ 80ನೆಯ ವರ್ಷದಲ್ಲಿರುವ ಮದನ್ ಬೋಯಿ ಅವರು ತಮ್ಮ ಸ್ಪಷ್ಟ ದನಿಯಲ್ಲಿ ಹಾಡುಗಳನ್ನು ಈಗಲೂ ಹಾಡುತ್ತಾರೆ. 'ಸಂಬಲ್‌ಪುರದ ಕಾಂಗ್ರೆಸ್ ಕಚೇರಿಗೆ ನಮ್ಮ ಮೂರನೆಯ ತಂಡ ಹೋಗುವಾಗ ಹಾಡಿದ ಹಾಡಿದು.' ದೇಶದ್ರೋಹಿ ಚಟುವಟಿಕೆಯ ಕಾರಣ ಕೊಟ್ಟು ಪೊಲೀಸರು ಆ ಕಚೇರಿಯನ್ನು ಸೀಲ್ ಮಾಡಿದ್ದರು.

ಹಾಗೆ ಮುಚ್ಚಲಾಗಿದ್ದ ಕಾಂಗ್ರೆಸ್ ಕಚೇರಿಯನ್ನು ಮುಕ್ತಗೊಳಿಸುವುದು ಈ ಮೂರನೆಯ ತಂಡದ ಗುರಿಯಾಗಿತ್ತು.

'ನನ್ನ ತಂದೆತಾಯಿಗಳು ನಾನು ಇನ್ನೂ ಚಿಕ್ಕವನಿರುವಾಗಲೇ ಸತ್ತಿದ್ದರು. ಚಿಕ್ಕಪ್ಪ, ಚಿಕ್ಕಮ್ಮ ನನ್ನ ಬಗ್ಗೆ ಅಷ್ಟೇನೂ ಕಾಳಜಿ ಮಾಡುತ್ತಿರಲಿಲ್ಲ. ನಾನು ಕಾಂಗ್ರೆಸ್

ಸಭೆಗಳಲ್ಲಿ ಭಾಗವಹಿಸಿದಾಗ ಅವರು ಎಚ್ಚೆತ್ತರು. ನಾನು ಸತ್ಯಾಗ್ರಹಿಗಳ ಜೊತೆ ಸೇರಲು ಯತ್ನಿಸಿದಾಗ ಅವರು ನನ್ನನ್ನು ಕೋಣೆಯೊಂದರಲ್ಲಿ ಕೂಡಿ ಹಾಕಿದರು. ನಾನು ಪಶ್ಚಾತ್ತಾಪ ಪಟ್ಟವನಂತೆ ಮಾಡಿ ಬದಲಾಗುವುದಾಗಿ ನಟಿಸಿದೆ. ಅವರು ನನ್ನನ್ನು ಹೊರಗೆ ಬಿಟ್ಟರು. ನಾನು ಹೊಲದಲ್ಲಿ ಕೆಲಸಕ್ಕೆ ಹೋಗುವವನಂತೆ ಗುದ್ದಲಿ, ಪಿಕಾಸಿ, ಬುಟ್ಟಿ ಹೊತ್ತು ಹೊರಟೆ.'

'ಹೊಲದಿಂದ ನೇರವಾಗಿ ನಾನು ಬಾರ್ಗರ್ ಸತ್ಯಾಗ್ರಹಕ್ಕೆ ಹೋದೆ. ಆ ವೇಳೆಗೆ ಸಂಬಾಲಪುರಕ್ಕೆ ಮೆರವಣಿಗೆ ಹೋಗಲು ಸಿದ್ಧವಾಗಿದ್ದ ನನ್ನ ಗ್ರಾಮದ ಇನ್ನೂ 13 ಜನರನ್ನು ನಾನು ಕೂಡಿಕೊಂಡೆ. ಖಾದಿ ಬಿಡಿ, ನನ್ನ ಬಳಿ ಹಾಕಲು ಅಂಗಿಯೂ ಇರಲಿಲ್ಲ. ಗಾಂಧಿಯವರನ್ನು ಆಗಸ್ಟ್ 8ರಂದು ಬಂಧಿಸಿದರೂ ಸಹಾ ಆ ಸುದ್ದಿ ಹಲವಾರು ದಿನಗಳ ನಂತರ ನಮ್ಮ ಗ್ರಾಮಕ್ಕೆ ತಲುಪಿತ್ತು. ಆಗಲೇ ಸಂಬಲ್‌ಪುರಕ್ಕೆ ಮೂರು ಅಥವಾ ನಾಲ್ಕು ತಂಡಗಳಲ್ಲಿ ಪ್ರತಿಭಟನಾಕಾರರನ್ನು ಕಳುಹಿಸುವ ಯೋಜನೆ ಮೊಳೆತದ್ದು.'

'ಮೊದಲ ತಂಡವನ್ನು ಆಗಸ್ಟ್ 22ರಂದು ಬಂಧಿಸಲಾಯಿತು. ನಮ್ಮನ್ನು ಆಗಸ್ಟ್ 23ರಂದು ಬಂಧಿಸಿದರು. ಆ ವೇಳೆಗಾಗಲೇ ಚಾಮರು ಹಾಗೂ ಅವರ ಸಂಗಾತಿಗಳು ಉಂಟು ಮಾಡಿದ್ದ ಮುಜುಗರವನ್ನು ಸರಿಯಾಗಿ ನೆನಪಿಟ್ಟುಕೊಂಡಿದ್ದ ಪೊಲೀಸರು ನಮ್ಮನ್ನು ನ್ಯಾಯಾಲಯಕ್ಕೆ ಹಾಜರುಪಡಿಸಲೂ ಹೆದರಿದರು. ನಮಗೆ ಕಾಂಗ್ರೆಸ್ ಕಚೇರಿ ತಲುಪಲೂ ಬಿಡಲಿಲ್ಲ. ನೇರವಾಗಿ ಜೈಲಿಗೆ ಕಳಿಸಿದರು.'

ಪಾನಿಮೋರಾ ಆಗ ಕುಖ್ಯಾತವಾಗಿತ್ತು. 'ನಮ್ಮ ಗ್ರಾಮ ಆಗ 'ಬದ್ಮಾಷ್ ಗಾಂವ್' ಎಂದೇ ಹೆಸರು ಪಡೆದಿತ್ತು ಎಂದು ಮದನ್ ಬೋಯಿ ಹೆಮ್ಮೆಯಿಂದ ನುಡಿದರು.

'ಪರಿ'ಯ ಸ್ವಾತಂತ್ರ್ಯ ಯೋಧರ
ಗ್ಯಾಲರಿಗೆ ಭೇಟಿ ನೀಡಲು
ಈ QR ಕೋಡ್ ಸ್ಕ್ಯಾನ್ ಮಾಡಿ

ಯಾರೇ (ಅಪರಾಧಿ ಕೈದಿಗಳು) ಯುದ್ಧಕ್ಕೆ ಹೋಗಲು ಒಪ್ಪಿದರೂ ಅವರಿಗೆ 100 ರೂ. ಕೊಡುವುದಾಗಿ ಬ್ರಿಟಿಷರು ಭರವಸೆ ನೀಡಿದ್ದರು. ಅವರ ಕುಟುಂಬಕ್ಕೆ 500 ರೂ. ನಾವು ಜೈಲಿನಲ್ಲಿದ್ದಾಗ ಆ ಅಪರಾಧಿ ಕೈದಿಗಳ ಬಳಿ ನೀವು ಈ ಜನರಿಗಾಗಿ ಮತ್ತು ಅವರ ಯುದ್ಧಗಳಿಗಾಗಿ 500 ರೂ.ಗಳಿಗೆ ಪ್ರಾಣ ತೆರುವುದು ಸರಿಯೇ ಎಂದು ಪ್ರಚಾರ ಮಾಡಿದೆವು. ನೀವು ಯಾಕೆ ಅವರ ತುಪಾಕಿಗೆ ಆಹುತಿಯಾಗಬೇಕು ಎಂದು ಕೇಳಿದೆವು.

– ಜಿತೇಂದ್ರ ಪ್ರಧಾನ್
ಪಾನಿಮೋರಾ ಗ್ರಾಮ, ಬಾರ್ಗರ್, ಒಡಿಶಾ

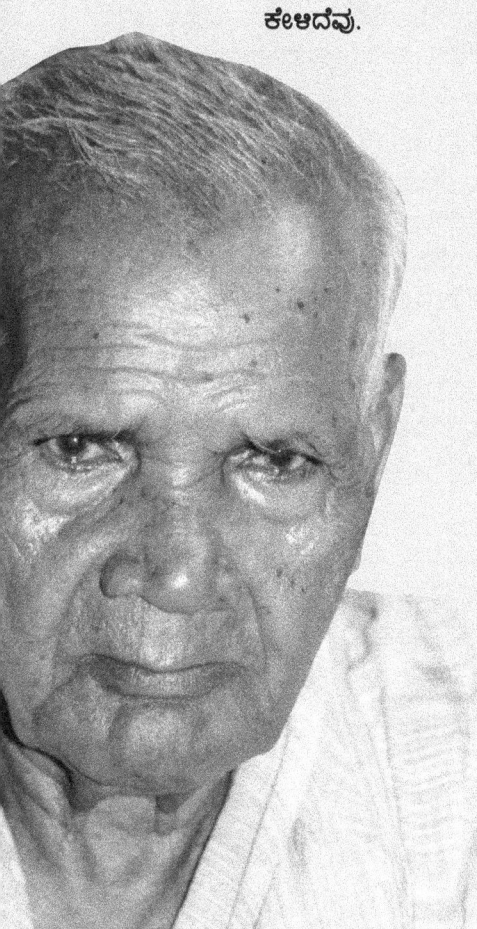

11

ಬದ್ಮಾಷ್ ಗಾಂವ್‌ನ
ಮುಂದುವರಿದ ಹೋರಾಟಗಳು

'ನಾ'ವು ಒಂದು ದಿನ 400 ದಲಿತರೊಂದಿಗೆ ಇಲ್ಲಿನ ಜಗನ್ನಾಥ ಮಂದಿರ ಪ್ರವೇಶಿಸಿದೆವು. ಬ್ರಾಹ್ಮಣರಿಗೆ ಅದು ಇಷ್ಟವಾಗಲಿಲ್ಲ. ಆದರೆ, ಕೆಲವರು ನಮ್ಮನ್ನು ಬೆಂಬಲಿಸಿದರು. ಅವರು ಒತ್ತಾಯದಿಂದಲೂ ಬೆಂಬಲಿಸಿರಬಹುದು. ಆಗಿನ ಕಾಲದ ಮನಸ್ಥಿತಿ ಆ ರೀತಿ ಇತ್ತು.

'ಗ್ರಾಮದ ಮುಖ್ಯಸ್ಥ–ಗೌಂಟಿಯಾ ನೃಪರಾಜ್ ಪ್ರಧಾನ್ ಅವರೇ ಆ ದೇವಸ್ಥಾನದ ಆಡಳಿತ ಟ್ರಸ್ಟಿಯಾಗಿದ್ದರು. ಇದು ಅವರನ್ನು ಇನ್ನಿಲ್ಲದಂತೆ ಕೆರಳಿಸಿತು. ಇದನ್ನು ಪ್ರತಿಭಟಿಸಿ ಅವರು ಪಾನಿಮೋರಾವನ್ನು ತೊರೆದು ಬೇರೊಂದು ಗ್ರಾಮಕ್ಕೆ ಹೋಗಿ, ನೆಲೆನಿಂತರು. ಇನ್ನೆಂದೂ ಹಿಂದಿರುಗಲಿಲ್ಲ. ಆದರೆ, ಅವರ ಮಗನೇ ತನ್ನ ತಂದೆಯ ನಡೆಯನ್ನು ವಿರೋಧಿಸಿ, ನಮ್ಮನ್ನು ಬೆಂಬಲಿಸಿ, ನಮ್ಮ ಜೊತೆ ನಿಂತರು.'

ಹೀಗೆಂದಿದ್ದು ಚಾಮರು ಫರೀದಾ. ಬ್ರಿಟಿಷರು 'ಬದ್ಮಾಷ್ ಗಾಂವ್' ಎಂದು ಕರೆದಿದ್ದ ಪಾನಿಮೋರಾ ಗ್ರಾಮದಲ್ಲಿ. 'ಬ್ರಿಟಿಷರ ವಿರುದ್ಧ ಮಾತ್ರವಲ್ಲ, ನಮ್ಮ ಹಳ್ಳಿಯಲ್ಲಿಯೇ ಮಾಡಬೇಕಿದ್ದ ಹಲವು ಯುದ್ಧಗಳಿದ್ದವು' ಎಂದು ವಿವರಿಸಿದರು.

'ಅಸ್ಪೃಶ್ಯತೆಯ ವಿರುದ್ಧ ಹೋರಾಡುವಂತೆ ಗಾಂಧಿಯವರು ನೀಡಿದ ಕರೆಯಿಂದ ಉತ್ತೇಜಿತವಾಗಿ ಈ ದೇಗುಲ ಪ್ರವೇಶ ಜರುಗಿತು. ಬ್ರಿಟಿಷ್ ಸರ್ಕಾರದ ಜೊತೆಯಲ್ಲಿನ ಸೆಣಸಾಟದ ಜೊತೆ ಜೊತೆಗೇ ಇದೂ ಸಹ ಸಾಗಿತು.'

'ಬ್ರಿಟಿಷರ ಉತ್ಪನ್ನದ ವಿರುದ್ಧದ ಪ್ರಚಾರಾಂದೋಲನ ಗಂಭೀರವಾಗಿತ್ತು. ನಾವು ಖಾದಿಯನ್ನು ಮಾತ್ರ ಧರಿಸುತ್ತಿದ್ದೆವು. ಅದನ್ನು ನಾವೇ ನೂಲುತ್ತಿದ್ದೆವು. ನಮ್ಮ ಸಿದ್ಧಾಂತ ಅದರ ಭಾಗವಾಗಿತ್ತು. ನಾವು ತುಂಬಾ ಬಡವರಾಗಿದ್ದೆವು. ಹಾಗಾಗಿ

ಅದರಿಂದ ನಮಗೆ ಒಳ್ಳೆಯದೇ ಆಯಿತು. 1942ರಲ್ಲಿ ಹಲವರಿಗೆ ಖಾದಿ ಬಿಡಿ, ಹಾಕಲು ಅಂಗಿಯೇ ಇರಲಿಲ್ಲ.'

ಹಾಗೆ ಕೈನಿಂದ ಸುತ್ತುವ, ನೂಲುವ ಬಟ್ಟೆಗಳನ್ನು ತಯಾರಿಸುವ ಹವ್ಯಾಸವನ್ನು ಈ ಸ್ವಾತಂತ್ರ್ಯ ಯೋಧರು ದಶಕಗಳ ಕಾಲ ತಮ್ಮ ಬೆರಳುಗಳು ಇನ್ನು ನೂಲಲು, ತಿರುಗಿಸಲು ಸಾಧ್ಯವೇ ಇಲ್ಲ ಎನ್ನುವವರೆಗೂ ಮುಂದುವರೆಸಿದರು. 'ಕಳೆದ ವರ್ಷ ನನ್ನ 90ನೆಯ ವಯಸ್ಸಿನಲ್ಲಿ ಇನ್ನು ನಿಲ್ಲಿಸುವ ಕಾಲ ಬಂತು ಎಂದು ನಾನು ನಿರ್ಧರಿಸಿದೆ' ಎಂದರು ಚಾಮರು.

'ಇದೆಲ್ಲಾ ಶುರುವಾದದ್ದು 1930ರಲ್ಲಿ, ಸಂಬಾಲಪುರದಲ್ಲಿ, ಕಾಂಗ್ರೆಸ್ ಸ್ಫೂರ್ತಿಯಿಂದ ಜರುಗಿದ ತರಬೇತಿ ಶಿಬಿರದಿಂದ. ಈ ತರಬೇತಿಗೆ 'ಸೇವಾ' ಎಂದು ಹೆಸರಿಡಲಾಗಿತ್ತು. ಆದರೆ ನಮಗೆ ಅಲ್ಲಿ ನಮಗೆ ಕಲಿಸಿದ್ದು ಜೈಲಿನಲ್ಲಿ ಬದುಕಬೇಕಾದ ರೀತಿಯ ಬಗ್ಗೆ. ಅಲ್ಲಿನ ಊಟದ ದುರವಸ್ಥೆ ಹಾಗೂ ಶೌಚಾಲಯವನ್ನು ಶುಚಿ ಮಾಡುವ ಬಗ್ಗೆ ಹೇಳಿ ಕೊಡಲಾಯಿತು. ಇವೆಲ್ಲಾ ತರಬೇತಿ ಏಕೆ ಎನ್ನುವುದು ನಮಗೆ ಗೊತ್ತಿತ್ತು. ನಾವು ಗ್ರಾಮದಿಂದ 9 ಮಂದಿ ಈ ಶಿಬಿರಕ್ಕೆ ಹೋಗಿದ್ದೆವು.'

ನಮ್ಮನ್ನು ಇಡೀ ಗ್ರಾಮ ಹಾರ ಹಾಕಿ, ಹಣ್ಣು ಕೈಗಿಟ್ಟು, ಹಣೆಗೆ ತಿಲಕವಿಟ್ಟು ಕಳಿಸಿಕೊಟ್ಟಿತು. ಆಗ ಅಂತಹ ಕುದಿ ಇತ್ತು ಹಾಗೂ ಅದರ ಪ್ರಾಮುಖ್ಯತೆಯೂ ಗೊತ್ತಿತ್ತು.

'ಇದರ ಹಿಂದೆ ಮೋಹನ್ ದಾಸ್ ಕರಮಚಂದ ಗಾಂಧಿ ಎನ್ನುವ ಯಕ್ಷಿಣಿಯೂ ಇತ್ತು. ಸತ್ಯಾಗ್ರಹದಲ್ಲಿ ಪಾಲ್ಗೊಳ್ಳುವಂತೆ ಅವರು ಜನತೆಗೆ ಕರೆ ನೀಡಿದ್ದ ಪತ್ರ ನಮ್ಮೊಳಗೆ ಮಿಂಚು ಹರಿಸಿತು. ಇಲ್ಲಿ ನಾವು ಬಡವರು, ಅನಕ್ಷರಸ್ಥರು ಪ್ರತಿರೋಧ ತೋರಿ ಈ ಜಗತ್ತನ್ನು ಬದಲಿಸಬಹುದು ಎಂದು ಮನವರಿಕೆ ಮಾಡಿಕೊಡಲಾಯಿತು. ಜೊತೆಗೆ ನಮ್ಮ ನೀತಿಸಂಹಿತೆಯಾಗಿದ್ದ ಅಹಿಂಸೆಗೆ ಬದ್ಧರಾಗಿರುವುದಾಗಿ ಪ್ರಮಾಣವನ್ನೂ ಕೈಗೊಂಡೆವು.' ಪಾನಿಮೋರಾದ ಬಹುತೇಕ ಸ್ವಾತಂತ್ರ್ಯ ಯೋಧರು ತಮ್ಮ ಉಳಿದ ಬದುಕಿನುದ್ದಕ್ಕೂ ಈ ಸಂಹಿತೆಗೆ ಬದ್ಧರಾಗಿದ್ದರು.'

ಆಗ ಅವರಿನ್ನೂ ಗಾಂಧಿಯವರನ್ನು ನೋಡಿರಲಿಲ್ಲ. ಆದರೆ, ಇನ್ನಿತರ ಲಕ್ಷಾಂತರ ಮಂದಿಯಂತೆ ಅವರ ಕರೆಯಿಂದ ಪ್ರೇರೇಪಿತರಾಗಿದ್ದರು. 'ಇಲ್ಲಿ ನಾವು ಕಾಂಗ್ರೆಸ್ ನಾಯಕರಾಗಿದ್ದ ಮನಮೋಹನ್ ಚೌಧರಿ ಹಾಗೂ ದಯಾನಂದ ಸತ್ಪಥಿ ಅವರಿಂದ ಪ್ರೇರೇಪಿತರಾಗಿದ್ದೆವು.' ಪಾನಿಮೋರಾದ ಹೋರಾಟಗಾರರು 1942ರ ಆಗಸ್ಟ್‌ಗೂ ಸಾಕಷ್ಟು ಮುನ್ನವೇ ಜೈಲಿಗೆ ಮೊದಲ ಬಾರಿ ಎಡತಾಕಿದ್ದರು. 'ಯುದ್ಧಕ್ಕೆ (ಎರಡನೆಯ ಮಹಾಯುದ್ಧ) ನೀಡುವ ಯಾವುದೇ ರೀತಿಯ ಸಹಕಾರ ಅದು

ಹಣ ಪಡೆಯುವುದಾಗಲೀ ಅಥವಾ ನೇರವಾಗಿ ಭಾಗಿಯಾಗುವುದಾಗಲಿ ಪಾಪ ಹಾಗೂ ಮೋಸ' ಎಂದು ಶಪಥ ಮಾಡಿದ್ದೆವು. ಯುದ್ಧವನ್ನು ಎಲ್ಲಾ ರೀತಿಯ ಅಹಿಂಸಾತ್ಮಕ ಮಾರ್ಗಗಳಿಂದ ಪ್ರತಿಭಟಿಸಬೇಕು. ಗ್ರಾಮದ ಪ್ರತಿಯೊಬ್ಬರೂ ಇದನ್ನು ಬೆಂಬಲಿಸಿದರು.

'ನಾವು ಆರು ವಾರಗಳ ಕಾಲ ಕಟಕ್ ಜೈಲಿನಲ್ಲಿದ್ದೆವು. ಬ್ರಿಟಿಷರು ಜನರನ್ನು ತುಂಬಾ ದೀರ್ಘಕಾಲ ಬಂಧಿಸುತ್ತಿರಲಿಲ್ಲ. ಯಾಕೆಂದರೆ ಅವರ ಜೈಲುಗಳು ಬಿರಿದು ಹೋಗುವಷ್ಟು ಜನರು ಬರುತ್ತಲೇ ಇದ್ದರು. ಜೈಲುಪಾಲಾಗಲು ಮನಸ್ಸಿದ್ದ ಅಸಂಖ್ಯಾತ ಜನರಿದ್ದರು.'

'ಅಸ್ಪೃಶ್ಯತಾ ವಿರೋಧಿ ಚಳವಳಿ ಮೊತ್ತ ಮೊದಲ ಬಾರಿಗೆ ಒಳಗಿನ ಒತ್ತಡವನ್ನು ತೋರಿಸಿತು. 'ಇಂದಿಗೂ ಸಹಾ ನಾವು ನಮ್ಮ ಅನೇಕ ಆಚರಣೆಗಳಲ್ಲಿ ಬ್ರಾಹ್ಮಣರನ್ನು ಕರೆಯುವುದಿಲ್ಲ. ಆ ದೇಗುಲ ಪ್ರವೇಶ ಹಲವರನ್ನು ಕಂಗೆಡಿಸಿತು. ಆದರೂ ಕ್ವಿಟ್ ಇಂಡಿಯಾ ಚಳವಳಿಯಲ್ಲಿ ಬಹುತೇಕರು ನಮ್ಮ ಜೊತೆ ಸೇರಬೇಕಾದ ಒತ್ತಡ ಎದುರಿಸಿದರು' ಎನ್ನುತ್ತಾರೆ ದಯಾನಿಧಿ.

ಜಾತಿ ಎನ್ನುವುದು ಇತರೆ ಹಲವು ರೀತಿಯ ಒತ್ತಡಗಳನ್ನೂ ಉಂಟು ಮಾಡಿತು. 'ಪ್ರತೀ ಬಾರಿ ನಾವು ಜೈಲಿನಿಂದ ಹೊರಬಂದಾಗಲೂ ನಮ್ಮ ಹತ್ತಿರದ ಗ್ರಾಮಗಳ ಸಂಬಂಧಿಕರು ನಾವು ಶುದ್ಧೀಕರಣಗೊಳ್ಳಬೇಕು ಎನ್ನುತ್ತಿದ್ದರು. ಇದಕ್ಕೆ ಕಾರಣ ನಾವು ಜೈಲಿನಲ್ಲಿ ಅಸ್ಪೃಶ್ಯರ ಜೊತೆಗಿದ್ದೆವು ಎನ್ನುವುದು' ಎಂದರು ಮದನ್ ಬೋಯಿ. ಗ್ರಾಮೀಣ ಒಡಿಶಾದಲ್ಲಿ ಹೀಗೆ ಜೈಲಿನಿಂದ ಹಿಂದಿರುಗುವವರನ್ನು ಶುದ್ಧೀಕರಿಸುವ ಕ್ರಿಯೆ ಇಂದಿಗೂ ಇದೆ.

'ನಾನು ಒಮ್ಮೆ ಜೈಲಿನಿಂದ ಹೊರಬಂದಾಗ ನನ್ನ ತಾಯಿಯ ಅಜ್ಜಿಯ 11ನೇ ದಿನದ ಕಾರ್ಯ ಜರುಗುತ್ತಿತ್ತು. ನಾನು ಬಂದೀಖಾನೆಯಲ್ಲಿದ್ದಾಗಲೇ ಅವರು ನಿಧನರಾಗಿದ್ದರು. ನನ್ನ ಚಿಕ್ಕಪ್ಪ, 'ಮದನ್ ನೀನು ಶುದ್ಧೀಕರಣಗೊಂಡಿದ್ದೀಯಾ?' ಎಂದು ಪ್ರಶ್ನಿಸಿದರು. 'ಇಲ್ಲ. ನಾವು ಸತ್ಯಾಗ್ರಹಿಗಳಾಗಿ ನಮ್ಮ ಕೆಲಸಗಳ ಮೂಲಕ ಇತರರನ್ನು ಶುದ್ಧೀಕರಿಸುತ್ತೇವೆ' ಎಂದೆ. ನನ್ನನ್ನು ಕುಟುಂಬದ ಇತರರಿಂದ ಬೇರ್ಪಡಿಸಿ ಕೂರಿಸಲಾಯಿತು. ನನ್ನನ್ನು ಪ್ರತ್ಯೇಕವಾಗಿಸಿ, ಒಬ್ಬನೇ ಊಟ ಮಾಡುವಂತೆ ಮಾಡಿದರು.'

'ನಾನು ಜೈಲಿಗೆ ಹೋಗುವುದಕ್ಕೆ ಮುಂಚೆಯೇ ನನ್ನ ಮದುವೆಯನ್ನು ನಿಶ್ಚಯ ಮಾಡಲಾಗಿತ್ತು. ನಾನು ಹೊರಬಂದಾಗ ಅದನ್ನು ರದ್ದು ಮಾಡಿದ್ದರು. ಒಬ್ಬ ಜೈಲಿಗೆ ಹೋದವ ಅಳಿಯನಾಗುವುದು ಹುಡುಗಿಯ ತಂದೆಗೆ ಬೇಕಿರಲಿಲ್ಲ. ಕೊನೆಗೆ ನನಗೆ ಕಾಂಗ್ರೆಸ್‌ನ ಪ್ರಭಾವವಿದ್ದ ಸರಂಡಪಲ್ಲಿ ಗ್ರಾಮದಲ್ಲಿಯೇ ಒಬ್ಬ ಕನ್ಯೆ ಸಿಕ್ಕಿದಳೆನ್ನಿ' ಎಂದು ತಮ್ಮ ಅನುಭವವನ್ನು ಬೋಯಿ ಬಿಡಿಸಿಟ್ಟರು.

***

1942ರಲ್ಲಿ ಬಂದೀಖಾನೆಯಲ್ಲಿದ್ದ ಅಷ್ಟೂ ಸಮಯದಲ್ಲಿ ಸಂಬಲ್‌ಪುರದ ನ್ಯಾಯಾಲಯ ಪ್ರಹಸನದ ಹೀರೋಗಳಾದ ಚಾಮರು ಫರೀದಾ, ಜಿತೇಂದ್ರ ಪ್ರಧಾನ್ ಹಾಗೂ ಪೂರ್ಣಚಂದ್ರ ಪ್ರಧಾನ್ ಅವರಿಗೆ ಶುದ್ಧತೆಯ ಸಮಸ್ಯೆಯೇ ಇರಲಿಲ್ಲ.

'ನಮ್ಮನ್ನು ಅಪರಾಧಿಗಳನ್ನಿರಿಸಿದ್ದ ಜೈಲಿಗೆ ಕಳಿಸಲಾಯಿತು. ನಾವು ಈ ಅವಕಾಶವನ್ನು ಚೆನ್ನಾಗಿಯೇ ಬಳಸಿಕೊಂಡೆವು. ಜರ್ಮನಿಯ ವಿರುದ್ಧ ನಡೆಸುತ್ತಿದ್ದ ಯುದ್ಧಕ್ಕೆ ಆಗ ಬ್ರಿಟಿಷರು ಯೋಧರನ್ನು ಸೇರಿಸಿಕೊಳ್ಳುತ್ತಿದ್ದರು. ಅಪರಾಧಿಗಳಾಗಿ ದೀರ್ಘಕಾಲ ಶಿಕ್ಷೆ ಅನುಭವಿಸುತ್ತಿದ್ದ ಕೈದಿಗಳಿಗೆ ಅವರು ಆಮಿಷ ಒಡ್ಡಿದ್ದರು. ಯಾರು ಯುದ್ಧದಲ್ಲಿ ಭಾಗವಹಿಸಲು ಮುಂದೆ ಬರುತ್ತಾರೋ ಅವರಿಗೆ 100 ರೂ. ಹಾಗೂ ಕುಟುಂಬಕ್ಕೆ 500 ರೂ. ಕೊಡುವುದಾಗಿ, ಯುದ್ಧದ ನಂತರ ಅವರನ್ನು ಬಿಡುಗಡೆ ಮಾಡುವುದಾಗಿ ಭರವಸೆ ಕೊಟ್ಟಿದ್ದರು.'

'ನಾವು ಆ ಅಪರಾಧಿಗಳ ಮಧ್ಯೆ ಪ್ರಚಾರ ಮಾಡಿದೆವು. ಈ ಜನರಿಗಾಗಿ ಹಾಗೂ ಅವರ ಯುದ್ಧಕ್ಕಾಗಿ 500 ರೂ.ಗಳಿಗೆ ನಿಮ್ಮ ಜೀವವನ್ನು ಕಳೆದುಕೊಳ್ಳುವುದರಲ್ಲಿ ಅರ್ಥವಿದೆಯೇ? ನೀವು ಖಂಡಿತಾ ಮೊದಲ ಬಲಿಯಾಗುತ್ತೀರಿ. ನೀವು ಅವರಿಗೆ ಮುಖ್ಯವೇ ಅಲ್ಲ. ನೀವ್ಯಾಕೆ ಅವರ ಫಿರಂಗಿಗೆ ಮದ್ದಾಗಬೇಕು? ಎಂದು ಅವರನ್ನು ನಾವು ಕೇಳಿದೆವು.'

'ಸ್ವಲ್ಪಕಾಲದ ನಂತರ ಅವರು ನಮ್ಮ ಮಾತು ಕೇಳಲಾರಂಭಿಸಿದರು. ಅವರು ನಮ್ಮನ್ನು ಗಾಂಧಿ ಅಥವಾ ಕಾಂಗ್ರೆಸ್ ಎಂದು ಕರೆಯುತ್ತಿದ್ದರು. ಹಲವರು ಈ ಆಮಿಷದಿಂದ ದೂರವುಳಿದರು. ಅವರು ಬಂಡಾಯವೆದ್ದು ಯುದ್ಧಕ್ಕೆ ಹೋಗಲು ನಿರಾಕರಿಸಿದರು.'

'ವಾರ್ಡನ್ ತೀರಾ ಅಸಂತುಷ್ಟನಾಗಿದ್ದ. ನೀವೇಕೆ ಅವರ ಮನಸ್ಸು ಬದಲಾಯಿಸಿದಿರಿ?' ಎಂದು ಕೇಳಿದ. 'ಈಗಿನವರೆಗೂ ಅವರು ಯುದ್ಧಕ್ಕೆ ಹೋಗಲು ಸಿದ್ಧರಿದ್ದರು' ಎಂದ. ನಾವು ಆತನಿಗೆ 'ನೀವು ನಮ್ಮನ್ನು ಈ ಅಪರಾಧಿಗಳ ಜೊತೆ ತಂದು ಕೂಡಿ ಹಾಕಿದ್ದೇ ಒಳ್ಳೆಯದಾಯಿತು. ನಾವು ಅವರಿಗೆ ಏನಾಗುತ್ತಿದೆ ಎನ್ನುವ ಸತ್ಯವನ್ನು ಮನವರಿಕೆ ಮಾಡಿಕೊಡಲು ಸಾಧ್ಯವಾಯಿತು ಎಂದೆವು.'

'ಮರುದಿನವೇ ನಮ್ಮನ್ನು ರಾಜಕೀಯ ಕೈದಿಗಳಿದ್ದ ಜೈಲಿಗೆ ಸ್ಥಳಾಂತರಿಸಿದರು. ನಮ್ಮ ಶಿಕ್ಷೆಯನ್ನು ಆರು ತಿಂಗಳ ಸಾಧಾರಣ ಜೈಲು ಶಿಕ್ಷೆಯಾಗಿ ಬದಲಾಯಿಸಲಾಯಿತು.'

ಬ್ರಿಟಿಷ್ ಸರ್ಕಾರದ ಯಾವ ಅನ್ಯಾಯ ಇವರನ್ನು ಅಷ್ಟು ಬಲಿಷ್ಠವಾಗಿದ್ದ ಆ ಸಾಮ್ರಾಜ್ಯದ ವಿರುದ್ಧ ತಿರುಗಿ ಬೀಳುವಂತೆ ಮಾಡಿತು?

'ಬ್ರಿಟಿಷ್ ವ್ಯವಸ್ಥೆಯಲ್ಲಿ ನ್ಯಾಯ ಎನ್ನುವುದು ಯಾವುದಿತ್ತು ಎಂದು ಕೇಳಿ' ಎಂದು ಚಾಮರು ಮೆದುವಾಗಿ ಗೇಲಿ ಮಾಡಿದರು. ಅದು ನಾವು ಅವರಿಗೆ ಕೇಳಬೇಕಾಗಿದ್ದ ಸರಿಯಾದ ಪ್ರಶ್ನೆಯಾಗಿರಲಿಲ್ಲ. 'ಬ್ರಿಟಿಷ್ ಪ್ರಭುತ್ವದಲ್ಲಿ ಎಲ್ಲವೂ ಅನ್ಯಾಯಯುತವಾಗಿತ್ತು.'

'ನಾವು ಬ್ರಿಟಿಷರ ಗುಲಾಮರಾಗಿದ್ದೆವು. ಅವರು ನಮ್ಮ ಆರ್ಥಿಕತೆಯನ್ನು ಸಂಪೂರ್ಣವಾಗಿ ನಾಶ ಮಾಡಿದರು. ಭಾರತೀಯರಿಗೆ ಯಾವುದೇ ಹಕ್ಕುಗಳಿರಲಿಲ್ಲ. ನಮ್ಮ ಕೃಷಿಯನ್ನು ನಿರ್ಮೂಲ ಮಾಡಲಾಯಿತು. ಜನರನ್ನು ತೀವ್ರ ಬಡತನಕ್ಕೆ ತಳ್ಳಲಾಯಿತು. 1942ರ ಜುಲೈ ಹಾಗೂ ಸೆಪ್ಟೆಂಬರ್ ನಡುವೆ ಇಲ್ಲಿನ 1400 ಕುಟುಂಬಗಳ ಪೈಕಿ ಐದು ಅಥವಾ ಏಳು ಕುಟುಂಬಕ್ಕೆ ಮಾತ್ರ ತಿನ್ನಲು ಏನಾದರೂ ಇತ್ತು. ಉಳಿದವರು ಹಸಿವು ಹಾಗೂ ಅವಮಾನವನ್ನು ಎದುರಿಸಿದರು.'

'ಈಗಿನ ಆಡಳಿತಗಾರರೂ ಸಹಾ ಅಷ್ಟೇ ನಾಚಿಗೆಗೇಡಿನವರು. ಅವರೂ ಸಹಾ ಬಡವರನ್ನು ಅದೇ ರೀತಿಯಲ್ಲಿ ಲೂಟಿ ಮಾಡುತ್ತಿದ್ದಾರೆ. ನಾನು ಬ್ರಿಟಿಷ್ ವ್ಯವಸ್ಥೆಯ ಜೊತೆಗೆ ಇದನ್ನು ಸರಿಸಮನಾಗಿ ತೂಗುತ್ತಿಲ್ಲ. ಆದರೆ, ಈಗಿನವರೂ ಅಷ್ಟೇ ಭಯಂಕರರು.'

***

'ಪಾನಿಮೋರಾದ ಸ್ವಾತಂತ್ರ್ಯ ಹೋರಾಟಗಾರರು ಈಗಲೂ ಪ್ರತೀ ದಿನ ಬೆಳಗ್ಗೆ ಜಗನ್ನಾಥ ಮಂದಿರಕ್ಕೆ ಹೋಗುತ್ತಾರೆ. 1942ರಿಂದ ನಡೆಸಿಕೊಂಡು ಬಂದಂತೆ ಈಗಲೂ ಅಲ್ಲಿ ಡೋಲು ಬಾರಿಸುತ್ತಾರೆ. ಬೆಳಗಿನ ಜಾವದಲ್ಲಿ ಹಲವು ಕಿಮೀ ದೂರದವರೆಗೂ ಈ ಸದ್ದು ಕೇಳಬಹುದು' ಎನ್ನುತ್ತಾರೆ.

'ಆದರೆ, ಶುಕ್ರವಾರಗಳಂದು ಈ ಎಲ್ಲ ಸ್ವಾತಂತ್ರ್ಯ ಯೋಧರೂ ಸಂಜೆ 5.17ಕ್ಕೆ ಒಂದೆಡೆ ಸೇರುತ್ತಾರೆ. ಅಂತಹ ಒಂದು ಶುಕ್ರವಾರವೇ 5.17ಕ್ಕೆ ಗಾಂಧಿಯನ್ನು ಕೊಲ್ಲಲಾಯಿತು.' ಕಳೆದ 55 ವರ್ಷಗಳಿಂದ ಈ ಗ್ರಾಮ ಈ ಸಂಪ್ರದಾಯವನ್ನು ತಪ್ಪದೇ ನಡೆಸಿಕೊಂಡು ಬಂದಿದೆ.

ಇವತ್ತು ಶುಕ್ರವಾರ. ನಾವು ದೇವಸ್ಥಾನಕ್ಕೆ ಅವರೊಂದಿಗೆ ಹೋದೆವು. ಈಗ ಬದುಕುಳಿದಿರುವ ಏಳು ಮಂದಿ ಸ್ವಾತಂತ್ರ್ಯ ಯೋಧರ ಪೈಕಿ ನಾಲ್ವರು ಅಲ್ಲಿದ್ದರು. ಚಾಮರು, ದಯಾನಿಧಿ, ಮದನ್ ಹಾಗೂ ಜಿತೇಂದ್ರ. ಉಳಿದ ಮೂವರಾದ ಚೈತನ್ಯ, ಚಂದ್ರಶೇಖರ್ ಸಾಹು ಹಾಗೂ ಚಂದ್ರಶೇಖರ್ ಫರೀದಾ ಸ್ವಲ್ಪ ಹೊತ್ತಿನ ಮುಂಚೆ ಬೇರೆ ಯಾವುದೋ ಹಳ್ಳಿಗೆ ಹೋಗಬೇಕಾಗಿ ಬಂದಿತ್ತು.

ದೇವಾಲಯದ ಅಂಗಳ ಗಾಂಧಿಯವರ ಪ್ರಿಯ ಭಜನೆಯನ್ನು ಹಾಡುತ್ತಿದ್ದ ಜನರಿಂದ ತುಂಬಿತ್ತು. 1948ರಲ್ಲಿ ಮಹಾತ್ಮರ ಕೊಲೆಯಾದ ಸುದ್ದಿ ಕೇಳಿ ಈ ಗ್ರಾಮದ ಹಲವರು ತಮ್ಮ ತಲೆಯನ್ನು ಬೋಳಿಸಿಕೊಂಡರು. ಅವರಿಗೆ ತಮ್ಮ ತಂದೆಯನ್ನೇ ಕಳೆದುಕೊಂಡಂತಾಗಿತ್ತು. ಈಗಲೂ ಹಲವರು ಪ್ರತೀ ಶುಕ್ರವಾರ ಉಪವಾಸ ಮಾಡುತ್ತಾರೆ.

ಪಾನಿಮೋರಾ ಒಂದು ಸಣ್ಣ ಹಾಗೂ ಅತಿಸಣ್ಣ ರೈತ, ಕಾರ್ಮಿಕರು, ಶಾಲಾ ಶಿಕ್ಷಕರು, ಮಾಲಿಗಳು, ಭೂರಹಿತರು, ಗೌಳಿಗರು, ದರ್ಜಿಗಳು ಹಾಗೂ ಬಡಿಗೇರರನ್ನು ಒಳಗೊಂಡ ಗ್ರಾಮ.

ಇದು ಚರಿತ್ರೆಯ ಅರಿವು ಇರುವ, ತನ್ನ ಹಿರಿಮೆಯ ಬಗ್ಗೆ ಗೊತ್ತಿರುವ ಗ್ರಾಮವೂ ಹೌದು. ಸ್ವಾತಂತ್ರ್ಯದ ದೊಂದಿ ನಂದದ ಹಾಗೆ ನೋಡಿಕೊಳ್ಳುವುದು ತನ್ನ ಕರ್ತವ್ಯ ಎಂದು ಭಾವಿಸಿರುವ ಗ್ರಾಮವೂ ಹೌದು.

ಕೊನೆಯ ಹೀರೋಗಳು

'ಇಲ್ಲಿ ಸುಮಾರು ನೂರು ಕುಲ್ಟಾ (ವ್ಯವಸಾಯ ಜಾತಿ) ಸುಮಾರು ಎಂಬತ್ತು ಒಡಿಯಾ (ಇದು ಸಹಾ ವ್ಯವಸಾಯ ಜಾತಿ) 50 ಸೌರ ಆದಿವಾಸಿ ಹಾಗೂ 10 ಅಕ್ಕಸಾಲಿಗರ ಕುಟುಂಬಗಳಿವೆ. ಕೆಲವೇ ಕೆಲವು ಗೌಡ (ಯಾದವ) ಹಾಗೂ ದಲಿತ ಕುಟುಂಬಗಳಿವೆ' ಎನ್ನುತ್ತಾರೆ ದಯಾನಿಧಿ ನಾಯಕ್. ಇಲ್ಲಿ ತುಂಬಾ ಅಂತರ್ಜಾತಿ ಮದುವೆಗಳಾಗಿಲ್ಲ ಎನ್ನುವುದು ನಿಜವಾದರೂ, ಸ್ವಾತಂತ್ರ್ಯ ಚಳವಳಿಯ ಕಾಲದಿಂದಲೂ ಈ ಜಾತಿಗಳ ನಡುವೆ ಸೌಹಾರ್ದ ಸಂಬಂಧವಿದೆ. ಈಗಲೂ ಸಹಾ ಇಲ್ಲಿನ ದೇವಸ್ಥಾನಕ್ಕೆ ಎಲ್ಲರಿಗೂ ಪ್ರವೇಶವಿದೆ. ಎಲ್ಲರ ಹಕ್ಕುಗಳನ್ನೂ ಗೌರವಿಸಲಾಗುತ್ತದೆ.

ತಮ್ಮ ಹಕ್ಕುಗಳನ್ನು ಸರಿಯಾಗಿ ಗುರುತಿಸಿಲ್ಲ ಎನ್ನುವ ಭಾವನೆ ಇರುವವರೂ ಇದ್ದಾರೆ. ದಿಬಿತ್ಯಾ ಬೋಯಿ ಅವರಲ್ಲೊಬ್ಬ. 'ನಾನು ಚಿಕ್ಕವನಾಗಿದ್ದೆ. ಆ ವಯಸ್ಸಿನಲ್ಲಿ ಬ್ರಿಟಿಷರು ನನ್ನನ್ನು ಸಿಕ್ಕಾಪಟ್ಟೆ ಹೊಡೆದಿದ್ದರು' ಎನ್ನುತ್ತಾನೆ. ಆಗ ಬೋಯಿಗೆ 13 ವರ್ಷ. ಇವನನ್ನು ಜೈಲಿಗೆ ಕಳಿಸಲಿಲ್ಲ. ಹಾಗಾಗಿ ಸ್ವಾತಂತ್ರ್ಯ ಯೋಧರ ಅಧಿಕೃತ ಪಟ್ಟಿಯಲ್ಲಿ ಈತನ ಹೆಸರಿಲ್ಲ. ಬೇರೆ ಹಲವರನ್ನು ಸಹಾ ಬ್ರಿಟಿಷರು ಸಿಕ್ಕಾಪಟ್ಟೆ ಥಳಿಸಿದ್ದರು, ಆದರೆ ಅವರು ಜೈಲುವಾಸ ಅನುಭವಿಸಿಲ್ಲ ಎನ್ನುವ ಕಾರಣಕ್ಕೆ ಅವರನ್ನು ಅಧಿಕೃತ ದಾಖಲೆಗಳಲ್ಲಿ ನಿರ್ಲಕ್ಷಿಸಲಾಗಿದೆ.

ಸ್ವಾತಂತ್ರ್ಯ ಯೋಧರ ಸ್ಮಾರಕವಾಗಿ ನಿಲ್ಲಿಸಿರುವ ಸ್ತಂಭದಲ್ಲಿ ಇರುವುದು ಅಧಿಕೃತ ಪಟ್ಟಿಯಲ್ಲಿರುವ ಹೆಸರುಗಳು. 1942ರಲ್ಲಿ ಜೈಲಿಗೆ ಹೋದವರ ಹೆಸರುಗಳು ಮಾತ್ರ ಅಲ್ಲಿವೆ. ಅಲ್ಲಿ ಇವರ ಹೆಸರು ಇರಬೇಕೆನ್ನುವ ಹಕ್ಕನ್ನು ಯಾರೂ ಅಲ್ಲಗೆಳೆಯುವುದಿಲ್ಲ. ಆದರೆ ದುರಂತವೆಂದರೆ, ಯಾವ ರೀತಿಯಲ್ಲಿ ಸ್ವಾತಂತ್ರ್ಯ ಯೋಧರ ಅಧಿಕೃತ ಪಟ್ಟಿಯನ್ನು ದಾಖಲು ಮಾಡಿದ್ದಾರೆಂದರೆ, ಈ ಮನ್ನಣೆಗೆ ಪಾತ್ರವಾಗಬೇಕಾಗಿದ್ದ ಇನ್ನೂ ಅನೇಕರ ಹೆಸರನ್ನು ಪಟ್ಟಿಯಿಂದ ಬಿಡಲಾಗಿದೆ.

ಆಗಸ್ಟ್ 2002, 60 ವರ್ಷಗಳ ನಂತರ ಪಾನಿಮೋರಾದ ಸ್ವಾತಂತ್ರ್ಯ ಹೋರಾಟಗಾರರು ಮತ್ತೆ ಅದೇ ಕೆಲಸದಲ್ಲಿ ನಿರತರಾಗಿದ್ದಾರೆ.

'ಈ ಬಾರಿ ಮದನ್ ಬೋಯಿ ಮತ್ತು ಅವನ ಗೆಳೆಯರು ಧರಣಿ ಕುಳಿತಿದ್ದಾರೆ. ಮದನ್ ಬೋಯಿ ಆ ಏಳು ಜನರಲ್ಲಿ ಅತಿ ಬಡವ, ಅರ್ಧ ಎಕರೆ ಭೂಮಿಯನ್ನು ಹೊಂದಿದ್ದಾನೆ. ಸೋಹೆಲಾ ವಲಯ ದೂರವಾಣಿ ಕಚೇರಿ ಎದುರು ನಡೆಸುತ್ತಿರುವ ಧರಣಿ ಇದು. 'ಇಷ್ಟು ದಶಕಗಳ ನಂತರವೂ ನಮ್ಮ ಈ ಹಳ್ಳಿಗೆ ದೂರವಾಣಿ ಸಂಪರ್ಕ ಇಲ್ಲ ಎಂದರೆ ಊಹಿಸಿಕೊಳ್ಳಿ' ಎನ್ನುತ್ತಾರೆ ಬೋಯಿ.

'ಈ ಬೇಡಿಕೆಯನ್ನಿಟ್ಟುಕೊಂಡು ನಾವು ಧರಣಿ ಕುಳಿತಿದ್ದೇವೆ. ಈ ರೀತಿಯ ಒಂದು ಗ್ರಾಮದ ಹೆಸರೇ ನಾನು ಕೇಳಿಲ್ಲ ಎನ್ನುತ್ತಾನೆ ಉಪವಿಭಾಗಾಧಿಕಾರಿ.

ಬಾರ್ಗರ್‌ನಲ್ಲಿ ವಾಸ ಮಾಡಿದರೆ, ಇಂತಹ ದೂಷಣೆ ತಪ್ಪಿದ್ದಲ್ಲ. ಆದರೆ, ಈ ಬಾರಿ ಪೊಲೀಸರು ನಮ್ಮ ಪರವಾಗಿದ್ದರು.' ಎಂದು ನಗುತ್ತಾ ಹೇಳಿದರು.

'ಈ ಏಳು ಜನರು ಗಣ್ಯರು ಎಂದು ಗೊತ್ತಿದ್ದ ಪೊಲೀಸರು ಉಪ ವಿಭಾಗಾಧಿಕಾರಿಯ ಅಜ್ಞಾನ ಕಂಡು ಅಚ್ಚರಿಪಟ್ಟರು. 80 ವರ್ಷದ ಈ ಹಿರಿಯರ ಸ್ಥಿತಿಯ ಬಗ್ಗೆ ಚಿಂತಿತರಾದರು. ಧರಣಿ ಆರಂಭಿಸಿದ ಕೆಲ ಗಂಟೆಗಳಲ್ಲೇ ಪೊಲೀಸ್, ಡಾಕ್ಟರ್, ವೈದ್ಯಕೀಯ ಸಿಬ್ಬಂದಿ ಹಾಗೂ ಇತರರು ಮಧ್ಯಪ್ರವೇಶಿಸಿದರು. ಆಗ ದೂರವಾಣಿ ಅಧಿಕಾರಿಗಳು ಸೆಪ್ಟೆಂಬರ್ 15ರ ಒಳಗೆ ಒಂದು ಟೆಲಿಫೋನ್ ಒದಗಿಸುವ ಬಗ್ಗೆ ಭರವಸೆ ನೀಡಿದ್ದಾರೆ. ಏನಾಗುತ್ತೆ ನೋಡೋಣ.'

ಮತ್ತೊಮ್ಮೆ ಪಾನಿಮೋರಾದ ಹೋರಾಟಗಾರರು ತಮಗಲ್ಲ, ಇತರರಿಗಾಗಿ ಹೋರಾಡುತ್ತಿದ್ದರು. ತಮ್ಮ ಈ ಹೋರಾಟದಿಂದ ಅವರು ತಮಗೇನು ಪಡೆದು ಕೊಂಡರು?

'ಸ್ವಾತಂತ್ರ್ಯ' ಎನ್ನುತ್ತಾರೆ ಚಾಮರು.

'ಅದು ನಿಮಗೂ, ನಮಗೂ.'

***

20 ವರ್ಷಗಳ ನಂತರ ಪಾನಿಮೋರಾದಲ್ಲಿ

ಆ ಏಳು ಮಹಾನ್ ವ್ಯಕ್ತಿಗಳು ಈಗ ಇಲ್ಲ. ಈ ಪೈಕಿ ಎರಡು ದಶಕಗಳ ಕಾಲ ಹೆಚ್ಚು ಬದುಕಿದ್ದ ಕೊನೆಯವರಾದ ಜಿತೇಂದ್ರ ಪ್ರಧಾನ್ ಸಹಾ ಈಗ ಇಲ್ಲ.

'2022 ಜನವರಿ 21 ರಂದು ಅವರು ನಿಧನರಾದರು' ಎಂದು 75 ವರ್ಷದ ಅವರ ಸಂಬಂಧಿ ಕಿಶೋರ್ ಚಂದ್ರ ಪ್ರಧಾನ್ ನುಡಿದರು. 'ಅವರಿಗೆ 102 ವರ್ಷ ವಯಸ್ಸಾಗಿತ್ತು.' ಜಿತೇಂದ್ರ ಅವರು ಸಣ್ಣ ರೈತರು. ಎರಡೆಕೆರೆಗೂ ಹೆಚ್ಚು ಭೂಮಿ ಇರಲಿಲ್ಲ. 'ನಿಧನರಾಗುವ ನಾಲ್ಕು ದಿನಗಳ ಮೊದಲು ಅವರು ಒಳ್ಳೆಯ ಊಟ ಸೇವಿಸಿದ್ದರು' ಎನ್ನುತ್ತಾರೆ ಅವರ ಸೊಸೆ ನೂರಾ ಪ್ರಧಾನ್. ಅವರ ಸಂಬಂಧಿಗಳು ಹೇಳುವ ಪ್ರಕಾರ ಜಿತೇಂದ್ರ ಅವರು ತಮ್ಮ ಕೊನೆಗಾಲದವರೆಗೂ ತಾವೇ ತಮ್ಮ ಕೆಲಸ ಮಾಡಿಕೊಳ್ಳುತ್ತಿದ್ದರು. ಎದ್ದು ನಿಲ್ಲಲು ಅಥವಾ ಊಟ ಮಾಡಲು ಅವರು ಇನ್ನೊಬ್ಬರ ಸಹಾಯ ನಿರೀಕ್ಷಿಸುತ್ತಿರಲಿಲ್ಲ.

'ಅವರ ಅಂತ್ಯಸಂಸ್ಕಾರದಲ್ಲಿ ಅವರಿಗೆ ಸರ್ಕಾರಿ ಗೌರವ ನೀಡಲಾಯಿತು' ಎನ್ನುತ್ತಾರೆ ಅವರ ಸಂಬಂಧಿಗಳು. ನವೀನ್ ಪಟ್ನಾಯಕ್ ಸರ್ಕಾರ ಇದನ್ನು ಆದೇಶಿಸಿತ್ತು. ಹಾಗೂ ಇದಕ್ಕಾಗಿ ಅವರು ಕೃತಜ್ಞರಾಗಿದ್ದಾರೆ. ಸಚಿವರು ಹಾಗೂ

ಜಿಲ್ಲಾ ಅಧಿಕಾರಿಗಳು ಸಹಾ ದುಃಖಿತಪ್ತರ ಪೈಕಿ ಇದ್ದರು. ತಡವಾದರೂ ಅದು ಒಳ್ಳೆಯದೇ.

ನಾವು ಚಾಮರು ಫರೀದಾ ಅವರ ಗಂಡು ಮಕ್ಕಳಾದ 82 ವರ್ಷದ ಗಗನ್‌ಬಿಹಾರಿ ಫರೀದಾ ಹಾಗೂ 76 ವರ್ಷದ ಸುಬೀರಾ ಫರೀದಾ ಅವರನ್ನೂ ಭೇಟಿಯಾದೆವು. ಇಬ್ಬರೂ ನಿವೃತ್ತ ಶಿಕ್ಷಕರು. ಅವರಿಂದಲೇ ನಮಗೆ ಅವರ ಅಜ್ಜಿ ಕೇತಕಿ ಫರೀದಾ ತಮ್ಮ ಮನೆಗೆ ಬಂದ ಪೊಲೀಸ್ ತಂಡವನ್ನು ಹೇಗೆ ಎದುರಿಸಿದರು ಎನ್ನುವುದು ಗೊತ್ತಾಗಿದ್ದು.

'ನಾವು ಚಾಮರು ಅವರ ಪ್ರೋತ್ಸಾಹದಿಂದಾಗಿಯೇ ಶಿಕ್ಷಕರಾದದ್ದು. ಈ ಗ್ರಾಮದ ಮಕ್ಕಳಿಗೆ ಶಿಕ್ಷಣವನ್ನು ನಾವು ತಂದುಕೊಡಬೇಕು ಎನ್ನುವುದು ಅವರ ಆಶಯವಾಗಿತ್ತು.' ತಾವು ಎಂದೂ ಪಡೆಯಲಾಗದ ಶಿಕ್ಷಣವನ್ನು ಅವರು ಗ್ರಾಮದ ಮಕ್ಕಳಿಗೆ ಒದಗಿಸಲು ಉತ್ಸುಕರಾಗಿದ್ದರು.

ನಾವು ಪಾನಿಮೋರಾದಿಂದ ಹೊರಡುವಾಗ ಅಲ್ಲಿನ ಗ್ರಾಮಸ್ಥರು ಸ್ವಾತಂತ್ರ್ಯ ಚಳವಳಿಯಲ್ಲಿ ಭಾಗವಹಿಸಿದ ನೆನಪಿಗಾಗಿ ನಿರ್ಮಿಸಿದ ಸ್ಮಾರಕಕ್ಕೆ ಭೇಟಿ ಕೊಟ್ಟೆವು. ನಾವು ಇಲ್ಲಿಗೆ 2002ರಲ್ಲಿಯೂ ಭೇಟಿ ಕೊಟ್ಟಿದ್ದೆವು. ಆದರೆ, ಈಗ ಇದು ಹೆಚ್ಚು ಅಚ್ಚುಕಟ್ಟಾಗಿದೆ. ಸ್ಮಾರಕದ ಸುತ್ತ ಒಳ್ಳೆಯ ಗೋಡೆಯನ್ನು ಕಟ್ಟಿದ್ದಾರೆ.

ಒಳಗಿನ ಆವರಣದಲ್ಲಿ ಮಕ್ಕಳು ಖುಷಿಯಿಂದ ಕ್ರಿಕೆಟ್ ಆಡುತ್ತಿದ್ದರು. ಒಬ್ಬ ಹುಡುಗ ಬಾಲ್‌ನ್ನು ಅಂಗಳದ ಆಚೆಗೆ ಬೀಸಿ, ಚಪ್ಪಾಳೆ ತಟ್ಟಿದ. ಅವರಿಗೆ ವಿಕೆಟ್ ಆಗಿದ್ದದ್ದು ಅದೇ ಆ 32 'ಅಧಿಕೃತ' ಹೋರಾಟಗಾರರ ನೆನಪಿನ ಸ್ತಂಭ!

'ಸ್ತಂಭದ ಮೇಲಿನ ಆ ಹೆಸರುಗಳು ಯಾರವು?' ಎಂದು ನನ್ನ ಗೆಳೆಯ ಹಾಗೂ ಸಹೋದ್ಯೋಗಿ ಪುರುಷೋತ್ತಮ ಠಾಕೂರ್ ಅವರು ಆ ಹುಡುಗರನ್ನು ಕೇಳಿದರು.

'ಬಹುಶಃ ಯಾರೋ ಗಣ್ಯರೇ ಇರಬೇಕು' ಎಂದು ಆ ಹುಡುಗ ಚೆಂದದ ನಗು ನಗುತ್ತಾ ಹೇಳಿದ.

ಬದ್ಮಾಷ್ ಗಾಂವ್‌ನ ಹೊಸ ಪೀಳಿಗೆ ತಮ್ಮ ಅತಿಗಣ್ಯರ ಹಾದಿಯನ್ನೇ ಮರೆತಿದ್ದಾರೆ.

'ಪರಿ'ಯ ಸ್ವಾತಂತ್ರ್ಯ ಯೋಧರ
ಗ್ಯಾಲರಿಗೆ ಭೇಟಿ ನೀಡಲು
ಈ QR ಕೋಡ್ ಸ್ಕ್ಯಾನ್ ಮಾಡಿ

ನಾವು ಮಾಹಿತಿದಾರನ ಮೊಣಕಾಲುಗಳ ನಡುವೆ
ಮರದ ಕಟ್ಟಿಗೆಯನ್ನು ಸೇರಿಸಿ ಕಟ್ಟಿ ಹಾಕುತ್ತಿದ್ದೆವು.
ಆನಂತರ ಅವನನ್ನು ತಲೆಕೆಳಗಾಗಿಸಿ ಕೋಲಿನಿಂದ
ಅವನ ಪಾದದ ಮೇಲೆ ಹೊಡೆಯುತ್ತಿದ್ದೆವು.

– ಗಣಪತಿ ಬಾಲ ಯಾದವ್
ರಾಮಪುರ ಗ್ರಾಮ, ಸಾಂಗ್ಲಿ, ಮಹಾರಾಷ್ಟ್ರ

12

ಗಣಪತಿ ಯಾದವ್ ಅವರ ಮನಸೆಳೆಯುವ ಬದುಕಿನ ಯಾತ್ರೆ

ನಾವು ತಡವಾಗಿದ್ದೆವು. 'ನಿಮ್ಮನ್ನು ಹುಡುಕುತ್ತಾ ಆಗಲೇ ಎರಡು ಬಾರಿ ಗಣಪತಿ ಬಾಲ ಯಾದವ್ ಅವರು ಬಂದಿದ್ದರು' ಎಂದರು ಶಿರ್ಗಾಂವ್‌ನಲ್ಲಿರುವ ಪತ್ರಕರ್ತ ಗೆಳೆಯ ಸಂಪತ್ ಮೋರೆ. ಎರಡು ಬಾರಿಯೂ ಅವರು ತಮ್ಮ ಗ್ರಾಮ ರಾಂಪುರಕ್ಕೆ ಹಿಂದಿರುಗಿದ್ದರು. 'ನೀವು ಬಂದಿದ್ದೀರೆಂದು ತಿಳಿಸಿದ ನಂತರ ಅವರು ಮೂರನೆಯ ಬಾರಿಗೆ ಬರುತ್ತಾರೆ' ಎಂದರು. ಎರಡೂ ಗ್ರಾಮಗಳು 5 ಕಿಮೀ ದೂರದಲ್ಲಿವೆ. ಗಣಪತಿ ಯಾದವ್ ಸೈಕಲ್‌ನಲ್ಲಿ ಬಂದಿದ್ದರು. ಮೂರು ಬಾರಿ ಎಂದರೆ, 30 ಕಿಮೀ. ಬೇಸಿಗೆಯ ಸುಡು ಮಧ್ಯಾಹ್ನ ಧೂಳೇ ತುಂಬಿರುವ ರಸ್ತೆಯಲ್ಲಿ ಕಾಲು ಶತಮಾನ ದಾಟಿರುವ ಸೈಕಲ್‌ನೊಂದಿಗೆ.

ಆ ಸೈಕಲ್ ತುಳಿದವರಿಗೆ 97 ವರ್ಷ ವಯಸ್ಸಾಗಿತ್ತು.

ಮಹಾರಾಷ್ಟ್ರದ ಸಾಂಗ್ಲಿ ಜಿಲ್ಲೆಯ ಕಡೆಗಾಂವ್ ವಿಭಾಗದ ಶಿರ್ಗಾಂವ್ ಗ್ರಾಮದಲ್ಲಿ ಮೋರೆ ಅವರ ಅಜ್ಜನ ಮನೆಯಲ್ಲಿ ನಾವು ಊಟಕ್ಕೆ ತಯಾರಾಗುತ್ತಿದ್ದಾಗ ಗಣಪತಿ ಬಾಲ ಯಾದವ್ ತಮ್ಮ 'ಬೈಕ್' ಏರಿ ಬಂದರು. ಇಂತಹ ಉರಿಬಿಸಿಲಿನಲ್ಲಿ ಅವರನ್ನು ಅಷ್ಟು ದೂರ ಪ್ರಯಾಣ ಮಾಡಿಸಿದ್ದಕ್ಕೆ ನಾನು ಅವರಲ್ಲಿ ಕ್ಷಮೆ ಕೋರಿದಾಗ ಅವರು ಗಲಿಬಿಲಿಗೊಂಡರು. 'ತೊಂದರೆ ಇಲ್ಲ' ಎಂದು ಮೃದುವಾಗಿ ನಗುತ್ತಾ ಹೇಳಿದರು. 'ನಿನ್ನೆ ನಾನು ವಿಟಾಗೆ ಮದುವೆಯೊಂದಕ್ಕೆ ಹೋಗಿದ್ದೆ. ಅಲ್ಲಿಗೂ ಸಹಾ ನನ್ನ ಸೈಕಲ್‌ನಲ್ಲಿಯೇ ಹೋಗಿದ್ದೆ. ನಾನು ಓಡಾಡುವುದೇ ಹೀಗೇ' ಎಂದರು. ರಾಮಪುರದಿಂದ ವಿಟಾಗೆ ಹೋಗಿಬರಲು 40 ಕಿಮೀ ಆಗುತ್ತದೆ. ಹಿಂದಿನ ದಿನವಂತೂ 40 ಡಿಗ್ರಿಯಷ್ಟು ಉರಿ ಬಿಸಿಲಿತ್ತು.

‘ಒಂದೆರಡು ವರ್ಷಗಳ ಹಿಂದೆ 150 ಕಿಮೀ ದೂರ ಇರುವ ಪಂಢರಾಪುರಕ್ಕೆ ಹೋಗಿ ಬರುತ್ತಿದ್ದರು. ಈ ನಡುವೆ ಅವರು ಅಷ್ಟು ದೂರ ಹೋಗುವುದಿಲ್ಲ’ ಎಂದು ಸಂಪತ್ ಮೋರೆ ಹೇಳಿದರು.

1920ರಲ್ಲಿ ಜನಿಸಿದ ಗಣಪತಿ ಯಾದವ್ ಅವರು ತೂಫಾನ್ ಸೇನೆಯಲ್ಲಿದ್ದ ಸ್ವಾತಂತ್ರ್ಯ ಯೋಧ. ತೂಫಾನ್ ಸೇನೆ 1943ರಲ್ಲಿ ಬ್ರಿಟಿಷರ ಆಡಳಿತದಿಂದ ಸ್ವಾತಂತ್ರ್ಯ ಘೋಷಿಸಿಕೊಂಡ ಮಹಾರಾಷ್ಟ್ರದ ಸತಾರದ ಭೂಗತ ಸರ್ಕಾರದ ಸಶಸ್ತ್ರ ದಳ. ಈ ಪ್ರತಿಸರ್ಕಾರದಡಿಯಲ್ಲಿ 600 ಅಥವಾ ಇನ್ನೂ ಹೆಚ್ಚಿನ ಗ್ರಾಮಗಳಿದ್ದವು. ಬ್ರಿಟಿಷರ ವಿರುದ್ಧ ತೂಫಾನ್ ಸೇನೆ ನಡೆಸಿದ ಬಂಡಾಯದಲ್ಲಿ ಇವರೂ ಇದ್ದರು.

‘ನಾನು ಬಹುತೇಕ ಕಾಡಿನಲ್ಲಿ ಅಡಗಿದ್ದ ಕ್ರಾಂತಿಕಾರಿಗಳಿಗೆ ಊಟ ಮತ್ತು ಸಂದೇಶ ಮುಟ್ಟಿಸುವವನಾಗಿ ಕೆಲಸ ಮಾಡಿದೆ’ ಎಂದರು. ಅಂತಹ ಹಲವು ಅಪಾಯಕಾರಿ ಹಾಗೂ ದೀರ್ಘ ಪಯಣವನ್ನು ಕಾಲು ನಡಿಗೆಯಲ್ಲಿಯೇ ಮಾಡಬೇಕಾಗುತ್ತಿತ್ತು. ಆನಂತರವೇ ಸೈಕಲ್ ಬಂದದ್ದು.

***

ಗಣಪತಿ ಯಾದವ್ ಆಗಲೂ ಮತ್ತು ಈಗಲೂ ಸಹಾ ಸಕ್ರಿಯ ರೈತ. ಈ ಬಾರಿಯ ಚಳಿಗಾಲದಲ್ಲಿ ಅವರು ತಮ್ಮ ಅರ್ಧ ಎಕರೆ ಜಾಗದಲ್ಲಿ 45 ಟನ್ ಕಬ್ಬು ಬೆಳೆದಿದ್ದಾರೆ. ಈ ಮೊದಲು ಅವರು 20 ಎಕರೆ ಜಾಗ ಹೊಂದಿದ್ದರು. ಅದನ್ನು ತುಂಬಾ ಮುಂಚೆಯೇ ತಮ್ಮ ಮಕ್ಕಳಿಗೆ ಪಾಲು ಮಾಡಿಕೊಟ್ಟರು. ಅವರು ಇರುವ ಜಾಗದಲ್ಲಿಯೇ ಅವರ ಮಕ್ಕಳು ಒಳ್ಳೆಯ ಮನೆಗಳನ್ನು ಕಟ್ಟಿಕೊಂಡಿದ್ದಾರೆ. ಆದರೆ, ಗಣಪತಿ ಯಾದವ್ ಹಾಗೂ ಅವರ ಪತ್ನಿ ಈಗಲೂ ತಮ್ಮ ಅದೇ ಹಳೆಯ ಮನೆಯಲ್ಲಿಯೇ ಉಳಿಯಲು ಇಷ್ಟಪಡುತ್ತಾರೆ. 85 ವರ್ಷದ ವತ್ಸಲಾ ಈಗಲೂ ಚಟುವಟಿಕೆಯಿಂದಿರುವ ಗೃಹಿಣಿ. ಈಗಲೂ ಅಡುಗೆ ಹಾಗೂ ಮನೆಗೆಲಸವನ್ನೆಲ್ಲಾ ಸಂಭಾಳಿಸುತ್ತಾರೆ. ನಾವು ಅಲ್ಲಿಗೆ ಭೇಟಿ ಕೊಟ್ಟ ಸಮಯದಲ್ಲಿ ಅವರು ಹಳ್ಳಿಯಲ್ಲಿರಲಿಲ್ಲ.

ಸ್ವಾತಂತ್ರ್ಯ ಯೋಧರಾಗಿ ಗಣಪತಿ ಯಾದವ್ ಅವರ ಹಿರಿಮೆ ಅವರ ಮಕ್ಕಳಿಗೆ ತಡವಾಗಿ ಗೊತ್ತಾಗಿದೆ. ಅವರ ಹಿರಿಯ ಮಗ ತನ್ನ ಬಾಲ್ಯವನ್ನು ಜಮೀನಿನಲ್ಲಿಯೇ ಕಳೆದರೂ ಸಹ 13 ವರ್ಷದವನಾಗಿದ್ದಾಗ ಚಿನ್ನದ ಕೆಲಸ ಕಲಿಯಲು ತಮಿಳುನಾಡಿನ ಆಗ ಕೊಯಮತ್ತೂರು ಆಗಿದ್ದ ಈರೋಡಿಗೆ ಹೋಗಿದ್ದರು. ‘ಸ್ವಾತಂತ್ರ್ಯ ಚಳವಳಿಯಲ್ಲಿನ ಇವರ ಪಾತ್ರದ ಬಗ್ಗೆ ನನಗೆ ಏನೇನೂ ಗೊತ್ತಿರಲಿಲ್ಲ. ಪ್ರತಿಸರ್ಕಾರದ ಮಹಾನಾಯಕರಾಗಿದ್ದ ಜಿ.ಡಿ. ಬಾಪು ಲಾಡ್

ಅವರು ನಿನ್ನ ತಂದೆಯ ಅಸಾಧಾರಣ ಧೈರ್ಯದ ಬಗ್ಗೆ ನಿನಗೆ ಗೊತ್ತಿದೆಯಾ? ಎಂದು ಕೇಳಿದಾಗಲೇ ನನಗೆ ಗೊತ್ತಾಗಿದ್ದು' ಎಂದರು. ಗಣಪತಿ ಯಾದವ್ ಅವರು ಮಾತನಾಡುತ್ತಾ ಬಾಪು ಲಾಡ್ ಅವರನ್ನು ನನ್ನ ಗುರು ಹಾಗೂ ಮಾರ್ಗದರ್ಶಿ ಎಂದು ಬಣ್ಣಿಸಿದರು. ಬಾಪು ಲಾಡ್ ಅವರು ತಾವೇ ಮುಂದೆ ನಿಂತು ನನಗೆ ಹೆಣ್ಣು ನೋಡಿ ಮದುವೆ ಮಾಡಿಸಿಕೊಟ್ಟರು. ಆನಂತರ ನಾನು ಅವರನ್ನು ಶೇತ್ಕಾರಿ ಕಾಮಗಾರ್ ಪಕ್ಷ (ಭಾರತೀಯ ರೈತ ಹಾಗೂ ಕಾರ್ಮಿಕ ಪಕ್ಷ)ಕ್ಕೆ ಹಿಂಬಾಲಿಸಿದೆ. ಅವರ ಕೊನೆಯ ದಿನಗಳವರೆಗೂ ನಾವು ಸಂಪರ್ಕದಲ್ಲಿದ್ದೆವು.' ಎಂದರು.

'ನಾನು ಏಳನೆಯ ತರಗತಿಯಲ್ಲಿರುವಾಗ ನನ್ನ ಗೆಳೆಯನ ತಂದೆ ನನ್ನ ತಂದೆಯ ಧೈರ್ಯವಂತಿಕೆಯ ಬಗ್ಗೆ ತಿಳಿಸಿದರು' ಎಂದು ಅವರ ಮತ್ತೊಬ್ಬ ಮಗ ಮಹಾದೇವ ಹೇಳಿದರು. 'ಆಗ ನಾನು, ಅವರದ್ದೇನೂ ದೊಡ್ಡ ಸಾಧನೆಯಲ್ಲ ಎಂದೇ ಅಂದುಕೊಂಡಿದ್ದೆ. ಅವರು ಬ್ರಿಟಿಷ್ ಯೋಧರನ್ನಾಗಲಿ, ಪೊಲೀಸರನ್ನಾಗಲಿ ಕೊಂದಿರಲಿಲ್ಲ. ಆದರೆ, ಆನಂತರವಷ್ಟೇ ನನಗೆ ಅವರ ಪಾತ್ರದ ಪ್ರಾಮುಖ್ಯತೆಯ ಬಗ್ಗೆ ಗೊತ್ತಾಯಿತು.'

ಅವರ ನಿತ್ಯದ ಕೆಲಸ ಸಂದೇಶ ವಾಹಕನದ್ದಾಗಿತ್ತು. ಆದರೆ, ಗಣಪತಿ ಯಾದವ್ ಅವರು 1943ರಲ್ಲಿ ಸತಾರದಲ್ಲಿನ ಶೆನೋಳಿಯಲ್ಲಿ ನಡೆದ ಮಹಾ ರೈಲು ದರೋಡೆಯ ತಂಡದ ಭಾಗವಾಗಿದ್ದರು. ತೂಫಾನ್ ಸೇನಾದ ಸ್ಥಾಪಕ ಕ್ಯಾಪ್ಟನ್ ಬಾವು ಮತ್ತು ಬಾಪು ಲಾಡ್ ಇದರ ನೇತೃತ್ವ ವಹಿಸಿದ್ದರು.

'ನಾಲ್ಕು ದಿನಗಳ ಮುಂಚೆಯಷ್ಟೇ ರೈಲು ಹಳಿಗಳ ಮೇಲೆ ದೊಡ್ಡ ಬಂಡೆಗಳನ್ನು ಅಡ್ಡ ಇಡಬೇಕು ಎಂದು ನಮಗೆ ಹೇಳಲಾಗಿತ್ತು.'

ದಾಳಿ ಮಾಡಿದ ತಂಡಕ್ಕೆ ಈ ರೈಲು ಬ್ರಿಟಿಷರ ಸಂಬಳದ ಹಣವನ್ನು ಹೊತ್ತೊಯ್ಯುತ್ತಿದೆ ಎಂದು ಗೊತ್ತಿತ್ತೇ? 'ನಮ್ಮ ನಾಯಕರಿಗೆ ಈ ಬಗ್ಗೆ ಗೊತ್ತಿತ್ತು. ರೈಲ್ವೆಯಲ್ಲಿ ಹಾಗೂ ಸರ್ಕಾರದಲ್ಲಿ ಕೆಲಸ ಮಾಡುತ್ತಿದ್ದವರು ಈ ಬಗ್ಗೆ ಮಾಹಿತಿ ಕೊಟ್ಟಿದ್ದರು. ನಾವು ರೈಲನ್ನು ಲೂಟಿ ಮಾಡಲು ತೊಡಗಿದಾಗ ನಮಗೆ ಇದು ಗೊತ್ತಾಯಿತು.'

ಎಷ್ಟು ಜನ ದಾಳಿ ಮಾಡಿದಿರಿ?

'ಆ ಸಮಯದಲ್ಲಿ ಯಾರು ಎಣಿಸಿದರು? ಕೆಲವೇ ನಿಮಿಷಗಳಲ್ಲಿ ನಾವು ಕಲ್ಲು ಹಾಗೂ ಬಂಡೆಗಳನ್ನು ಶೇಖರಿಸಿ ಹಳಿಗಳ ಮೇಲೆ ಪೇರಿಸಿದೆವು. ರೈಲು ನಿಂತಾಗ ಅದು ಹಿಂದೆ ಹೋಗಲಾರದಂತೆ ಅದರ ಹಿಂದೆಯೂ ಬಂಡೆಗಳನ್ನು ಅಡ್ಡ ಇಟ್ಟೆವು. ನಂತರ ಅದನ್ನು ಸುತ್ತುವರೆದು ಬಾಗಿಲುಗಳನ್ನು ತೆರೆದು ಒಳಹೊಕ್ಕೆವು. ಒಳಗಡೆ ಇದ್ದವರು ನಾವು ಲೂಟಿ ಮಾಡುತ್ತಿದ್ದಾಗ ಪ್ರತಿರೋಧ ಒಡ್ಡಲಿಲ್ಲ.'

'ನೆನಪಿಡಿ, ಇದನ್ನು ನಾವು ಮಾಡಿದ್ದ ಬ್ರಿಟಿಷ್ ಸರ್ಕಾರಕ್ಕೆ ಧಕ್ಕೆ ಮಾಡಬೇಕು ಎಂದಷ್ಟೇ ಹೊರತು ಹಣ ಮಾಡಲು ಅಲ್ಲ.'

***

ಈ ರೀತಿಯ ಮಿಲಿಟರಿ ಕಾರ್ಯಾಚರಣೆ ಮಾಡುತ್ತಿದ್ದದ್ದಲ್ಲದೆ, ಸಂದೇಶವಾಹಕರಾಗಿ ಸಹಾ ಗಣಪತಿ ಯಾದವ್ ಅವರ ಪಾತ್ರ ಸಂಕೀರ್ಣವಾಗಿತ್ತು. 'ನಾನು ಅರಣ್ಯದಲ್ಲಿ ಅಡಗಿದ್ದ ನಮ್ಮ ನಾಯಕರಿಗೆ ಆಹಾರ ತೆಗೆದುಕೊಂಡು ಹೋಗುತ್ತಿದ್ದೆ. ಅವರನ್ನು ಭೇಟಿ ಮಾಡಲು ರಾತ್ರಿಯ ವೇಳೆ ಹೋಗುತ್ತಿದ್ದೆ. ನಾಯಕರೊಂದಿಗೆ ಆಗ ಹತ್ತರಿಂದ ಇಪ್ಪತ್ತು ಮಂದಿ ಇರುತ್ತಿದ್ದರು. ಈ ಭೂಗತ ಹೋರಾಟಗಾರರನ್ನು ಕಂಡಲ್ಲಿ ಗುಂಡಿಕ್ಕಿ ಕೊಲ್ಲುವಂತೆ ಬ್ರಿಟಿಷ್ ಸರ್ಕಾರ ಆದೇಶಿಸಿತ್ತು. ನಾವು ಕಳ್ಳ ಮಾರ್ಗದಲ್ಲಿ ಹಾಗೂ ಬಳಸುದಾರಿಯಲ್ಲಿ ಹೋಗಿ ತಲುಪಬೇಕಿತ್ತು. ಇಲ್ಲದಿದ್ದಲ್ಲಿ, ಪೊಲೀಸರ ಗುಂಡಿಗೆ ಬಲಿಯಾಗುತ್ತಿದ್ದೆವು.'

'ನಾವು ನಮ್ಮ ಹಳ್ಳಿಗಳಲ್ಲಿ ಪೊಲೀಸರಿಗೆ ಮಾಹಿತಿ ನೀಡುತ್ತಿದ್ದವರನ್ನು ದಂಡಿಸುತ್ತಿದ್ದೆವು' ಎಂದರು ಗಣಪತಿ ಯಾದವ್. ಹಾಗೆಂದವರೇ ಪ್ರಾದೇಶಿಕ ಸರ್ಕಾರ ಅಥವಾ 'ಪ್ರತಿಸರ್ಕಾರ' ಎಂದೇ ಕರೆಯಲ್ಪಡುತ್ತಿದ್ದದ್ದು ಹೇಗೆ 'ಪತ್ರಿಸರ್ಕಾರ್' ಎಂದೂ ಕರೆಯಲ್ಪಟ್ಟಿತ್ತು ಎಂಬುದನ್ನೂ ವಿವರಿಸಿದರು. 'ಮರಾಠಿಯಲ್ಲಿ ಪತ್ರಿ ಎಂದರೆ ಲಾಠಿ. ಈ ರೀತಿಯಲ್ಲಿ ನಾವು ಇಂತಹ ಒಬ್ಬ ಪೊಲೀಸ್ ಮಾಹಿತಿದಾರನನ್ನು ಪತ್ತೆ ಹಚ್ಚಿ, ರಾತ್ರಿಯ ವೇಳೆ ಅವನ ಮನೆಯನ್ನು ಸುತ್ತುವರಿದೆವು. ಆ ಮಾಹಿತಿದಾರ ಹಾಗೂ ಆತನ ಸಹಾಯಕನನ್ನು ಊರ ಆಚೆ ಕರೆತಂದೆವು.'

'ಅವನ ಮೊಣಕಾಲಿನ ನಡುವೆ ಕಟ್ಟಿಗೆ ಇಟ್ಟು, ಕಾಲುಗಳನ್ನು ಕಟ್ಟಿ ಹಾಕಿದೆವು. ನಂತರ ಅವನನ್ನು ತಲೆಕೆಳಗೆ ಮಾಡಿ ಕೋಲುಗಳಿಂದ ಅವನ ಪಾದಕ್ಕೆ ಏಟು ಕೊಟ್ಟೆವು. ನಾವು ಅವನ ದೇಹದ ಇತರ ಯಾವ ಭಾಗಕ್ಕೂ ಹೊಡೆಯಲಿಲ್ಲ. ಪಾದಕ್ಕೆ ಮಾತ್ರ ಹೊಡೆದೆವು. ಪಾದದ ಮೇಲೆ ದೇಹದಲ್ಲಿ ಯಾವುದೇ ರೀತಿಯ ಗುರುತಿರುತ್ತಿರಲಿಲ್ಲ. ಆದರೆ, ಆತನಿಗೆ ಹಲವು ದಿನಗಳ ಕಾಲ ಸರಿಯಾಗಿ ನಡೆಯಲು ಆಗುತ್ತಿರಲಿಲ್ಲ. ಬಲವಾದ ತಿರುಗೇಟು ಇದಾಗಿರುತ್ತಿತ್ತು. ಪತ್ರಿ ಸರ್ಕಾರದ ಹೆಸರು ಬಂದದ್ದು ಹಾಗೆ. ಆನಂತರ ಅವನನ್ನು ಅವನ ಸಹಾಯಕನ ಬೆನ್ನಿಗೇರಿಸಿ ಮನೆಗೆ ವಾಪಸು ಕಳಿಸುತ್ತಿದ್ದೆವು.'

'ಬೆಲವಾಡಿ, ನೆವಾರಿ ಹಾಗೂ ತಡಸರ ಗ್ರಾಮಗಳಲ್ಲಿ ನಾವು ಈ ರೀತಿಯ ಶಿಕ್ಷೆ ಕೊಟ್ಟಿದ್ದೇವೆ. ನಾನಾಸಾಹೇಬ್ ಎಂಬ ಮಾಹಿತಿದಾರ ತಡಸರ ಗ್ರಾಮದ ದೊಡ್ಡ ಬಂಗಲೆಯಲ್ಲಿದ್ದ. ನಾವು ರಾತ್ರಿ ಅವನ ಮನೆಗೆ ದಾಳಿ ಮಾಡಿದೆವು. ಆದರೆ, ಅಲ್ಲಿ

ಮಹಿಳೆಯರು ಮಾತ್ರ ಮಲಗಿದ್ದರು. ಆದರೆ, ಆ ಸಾಲಿನಿಂದ ದೂರದಲ್ಲಿ ಹೊದಿಕೆ ಹೊದ್ದು ಮಲಗಿದ್ದ ಒಬ್ಬ ಹೆಂಗಸು ಕಂಡಳು. ಈ ಮಹಿಳೆ ಮಾತ್ರ ಏಕೆ ಪ್ರತ್ಯೇಕವಾಗಿ ಮಲಗಿದ್ದಾರೆ ಎಂದು ಪರಿಶೀಲಿಸಿದೆವು. ಇದು ಆ ಮಾಹಿತಿದಾರನೇ ಆಗಿದ್ದ. ನಾವು ಅವನನ್ನು ಆ ಹೊದಿಕೆಯಲ್ಲಿಯೇ ಸುತ್ತಿ ಎತ್ತೊಯ್ದೆವು.'

   'ಈ ಪ್ರಾದೇಶಿಕ ಸರ್ಕಾರದ ಮುಖ್ಯಸ್ಥರಾಗಿದ್ದ ನಾನಾ ಪಾಟೀಲ್ ಹಾಗೂ ಬಾಪು ಲಾಡ್ ಅವರೇ ಗಣಪತಿ ಯಾದವ್ ಅವರ ನಾಯಕರು. 'ಅಬ್ಬಾ! ಆತ ಎಂತಹ ಕಟ್ಟುಮಸ್ತಾದ ಆಳು! ಭಾರೀ ಎತ್ತರ, ಭಾರೀ ಗಾತ್ರ, ಕಿಂಚಿತ್ತೂ ಭಯ ಇಲ್ಲದವರು. ಎಂತಹ ಸ್ಫೂರ್ತಿದಾಯಕ ಭಾಷಣಗಳನ್ನು ಮಾಡುತ್ತಿದ್ದರು! ಈ ಊರಿನ ದೊಡ್ಡ, ದೊಡ್ಡ ವ್ಯಕ್ತಿಗಳು ಅವರ ಮನೆಯಲ್ಲಿ ಉಳಿಯಲು ಆಹ್ವಾನ ನೀಡುತ್ತಿದ್ದರು. ಆದರೆ ಇವರು ಯಾವಾಗಲೂ ಚಿಕ್ಕ ಮನೆಗಳಲ್ಲಿಯೇ ಉಳಿಯುತ್ತಿದ್ದರು. ಹಾಗೆ ಆಹ್ವಾನ ನೀಡುತ್ತಿದ್ದ ದೊಡ್ಡ ವ್ಯಕ್ತಿಗಳು ಬ್ರಿಟಿಷರ ಏಜೆಂಟರಾಗಿದ್ದರು. ನಮ್ಮ ನಾಯಕರು ನಮಗೆ ಯಾವತ್ತೂ ಸರ್ಕಾರದ ಬಗ್ಗೆ ಹೆದರಬೇಡಿ. ನಾವು ದೊಡ್ಡ ಸಂಖ್ಯೆಯಲ್ಲಿ ಒಟ್ಟುಗೂಡಿ ಹೋರಾಟ ನಡೆಸಿದರೆ, ಈ ಬ್ರಿಟಿಷ್ ವ್ಯವಸ್ಥೆಯಿಂದ ಮುಕ್ತಿ ಪಡೆಯಬಹುದು ಎಂದು ಹೇಳುತ್ತಿದ್ದರು. ಗಣಪತಿ ಯಾದವ್ ಹಾಗೂ ಇನ್ನೂ ನೂರರಿಂದ ನೂರೈವತ್ತು ಮಂದಿ ಈ ಗ್ರಾಮದಿಂದ ತೂಫಾನ್ ಸೇನೆ ಸೇರಿದ್ದರು.

ಆಗಲೂ ಸಹಾ ಅವರಿಗೆ ಮೋಹನದಾಸ ಕರಮಚಂದ ಗಾಂಧಿ ಬಗ್ಗೆ ಕೇಳಿ ಮಾತ್ರ ಗೊತ್ತಿತ್ತು. 'ನನಗೆ ಅವರನ್ನು ನೋಡುವ ಅವಕಾಶ ಎಂದೂ ಸಿಗಲಿಲ್ಲ. ಒಮ್ಮೆ ಕೈಗಾರಿಕೋದ್ಯಮಿ ಎಸ್.ಎಚ್. ಕಿರ್ಲೋಸ್ಕರ್ ಅವರು ಜವಾಹರಲಾಲ್ ನೆಹರು ಅವರನ್ನು ಈ ಭಾಗಕ್ಕೆ ಕರೆತಂದಾಗ ನೆಹರು ಅವರನ್ನು ನೋಡಲು ಸಾಧ್ಯವಾಯಿತು. ಇದಲ್ಲದೆ ನಾವೆಲ್ಲರೂ ಭಗತ್ ಸಿಂಗ್ ಅವರ ಬಗ್ಗೆ ಸಾಕಷ್ಟು ಕೇಳಿದ್ದೆವು.'

***

ಗಣಪತಿ ಯಾದವ್ ಅವರು ರೈತ ಕುಟುಂಬದಲ್ಲಿ ಹುಟ್ಟಿದವರು. ಅವರಿಗೆ ಒಬ್ಬ ಸಹೋದರಿ ಇದ್ದರು. ಅವರುಗಳು ತೀರಾ ಚಿಕ್ಕವರಿರುವಾಗಲೇ ಪೋಷಕರು ತೀರಿಕೊಂಡರು. ಮಕ್ಕಳು ಸಂಬಂಧಿಕರ ಮನೆ ಸೇರಿದರು. 'ನಾನು ಮೊದಲ ಮೂರ್ನಾಲ್ಕು ವರ್ಷ ಶಾಲೆಗೆ ಹೋಗಿರಬಹುದು. ನಂತರ ಜಮೀನಿನಲ್ಲಿ ಕೆಲಸ ಮಾಡಲು ಶಾಲೆಯಿಂದ ಹೊರಬಿದ್ದೆ. ನಾನು ಸ್ವಲ್ಪ ಹೊತ್ತು ಶಾಲೆಯಲ್ಲಿದ್ದು ನಂತರ ಮನೆಗೆ ಹೋಗಿ ಎಮ್ಮೆಗಳನ್ನು ಮೇಯಿಸಲು ಹೋಗುತ್ತಿದ್ದೆ. ನನಗೆ ಕೆಲವು ಶಬ್ದಗಳು ಅರ್ಥವಾಗುತ್ತವೆ ಮತ್ತು ನನ್ನ ಹೆಸರು ಬರೆಯಲು ಬರುತ್ತದೆ.'

ಮದುವೆಯ ನಂತರ ಅವರು ತಮ್ಮ ಪೋಷಕರ ಶಿಥಿಲಗೊಂಡ ಮನೆ ಹಾಗೂ ಪುಟ್ಟ ಜಮೀನಿಗೆ ಮರಳಿದರು. ಅವರ ಬಳಿ ತಮ್ಮ ಆರಂಭದ ದಿನಗಳ ಯಾವುದೇ ಛಾಯಾಚಿತ್ರ ಇರಲಿಲ್ಲ. ಹಾಗೂ ತೆಗೆಸಿಕೊಳ್ಳುವ ಆರ್ಥಿಕ ಶಕ್ತಿಯೂ ಇರಲಿಲ್ಲ.

ಅವರು ತುಂಬಾ ಕಷ್ಟಪಟ್ಟು ಕೆಲಸ ಮಾಡಿದರು. ಈ 97ರ ವಯಸ್ಸಿನಲ್ಲಿಯೂ ಮಾಡುತ್ತಿದ್ದಾರೆ. 'ನನಗೆ ಬೆಲ್ಲ ಮಾಡುವುದು ಗೊತ್ತಿತ್ತು. ಅದನ್ನು ಜಿಲ್ಲೆಯ ಎಲ್ಲೆಡೆ ಮಾರುತ್ತಿದ್ದೆ. ಬಂದ ಹಣವನ್ನು ಮಕ್ಕಳ ವಿದ್ಯಾಭ್ಯಾಸದ ಮೇಲೆ ಖರ್ಚು ಮಾಡಿದೆವು. ಒಮ್ಮೆ ಶಿಕ್ಷಣ ಪಡೆದ ನಂತರ ಅವರು ಮುಂಬೈಗೆ ತೆರಳಿ ತಾವೇ ದುಡಿಯಲು ಆರಂಭಿಸಿದರು. ನಮಗೆ ಹಣ ಸಹಾ ಕಳಿಸುತ್ತಿದ್ದರು. ಆಗ ನಾನು ಬೆಲ್ಲದ ವ್ಯವಹಾರ ನಿಲ್ಲಿಸಿ, ಜಮೀನಿನ ಮೇಲೆ ಬಂಡವಾಳ ಹೂಡಿದೆ. ಕಾಲ ಕಳೆದಂತೆ ನಮ್ಮ ಜಮೀನು ಸಮೃದ್ಧಿಗೊಂಡಿತು.'

ಈಗಿನ ರೈತರು ಸಾಲದ ಹೊರೆಯಿಂದ ಕುಸಿಯುತ್ತಿರುವ ರೀತಿಯ ಬಗ್ಗೆ ಗಣಪತಿ ಯಾದವ್ ಅವರಿಗೆ ಬೇಸರವಿದೆ. 'ನಮಗೆ ಸ್ವರಾಜ್ಯ ಸಿಕ್ಕಿತು. ಆದರೆ, ನಾವು ಎಣಿಸಿದಂತೆ ಆಗಲಿಲ್ಲ.' 2018ರಲ್ಲಿನ ಈ ಕೇಂದ್ರ ಹಾಗೂ ರಾಜ್ಯ ಸರ್ಕಾರಗಳು ಈ ಮೊದಲಿನ ಎಲ್ಲಾ ಸರ್ಕಾರಗಳಿಗಿಂತಲೂ ಕೆಟ್ಟದ್ದಾಗಿದೆ ಎಂಬುದು ಅವರ ಅಭಿಪ್ರಾಯ. 'ಅವರು ಮುಂದೆ ಏನು ಮಾಡುತ್ತಾರೆ ಎನ್ನುವುದನ್ನೂ

ಬಿಟ್ಟುಕೊಡುವುದಿಲ್ಲ' ಎನ್ನುತ್ತಾರೆ. 'ಈಗಿನ ಪರಿಸ್ಥಿತಿಯ ಬಗ್ಗೆ ಜನರಿಗೆ ಹುಚ್ಚು ನಿರೀಕ್ಷೆಯಿದೆ. ಆದರೆ, ಎಲ್ಲವೂ ವಿರುದ್ಧವಾಗಿಯೇ ನಡೆಯುತ್ತಿದೆ' ಎಂದರು.

ತೂಫಾನ್ ಸೇನೆಯ ಆರಂಭದ ದಿನಗಳಲ್ಲಿ ಹೆಚ್ಚಿನ ಕೆಲಸವನ್ನು ನಡಿಗೆಯಲ್ಲೇ ಮಾಡುತ್ತಿದ್ದರೂ ಸಹಾ ಗಣಪತಿ ಯಾದವ್ ತಮ್ಮ 20ನೆಯ ವಯಸ್ಸಿನಲ್ಲಿ ಸೈಕಲ್ ತುಳಿಯುವುದನ್ನು ಕಲಿತರು. ಆ ನಂತರದಲ್ಲಿ ಅವರ ಭೂಗತ ಚಟುವಟಿಕೆಗೆ ನಡೆಸುವಾಗ ಸಂಚಾರಕ್ಕೆ ಸೈಕಲ್ ಅನ್ನೇ ಬಳಸಿದರು. 'ನಮ್ಮ ಕಾಲಕ್ಕೆ ಸೈಕಲ್ ಎನ್ನುವುದೇ ಹೊಸದಾಗಿತ್ತು. ಈ ಹೊಸ ತಂತ್ರಜ್ಞಾನದ ಬಗ್ಗೆ ನಮ್ಮ ಹಳ್ಳಿಯಲ್ಲಿ ಸಿಕ್ಕಾಪಟ್ಟೆ ಚರ್ಚೆಯಾಗುತ್ತಿತ್ತು. ನಾನು ಅನೇಕ ಬಾರಿ ಬಿದ್ದುಎದ್ದು ಇದನ್ನು ತುಳಿಯುವುದನ್ನು ಕಲಿತುಕೊಂಡೆ' ಎಂದರು.

ಆಗಲೇ ಮಧ್ಯಾಹ್ನ ದಾಟುವ ಸಮಯವಾಗಿತ್ತು. ಈ ಹಿರಿಯರು ಬೆಳಗ್ಗೆ 5ಕ್ಕೇ ಎದ್ದಿದ್ದರು. ಅವರಿಗೆ ನಮ್ಮ ಜೊತೆ ಮಾತನಾಡಿ ಸಂತೋಷವಾಗಿರಬೇಕು. ಒಂದಿಷ್ಟೂ ಸುಸ್ತಿನ ಲಕ್ಷಣ ಕಾಣಲಿಲ್ಲ. ಈ ಸೈಕಲ್‌ಗೆ ಎಷ್ಟು ವಯಸ್ಸಾಗಿದೆ ಎಂದು ನಾನು ಕೇಳಿದಾಗ ಮಾತ್ರ ಗಂಭೀರರಾಗಿ 'ಇದಾ? ಅದಕ್ಕೆ ಕೇವಲ ಕಾಲು ಶತಮಾನವಾಗಿದೆ' ಎಂದರು.

'ಇದಕ್ಕಿಂತ ಮೊದಲಿದ್ದ ಸೈಕಲ್‌ಗೆ 55 ವರ್ಷ ಆಗಿತ್ತು. ಯಾರೋ ಅದನ್ನು ಕದ್ದುಬಿಟ್ಟರು' ಎಂದು ಅವರು ದುಃಖಿತಪ್ಪರಾಗಿ ನುಡಿದರು. ಹಾಗೆ ಕದ್ದವರು ಹಳೆಯ ಕಾಲದ ವಸ್ತುಗಳನ್ನು ಮಾರಾಟ ಮಾಡುವ ಡೀಲರ್ ಆಗಿರಬೇಕು ಎಂದು ನಾವು ವಿಸ್ಮಯಪಟ್ಟೆವು.

ನಾವು ಇನ್ನೇನು ಹೊರಡಬೇಕೆನ್ನುವಾಗ ಅವರು ನನ್ನ ಕೈಗಳನ್ನು ಗಟ್ಟಿಯಾಗಿ ಹಿಡಿದು, ಒಂದು ಕ್ಷಣ ತಾಳಿ ಎಂದರು. ಅವರಿಗೆ ನಮಗೆ ಏನನ್ನೋ ಕೊಡಬೇಕಿತ್ತು. ಹಾಗೆ ಹೇಳಿದವರೇ ಅವರ ಮನೆಯೊಳಗೆ ಹೋದರು. ಒಂದು ಚೊಂಬನ್ನು ಮಣ್ಣಿನ ಪಾತ್ರೆಯೊಳಗೆ ಮುಳುಗಿಸಿ, ಹೊರಗೆ ಬಂದು ನನಗೆ ಒಂದು ಕಪ್ ತಾಜಾ ಹಾಲನ್ನು ನೀಡಿದರು. ನಾವು ಅದನ್ನು ಕುಡಿದು ಮುಗಿಸಿದಾಗ ಅವರು ಮತ್ತೆ ನನ್ನ ಕೈಯನ್ನು ಬಿಗಿಯಾಗಿ ಹಿಡಿದರು. ಅವರ ಕಣ್ಣುಗಳು ಒದ್ದೆಯಾಗಿದ್ದವು. ನನ್ನ ಕಣ್ಣಗಳು ಸಹಾ ತೇವವಾಗಲು ಆರಂಭಿಸಿದವು. ಇನ್ನು ಮುಂದೆ ಯಾವ ಮಾತು ಸಹಾ ಬೇಕಿರಲಿಲ್ಲ. ಸ್ವಲ್ಪ ಸಮಯವೇ ಆದರೂ ಗಣಪತಿ ಬಾಲ ಯಾದವ್ ಅವರ ಅದ್ಭುತ ಬದುಕಿನ ಚಿತ್ರದ ಭಾಗವಾದ ಸೌಭಾಗ್ಯ ನನ್ನದಾಗಿತ್ತು.

***

'ಮುಂದಿನ ಎರಡು ವರ್ಷ ಯಾವಾಗ ಅವರ ಬಳಿ ಹೋದರೂ ಅವರು ನಿಮ್ಮ ಬಗ್ಗೆಯೇ ಮಾತನಾಡುತ್ತಿದ್ದರು' ಎಂದು ಸಂಪತ್ ಹೇಳಿದರು. 'ನಾನು

ಯಾರಿಗೂ ಗೊತ್ತಿರಲಿಲ್ಲ. ಆದರೆ, ಪೀಪಲ್ಸ್ ಆರ್ಕೇವ್ ಆಫ್ ರೂರಲ್ ಇಂಡಿಯಾ (ಪರಿ) ನನ್ನನ್ನು ತುಂಬಾ ಜನಪ್ರಿಯ ಮಾಡಿಬಿಟ್ಟಿತು. ಸ್ವಾತಂತ್ರ್ಯ ಹೋರಾಟದಲ್ಲಿ ನಾನು ಕೇವಲ ಸಂದೇಶ ಸಾಗಿಸುವವನಾಗಿದ್ದೆ. ಆದರೆ, ಅವರು ನನ್ನ ಪಾತ್ರದ ಪ್ರಾಮುಖ್ಯತೆಯನ್ನು ಗುರುತಿಸಿ, ಗೌರವದಿಂದ ಕಂಡರು.' ಅವರದ್ದೇ ಗ್ರಾಮ ಹಾಗೂ ಪ್ರದೇಶದಲ್ಲಿ 'ಪರಿ'ಯಿಂದ ಅವರಿಗೆ ಸಿಕ್ಕ ಮನ್ನಣೆ ಅವರನ್ನು ಆಳವಾಗಿ ತಟ್ಟಿತು. ಆ ಮನ್ನಣೆ ಅವರಿಗೆ ಮುಖ್ಯವೂ ಆಗಿತ್ತು.

2018ರ ಭೇಟಿಯ ಕೊನೆಯ ಕ್ಷಣಗಳನ್ನು ಸಂಪತ್ ಮೋರೆಯಂತೆ ಇನ್ನಾರೂ ಚಿತ್ರಿಸಲಾಗಲಿಲ್ಲ. ನಾನು ಇಂಗ್ಲಿಷ್‌ನಲ್ಲಿ ಮಾತನಾಡುತ್ತಿದ್ದೆ. ಗಣಪತ್ ದಾದಾ ಮರಾಠಿಯಲ್ಲಿ. 'ನಾವು ಹೊರಡುವ ಸಮಯ ಬಂದಾಗ ಒಂದಿಷ್ಟೂ ಇಂಗ್ಲಿಷ್ ಬಾರದ ದಾದಾಗೆ ನಮ್ಮ ದೈಹಿಕ ಭಾಷೆಯಿಂದಲೇ ಇವರಿನ್ನು ಹೊರಡುತ್ತಿದ್ದಾರೆ ಎನ್ನುವುದು ಅರ್ಥವಾಗಿ ಹೋಯಿತು. ದಾದಾ ತುಂಬಾ ಭಾವುಕರಾಗಿದ್ದರು. ಅವರು ಎದ್ದು ನಿಂತು, ಸರ್ ಅವರ ಕೈಗಳನ್ನು ಗಟ್ಟಿಯಾಗಿ ಹಿಡಿದರು. ದಾದಾ ಅವರ ಕಣ್ಣು ತುಂಬಿ ಬಂದಿದ್ದವು. ಇಬ್ಬರೂ ಸಹಾ ಭಾಷೆಯ, ಯಾವುದೇ ಅಗತ್ಯವಿಲ್ಲದೆ ಮಾತನಾಡಿಕೊಂಡಿದ್ದು ನಮಗೆ ಕಂಡಿತು' ಎಂದು ಬರೆದಿದ್ದರು.

ಗಣಪತಿ ಯಾದವ್ ಅವರು 2021ರ ಏಪ್ರಿಲ್ 14ರಂದು ಸೂರ್ಯಾಸ್ತದತ್ತ ಸೈಕಲ್ ತುಳಿದರು. ಸ್ವಾತಂತ್ರ್ಯ ಹೋರಾಟಗಾರ ಹಾಗೂ ಭೂಗತ ಕ್ರಾಂತಿಕಾರಿಗಳಿಗೆ ಸಂದೇಶವಾಹಕರಾಗಿದ್ದ ಇವರು ಶತಮಾನವನ್ನು ಯಶಸ್ವಿಯಾಗಿ ಪೂರೈಸಿ, 101ನೆಯ ವರ್ಷದಲ್ಲಿದ್ದರು. ಒಂದಿಷ್ಟು ಕಾಲದ ಅನಾರೋಗ್ಯದ ನಂತರ, ತಮ್ಮ ಕೊನೆಯ ತಿಂಗಳುಗಳಲ್ಲೂ ತಮ್ಮ ಪುರಾತನ ಸೈಕಲ್‌ನಲ್ಲಿ ದಿನಕ್ಕೆ ಏನಿಲ್ಲವೆಂದರೂ 5ರಿಂದ 20 ಕಿಮೀ ತುಳಿಯುತ್ತಿದ್ದ ಅವರು ಆಗಸದಲ್ಲಿನ ಸೈಕಲ್ ಪಥದಲ್ಲಿ ಸೈಕಲ್ ತುಳಿಯುತ್ತಾ ಮರೆಯಾಗಿ ಹೋದರು.

'ಪರಿ'ಯ ಸ್ವಾತಂತ್ರ್ಯ ಯೋಧರ
ಗ್ಯಾಲರಿಗೆ ಭೇಟಿ ನೀಡಲು
ಈ QR ಕೋಡ್ ಸ್ಕ್ಯಾನ್ ಮಾಡಿ

೬

ಎಲ್ಲಾ ಜವಾಬ್ದಾರಿಗಳು ನನ್ನ ಮೇಲೆ ಬಿದ್ದಿತ್ತು. ನಾನು
ಎಲ್ಲಾ ಕೆಲಸವನ್ನೂ ಮಾಡಿದೆ. ನಾನು ಎಲ್ಲದರ ಅಂದರೆ
ಎಲ್ಲದರ ಬಗ್ಗೆಯೂ ಕಾಳಜಿ ವಹಿಸಿದೆ. ನಾನು ಮನೆ
ನಡೆಸಿದೆ. 1942–43ರಲ್ಲಿ ಆ ಎಲ್ಲಾ ಘಟನೆಗಳೂ
ನಡೆದಾಗ ನಾನೇ ಎಲ್ಲರನ್ನೂ ನೋಡಿಕೊಂಡೆ.

– ಬಬಾನಿ ಮಹತೋ
ಚೇಪುವಾ ಗ್ರಾಮ, ಪುರುಲಿಯಾ,
ಪಶ್ಚಿಮ ಬಂಗಾಳ

13

ಪುರುಲಿಯಾದಲ್ಲಿ ಕ್ರಾಂತಿಗೆ ಆಹಾರ ಒದಗಿಸಿದಾಕೆ

'ಕ್ವಿಟ್ ಇಂಡಿಯಾ ಚಳವಳಿಯಲ್ಲಿ ನಿಮ್ಮ ಗಂಡ ಬೈದ್ಯನಾಥನ್ ಅವರನ್ನು 13 ತಿಂಗಳು ಜೈಲಿಗೆ ಹಾಕಿದ್ದರಲ್ಲ ಆಗ ನಿಮಗೆ ತೀರಾ ಕಷ್ಟವಾಗಿರಬೇಕು?' ಎಂದು ನಾನು ಪುರುಲಿಯಾದಲ್ಲಿ ಬಬಾನಿ ಮಹತೋ ಅವರನ್ನು ಕೇಳಿದೆ. 'ಇಷ್ಟು ದೊಡ್ಡ ಕೂಡು ಕುಟುಂಬವನ್ನು ನಿಭಾಯಿಸುವುದು ಎಂದರೆ...'

'ಅವರು ಮನೆಗೆ ಬಂದ ಮೇಲೆಯೇ ಅದಕ್ಕಿಂತ ಹೆಚ್ಚು ಕಷ್ಟವಾಗಿದ್ದು' ಎಂದು ಆಕೆ ತಣ್ಣಗೆ ಆದರೆ ಅಷ್ಟೇ ದೃಢವಾಗಿ ಹೇಳಿದರು. 'ಅವರು ವಾಪಸ್ ಬಂದ ಮೇಲೆ ಯಾವಾಗಲೂ ಅವರ ಗೆಳೆಯರನ್ನು ಕರೆ ತರುತ್ತಲೇ ಇದ್ದರು. ನಾನು ಅವರಿಗೆಲ್ಲ ಅಡುಗೆ ಮಾಡಬೇಕಿತ್ತು. ಹಾಗೂ ಅವರು ಅದನ್ನು ತೆಗೆದುಕೊಂಡು ಹೋಗುತ್ತಿದ್ದರು. ಕೆಲವೊಮ್ಮೆ 5, 10, 20 ಅದಕ್ಕಿಂತಲೂ ಹೆಚ್ಚು ಮಂದಿ ಬರುತ್ತಿದ್ದರು. ನನಗೆ ಒಂದು ಕ್ಷಣ ಸಹಾ ವಿರಾಮ ಎನ್ನುವುದೇ ಸಿಗುತ್ತಿರಲಿಲ್ಲ.'

ಹಾಗಾದರೆ ಖಂಡಿತವಾಗಿಯೂ ಕ್ವಿಟ್ ಇಂಡಿಯಾ ಚಳವಳಿಯ ಜೊತೆ ನಿಮ್ಮ ಸಂಬಂಧ...?

'ನನಗೆ ಅದರಿಂದ ಅಥವಾ ಅಂಥಹದ್ದರಿಂದ ಏನಾಗಬೇಕು? ಹೋರಾಟದೊಂದಿಗೆ ನನಗೆ ಏನೂ ಸಂಬಂಧ ಇಲ್ಲ. ನನ್ನ ಗಂಡ ಬೈದ್ಯನಾಥ್ ಮಹತೋಗೆ ಇತ್ತು. ನನಗೆ ಅವರ ದೊಡ್ಡ ಕುಟುಂಬವನ್ನು, ಅಲ್ಲಿನ ಜನರನ್ನು ನೋಡಿಕೊಳ್ಳುವುದೇ ಆಗಿತ್ತು. ಎಷ್ಟೆಲ್ಲಾ ಅಡುಗೆ ಮಾಡಬೇಕಾಗಿತ್ತು ನಾನು. ಪ್ರತೀ ದಿನ ಅಡುಗೆ ಕೆಲಸ ಹೆಚ್ಚುತ್ತಲೇ ಹೋಯಿತು. ನೆನಪಿರಲಿ, ಇದೆಲ್ಲದರ ಜೊತೆಗೆ ನಾನು ಜಮೀನನ್ನೂ ನೋಡಿಕೊಳ್ಳುತ್ತಿದ್ದೆ' ಎಂದರು ಬಬಾನಿ.

ನಮಗೆ ತೀರಾ ನಿರಾಸೆಯಾಗಿತ್ತು. ನಮ್ಮ ನಿರಾಸೆ ನಮ್ಮ ಮುಖದಲ್ಲಿ ಎದ್ದು ಕಾಣುತ್ತಿತ್ತೇನೋ. ನಾವು ಇನ್ನೂ ಜೀವಂತವಿರುವ ಸ್ವಾತಂತ್ರ್ಯ ಹೋರಾಟಗಾರರನ್ನು

ಹುಡುಕುತ್ತಾ ಸಾಕಷ್ಟು ದೂರದಿಂದ ಪಶ್ಚಿಮ ಬಂಗಾಳದ ಈ ಮೂಲೆಗೆ ಬಂದಿದ್ದೆವು. ಆದರೆ, ಇಲ್ಲಿ ಭಾರತಕ್ಕೆ ಸ್ವಾತಂತ್ರ್ಯ ತಂದುಕೊಟ್ಟ ಚಾರಿತ್ರಿಕ ಹೋರಾಟದ ಜೊತೆಗೆ ತನಗೆ ಏನೇನೂ ಸಂಬಂಧ ಇಲ್ಲ ಎನ್ನುವುದನ್ನು ಪ್ರತಿಪಾದಿಸುತ್ತಾ ಇರುವ ಈ ವ್ಯಕ್ತಿ ನಮ್ಮೆದುರು ನಿಂತಿದ್ದರು. ಚೇಪುವಾ ಗ್ರಾಮದ ಮನ್‌ಬಜಾರ್‌ನ ಮೊದಲ ಬಡಾವಣೆಯಲ್ಲಿ.

101 ಅಥವಾ 104 ವರ್ಷದ ಆಸುಪಾಸಿನಲ್ಲಿರುವ ಈ ವ್ಯಕ್ತಿ ತುಂಬಾ ಸ್ಪಷ್ಟವಾಗಿ ಹಾಗೂ ಖಚಿತವಾದ ದನಿಯಲ್ಲಿ ಮಾತನಾಡುತ್ತಿದ್ದರು. ತೀರಾ ಗ್ರಾಮೀಣ ಪ್ರದೇಶದಲ್ಲಿ ಬಡಜನರ ವಯಸ್ಸನ್ನು ದಾಖಲಿಸುವುದು ತೀರಾ ಕಷ್ಟದ ಕೆಲಸ. ಒಂದು ಶತಮಾನದ ಮುಂಚೆ ಬಬಾನಿ ಹುಟ್ಟಿದಾಗ ಈ ವಯಸ್ಸಿನ ದಾಖಲಾತಿ ಎಂಬ ಪರಿಕಲ್ಪನೆಯೇ ಇರಲಿಲ್ಲ. ಆದರೆ, ನಾವು ಆಕೆಯ ಪತಿಯ ದಾಖಲೆಗಳು ಹಾಗೂ 70 ವರ್ಷದ ಆಕೆಯ ದೊಡ್ಡ ಮಗ ಸೇರಿದಂತೆ ಕುಟುಂಬದ ಸದಸ್ಯರ ಜೊತೆ ಚರ್ಚಿಸುವ ಮೂಲಕ, ಪುರುಲಿಯಾದಲ್ಲಿ ನಾವು ಭೇಟಿ ಕೊಟ್ಟ ಕೆಲ ಹಳ್ಳಿಗಳಲ್ಲಿ ಆಕೆಗಿಂತ ಆಚೀಚೆ ಹುಟ್ಟಿದವರ ಜೊತೆಗೆ ಮಾತನಾಡುವ ಮೂಲಕ ಆಕೆಯ ವಯಸ್ಸಿನ ಬಗ್ಗೆ ಒಂದು ಅಂದಾಜಿಗೆ ಬಂದೆವು.

ಇದು ಯಾವುದೇ ರೀತಿಯಲ್ಲಿ ನೋಡಿದರೂ ಇಲ್ಲಿನ ಹದಗೆಟ್ಟ ಆಧಾರ್ ಕಾರ್ಡ್ ವ್ಯವಸ್ಥೆಯು ಈ ಪೀಳಿಗೆಯವರಿಗೆ ಬೇಕಾಬಿಟ್ಟಿಯಾಗಿ ಕೊಡುವ ವಯಸ್ಸಿಗಿಂತ ಹೆಚ್ಚು ನಿಖರವಾಗಿತ್ತು. ಆಧಾರ್ ಕಾರ್ಡ್ ವ್ಯವಸ್ಥೆ ಪ್ರಕಾರ ಬಬಾನಿ ಹುಟ್ಟಿದ್ದು 1925ರಲ್ಲಿ. ಅದರ ಪ್ರಕಾರ ಆಕೆಗೆ 97 ವರ್ಷ ವಯಸ್ಸು. ಆಕೆಯ ಕುಟುಂಬದವರು ಅವರಿಗೆ 104 ವರ್ಷ ಎನ್ನುತ್ತಾರೆ. ಈಕೆಗಿಂತ ನಾಲ್ಕೈದು ವರ್ಷ ದೊಡ್ಡವರಾದ ಪತಿ ಬೈದ್ಯನಾಥ್ 2002ರಲ್ಲಿ ತೀರಿಕೊಂಡಿದ್ದಾರೆ.

'ನಮ್ಮದು ದೊಡ್ಡ ಕೂಡು ಕುಟುಂಬ. ಅಲ್ಲಿ ಎಲ್ಲಾ ಜವಾಬ್ದಾರಿ ನನ್ನದೇ ಆಗಿತ್ತು. ನಾನು ಎಲ್ಲಾ ರೀತಿಯ ಕೆಲಸ ಮಾಡುತ್ತಿದ್ದೆ. ನಾನು ಎಲ್ಲವನ್ನೂ ನೋಡಿಕೊಂಡೆ. ಎಲ್ಲವನ್ನೂ ಅಂದರೆ ಎಲ್ಲವನ್ನೂ. ಇಡೀ ಕುಟುಂಬವನ್ನು ನಡೆಸಿದೆ. 1942–43ರಲ್ಲಿ ಆ ಎಲ್ಲಾ ಘಟನೆಗಳು ಜರುಗಿದಾಗ ನಾನು ಎಲ್ಲರನ್ನೂ ನೋಡಿಕೊಂಡೆ' ಎಂದರು ಬಬಾನಿ. ಆ ಎಲ್ಲಾ ಘಟನೆಗಳು ಎಂದರೆ ಯಾವುದು ಎನ್ನುವುದನ್ನು ಬಬಾನಿ ಹೇಳಲಿಲ್ಲ. ಆದರೆ, ಅದರಲ್ಲಿ ಕ್ವಿಟ್ ಇಂಡಿಯಾ ಚಳವಳಿ ಸಹಾ ಸೇರಿತ್ತು. ಬಂಗಾಳದ ಅತ್ಯಂತ ಹಿಂದುಳಿದ ಪ್ರದೇಶದಲ್ಲಿ 1942 ಸೆಪ್ಟೆಂಬರ್ 30ರಂದು 12 ಪೊಲೀಸ್ ಠಾಣೆಗಳ ಮೇಲೆ ತ್ರಿವರ್ಣ ಧ್ವಜ ಹಾರಿಸಿದ ಖ್ಯಾತ ಪ್ರಯತ್ನವೂ ಇತ್ತು.

ಈ ಜಿಲ್ಲೆಯಲ್ಲಿ ಈಗಲೂ ಸಹಾ ಮೂರನೆಯ ಒಂದು ಭಾಗದ ಕುಟುಂಬಗಳು ಬಡತನದ ರೇಖೆಗಿಂತ ಕೆಳಗಿದ್ದಾರೆ. ಪಶ್ಚಿಮ ಬಂಗಾಳದ ಜಿಲ್ಲೆಗಳ ಪೈಕಿ ಈ

ಜಿಲ್ಲೆಯಲ್ಲಿಯೇ ಅತ್ಯಂತ ಹೆಚ್ಚು ಬಡತನ ವರದಿಯಾಗುತ್ತಿದೆ. ಬಬಾನಿಯ ದೊಡ್ಡ ಕುಟುಂಬ ಒಂದಷ್ಟು ಎಕರೆ ಜಮೀನು ಹೊಂದಿತ್ತು. ಈಗಲೂ ಆ ಜಮೀನು ಉಳಿದಿದೆ. ಹಾಗಾಗಿಯೇ ಅವರು ಇನ್ನುಳಿದ ಕೆಲವರಿಗಿಂತ ಸ್ವಲ್ಪ ಉತ್ತಮ ಸ್ಥಿತಿಯಲ್ಲಿದ್ದಾರೆ.

ಆಕೆಯ ಪತಿ ಬೈದ್ಯನಾಥ್ ಮಹತೋ ಸ್ಥಳೀಯ ನಾಯಕ. ಅವರು ಬ್ರಿಟಿಷ್ ವಿರೋಧಿ ಚಳವಳಿಯಲ್ಲಿ ಸಕ್ರಿಯರಾಗಿದ್ದರು. ಪುರುಲಿಯಾದಲ್ಲಿ ಈಗ ಬದುಕಿರುವ ಇಬ್ಬರು ಸ್ವಾತಂತ್ರ್ಯ ಯೋಧರಾದ ತೇಲು ಮಹತೋ ಹಾಗೂ ಲೋಖ್ಖಿ ಮಹತೋ ಅವರು ನಮಗೆ ಪಿರ್ರಾ ಗ್ರಾಮದಲ್ಲಿ ಹೇಳಿದ ಪ್ರಕಾರ ಈ ಹಿಂದುಳಿದ ಗ್ರಾಮಕ್ಕೆ ಯಾವುದೇ ರೀತಿಯ ಸುದ್ದಿ ಬರಬೇಕಾದರೆ ತುಂಬಾ ಕಾಲ ಹಿಡಿಯುತ್ತಿತ್ತು.

'ಕ್ವಿಟ್ ಇಂಡಿಯಾ ಚಳವಳಿಗೆ ನೀಡಿದ ಕರೆ, ನಮಗೆ ಇಲ್ಲಿ ಗೊತ್ತಾಗುವ ವೇಳೆಗೆ ಆ ಕರೆ ಕೊಟ್ಟು ಒಂದು ತಿಂಗಳು ಕಳೆದಿರುತ್ತಿತ್ತು' ಎನ್ನುತ್ತಾರೆ ತೇಲು ಮಹತೋ.

ಹಾಗಾಗಿ ಈ ಕರೆಗೆ ಇಲ್ಲಿ ಸ್ಪಂದಿಸಿದ್ದು 1942ರ ಸೆಪ್ಟೆಂಬರ್ 30ರಂದು. 1942ರ ಆಗಸ್ಟ್ 8ರಂದು ಮುಂಬೈನ ಗೋವಾಲಿಯಾ ಟ್ಯಾಂಕ್ ಮೈದಾನದಲ್ಲಿ ಗಾಂಧಿಯವರು ಬ್ರಿಟಿಷರಿಗೆ 'ಭಾರತ ಬಿಟ್ಟು ತೊಲಗಿ' ಎಂದು ಕರೆ ನೀಡಿದ 53 ದಿನಗಳ ನಂತರ! ಈ ಹೋರಾಟವನ್ನು ಸಂಘಟಿಸಿದ್ದಕ್ಕಾಗಿ ಬೈದ್ಯನಾಥ್ ಅವರನ್ನು ಬಂಧಿಸಲಾಯಿತು. ನಂತರದ ದೌರ್ಜನ್ಯದಲ್ಲಿ ಅವರು ನಲುಗಿದರು. ಸ್ವಾತಂತ್ರ್ಯಾನಂತರ ಅವರು ಶಾಲಾ ಶಿಕ್ಷಕರಾಗಬೇಕಾಯಿತು. ಶಿಕ್ಷಕರು ಆಗ ರಾಜಕೀಯ ಸಂಘಟನೆಯಲ್ಲಿ ಮಹತ್ವದ ಪಾತ್ರ ವಹಿಸಿದ್ದರು.

***

ಬಬಾನಿ ದಶಕಗಳ ಕಾಲ ತಮ್ಮ ಕುಟುಂಬದ ಜಮೀನನ್ನು ನಡೆಸಿದರು. ಬೀಜ ಬಿತ್ತನೆಗೆ ನೆಲ ಹದ ಮಾಡುವುದರಿಂದ ಹಿಡಿದು ಕೆಲಸಗಾರರ ಮೇಲ್ವಿಚಾರಣೆ ಹಾಗೂ ಬೆಳೆ ತೆಗೆಯುವವರೆಗೆ ಎಲ್ಲವನ್ನೂ ನೋಡಿಕೊಳ್ಳುತ್ತಿದ್ದರು. ಬೆಳೆದದ್ದನ್ನು ಮನೆಗೆ ಖುದ್ದಾಗಿ ಆಕೆಯೇ ಸಾಗಿಸುತ್ತಲೂ ಇದ್ದರು.

ಪೊಲೀಸ್ ಠಾಣೆಗಳನ್ನು ವಶಪಡಿಸಿಕೊಂಡು ಅದರ ಮೇಲೆ ತ್ರಿವರ್ಣ ಧ್ವಜ ಹಾರಿಸುವ ಯತ್ನದ ಹಿಂದೆ ಹಲವಾರು ಶಕ್ತಿಗಳು ಕೆಲಸ ಮಾಡಿದ್ದವು. ಬ್ರಿಟಿಷರ ಶೋಷಣೆಯ ಆಡಳಿತದಿಂದ ಬೇಸತ್ತು ಹೋಗಿದ್ದ ಜನರ ಆಕ್ರೋಶವಿತ್ತು. ವಿವಿಧ ಹಿನ್ನೆಲೆಯಿಂದ ಬಂದವರಿದ್ದರು. ಎಡ ಕ್ರಾಂತಿಕಾರಿಗಳು ಇದ್ದರು, ಹಾಗೆಯೇ ಗಾಂಧಿವಾದಿಗಳೂ. ಅಷ್ಟೇ ಅಲ್ಲದೆ ತೇಲು ಹಾಗೂ ಲೋಕ್ಕಿ ಮಹತೋರಂತಹವರೂ ಇದ್ದರು. ನಮಗೆ ಅರಿವಾದಂತೆ ಅವರು ವ್ಯಕ್ತಿತ್ವದಿಂದ ಗಾಂಧಿವಾದಿಗಳು, ವಿಶ್ವಾಸ ಎಡದ ಕಡೆ.

'ಅವರ ರಾಜಕೀಯ, ಅವರ ಒಲವು ಎಡಶಕ್ತಿಗಳ ಜೊತೆ ಇತ್ತು. ಅವರ ನೈತಿಕತೆ ಹಾಗೂ ಜೀವನಶೈಲಿ ಗಾಂಧಿಯವರಿಂದ ನಿರ್ದೇಶಿಸಲ್ಪಟ್ಟಿದ್ದವು. ಕೆಲವೊಮ್ಮೆ ಅವರು ಈ ಎರಡು ಮಾರ್ಗಗಳ ನಡುವೆ ಹರಿದು ಹಂಚಿಹೋಗುತ್ತಿದ್ದರು. ಅವರು ಅಹಿಂಸೆಯಲ್ಲಿ ನಂಬಿಕೆ ಇಟ್ಟಿದ್ದರು ಆದರೆ ಕೆಲವೊಮ್ಮೆ ಬ್ರಿಟಿಷರಿಗೆ ಹಿಂಸಾತ್ಮಕವಾಗಿಯೇ ತಿರುಗೇಟು ನೀಡುತ್ತಿದ್ದರು. 'ನೋಡಿ, ಅವರು ನಮ್ಮ ಮೇಲೆ ಗುಂಡು ಹಾರಿಸಿದರು. ಗೆಳೆಯರು, ಕುಟುಂಬಸ್ಥರು, ಸಂಗಾತಿಗಳು ತಮ್ಮ ಕಣ್ಣೆದುರಿಗೇ ಪೊಲೀಸರ ಗುಂಡಿಗೆ ಬಲಿಯಾಗುತ್ತಿರುವುದನ್ನು ನೋಡಿದರೆ ಜನ ತಿರುಗೇಟು ನೀಡಿಯೇ ನೀಡುತ್ತಾರೆ.'

ತೇಲು ಹಾಗೂ ಲೋಖ್ಯಿ ಇಬ್ಬರೂ ಕುರ್ಮಿಗಳು. ಬಬಾನಿ ಅವರ ಕುಟುಂಬ ಸಹಾ ಕುರ್ಮಿಗಳೇ. ಪಶ್ಚಿಮ ಬಂಗಾಳದ ಜಂಗಲ್ ಮಹಲ್ ಪ್ರದೇಶದಲ್ಲಿ ಇದು ದೊಡ್ಡ ಸಮುದಾಯ.

1913ರಲ್ಲಿ ಬ್ರಿಟಿಷ್ ರಾಜ್ ಇವರನ್ನು ಪರಿಶಿಷ್ಟ ಪಂಗಡಕ್ಕೆ ಸೇರಿಸಿತು. ಆದರೆ, 1931ರ ಗಣತಿಯಲ್ಲಿ ಅವರನ್ನು ಆ ಪಟ್ಟಿಯಿಂದ ಕೈಬಿಟ್ಟಿತು. 1950ರಲ್ಲಿ ಇತರೆ ಹಿಂದುಳಿದ ವರ್ಗಕ್ಕೆ ಸೇರಿಸಲಾಯಿತು. ಈ ಸಮುದಾಯವನ್ನು ಮತ್ತೆ ಬುಡಕಟ್ಟು ಪಟ್ಟಿಗೆ ಸೇರಿಸಬೇಕು ಎಂಬುದು ಈ ರಾಜ್ಯದಲ್ಲಿನ ಕುರ್ಮಿಗಳ ಪ್ರಮುಖ ಬೇಡಿಕೆ.

ಇಲ್ಲಿ ಕುರ್ಮಿಗಳು ಸಹಾ ಸ್ವಾತಂತ್ರ್ಯ ಹೋರಾಟದ ಮುಂಚೂಣಿಯಲ್ಲಿದ್ದರು. 1942ರ ಸೆಪ್ಟೆಂಬರ್‌ನ ಕೊನೆಯ ಎರಡು ದಿನದಂದು 12 ಪೊಲೀಸ್ ಠಾಣೆಗಳತ್ತ ಹೊರಟ ಮೆರವಣಿಗೆಯಲ್ಲಿ ಈ ಸಮುದಾಯದ ಹಲವಾರು ಮಂದಿ ಭಾಗವಹಿಸಿದ್ದರು.

ಮೆರವಣಿಗೆ ಹೊರಟವರ ಜೊತೆ 'ಸ್ವದೇಶಿ'ಯ ಕಡು ಪ್ರಚಾರಕರಾಗಿದ್ದ ಬೈದ್ಯನಾಥ್ ಮಹತೋ ಸಹಾ ಇದ್ದರು. ಇದ್ದುದರಲ್ಲೇ ಒಳ್ಳೆಯ ಸ್ಥಿತಿಯಲ್ಲಿದ್ದ ಇವರ ಪೋಷಕರು ಮಹತೋ ಅವರ ರಾಜಕೀಯದಿಂದಾಗಿ ಚಿಂತಿತರಾಗಿದ್ದರು. ಇವರು ಬ್ರಿಟಿಷ್ ವಿರೋಧಿ ಕಾರ್ಯಾಚರಣೆಯಲ್ಲಿ ಭಾಗವಹಿಸುವುದು ಅವರಿಗೆ ಬೇಡವಾಗಿತ್ತು.

'ನಂತರದ 13 ತಿಂಗಳನ್ನು ಬೈದ್ಯನಾಥ್ ಜೈಲಿನಲ್ಲಿ ಕಳೆದರು. ಅವರನ್ನು ಭಾಗಲ್ಪುರದ ಜೈಲಿನಲ್ಲಿಡಲಾಗಿತ್ತು' ಎಂದರು ಈಗ 70ರ ವಯಸ್ಸಿನಲ್ಲಿರುವ ಅವರ ಮಗ ಶ್ಯಾಮಸುಂದರ ಮಹತೋ. ಈ ಹಂತದಲ್ಲಿಯೇ ನಾವು ಬಬಾನಿ ಅವರಿಗೆ ಅವರು ಜೈಲಿನಲ್ಲಿದ್ದರಿಂದ ನಿಮಗೆ ಕಷ್ಟ ಆಗಿರಬೇಕಲ್ಲವೇ ಎನ್ನುವ ಪ್ರಶ್ನೆ ಕೇಳಿದ್ದು. 'ಅದಕ್ಕಿಂತ ಅವರು ವಾಪಸ್ ಬಂದ ನಂತರವೇ ಇನ್ನೂ ಹೆಚ್ಚು ಕಷ್ಟ ಆಗಿದ್ದು' ಎನ್ನುವ ಗಾಬರಿ ಹುಟ್ಟಿಸುವ ಉತ್ತರ ಪಡೆದದ್ದು.

'ಇದರ ಅರ್ಥ ಹೆಚ್ಚು ಜನರು ಬರುತ್ತಿದ್ದರು. ಹೆಚ್ಚು ಜನರಿಗೆ ಅಡುಗೆ ಮಾಡಬೇಕಿತ್ತು. ಹೆಚ್ಚು ಜನರನ್ನು ಸುಧಾರಿಸಬೇಕಿತ್ತು. ಅವರು ವಾಪಸ್ ಬಂದಾಗ ನಾನು ತುಂಬಾ ಅತ್ತೆ. ನನ್ನ ಹಾಗೂ ಕುಟುಂಬದ ಸಂಕಟದ ಮೇಲೆ ಅವರ ಹೀರೋಗಿರಿ ನಿಂತಿದೆ ಎಂದು ಆಕ್ರೋಶ ವ್ಯಕ್ತಪಡಿಸಿದೆ. ಇವರು ವಾಪಸ್ ಬರುವುದರೊಂದಿಗೆ ನನ್ನ ಕೆಲಸವೂ ಜಾಸ್ತಿ ಆಯಿತು' ಎಂದರು.

ನಾವು ಮತ್ತೆ ನಮ್ಮ ಗಮನವನ್ನು ಬಬಾನಿ ಮೇಲೆ ಮರುಕೇಂದ್ರೀಕರಿಸಿದೆವು. ಅವರ ಆಲೋಚನೆಯ ಮೇಲೆ ಗಾಂಧಿಯವರ ಪ್ರಭಾವ ಇತ್ತೇ? ಸತ್ಯಾಗ್ರಹ ಹಾಗೂ ಅಹಿಂಸೆಯ ಬಗ್ಗೆ ಅವರಿಗೇನು ಅನಿಸುತ್ತದೆ?

ತುಂಬಾ ಶಾಂತವಾಗಿದ್ದರೂ ಆಕೆ ನೇರ ಹಾಗೂ ನಿರ್ಭಿಡೆಯಿಂದ ಮಾತನಾಡುವವರಾಗಿದ್ದರು. ಆಕೆ ನಮ್ಮತ್ತ ನೋಡಿದ ರೀತಿ ಹೇಗಿತ್ತು ಎಂದರೆ ಏನೂ ಅರ್ಥವಾಗದ ಬುದ್ಧಿ ತಿಳಿಯದ ಮಕ್ಕಳಿಗೆ ತನ್ನನ್ನು ವಿವರಿಸುವಂತೆ ಇತ್ತು.

'ಗಾಂಧಿ... ಏನಂದಿರಿ? ನಾನು ಆರಾಮವಾಗಿ ಕುಳಿತು ಈ ವಿಷಯಗಳನ್ನು ಚಿಂತಿಸುತ್ತಾ ಇರುತ್ತಿದ್ದೆ ಎಂದುಕೊಂಡಿರಾ? ಪ್ರತೀ ದಿನ ನಾನು ಮಾಡಿ ಬಡಿಸಬೇಕಾದವರ ಸಂಖ್ಯೆ ಹೆಚ್ಚುತ್ತಲೇ ಇತ್ತು' ಎಂದು ಅವರು ತಾವು ಹೇಳುತ್ತಿರುವುದನ್ನು ಒತ್ತಿ ತಿಳಿಸುವಂತೆ ಕೈಯಾಡಿಸಿದರು.

'ನನ್ನ ಮದುವೆ ಆದಾಗ ನನಗೆ 9 ವರ್ಷ. ಅರ್ಥ ಮಾಡಿಕೊಳ್ಳಿ. ಆ ವಯಸ್ಸಿನಲ್ಲಿ ನಾನು ಅಂತಹ ದೊಡ್ಡ ವಿಷಯಗಳ ಬಗ್ಗೆ ಹೇಗೆ ಯೋಚನೆ ಮಾಡಲಾಗುತ್ತಿತ್ತು. ಅದಾದ ಮೇಲೆ ನಾನು ದಶಕಗಳ ಕಾಲ, ಒಬ್ಬಂಟಿಯಾಗಿ ಆ ದೊಡ್ಡ ಕೂಡು ಕುಟುಂಬವನ್ನು ನೋಡಿಕೊಳ್ಳಬೇಕಾಯಿತು. ನಾನು ಹೊಲ ನೋಡಿಕೊಳ್ಳಬೇಕಿತ್ತು. ನೆಲ ಹದ ಮಾಡುವುದರಿಂದ, ಬೀಜ ಬಿತ್ತುವುದರಿಂದ ಹಿಡಿದು ಕೆಲಸಗಾರರನ್ನು ನೋಡಿಕೊಳ್ಳುವವರೆಗೆ, ಕಳೆ ಕೀಳುವುದು, ಬೆಳೆ ತೆಗೆಯುವವರೆಗೆ...' ಹಾಗೆ ಮಾತನಾಡುತ್ತಾ ಅವರು ಕೃಷಿ ಕೆಲಸಗಾರರಿಗೆ ಊಟ ಕೊಟ್ಟರು.

ಬಹುತೇಕ ಕಾಡಿನ ಅಂಚಿನಲ್ಲಿದ್ದ ಜಮೀನಿನಿಂದ ಆಕೆ ಬೆಳೆಯನ್ನು ಹೊತ್ತು ಮನೆಗೆ ಸಾಗಿಸುತ್ತಿದ್ದರು ಕೂಡಾ.

ಅವೆಲ್ಲವನ್ನೂ ಅವರು ಮಾಡಿದ್ದು ಯಾವುದೇ ಯಂತ್ರಗಳಿಲ್ಲದ ಕಾಲದಲ್ಲಿ. ವಿದ್ಯುತ್ ಯಂತ್ರಗಳ ಬಗ್ಗೆ ಆ ಕಾಲದಲ್ಲಿ ಕೇಳಿಯೂ ಗೊತ್ತಿರಲಿಲ್ಲ. ಜಮೀನಿನಲ್ಲಿ ಆಕೆ ಮಾಡಿದ ದೈಹಿಕ ಶ್ರಮದ ಕೆಲಸಗಳೆಲ್ಲವೂ ಅತ್ಯಂತ ಹಳೆಯ ಉಪಕರಣಗಳಿಂದಲೇ. ಅದೂ ಗಂಡಸರ ಕೈಗೆ ಬೇಕಾಗುವಂತೆ ದೊಡ್ಡದಾಗಿ ವಿನ್ಯಾಸ ಮಾಡಲಾದ– ಈಗಲೂ ಹಾಗೆಯೇ ವಿನ್ಯಾಸ ಮಾಡುವುದು– ಸಾಧನಗಳಿಂದ. ಅದೂ ತೀವ್ರ ಬರದಿಂದ ತೀರಾ ಕಂಗೆಟ್ಟಿದ್ದ, ಅಸಮಾನತೆ ಹಾಗೂ ಬಡತನದಿಂದ ಕೂಡಿದ್ದ ಪ್ರದೇಶದಲ್ಲಿ.

ಬೈದ್ಯನಾಥರ ಜೊತೆ ಈಕೆಯ ಮದುವೆಯಾದ ಮೂರು ದಶಕಗಳ ನಂತರ ಬೈದ್ಯನಾಥರು ಮತ್ತೆ ಮದುವೆಯಾಗಬೇಕಾಗಿ ಬಂದಿತು. ಈ ಬಾರಿ ಬಬಾನಿಯವರ ಸ್ವಂತ ತಂಗಿ, ಅವರಿಗಿಂತ 20 ವರ್ಷ ಚಿಕ್ಕವಳಾದ ಊರ್ಮಿಳಾ ಜೊತೆ. ಅನೇಕ ಪ್ರಮುಖ ಬಿಕ್ಕಟ್ಟುಗಳಿಂದಾಗಿ ಈ ಮದುವೆ ಜರುಗಬೇಕಾಯಿತು ಎನ್ನುತ್ತಾರೆ ಇವರ ಸಂಬಂಧಿಕರು.

ಊರ್ಮಿಳಾಗೆ ಬಹುಶಃ ಆಕೆಯ 15ನೆಯ ವಯಸ್ಸಿನಲ್ಲಿ ಇರಬೇಕು ಅವರ ಗ್ರಾಮದಲ್ಲಿ ಮದುವೆ ನಿಶ್ಚಯ ಮಾಡಲಾಗಿತ್ತು. ಅದು ಮುಂಗಾರಿನ ಸಮಯ. ದಿಢೀರ್ ಪ್ರವಾಹದಿಂದಾಗಿ ವರನ ಕಡೆಯವರು ನದಿಯನ್ನು ದಾಟಿ ಬರಲಾಗಲಿಲ್ಲ. ಇದರಿಂದಾಗಿ ಸುಮುಹೂರ್ತ ಕಳೆದು ಹೋಯಿತು. ತೀರಾ ಮೂಢನಂಬಿಕೆಯ ಸಮಾಜ ಇದನ್ನು ಭಾರೀ ಅಪಶಕುನ ಎಂದು ಭಾವಿಸಿ ಆಕೆಯನ್ನು ದೂಷಿಸಲು

ಆರಂಭಿಸಿತು. ಮದುವೆ ನಿಶ್ಚಯವಾಗಿದ್ದ ಹುಡುಗನನ್ನಲ್ಲ. ಇದರ ಅರ್ಥ ಇನ್ಯಾರೂ ಅವಳನ್ನು ಮದುವೆಯಾಗುವುದಿಲ್ಲ ಎಂದಾಯಿತು.

ಆಕೆ ಹುಟ್ಟಿದ ಕೆಲ ದಿನಗಳಲ್ಲೇ ಅವಳ ತಂದೆ ತೀರಿಕೊಂಡಿದ್ದರು. ಹಾಗಾಗಿ ಮದುವೆ ನಿಂತದ್ದನ್ನು ಎರಡನೆಯ ಅಪಶಕುನ ಎಂದೇ ನೋಡಲಾಗಿತ್ತು. ಇದು ಎಲ್ಲಾ ಗಂಡಸರಿಗೂ ಊರ್ಮಿಳಾ ಇಂದ ದೂರ ಇರುವಂತೆ ನೀಡಿದ ಎಚ್ಚರ. ಊರ್ಮಿಳಾ ಇನ್ನೂ ಚಿಕ್ಕವಳಿರುವಾಗಲೇ ಆಕೆಯ ತಾಯಿಯೂ ಸತ್ತು ಹೋದ ಕಾರಣ ಈಕೆ ಈಗ ಬಬಾನಿಯ ಜೊತೆಯೇ ಇರುತ್ತಿದ್ದಳು. ಆಕೆಯ ಮೇಲಿದ್ದ ಈ ಎಲ್ಲಾ ಪೂರ್ವಾಗ್ರಹವನ್ನು ತೊಡೆದು ಹಾಕಲೆಂದೇ ಬೈದ್ಯನಾಥ್ ಊರ್ಮಿಳಾಳನ್ನು ಮದುವೆಯಾದರು.

ಇಬ್ಬರು ಸಹೋದರಿಯರಿಗೂ ತಲಾ ಮೂವರು ಮಕ್ಕಳಿದ್ದಾರೆ.

ಬಬಾನಿ ಮಹತೋ ಬೆಳೆ ಬೆಳೆದದ್ದು, ಕಟಾವು ಮಾಡಿ ಮನೆಗೆ ಸಾಗಿಸುತ್ತಿದ್ದದ್ದು, ಅವರ ಕುಟುಂಬ ಹಾಗೂ ಇನ್ನೂ ಅನೇಕರಿಗೆ ಅಡುಗೆ ಮಾಡಿದ್ದು ಎಲ್ಲವೂ ನಿಧಾನವಾಗಿ ನಮ್ಮ ಮನಸ್ಸಿನೊಳಗೆ ಸರಿಯಾಗಿ ಕೂಡಲು ಆರಂಭಿಸಿತು. ಆಕೆ ಇದನ್ನು 1920, 1930 ಹಾಗೂ 1940ರ ದಶಕಗಳುದ್ದಕ್ಕೂ ಮಾಡುತ್ತಲೇ ಇದ್ದರು.

ಎಷ್ಟು ಎಕರೆ ಜಮೀನಿನಲ್ಲಿ ಇವರು ಕೃಷಿ ಮಾಡಿದರು ಎನ್ನುವ ವಿಚಾರ ಮಾತ್ರ ಅಸ್ಪಷ್ಟವಾಗಿದೆ. ಕುಟುಂಬವು ತಮ್ಮದೇ ಎಂದು ಭಾವಿಸಿದ ಜಮೀನಿನಲ್ಲಿ ಕೃಷಿ ಮಾಡಿತು. ಆದರೆ, ಈ ಜಮೀನಿಗೆ ಯಾವುದೇ ಸರಿಯಾದ ದಾಖಲೆಗಳಿರಲಿಲ್ಲ. ಜಮೀನ್ದಾರನ ಮರ್ಜಿಯಂತೆ ಅವರು ಅಲ್ಲಿ ಕೆಲಸ ಮಾಡುತ್ತಿದ್ದರು. 20 ಮಂದಿಯ ಆಕೆಯ ಬೃಹತ್ ಕುಟುಂಬವು ಬಬಾನಿ ಅವರ ತವರು ಮನೆ ಜನ್ರಾ ಹಾಗೂ ಗಂಡನ ಕುಟುಂಬವಿದ್ದ ಚೆಮುವಾದಲ್ಲಿದ್ದ ಭೂಮಿಯನ್ನು ಆಧರಿಸಿದ್ದರು. ಎರಡೂ ಗ್ರಾಮಗಳಲ್ಲಿ ಸೇರಿ ಸುಮಾರು 30 ಎಕರೆ ಜಮೀನಿತ್ತು.

ಆಕೆಯ ಹೆಗಲ ಮೇಲೆ ಬೀಳುತ್ತಿದ್ದ ಅಪಾರ ಕೆಲಸದ ಹೊರೆ ಆಕೆ ಎಚ್ಚರಿದ್ದ ಪ್ರತೀ ಗಂಟೆಯನ್ನೂ ತಿಂದು ಹಾಕುತ್ತಿತ್ತು. ಅದೂ ಎಷ್ಟೊಂದು ಗಂಟೆಗಳು!

ಆಕೆ ಬೆಳಗ್ಗೆ 4 ಗಂಟೆಗೆಲ್ಲಾ ಏಳುತ್ತಿದ್ದರೇ?

'ಅದಕ್ಕಿಂತ ತುಂಬಾ ಬೇಗ' ಎಂದು ಆಕೆ ಅಣಕಿಸುವಂತೆ ಹೇಳಿದರು. ಆಕೆ ಬಹುಶಃ ಬೆಳಗ್ಗೆ 2 ಗಂಟೆಗೆಲ್ಲಾ ಏಳುತ್ತಿರಬೇಕು. ಹಾಗೂ 'ಒಮ್ಮೆಯೂ ನನಗೆ ರಾತ್ರಿ 10 ಗಂಟೆಗೆ ಮುನ್ನ ಮಲಗಲು ಸಾಧ್ಯವಾಗಿಲ್ಲ. ಇನ್ನೂ ಎಷ್ಟೋ ತಡವಾಗುತ್ತಿತ್ತು' ಎಂದರು.

ಆಕೆಯ ಮೊದಲ ಮಗು ತೀವ್ರ ಅತಿಸಾರದಿಂದ ಮರಣ ಹೊಂದಿತು. 'ನಾವು ಒಬ್ಬ ಚಿಕಿತ್ಸಕನ ಬಳಿ ಹೋದೆವು. ಕವಿರಾಜ್ ಎಂಬ ಫಕೀರನ ಬಳಿ. ಆದರೆ, ಅದರಿಂದ ಏನೂ ಪ್ರಯೋಜನವಾಗಲಿಲ್ಲ.' ಆ ಮಗು ಸತ್ತಾಗ ಅದಕ್ಕೆ ಇನ್ನೂ ಒಂದು ವರ್ಷ.

ನಾನು ಮತ್ತೆ ಗಾಂಧಿ ಮತ್ತು ಚಳವಳಿಯ ಬಗ್ಗೆ ಆಕೆಯ ಬಳಿ ಕೇಳಲು ಪ್ರಯತ್ನಿಸಿದೆ. 'ನಾನು ತಾಯಿಯಾದ ನಂತರ ನನಗೆ ಚರಕ ತಿರುಗಿಸಲು ಹಾಗೂ ಆ ರೀತಿಯ ಯಾವುದೇ ಕೆಲಸ ಮಾಡಲೂ ಸಮಯ ಸಿಗಲಿಲ್ಲ. ನಾನು ಮದುವೆಯಾದಾಗ ನನಗೆ 9 ವರ್ಷ ಮಾತ್ರ' ಎನ್ನುವುದನ್ನು ಅವರು ಮತ್ತೆ ನಮಗೆ ನೆನಪಿಸಿದರು.

ಆಕೆ ಬದುಕಿದ ಕಾಲ, ಆಕೆ ಎದುರಿಸಿದ ಸಂಕಷ್ಟಗಳನ್ನು ಗಮನಿಸಿದರೆ ತಾನು ಆ ಶತಮಾನದಲ್ಲಿ ಎದುರಿಸಿದ ಮೂರು ಅಗಾಧ ಅನುಭವಗಳ ಬಗ್ಗೆ ಬಬಾನಿ ಖಂಡಿತಾ ಮಾತನಾಡಬಹುದು ಎನಿಸಿತು.

'ಎಲ್ಲಾ ಸಮಯದಲ್ಲೂ ನನ್ನ ಮೇಲೆ ಅಗಾಧ ಕೆಲಸ ಮುಗಿಬಿದ್ದಿರುತ್ತಿತ್ತು. ನನ್ನ ಬದುಕು ಹೇಗಿರುತ್ತಿತ್ತು ಎನ್ನುವುದನ್ನು ದಯವಿಟ್ಟು ಅರ್ಥ ಮಾಡಿಕೊಳ್ಳಿ. ನಾನು ಕುಳಿತು ಏನನ್ನು ಯೋಚಿಸುತ್ತಿದ್ದೆ ಗೊತ್ತಾ? ಇಷ್ಟು ದೊಡ್ಡ ಕುಟುಂಬವನ್ನು ನಿರ್ವಹಿಸುವುದು ಹೇಗೆ ಸರಿದೂಗಿಸಿಕೊಂಡು ಹೋಗುವುದು ಹೇಗೆ ಎನ್ನುವುದೇ ನನ್ನ ಚಿಂತೆಯಾಗಿತ್ತು. ಬೈದ್ಯನಾಥ್ ಹಾಗೂ ಇತರರು ಹೋರಾಟದಲ್ಲಿ ತೊಡಗಿಸಿಕೊಂಡಿದ್ದರು. ನಾನು ಎಲ್ಲರನ್ನೂ ಸಾಕಬೇಕಾಯಿತು.'

ಆಕೆಯ ಮೇಲೆ ಇಷ್ಟು ದೊಡ್ಡ ಹೊರೆಯ ಕೆಲಸಗಳು ಹಾಗೂ ಇನ್ನಿಲ್ಲದಷ್ಟು ಒತ್ತಡ ಇದ್ದಾಗ ಅವರು ಏನು ಮಾಡುತ್ತಿದ್ದರು?

'ನನ್ನ ತಾಯಿಯ ಮುಂದೆ ಕೂತು ಅಳುತ್ತಿದ್ದೆ. ಬೈದ್ಯನಾಥ್ ಅವರು ಕರೆತರುತ್ತಿದ್ದ ಹೆಚ್ಚೆಚ್ಚು ಜನರಿಗೆ ನಾನು ಅಡುಗೆ ಮಾಡಬೇಕಾದಾಗ ನನಗೆ ಇರಿಸುಮುರಿಸಾಗುತ್ತಿರಲಿಲ್ಲ, ಆದರೆ ಅಳು ಬರುತ್ತಿತ್ತು.'

ಅದು ನಮಗೆ ಸರಿಯಾಗಿ ಅರ್ಥವಾಗಲಿ ಎಂಬಂತೆ, 'ನನಗೆ ಇರಿಸುಮುರಿಸಾಗುತ್ತಿರಲಿಲ್ಲ. ಆದರೆ ಅಳು ಬರುತ್ತಿತ್ತು' ಎನ್ನುವುದನ್ನು ಒತ್ತಿ ಹೇಳಿದರು.

***

ನಾವು ಹೊರಡಲೆಂದು ಇನ್ನೇನು ಕುರ್ಚಿ ಬಿಟ್ಟು ಏಳುವಾಗ, ಆಕೆಯ ಮೊಮ್ಮಗ, ಬೈದ್ಯನಾಥ್‌ರಂತೆಯೇ ಶಿಕ್ಷಕರಾಗಿರುವ ಪಾರ್ಥಸಾರಥಿ ಮಹತೋ

ಅವರು ನಮ್ಮನ್ನು ಕೂಡಲು ಕೇಳಿಕೊಂಡರು. ಪಾರ್ಥ ದಾಗೆ ಕೆಲವು ವಿಷಯ ಹೇಳಲಿಕ್ಕಿತ್ತು.

ಆಗಲೇ ನಿಜ ಸುದ್ದಿ ಹೊರಬರಲು ಆರಂಭಿಸಿದ್ದು.

ಆಕೆಯ ದೊಡ್ಡ ಕುಟುಂಬ ಹೊರತುಪಡಿಸಿ, ಈಕೆ ಅಡುಗೆ ಮಾಡುತ್ತಿದ್ದದ್ದು ಯಾರಿಗಾಗಿ? ಬೈದ್ಯನಾಥ್ ಕೆಲವೊಮ್ಮೆ ಕರೆತರುತ್ತಿದ್ದ, ಆಕೆ ಅಡುಗೆ ಮಾಡಿ ಹಾಕಬೇಕಿದ್ದ ಆ 5, 10, 20 ಮಂದಿ ಯಾರು?

'ಆಕೆ ಹಾಗೆ ಅಡುಗೆ ಮಾಡುತ್ತಿದ್ದದ್ದು ಆ ಕ್ರಾಂತಿಕಾರಿಗಳಿಗೆ' ಎಂದರು ಪಾರ್ಥಸಾರಥಿ. 'ಭೂಗತರಾಗಿ ಅರಣ್ಯದಲ್ಲಿ ಬಚ್ಚಿಟ್ಟುಕೊಂಡಿದ್ದವರಿಗೆ.'

ನಾವು ಒಂದಷ್ಟು ಹೊತ್ತು ಸುಮ್ಮನೆ ಕುಳಿತೆವು. ತನ್ನ 9ನೆಯ ವಯಸ್ಸಿನಿಂದಲೂ ತನಗಾಗಿ ಒಂದಿಷ್ಟೂ ಸಮಯ ಇರದ ಈ ಹೆಣ್ಣುಮಗಳ ತ್ಯಾಗದ ಬಗ್ಗೆ ನಮಗೆ ಮಹಾ ಅಚ್ಚರಿಯಾಯಿತು.

1930 ಹಾಗೂ 1940ರ ದಶಕದಲ್ಲಿ ಆಕೆಯ ಈ ಎಲ್ಲಾ ಕೆಲಸಗಳೂ ಸ್ವಾತಂತ್ರ್ಯ ಹೋರಾಟದ ಭಾಗವಲ್ಲ ಎಂದರೆ, ಅದು ಇನ್ನೇನು?

ನಮಗೆ ಈ ಅಂಶ ಗೊತ್ತಾಗಿರಲಿಲ್ಲ ಎನ್ನುವುದು ಅವರೆಲ್ಲರಿಗೂ ಆಶ್ಚರ್ಯ ತಂದಿತ್ತು. ಅವರ ಮಗ ಹಾಗೂ ಇತರರು ನಮ್ಮತ್ತ ನೋಡಿದರು. ನಮಗೆ ಇದು ಗೊತ್ತು ಎಂದೇ ಅವರು ತಾವಾಗಿಯೇ ಅಂದುಕೊಂಡುಬಿಟ್ಟಿದ್ದರು.

ಬಬಾನಿಗೆ ತಾನು ಮಾಡುತ್ತಿರುವುದು ಏನು ಹಾಗೂ ಯಾರಿಗಾಗಿ ಎನ್ನುವುದು ಗೊತ್ತಿತ್ತೇ?

'ಹೌದು ಗೊತ್ತಿತ್ತು. ಆಕೆಗೆ ಅವರ ಹೆಸರು ಗೊತ್ತಿಲ್ಲದಿರಬಹುದು ಅಥವಾ ಆ ಪ್ರತಿಯೊಬ್ಬರನ್ನು ಗುರುತಿಸಲು ಸಾಧ್ಯವಾಗದಿರಬಹುದು. ಬೈದ್ಯನಾಥ್ ಹಾಗೂ ಅವರ ಜೊತೆಗಾರರು ಹಳ್ಳಿಯ ಹೆಣ್ಣುಮಕ್ಕಳು ಮಾಡಿದ ಅಡುಗೆಯನ್ನು ಹೀಗೆ ಭೂಗತರಾಗಿದ್ದವರಿಗೆ ತಲುಪಿಸುವ ವ್ಯವಸ್ಥೆ ಮಾಡುತ್ತಿದ್ದರು.

ಆ ಕಾಲದ ಪುರುಲಿಯಾದ ಪರಿಸ್ಥಿತಿಯನ್ನು ಚೆನ್ನಾಗಿ ಅಧ್ಯಯನ ಮಾಡಿದ್ದ ಪಾರ್ಥ ದಾ ಅವರು ಆನಂತರ ಆಗಿನ ವ್ಯವಸ್ಥೆಯನ್ನು ನಮಗೆ ವಿವರಿಸಿದರು. 'ಗೊತ್ತು ಮಾಡಿದ ದಿನದಂದು ಅಡಗುದಾಣದಲ್ಲಿ ಎಷ್ಟು ಮಂದಿ ಇದ್ದಾರೆ ಎನ್ನುವುದನ್ನು ಆಧರಿಸಿ ಒಂದಿಷ್ಟು ಒಳ್ಳೆಯ ಸ್ಥಿತಿಯಲ್ಲಿರುವ ಮನೆಗಳವರು ಅಡುಗೆ ತಯಾರಿಸಬೇಕಿತ್ತು. ಹಾಗೆ ಅಡುಗೆ ಮಾಡಿದ ನಂತರ ಅದನ್ನು ಅಡುಗೆಮನೆಯಲ್ಲೇ ಇಟ್ಟು ಹೋಗುವಂತೆ ಹೇಳಲಾಗುತ್ತಿತ್ತು' ಎಂದು ವಿವರ ನೀಡಿದರು.

ಹಾಗೆ ಇಟ್ಟ ಅಡುಗೆಯನ್ನು ಯಾರು ಬಂದು ಕೊಂಡೊಯ್ಯುತ್ತಾರೆ ಎನ್ನುವುದು ಅವರಿಗೆ ಗೊತ್ತಾಗುತ್ತಿರಲಿಲ್ಲ. ಅಥವಾ ಯಾರಿಗಾಗಿ ನಾವು ಅಡುಗೆ ಮಾಡುತ್ತೇವೆ ಎನ್ನುವುದೂ ಗೊತ್ತಿರಲಿಲ್ಲ. ಇದನ್ನು ಅದೇ ಊರಿನವರ ಮೂಲಕ ಸಾಗಿಸುತ್ತಿರಲಿಲ್ಲ. ಗ್ರಾಮದಲ್ಲಿ ಬ್ರಿಟಿಷರು ತಮ್ಮದೇ ಬೇಹುಗಾರರು ಹಾಗೂ ಮಾಹಿತಿದಾರರನ್ನು ಹೊಂದಿದ್ದರು. ಭೂಮಾಲೀಕರು ಸಹಾ ಅವರೊಂದಿಗೆ ಕೈಜೋಡಿಸಿದ್ದರು. ಇವರುಗಳು ಕಾಡಿಗೆ ಅಡುಗೆ ಹೊತ್ತೊಯ್ಯುವ ಗ್ರಾಮಸ್ಥರನ್ನು ಸುಲಭವಾಗಿ ಕಂಡುಹಿಡಿದು ಬಿಡುತ್ತಿದ್ದರು. ಇದು ಆ ಹೆಣ್ಣುಮಕ್ಕಳಿಗೂ, ಭೂಗತರಾಗಿದ್ದ ಎಲ್ಲರಿಗೂ ಅಪಾಯಕಾರಿಯಾಗಿತ್ತು. ಯಾರು ಅಡುಗೆಯನ್ನು ತೆಗೆದುಕೊಂಡು ಹೋಗುತ್ತಿದ್ದರು ಎನ್ನುವುದನ್ನು ಈ ಮಹಿಳೆಯರು ಎಂದೂ ನೋಡಿರಲಿಲ್ಲ.

ಹೀಗೆ ಎರಡೂ ಕಡೆಯವರನ್ನೂ ಗುರುತು ಹಿಡಿಯುವುದರಿಂದ ರಕ್ಷಿಸಲಾಯಿತು. ಆದರೆ, ಹೆಂಗಸರಿಗೆ ಏನು ನಡೆಯುತ್ತಿದೆ ಎನ್ನುವುದು ಗೊತ್ತಿತ್ತು. ಪ್ರತೀ ಬೆಳಗ್ಗೆ ಊರಿನ ಕೆರೆ, ಕೊಳ್ಳದ ಬಳಿ ಸೇರುತ್ತಿದ್ದ ಹೆಂಗಸರು ನಡೆಯುತ್ತಿದ್ದ ಎಲ್ಲವನ್ನೂ ಹಂಚಿಕೊಳ್ಳುತ್ತಿದ್ದರು. ಅವರಿಗೆ ತಾವು ಏನು ಹಾಗೂ ಯಾಕೆ ಮಾಡುತ್ತಿದ್ದೇವೆ ಎನ್ನುವುದು ಗೊತ್ತಿತ್ತು. ಆದರೆ, ಇಂತಹವರಿಗೇ ಮಾಡುತ್ತಿದ್ದೇವೆ ಎನ್ನುವುದು ಗೊತ್ತಿರಲಿಲ್ಲ.

***

ಈ ಹೆಂಗಸರಲ್ಲಿ ಆಗ ತಾನೇ ಹರೆಯಕ್ಕೆ ಬಂದವರೂ ಇದ್ದರು. ಈ ಎಲ್ಲರೂ ಇದರ ಮುಂದಿನ ತೀವ್ರ ಪರಿಣಾಮ ಗೊತ್ತಿದ್ದೂ ಈ ಸವಾಲನ್ನು ಕೈಗೆತ್ತಿಕೊಂಡಿದ್ದರು. ಪೊಲೀಸರು ಬಬಾನಿಯ ಮನೆಗೆ ಬಂದಿಳಿದಿದ್ದರೆ ಏನಾಗುತ್ತಿತ್ತು? ಆಕೆಗೆ ಹಾಗೂ ಅವರೇ ಹೇಳುವ ಹಾಗೆ ಎಲ್ಲಕ್ಕೂ ಆಕೆಯ ಮೇಲೆಯೇ ಅವಲಂಬಿತವಾದ ಕುಟುಂಬದ ಕಥೆ ಏನಾಗುತ್ತಿತ್ತು?

ಸ್ವದೇಶಿ, ಚರಕ ಹಾಗೂ ಬ್ರಿಟಿಷರನ್ನು ವಿರೋಧಿಸುವ ಇತರೆ ಸಂಕೇತಗಳನ್ನು ಅಪ್ಪಿಕೊಂಡಿದ್ದ ಮನೆಗಳ ಮೇಲೆ ಸದಾ ತೀವ್ರ ನಿಗಾ ಇರಿಸಲಾಗಿತ್ತು. ಅಪಾಯ ಎನ್ನುವುದು ಈಗ ನಿಜವಾಗಿತ್ತು.

ಹಾಗಾದರೆ ಬಬಾನಿ ಭೂಗತರಿಗೆ ಏನು ಅಡುಗೆ ಮಾಡುತ್ತಿದ್ದರು? ನಮ್ಮ ಸಂದರ್ಶನದ ನಂತರ ನಮಗೆ ಅದನ್ನು ವಿವರಿಸುವಂತೆ ಆಕೆ ಪಾರ್ಥ ದಾಗೆ ಹೇಳಿದರು. 'ಜೋಳ, ರಾಗಿ, ಸಿರಿಧಾನ್ಯ ಹಾಗೂ ಆ ಋತುಮಾನದಲ್ಲಿ ಸಿಗುತ್ತಿದ್ದ ಯಾವುದೇ ತರಕಾರಿಗಳ ಅಡುಗೆ ಮಾಡುತ್ತಿದ್ದರು. ಮನೆಯವರು ಏನು ಊಟ ಮಾಡುತ್ತಿದ್ದರೋ ಅದೇ ಭೂಗತರಿಗೂ ಸಿಗುತ್ತಿತ್ತು. ಇದಕ್ಕಾಗಿ ಅವರು ಬಬಾನಿ ಹಾಗೂ ಗೆಳತಿಯರಿಗೆ ವಂದನೆ ಹೇಳಬೇಕು.'

'ಕೆಲವೊಮ್ಮೆ ಅವರಿಗೆ ಅವಲಕ್ಕಿ ಚಿತ್ರಾನ್ನ ಕಳಿಸಲಾಗುತ್ತಿತ್ತು. ಕೆಲವು ಬಾರಿ ಹಣ್ಣುಗಳನ್ನು ಸಹಾ ಆ ಹೆಂಗಸರು ಕಳಿಸುತ್ತಿದ್ದರು. ಇದಲ್ಲದೆ, ಕಾಡಿನ ಹಣ್ಣುಗಳನ್ನೂ ಅವರು ತಿನ್ನುತ್ತಿದ್ದರು.' ಇದರಲ್ಲಿ 'ಕ್ಯಾಂಡ್' ಹಣ್ಣು ಕೂಡ ಒಂದು. ಅನೇಕ ಬುಡಕಟ್ಟು ಭಾಷೆಗಳ ಪ್ರಕಾರ ಸರಳವಾಗಿ ಇದರ ಅರ್ಥ ಅರಣ್ಯದ ಹಣ್ಣು ಎಂದು.

ಪಾರ್ಥ ದಾ ವಿವರಿಸುವುದನ್ನು ಮುಂದುವರಿಸಿದರು. ತನ್ನ ಅಜ್ಜ (ಆಗ ಆಕೆಯ ಯುವ ಪತಿ) ಇದ್ದಕ್ಕಿದ್ದಂತೆ ಪ್ರತ್ಯಕ್ಷರಾಗಿ ಬಬಾನಿಗೆ ಏನು ಮಾಡಬೇಕು ಎಂಬ ಸೂಚನೆ ನೀಡುತ್ತಿದ್ದರು. ಅದು ಕಾಡಿನಲ್ಲಿರುವವರಿಗೆ ಎಂದಾದರೆ, ಇನ್ನೂ ಹಲವಷ್ಟು ಮಂದಿಗೆ ಅಡುಗೆ ಮಾಡುವುದೇ ಆಗಿರುತ್ತಿತ್ತು.

ಕೇವಲ ಬ್ರಿಟಿಷರು ಮಾತ್ರವೇ ಆಗ ಸಮಸ್ಯೆಯಾಗಿರಲಿಲ್ಲ. 1940ರ ದಶಕದಲ್ಲಿ ಆವರಿಸಿದ ಮಹಾ ಬಂಗಾಳ ಬರಗಾಲ ಆಕೆಯ ಹೊರೆಯನ್ನು ಇನ್ನಿಲ್ಲದಂತೆ ಹೆಚ್ಚಿಸಿತ್ತು. ಆಕೆ ಅಂತಹ ಸಮಯದಲ್ಲಿ ಅನುಭವಿಸಿದ ಸಂಕಷ್ಟಗಳು ಊಹೆಗೂ ನಿಲುಕದ್ದು.

ಈಗ ಹಿಂದಿರುಗಿ ನೋಡಿದಾಗ ಆಕೆ ಗಾಂಧಿ, ಅಹಿಂಸೆ ಹಾಗೂ ಸತ್ಯಾಗ್ರಹದ ಬಗ್ಗೆ ಏನನ್ನುತ್ತಾರೆ? ಆಕೆ ಹಲವು ವಿಷಯಗಳ ಬಗ್ಗೆ ನಿರ್ದಿಷ್ಟವಾಗಿ ಹಾಗೂ ನಿರ್ಭಿಡೆಯಿಂದ ಮಾತನಾಡುವವರಾದರೂ ಸಹಾ ಇಂತಹ ದೊಡ್ಡ ತಾತ್ವಿಕ ಪ್ರಶ್ನೆಗಳು ಅವರನ್ನು ಗೊಂದಲಕ್ಕೆ ದೂಡುತ್ತಿದ್ದವು. ಆಕೆ ತನ್ನದೇ ನೆಲೆಯಲ್ಲಿ ಆದರ್ಶವಾಗಿದ್ದರು ಹಾಗೂ ಆದರ್ಶವಾದಿಯಾಗಿ ಉಳಿದರು. ಆಕೆಗೆ ತನ್ನ ಜೀವವನ್ನು ಅಪಾಯಕ್ಕೆ ಒಡ್ಡಿಕೊಂಡು ಬ್ರಿಟಿಷರ ವಿರುದ್ಧದ ಹೋರಾಟಕ್ಕೆ ತಾನು ನೀರೆರೆಯುತ್ತಿದ್ದೇನೆ ಎಂದು ಚೆನ್ನಾಗಿ ಗೊತ್ತಿತ್ತು.

ಆಕೆಯ ಈ ಸಾಹಸ ಸ್ವಾತಂತ್ರ್ಯಾನಂತರವೂ ಮುಂದುವರೆಯಿತು. ಇದು ಸಹಾ ಆದರ್ಶಕಾರಿಯಾಗಿತ್ತು ಹಾಗೂ ಇತರರ ಬಗೆಗಿನ ಕಾಳಜಿಯಿಂದ ಕೂಡಿತ್ತು. 1950ರಲ್ಲಿ ಇವರ ಕುಟುಂಬ ವಾಸವಾಗಿದ್ದ ನೆರೆಯ ಮೊಹಲ್ಲಾವನ್ನು ಬೆಂಕಿ ಸುಟ್ಟು ಹಾಕಿತ್ತು. ಅಲ್ಲಿ ಜನರು ಇರಿಸಿದ್ದ ಧಾನ್ಯದ ರಾಶಿಯು ನಾಶವಾಗಿ ಹೋಗಿತ್ತು. ಬಬಾನಿ ಆಗ ತನ್ನ ಊರಾದ ಜನ್ರಾದಿಂದ ಧಾನ್ಯ ಹಾಗೂ ಬೆಳೆಯನ್ನು ತಂದು ಮುಂದಿನ ಬೆಳೆಗಾಲದವರೆಗೆ ಇಡೀ ಸಮುದಾಯ ಬದುಕುಳಿಯುವಂತೆ ಮಾಡಿದ್ದರು.

1964ರಲ್ಲಿ ನೆರೆಯ ಜೆಮ್‌ಶೆಡ್‌ಪುರದಲ್ಲಿ ದೊಡ್ಡ ಕೋಮುಗಲಭೆ ಹೊತ್ತಿತು. ಅದರ ಜ್ವಾಲೆ ಪುರುಲಿಯಾದ ಹಲವು ಜಿಲ್ಲೆಗಳನ್ನೂ ಸುಟ್ಟಿತು. ಬಬಾನಿ ತಮ್ಮ ಮನೆಯಲ್ಲಿ ಗ್ರಾಮದ ಹಲವು ಮುಸ್ಲಿಮರಿಗೆ ಆಶ್ರಯ ನೀಡಿದರು.

ಎರಡು ದಶಕಗಳ ನಂತರ, ಆ ವೇಳೆಗಾಗಲೇ ವಯಸ್ಸಾಗಿದ್ದ ಬಬಾನಿ ಸ್ಥಳೀಯರ ರಾಸುಗಳ ಮೇಲೆ ಎರಗುತ್ತಿದ್ದ ಕಾಡುಬೆಕ್ಕನ್ನು ಕೊಂದು ಹಾಕಿದ್ದರು. ಒಂದು ಗಟ್ಟಿಯಾದ ಕಟ್ಟಿಗೆಯಿಂದ ಅದನ್ನು ಬಡಿದು ಕೊಂದಿದ್ದರು ಎಂದು ಪಾರ್ಥ ದಾ ಹೇಳಿದರು. ಇದು ಕಾಡಿನಿಂದ ಹೊರಬಂದಿದ್ದ ಪುನುಗು ಬೆಕ್ಕಾಗಿತ್ತು ಎಂದು ತಿಳಿದು ಬಂದಿತು.

***

ನಾವು ಇನ್ನಷ್ಟು ಗೌರವದೊಂದಿಗೆ ಬಬಾನಿ ಮಹತೋ ಅವರತ್ತ ನೋಡಿದೆವು. ನಾನು ಗಣಪತಿ ಯಾದವ್ ಅವರ ಬಗ್ಗೆ ಮಾಡಿದ ವರದಿ ನೆನಪಿಗೆ ಬಂದಿತು. ಸತಾರಾದಲ್ಲಿ ಸಂದೇಶವಾಹಕರಾಗಿದ್ದ ಇವರು ಅಲ್ಲಿನ ಕಾಡಿನಲ್ಲಿ ಆಶ್ರಯ ಪಡೆದಿದ್ದ ಹೋರಾಟಗಾರರಿಗೆ ಆಹಾರ ಹೊತ್ತೊಯ್ಯುತ್ತಿದ್ದರು. ನಾನು ಅವರನ್ನು ಭೇಟಿ ಮಾಡಿದಾಗ 98ರ ಆ ವಯಸ್ಸಿನಲ್ಲೂ ಅವರು ದಿನಕ್ಕೆ 90 ಕಿಮೀ ಸೈಕಲ್ ತುಳಿಯುತ್ತಿದ್ದರು. ಆ ಅದ್ಭುತ ವ್ಯಕ್ತಿತ್ವದ ಬಗ್ಗೆ ವರದಿ ಮಾಡಲು ನನಗೆ ಸಂತೋಷವಾಗಿತ್ತು. ಆದರೆ ನಾನು ಅವರಿಗೆ ಒಂದು ಪ್ರಶ್ನೆ ಕೇಳಲು ಮರೆತು ಹೋಗಿದ್ದೆ. 'ನೀವು ಎಲ್ಲಾ ಸವಾಲಿನ ನಡುವೆಯೇ ಆ ಆಹಾರವನ್ನು ಕಾಡಿಗೆ ಹೊತ್ತೊಯ್ಯುತ್ತಿದ್ದಿರಿ. ಆದರೆ, ಈ ಅಡುಗೆ ಮಾಡುತ್ತಿದ್ದ ನಿಮ್ಮ ಪತ್ನಿಯ ವಿವರ ಏನು?' ಎಂದು ಕೇಳಲು ವಿಫಲನಾಗಿದ್ದೆ.

ನಾನು ಅವರಲ್ಲಿಗೆ ಭೇಟಿ ಕೊಟ್ಟಿದ್ದಾಗ ಅವರ ಪತ್ನಿ ತಮ್ಮ ಸಂಬಂಧಿಗಳ ಜೊತೆ ಬೇರೆಲ್ಲಿಗೋ ಹೋಗಿದ್ದರು.

ಗಣಪತಿ ಈಗ ಇಲ್ಲ. ಆದರೆ, ಬಬಾನಿ ಅವರ ಜೊತೆಗೆ ನಡೆಸಿದ ಮಾತುಕತೆಯಿಂದ ನಾನು ಒಂದನ್ನಂತೂ ಅರಿತುಕೊಂಡೆ, ನಾನು ವತ್ಸಲಾ ಗಣಪತಿ ಯಾದವ್ ಅವರನ್ನು ಭೇಟಿ ಮಾಡಿ, ಆಕೆ ತನ್ನ ಕಥೆಯನ್ನು ಹೇಳುವಂತೆ ಮಾಡಬೇಕು ಎಂದು.

ಬಬಾನಿ ಅವರು ನನಗೆ ಒಡಿಯಾದ ಸ್ವಾತಂತ್ರ್ಯ ಹೋರಾಟಗಾರ್ತಿ, ನೇತಾಜಿ ಸುಭಾಷ್ ಚಂದ್ರಬೋಸ್ ಅವರ ಇಂಡಿಯನ್ ನ್ಯಾಷನಲ್ ಆರ್ಮಿ ಸೇರಿ ಬರ್ಮಾ ಹಾಗೂ ಸಿಂಗಾಪುರದ ಶಿಬಿರಗಳಲ್ಲಿದ್ದ ಲಕ್ಷ್ಮಿ ಪಾಂಡಾ ಅವರ ಪ್ರಭಾವಶಾಲಿ ಮಾತುಗಳನ್ನು ನೆನಪಿಸಿದರು.

'ನಾನು ಜೈಲಿಗೆ ಹೋಗಲಿಲ್ಲ, ನನಗೆ ಬಂದೂಕಿನ ತರಬೇತಿಯಿತ್ತಾದರೂ ಯಾರೊಬ್ಬರ ಮೇಲೂ ಗುಂಡು ಹಾರಿಸಲಿಲ್ಲ ಎಂದ ಮಾತ್ರಕ್ಕೆ ನಾನು ಸ್ವಾತಂತ್ರ್ಯ ಹೋರಾಟಗಾರ್ತಿ ಅಲ್ಲವೇ? ನಾನು ಬ್ರಿಟಿಷರ ಬಾಂಬುಗಳಿಗೆ ಗುರಿಯಾಗಿದ್ದ ಐಎನ್ಎ ಅರಣ್ಯ ಶಿಬಿರಗಳಲ್ಲಿದ್ದೆ. ಅದರ ಅರ್ಥ ನಾನು ಸ್ವಾತಂತ್ರ್ಯ ಹೋರಾಟಕ್ಕೆ

ಏನೂ ಕಾಣಿಕೆ ಕೊಟ್ಟಿಲ್ಲ ಅಂತಲೇ? ಹೊರಗೆ ಹೋಗಿ ಹೋರಾಡುತ್ತಿದ್ದ ಎಲ್ಲರಿಗೂ ನನ್ನ 13ನೆಯ ವಯಸ್ಸಿನಲ್ಲಿ ಅಡುಗೆ ಮಾಡಿ ಹಾಕುತ್ತಿದ್ದೆ. ಅದು ನನ್ನ ಭಾಗವಹಿಸುವಿಕೆ ಅಲ್ಲವೇ?'

ಲಕ್ಷ್ಮಿ ಪಾಂಡಾ, ಸಾಲಿಹಾನ್, ಹೌಸಾಬಾಯಿ ಪಾಟೀಲ್ ಹಾಗೂ ವತ್ಸಲಾ ಯಾದವ್‌ರಂತೆ ಬಬಾನಿ ಸಹಾ ತಮಗೆ ಸಿಗಬೇಕಾದ ಮನ್ನಣೆ ಹಾಗೂ ಗೌರವಗಳನ್ನು ಪಡೆಯಲಿಲ್ಲ. ಭಾರತದ ಸ್ವಾತಂತ್ರ್ಯಕ್ಕಾಗಿ ಈ ಎಲ್ಲರೂ ಹೋರಾಡಿದರು. ಆದರೆ ಅವರೆಲ್ಲರೂ ಮಹಿಳೆಯರಾಗಿದ್ದರು. ಮಹಿಳೆಯರ ವಿರುದ್ಧ ಪೂರ್ವಾಗ್ರಹ ಹಾಗೂ ರೂಢಿಗತ ಚಿತ್ರಗಳನ್ನೇ ಹೊಂದಿದ್ದ ಸಮಾಜದಲ್ಲಿ ಇವರ ಕಾಣಿಕೆಗೆ ಮನ್ನಣೆ ವಿರಳ.

ಬಬಾನಿ ಮಹತೋ ಅವರಿಗೆ ಇದರ ಯಾವ ಚಿಂತೆಯೂ ಇರಲಿಲ್ಲ. ಬಹುಶಃ ಆಕೆ ತನ್ನೊಳಗೆ ಈ ಗುಣಗಳನ್ನು ಅಂತರ್ಗತ ಮಾಡಿಕೊಂಡಿದ್ದ ಕಾರಣಕ್ಕೆ ಅಥವಾ ಆ ಗುಣಗಳು ಆಕೆಯ ವಿಶಿಷ್ಟ ಕೊಡುಗೆಗಳನ್ನು ತಾನೇ ಏನೂ ಅಲ್ಲವೆಂದುಕೊಳ್ಳುವಂತೆ ಭಾವಿಸಲು ಕಾರಣವಾಗಿರಬೇಕು.

ನಾವು ಹೊರಡುವಾಗ ಆಕೆ ಹೇಳಿದ ಕೊನೆಯ ಮಾತೆಂದರೆ, 'ನಾನು ಆರೈಕೆ ಮಾಡಿದ್ದೇನು ಎಂದು ನೋಡಿ. ಈ ಇಡೀ ದೊಡ್ಡ ಕುಟುಂಬ, ಹಲವು ಪೀಳಿಗೆ, ಈ ಜಮೀನು ಎಲ್ಲವೂ. ಆದರೆ, ಈಗಿನ ಯುವಜನರೋ...' ಎಂದು ಉದ್ಘಾರವೆತ್ತಿದರು. ನಮ್ಮ ಸುತ್ತ ಬಬಾನಿಯ ಮೊಮ್ಮಕ್ಕಳ ಹೆಂಡತಿಯರು ಶ್ರದ್ಧೆಯಿಂದ ಕೆಲಸ ಮಾಡುತ್ತಿದ್ದರು. ಅವರು ತಮಗೆ ಎಷ್ಟು ಚೆನ್ನಾಗಿ ಮಾಡಲು ಸಾಧ್ಯವೋ ಅಷ್ಟನ್ನು ಮಾಡುತ್ತಿದ್ದರು. ಆದರೆ ಬಬಾನಿಯ ಕಾಲಕ್ಕೆ ಅವರೊಬ್ಬರೇ ಇದನ್ನೆಲ್ಲಾ ಮಾಡಿದ್ದರು.

ಆಕೆ ಈ ಬಗ್ಗೆ ಅವರನ್ನಾಗಲೀ, ಅಥವಾ ಇನ್ಯಾರನ್ನಾಗಲೀ ದೂಷಿಸುತ್ತಿರಲಿಲ್ಲ. ಎಲ್ಲವನ್ನೂ ಮಾಡುವವರು ಕೆಲವರೇ ಇದ್ದಾರೆ ಎಂದಷ್ಟೇ ವಿಷಾದಿಸುತ್ತಿದ್ದರು.

'ಪರಿ'ಯ ಸ್ವಾತಂತ್ರ್ಯ ಯೋಧರ
ಗ್ಯಾಲರಿಗೆ ಭೇಟಿ ನೀಡಲು
ಈ QR ಕೋಡ್ ಸ್ಕ್ಯಾನ್ ಮಾಡಿ

ನಾನು ಯಾಕೆ ಅಷ್ಟೊಂದು ಪತ್ರಿಕೆಗಳನ್ನು ನೊಂದಾಯಿಸುತ್ತಿದ್ದೇನೆ ಎಂದು ಜಿಲ್ಲಾಧಿಕಾರಿ ಕೇಳಲಿಲ್ಲ. ಅವರೇನಾದರೂ ಒಂದು ಪತ್ರಿಕೆಯನ್ನು ಮುಚ್ಚಿಸಿದರೆ, ನಾನು ಇನ್ನೊಂದು ಹೆಸರಿನಲ್ಲಿ ಶುರು ಮಾಡಬಹುದಿತ್ತು. ಅವರು 'ಪೌರವಾಣಿ' ಮುಚ್ಚಿಸಿದಾಗ ನಾನು 'ಪೌರವೀರ' ಆರಂಭಿಸಿದೆ.

– ಎಚ್.ಎಸ್. ದೊರೆಸ್ವಾಮಿ
ಬೆಂಗಳೂರು, ಕರ್ನಾಟಕ

14

ಒಂದು ಪತ್ರಿಕೆ,
ಹಲವು ಹೆಸರು

'**ನಾ**ನು ನನ್ನ 'ಪೌರವಾಣಿ' ಪತ್ರಿಕೆಯನ್ನು ಆಗ ಮದ್ರಾಸ್ ಪ್ರಾಂತ್ಯದಲ್ಲಿದ್ದ ಅನಂತಪುರ ಜಿಲ್ಲೆಗೆ ವರ್ಗಾಯಿಸಿದೆ. ಇದಕ್ಕೆ ಕಾರಣ ಆಗ ರಾಜರ ಆಡಳಿತದಲ್ಲಿದ್ದ ಮೈಸೂರಿನಲ್ಲಿ ಈ ಪತ್ರಿಕೆಯನ್ನು ಮುಚ್ಚಿಸಲು ನಡೆಯುತ್ತಿದ್ದ ಪ್ರಯತ್ನಗಳಿಂದ ತಪ್ಪಿಸಿಕೊಳ್ಳುವುದೇ ಆಗಿತ್ತು. ನಾನು ಅನಂತಪುರದ ಜಿಲ್ಲಾಧಿಕಾರಿಯ ಬಳಿ ಪತ್ರಿಕೆಯನ್ನು ನೊಂದಾಯಿಸಲು ಹೋದೆ. ನಾನು ನನ್ನನ್ನು 'ಪೌರವಾಣಿ'ಯ ಸಂಪಾದಕನಾಗಿ ಘೋಷಿಸಿಕೊಂಡೆ. ಹಾಗೂ 'ಪೌರವೀರ', 'ಪೌರಭಾಸ್ಕರ' ಮತ್ತು 'ಪೌರಮಾರ್ತಾಂಡ'ದ ಸಂಪಾದಕನಾಗಿಯೂ ಘೋಷಿಸಿಕೊಂಡೆ.'

'ನಾನು ಅಷ್ಟೊಂದು ಪತ್ರಿಕೆಗಳನ್ನು ಏಕೆ ನೊಂದಾಯಿಸುತ್ತಿದ್ದೇನೆ ಎಂದು ಜಿಲ್ಲಾಧಿಕಾರಿಯೂ ಕೇಳಲಿಲ್ಲ. ವಿಷಯ ಇದ್ದದ್ದು ಅವರು ಒಂದು ಪತ್ರಿಕೆಯನ್ನು ಮುಚ್ಚಿಸಿದರೆ, ನಾನು ಇನ್ನೊಂದು ಹೆಸರಿನಲ್ಲಿ ತೆರೆಯಬಹುದಾಗಿತ್ತು. ಅವರು ಪೌರವಾಣಿಯನ್ನು ಮುಚ್ಚಿಸಿದಾಗ ನಾನು ಪೌರವೀರ ಆರಂಭಿಸಿದೆ. ಇದು ಸುಮಾರು 38 ವರ್ಷ ಜೀವಂತವಾಗಿತ್ತು. ಅದೂ 1947ರ ಮೈಸೂರು ಚಲೋ ಚಳವಳಿ ಉತ್ತುಂಗದಲ್ಲಿದ್ದ ಕಾಲದಲ್ಲಿ.'

'ಹೌದು ಅದು ಇನ್ನೂ 1947ರ ಸಮಯ. ನನ್ನನ್ನು ದಸ್ತಗಿರಿ ಮಾಡುವ ಹಾಗೂ ಪತ್ರಿಕೆಯನ್ನು ಮುಚ್ಚಿಸುವ ಕಾಲ ಸನ್ನಿಹಿತವಾಗಿತ್ತು. ಹಾಗಾಗಿ ನಾನು ಮೈಸೂರು ರಾಜ್ಯದ ಗಡಿಯಾಚೆಗಿನ ಹಿಂದೂಪುರಕ್ಕೆ ಸ್ಥಳಾಂತರಿಸಿದೆ. ಆಗ ನಾವು ಮೈಸೂರು ಚಲೋಗೆ ಪ್ರಚಾರ ಮಾಡುತ್ತಿದ್ದೆವು.' ಅದು ಹೊಸದಾಗಿ ಉದಯಿಸುತ್ತಿದ್ದ ಭಾರತ ದೊಂದಿಗೆ ಅರಸು ಸಾಮ್ರಾಜ್ಯವನ್ನು ವಿಲೀನಗೊಳಿಸುವ ಬೇಡಿಕೆಯಿಟ್ಟಿದ್ದ ಜನತಾ

ಚಳವಳಿ. ಪೌರವಾಣಿಯ ಅದೇ ಬರಹಗಳು, ಬರಹಗಾರರೂ, ಸಿಬ್ಬಂದಿಯೇ ಇದ್ದರು.

'ಸ್ವಾತಂತ್ರ್ಯ ಚಳವಳಿಯ ಸಮಯದಲ್ಲಿ ಭಾರತದ ಪತ್ರಕರ್ತರು ಹಾಗೂ ಪತ್ರಿಕೆಗಳು ಬಳಸುತ್ತಿದ್ದ ಹಲವು ರೀತಿಯ ತಂತ್ರಗಳಲ್ಲಿ ಇದೂ ಒಂದಾಗಿತ್ತು. ಈ ಪೈಕಿ 1878ರಲ್ಲಿ ರಾತ್ರೋರಾತ್ರಿ 'ಅಮೃತ ಬಜಾರ್ ಪತ್ರಿಕಾ' ತನ್ನನ್ನು ಇಂಗ್ಲಿಷ್ ಪತ್ರಿಕೆ ಎಂದು ಘೋಷಿಸಿಕೊಂಡಿದ್ದು ಒಂದು ಮಹಾನ್ ಉದಾಹರಣೆ. ಆ ವರ್ಷ ಬ್ರಿಟಿಷರು 'ಭಾಷಾ ಪತ್ರಿಕೆಗಳ ಕಾಯಿದೆ'ಯನ್ನು ಜಾರಿಗೆ ತಂದಿದ್ದರು. ಭಾಷಾ ಪತ್ರಿಕೆಗಳಲ್ಲಿ ಬ್ರಿಟಿಷರ ವಿರುದ್ಧ ಯಾವುದೇ ರೀತಿಯ ಟೀಕೆಯನ್ನು ಮಾಡದಂತೆ ಈ ನೂತನ ಕಾಯಿದೆ ನಿರ್ಬಂಧ ವಿಧಿಸಿತ್ತು. ಹಾಗಾಗಿ ಅಮೃತ ಬಜಾರ್ ಪತ್ರಿಕಾ ರಾತ್ರೋರಾತ್ರಿ ಬೆಂಗಾಲಿಯಿಂದ ಇಂಗ್ಲಿಷ್‌ಗೆ ತನ್ನನ್ನು ಬದಲಿಸಿಕೊಂಡು, ಈ ಕಾಯಿದೆಯ ವ್ಯಾಪ್ತಿಯಿಂದ ಹೊರಗುಳಿಯಿತು.'

ಇದಾದ ಆರು ದಶಕಗಳ ನಂತರ ಹಾರೋಹಳ್ಳಿ ಶ್ರೀನಿವಾಸಯ್ಯ ದೊರೆಸ್ವಾಮಿ ಅವರು ಭಾಷೆಯನ್ನು ಬದಲಿಸಲಿಲ್ಲ. ಆದರೆ, ಪತ್ರಿಕೆಯ ಹೆಸರನ್ನೇ ಬದಲಿಸಿದರು.

ಹಾಗಾದರೆ ಅವರು 1930, 1940ರ ದಶಕದಲ್ಲಿ ಏನಾಗಿದ್ದರು? ಒಬ್ಬ ನುರಿತ ಪತ್ರಕರ್ತ?

'ನನಗೆ ಪತ್ರಿಕೋದ್ಯಮದ ಬಗ್ಗೆ ಏನೇನೂ ಗೊತ್ತಿರಲಿಲ್ಲ. ನಾನು ಪತ್ರಕರ್ತನೇ ಅಲ್ಲ. ನನ್ನ ಒಳ್ಳೆಯ ಗೆಳೆಯರಾಗಿದ್ದ ರುಮಾಲೆ ಭದ್ರಣ್ಣ ಅವರ ಮನವಿ ಮೇರೆಗೆ ನಾನು ಇದನ್ನು ಬಲವಂತವಾಗಿ ಕೈಗೆತ್ತಿಕೊಳ್ಳಬೇಕಾಗಿ ಬಂತು. ಅವರು ನಾಯಿ ಕಡಿತದಿಂದ ಹೈಡ್ರೋಫೋಬಿಯಾಕ್ಕೆ ಒಳಗಾಗಿ ನಿಧನ ಹೊಂದಿದರು. ಅವರು ತಮ್ಮ ಕೊನೆಯ ದಿನಗಳಲ್ಲಿದ್ದಾಗ ನಾವೆಲ್ಲಾ ಗೆಳೆಯರು ಅವರ ಬಳಿ ಸೇರಿದೆವು. ಆಗ ಅವರು ಕೈಮುಗಿದು, ಈ ಪತ್ರಿಕೆ ಮುಂದುವರಿಯಲೇಬೇಕು. ನಿಮ್ಮಲ್ಲಿ ಯಾರಾದರೂ ಇದನ್ನು ಕೈಗೆತ್ತಿಕೊಂಡು ಮುಂದುವರೆಸಿ' ಎಂದರು.

'ನಾನು ಅದನ್ನು ಮಾಡಬೇಕಾಯಿತು' ಎಂದರು.

ಅದು ಹೇಗೆ?

ತಮ್ಮ 104ನೆಯ ವಯಸ್ಸಿನಲ್ಲಿಯೂ ಸಹಾ ಹಿರಿಯ ಸ್ವಾತಂತ್ರ್ಯ ಯೋಧ ಎಚ್.ಎಸ್.ದೊರೆಸ್ವಾಮಿ ಅವರು ಅತ್ಯಂತ ಸಕ್ರಿಯ ಬರಹಗಾರ, ಸಾಹಿತಿಯಾಗಿದ್ದಾರೆ. ಈಗಲೂ ಅವರು ಆಗೀಗ ಪತ್ರಿಕೆಗಳಿಗೆ ಲೇಖನಗಳನ್ನು ಬರೆಯುತ್ತಾರೆ. ಅದೂ ಹಲವು ವರ್ಷಗಳ ಕಾಲ ಹಲವು ಹೆಸರುಗಳನ್ನು ಹೊತ್ತ ಒಂದೇ ಪತ್ರಿಕೆಯನ್ನು ನಡೆಸಿದ ಏಳು ದಶಕಗಳ ನಂತರ. 'ಆ ದಿನಗಳಲ್ಲಿ ನಾನೇ

ಪ್ರಕಾಶಕ ಹಾಗೂ ಮಾರಾಟಗಾರ ಎರಡೂ ಆಗಿದ್ದೆ' ಎಂದು ಅವರು ನಗುತ್ತಾ ಹೇಳಿದರು. ಇದಲ್ಲದೆ ಅವರೇ ಇದರ ಅರೆಕಾಲಿಕ ಮುದ್ರಕ, ಮ್ಯಾನೇಜರ್ ಹಾಗೂ ಬರಹಗಾರರಲ್ಲೊಬ್ಬರೂ ಆಗಿದ್ದರು.

ಮಾರ್ಚ್ 2021ರಲ್ಲಿ ಈ ಹಿರಿಯ ಗಾಂಧಿವಾದಿ ಬೆಂಗಳೂರಿನ ತಮ್ಮ ಮನೆಯಲ್ಲಿ ಹಾಸಿಗೆಯ ಮೇಲೆ ದಿಂಬಿಗೆ ಒರಗಿಕೊಂಡು ನಮ್ಮೊಂದಿಗೆ ಮಾತನಾಡುತ್ತಿದ್ದರು. ಕೋವಿಡ್-19ನಿಂದ ಆದ ದೀರ್ಘ ಪರಿಣಾಮಗಳಿಂದ ಅವರು ಸುಧಾರಿಸಿಕೊಳ್ಳುತ್ತಿದ್ದರು. ಅವರ ಮನಸ್ಸು, ಸ್ಪಷ್ಟತೆ ಹಾಗೂ ಹಾಸ್ಯ ಮನೋಭಾವ ಎಂದಿನಂತೆ ಚುರುಕಾಗಿತ್ತು.

ಒಂದು ಕಾಲಕ್ಕೆ ಪತ್ರಕರ್ತನಾಗಲು ಒಲ್ಲದ ಇವರು ನಂತರ ಮೈಸೂರು ಪತ್ರಕರ್ತರ ಸಂಘದ ಸ್ಥಾಪಕ ಸದಸ್ಯರಲ್ಲೊಬ್ಬರಾದರು. ಭಾರತ ಕಾರ್ಯನಿರತ ಪತ್ರಕರ್ತರ ಒಕ್ಕೂಟದ ಕರ್ನಾಟಕ ಘಟಕವನ್ನೂ ಸ್ಥಾಪಿಸಿದರು(ಐಎಫ್‌ಡಬ್ಲ್ಯುಜೆ).

ಭಾರತ ಸ್ವಾತಂತ್ರ್ಯ ಗಳಿಸಿದ ನಂತರ ಅವರು 'ಸಾಹಿತ್ಯ ಮಂದಿರ' ಎನ್ನುವ ಪ್ರಕಟಣಾ ಸಂಸ್ಥೆಯನ್ನು ತೆರೆದರು. ಅದು ಹಲವು ದಶಕಗಳ ಕಾಲ ಜೀವಂತವಾಗಿತ್ತು. ಬೆಂಗಳೂರಿನಲ್ಲಿ ಇದರದ್ದೇ ಆದ ಪುಸ್ತಕ ಮಳಿಗೆ ಸಹಾ ಇತ್ತು. ಖ್ಯಾತ ಸಾಹಿತಿ ಆರ್.ಕೆ. ನಾರಾಯಣ್ ಅವರು ಹಲವು ಸಲ ಇಲ್ಲಿಗೆ ಭೇಟಿ ನೀಡಿದ್ದರು. 1947ಕ್ಕೂ ಮುನ್ನವೇ ಅವರು ಪುಸ್ತಕ, ಕರಪತ್ರ ಹಾಗೂ ರಾಜಕೀಯ ಪ್ರಕಟಣೆಗಳನ್ನು ಪ್ರಕಟಿಸಿ, ಮಾರುತ್ತಿದ್ದರು. 1940ರ ನಂತರ ಅವರು ಅದರಿಂದಲೇ ಜೀವನ ನಡೆಸಿದರು.

'ವರ್ಷಕ್ಕೆ ಮೂರು ಪುಸ್ತಕ ಪ್ರಕಟಿಸುತ್ತಿದ್ದೆ' ಎಂದ ಅವರ ಮನಸ್ಸು 1947ರ ಪೂರ್ವ ಹಾಗೂ ನಂತರದ ಕಾಲದ ನಡುವೆ ಓಲಾಡುತ್ತಿತ್ತು. 'ನನಗೆ ತಿಂಗಳಲ್ಲಿ 30 ರೂ. ಸಿಕ್ಕರೆ, ರೊಟ್ಟಿ ಹಾಗೂ ಗಂಜಿ ತಿನ್ನುತ್ತಿದ್ದೆ. ಅದೇ 300 ರೂ. ಸಿಕ್ಕಲ್ಲಿ ಹಬ್ಬ. ನಾವು ಒಂದು ಪುಸ್ತಕವನ್ನು ಐದು ಅಥವಾ ಹತ್ತು ರೂ.ಗಳಿಗೆ ಮಾರುತ್ತಿದ್ದೆವು. 1947ಕ್ಕೂ ಮುಂಚೆ ನಾವು ಪೌರವಾಣಿಯನ್ನು 3 ಪೈಸೆಗೆ ಒಂದರಂತೆ ಮಾರುತ್ತಿದ್ದೆವು.' ಅವರು ಎಷ್ಟು ಲೇಖನ ಅಥವಾ ಪುಸ್ತಕಗಳನ್ನು ಬರೆದಿದ್ದಾರೆ ಎನ್ನುವುದರ ಲೆಕ್ಕವನ್ನೇ ಇಟ್ಟಿಲ್ಲ. ಅದರ ಬಗ್ಗೆ ಅವರು ತಲೆಕೆಡಿಸಿಕೊಂಡೂ ಇಲ್ಲ.

2018ರಲ್ಲಿ, ಅವರ ನೂರನೆಯ ವರ್ಷದಲ್ಲಿ, ಈ 'ಪತ್ರಿಕೋದ್ಯಮದ ಬಗ್ಗೆ ಏನೇನೂ ಗೊತ್ತಿರದ' ಇವರಿಗೆ ಇವರ ಇತರ ಹಲವು ಸಾಧನೆಗಳ ಜೊತೆಗೆ ಪತ್ರಿಕೋದ್ಯಮ ಸೇವೆಗಾಗಿ 'ಬಸವ ಪುರಸ್ಕಾರ' ನೀಡಲಾಯಿತು. ಇದು ವಿವಿಧ ರಂಗಗಳಲ್ಲಿ ವಿಶಿಷ್ಟ ಸೇವೆ ಸಲ್ಲಿಸಿದ ವ್ಯಕ್ತಿಗಳಿಗೆ ನೀಡುವ ರಾಜ್ಯಮಟ್ಟದ ಪುರಸ್ಕಾರ. ಈ ಹಿಂದಿನ ಪ್ರಶಸ್ತಿ ವಿಜೇತರಲ್ಲಿ ಭಾರತದ ರಾಷ್ಟ್ರಪತಿಗಳಾಗಿದ್ದ ಡಾ.ಎ.ಪಿ.ಜೆ.

ಅಬ್ದುಲ್ ಕಲಾಂ ಸಹಾ ಇದ್ದಾರೆ. ಅವರಿಗೆ 2006ರಲ್ಲಿ ಈ ಪ್ರಶಸ್ತಿಯನ್ನು ನೀಡಲಾಗಿತ್ತು. ದೊರೆಸ್ವಾಮಿ ಅವರಿಗೆ ಪತ್ರಿಕೋದ್ಯಮ, ಸ್ವಾತಂತ್ರ್ಯ ಹೋರಾಟ ಹಾಗೂ ಸಮಾಜಸೇವೆಗೆ ಅವರು ನೀಡಿದ ಕೊಡುಗೆಗಾಗಿ ಈ ಪ್ರಶಸ್ತಿ ನೀಡಲಾಗಿದೆ.

***

'ಒಮ್ಮೆ ನಾನು ಬೆಂಗಳೂರಿನ ಜೈಲಿನಲ್ಲಿದ್ದಾಗ (1942–43) ಮಧ್ಯರಾತ್ರಿಯ ವೇಳೆ ಒಂದು ತಂಡವನ್ನು ಬಂಧಿಸಿ ತರಲಾಯಿತು. ಅವರು ಘೋಷಣೆ ಕೂಗುತ್ತಾ ಬಂದರು. ನಾವು ಅವರು ನಮ್ಮ ಕಡೆಯ ವ್ಯಕ್ತಿಗಳೇ ಇರಬೇಕೆಂದು ಭಾವಿಸಿದೆವು. ಆದರೆ ಅಲ್ಲ. ಅವರು ಭಾರತದ ಮಿಲಿಟರಿಯವರು. ಅವರೆಲ್ಲರೂ ಅಧಿಕಾರಿಗಳು ಎಂದು ನಮಗೆ ಹೇಳಲಾಯಿತು. ಆದರೆ, ಯಾವ ರ್‍ಯಾಂಕ್‌ನವರು ಎಂದು ನಮಗೆ ಗೊತ್ತಾಗಲಿಲ್ಲ.'

'ಅದರಲ್ಲಿ ವಿವಿಧ ರಾಜ್ಯಗಳಿಗೆ ಸೇರಿದ 14 ಮಂದಿ ಇದ್ದರು. ಅವರು ಬ್ರಿಟಿಷರ ಭಾರತ ಮಿಲಿಟರಿಯನ್ನು ತೊರೆದು ನೇತಾಜಿ ಬೋಸ್‌ರ ಇಂಡಿಯನ್ ನ್ಯಾಷನಲ್ ಆರ್ಮಿ (ಐಎನ್‌ಎ) ಸೇರಲು ನಿರ್ಧರಿಸಿದ್ದರು. ಭಾರತವನ್ನು ತೊರೆದು ಬರ್ಮಾಕ್ಕೆ ಹೋಗುವ ಹಾದಿಯಲ್ಲಿ ಅವರನ್ನು ಬಂಧಿಸಲಾಗಿತ್ತು. ಆ ಎಲ್ಲಾ 14 ಮಂದಿಯನ್ನು ಬೆಂಗಳೂರಿಗೆ ಕರೆತಂದು ಕೋರ್ಟ್ ಮಾರ್ಷಲ್ ಮಾಡಿ, ಅವರಿಗೆ ಗಲ್ಲಿನ ಶಿಕ್ಷೆ ವಿಧಿಸಲಾಯಿತು.'

'ನಾವು ಅವರೊಂದಿಗೆ ಮಾತುಕತೆ ನಡೆಸಿದೆವು. ಅವರು ತಮ್ಮ ರಕ್ತದಲ್ಲಿ ನಮಗೆ ಪತ್ರವೊಂದನ್ನು ಬರೆದರು. 'ನೀವು 500 ಮಂದಿ ಇರುವುದು ನಮಗೆ ಸಂತಸ ತಂದಿದೆ. ಈ ದೇಶ, ಆ ಭಾರತ ಮಾತೆಗೆ ಎಷ್ಟೋ ಜನರ ರಕ್ತ ಬಲಿದಾನ ಬೇಕಾಗಿದೆ. ನಾವೂ ಸಹಾ ಆ ಪ್ರಯತ್ನದ ಒಂದು ಭಾಗ. ನಾವು ಸಹಾ ಈ ದೇಶದ ಒಳಿತಿಗಾಗಿ ನಮ್ಮ ಜೀವವನ್ನು ಪಣಕ್ಕೆ ಇಟ್ಟಿದ್ದೇವೆ' ಎಂದು ಬರೆದಿದ್ದರು.

ಮಾರನೆಯ ದಿನ ಜೈಲಿನ ಸೂಪರಿಂಟೆಂಡೆಂಟ್ ಬಂದಾಗ ಆ ಎಲ್ಲರನ್ನೂ ಅವರ ಮುಂದೆ ಹಾಜರುಪಡಿಸಲಾಯಿತು. ಅವರನ್ನು ಕರೆತಂದಿದ್ದ ಇಂಗ್ಲಿಷ್ ವ್ಯಕ್ತಿ ಆತನೂ ಮಿಲಿಟರಿಯವನೇ ಇರಬೇಕು. ಆತ ಸೂಪರಿಂಟೆಂಡೆಂಟ್ ಜೊತೆ ಮಾತನಾಡಿದ. 'ನೀವು ಇವರನ್ನೆಲ್ಲಾ ನೇಣು ಹಾಕಿ ನನಗೆ ದೇಹಗಳನ್ನು ಹಸ್ತಾಂತರಿಸಬೇಕು' ಎಂದು ಹೇಳಿದ. ಅವರನ್ನೆಲ್ಲಾ ಒಟ್ಟಿಗೆ ನೇಣಿಗೆ ಹಾಕಬಹುದು ಎಂದು ಒತ್ತಾಯಿಸಿದ.

ಜೈಲಿನ ಸೂಪರಿಂಟೆಂಡೆಂಟ್ ಆದ ಲತೀಫ್ ಅವರು, 'ಜೈಲಿನ ನಿಯಮಾವಳಿಗಳು ಹಾಗೂ ಮಾರ್ಗಸೂಚಿ ಪುಸ್ತಕ ನಮಗೆ ಅದಕ್ಕೆ ಅವಕಾಶ ಕೊಡುವುದಿಲ್ಲ. ಒಮ್ಮೆಗೆ ಇಬ್ಬರಿಗಿಂತ ಹೆಚ್ಚು ಜನರನ್ನು ನೇಣಿಗೇರಿಸಲಾಗುವುದಿಲ್ಲ'

ಎಂದು ತಿಳಿಸಿದರು. ಆಗ ಆ ಇಂಗ್ಲಿಷ್ ಅಧಿಕಾರಿ ಅವರನ್ನು ನೇಣಿಗೇರಿಸಿ, ದೇಹಗಳನ್ನು ಹಸ್ತಾಂತರಿಸಲು ಏಳು ದಿನಗಳನ್ನು ನೀಡುವುದಾಗಿ ತಿಳಿಸಿದ. ಜೈಲು ಅಧಿಕಾರಿಗಳು ಅದಕ್ಕೆ ಒಪ್ಪಲಿಲ್ಲ.

ಆ ರಾತ್ರಿ ಮತ್ತೆ ಆ ಭಾರತೀಯ ಅಧಿಕಾರಿಗಳ ಘೋಷಣೆ ಕೇಳಿ ಬಂತು. ಅವರನ್ನು ಜಾಲಹಳ್ಳಿಯ ಬ್ರಿಟಿಷ್ ಮಿಲಿಟರಿ ಕೇಂದ್ರಕ್ಕೆ ಕರೆದೊಯ್ಯುತ್ತಿದ್ದರು. (ಜಾಲಹಳ್ಳಿ ಆಗ ಭಾರತೀಯ ವಾಯುಪಡೆಯ ಕೇಂದ್ರ)

'ಅವರೆಲ್ಲರನ್ನೂ ಸಾಲಾಗಿ ನಿಲ್ಲಿಸಿ, ಒಂದೇ ಬಾರಿಗೆ ಗುಂಡಿಕ್ಕಿ ಕೊಲ್ಲಲಾಯಿತು ಎಂದು ನಾವು ಕೇಳಲ್ಪಟ್ಟೆವು.' ಹೀಗೆ ಹೇಳಿ ಅವರು ಕೆಲವು ಕ್ಷಣ ಮೌನಕ್ಕೆ ಜಾರಿದರು.

'ಅವರಿಗೆ ಗೊತ್ತಿತ್ತು. ನಾವು ಸಾವಿನೆಡೆಗೆ ನಡೆದು ಹೋಗುತ್ತಿದ್ದೇವೆ ಎಂದು. ಆದರೂ ಅವರು ಹರ್ಷಚಿತ್ತರಾಗಿದ್ದರು. ಹಾಗಾಗಿಯೇ ಅವರು ನಮ್ಮೆಲ್ಲರನ್ನೂ ಉದ್ದೇಶಿಸಿ ರಕ್ತದಲ್ಲಿ ಬರೆದಿದ್ದ ಪತ್ರವನ್ನು ನಮಗೆ ನೀಡಿದರು' ಎಂದರು.

***

ಆದರೆ, ದೊರೆಸ್ವಾಮಿ ಅವರು ಜೈಲು ಪಾಲಾಗಿದ್ದಾದರೂ ಹೇಗೆ? ಅದು 1942ರಲ್ಲಿ ಗಿರಣಿ ಕಾರ್ಮಿಕರನ್ನು ಬೆಂಬಲಿಸಿ, ಪ್ರೋತ್ಸಾಹಿಸಿದ್ದಕ್ಕೋ ಅಥವಾ

ಅಂಚೆಪೆಟ್ಟಿಗೆಯೊಳಗೆ ಹಾಗೂ ಸರ್ಕಾರಿ ದಾಖಲೆ ಕಚೇರಿಗಳಲ್ಲಿ ಬಾಂಬ್ ಸ್ಫೋಟಿಸಿದ್ದಕ್ಕೋ?

'ಈ ಟೈಮ್ ಬಾಂಬ್ ಅಂತ ಒಂದಿತ್ತು. ಅದೇನೂ ಅಂತಹ ಅಪಾಯಕಾರಿಯಾದದ್ದಲ್ಲ. ಅಂಚೆಪೆಟ್ಟಿಗೆಯೊಳಗೆ ನಾವು ಹಾಕಬೇಕಿದ್ದ ಒಂದು ಪುಟ್ಟ ಯಂತ್ರ. ಒಂದಷ್ಟು ನಿಮಿಷದ ನಂತರ ಅದು ಸ್ಫೋಟಿಸಿ, ಪೆಟ್ಟಿಗೆಯಲ್ಲಿದ್ದ ಎಲ್ಲಾ ಪತ್ರಗಳನ್ನು ಸುಟ್ಟು ಹಾಕುತ್ತಿತ್ತು. ನಾವು ಇದನ್ನು ಮಾಡುತ್ತಿದ್ದದ್ದು ಸರ್ಕಾರಿ ಕಚೇರಿಗಳ ಬಳಿ (ಹಾಗೂ ದಾಖಲೆ ಕೊಠಡಿಗಳು) ಇದ್ದ ಅಂಚೆಪೆಟ್ಟಿಗೆಯಲ್ಲಿ ಮಾತ್ರ.

ಇದು ಸರ್ಕಾರಿ ಪತ್ರವ್ಯವಹಾರ ಹಾಗೂ ಸಂವಹನವನ್ನು ಅಸ್ತವ್ಯಸ್ತಗೊಳಿಸುತ್ತಿತ್ತು. ಅದು ಸ್ಫೋಟಿಸುತ್ತಿರಲಿಲ್ಲ. ಬೆಂಕಿ ಹೊತ್ತಿಕೊಳ್ಳುತ್ತಿತ್ತು ಅಷ್ಟೇ. ಸ್ಫೋಟ ಎನ್ನುವುದಂತೂ ಇರಲೇ ಇಲ್ಲ.'

ಆದರೆ, ದೊರೆಸ್ವಾಮಿ ಅವರಿಗೆ ಈ ಸ್ಫೋಟಕ ಅಥವಾ ಅದರ ವಸ್ತುಗಳು ಸಿಗುತ್ತಿದ್ದದ್ದು ಹೇಗೆ?

'ಭೋಜಾದಾಸ್ ಎನ್ನುವ ಒಬ್ಬ ಪದವೀಧರ ಇದ್ದ. ಆತ ಅದನ್ನು ತನ್ನ ಗೋದಾಮಿನಲ್ಲಿ ತಯಾರಿಸಿ ನನಗೆ ಕೊಡುತ್ತಿದ್ದ. ಆತ ಇದನ್ನು ಬೇರೆ ಜಿಲ್ಲೆಗಳವರಿಗೂ ಕೊಡುತ್ತಿದ್ದ.'

'ನಾನು ಇದನ್ನು ತುಮಕೂರಿನ ಕೆ. ರಾಮಚಂದ್ರ ಎನ್ನುವವರಿಗೆ ಕೊಟ್ಟಿದ್ದೆ. ಅವರು ಸಿಕ್ಕುಬಿದ್ದು, ಅವರನ್ನು ಬೆಂಗಳೂರಿಗೆ ಕರೆದುಕೊಂಡು ಬಂದರು. ಮಧ್ಯರಾತ್ರಿಯಲ್ಲಿ ಪೊಲೀಸರು ಬಂದು ನನ್ನ ಮನೆಯನ್ನು ಶೋಧಿಸಿದರು. ಅವರಿಗೆ ಏನೂ ಸಿಗಲಿಲ್ಲ. ನನಗೆ ನನಗಿಂತ ನನ್ನ ಅಣ್ಣನ ಬಗ್ಗೆಯೇ ಹೆಚ್ಚು ಚಿಂತೆಯಾಗಿತ್ತು. ಆತನನ್ನೇ ಬಂಧಿಸುತ್ತಾರೇನೋ ಎನ್ನುವ ಆತಂಕ ಹೆಚ್ಚಿತ್ತು. ಯಾಕೆಂದರೆ, ಆ ದಿನಗಳಲ್ಲಿ ಆತನೇ ನನಗಿಂತ ಹೆಚ್ಚು ಸಕ್ರಿಯನಾಗಿದ್ದ.'

(ಆ ಅಣ್ಣ ಎಚ್.ಎಸ್. ಸೀತಾರಾಂ ಸ್ವತಂತ್ರ ಭಾರತದಲ್ಲಿ ಬೆಂಗಳೂರಿನ ಮೇಯರ್ ಸಹಾ ಆದರು.)

'ಆದರೂ ಪೊಲೀಸರು ನನ್ನನ್ನು ಹಿಡಿದುಕೊಂಡರು. ರಾಮಚಂದ್ರ ಎನ್ನುವವನೊಬ್ಬ ಬಂದಿದ್ದಾನೆ. ನೀನು ಆತನಿಗೆ ಬಾಂಬ್ ಒದಗಿಸಿದ್ದೀಯ ಎಂದು ಹೇಳಿದ್ದಾನೆ. ಅವನನ್ನು ಸಾಕ್ಷಿ ಸಮೇತ ಹಿಡಿದಿದ್ದೇವೆ. ಈಗ ಆತ ನಮ್ಮ ವಶದಲ್ಲಿದ್ದಾನೆ. ನೀನು ನಮ್ಮ ಜೊತೆ ಈಗ ಪೊಲೀಸ್ ಠಾಣೆಗೆ ಬರಬೇಕು' ಎಂದರು.

'ಹಾಗೆ ನಾನು ಅವರೊಂದಿಗೆ ಪೊಲೀಸ್ ಠಾಣೆಗೆ ಹೋದೆ. ಅಲ್ಲಿ ಅವನನ್ನು ನನ್ನ ಮುಂದೆ ಹಾಜರುಪಡಿಸಿದರು. ಪೊಲೀಸರು ಲಾಠಿ ಹಿಡಿದು ನಮ್ಮನ್ನು ಸುತ್ತುವರಿದರು. ಅವರಲ್ಲಿ ಯಾರಾದರೂ ಒಬ್ಬರು ನನಗೆ ಒಂದೇಟು ನೀಡಿದರೂ ಸಾಕು ನಾನು ಸತ್ತು ಹೋಗುತ್ತೇನೆ ಎಂದು ಭಾವಿಸಿದೆ. ಇದು ನನಗೆ ಆಮೇಲೆ ತೀರಾ ಸಾಮಾನ್ಯ ಅನುಭವವಾಗಿ ಹೋಯಿತು. ಆದರೆ, ಆ ಕ್ಷಣವಂತೂ ನಾನು ಬೆವರುತ್ತಿದ್ದೆ' ಎಂದು ನಗುತ್ತಾ ಹೇಳಿದರು.

'ಕೊನೆಗೆ ನಾನು ಧೈರ್ಯ ತೆಗೆದುಕೊಂಡೆ. ರಾಮಚಂದ್ರ ಇದನ್ನು ನಾನು ಕೊಟ್ಟಿದ್ದೇನೆ ಎಂದು ಹೇಳಿದಾಗ, ನಾನು ಅದನ್ನು ನಿನಗೆ ಕೊಟ್ಟಿಲ್ಲ. ಆ ಸಮಯದಲ್ಲಿ ನಾನು ಶಿವಮೊಗ್ಗದಲ್ಲಿ ಅರಣ್ಯ ಸಂರಕ್ಷಣಾಧಿಕಾರಿಯ ಜೊತೆ ಇದ್ದೆ. ಬೇಕಾದರೆ, ಅವರನ್ನು ಸಾಕ್ಷಿಯಾಗಿ ಕರೆಸಬಲ್ಲೆ' ಎಂದೆ.

ಕೊನೆಗೆ ಆತನನ್ನು ಪೊಲೀಸರು ತನಿಖೆಗಾಗಿ ನ್ಯಾಯಾಲಯಕ್ಕೆ ಕರೆದುಕೊಂಡು ಹೋದರು. 'ನೀವು ಏನು ಮಾಡಿದಿರಿ ಎನ್ನುವುದಕ್ಕೆ ನಮ್ಮ ಬಳಿ ಯಾವುದೇ ಸಾಕ್ಷಿ ಇಲ್ಲ. ಆದರೆ, ಈ ಚಳವಳಿಯಲ್ಲಿ ಭಾಗವಹಿಸುವುದರಿಂದ ದೂರ ಇರುವಂತೆ ಮಾಡಬೇಕು (ಇದು ಕ್ವಿಟ್ ಇಂಡಿಯಾ ಚಳವಳಿಯಿಂದಾಗಿ ಮುಂದುವರಿದಿದ್ದ ಅಶಾಂತ ಪರಿಸ್ಥಿತಿಯ ಕಾಲ)' ಎಂದರು. 'ಹಾಗೂ ನನ್ನನ್ನು ಯಾವುದೇ ತನಿಖೆ ಮಾಡದೆ, 12 ತಿಂಗಳ ಕಾಲ ಜೈಲಿಗೆ ಹಾಕಿದರು.'

1918 ಏಪ್ರಿಲ್ 10ರಂದು ಜನಿಸಿದ ದೊರೆಸ್ವಾಮಿ ಅವರು ಜೈಲಿಗೆ ಹೋದಾಗ ಅವರಿಗೆ ಕೇವಲ 24 ವರ್ಷ.

'ಅವರು ನನ್ನನ್ನು ನ್ಯಾಯಾಲಯಕ್ಕೆ ಹಾಜರುಪಡಿಸಿದರು. ಅಲ್ಲಿ ಅವರು ಈತ ಸಮಸ್ಯೆ ಉಂಟು ಮಾಡಲು ಶಕ್ತನಾಗಿರುವುದರಿಂದ, ಇವರನ್ನು ದೀರ್ಘಕಾಲ ಬಂಧನದಲ್ಲಿಡಲು ಇಚ್ಛಿಸುತ್ತೇವೆ' ಎಂದು ಹೇಳಿದರು.

'ನಾನು ಹೊರಗೆ ಬರುವಾಗ ಚಳವಳಿ ನಿಧಾನವಾಗಿ ಜೀವ ಕಳೆದುಕೊಂಡಿತ್ತು. ಜೈಲು ಸೇರಿದ್ದ ದೇಶದ ಎಲ್ಲ ನಾಯಕರನ್ನೂ ಒಬ್ಬೊಬ್ಬರನ್ನಾಗಿ ಬಿಡುಗಡೆ ಮಾಡಲಾಗಿತ್ತು.'

ಪತ್ರಿಕೋದ್ಯಮಕ್ಕೆ ಬರುವ ಮುಂಚೆ ಕೆಲಕಾಲ ದೊರೆಸ್ವಾಮಿ ಅವರು ಶಿಕ್ಷಕರಾಗಿ ಕೆಲಸ ಮಾಡಿದ್ದರು. 'ನಾನು ನನ್ನ ತವರು ಗ್ರಾಮವಾದ ಕರ್ನಾಟಕದ ರಾಮನಗರ ಜಿಲ್ಲೆಯ ಹಾರೋಹಳ್ಳಿಯಲ್ಲಿ ನನ್ನ ಪ್ರಾಥಮಿಕ ಅಭ್ಯಾಸ ಪೂರೈಸಿದೆ. ಆಮೇಲೆ ಬೆಂಗಳೂರಿಗೆ ಬಂದು ಶಾಲಾ ವ್ಯಾಸಂಗವನ್ನು ಸಂಪೂರ್ಣ ಮಾಡಿದೆ. ಇಲ್ಲಿನ ಸೆಂಟ್ರಲ್ ಕಾಲೇಜಿನಲ್ಲಿಯೇ ಬಿಎಸ್ಸಿ ಪದವಿ ಪಡೆದೆ.'

'ನಾನು ಗಾಂಧಿನಗರ ಪ್ರಾಥಮಿಕ ಶಾಲೆಯಲ್ಲಿ 6 ತಿಂಗಳು ಅಧ್ಯಾಪಕನಾಗಿದ್ದೆ. 1942ರ ಜೂನ್‌ನಿಂದ ಡಿಸೆಂಬರ್‌ವರೆಗೆ. ನಾನು ಅರೆಸ್ಟ್ ಆದ ಕಾರಣ ಶಾಲೆಯೊಂದಿಗಿನ ನನ್ನ ಸಂಬಂಧ ಕಡಿದು ಹೋಯಿತು. (ಇವರ ಬದುಕಿನ ಹಲವು ದಸ್ತಗಿರಿಗಳಲ್ಲಿ ಮೊದಲನೆಯದು)

ದೊರೆಸ್ವಾಮಿ ಅವರು ಕಮ್ಯುನಿಸ್ಟ್ ನಾಯಕ ಎನ್.ಡಿ. ಶಂಕರ್ ಅವರ ಜತೆ ಸೇರಿ ಬಿನ್ನಿ, ರಾಜಾ ಹಾಗೂ ಮಿನರ್ವ ಮಿಲ್‌ಗಳನ್ನು 14 ದಿನಗಳ ಕಾಲ ಮುಚ್ಚಿಸಲು ಯಶಸ್ವಿಯಾದರು. ಈ ಗಿರಣಿಗಳಲ್ಲಿ ಇದಕ್ಕೂ ಮೊದಲೂ ಮುಷ್ಕರ ನಡೆದಿತ್ತು. ಆದರೆ, ಈ ಮುಷ್ಕರ ಬ್ರಿಟಿಷ್ ವಿರೋಧಿ ಭಾವನೆಗಳಿಗೆ ನೀರೆರೆಯಲು ಮಾಡಿದ್ದು ಎಂದು ಭಾವಿಸುತ್ತಾರೆ. ಹಾಗಾಗಿ ಈ ಮುಷ್ಕರ ಸರ್ಕಾರದ ಕೋಪವನ್ನು ಕೆರಳಿಸಿತು.

***

'ಮೈಸೂರಿನಲ್ಲಿ ತುಂಬಾ ಆರಂಭದಲ್ಲಿಯೇ ನಾವು ಕಾಂಗ್ರೆಸ್ಸಿನೊಳಗೇ ಒಂದು 'ಜಿಂಜರ್ ಗ್ರೂಪ್' ಅನ್ನು ರಚಿಸಿಕೊಂಡಿದ್ದೆವು. ತುಂಬಾ ಬೇಗ ಸ್ವಾತಂತ್ರ್ಯ ಸಿಗಬೇಕು ಹಾಗೂ ವಿಲೀಕರಣ ಆಗಬೇಕು ಎಂದು ನಾವೆಲ್ಲರೂ ಬಯಸಿದ್ದೆವು.'

'ಜಿಂಜರ್ ಗ್ರೂಪ್?' ಅವರು ಹೇಳುತ್ತಿರುವುದು ಕಾಂಗ್ರೆಸ್ ಪಕ್ಷದೊಳಗಡೆಯೇ ಇದ್ದ ಸಮಾಜವಾದಿ ಕಾಂಗ್ರೆಸ್‌ನ ಬಗ್ಗೆಯೇ?

'ಹೌದು ನಾವು ಇಲ್ಲಿ ಅದನ್ನು ಜಿಂಜರ್ ಗ್ರೂಪ್ ಎಂದೇ ಕರೆಯುತ್ತಿದ್ದೆವು. ನಾವು ಕಾಂಗ್ರೆಸ್‌ನ ಒಳಗಿದ್ದುಕೊಂಡೇ ಅದನ್ನು ಪ್ರಭಾವಿಸಲು ಪ್ರಯತ್ನಿಸುತ್ತಿದ್ದೆವು. ನಾವು ತುಂಬಾ ಜನ ಇದ್ದೆವು. ಶ್ರೀಮತಿ ಸೀತಾರಾಮಯ್ಯ, ಎಸ್.ಎಸ್. ಶಾಸ್ತ್ರಿ, ಕೆ.ಎಸ್. ಕುಮಾರನ್, ಶ್ರೀಧರ್ ಇನ್ನೂ ಹಲವರು. 1947ರ ಆ ದೊಡ್ಡ ಗಳಿಗೆ ಬಂದಾಗಲೂ ನಾವೆಲ್ಲಾ ಇದ್ದೆವು. ಪ್ರಚಾರ ಮಾಡಲು ನಮ್ಮದೇ ಪೌರವಾಣಿ ಇತ್ತು. ಭಾರತದ ಎಲ್ಲಾ ಕಡೆಗಳಂತೆ ಮೈಸೂರಿನಲ್ಲಿಯೂ ಅತಿ ಶೀಘ್ರವಾಗಿ ಪ್ರಜಾಸತ್ತಾತ್ಮಕ ಸರ್ಕಾರ ಬರಲು ಬೇಗ ಕಾರ್ಯಾಚರಣೆ ನಡೆಸುವುದಕ್ಕೆ ಕರೆ ನೀಡಲು ಬಯಸಿದ್ದೆವು.'

'ಬ್ರಿಟಿಷರು ದೇಶದಿಂದ ಕಾಲ್ತೆಗೆಯುವಾಗ ಮೂರು ಸೂತ್ರಗಳನ್ನು ಮುಂದಿಟ್ಟರು. ಒಂದನೆಯದು ಪಾಕಿಸ್ತಾನ ಹಾಗೂ ಹಿಂದೂಸ್ತಾನ ರಚಿಸುವುದು. ಎರಡನೆಯದು ಕೋಮಿನ ಆಧಾರದ ಮೇಲೆ ಜನರನ್ನು ವಿಭಜಿಸಿ, ಆಯಾ ದೇಶಗಳಲ್ಲಿಡುವುದು. ಮೂರನೆಯದು 562 ರಾಜ ಸಂಸ್ಥಾನಗಳು ಬೇಕೆಂದರೆ ಭಾರತದ ಒಕ್ಕೂಟದಲ್ಲಿ ವಿಲೀನಗೊಳ್ಳಬಹುದು. ಇಲ್ಲವೇ ದೂರ ಉಳಿಯಬಹುದು.'

'ಮೈಸೂರಿನ ಮಹಾರಾಜರು ಒಳ್ಳೆಯ ವ್ಯಕ್ತಿತ್ವ ಹೊಂದಿದ್ದವರು. ನುರಿತ ಆಡಳಿತಗಾರ. ಇದೆಲ್ಲಾ ಹೌದಾದರೂ ಅವರು ಇನ್ನೂ ಬ್ರಿಟಿಷರ ಋಣದಲ್ಲಿದ್ದರು.

ಅವರಿಗೆ ಯಾವಾಗಲೂ ವಿಧೇಯರಾಗಿದ್ದರು. ಹಾಗಾಗಿ ಒಕ್ಕೂಟ ಸೇರಲು ಬಯಸಿರಲಿಲ್ಲ.'

'ಆ ಸಮಯದಲ್ಲಿ ನನ್ನ ಪತ್ರಿಕೆ 'ಪೌರವಾಣಿ' ಇತ್ತು. ನಾನು ಬರೆಯುತ್ತಲೇ ಹೋದೆ. ಆಗ ತಿ.ತಾ. ಶರ್ಮ ಅವರೂ ಇದ್ದರು. 'ವಿಶ್ವ ಕರ್ನಾಟಕ'ದ ಸಂಪಾದಕರಾಗಿದ್ದರು. ಅವರು ಮೈಸೂರು ರಾಜ್ಯ ಹಾಗೂ ಮಹಾರಾಜರ ಬಗ್ಗೆ ಎಂಟು ಲೇಖನಗಳನ್ನು ಬರೆದರು. ನಾವು ಎಲ್ಲಾ ಲೇಖನವನ್ನು ಒಂದೊಂದಾಗಿ ಪೌರವಾಣಿಯಲ್ಲಿ ಪ್ರಕಟಿಸಿದೆವು. ನಾವು ಆರನೆಯ ಲೇಖನ ಮುದ್ರಿಸುವ ವೇಳೆಗೆ ನಮಗೆ ಮೈಸೂರಿನ ಪ್ರಧಾನ ಕಾರ್ಯದರ್ಶಿಯವರಿಂದ ನೋಟಿಸ್ ಬಂತು.'

'ಈ ನಂತರದಲ್ಲಿ ಮೈಸೂರು ರಾಜ್ಯ ಹಾಗೂ ಅರಸರ ಬಗ್ಗೆ ಏನಾದರೂ ಸಂಪಾದಕೀಯ ಅಥವಾ ಲೇಖನಗಳನ್ನು ಬರೆಯುವುದಾದರೆ, ಅದನ್ನು ಪ್ರಕಟಿಸುವ ಮುನ್ನ ಸರ್ಕಾರಕ್ಕೆ ಒಪ್ಪಿಸಬೇಕು ಎಂದು ನೋಟಿಸ್‌ನಲ್ಲಿ ತಿಳಿಸಲಾಗಿತ್ತು. ಅದರ ಅರ್ಥ ಸರಳವಾಗಿ: ಪೂರ್ವ ಸೆನ್ಸಾರ್‌ಶಿಪ್. ಸರ್ಕಾರ ಒಪ್ಪುವುದನ್ನು ಅಥವಾ ಸಮ್ಮತಿಸುವುದನ್ನು ಮಾತ್ರ ಪ್ರಕಟಿಸಬೇಕು. ನಾನು ಈ ಪೂರ್ವ ಸೆನ್ಸಾರ್‌ಶಿಪ್‌ಗೆ ಸೊಪ್ಪೇ ಹಾಕಲಿಲ್ಲ.'

'ನನ್ನ ಬಳಿ ಆ ಉಳಿದ ಇನ್ನೂ ಎರಡು ಲೇಖನಗಳು ಇದ್ದವು. ನಾವು ಅದನ್ನು ಪ್ರಕಟಿಸಿದೆವು. ಆ ಲೇಖನದ ಜೊತೆ ಈ ಸರ್ಕಾರದ ಯಾವುದೇ ಸರ್ವಾಧಿಕಾರಿಗಳಿಗೂ ಮಣಿಯುವುದಿಲ್ಲ ಎಂದು ಒಂದು ಬಾಕ್ಸ್ ಬರಹವನ್ನು ನಾನು ಬರೆದೆ. ಪ್ರತಿಭಟನಾರ್ಥವಾಗಿ ನಾವು ಪತ್ರಿಕೆಯನ್ನೇ ಮುಚ್ಚಲು ಸಿದ್ಧ ಎಂದು ಬರೆದಿದ್ದೆ. ಮರುದಿನ ನಮ್ಮ ಪತ್ರಿಕೆಯ ಕಚೇರಿಗೆ ಬೀಗ ಜಡಿಯಲಿದ್ದಾರೆ, ನನ್ನನ್ನು ಅರೆಸ್ಟ್ ಮಾಡಲಿದ್ದಾರೆ ಎಂದು ಗೊತ್ತಾಯಿತು.'

'ಪೌರವಾಣಿ'ಯನ್ನು ಮದ್ರಾಸ್ ಪ್ರಾಂತ್ಯದಲ್ಲಿದ್ದ ಹಿಂದೂಪುರಕ್ಕೆ ಸ್ಥಳಾಂತರಿಸುವ ಸಮಯ ಬಂದಿತು. ಉಳಿದದ್ದು ಇತಿಹಾಸ.

ನಂತರ ಮೂರು ದಶಕಗಳ ಕಾಲ ಅವರು ಬರಹಗಾರರಾಗಿ, ಸಾಹಿತಿಯಾಗಿ, ಪ್ರಕಾಶಕರಾಗಿ ಕೆಲಸ ಮಾಡಿದರು.

1947ರ ನಂತರ ದೊರೆಸ್ವಾಮಿ ಪೌರವಾಣಿಯನ್ನು ಮುಚ್ಚಿದರು. ನಮ್ಮ ಜೊತೆ ಮಾತನಾಡಿದ ದೊರೆಸ್ವಾಮಿ ಅವರ ಮಗ ಡಿ. ರಾಜು ಅವರು 'ಅವರು ಪತ್ರಿಕೆ ತನ್ನ ಉದ್ದೇಶವನ್ನು ಸಾಧಿಸಿದೆ. ಸ್ವಾತಂತ್ರ್ಯ ಬಂದಿದೆ ಎಂದು ಭಾವಿಸಿದರು'

***

'ನನ್ನನ್ನು 1975ರಲ್ಲಿ ತುರ್ತುಪರಿಸ್ಥಿತಿ ಸಮಯದಲ್ಲಿ ಅರೆಸ್ಟ್ ಮಾಡಲಾಗಿತ್ತು. ಯಾವ ಕಾರಣಕ್ಕೆ ಗೊತ್ತಾ? ಪ್ರಧಾನಿ ಇಂದಿರಾ ಗಾಂಧಿ ಅವರಿಗೆ ಪತ್ರ ಬರೆದದ್ದಕ್ಕಾಗಿ.'

'ನೀವು ಪ್ರಜಾಪ್ರಭುತ್ವದ ಹೆಸರಿನಲ್ಲಿ ಆಡಳಿತ ನಡೆಸುತ್ತಿದ್ದೀರಿ. ಆದರೆ, ಸರ್ವಾಧಿಕಾರಿಯಂತೆ ವರ್ತಿಸುತ್ತಿದ್ದೀರಿ. ನೀವು ಪತ್ರಿಕೆಗಳಿಗೆ ಬೆದರಿಕೆ ಒಡ್ಡಿದ್ದೀರಿ. ಕೈದಿಗಳನ್ನು ಯಾವ ಸ್ಥಳದಲ್ಲಿ, ಹೇಗೆ ಇಡಲಾಗಿದೆ ಎಂಬುದನ್ನು ಜನರಿಗೆ ತಿಳಿಸಿದರೆ, ಅದು ನಿಮಗೆ ಇಷ್ಟವಾಗುವುದಿಲ್ಲ. ಇದು ತೀರಾ ಭಯಂಕರ. ನೀವು ಹೀಗೇ ಮುಂದುವರೆದರೆ, ನಾನು ಎಲ್ಲಾ ಗ್ರಾಮಗಳಲ್ಲಿ ಹಾಗೂ ಇಡೀ ದೇಶ ತಿರುಗಿ ನೀವು ಸರ್ವಾಧಿಕಾರಿ ಎನ್ನುವುದನ್ನು ಸಾರುತ್ತೇನೆ' ಎಂದು ಅವರಿಗೆ ಬರೆದಿದ್ದೆ.

'ನಂತರ ನಾನು ಬಸವನಗುಡಿಯ ಠಾಗೋರ್ ವೃತ್ತದಲ್ಲಿ ಒಂದು ಸಭೆ ನಡೆಸಿದೆ. ನನ್ನನ್ನು ಅರೆಸ್ಟ್ ಮಾಡಲಾಯಿತು.'

ಅದರಿಂದ ನಿಜಕ್ಕೂ ನಿಮ್ಮ ಕುಟುಂಬಕ್ಕೆ ತೊಂದರೆಯಾಗಿರಬೇಕು?

'ಖಂಡಿತವಾಗಿ ಬಿಎಸ್‌ಸಿ, ಬಿಇ ಓದುತ್ತಿದ್ದ ನನ್ನ ಮಗ ರಾಜುಗೆ ಸಮಸ್ಯೆ ಎದುರಾಯಿತು. ಆತ ದಾವಣಗೆರೆಯ ಬಿಡಿಟಿ ಇಂಜಿನಿಯರಿಂಗ್ ಕಾಲೇಜಿನಲ್ಲಿ ಅಂತಿಮ ವರ್ಷದಲ್ಲಿದ್ದ. 'ಅಪ್ಪ ನನ್ನ ಹಾಸ್ಟೆಲ್ ಶುಲ್ಕವನ್ನು ಎರಡು ತಿಂಗಳಿಂದ ಕಟ್ಟಿಲ್ಲ' ಎಂದು ತನ್ನ ತಾಯಿಗೆ ಪತ್ರ ಬರೆದ. 'ಇನ್ನೂ ಒಂದು ತಿಂಗಳ ಶುಲ್ಕ ಪಾವತಿಸದಿದ್ದಲ್ಲಿ, ನನ್ನನ್ನು ಹಾಸ್ಟೆಲ್‌ನಿಂದ ಹೊರಗೆ ಹಾಕುತ್ತಾರೆ' ಎಂದಿದ್ದ. ಇದನ್ನು ನನ್ನ ಪತ್ನಿ ನನಗೆ ತಿಳಿಸಿದಳು.'

'ನಾನು ಅಸಹಾಯಕ. ಈ ವಿಷಯದಲ್ಲಿ ನಾನು ಏನೂ ಮಾಡಲಾಗದ ಸ್ಥಿತಿಯಲ್ಲಿದ್ದೇನೆ. ಅದೂ ಜೈಲಿನಲ್ಲಿದ್ದುಕೊಂಡು ಏನೂ ಮಾಡಲಾಗುವುದಿಲ್ಲ. ಆತನಿಗೆ ಮನೆಗೆ ವಾಪಸ್ ಬಂದು ಬಿಡಲು ಹೇಳು. ಮುಂದಿನ ವರ್ಷ ಬೇಕಾದರೆ, ಅವನು ಅಂತಿಮ ಪರೀಕ್ಷೆ ಬರೆಯಬಹುದು ಅಥವಾ ಅವನು ಇಚ್ಛಿಸಿದಲ್ಲಿ, ಜೈಲಿಗೆ ಬರಲಿ. ಜೈಲಿನ ಒಂದು ಅನುಭವ ಪಡೆದಂತಾಗುತ್ತದೆ ಎಂದೆ.'

'ಆದರೆ, ಆ ವೇಳೆಗೆ ನನ್ನ ಕೆಲವು ಸ್ನೇಹಿತರಿಗೆ ಈ ವಿಷಯ ಗೊತ್ತಾಯಿತು. ಅವರು ನನ್ನ ಮನೆಗೆ ಹೋಗಿ, ನನ್ನ ಪತ್ನಿ ಲಲಿತಮ್ಮ ಜೊತೆ ಮಾತನಾಡಿದರು. ನಿಮಗೇನಾದರೂ ತೊಂದರೆ ಆಗಿದೆಯೇ ಎಂದು ಕೇಳಿದರು. ಆಕೆ ನನಗೇನೂ ತೊಂದರೆ ಇಲ್ಲ. ಆದರೆ, ನನ್ನ ಮಗ ಕಾಲೇಜಿನಲ್ಲಿ ಸಿಕ್ಕಿಬಿದ್ದಿದ್ದಾನೆ. ಆತ ಇನ್ನು ಹಾಸ್ಟೆಲ್ ಶುಲ್ಕ ಪಾವತಿಸದಿದ್ದಲ್ಲಿ, ಅವನನ್ನು ಹೊರಗೆ ಹಾಕುತ್ತಾರೆ ಎಂದರು. ನನ್ನ ಗೆಳೆಯರು ಇದು ತಾವು ನಿವಾರಿಸಬೇಕಾದ ಸಮಸ್ಯೆ ಎಂದು ನಿರ್ಧರಿಸಿ, ಅಲ್ಲಿಗೆ ಹೋಗಿ ಬಾಕಿ ಇದ್ದ ಮೊತ್ತವನ್ನು ತುಂಬಿದರು.'

‘ಇದಲ್ಲದೆ, ಎರಡು ತಿಂಗಳ ನಂತರವೂ ನಿಮ್ಮ ತಂದೆ ಬಿಡುಗಡೆಯಾಗದೇ ಹೋದಲ್ಲಿ, ನೀನು ನಮಗೆ ಬರೆದು ತಿಳಿಸಬೇಕು. ನಾವು ಅದಕ್ಕೂ ತಕ್ಷಣ ಸ್ಪಂದಿಸುತ್ತೇವೆ. ಆದರೆ, ಯಾವ ಕಾಲಕ್ಕೂ ನೀನು ಓದುವುದನ್ನು ಕೈಬಿಡುವ ಯೋಚನೆಯನ್ನೇ ಮಾಡಬೇಡ ಎಂದು ತಿಳಿಸಿದರು.’

‘ಈ ಮಧ್ಯೆ ನಾಲ್ಕು ತಿಂಗಳ ಸೆರೆವಾಸದ ನಂತರ ನ್ಯಾಯಾಧೀಶರ ಮುಂದೆ ನನ್ನ ಪ್ರಕರಣ ಬಂದಿತು. ಅವರು ಪೊಲೀಸರನ್ನು ಟೀಕಿಸಿದರು. ನನ್ನನ್ನು ಭಾರತದ ಕಾಯಿದೆಗಳ ರಕ್ಷಣೆ, 1962 (ಡಿಐಆರ್) ನಡಿ ಬಂಧಿಸಲಾಗಿತ್ತು. ‘ಅವರು ಭಾರತದ ವಿರೋಧಿಯಲ್ಲ. ಪ್ರಧಾನಿಯವರನ್ನು ಟೀಕಿಸುವ ಎಲ್ಲಾ ರೀತಿಯ ಹಕ್ಕು ಅವರಿಗಿದೆ. ಹಾಗಾಗಿ ಅವರನ್ನು ನಾನು ಬಿಡುಗಡೆ ಮಾಡುತ್ತೇನೆ’ ಎಂದು ನ್ಯಾಯಾಧೀಶರು ನ್ಯಾಯಾಲಯದಲ್ಲಿ ಹೇಳಿದರು. ‘ಇವರನ್ನು ಬೇರೆ ಯಾವ ಕಾಯಿದೆಯಡಿ ಶಿಕ್ಷಿಸಬಹುದು ಎನ್ನುವುದನ್ನು ಸರ್ಕಾರಕ್ಕೆ ಕೇಳಿ’ ಎಂದು ಸರ್ಕಾರಿ ವಕೀಲರಿಗೆ ತಿಳಿಸಿದರು.’

***

ದೊರೆಸ್ವಾಮಿಯವರಂತಹ ಜ್ಞಾನಿ, ಬುದ್ಧಿವಂತ ಹಾಗೂ ಪ್ರತಿಭಾವಂತ ದಶಕಗಳ ಕಾಲ ಬಡತನದ ಅಂಚಿನಲ್ಲಿ ಬದುಕಬೇಕಾದದ್ದು ಏಕೆ?

‘ಗಾಂಧೀಜಿಯವರ ‘ಮೈ ಅರ್ಲಿ ಲೈಫ್’ ನನ್ನ ಬದುಕಿನ ಪಠ್ಯಪುಸ್ತಕವೇ ಆಗಿ ಹೋಗಿತ್ತು. ಅದರಲ್ಲಿ ಅವರು ಒಬ್ಬ ಸಾಮಾಜಿಕ ಹೋರಾಟಗಾರನಾದವನು ತಾನಾಗಿಯೇ ಬಡತನವನ್ನು ಅಪ್ಪಿಕೊಳ್ಳಬೇಕು ಎಂದು ಬರೆದಿದ್ದಾರೆ. ಇದು ನನ್ನ ಮನಸ್ಸನ್ನು ಸೆಳೆಯಿತು. ನಾನು ಕೌಟುಂಬಿಕ ಬದುಕನ್ನು ಸಾಗಿಸುವಾಗ ಇದರ ಮಹತ್ವ ಗೊತ್ತಾಯಿತು. ನನ್ನ ಬಳಿ ಏನಿದೆಯೋ ಅದಕ್ಕೆ ತೃಪ್ತಿಪಟ್ಟುಕೊಳ್ಳಬೇಕು ಎನ್ನುವುದು ತಿಳಿದಿತ್ತು. ನಾನು ಪೂರ್ಣಾವಧಿ ಕೆಲಸಗಾರನಾಗಬೇಕಾದರೆ, ನಾನೇ ಸ್ವತಃ ಏನನ್ನಾದರೂ ಮಾಡಿಕೊಂಡು ಬದುಕಬೇಕಿತ್ತು.’

‘ಆಗಲೇ ನಾನು ವರ್ಷಕ್ಕೆ ಎರಡು ಅಥವಾ ಮೂರು ಪುಸ್ತಕಗಳನ್ನು ಪ್ರಕಟಿಸಲು ನಿರ್ಧರಿಸಿದೆ. ಕಾಲೇಜುಗಳಿಗೆ ಹೋಗಿ ಗಾಂಧಿ ಹಾಗೂ ಮತ್ತಿತರ ಸಂಗತಿಗಳ ಬಗ್ಗೆ ಮಾತನಾಡುತ್ತಿದ್ದೆ. ಆ ನಂತರ ನನ್ನ ಪುಸ್ತಕಗಳನ್ನು ಕೊಳ್ಳಲು ಇಚ್ಛಿಸುತ್ತೀರಾ ಎಂದು ಅವರಿಗೆ ಕೇಳುತ್ತಿದ್ದೆ. ಅವರು ಖುಷಿಯಿಂದ ಕೊಳ್ಳುತ್ತಿದ್ದರು.’

ಅವರ ಪ್ರಕಾಶನ ಸಂಸ್ಥೆ ‘ಸಾಹಿತ್ಯ ಮಂದಿರ’ 1950ರಲ್ಲಿ ನಿಯತವಾಗಿ ಆರಂಭವಾದದ್ದು ಹೀಗೆ. ಅದೇ ಅವರು ಮದುವೆಯಾದ ವರ್ಷವೂ ಕೂಡ. ‘32ನೆಯ ವಯಸ್ಸಿನಲ್ಲಿ.’ ನನ್ನ ಗೆಳೆಯನೊಬ್ಬ ಮನೆಪಾಠ ಹೇಳುತ್ತಿದ್ದ ಹುಡುಗಿಯ ಜತೆ ಮದುವೆಯಾದೆ. ನನಗೆ ಇಬ್ಬರು ಮಕ್ಕಳು. ಒಂದು ಗಂಡು, ಒಂದು ಹೆಣ್ಣು.’

ಇವರ ಮಗ 70 ವಯಸ್ಸಿನ ಡಿ. ರಾಜು ಹಾಗೂ ಸೊಸೆ 62 ವರ್ಷದ ಚಂದ್ರಿಕಾ ರಾಜು ಜಯನಗರದಲ್ಲಿ ದೊರೆಸ್ವಾಮಿ ಅವರು ಇರುವ ಮನೆಯಿಂದ ಒಂದು ಕಿಮೀ ದೂರದಲ್ಲಿ ವಾಸವಾಗಿದ್ದಾರೆ. ಇವರ ಮಗಳು 42 ವರ್ಷದ ವೀಣಾ ವೆಂಕಟೇಶಮೂರ್ತಿ ಸಹಾ ಬೆಂಗಳೂರಿನ ಜೆ.ಪಿ. ನಗರದಲ್ಲಿದ್ದಾರೆ.

'1950ರಲ್ಲಿ ನಾನು ಮದುವೆಯಾದಾಗ ವಿನೋಬಾ ಭಾವೆಯವರ ಭೂದಾನ ಚಳವಳಿಯ ಭಾಗವಾಗಿ ತಿಂಗಳಲ್ಲಿ 24 ದಿನ ಮನೆಯ ಹೊರಗೇ ಇರುತ್ತಿದ್ದೆ. ನಾವು ಒಂದು ಬಾಡಿಗೆ ಮನೆಯಲ್ಲಿದ್ದೆವು. ನನಗೆ ಗಾಂಧಿ ನಿಧಿಯಿಂದ ಸಿಗುತ್ತಿದ್ದ ಎಲ್ಲಾ ನೂರು ರೂಪಾಯಿಯನ್ನು (ಇದು 'ಸಾಹಿತ್ಯ ಮಂದಿರ' ತನ್ನ ಸಂಪಾದನೆಯನ್ನು ಆರಂಭಿಸುವ ಮೊದಲು) ನಾನು ಆಕೆಯ ಕೈಗೆ ಕೊಡುತ್ತಿದ್ದೆ.'

'ನನ್ನ ಹೆಂಡತಿಯೇ ಎಲ್ಲವನ್ನೂ ನೋಡಿಕೊಳ್ಳುತ್ತಿದ್ದಳು. ಮಕ್ಕಳನ್ನು ಸಂಭಾಳಿಸುತ್ತಿದ್ದಳು. ಆಕೆಯ ಪ್ರಯತ್ನ ಹಾಗೂ ಬೆಂಬಲದಿಂದಲೇ ಇಷ್ಟೆಲ್ಲಾ ಸಾಧ್ಯವಾಯಿತು.'

ದೊರೆಸ್ವಾಮಿಯವರು ಹೀಗೆ ಕಾರ್ಯಕರ್ತರಾಗಿ ಎಲ್ಲೆಡೆ ಓಡಾಡುವುದಕ್ಕೆ ಅವರ ವಿರೋಧವೇನೂ ಇರಲಿಲ್ಲವೇ?

'ಅವರಿಗೆ ಇತ್ತೇನೋ. ಆದರೆ, ಈ ಕಾರಣಕ್ಕಾಗಿ ಆಕೆ ಎಂದೂ ನನಗೆ ಕಠಿಣ ಪರಿಸ್ಥಿತಿ ಸೃಷ್ಟಿಸಲಿಲ್ಲ. ಯಾವಾಗಲೂ ಸಹಕರಿಸುತ್ತಿದ್ದರು.'

ಲಲಿತಮ್ಮ ಅವರು ತಮ್ಮ 89ನೆಯ ವಯಸ್ಸಿನಲ್ಲಿ 2019ರಲ್ಲಿ ನಿಧನ ಹೊಂದಿದರು.

***

'ದೊರೆಸ್ವಾಮಿ ಒಬ್ಬ ನಕಲಿ ಸ್ವಾತಂತ್ರ್ಯ ಹೋರಾಟಗಾರ', 'ರಾಷ್ಟ್ರ ವಿರೋಧಿ' ಹಾಗೂ 'ಪಾಕಿಸ್ತಾನ ಏಜೆಂಟ್' ಸಹಾ.

2020ರಲ್ಲಿ ಈ ಹಿರಿಯ ಹೋರಾಟಗಾರರತ್ತ ತೂರಿ ಬಂದ ಹಲವು ಬೈಗುಳಗಳಲ್ಲಿ ಇವು ಕೆಲವು ಮಾತ್ರ. ಇದು ಬಂದದ್ದು, ಕರ್ನಾಟಕದ ಭಾರತೀಯ ಜನತಾ ಪಕ್ಷದ (ಬಿಜೆಪಿ) ನಾಯಕರುಗಳಿಂದ. ಇವರಲ್ಲಿ ಈಗ ಶಾಸಕರಾಗಿರುವ ಈ ಹಿಂದೆ ಮಂತ್ರಿಯಾಗಿದ್ದವರೂ ಇದ್ದರು. 'ದೊರೆಸ್ವಾಮಿ ಅವರು ಎಂದೂ ಹೋರಾಟದ ಭಾಗವೇ ಆಗಿರಲಿಲ್ಲ. ಇವರ ಜೈಲು ದಾಖಲೆ ನಕಲಿ. ಇವರು 1972ರಿಂದ ಪಡೆಯುತ್ತಿರುವ ಸ್ವಾತಂತ್ರ್ಯ ಯೋಧರ ಪಿಂಚಣಿಯನ್ನು ರದ್ದು ಮಾಡಬೇಕು' ಎಂದೂ ಇವರುಗಳು ಒತ್ತಾಯಿಸಿದ್ದರು.

ಇವರ ಜೈಲುವಾಸದ ಬಗ್ಗೆ ಸಾಕ್ಷಿ ಇತ್ತು ಎನ್ನುವುದು ಅವರಿಗೆ ವಿಷಯವೇ ಆಗಿರಲಿಲ್ಲ. 1971ರಲ್ಲಿ ರಾಮಸ್ವಾಮಿ ಅವರು ಸೆಂಟ್ರಲ್ ಜೈಲಿನಲ್ಲಿದ್ದ ಬಗ್ಗೆ ಜೈಲು

ಸೂಪರಿಂಟೆಂಡೆಂಟ್ ಸಹಿ ಮಾಡಿದ ಪ್ರಮಾಣಪತ್ರವನ್ನು 'ದಿ ಇಂಡಿಯನ್ ಎಕ್ಸ್‌ಪ್ರೆಸ್' ಪ್ರಕಟಿಸಿತ್ತು ಕೂಡಾ. ಅವರು ಅಲ್ಲಿ, ಜೈಲುವಾಸಿಯಾಗಿದ್ದರು ಎನ್ನುವುದು ಈ ಪ್ರಮಾಣಪತ್ರದಲ್ಲಿ ಸ್ಪಷ್ಟವಾಗಿತ್ತು. 'ಅವರು 18.12.1942ರಲ್ಲಿ ಈ ಜೈಲು ಸೇರಿ 8.12.1943ರಂದು ಬಿಡುಗಡೆ ಹೊಂದಿದರು' ಎಂದು ಸೂಪರಿಂಟೆಂಡೆಂಟ್ ಒಪ್ಪಿಕೊಂಡಿದ್ದರು.

ಆದರೂ ನಿಂದನೆ, ಸುಳ್ಳು ಪ್ರಚಾರದ ಈ ಪ್ರವಾಹ ಏಕೆ?

ಆಡಳಿತ ಬಿಜೆಪಿಯವರ ಕಣ್ಣಲ್ಲಿ ದೊರೆಸ್ವಾಮಿ ಘೋರ ಅಪರಾಧ ಮಾಡಿದ್ದಾರೆ. ಇವರು ಪ್ರಧಾನಿ ನರೇಂದ್ರ ಮೋದಿಯನ್ನು ಟೀಕಿಸಿದ್ದರು. ಇವರು ದೇಶಾದ್ಯಂತ ಜರುಗುತ್ತಿದ್ದ ಪೌರತ್ವ (ತಿದ್ದುಪಡಿ) ಮಸೂದೆ (ಸಿಎಎ) ವಿರೋಧಿ ಆಂದೋಲನಕ್ಕೆ ಬಹಿರಂಗವಾಗಿ ಬೆಂಬಲ ಸೂಚಿಸಿದ್ದರು. ಇದಲ್ಲದೆ, ತಮ್ಮ 102ನೆಯ ವಯಸ್ಸಿನಲ್ಲಿಯೂ ಸಿಎಎ ವಿರೋಧಿ ಹೋರಾಟಗಾರರ ಜತೆ ಬಹಿರಂಗ ವೇದಿಕೆಯಲ್ಲಿ ಕಾಣಿಸಿಕೊಂಡಿದ್ದರು.

ದೊರೆಸ್ವಾಮಿ ಅವರ ಟೀಕಾಕಾರರು ಈ ಹಿಂದೆ ಕಾಂಗ್ರೆಸ್‌ನ ಪ್ರಧಾನಿಗೂ ದೊರೆಸ್ವಾಮಿ ಅವರು ಕಟುಪತ್ರವನ್ನು ಬರೆದಿದ್ದರು ಎನ್ನುವ ಅಂಶವನ್ನು ಒಪ್ಪಿಕೊಳ್ಳಲು ದೊರೆಸ್ವಾಮಿ ಅವರ ಟೀಕಾಕಾರರು ಸಿದ್ಧವೇ ಇರಲಿಲ್ಲ. ಹಾಗೆ ಕಾಂಗ್ರೆಸ್‌ನ ಪ್ರಧಾನಿಗೆ ಬರೆದ ಪತ್ರ ದೊರೆಸ್ವಾಮಿ ಅವರು ನಾಲ್ಕು ತಿಂಗಳ ಕಾಲ ಜೈಲು ಪಾಲಾಗುವಂತೆ ಮಾಡಿತ್ತು. ಅಥವಾ 'ಒಬ್ಬ ನಾಗರಿಕರಾಗಿ ಅವರಿಗೆ ಪ್ರಧಾನಿಯನ್ನು ಟೀಕಿಸುವ ಎಲ್ಲಾ ಹಕ್ಕಿದೆ' ಎಂದು ನ್ಯಾಯಾಧೀಶರು ಹೇಳಿದ್ದನ್ನು ಗಣನೆಗೇ ತೆಗೆದುಕೊಂಡಿರಲಿಲ್ಲ.

ತಾವು ಏನು ಎನ್ನುವುದನ್ನು ಸಾಬೀತುಪಡಿಸಲು, 'ಈಗ ನಾನು ನನ್ನ 'ಸಿವಿ'ಯನ್ನು ಹೊಸದಾಗಿ ಬರೆಯುತ್ತಿದ್ದೇನೆ' ಎಂದು ಅವರು ತಮ್ಮ ಎಂದಿನ ಹಾಸ್ಯಶೈಲಿಯಲ್ಲೇ 'ಎಕ್ಸ್‌ಪ್ರೆಸ್'ಗೆ ತಿಳಿಸಿದ್ದರು.

'2021ರ ಮಾರ್ಚ್‌ನಲ್ಲಿ ಅವರ ಮನೆಯಲ್ಲಿ ನಾವು ಮಾತನಾಡುವಾಗ ಆ ದಾಳಿಗೆ ಅವರು ಕೊಟ್ಟ ಉತ್ತರವನ್ನು ನಮಗೆ ತೋರಿಸಿದರು. ಅವರ ಹಿತೈಷಿಗಳು ಹೊರತಂದಿದ್ದ 'ಗೋಡ್ಸೆವಾದಿಗಳಿಗೆ ಗಾಂಧಿವಾದದ ಉತ್ತರ' ಕೃತಿಯನ್ನು ತೋರಿಸಿದರು.

'ದೊರೆಸ್ವಾಮಿ ಅವರು ಬರೆದ ಲೆಕ್ಕ ಇಡಲಾಗದಷ್ಟು ಸಂಖ್ಯೆಯ ಕೃತಿಗಳ ಪೈಕಿ ಅವರ ಕೊನೆಯ ಕೃತಿ ಸರ್ವೋದಯ ಚಳವಳಿಯ ಬಗ್ಗೆ ಬರೆದ ಅದ್ಭುತ ಪುಸ್ತಕ' ಎಂದು ಅವರ ಮಗ ಡಿ. ರಾಜು ತಿಳಿಸಿದರು. 'ಅವರು ಗತಿಸುವ ಆರು ತಿಂಗಳ

ಮೊದಲಷ್ಟೇ ಅದರ ಪ್ರೂಫ್ ಮಾಡಿದ ಪ್ರತಿಯನ್ನು ನನ್ನ ಕೈಗೆ ಕೊಟ್ಟಿದ್ದರು. ಅದನ್ನು ನಾನು ಬೆಂಗಳೂರಿನ ಗಾಂಧಿ ಭವನಕ್ಕೆ ಕೊಟ್ಟು ಬಂದಿದ್ದೆ' ಎಂದರು.

ದೊರೆಸ್ವಾಮಿ ಅವರ ಕೊನೆಯ ಲೇಖನ 2021ರ ಮೇ 12ರ 'ನ್ಯಾಯಪಥ'ದಲ್ಲಿ ಪ್ರಕಟವಾಯಿತು. ಆ ವರ್ಷದ ಮೇ 26ರಂದು ಅವರು ಹೃದಯಾಘಾತದಿಂದ ನಿಧನರಾಗುವ ಎರಡು ವಾರ ಮುಂಚೆ. ಈ ಲೇಖನ ಹತ್ತು ದಿನಗಳ ಮುಂಚೆಯಷ್ಟೇ ಜರುಗಿದ್ದ ತಮಿಳುನಾಡು, ಪಶ್ಚಿಮ ಬಂಗಾಳ ಹಾಗೂ ಕೇರಳದ ವಿಧಾನಸಭೆ ಚುನಾವಣೆಯ ಫಲಿತಾಂಶವನ್ನು ಈ ಲೇಖನದಲ್ಲಿ ವಿಶ್ಲೇಷಣೆ ಮಾಡಲಾಗಿತ್ತು.

ಈ ಅಂಕಣ ಪ್ರಧಾನಿಯನ್ನು ಟೀಕಿಸಬಹುದೆನ್ನುವ ಇವರ ಹಕ್ಕಿನ ಪ್ರತಿಪಾದನೆಯಾಗಿತ್ತು. ಕೊರೊನಾದ ವಿರುದ್ಧದ ಹೋರಾಟದಲ್ಲಿ ಪ್ರತೀ ಹಂತದ ವೈಫಲ್ಯವನ್ನು ಮುಚ್ಚಿ ಹಾಕಲು ಟೆಲಿವಿಷನ್ ಚಾನಲ್‌ಗಳು ನಡೆಸುತ್ತಿದ್ದ ವರದಿಗಳನ್ನು ಲೇಖನದಲ್ಲಿ ಅವರು ಟೀಕಿಸಿದ್ದರು. ಆ ಮೂರು ರಾಜ್ಯಗಳಲ್ಲಿ ಬಿಜೆಪಿ ಧೂಳೀಪಟವಾಗುತ್ತದೆ ಎನ್ನುವುದನ್ನು ದೊರೆಸ್ವಾಮಿ ಅವರು ಗುರುತಿಸಿದ್ದರು. ಅವರಿಗೆ ಆ ಪಕ್ಷಕ್ಕೆ ಇದನ್ನೂ ಹೇಳುವುದಿತ್ತು: 'ಕೇವಲ ಚುನಾವಣೆಗಳನ್ನು ಗೆಲ್ಲುವುದು ಮಾತ್ರ ಪ್ರಜಾಪ್ರಭುತ್ವ ಅಲ್ಲ. ಸಮಾಜ ಎದುರಿಸುತ್ತಿರುವ ಸಮಸ್ಯೆಗಳಿಗೆ ಸರಿಯಾದ ಪರಿಹಾರ ಹುಡುಕುವುದು ಅದಕ್ಕಿಂತಲೂ ಮುಖ್ಯ.'

'ಪರಿ'ಯ ಸ್ವಾತಂತ್ರ್ಯ ಯೋಧರ ಗ್ಯಾಲರಿಗೆ ಭೇಟಿ ನೀಡಲು ಈ QR ಕೋಡ್ ಸ್ಕ್ಯಾನ್ ಮಾಡಿ

ಬ್ರಿಟಿಷರು ನನ್ನ ತಂದೆ ಮತ್ತು ಪೂರ್ವಜರನ್ನು ಇಂಡಿಗೋ ಬೆಳೆಯಲು ಒತ್ತಾಯಿಸಿದರು. ನಮ್ಮ ಹೆತ್ತವರು ಮತ್ತು ಅಜ್ಜಂದಿರಿಗೆ ಬ್ರಿಟಿಷರನ್ನು ವಿರೋಧಿಸುವ ಶಕ್ತಿಯಿರಲಿಲ್ಲ.

– ತೇಲು ಮಹತೋ
ಪುರುಲಿಯಾ, ಪಶ್ಚಿಮ ಬಂಗಾಳ

15

ಬಾಪು ಹಾಗೂ ದರೋಡೆಕೋರರ ನಡುವೆ

'ಮನ್‌ಬಜಾರ್ ಪೊಲೀಸ್ ಠಾಣೆಗೆ ಘೇರಾವ್ ಹಾಕಲು ನಾವು ಸುಮಾರು 1500 ಮಂದಿ ಸೇರಿದ್ದೆವು. ಬ್ರಿಟಿಷರ ಆಡಳಿತದ ದೌರ್ಜನ್ಯ ಮತ್ತು ಹಿಂಸೆಯಿಂದ ನಾವು ತೀರಾ ನಲುಗಿ ಹೋಗಿದ್ದೆವು. ಇದಲ್ಲದೆ, ಅವರ ಏಜೆಂಟರುಗಳಾದ ಪಾಳೇಗಾರಿ ರಾಜರುಗಳ ಗೂಂಡಾಗಳು ನಮ್ಮ ಗ್ರಾಮಗಳ ಮೇಲೆ ದಾಳಿ ಮಾಡುತ್ತಿದ್ದರು. ಜನರು ತೀರಾ ಹತಾಶರಾಗಿದ್ದರು.'

'ಕ್ವಿಟ್ ಇಂಡಿಯಾ ಚಳವಳಿಯ ಭಾಗವಾಗಿ ಪ್ರತಿಭಟನೆಗೆ ಕರೆ ನೀಡಲಾಗಿತ್ತು. 1942ರ ಸೆಪ್ಟೆಂಬರ್ 29ರಿಂದ ಪುರುಲಿಯಾದ 12 ಪೊಲೀಸ್ ಠಾಣೆಗಳ ಕಡೆಗೆ ಜನರು ಮೆರವಣಿಗೆ ಹೊರಟಿದ್ದರು. ಅದರ ಮರುದಿನ ಎಲ್ಲರೂ ಆ ಠಾಣೆಗಳ ಮುಂದೆ ಒಗ್ಗೂಡಿದ್ದರು. ನಾನು ಮನ್ ಬಜಾರ್ ಠಾಣೆಯ ಎದುರು ಸೇರಿದ್ದ ಗುಂಪಿನಲ್ಲಿದ್ದೆ. ನಮ್ಮ ಕೆಲವು ನಾಯಕರು ಪೊಲೀಸ್ ಠಾಣೆಗಳ ಮೇಲೆ ರಾಷ್ಟ್ರ ಧ್ವಜವನ್ನು ಹಾರಿಸುವ ಉದ್ದೇಶ ಹೊಂದಿದ್ದರು. ಕೆಲವು ಪ್ರತಿಭಟನಾಕಾರರು ಕಟ್ಟಡದ ಛಾವಣಿಗಳ ಮೇಲೆ ಹತ್ತಿ ಅದರ ಹೆಂಚುಗಳನ್ನು ತೆಗೆಯಲು ಆರಂಭಿಸಿದರು.'

'ಆಗ ಬ್ರಿಟಿಷ್ ಪೊಲೀಸರು ಗುಂಡಿನ ದಾಳಿ ನಡೆಸಿ, ಇಬ್ಬರನ್ನು ಕೊಂದು ಹಾಕಿದರು. ಚುನಾರಾಂ ಮಹತೋ ಸ್ಥಳದಲ್ಲಿಯೇ ಸಾವನಪ್ಪಿದ. ಗೋಬಿಂದ ಮಹತೋ ಆಸ್ಪತ್ರೆಯಲ್ಲಿ ಸಾವನ್ನಪ್ಪಿದ. ಬಾವುಟ ಹಾರಿಸಲು ಯತ್ನಿಸುತ್ತಿದ್ದದ್ದು ಅವರೇ. ನಿಶಸ್ತ್ರರಾಗಿದ್ದ ಅವರನ್ನು ನಮ್ಮ ಕಣ್ಣೆದುರಿಗೇ ಗುಂಡಿಕ್ಕಿ ಕೊಲ್ಲಲಾಯಿತು. ಗಿರೀಶ್ ಮಹತೋ ಅವರ ದೇಹಕ್ಕೂ ಗುಂಡು ಹೊಕ್ಕಿತ್ತು.'

'ಆಮೇಲೆ ಠಾಣೆ ಎದುರು ನೆರೆದಿದ್ದ ಗುಂಪಿನ ಮೇಲೂ ಪೊಲೀಸರು ಗೊತ್ತುಗುರಿ ಇಲ್ಲದೆ ಗುಂಡು ಹಾರಿಸಿದರು. ಆಗಲೇ ಘೇರಾವೋ ಮಾತ್ರ ಮಾಡಲು

ಹೊರಟಿದ್ದ ಗುಂಪು ಠಾಣೆಯ ಮೇಲೆ ದಾಳಿ ಆರಂಭಿಸಿದ್ದು. ಚುನಾರಾಂ ಹಾಗೂ ಗೋಬಿಂದ ಇಬ್ಬರೂ ಇನ್ನೂ ಜೀವಂತವಾಗಿದ್ದಾರೆ. ಪೊಲೀಸರು ಅವರನ್ನು ತಮ್ಮ ವಶದಲ್ಲಿಟ್ಟುಕೊಂಡಿದ್ದಾರೆ ಎಂದೇ ಭಾವಿಸಿದ್ದರು. ನಮ್ಮ ಉದ್ದೇಶ ಆ ಇಬ್ಬರನ್ನೂ ಬಿಡುಗಡೆ ಮಾಡುವುದು ಮಾತ್ರವಾಗಿತ್ತು. ತುಲಾರಾಮ್ ಮಹತೋರಂತಹ ಇನ್ನೂ ಹಲವರು ನಂತರ ಬ್ರಿಟಿಷರ ಜೈಲಿನಲ್ಲಿ ಮರಣ ಹೊಂದಿದರು.'

'ಮಘಾರಾಂ ಮಹತೋ ಹಾಗೂ ಬೈದ್ಯನಾಥ್ ಮಹತೋ ಇಬ್ಬರೂ ಆ ಪ್ರತಿಭಟನೆಯನ್ನು ಸಂಘಟಿಸಿದ್ದರು. ಈ ಮೊದಲು ಜೈಲುವಾಸವನ್ನು ಅನುಭವಿಸಿದ್ದರು. ಅವರನ್ನು ಮತ್ತೆ ಬಂಧಿಸಿ, ಈಗ ಬಿಹಾರದಲ್ಲಿರುವ ಬಾಗಲ್ಪುರ ಜೈಲಿಗೆ ಎಸೆಯಲಾಯಿತು' ಎನ್ನುತ್ತಾರೆ ತೇಲು. '1942ರಲ್ಲಿ ಆ ಘಟನೆ ನಡೆದ ದಿನದಂದು ನಮ್ಮ ಗ್ರಾಮದಿಂದ ಏಳು ಮಂದಿ ಅದರಲ್ಲಿ ಭಾಗವಹಿಸಿದ್ದೆವು. ಈ 105ನೆಯ ವಯಸ್ಸಿನಲ್ಲಿ ಆ ಗುಂಪಿನ ಪೈಕಿ ಬದುಕುಳಿದಿರುವುದು ನಾನೊಬ್ಬನೇ.'

ತೇಲು ಮಹತೋ ಮೃದುಭಾಷಿ. ಹೊಳೆವ ಕಣ್ಣು ಹಾಗೂ ಸದಾ ಜಾಗೃತರು. ಪೊಲೀಸ್ ಠಾಣೆಯ ಮೇಲೆ ಜರುಗಿದ ದಾಳಿಯಲ್ಲಿ ಖಂಡಿತಾ ಬದುಕುಳಿದಿರುವವರು ಇವರೊಬ್ಬರೇ. ಪಶ್ಚಿಮ ಬಂಗಾಳದ ಪುರುಲಿಯಾ ಜಿಲ್ಲೆಯಲ್ಲಿ ಬದುಕುಳಿದಿರುವ ಹಿರಿಯ ಸ್ವಾತಂತ್ರ್ಯ ಯೋಧರೂ ಇವರೊಬ್ಬರೇ ಇರಬೇಕು. ನಮಗೆ ಆಮೇಲೆ ಗೊತ್ತಾದಂತೆ ಇವರ ವಯಸ್ಸು 102ರಿಂದ 105ರ ನಡುವೆ.

ತೇಲು ಎಂದರೆ 'ತಳ್ಳುವವ' ಎಂದರ್ಥ. ಈ ಹೆಸರನ್ನು ಕೊಟ್ಟಿದ್ದು ಒಬ್ಬ ಬ್ರಾಹ್ಮಣ ಪುರೋಹಿತ. ಇದಕ್ಕೆ ಕಾರಣ ತೇಲು ಹುಟ್ಟಿದ್ದು ಆತನ ತಂದೆಯ ಅಂತ್ಯಸಂಸ್ಕಾರದ ಕೊನೆಯ ಗಳಿಗೆಯಲ್ಲಿ. ಆ ಕಾರಣಕ್ಕಾಗಿಯೇ ಈ ಹೆಸರು. ತನ್ನ ತಂದೆಯನ್ನೇ ಈ ಭೂಮಿಯಿಂದ ಆಚೆ ತಳ್ಳಿ ಹಾಕಿದವ ಎನ್ನುವುದು ಇದರ ಒಳ ಅರ್ಥ.

ಅವರ ಪಕ್ಕದಲ್ಲಿ ಅವರ ಬಹುಕಾಲದ ಗೆಳೆಯ 97 ವಯಸ್ಸಿನ ಲೋಕ್ಕಿ ಕಾಂತೋ ಕುಳಿತಿದ್ದರು. 1942ರ ಸೆಪ್ಟೆಂಬರ್ 30ರಂದು ಪೊಲೀಸ್ ಠಾಣೆಯಲ್ಲಿ ಜರುಗಿದ ಪ್ರತಿಭಟನೆಯಲ್ಲಿ 'ಲೋಕ್ಕಿ' ಭಾಗವಹಿಸಿರಲಿಲ್ಲ. ಅವರು ಆಗ ಇನ್ನೂ 17 ವರ್ಷ ತುಂಬದ ಬಾಲಕನಾಗಿರಬೇಕು. ಏಕೆಂದರೆ ಆಗ ಘೇರಾವೋದಲ್ಲಿ ಭಾಗವಹಿಸಲು 17 ವರ್ಷ ತುಂಬಿರಬೇಕು ಎಂದು ನಾಯಕರು ನಿರ್ಧರಿಸಿದ್ದರು.

ಲೋಕ್ಕಿ ಹೆಚ್ಚು ತಮ್ಮನ್ನು ತೊಡಗಿಸಿಕೊಂಡಿದ್ದು ಈ ಪ್ರತಿಭಟನೆಗಳ ಸಾಂಸ್ಕೃತಿಕ ವಿಭಾಗದಲ್ಲಿ. ಇವರು ಬುಡಕಟ್ಟು ಜನರು ಬಳಸುವ ಡೋಲುಗಳಾದ 'ದಂಸ' ಹಾಗೂ 'ಮಾಡೋಳ್' ಬಾರಿಸುವ ತಂಡದಲ್ಲಿದ್ದರು. ಈ ವಾದ್ಯಗಳನ್ನು ಹೆಚ್ಚಾಗಿ ಸಂತಾಲರು, ಕುರ್ಮಿಗಳು, ಬೆಹೋರ್ ಹಾಗೂ ಇತರೆ ಆದಿವಾಸಿ

ಗುಂಪುಗಳವರು ಬಳಸುತ್ತಾರೆ. ಲೋಕ್ಕಿಯ ತಂಡ ಒಳಿತನ್ನುಂಟು ಮಾಡುವ ಜಾನಪದ ಹಾಡುಗಳನ್ನೂ ಹಾಡುತ್ತಿತ್ತು.

ಕಾಲ ಬದಲಾದಂತೆ ಈ ಹಾಡುಗಳಿಗೆ ಹೊಸ ಅರ್ಥ ಬಂದಿತು. ಈ ಡೋಲು ಬಾರಿಸುವವರು ಹಾಗೂ ಹಾಡುಗಾರರು ಬ್ರಿಟಿಷರ ಆಡಳಿತದ ವಿರುದ್ಧ ಬಂಡಾಯದ ಸಂದೇಶವನ್ನು ಸಾರುತ್ತಿದ್ದರು. ಲೋಕ್ಕಿ ಈಗಲೂ ಕಟ್ಟುಮಸ್ತಾಗಿರುವ ಆಸಕ್ತಿದಾಯಕ ವ್ಯಕ್ತಿ. ಪಕ್ಕನೆ ನೋಡಿದರೆ ರವೀಂದ್ರನಾಥ ಠಾಗೋರ್‌ರಂತೆ ಕಾಣಿಸಿಬಿಡುತ್ತಾರೆ. 97ರ ವಯಸ್ಸಿನ ಇವರಿಗೆ ಒಬ್ಬ ಹಾಡುಗಾರನಿಗೆ ಇರಬೇಕಾದ ಸ್ಪಷ್ಟ, ಮಾರ್ದನಿಸುವ ದನಿ ಇದೆ.

'ನಾವು ಆಗೀಗ ವಂದೇ ಮಾತರಂ ಘೋಷಣೆಯನ್ನೂ ಕೂಗುತ್ತಿದ್ದೆವು. ನಮ್ಮ ಈ ಘೋಷಣೆಗಾಗಲೀ ಅಥವಾ ಹಾಡುತ್ತಿದ್ದ ಹಾಡಿನ ಜೊತೆಯಾಗಲೀ ಬ್ರಿಟಿಷರಿಗೆ ಸಂಬಂಧವೇನೂ ಇರಲಿಲ್ಲ. ಆದರೂ ಸಹಾ ಇದು ಬ್ರಿಟಿಷರನ್ನು ಕೆರಳಿಸಿತ್ತು' ಎಂದು ಲೋಕ್ಕಿ ನಗುತ್ತಾ ಹೇಳಿದರು.

30 ಸೆಪ್ಟೆಂಬರ್‌ನ ಆ ಘಟನೆಗೆ ಮತ್ತೆ ಹೊರಳಿದ ತೇಲು, 'ಎಲ್ಲೆಲ್ಲೂ ಗೊಂದಲವಿತ್ತು. ನಾವು ಗಿರೀಶ್ ಮಹತೋರನ್ನು ವೈದ್ಯರ ಬಳಿ ಹೊತ್ತೊಯ್ದೆವು. ಅವರ ಹೆಸರು ಡಾ. ಅನ್ನಿಂದೋ ಇರಬೇಕು. ಬ್ರಿಟಿಷರ ಪರವಾಗಿದ್ದ ವ್ಯಕ್ತಿ. 'ಇದು ನಿಮಗೆ ಆಗಬೇಕಾದದ್ದೇ' ಎಂದು ಹೇಳಿದ ಆತ ಸಹಾಯ ಮಾಡಲು ನಿರಾಕರಿಸಿದರು. ಹಾಗಾಗಿ ನಾವು ಗಿರೀಶ್‌ರನ್ನು ಇನ್ನೊಬ್ಬ ವೈದ್ಯರ ಬಳಿಗೆ ಕರೆದೊಯ್ದೆವು. ಆಗ ಸಾಕಷ್ಟು ಸಂಖ್ಯೆಯಲ್ಲಿ ವೈದ್ಯರಿರಲಿಲ್ಲ. ಆದರೆ, ಅವರ ದೇಹದೊಳಗೆ ಹೊಕ್ಕಿದ್ದ ಗುಂಡನ್ನು ಹೊರತೆಗೆಯಲು ಒಬ್ಬರು ಸಿಕ್ಕಿದರು.' ಆದರೆ, ಇದಾದ ಸ್ವಲ್ಪಕಾಲಕ್ಕೇ ಗಿರೀಶ್ ಅವರನ್ನು ಬಂಧಿಸಿ, ಬಾಗಲ್ಪುರ ಜೈಲಿಗೆ ಕಳಿಸಿದರು.

'ಈ ಮಧ್ಯೆ, ಪೊಲೀಸರ ದಾಳಿ ಮುಂದುವರಿಯಿತು. ನಾವು ಸುಮಾರು ಮಂದಿ ಕಾಡಿಗೆ ಓಡಿ ಹೋಗಿ ಅಲ್ಲಿ ತಲೆಮರೆಸಿಕೊಂಡೆವು.'

'ಸ್ವಲ್ಪ ತಾಳಿ. ನೀವು ಹೇಳುತ್ತಿರುವ ಈ ಘಟನೆ ಎಲ್ಲವೂ ಆಗಸ್ಟ್‌ನ ಕ್ವಿಟ್ ಇಂಡಿಯಾ ಚಳವಳಿಯ ಭಾಗವಾಗಿ ತಾನೇ ನಡೆದದ್ದು? ಆದರೆ, 1942ರ ಸೆಪ್ಟೆಂಬರ್ ಕೊನೆಯಲ್ಲಿ ಇದು ಜರುಗಲು ಹೇಗೆ ಸಾಧ್ಯ?' ಎಂದು ಪ್ರಶ್ನಿಸಿದೆವು.

'ಹೌದು. ಆ ಕಾಲದಲ್ಲಿ ಸುದ್ದಿ ಹರಡಿ, ನಮ್ಮನ್ನು ತಲುಪಬೇಕೆಂದರೆ ಅಷ್ಟು ದೀರ್ಘಕಾಲ ತೆಗೆದುಕೊಳ್ಳುತ್ತಿತ್ತು.' ಎಂದು ತೇಲು ನಗುತ್ತಾ ಹೇಳಿದರು. 'ಮಹಾತ್ಮಾ ಅವರು ಆಗಸ್ಟ್ 8ರಂದು ಕರೆ ಕೊಟ್ಟ ಒಂದು ತಿಂಗಳ ನಂತರ ಇದು ನಮಗೆ ಗೊತ್ತಾಯಿತು. ವಿವಿಧ ಸಂಘಟನೆಗಳು ಒಟ್ಟು ಸೇರಿ ಪ್ರತಿಭಟನೆಯನ್ನು ಯೋಜಿಸಿ ಬೀದಿಗಿಳಿಯಲು ಅಷ್ಟು ಕಾಲ ತೆಗೆದುಕೊಂಡಿತು.'

2022 ಮಾರ್ಚ್ 26ರಂದು ತೇಲು ಅವರ ಅರೆಬರೆ ಕಟ್ಟಿದ, ಜೀರ್ಣಾವಸ್ಥೆಯಲ್ಲಿರುವ ಒಂದು ಕೊಠಡಿಯ ಮನೆಯಲ್ಲಿ ಕುಳಿತು ಅವರಿಬ್ಬರೂ ನಮ್ಮೊಂದಿಗೆ ಮಾತನಾಡುತ್ತಿದ್ದರು. ಪಶ್ಚಿಮ ಬಂಗಾಳದ ಪುರುಲಿಯಾ ಜಿಲ್ಲೆಯ ಪುಂಚ ಬ್ಲಾಕ್‌ನ ಪಿರ್ರಾ ಗ್ರಾಮದಲ್ಲಿ ಈ ಮನೆಯಿದೆ. ಪೊಲೀಸ್ ಠಾಣೆಗೆ ಮುತ್ತಿಗೆ ಹಾಕಿದ 80 ವರ್ಷಗಳ ನಂತರ ಈ ಇಬ್ಬರಿಗೂ ಸ್ವಾತಂತ್ರ್ಯ ಯೋಧರ ಪಿಂಚಣಿಯನ್ನು ನಿರಾಕರಿಸಲಾಗಿದೆ. ಇವರು ಬಹು ಹಿಂದೆಯೇ ಅದಕ್ಕೆ ಪ್ರಯತ್ನಪಡುವುದನ್ನು ಕೈ ಬಿಟ್ಟಿದ್ದರು. ತೇಲು ತಮಗೆ ಬರುವ ಒಂದು ಸಾವಿರ ರೂ. ವೃದ್ಧರ ಪಿಂಚಣಿಯಲ್ಲಿ ಬದುಕುತ್ತಿದ್ದಾರೆ. ಲೋಕ್ಕಿಗೆ ಒಂದು ತಿಂಗಳು ಮಾತ್ರ ಆ ವೃದ್ಧರ ಪಿಂಚಣಿ ಬಂತು. ಹಾಗೂ ಹಾಗೆಯೇ ನಿಗೂಢವಾಗಿ ನಿಂತು ಹೋಯಿತು.

ತೇಲು ಹಾಗೂ ಲೋಕ್ಕಿ ಇಬ್ಬರೂ ತಮ್ಮ ಕಥೆಗಳನ್ನು ಹೇಳಲು ಉತ್ಸುಕರಾಗಿದ್ದರು. ತಾವು ಈ ದೇಶಕ್ಕಾಗಿ ಹೋರಾಡಿದ್ದು ಹಾಗೂ ಹಾಗೆ ಹೋರಾಡಿದ್ದರ ಬಗ್ಗೆ ಅವರಿಗೆ ಹೆಮ್ಮೆಯಿತ್ತು ಎನ್ನುವುದು ಈಗಿನ ಹೊಸ ತಲೆಮಾರಿಗೆ ಗೊತ್ತಾಗಬೇಕು ಎಂದು ಅನಿಸಿತ್ತು.

***

ಬಿಪಿನ್ ಸರ್ದಾರ್, ದಿಗಂಬರ ಸರ್ದಾರ್ ಹಾಗೂ ಪೀತಾಂಬರ ಸರ್ದಾರ್ ಎಂಬ ಡಕಾಯಿತರ ಬಗ್ಗೆ ತೇಲು ಹಾಗೂ ಲೋಕ್ಕಿಯವರಿಗೆ ತುಂಬು ಗೌರವವಿತ್ತು. ಈ ಇಬ್ಬರೂ ಹೋರಾಟಗಾರರಾಗಿ ರೂಪುಗೊಳ್ಳುವ ವೇಳೆ ಅವರ ಮೇಲೆ ತೀವ್ರ ಪ್ರಭಾವ ಬೀರಿದ್ದವರು ಈ ದರೋಡೆಕೋರರು. ಈ ಎಲ್ಲಾ ಮೂವರು ಭೂಮಿಜ್ ಬುಡಕಟ್ಟು ಸಮುದಾಯಕ್ಕೆ ಸೇರಿದವರು.

'ಅವರು ಶ್ರೀಮಂತ ಭೂಮಾಲೀಕರಿಂದ ಕದ್ದು, ಅದನ್ನು ಬಡ ಕೂಲಿ ಕಾರ್ಮಿಕರಿಗೆ ಹಂಚುತ್ತಿದ್ದರು' ಎಂದರು ತೇಲು. 'ದಿಗಂ ಹಾಗೂ ವೇದಂ ಅವರಿಬ್ಬರೂ ಸಹೋದರರು. ಕುಸುಂದಿಹಿ ಗ್ರಾಮದವರು. ಬಿಪಿನ್ ಸರ್ದಾರ್ ದಿಹಾಗೋರಾ ಗ್ರಾಮದವರು.

'ಪಾಳೇಗಾರಿ ಭೂಮಾಲೀಕರು ಈ ಮೂವರ ಭಯದಲ್ಲಿ ಬದುಕುತ್ತಿದ್ದರೆ, ಬಡಜನರು ಇವರನ್ನು 'ಗುರುದೇವ' ಎಂದು ಆರಾಧಿಸುತ್ತಿದ್ದರು. ನೀವು ಆಗ ಎಂತಹ ಭಯಂಕರ ಪಾಳೇಗಾರಿ ವ್ಯವಸ್ಥೆ ಇತ್ತು ಎನ್ನುವುದನ್ನು ಊಹಿಸಿಕೊಳ್ಳಬೇಕು. ನೀವು ಊಹಿಸಿಕೊಳ್ಳಲೂ ಆಗದಂಥ ಕ್ರೌರ್ಯವನ್ನು ಇಲ್ಲಿನ ರಾಜ–ಕರುಣ ಸಿಂಧು ಪತಾರ್ ಮೆರೆಯುತ್ತಿದ್ದ. ಅವನ ಕುಟುಂಬವೂ ಸಹಾ ಭೂಮಿಜ್ ಸಮುದಾಯಕ್ಕೆ ಸೇರಿತ್ತು. ನೂರಾರು 'ಬಿಘಾ' ಭೂಮಿಯ ಮೇಲೆ ಹಿಡಿತ ಹೊಂದಿದ್ದರು. ಅವರು

221

ಬ್ರಿಟಿಷರ ಪರವಾಗಿ ತೆರಿಗೆ ಸಂಗ್ರಹಿಸುತ್ತಿದ್ದರು. ಅವರದ್ದೇ ಗೂಂಡಾಗಳೂ ಅಲ್ಲದೆ, ಆಗೀಗ ಪೊಲೀಸರೂ ಇಲ್ಲಿ ಬಂದು ಠಿಕಾಣಿ ಹೂಡುತ್ತಿದ್ದರು.'

'ಆ ರಾಜ ಐದಾರು ಗ್ರಾಮಗಳ ರೈತರಿಗೆ ಇಂತಹ ದಿನ ನೇಗಿಲುಗಳೊಂದಿಗೆ ತನ್ನ ಜಾಗಕ್ಕೆ ಬರಬೇಕು ಎಂದು ಆದೇಶ ಕಳಿಸುತ್ತಿದ್ದ. ಅವನ ಜಮೀನನ್ನು ಬೇಸಾಯಕ್ಕೆ ಬೇಕಾದಂತೆ ಉತ್ತು ಕೊಡುವಂತೆ ಹೇಳುತ್ತಿದ್ದ. ಇದಕ್ಕೆ ಯಾವ ಕೂಲಿಯನ್ನೂ ಕೊಡುತ್ತಿರಲಿಲ್ಲ. ಇದು 'ಬೇಗಾರಿ' (ಒತ್ತಾಯದ ಕೆಲಸ). ಅದಕ್ಕೆ ಪ್ರತಿಯಾಗಿ ಸಿಗುತ್ತಿದ್ದದ್ದು ಒಂದು ಮುಷ್ಟಿ ಹಾಳಾದ ಅಕ್ಕಿ ಅಷ್ಟೇ. ಇದು ಪ್ರತೀ ಬೇಸಾಯದ ಸಂದರ್ಭದಲ್ಲಿ ಪುನರಾವರ್ತಿತವಾಗುತ್ತಿತ್ತು' ಎಂದು ಲೋಕ್ಕಿ ತಿಳಿಸಿದರು.

'ಈಗಿನ ಪರಿಸ್ಥಿತಿಯೂ ಕೆಟ್ಟದ್ದೇ ಇರಬಹುದು. ಆದರೆ, ಆಗಿನ ಕಾಲ ಇದಕ್ಕಿಂತಲೂ ಭೀಕರ' ಎಂದು ಇಬ್ಬರೂ ಹೇಳುತ್ತಾರೆ.' ಬ್ರಿಟಿಷ್ ಪೊಲೀಸರು ಹಾಗೂ ಪಾಳೇಗಾರಿ ಗೂಂಡಾಗಳು ಮೇಲಿಂದ ಮೇಲೆ ಜನರನ್ನು ಹೊಡೆಯುತ್ತಿದ್ದರು. ಅವರು ನಮ್ಮ ಬೆಲೆಬಾಳುವ ಎತ್ತುಗಳನ್ನು, ರಾಸುಗಳನ್ನು ಹೊತ್ತೊಯ್ಯುತ್ತಿದ್ದರು. ಆಗೀಗ ಗುಡಿಸಲು ಹಾಗೂ ಕಣಜಕ್ಕೆ ಬೆಂಕಿ ಹಚ್ಚುತ್ತಿದ್ದರು. ಗೋಮಾಳಕ್ಕೂ ಬೆಂಕಿ ಹಾಕುತ್ತಿದ್ದರು' ಎಂದು ನೆನಪಿಸಿಕೊಳ್ಳುತ್ತಾರೆ.

'ನಾವು ಪೊಲೀಸರ ಕೆಂಪು ಟೋಪಿ ಹಾಗೂ ಗೂಂಡಾಗಳನ್ನು ನೋಡಿದರೆ ಸಾಕು ನಡುಗುತ್ತಿದ್ದೆವು' ಎನ್ನುತ್ತಾರೆ ಲೋಕ್ಕಿ.

ನಾವು ಚರ್ಚಿಸದ ಒಂದು ಕಥೆ ಇದೆ, ಅದು ಆ ಪಾಳೇಗಾರಿ ಕಾಲದ್ದು. ಈ ವಿಷಯ ಮಾತನಾಡಿದರೆ ಸಾಕು ತೇಲು ಮೌನವಾಗಿಬಿಡುತ್ತಾರೆ. ತುಂಬಾ ಭಾವುಕರಾಗುತ್ತಾರೆ. ಅವರಿಗೆ 25 ವರ್ಷವಾಗುವ ಮೊದಲೇ ಒಬ್ಬ ಸುಂದರ ತರುಣಿಯ ಜತೆ ವಿವಾಹವಾಯಿತು. ಆದರೆ, ತನ್ನದೇ ಕುರ್ಮಿ ಸಮುದಾಯದ ಸ್ಥಳೀಯ ಭೂಮಾಲೀಕ ಇವರ ಹೆಂಡತಿ ಹಾಗೂ ಅತ್ತೆಯನ್ನು ಅಪಹರಿಸಿದ. ತೇಲು ಅಸಹಾಯಕ. ಆ ನೆನಪಿನಿಂದ ಇಂದಿಗೂ ಹೊರಬಂದಿಲ್ಲ. ಆ ಘಟನೆಯ ನಂತರ ಎಂದಿಗೂ ಮದುವೆಯಾಗಲಿಲ್ಲ. ಅವರು ತಮ್ಮ ಕುಟುಂಬಕ್ಕೆ ಸೇರಿದ ಎಂಟತ್ತು ಬಿಘಾ ಜಮೀನು ಹಾಗೂ ತಮ್ಮ ಇಬ್ಬರು ಸಹೋದರರು, ಅವರ ಮಕ್ಕಳನ್ನು ನೋಡಿಕೊಳ್ಳುತ್ತಾ ಉಳಿದರು.

'ಇಲ್ಲ, ನಾನು ಅವರನ್ನು ನಂತರ ಎಂದೂ ನೋಡಲಿಲ್ಲ' ಎಂದಷ್ಟೇ ಆ ದುರಂತದ ಬಗ್ಗೆ ಹೇಳುತ್ತಾರೆ ತೇಲು.

ಇಂತಹ ಜಗತ್ತಿನಲ್ಲಿ ಈ ಬಿಪಿನ್, ದಿಗಂಬರ್, ಪೀತಾಂಬರ ಸರ್ದಾರ್ ಅವರುಗಳೇ ಪುರುಲಿಯಾದ ರಾಬಿನ್ ಹುಡ್‌ಗಳಾಗಿದ್ದರು. ನ್ಯಾಯಕ್ಕಾಗಿ ಜನರು ಈ ಕಾನೂನುಬಾಹಿರರತ್ತಲೇ ನೋಡುತ್ತಿದ್ದರು.

ತೇಲು ಮತ್ತು ಲೋಕ್ಕಿ ಹೇಳಿದ ಈ ಎಲ್ಲವೂ ನಮಗೆ ಚರಿತ್ರಕಾರ ಎರಿಕ್ ಹಾಬ್ಸಾಬ್ಮ್ 1969ರಲ್ಲಿ ಬರೆದ 'ಬ್ಯಾಂಡಿಟ್ಸ್' ಎಂಬ ಒಳ್ಳೆಯ ಪುಸ್ತಕವನ್ನು ನೆನಪಿಸಿತು. ಆ ಕೃತಿಯಲ್ಲಿ ಹಾಬ್ಸಾಬ್ಮ್ ಭಾರತವೂ ಸೇರಿದಂತೆ ಹಲವು ದೇಶಗಳಲ್ಲಿದ್ದ ದರೋಡೆಕೋರರ ಕಥನವನ್ನು ಹಿಡಿದಿಟ್ಟಿದ್ದರು. ಯುರೋಪ್, ಏಷ್ಯಾ, ಆಫ್ರಿಕಾ ಹಾಗೂ ಲ್ಯಾಟಿನ್ ಅಮೆರಿಕಗಳ ಕಥನ ಇದರಲ್ಲಿದೆ. ಅದರಲ್ಲಿ ಅವರು 'ಸಾಮಾಜಿಕ ದರೋಡೆಕೋರತನ'ದ ಬಗ್ಗೆ ಮಾತನಾಡುತ್ತಾರೆ. ಅದು ಹಿಂಸಾತ್ಮಕ, ಭಯಹುಟ್ಟಿಸುವಂತಹ ದರೋಡೆಯೂ ಆಗಿರುತ್ತಿತ್ತು. ಆದರೆ ಅದೇ ಸಮಯದಲ್ಲಿ ಇದು ಆರ್ಥಿಕ ಹಾಗೂ ಸಾಮಾಜಿಕ ರಾಜಕೀಯ ವ್ಯವಸ್ಥೆಗೆ ಸವಾಲು ಹಾಕುತ್ತಿತ್ತು. ಅಧಿಕಾರ, ಕಾನೂನು ಹಾಗೂ ಸಂಪನ್ಮೂಲಗಳನ್ನು ನಿಯಂತ್ರಿಸುತ್ತಿದ್ದವರನ್ನು ಎದುರಿಸುವ ಮೂಲಕ ಅದನ್ನು ಸಾಧಿಸಲಾಗುತ್ತಿತ್ತು.

30 ವರ್ಷಗಳ ನಂತರ ಹಾಬ್ಸಾಬ್ಮ್ ಈ ಕೃತಿಯನ್ನು ಪರಿಷ್ಕರಿಸಿದ್ದರು. ಯಾಕೆಂದರೆ, ಅವರಿಗೆ ಈ ದರೋಡೆಕೋರತನದ ರಾಜಕೀಯ ಚರಿತ್ರೆಯನ್ನು ಒತ್ತಿ ಹೇಳುವ ಅಗತ್ಯ ಅವರಿಗೆ ಕಂಡಿತ್ತು.

'ಬಿಪಿನ್ ಹಾಗೂ ದಿಗಂಬರ್ ಅವರನ್ನು ಬ್ರಿಟಿಷರು ಒಮ್ಮೆ ಬಂಧಿಸಿ ಅವರನ್ನು ಅಂಡಮಾನ್‌ಗೆ ಗಡೀಪಾರು ಮಾಡಿದ್ದರು. ಆದರೆ, ಅಲ್ಲಿ ಅವರು ನದಿಯೊಂದನ್ನು ದಾಟುತ್ತಿದ್ದಾಗ ಒಬ್ಬ ಯುವ ಬ್ರಿಟಿಷ್ ಅಧಿಕಾರಿ ನೀರುಪಾಲಾದ. ತಕ್ಷಣವೇ ನದಿಗೆ ಜಿಗಿದ ದಿಗಂಬರ್ ಆತನನ್ನು ರಕ್ಷಿಸಿದರು. ಆದರೆ, ಒಳಕಥೆಯ ಪ್ರಕಾರ ಈ ಇಬ್ಬರೇ ಅವನನ್ನು ನೀರಿಗೆ ತಳ್ಳಿದ್ದು. ದಿಗಂಬರ್ ಶೌರ್ಯತನವನ್ನು ಮೆಚ್ಚಿದ ಅಧಿಕಾರಿಗಳು ಇವರಿಬ್ಬರ ಶಿಕ್ಷೆಯ ಪ್ರಮಾಣವನ್ನು ಕಡಿಮೆ ಮಾಡಿದರು. ಅಂಡಮಾನ್ ಬದಲು ಅವರನ್ನು ಪುರುಲಿಯಾದ ಹಳೆಯ ಜೈಲಿಗೆ ಕಳಿಸಲಾಯಿತು' ಎಂದು ತೇಲು ಹಾಗೂ ಲೋಕ್ಕಿ ತಿಳಿಸಿದರು.

'ಧೋ ಎಂದು ಮಳೆ ಸುರಿಯುತ್ತಿದ್ದ ಒಂದು ರಾತ್ರಿ ಅವರಿಬ್ಬರೂ ಅಲ್ಲಿಂದ ಪರಾರಿಯಾದರು. ಕಂಗ್ಸಬತಿ ನದಿಗೆ ಧುಮುಕಿದ ಅವರು ಈಜಿ ಪಿರ್ರಾಗೆ ದೂರವೇನೂ ಇಲ್ಲದ ಕೈರಾ ಗ್ರಾಮದ ಬಳಿಯಿರುವ ಬೊರಹಾಂಟು ಗುಡ್ಡ ಪ್ರದೇಶ ಸೇರಿಕೊಂಡರು. ಅಲ್ಲಿನ ಗುಹೆಗಳಲ್ಲಿ ವಾಸವಿದ್ದು, ಡಕಾಯಿತಿಯನ್ನು ಪುನರ್ ಆರಂಭಿಸಿದರು. 1947ಕ್ಕೆ ಸ್ವಲ್ಪ ಮುನ್ನ ಈ ಮೂವರನ್ನೂ ಮತ್ತೆ ದಸ್ತಗಿರಿ ಮಾಡಲಾಯಿತು. ಅಲ್ಲಿ ಜೈಲಿನಲ್ಲಿ ಅವರು ನಿಧನರಾದರು.

ಬಿಪಿನ್ ಸರ್ದಾರ್‌ಗೆ ಇಳಿವಯಸ್ಸಾಗಿದ್ದಾಗ ತೇಲು ಅವರನ್ನು ಒಮ್ಮೆ ಭೇಟಿ ಮಾಡಿದ್ದರು. ಆ ಮೂವರ ಬಗ್ಗೆ ತೇಲು ಅವರಿಗೆ ಪ್ರೀತಿ ಹಾಗೂ ದ್ವೇಷಭರಿತ ಮಿಶ್ರಭಾವವಿತ್ತು. ಲೋಕ್ಕಿಗೂ ಸಹಾ ಅವರ ಬಗ್ಗೆ ಇದೇ ಭಾವನೆಯಿದೆ. ಇಬ್ಬರಿಗೂ

223

ಕೊನೆಯ ಹೀರೋಗಳು

ಪಾಳೇಗಾರಿ ವ್ಯವಸ್ಥೆಯ ಪುರುಲಿಯಾದಲ್ಲಿ ಈ ದರೋಡೆಕೋರರ ಮಹತ್ವ ಏನು ಎಂದು ಗೊತ್ತಿತ್ತು. ಅವರ ಸಾಮಾಜಿಕ ಮಹತ್ವದ ಬಗ್ಗೆ ಇಬ್ಬರಿಗೂ ಅರಿವಿತ್ತು. ಆದರೆ ಅವರು ಗಾಂಧಿಯವರ ಅಹಿಂಸೆಯ ತತ್ವಕ್ಕೂ ಮಾರುಹೋಗಿದ್ದರು.'

***

ತೇಲು ಹಾಗೂ ಲೋಕ್ಕಿಯವರ ಗಾಂಧಿಯವರೆಡೆಗಿನ ಒಲವು, ದರೋಡೆಕೋರರ ಬಗ್ಗೆ ಪ್ರಶಂಸೆ ಹಾಗೂ ಮನ್‌ಬಜಾರ್ ಪೊಲೀಸ್ ಸ್ಟೇಷನ್ ಮೇಲಿನ ದಾಳಿಗೆ ಕೊಟ್ಟ ಬೆಂಬಲದ ಹಿನ್ನೆಲೆಯಲ್ಲಿ ಈ ಇಬ್ಬರೂ ತಮ್ಮ ಜೀವನದುದ್ದಕ್ಕೂ ಎಡಪಂಥೀಯರಾಗಿ ಉಳಿದಿದ್ದು ಹೇಗೆ?

'ಅವರು ನಮ್ಮ ಮೇಲೆ ಗುಂಡು ಹಾರಿಸಿದರು. ಯಾರೇ ಆಗಲಿ ತಮ್ಮ ಗೆಳೆಯರು, ಕುಟುಂಬ ಅಥವಾ ಸಂಗಾತಿಗಳ ಮೇಲೆ ಗುಂಡು ಹಾರಿಸಿದ್ದನ್ನು ಕಣ್ಣೆದುರು ಕಂಡಾಗ ತಿರುಗೇಟು ನೀಡಿಯೇ ನೀಡುತ್ತಾರೆ' ಎಂದರು ತೇಲು.

ಅವರು ಹಾಗೆ ಮಾತನಾಡುತ್ತಿರುವಾಗ ನಮಗೆ ಮತ್ತೆ ಸ್ವಾತಂತ್ರ್ಯ ಹೋರಾಟದ ಬಗೆಗಿನ ಮತ್ತೊಂದು ಮುಖ್ಯ ಎಳೆ ಎಡತಾಕುತ್ತಿದೆ ಎನಿಸಿತು.

ತೇಲು ಹಾಗೂ ಲೋಕ್ಕಿ ಮಹತೋ ಇಬ್ಬರೂ ಸಹಾ ಎಡ ಒಲವಿದ್ದವರು ಆದರೆ ವ್ಯಕ್ತಿತ್ವ ಗಾಂಧಿ ಪ್ರಭಾವಕ್ಕೆ ಒಳಗಾಗಿತ್ತು. ರಾಜಕೀಯವಾಗಿ ಹಾಗೂ ಭಾವನಾತ್ಮಕವಾಗಿ ಎಡದ ಕಡೆ ಇದ್ದರೂ. ನೈತಿಕತೆ ಹಾಗೂ ಜೀವನಶೈಲಿಯಲ್ಲಿ ಗಾಂಧಿವಾದಿಗಳಾಗಿದ್ದರು. ಅವರ ಹೀರೋ ನೇತಾಜಿ ಬೋಸ್. ಅವರಿಗೆ ಗಾಂಧಿ ತುಂಬಾ ದೂರ ಆದರೆ, ಅವರು ಕಣ್ಣರಳಿಸಿ ನೋಡುವ ಎತ್ತರದ ವ್ಯಕ್ತಿತ್ವ. ನಾನು ಇದನ್ನು ಮತ್ತೆ, ಮೂರು ವಾರಗಳ ನಂತರ ಅಜ್ಮೇರ್‌ನ ಶೋಭಾರಾಂ ಗೆಹೆರ್ವಾರ್ ಅವರನ್ನು ಭೇಟಿ ಮಾಡಿದಾಗ ಯೋಚಿಸುವಂತಾಯಿತು.

'ಶೋಭಾರಾಂ ದಲಿತರು ಹಾಗೂ ಸ್ವಯಂಘೋಷಿತ ಗಾಂಧಿವಾದಿ. ಅವರು ಅಂಬೇಡ್ಕರ್ ಅವರನ್ನು ಆಳವಾಗಿ ಪ್ರಶಂಸಿಸುತ್ತಾರೆ. ಅವರು ನನ್ನ ಜೊತೆ ಮಾತನಾಡುತ್ತಾ – 'ನಾನು ಗಾಂಧಿವಾದ ಹಾಗೂ ಕ್ರಾಂತಿವಾದ ಎರಡರ ಜೊತೆಗೂ ಇದ್ದೆ. ಎರಡರ ನಡುವೆಯೂ ನಿಕಟ ಸಂಬಂಧವಿದೆ ಎಂದಿದ್ದರು.' ಹಾಗಾಗಿ ಅವರು ಮೂಲತಃ ಗಾಂಧಿವಾದಿಯಾಗಿದ್ದರೂ ಅವರು ಮೂರು ರೀತಿಯ ರಾಜಕೀಯ ಧಾರೆಗಳೊಂದಿಗೆ ಗುರುತಿಸಿಕೊಂಡಿದ್ದರು.

'ನಾವು ಚಿಕ್ಕವರಿದ್ದಾಗ ಎಲ್ಲಾ ಮನೆಗಳಲ್ಲೂ ಚರಕಾ ಇರುತ್ತಿತ್ತು. ಅದರಲ್ಲಿ ಹೆಚ್ಚಾಗಿ ನೂಲು ತೆಗೆಯುತ್ತಿದ್ದದ್ದು ಮಹಿಳೆಯರು' ಎಂದು ತೇಲು ಹಾಗೂ ಲೋಕ್ಕಿ ಹೇಳಿದರು. 'ಆ ಪೀಳಿಗೆಯವರು ಮ್ಯಾಂಚೆಸ್ಟರ್ ಬಟ್ಟೆಗಳು ಹಾಗೂ ಇತರೆ ಬ್ರಿಟಿಷ್ ಉತ್ಪನ್ನಗಳನ್ನೂ ಬಹಿಷ್ಕರಿಸಿದ್ದರು' ಎನ್ನುತ್ತಾರೆ ಶಾಲಾ ಶಿಕ್ಷಕ ಪಾರ್ಥಸಾರಥಿ

ಮಹತೋ. ಇವರ ಅಜ್ಜ ವೈದ್ಯನಾಥ್ 1942 ಸೆಪ್ಟೆಂಬರ್ 30ರ ಚಳವಳಿಯ ಪ್ರಮುಖ ಸಂಘಟನಾಕಾರಲ್ಲೊಬ್ಬರು.

ಪುರುಲಿಯಾದ ಈ ಇಬ್ಬರೂ ರೂಪುಗೊಳ್ಳುವಲ್ಲಿ ಅವರು ಎಲ್ಲಿಂದ ಬಂದರು, ಅವರ ಸುತ್ತಾ ಇದ್ದ ಸಮಾಜ ಎಂತಹದ್ದು ಎನ್ನುವುದೂ ಮುಖ್ಯಪಾತ್ರ ವಹಿಸಿದೆ.

ತೇಲು ಹಾಗೂ ಲೋಕ್ಕಿ ಇಬ್ಬರೂ ಸಹಾ ಪಶ್ಚಿಮ ಬಂಗಾಳದ ಜಂಗಲ್‌ಮಹಲ್ ಪ್ರಾಂತ್ಯದಲ್ಲಿ ದೊಡ್ಡ ಸಂಖ್ಯೆಯಲ್ಲಿರುವ ಕುರ್ಮಿ ಸಮುದಾಯಕ್ಕೆ ಸೇರಿದವರು. 1760 ರಷ್ಟು ಹಿಂದೆಯೇ ಈಸ್ಟ್ ಇಂಡಿಯಾ ಕಂಪನಿಯ ವಿರುದ್ಧ ಸಿಡಿದೆದ್ದ ಭೂಮಿಜ್ ಹಾಗೂ ಆ ಪ್ರಾಂತ್ಯದ ಇತರ ಬುಡಕಟ್ಟು ಸಮುದಾಯಗಳ ಜೊತೆಗೆ ಕುರ್ಮಿಗಳೂ ಇದ್ದರು. ಬ್ರಿಟಿಷರು ಭೂಮಿಜ್‌ರನ್ನು ಹಾಗೂ ಅವರ ಜೊತೆ ಇದ್ದವರನ್ನು 'ಚೌರ್' ಎಂದು ಕರೆದರು. ಹಾಗೂ ಇವರು ನಡೆಸಿದ ಸರಣಿ ಪ್ರತಿರೋಧವನ್ನು 'ಚೌರ್ ಬಂಡಾಯ' ಎಂದು ಕರೆದರು. ಚರಿತ್ರೆಯ ಪುಸ್ತಕಗಳಲ್ಲಿ ಇಂದಿಗೂ ಚೌರ್ ಎನ್ನುವ ಪದವನ್ನು ಬಳಸಲಾಗುತ್ತಿದೆ. ಇದೊಂದು ಹೀನ ಪದ. ಬೆಂಗಾಲಿಯಲ್ಲಿ ಚೌರ್ ಎಂದರೆ ಅನಾಗರಿಕರು ಎಂದು ಅರ್ಥ.

ಹಾಗೆ ನೋಡಿದರೆ ಇದು ಶೋಷಣೆಗೆ ಒಳಗಾದವರ ನಿಜ ಬಂಡಾಯ ವಾಗಿತ್ತು. ಬ್ರಿಟಿಷರಿಂದ ಸ್ವಾತಂತ್ರ್ಯ ಪಡೆಯಲು ಆರಂಭವಾದ ಮೊದಲ ಹೋರಾಟ ಗಳಲ್ಲೊಂದು. ಜಂಗಲ್‌ಮಹಲ್ ಹಾಗೂ ಸುತ್ತಲ ಪ್ರದೇಶದ ಆದಿವಾಸಿಗಳು ಸತತವಾಗಿ ನಾಲ್ಕು ದಶಕಗಳ ಕಾಲ ಆ ಹೋರಾಟವನ್ನು ಜೀವಂತವಾಗಿಟ್ಟಿದ್ದರು.

ಬ್ರಿಟಿಷರು ಬುಡಕಟ್ಟು ಸ್ಥಾನದಿಂದ ಕುರ್ಮಿಗಳನ್ನು ಕಿತ್ತುಹಾಕಿದರು. 1913ರಲ್ಲಿ ಬ್ರಿಟಿಷ್ ರಾಜ್ ಕುರ್ಮಿಗಳನ್ನು ಪರಿಶಿಷ್ಟ ಪಂಗಡ ಎಂದು ವರ್ಗೀಕರಿಸಿತ್ತು. 1931ರ ಗಣತಿಯಲ್ಲಿ ಅದನ್ನು ತೆಗೆದು ಹಾಕಿತು. ಅವರ ಬಂಡಾಯ ಪ್ರವೃತ್ತಿಗೆ ಇದು ಅವರು ನೀಡಿದ ಶಿಕ್ಷೆ ಇರಬೇಕು.

1950ರಲ್ಲಿ ಕುರ್ಮಿಗಳನ್ನು ಇತರ ಹಿಂದುಳಿದ ಜಾತಿಗಳ ಪಟ್ಟಿಗೆ ಸೇರಿಸಲಾಯಿತು. ಪರಿಶಿಷ್ಟ ಬುಡಕಟ್ಟು ಸ್ಥಾನವನ್ನು ತಮಗೆ ಮರಳಿ ನೀಡಬೇಕು ಎನ್ನುವುದು ಕುರ್ಮಿಗಳ ಪ್ರಮುಖ ಬೇಡಿಕೆ. ತೇಲು, ಲೋಕ್ಕಿ ಮಾತ್ರವಲ್ಲ ನಾವು ಮಾತನಾಡಿಸಿದ ಎಲ್ಲಾ ಹಿರಿಯ ಕುರ್ಮಿಗಳೂ ಸಹಾ ಆಳದಲ್ಲಿ ತಾವು ಬುಡಕಟ್ಟಿನವರೇ ಎಂದು ಭಾವಿಸುತ್ತಾರೆ.

ಪುರುಲಿಯಾದಲ್ಲಿ ನಡೆದ ಸ್ವಾತಂತ್ರ್ಯ ಹೋರಾಟದಲ್ಲೂ ಕುರ್ಮಿಗಳು ಮುಂಚೂಣಿಯಲ್ಲಿದ್ದಾರೆ. 1942ರ ಸೆಪ್ಟೆಂಬರ್‌ನ ಕೊನೆಯ ಎರಡು ದಿನಗಳಂದು 12 ಪೊಲೀಸ್ ಠಾಣೆಗಳತ್ತ ಹೊರಟ ಮೆರವಣಿಗೆಯಲ್ಲಿಯೂ ದೊಡ್ಡ ಸಂಖ್ಯೆಯಲ್ಲಿ ಕುರ್ಮಿಗಳು ಭಾಗವಹಿಸಿದ್ದಾರೆ. ಆ ನಂತರದಲ್ಲಿಯೂ ತೇಲು ಹಾಗೂ ಲೋಕ್ಕಿ

ಹಲವು ಹೋರಾಟಗಳನ್ನು ಮಾಡಿದ್ದಾರೆ. ಸ್ವಾತಂತ್ರ್ಯದ ದಿಕ್ಕಿನಲ್ಲಿ ಹಾಗೂ ಅದರಾಚೆಗೂ...

'1947ರ ಆಗಸ್ಟ್ 15ಕ್ಕೆ ಒಂದು ದಿನ ಮುಂಚೆ ಪಿರ್ರಾ ಬಳಿ ನಾವು ಹೊಲದಲ್ಲಿ ಎಮ್ಮೆ ಮೇಯಿಸುತ್ತಿದ್ದೆವು. ಇದ್ದಕ್ಕಿದ್ದಂತೆ ಊರಿನವರು ಬ್ರಿಟಿಷರು ಚಿನ್ನ, ಬೆಲೆಬಾಳುವ ವಸ್ತು, ಹಣವನ್ನು ಹೊತ್ತುಕೊಂಡು ಮಿಲಿಟರಿ ವಾಹನಗಳಲ್ಲಿ ಓಡಿ ಹೋಗುತ್ತಿದ್ದಾರೆ ಎಂದು ಕೂಗುತ್ತಿದ್ದುದು ಕೇಳಿಸಿತು' ಎಂದರು ಲೋಕ್ಕಿ. ಜನರು ಗುಂಪಾಗಿ ಸೇರಲು ಆರಂಭಿಸಿದರು.

ಸಂಭ್ರಮವೂ ಹರಡಲು ಆರಂಭಿಸಿತು. ಮಘಾರಾಂ ಮಹತೋ ಕುಟುಂಬ ಇಡೀ ಊರಿಗೇ ಸಿಹಿ ಹಂಚಿತು.

***

'ತುಸು' ದಕ್ಷಿಣದ ಕಡೆ ಹೋಗುತ್ತಿದ್ದಾಳೆ ಎಂದು ಕೇಳಿದೆ
ಹಸಿವಾದಾರೆ ಅವಳು ತಿನ್ನುವುದಾದರೂ ಏನನ್ನು?
'ತುಸು' ಹೊದ್ದಿರುವ ಆ ವಸ್ತ್ರವನ್ನು ತನ್ನಿ
ತುಪ್ಪದಲ್ಲಿ ಮಾಡಿದ ಸಿಹಿಯನ್ನು ಕಟ್ಟಿಕೊಡುತ್ತೇನೆ

97 ವರ್ಷದ ಲೋಕ್ಕಿ ನಮಗಾಗಿ ಹಾಡುತ್ತಿದ್ದರು. ಅವರ ವಯಸ್ಸು ಅಷ್ಟು ಇರಬಹುದು ಎಂದು ನಾವು ಊಹಿಸಿದ್ದೆವು. ತೇಲುಗಿಂತ ಆರೆಂಟು ವರ್ಷ ಚಿಕ್ಕವರಿರಬೇಕು. ಆಧಾರ್ ಕಾರ್ಡ್ ಪ್ರಕಾರ ಹೇಳುವುದಾದರೆ ತೇಲುಗೆ 97 ಹಾಗೂ ಲೋಕ್ಕಿಗೆ 89 ವರ್ಷ. ಆದರೆ ಇದನ್ನು ಈ ಇಬ್ಬರೂ ಬಲವಾಗಿ ತಳ್ಳಿ ಹಾಕುತ್ತಾರೆ.

ತುಂಬಾ ಹಿಂದುಳಿದ ಪ್ರದೇಶಗಳಲ್ಲಿ ಬಡಜನರ ವಯಸ್ಸನ್ನು ದಾಖಲಿಸುವುದು ತುಂಬಾ ಕಷ್ಟ. ಅವರು ಹುಟ್ಟಿದ ಕಾಲದಲ್ಲಂತೂ ಈ ದಾಖಲಾತಿಯ ಕಲ್ಪನೆಯೇ ಇರಲಿಲ್ಲ. ಇಬ್ಬರಿಗೂ ಸುಳ್ಳು ಹೇಳಬೇಕಾದ ಯಾವ ಅಗತ್ಯವೂ ಇರಲಿಲ್ಲ. ಅಥವಾ ಅದರಿಂದ ಯಾವ ಲಾಭವೂ ಆಗಬೇಕಿರಲಿಲ್ಲ. ನಾವು ಅವರ ಕುಟುಂಬದ ಜೊತೆ ಚರ್ಚಿಸಿದೆವು. ಮನ್‌ಬಜಾರ್ ಹಾಗೂ ಇತರ ಹೋರಾಟಗಳಲ್ಲಿ ಭಾಗವಹಿಸಿದ ಪೀಳಿಗೆಯವರನ್ನೂ ಕೇಳಿದೆವು. ಬೈದ್ಯನಾಥ್ ಮಹತೋರಂತಹ ಇತರೆ ಸ್ವಾತಂತ್ರ್ಯ ಹೋರಾಟಗಾರ ಕುಟುಂಬದವರಲ್ಲಿಯೂ ವಿಚಾರಿಸಿದೆವು.

ಇದರಿಂದ ತೇಲುಗೆ 102ರಿಂದ 105 ಹಾಗೂ ಲೋಕ್ಕಿಗೆ 97 ವರ್ಷ ಎಂಬ ಅಂದಾಜು ಸಿಕ್ಕಿತು. ಇದು ಯಾವುದೇ ರೀತಿ ನೋಡಿದರೂ ಕೆಟ್ಟು ಹೋದ ಆಧಾರ್ ಕಾರ್ಡ್ ವ್ಯವಸ್ಥೆ ಕೊಟ್ಟಿರುವ ಯಾವುದೋ ಒಂದು ವಯಸ್ಸಿಗಿಂತ ಹೆಚ್ಚು ನಂಬಲಾರ್ಹವಾಗಿತ್ತು.

ಅವರು ಕೊಟ್ಟಿದ್ದ ವಯಸ್ಸು ಸರಿಯಾಗಿಲ್ಲ ಎನ್ನುವುದಾದರೆ ಆಧಾರ್ ಅಧಿಕಾರಿಗಳ ಬಳಿ ಅದನ್ನು ಯಾಕೆ ನೀವು ಪ್ರತಿಭಟಿಸಲಿಲ್ಲ? ಎಂದು ನಾವು ಕೇಳಿದೆವು. 'ಅದು ತೀರಾ ಕಷ್ಟದ ಕೆಲಸ. ಇದರಿಂದ ಕಾರ್ಡ್‌ನಲ್ಲಿ ಇನ್ನಷ್ಟು ತಪ್ಪು ನುಸುಳುವ ಎಲ್ಲಾ ಸಾಧ್ಯತೆ ಇದೆ ಎಂದು ಅವರು ನಮಗೆ ಹೇಳಿದರು.'

ಅದರ ಬದಲಿಗೆ ಅವರು ಇನ್ನೂ ಒಂದು ಹಾಡನ್ನು ಹಾಡಬಹುದು. ಆಧಾರ್‌ನ ನೌಕರಶಾಹಿಯ ಅಸಂಬದ್ಧತೆಯನ್ನು ಹುಡುಕುತ್ತಾ ಹೋಗುವುದಕ್ಕಿಂತ ಇದೇ ಅವರಿಗೆ ಖುಷಿಯ ಸಂಗತಿ. ಲೋಕ್ಕಿ ಸ್ವಲ್ಪ ಸಂಕೋಚ ಸ್ವಭಾವದವರು. ಆದರೂ ಅವರು ಹಾಡಲು ಒಪ್ಪಿದರು.

ನಾನು ನಿಮ್ಮ ಮನೆಗೆ ಬರುತ್ತಿದ್ದೆ
'ತುಸು' ಅಲ್ಲಿ ಇದ್ದದ್ದರಿಂದ
ಈಗ 'ತುಸು' ಹೋದ ಕಾರಣ
ನಿಮ್ಮ ಮನೆಯಲ್ಲಿ ನನಗೇನೂ ಕೆಲಸವಿಲ್ಲ

ಈ ರೀತಿಯ ಹಾಡುಗಳಿಗೆ 'ತುಸು ಗಾನ' ಎಂದು ಕರೆಯುತ್ತಾರೆ. ಕುರ್ಮಿಗಳ ತುಸು ಅಥವಾ ಕೊಯ್ಲಿನ ಕಾಲಕ್ಕೆ ಸಂಬಂಧಿಸಿದ್ದು ಹಾಡುಗಳು ಇವು. ತುಸು ಧಾರ್ಮಿಕ ಪ್ರಧಾನವಲ್ಲದ ಜಾತ್ಯಾತೀತ ಹಬ್ಬ. ಒಂದು ಕಾಲಕ್ಕೆ ಈ ಹಾಡುಗಳನ್ನು ತರುಣಿಯರು ಮಾತ್ರ ಹಾಡುತ್ತಿದ್ದರು. ಈಗ ಅವರಾಚೆಗೂ ಈ ಹಾಡು ಹಬ್ಬಿದೆ. ಲೋಕ್ಕಿ ಹಾಡಿದ ಹಾಡುಗಳಲ್ಲಿ 'ತುಸು' ಚೈತನ್ಯವಾಗಿ ಕಾಣುತ್ತಾಳೆ. ಆ ಎರಡನೆಯ ಹಾಡು ಸಂಕ್ರಾಂತಿ ಕೊನೆಯಾಗುತ್ತಿರುವುದನ್ನು ಸೂಚಿಸುತ್ತದೆ.

ಹಾಗಾದರೆ, ಇಲ್ಲಿ ಏನನ್ನು ಬೆಳೆಯುತ್ತಾರೆ ಹಾಗೂ ಮುಖ್ಯವಾಗಿ ಏನನ್ನು ಆಹಾರವಾಗಿ ಬಳಸುತ್ತಾರೆ? ಪಶ್ಚಿಮ ಬಂಗಾಳದಲ್ಲಿ ಅನ್ನವನ್ನು ತಾನೇ ತಿನ್ನುವುದು ಎಂದುಕೊಂಡಿದ್ದರೆ, ಅಲ್ಲ ಎನ್ನುತ್ತಾರೆ ತೇಲು ಹಾಗೂ ಲೋಕ್ಕಿ.

'ಶ್ರೀಮಂತರು ಮಾತ್ರ ಅನ್ನ ತಿನ್ನುತ್ತಿದ್ದರು. ನಾವು ಮಾತ್ರ ಸಿರಿಧಾನ್ಯ ತಿನ್ನುತ್ತಿದ್ದೆವು.'

ಇದು ತೀರಾ ಆಶ್ಚರ್ಯಕರ. ಆದರೆ, ಅವರು ಅದನ್ನು ವಿವರಿಸಿದರು. ರಾಜ ಹಾಗೂ ಭೂಮಾಲೀಕರು ಅನ್ನ ತಿನ್ನುತ್ತಿದ್ದರು. ನಮ್ಮಲ್ಲಿ ಭತ್ತದ ಒಳ್ಳೆಯ ಸ್ಥಳೀಯ ತಳಿಗಳಿದ್ದವು. ಆಮೇಲಾಮೇಲೆ ಹೊರಗಡೆಯಿಂದ ಅಕ್ಕಿ ಬರಲಾರಂಭಿಸಿತು.

'ಪಾಲಿಷ್ ಮಾಡುವುದರಿಂದ, ಭತ್ತವನ್ನು ಬೇಯಿಸುವುದರಿಂದ ಅಕ್ಕಿ ತನ್ನ ಸತ್ವವನ್ನು ಕಳೆದುಕೊಳ್ಳುತ್ತದೆ. ಸಿರಿಧಾನ್ಯಗಳೇ ಹೆಚ್ಚು ಪೋಷಕಾಂಶವುಳ್ಳದ್ದು' ಎಂದು ತೇಲು ಹೇಳಿದರು. ಆದರೆ, ಅಕ್ಕಿಗೆ ಶ್ರೀಮಂತ ಸ್ಥಾನಮಾನ ಸಿಕ್ಕ ಕಾರಣ ರಾಗಿ ಸೇರಿದಂತೆ ಸಿರಿಧಾನ್ಯಗಳ ಮಹತ್ವ ತಗ್ಗಿತು. ಸಿರಿಧಾನ್ಯಗಳಿಗಿಂತ ಭತ್ತ ಬೆಳೆಯುವುದರಿಂದ, ರೈತರಿಗೆ ಒಳ್ಳೆ ಬೆಲೆ ಸಿಕ್ಕಿತು. ಸ್ವಾತಂತ್ರ್ಯಾನಂತರ ಸಾರ್ವಜನಿಕ ಪಡಿತರ ವ್ಯವಸ್ಥೆಯಲ್ಲಿ ಅಕ್ಕಿ ಹಾಗೂ ಗೋಧಿ ವಿತರಿಸುವುದರೊಂದಿಗೆ ಇದು ಹೆಚ್ಚುತ್ತಾ ಹೋಯಿತು. ಸ್ವಾತಂತ್ರ್ಯ ಹೋರಾಟಗಾರ ಮಘಾರಾಂ ಮಹತೋ ಅವರ ಮರಿಸಹೋದರನ ಪ್ರಕಾರ 'ಈ ಕಾರಣಗಳಲ್ಲದೆ, ಸ್ಥಳೀಯ ವೈವಿಧ್ಯಗಳು ಹೆಚ್ಚು ಇಳುವರಿ ನೀಡುತ್ತಿರಲಿಲ್ಲ. ಹಾಗಾಗಿ ಅಕ್ಕಿ ಜನಪ್ರಿಯತೆ ಪಡೆಯುತ್ತಾ ಹೋಯಿತು.'

'ಇದಕ್ಕೆ ಮುಂಚೆ ಬಹುತೇಕ ಜೋಳ, ಹಾಲು ಹಾಗೂ ಸಿರಿಧಾನ್ಯ ನಮ್ಮ ಬದುಕಿನ ಭಾಗವಾಗಿತ್ತು. ಭತ್ತ ಬಂದದ್ದು ನಿಧಾನವಾಗಿ' ಎನ್ನುತ್ತಾರೆ ತೇಲು.

'ಹಾಲು, ಜೋಳ, ಸಿರಿಧಾನ್ಯವನ್ನು ನಾವು ಬಳಸುತ್ತಿದ್ದೆವು. ತೀರಾ ಅಪರೂಪದ ಹಬ್ಬಗಳಲ್ಲಿ ಮಾತ್ರ ಅಕ್ಕಿ ಬಳಸುತ್ತಿದ್ದೆವು. ಇದಲ್ಲದೆ, ನಮ್ಮ ಸುತ್ತಲಿನ ಅರಣ್ಯದಲ್ಲಿ ನಾವೇ ಹೆಕ್ಕಿದ ಸ್ಥಳೀಯ ಹಣ್ಣುಗಳನ್ನು ತಿನ್ನುತ್ತಿದ್ದೆವು' ಎನ್ನುತ್ತಾರೆ ಲೋಕ್ಕಿ.

ತೇಲು ಹಲವಾರು ದಶಕಗಳ ಕಾಲ ಹೊಲದಲ್ಲಿ ಕೆಲಸ ಮಾಡಿದ್ದ ಕಾರಣ ಅವರಿಗೆ ಈ ಬಗ್ಗೆ ಆಳವಾದ ಜ್ಞಾನವಿದೆ. ಅವರ ಕೃಷಿ ಪದ್ಧತಿ ದೀರ್ಘಕಾಲ ಕ್ರಿಮಿನಾಶಕ ರಹಿತವಾಗಿತ್ತು. ರಾಸಾಯನಿಕ ಕ್ರಿಮಿನಾಶಕ ರಹಿತವಾಗಿಯೂ ಇತ್ತು. ಆ ಭಾಗದಲ್ಲಿ ಕಳೆದ 200 ವರ್ಷಗಳ ಕೃಷಿ ಪದ್ಧತಿಯ ಬಗ್ಗೆ ಅವರು ಒಂದು ಕಿರುಚರಿತ್ರೆಯನ್ನೇ ನೀಡಿದರು.

'ತೇಲು ಹಾಗೂ ಲೋಕ್ಕಿಗೆ ಏನು ಬೇಕೋ ಅವನ್ನು ಅವರೇ ಮಾಡಿಕೊಳ್ಳುತ್ತಾರೆ. ಅವರ ಇಳಿವಯಸ್ಸಿಗೆ ಹೋಲಿಸಿದರೆ ಅವರು ಸಾಕಷ್ಟು ಸದೃಢವಾಗಿಯೇ ಇದ್ದಾರೆ. ಅವರೇ ಬಾವಿಯಿಂದ ನೀರು ಸೇದಿಕೊಳ್ಳುತ್ತಾರೆ, ತಮ್ಮ ಬಟ್ಟೆ ಒಗೆದುಕೊಳ್ಳುತ್ತಾರೆ. ಹಾಗೂ ಪ್ರತೀ ದಿನ ಗ್ರಾಮದಲ್ಲಿ ನಾಲ್ಕೈದು ಕಿಮೀ ನಡೆಯುತ್ತಾರೆ.'

ತಮ್ಮ ಹಿತ್ತಲಲ್ಲಿ ತಾವೇ ಕೈಯಾರ ನಿರ್ಮಿಸಿದ ಬಾವಿಯ ಬಗ್ಗೆ ತೇಲುವಿಗೆ ತುಂಬಾ ಹೆಮ್ಮೆಯಿದೆ. ಅವರು ಆ ಬಾವಿಯನ್ನು ನಮಗೆ ತೋರಿಸಲೇಬೇಕು ಎಂದರಲ್ಲದೆ, ಅದರ ಪಕ್ಕ ನಿಂತು ಫೋಟೋ ಹಿಡಿಸಿಕೊಳ್ಳುವ ಆಸೆಯನ್ನೂ ವ್ಯಕ್ತಪಡಿಸಿದರು. ಅವರು ತಮ್ಮ ಕೈಯ್ಯಾರೆ, ತಮ್ಮ ಜಮೀನಿನಲ್ಲಿ ಹೀಗೆ ನಿರ್ಮಿಸಿದ ಅನೇಕ ಚಿಕ್ಕಪುಟ್ಟ ಮನೆಗಳಿದ್ದವು. ಇವುಗಳಲ್ಲಿ ಇವರ ಸಂಬಂಧಿಗಳು ವಾಸವಾಗಿದ್ದಾರೆ. ನಾವು ಭೇಟಿ ನೀಡುವ ಒಂದೋ ಅಥವಾ ಎರಡು ದಿನ ಮುಂಚೆ ಇವರು ತಮ್ಮ ಜಮೀನನ್ನೆಲ್ಲಾ ಅವರಿಗೆ ಬರೆದು ಕೊಟ್ಟಿದ್ದರು.

ಸ್ವತಃ ಇವರು ತಗಡಿನ ಹೊದಿಕೆಯ ಕೊಠಡಿಯಲ್ಲಿ ವಾಸವಾಗಿದ್ದಾರೆ. 2011ರಲ್ಲಿ ಎಡರಂಗದ ಕೊನೆಯ ಸರ್ಕಾರ ಮಂಜೂರು ಮಾಡಿ ಕೊಟ್ಟದ್ದು ಅದು. ಇವರಿಗೆ ತೀರಾ ಖುಷಿ ತರುವ ವಿಷಯವೆಂದರೆ, ತಮ್ಮನ್ನು ಗೌರವದಿಂದ ಕಾಣುವ ತಮ್ಮ ನೆರೆಯವರಾದ ಅಮೋಲ್, ಶುಭಾಂಕರ್ ಹಾಗೂ ಮೌಮಿತಾ ಮಹತೋ ಅವರ ಜೊತೆ ಕಾಲ ಕಳೆಯುವುದು. ನಮಗೆಲ್ಲರಿಗೂ ಮಧ್ಯಾಹ್ನ ಊಟ ನೀಡುತ್ತಾ ಮೌಮಿತಾ 'ದಾದುಗೆ ಊಟ ನೀಡುವುದೆಂದರೆ ನನಗೆ ತುಂಬಾ ಇಷ್ಟ' ಎಂದರು. ಈ ಮೊದಲು ಆಕೆ ನನ್ನ ಸಹೋದ್ಯೋಗಿ ಸ್ಮಿತಾ ಖತೋರ್ ಜತೆ ಮಾತನಾಡುತ್ತಾ, 'ಶುಭಾಂಕರ್ ಜೊತೆ ನನ್ನ ಮದುವೆ ನಿಶ್ಚಯವಾದಾಗ ಒಬ್ಬ ಸ್ವಾತಂತ್ರ್ಯ ಹೋರಾಟಗಾರರ ನೆರೆಯಲ್ಲಿಯೇ ನಾನು ಇರಬಹುದು ಎನ್ನುವ ವಿಚಾರವೇ ನನಗೆ ಖುಷಿ ತಂದಿತ್ತು' ಎಂದು ಹೇಳಿದ್ದರು.

***

ಪುರುಲಿಯಾ, ಪಶ್ಚಿಮ ಬಂಗಾಳದ ಅತಿ ಬಡತನದ ಜಿಲ್ಲೆಯಾಗಿಯೇ ಇನ್ನೂ ಉಳಿದಿದೆ. ಇಲ್ಲಿನ ಯುವಜನರು ಬರ್ಧಮಾನ್‌ನಂತಹ ನೆರೆಯ ಜಿಲ್ಲೆಗಳು ಹಾಗೂ ಮಹಾರಾಷ್ಟ್ರ, ಕೇರಳ ಹಾಗೂ ಇತರ ರಾಜ್ಯಗಳಿಗೆ ವಲಸೆ ಹೋಗುತ್ತಾರೆ. ಅಲ್ಲಿ ಅವರು ಕೃಷಿ ಕೆಲಸಗಾರರಾಗಿ, ಕಟ್ಟಡ ಕಾರ್ಮಿಕರಾಗಿ ದುಡಿಯುತ್ತಾರೆ.

ಮನ್‌ಬಜಾರ್ ಒಂದನೇ ಬ್ಲಾಕಿನ ಚೇಪುವಾ ಗ್ರಾಮದ ಬಬಾನಿ ಮಹತೋ ರೀತಿಯೇ ತೇಲು ಹಾಗೂ ಲೋಕ್ಕಿ ಸಹಾ ಸ್ವಾತಂತ್ರ್ಯ ಹೋರಾಟಗಾರರೆಂದರೆ ಹೀಗೇ ಇರಬೇಕು ಎನ್ನುವ ಚಿತ್ರಣಕ್ಕೆ ಕಟ್ಟುಬಿದ್ದಿಲ್ಲ. ಪ್ರಭುತ್ವ ಮತ್ತು ಶ್ರೀಮಂತ ಸಮಾಜ ಸೃಷ್ಟಿಸಿದ ರೀತಿಯಲ್ಲಿ ಅಂತೂ ಅಲ್ಲವೇ ಅಲ್ಲ. ಇಬ್ಬರೂ ಸಹಾ ತಮ್ಮ ಕ್ಷೇತ್ರಕ್ಕೆ ಸಂಬಂಧಿಸಿದ ವಿಷಯಗಳ ಬಗ್ಗೆ ಜ್ಞಾನವಂತರು. ಲೋಕ್ಕಿ ಸಂಗೀತ ಹಾಗೂ ನಾಟಕದ ಬಗ್ಗೆ, ತೇಲು ಕೃಷಿ ಹಾಗೂ ಸ್ಥಳೀಯ ಚರಿತ್ರೆಯ ಬಗ್ಗೆ.

'ನಮ್ಮ ತಂದೆ ಹಾಗೂ ಅವರ ಪೂರ್ವಜರನ್ನು ಇಲ್ಲಿ ಇಂಡಿಗೋ ಬೆಳೆ ಬೆಳೆಯುವಂತೆ ಬ್ರಿಟಿಷರು ಒತ್ತಾಯಿಸಿದ್ದರು' ಎಂದು ತೇಲು ಹೇಳಿದರು. ಬಿಹಾರ್‌ನ ಚಂಪಾರಣ್ ದಾಟಿ ಪುರುಲಿಯಾ ಸಹಾ ಇಂಡಿಗೋ ಪ್ರದೇಶವಾಗಿತ್ತು ಎಂದು ನನಗೆ ಮೊದಲ ಬಾರಿ ಗೊತ್ತಾಯಿತು. 'ನಮ್ಮ ತಂದೆ ಹಾಗೂ ತಾತಂದಿರಿಗೆ ಬ್ರಿಟಿಷರ ಬಲ ಎದುರಿಸಲಾಗಿರಲಿಲ್ಲ.'

'ರಾಜನ ಖುಷಿಯಂತೆ ನಾವು ಜಮೀನಿನಲ್ಲಿ ಕೆಲಸ ಮಾಡುತ್ತಿದ್ದೆವು. ಆದರೆ, ನಾವು ಕೃಷಿ ಮಾಡುತ್ತಿದ್ದ ಈ ಎಂಟತ್ತು ಬಿಘಾ ಹೊಲಕ್ಕೆ ನಮ್ಮ ಬಳಿ ಯಾವುದೇ ದಾಖಲೆಗಳಿರಲಿಲ್ಲ. ಇದು ಸಿಕ್ಕಿದ್ದು 1978ರಲ್ಲಿ ಎಡರಂಗ ಸರ್ಕಾರ ಆರಂಭಿಸಿದ 'ಬಾರ್ಗಾ ಕಾರ್ಯಾಚರಣೆ'ಯ ಕಾರಣದಿಂದ.' ಎಡರಂಗ ಸರ್ಕಾರದೊಂದಿಗೆ ಇವರಿಗೆ ಉತ್ತಮ ಸಂಬಂಧವಿತ್ತು. ಆದರೆ, ಅದರಿಂದಲೂ ದೂರವೇ ಇದ್ದರು. ಸಕಾರಣವಿದೆ ಎನಿಸಿದಾಗ ಆ ಸರ್ಕಾರದ ವಿರುದ್ಧ ಜರುಗಿದ ಪ್ರತಿಭಟನೆಯಲ್ಲಿಯೂ ಪಾಲ್ಗೊಂಡಿದ್ದರು.

1947ರ ಮೊದಲು ಈ ಇಬ್ಬರೂ ತಮ್ಮ ಕೃಷಿ ಉತ್ಪನ್ನವನ್ನು ಹೊತ್ತು ಮಾರುಕಟ್ಟೆಗೆ ಸುಮಾರು 40 ಕಿಮೀ ನಡೆಯುತ್ತಿದ್ದರು. ಅದು ಏನಿಲ್ಲೆಂದರೂ 60 ಕೆಜಿ ತೂಗುತ್ತಿತ್ತು. ಅದು ಸರಿ, ಆದರೆ, ನಡೆಯುತ್ತಿದ್ದುದಾದರೂ ಏಕೆ?

'ಆ ದಿನಗಳಲ್ಲಿ ಸಾರ್ವಜನಿಕ ಸಾರಿಗೆ ಎನ್ನುವುದಿರಲಿಲ್ಲ. ಸೈಕಲ್ ಪ್ರವೇಶಿಸಿದ್ದೇ ಇಲ್ಲಿಗೆ ದೊಡ್ಡ ವಿಷಯ. ಆದರೆ, ನಮಗಾರಿಗೂ ಅದನ್ನು ಕೊಳ್ಳಲು ಸಾಧ್ಯವಿರಲ್ಲಿಲ್ಲ. ಕೆಲವೊಮ್ಮೆ ನಾವು ರಾಜ ಕರುಣಸಿಂಧು ಪತಾರ್ ಸೈಕಲ್ ಮೇಲೆ ಹೋಗುವುದನ್ನು ನೋಡಿದ್ದೆವು. ನಾವು 'ಏಯ್ ನೋಡು ಆತ ಹಾರುತ್ತಿದ್ದಾನೆ ಎಂದು ಮಾತನಾಡಿಕೊಳ್ಳುತ್ತಿದ್ದೆವು' ಎಂದರು ತೇಲು.

***

ನಾವು ಪಿರ್ರಾ ಬಿಟ್ಟು ಹೊರಟು ಮನ್‌ಬಜಾರ್ ಮೊದಲನೇ ಬ್ಲಾಕ್‌ನ ಮತ್ಯಾಲ ಗ್ರಾಮದಲ್ಲಿರುವ 96 ವರ್ಷದ ಬನಲತಾ ಮಹತೋ ಅವರ ಮನೆಗೆ ಭೇಟಿ ಕೊಟ್ಟೆವು. ಆಕೆಯ ಗಂಡ ಗಿರೀಶ್ ಮಹತೋ ಅವರೇ 1942ರಲ್ಲಿ ಮನ್‌ಬಜಾರ್ ಪೊಲೀಸ್ ಠಾಣೆಯ ಬಳಿ ಗುಂಡೇಟು ತಿಂದದ್ದು. ಗಿರೀಶ್ 2002 ಅಥವಾ 2003ರಲ್ಲಿ ಮರಣ ಹೊಂದಿದರು.

ಬಬಾನಿ ಮಹತೋ ರೀತಿಯೇ ಆಕೆಯೂ ಸಹಾ ಸ್ವಾತಂತ್ರ್ಯ ಹೋರಾಟದಲ್ಲಿನ ತಮ್ಮ ಪಾತ್ರವನ್ನು ದೊಡ್ಡದಾಗಿ ಭಾವಿಸುವುದಿಲ್ಲ. ಆದರೆ, ಆಕೆಗೆ ಈ ಕೊಡುಗೆಯ ಬಗ್ಗೆ ಅರಿವು ಹಾಗೂ ಹೆಮ್ಮೆ ಇದೆ. ಗಿರೀಶ್ ಭೂಗತರಾಗಿದ್ದ ಸಮಯದಲ್ಲಿ ಈಕೆ ಅವರಿಗೆ ಹಾಗೂ ಅವರ ಸಂಗಾತಿಗಳಿಗೆ ಅಡುಗೆ ಮಾಡಿ ಕಳಿಸಿ, ಕಾಳಜಿ ಮಾಡಿದ್ದಾರೆ. ನೆರೆಯ ಹಲವರಿಗೆ ಆಕೆ ಸಹಾಯ ಮಾಡುತ್ತಿದ್ದರು. ಗಿರೀಶ್ ಅವರು ಬಾಗಲ್ಪುರ ಜೈಲಿನಲ್ಲಿ ಹಲವು ವರ್ಷಗಳ ಕಾಲ ಇದ್ದರು ಎಂದು ಅವರು ಹೇಳಿದರು. ಪ್ರತಿಭಟನೆ ಜೀವಂತವಿಡಲು ಈಕೆ ತೆರೆಮರೆಯಲ್ಲಿಯೇ ಕೆಲಸ ಮಾಡಿದ್ದಾರೆ. 'ನಾನು ಯಾವಾಗಲೂ ಗಾಂಧೀಜಿಯವರ ಅಹಿಂಸಾ ತತ್ವವನ್ನು ಅನುಸರಿಸುತ್ತಿದ್ದೆ' ಎಂದು ನಮಗೆ ಹೇಳಿದರು.

ಗ್ರಾಮದ ಇನ್ನೂ ಹಲವರನ್ನು ಜೈಲಿಗೆ ಹಾಕಲಾಗಿತ್ತು. ಬನಲತಾ ತಮ್ಮ ನೆರೆಹೊರೆಯವರ ಜೊತೆ ಸೇರಿ, ಜೈಲಿನಲ್ಲಿದ್ದವರಿಗೆ ಅಗತ್ಯವಾದ ಎಲ್ಲವೂ ಸಿಗುವಂತೆ ನೋಡಿಕೊಂಡರು. 1947ರವರೆಗೆ ಆಕೆ ಸಕ್ರಿಯವಾಗಿದ್ದರು. 1950ರ ಪ್ರತಿಭಟನೆಯಲ್ಲಿ ಬನಲತಾ ಒಮ್ಮೆ ಇಲ್ಲಿಂದ ಕೊಲ್ಕತ್ತಾವರೆಗೆ ಕಾಲು ನಡಿಗೆಯಲ್ಲಿ ತೆರಳಿದ್ದರು ಎಂದು ನಮಗೆ ಬೇರೆಯವರಿಂದ ತಿಳಿದು ಬಂದಿತು. ಈಗ ಅದು 270 ಕಿಮೀ ದೂರ. ಆ ಸಮಯದಲ್ಲಿ ಅದು ಇನ್ನೂ ಹೆಚ್ಚಿರಬೇಕು.

ಪುರುಲಿಯಾ ಬಗ್ಗೆ ಬರೆದಿರುವುದೇ ಕಡಿಮೆ. ಇಲ್ಲಿನ ಪ್ರತಿಯೊಬ್ಬ ಸ್ವಾತಂತ್ರ್ಯ ಹೋರಾಟಗಾರನಿಗೂ ಹೇಳಲು ಕಥೆಗಳಿವೆ. ಕೆಲವರಿಗೆ ಮಾತ್ರ ಅದನ್ನು ಹೇಳಲು ಸಾಧ್ಯವಾಗಿದೆ.

'ಪರಿ'ಯ ಸ್ವಾತಂತ್ರ್ಯ ಯೋಧರ
ಗ್ಯಾಲರಿಗೆ ಭೇಟಿ ನೀಡಲು
ಈ QR ಕೋಡ್ ಸ್ಕ್ಯಾನ್ ಮಾಡಿ

ಕೊನೆಯ
ಹೀರೋಗಳು

೬

ಸ್ವಾತಂತ್ರ್ಯದ ಚಳವಳಿಯ ಸಮಯದಲ್ಲಿಯೂ, ಪರಿಸ್ಥಿತಿ
ನಿರಾಶದಾಯಕವಾಗಿ ಕಾಣುತ್ತಿದ್ದ ಸಂದರ್ಭಗಳೂ
ಇದ್ದವು. ನೀವು ಜಗತ್ತಿನ ಅತಿದೊಡ್ಡ ಸಾಮ್ರಾಜ್ಯದ
ವಿರುದ್ಧ ನಿಂತಿದ್ದೀರಿ. ನೀವು ಗೆಲ್ಲಲು ಸಾಧ್ಯವೇ
ಇಲ್ಲ ಎಂದು ಹೇಳುತ್ತಿದ್ದರು. ಆದರೆ ನಾವು ಆ ಎಲ್ಲ
ಎಚ್ಚರಿಕೆ ಹಾಗೂ ಬೆದರಿಕೆಯನ್ನು ಮೀರಿ ನಿಂತೆವು.
ಹೋರಾಡಿದೆವು. ಆದ ಕಾರಣವೇ ನಾವು ಇಂದು
ಇಲ್ಲಿದ್ದೇವೆ.

— ಆರ್. ನಲ್ಲಕುನ್ನು
ಚೆನ್ನೈ, ತಮಿಳುನಾಡು

16

ಮರೆತುಹೋದ ಹಲವು ಸ್ವಾತಂತ್ರ್ಯಕ್ಕಾಗಿ ಆರ್. ನಲ್ಲಕುನ್ನು ನಡೆಸಿದ ಹೋರಾಟ

'ಹಳದಿ ಪೆಟ್ಟಿಗೆಗೆ ಮತ ಹಾಕಿ' 'ಶುಭ ಮಂಜಲ್ ಪೆಟ್ಟಿಯನ್ನು ಆಯ್ಕೆ ಮಾಡಿ' ಘೋಷಣೆಗಳು ಮೊಳಗುತ್ತಿದ್ದವು.

ಇದು ಆಗಿದ್ದು ಬ್ರಿಟಿಷರ ಆಡಳಿತದಡಿಯಲ್ಲಿ 1937ರಲ್ಲಿ, ಮದ್ರಾಸ್ ಪ್ರಾಂತ್ಯದಲ್ಲಿ ಜರುಗಿದ ಸ್ಥಳೀಯ ಚುನಾವಣೆಯ ಸಂದರ್ಭ.

ಡೋಲು ಬಡಿಯುತ್ತಿದ್ದ ಯುವಕರ ಗುಂಪಿನ ನಡುವಿನಿಂದ ಈ ಘೋಷಣೆ ಮೊಳಗುತ್ತಿತ್ತು. ಅದರಲ್ಲಿ ಹಲವರಿಗೆ ಮತದಾನ ಮಾಡುವ ವಯಸ್ಸೇ ಆಗಿರಲಿಲ್ಲ. ವಯಸ್ಸಿನ ಅರ್ಹತೆ ಇದ್ದರೂ ಸಹಾ ಮತದಾನ ಮಾಡುವ ಹಕ್ಕು ಇರಬೇಕೆಂದಿರಲಿಲ್ಲ. ಆಗ ಎಲ್ಲಾ ವಯಸ್ಕರಿಗೂ ಮತದಾನ ಮಾಡುವ ಹಕ್ಕಿರಲಿಲ್ಲ. ಯಾಕೆಂದರೆ ಮತದಾನದ ನಿರ್ಬಂಧಗಳು ಭೂಮಾಲೀಕರ, ಆಸ್ತಿವಂತರ ಪರವಾಗಿ, ಗ್ರಾಮೀಣ ಪ್ರದೇಶದಲ್ಲಿ ಶ್ರೀಮಂತ ರೈತರ ಪರವಾಗಿ ಇದ್ದವು.

ಹೀಗೆ ಮತ ಇಲ್ಲದ ಯುವಜನರು ಮಹಾ ಉತ್ಸಾಹದಿಂದ ಪ್ರಚಾರ ನಡೆಸುವ ದೃಶ್ಯ ಅಲ್ಲಿಗೆ ಹೊಸತೇನೂ ಆಗಿರಲಿಲ್ಲ.

1935ರ ಜುಲೈನಲ್ಲಿ ಜಸ್ಟಿಸ್ ಪಾರ್ಟಿಯ ಮುಖವಾಣಿಯಾಗಿದ್ದ 'ಜಸ್ಟಿಸ್' ಪತ್ರಿಕೆಯಲ್ಲಿ ತೀರಾ ಅಸಡ್ಡೆಯಿಂದ ಹಾಗೂ ಒಂದಿಷ್ಟೂ ಮುಜುಗರವಿಲ್ಲದೆ ಹೀಗೆ ಬರೆಯಲಾಗಿತ್ತು...

'ನೀವು ಯಾವುದೇ ಗ್ರಾಮ ಹಾಗೂ ಹೊರವಲಯಗಳಿಗೆ ಭೇಟಿ ಕೊಟ್ಟರೆ, ಕಾಂಗ್ರೆಸ್‌ನ ಖಾದಿ ಸಮವಸ್ತ್ರ ಹಾಗೂ ಗಾಂಧಿ ಟೋಪಿ ತೊಟ್ಟು, ತ್ರಿವರ್ಣ ಧ್ವಜವನ್ನು ಹಿಡಿದ ಪುಂಡರನ್ನು ಕಾಣುತ್ತೀರಿ. ಇವರಲ್ಲಿ ಶೇಕಡ 80ರಷ್ಟು ಪುರುಷರು,

ಕಾರ್ಮಿಕರು ಹಾಗೂ ಕಾರ್ಯಕರ್ತರು ನಗರ ಹಾಗೂ ಗ್ರಾಮೀಣ ಪ್ರದೇಶದಿಂದ ಕರೆತಂದ ಮತ ಇಲ್ಲದ, ಆಸ್ತಿ ಇಲ್ಲದ, ನೂರಾರು ನಿರುದ್ಯೋಗಿಗಳು...'

1937ರಲ್ಲಿ ಈ ಯುವಕರ ಗುಂಪಿನಲ್ಲಿದ್ದವರೊಬ್ಬರು ಆರ್. ನಲ್ಲಕುನ್ನು. ಆಗ ಅವರಿಗೆ ಕೇವಲ 12 ವರ್ಷ. ಈಗ 2022ರಲ್ಲಿ 97ನೆಯ ವಯಸ್ಸಿನಲ್ಲಿರುವ ಅವರು 'ತಾವೂ ಸಹಾ ಆ ಪುಂಡರ ಪೈಕಿ ಒಬ್ಬರು' ಎಂದು ನಗುತ್ತಾ ಆ ಪ್ರಹಸನವನ್ನು ಬಿಚ್ಚಿಟ್ಟರು. 'ಯಾರಿಗೆ ಜಮೀನು ಇತ್ತೋ, ಹತ್ತು ರೂ. ಅಥವಾ ಅದಕ್ಕಿಂತ ಹೆಚ್ಚು ಭೂ ತೆರಿಗೆ ಕಟ್ಟುತ್ತಿದ್ದರೋ ಅವರಿಗೆ ಮಾತ್ರ ಮತದಾನ ಮಾಡಲು ಹಕ್ಕಿತ್ತು' ಎಂದು ಅವರು ನೆನಪಿಸಿಕೊಂಡರು. '1937ರ ಚುನಾವಣೆಯಲ್ಲಿ ಮತದಾನದಲ್ಲಿ ಒಂದಿಷ್ಟು ಬದಲಾವಣೆ ಮಾಡಲಾಯಿತು. ಆದರೂ ಇದು ಶೇ.15ರಿಂದ 20 ವಯಸ್ಕರಿಗಷ್ಟೇ ಮತದಾನ ಮಾಡುವ ಅವಕಾಶ ಕೊಟ್ಟಿತ್ತು.' ಎಂದರು. 'ಯಾವುದೇ ಒಂದು ಕ್ಷೇತ್ರದಲ್ಲಿ ಒಂದು ಸಾವಿರದಿಂದ ಎರಡು ಸಾವಿರ ಅಷ್ಟೇ ಮತದಾನವಾಗುತ್ತಿತ್ತು. ಅದಕ್ಕಿಂತ ಹೆಚ್ಚಿರಲಿಲ್ಲ.'

ನಲ್ಲಕುನ್ನು ಅವರು ಆಗ ತಿರುನೆಲ್ವೇಲಿ ಜಿಲ್ಲೆಯಲ್ಲಿದ್ದ ಶ್ರೀವೈಕುಂಠಂನಲ್ಲಿ ಜನಿಸಿದರು. ಈಗ ಅದು ತಮಿಳುನಾಡಿನ ತೂತ್ತುಕುಡಿ ಜಿಲ್ಲೆಗೆ ಸೇರುತ್ತದೆ. (1997 ರವರೆಗೆ ಇದನ್ನು ಟ್ಯೂಟಿಕಾರ್ನ್ ಎಂದು ಕರೆಯುತ್ತಿದ್ದರು)

ನಲ್ಲಕುನ್ನು ಅವರ ಚಟುವಟಿಕೆಗಳು ತುಂಬಾ ಬೇಗನೆ ಶುರುವಾದವು.

'ನಾನು ಚಿಕ್ಕವನಿದ್ದಾಗ ನಮ್ಮ ಊರಿಗೆ ಸಮೀಪವಿದ್ದ ತೂತ್ತುಕುಡಿಯಲ್ಲಿ ಗಿರಣಿ ಕಾರ್ಮಿಕರು ಕೆಲಸವನ್ನು ಸ್ಥಗಿತಗೊಳಿಸಿದರು. ಅದು ಹಾರ್ವೆ ಮಿಲ್ಸ್ ಬಳಗದ್ದು. ಇದು ಮುಂದೆ ಪಾಂಚಾಲೈ (ಹತ್ತಿ ಗಿರಣಿ) ಕಾರ್ಮಿಕರ ಮುಷ್ಕರ ಎಂದೇ ಹೆಸರಾಯಿತು.

ಅವರನ್ನು ಬೆಂಬಲಿಸಲು ನಮ್ಮ ಊರಿನ ಪ್ರತೀ ಮನೆಯಿಂದ ಅಕ್ಕಿಯನ್ನು ಸಂಗ್ರಹಿಸಿ, ತೂತ್ತುಕುಡಿಯಲ್ಲಿ ಮುಷ್ಕರ ಹೂಡಿದ್ದ ಕುಟುಂಬಗಳಿಗೆ ಪೆಟ್ಟಿಗೆಯಲ್ಲಿ ಕಳಿಸಲಾಗುತ್ತಿತ್ತು. ನನ್ನಂತಹ ಚಿಕ್ಕವರು ಈ ರೀತಿ ಅಕ್ಕಿ ಸಂಗ್ರಹಿಸಲು ಹೋಗುತ್ತಿದ್ದೆವು. ಜನರು ತೀರಾ ಬಡವರಿದ್ದರು. ಆದರೂ ಸಹಾ ಪ್ರತೀ ಮನೆಯವರೂ ಏನನ್ನಾದರೂ ಕೊಡುತ್ತಿದ್ದರು. ಆಗ ನನಗೆ 5 ಅಥವಾ 6 ವರ್ಷ ಇರಬೇಕು. ಈ ಮುಷ್ಕರನಿರತ ಕಾರ್ಮಿಕರಿಗೆ ಬೆಂಬಲಿಸಿದ ಈ ಘಟನೆ ನನ್ನ ಮೇಲೆ ಆಳವಾದ ಪ್ರಭಾವ ಬೀರಿತು. ಇದು ನಾನು ತೀರಾ ಬೇಗನೇ ರಾಜಕೀಯದಲ್ಲಿ ತೊಡಗಿಸಿಕೊಳ್ಳಲು ಇದು ಮೆಟ್ಟಿಲಾಯಿತು.'

235

ಮಂಜಲ್ ಪೆಟ್ಟಿ ಅಥವಾ ಹಳದಿ ಪೆಟ್ಟಿಗೆಗೆ ಮತಹಾಕುವುದು ಎಂದರೆ ಏನು? ಎಂದು ಕೇಳುವುದರ ಮೂಲಕ ನಾವು ಅವರನ್ನು ಮತ್ತೆ 1937ರ ಆ ಚುನಾವಣೆಯತ್ತ ಸೆಳೆದೆವು.

'ಆಗ ಮದ್ರಾಸ್‌ನಲ್ಲಿ ಮುಖ್ಯವಾಗಿ ಎರಡು ಪಕ್ಷಗಳು ಮಾತ್ರ ಇದ್ದವು. ಕಾಂಗ್ರೆಸ್ ಹಾಗೂ ಜಸ್ಟಿಸ್ ಪಾರ್ಟಿ. ಆಗ ಪಕ್ಷಗಳನ್ನು ಚಿಹ್ನೆಯ ಬದಲು ಒಂದು ಬಣ್ಣದ ಮತಪೆಟ್ಟಿಗೆಯ ಮೂಲಕ ಗುರುತಿಸಲಾಗುತ್ತಿತ್ತು. ನಾವು ಆಗ ಪ್ರಚಾರ ಮಾಡಿದ ಕಾಂಗ್ರೆಸ್ ಪಕ್ಷಕ್ಕೆ ಹಳದಿ ಪೆಟ್ಟಿಗೆ ನೀಡಲಾಗಿತ್ತು. ಜಸ್ಟಿಸ್ ಪಕ್ಷಕ್ಕೆ ಹಸಿರು ಪೆಟ್ಟಿಗೆ. ಮತದಾರ ತಾನು ಯಾವ ಪಕ್ಷವನ್ನು ಬೆಂಬಲಿಸುತ್ತಿದ್ದೇನೆ ಎಂದು ತಿಳಿಯಲು ಅದು ಉತ್ತಮ ವಿಧಾನವಾಗಿತ್ತು.'

'ಆಗಲೂ ಚುನಾವಣೆ ಸಾಕಷ್ಟು ವರ್ಣರಂಜಿತ ಹಾಗೂ ನಾಟಕೀಯವಾಗಿಯೇ ಇತ್ತು. 'ದಿ ಹಿಂದೂ' ಪತ್ರಿಕೆಯ ವರದಿಯೊಂದರ ಪ್ರಕಾರ ಪ್ರಚಾರಕಿ, ತಂಜಾವೂರಿನ ದೇವದಾಸಿ ಕಾಮುಕಣ್ಣಮಲ್ ಪ್ರತಿಯೊಬ್ಬರಿಗೂ ನಶ್ಯದ ಪೆಟ್ಟಿಗೆಗೆ ಮತ ಹಾಕುವಂತೆ ಕೇಳುತ್ತಿದ್ದರು. ಆ ಕಾಲದಲ್ಲಿನ ನಶ್ಯ ಪೆಟ್ಟಿಗೆಗಳ ಬಣ್ಣ ಚಿನ್ನ ಅಥವಾ ಹಳದಿಯಾಗಿರುತ್ತಿತ್ತು. 'ದಿ ಹಿಂದೂ' ಪತ್ರಿಕೆ ಸಹಾ ತನ್ನ ಓದುಗರಿಗೆ ಹಳದಿ ಪೆಟ್ಟಿಗೆಯನ್ನು ತುಂಬಿ ಎಂದು ಕರೆ ನೀಡಿತ್ತು.'

'12 ವರ್ಷ ಮಾತ್ರವಾಗಿದ್ದ ನಾನು ಆ ವಯಸ್ಸಿನಲ್ಲಿ ಮತದಾನ ಮಾಡುವಂತಿರಲಿಲ್ಲ. ಆದರೆ ನಾನು ಆ ಚುನಾವಣೆಯಲ್ಲಿ ಎಷ್ಟು ತೀವ್ರವಾಗಿ ಪ್ರಚಾರ ಮಾಡಬಹುದೋ ಅಷ್ಟು ಮಾಡಿದೆ' ಎಂದರು ನಲ್ಲಕುನ್ನು. ಮೂರು ವರ್ಷಗಳ ನಂತರ ಅವರು ಚುನಾವಣೆ ಅಲ್ಲದೆ ಅದರಾಚೆಗೂ ಎಲ್ಲಾ ರಾಜಕೀಯ ಪ್ರಚಾರಗಳಲ್ಲಿ ಭಾಗವಹಿಸುತ್ತಿದ್ದರು. ಡೋಲು ಬಡಿಯುತ್ತಾ, ಘೋಷಣೆ ಕೂಗುತ್ತಾ.

ಆದರೆ, ಇವರು ಆ ವೇಳೆಗೆ ಕಾಂಗ್ರೆಸ್ ಬೆಂಬಲಿಗರಾಗಿರಲಿಲ್ಲ. 'ನನ್ನ 15ನೆಯ ವಯಸ್ಸಿನಿಂದ ನಾನು ಭಾರತ ಕಮ್ಯುನಿಸ್ಟ್ ಪಕ್ಷದ (ಸಿಪಿಐ) ಜೊತೆಗಿದ್ದೆ' ಎನ್ನುತ್ತಾರೆ ನಲ್ಲಕುನ್ನು. ಗೆಳೆಯರ ಪಾಲಿಗೆ ಇವರು 'ಕಾಮ್ರೇಡ್ ಆರ್‌ಎನ್‌ಕೆ.' ಪಕ್ಷದ ಅಧಿಕೃತ ಸದಸ್ಯತ್ವ ಸಿಗಲು ಇವರು ತಕ್ಕ ವಯಸ್ಸಿನವರೆಗೂ ಕಾಯಬೇಕಾಯಿತು. ಆನಂತರದಲ್ಲಿ ಆರ್‌ಎನ್‌ಕೆ ಅವರು ಹಲವು ದಶಕಗಳ ಕಾಲ ತಮಿಳುನಾಡಿನ ಕಮ್ಯುನಿಸ್ಟ್ ಚಳವಳಿಯ ಒಬ್ಬ ಮುಖ್ಯ ವ್ಯಕ್ತಿಯಾಗಿ ಹೊರಹೊಮ್ಮಿದರು. ಅವರು ಆಗ ಹಳದಿ ಪೆಟ್ಟಿಗೆಗಲ್ಲ, ಕೆಂಪು ಬಾವುಟಕ್ಕೆ ಬೆಂಬಲ ಯಾಚಿಸುತ್ತಿದ್ದಿರಬೇಕು. ಹಲವು ಬಾರಿ ಯಶಸ್ವಿಯಾಗಿಯೂ ಸಹಾ.

***

'ತಿರುನೆಲ್ವೇಲಿಯ ನಮ್ಮ ಭಾಗದಲ್ಲಿ ಒಂದೇ ಒಂದು ಶಾಲೆ ಇತ್ತು. ಹಾಗಾಗಿ ಅದಕ್ಕೆ ಬೇರೆ ಯಾವ ಹೆಸರೂ ಇರಲಿಲ್ಲ. ಬರೀ ಸ್ಕೂಲ್ ಅಂತ ಅಷ್ಟೇ ಕರೆಯುತ್ತಿದ್ದರು.'

ನಲ್ಲಕುನ್ನು ಅವರು ಚೆನ್ನೈನ ತಮ್ಮ ಮನೆಯಲ್ಲಿಯೇ ಇರುವ ಪುಟ್ಟ ಕಚೇರಿಯಲ್ಲಿ ಕುಳಿತು ನಮ್ಮೊಂದಿಗೆ ಮಾತನಾಡುತ್ತಿದ್ದರು. ಅವರ ಮೇಜಿನ ಬದಿಯಲ್ಲಿ ಒಂದಷ್ಟು ಪ್ರತಿಮೆಗಳಿದ್ದವು. ಅವರ ತೀರಾ ಸನಿಹದಲ್ಲಿ ಲೆನಿನ್, ಮಾರ್ಕ್ಸ್ ಹಾಗೂ ಪೆರಿಯಾರ್ ಪ್ರತಿಮೆಗಳಿದ್ದವು. ಅವರ ಹಿಂದೆ, ತಮಿಳು ಕವಿ ಸುಬ್ರಮಣ್ಯ ಭಾರತಿ ಅವರ ದೊಡ್ಡ ಭಾವಚಿತ್ರದ ಮುಂದೆ ಅಂಬೇಡ್ಕರ್ ಅವರ ಎತ್ತರದ ಹೊಂಬಣ್ಣದ ಪ್ರತಿಮೆ ಇತ್ತು. ಪೆರಿಯಾರ್ ಅವರು ಪುಟ್ಟ ಪ್ರತಿಮೆಯ ಹಿಂದೆ ಭಗತ್‌ಸಿಂಗ್, ರಾಜಗುರು ಹಾಗೂ ಸುಖದೇವ್ ಅವರ ಫೋಟೋ ಆಧರಿಸಿ ಚಿತ್ರಿಸಿದ್ದ ಒಂದು ರೇಖಾಚಿತ್ರ ಇತ್ತು. ಈ ಎಲ್ಲದರ ಪಕ್ಕದಲ್ಲಿ ಇದ್ದ ಕ್ಯಾಲೆಂಡರ್ ಒಂದು ನಮ್ಮೆಲ್ಲರಿಗೂ 'ನೀರನ್ನು ಮಿತವಾಗಿ ಬಳಸಿ' ಎಂದು ಹೇಳುತ್ತಿತ್ತು.

ಅಲ್ಲಿ ಪ್ರದರ್ಶಿತವಾಗಿದ್ದ ಎಲ್ಲವೂ ಒಂದು ಕಣ್ಣೋಟದಲ್ಲಿ ನಾವು ಈಗ ಮೂರನೆಯ ಬಾರಿಗೆ ಮಾತನಾಡುತ್ತಿರುವ ಈ ವ್ಯಕ್ತಿ ಬೌದ್ಧಿಕವಾಗಿ ನಡೆದು ಬಂದ ದಾರಿಯನ್ನು ಬಿಡಿಸಿ ಹೇಳುವಂತಿತ್ತು.

'ಭಾರತಿಯಾರ್ ನನ್ನ ಪ್ರಮುಖ ಸ್ಫೂರ್ತಿಸೆಲೆ. ಅವರ ಕವಿತೆಗಳನ್ನು, ಹಾಡುಗಳನ್ನು ಆಗೀಗ ನಿಷೇಧಿಸುತ್ತಲೇ ಇರುತ್ತಾರೆ' ಎಂದ ನಲ್ಲಕುನ್ನು ಅವರು ಭಾರತಿಯಾರ್ ಅವರ ಒಂದು ವಿಶೇಷ ಕವಿತೆ ಸುತಿಂತರ ಪಲ್ಲುವಿನ (ಸ್ವಾತಂತ್ರ್ಯ ಗೀತೆ) ಕೆಲವು ಸಾಲುಗಳನ್ನು ಹೇಳಿದರು. ಅವರು ಈ ಕವಿತೆಯನ್ನು ಬಹುಶಃ 1909ರಲ್ಲಿ ಬರೆದಿದ್ದಾರೆನಿಸುತ್ತದೆ. ಅಂದರೆ, 1947ರಲ್ಲಿ ನಮಗೆ ಸ್ವಾತಂತ್ರ್ಯ ಬರುವ 38 ವರ್ಷಗಳ ಮುಂಚೆಯೇ ಅವರು ಸ್ವಾತಂತ್ರ್ಯವನ್ನು ಸಂಭ್ರಮಿಸಿದ್ದಾರೆ.'

'ನಾವು ಕುಣಿಯೋಣ, ನಾವು ಹಾಡೋಣ,
ಸ್ವಾತಂತ್ರ್ಯದ ಸಂತಸವನ್ನು ನಾವು ಸಾಧಿಸಿದ್ದಕ್ಕಾಗಿ
ಬ್ರಾಹ್ಮಣರನ್ನು ನಾವು 'ಸರ್' ಎಂದು ಕರೆಯುವ ಕಾಲ ಹೋಯಿತು.
ಬಿಳಿ ತೊಗಲಿನವರನ್ನು 'ಲಾರ್ಡ್' ಎಂದು ಕರೆಯುವ ಕಾಲ ಹೋಯಿತು.
ನಮ್ಮಿಂದಲೇ ಭಿಕ್ಷೆ ಪಡೆದವರಿಗೆ ಸಲಾಮು ಹಾಕುವ ಕಾಲ ಹೋಯಿತು.
ನಮ್ಮನ್ನೇ ಗೇಲಿ ಮಾಡಿದವರ ಸೇವೆ ಮಾಡುತ್ತಿದ್ದ ಕಾಲ ಹೋಯಿತು.
ಈಗೆಲ್ಲಾ ಕಡೆ ಸ್ವಾತಂತ್ರ್ಯದ ಬಗ್ಗೆಯೇ ಮಾತು...'

ಭಾರತಿ ಅವರು 1921ರಲ್ಲಿ ನಿಧನ ಹೊಂದಿದರು. ನಲ್ಲಕುನ್ನು ಅವರು ಜನಿಸಿದ ನಾಲ್ಕು ವರ್ಷಗಳ ಮುಂಚೆ. ಈ ಹಾಡನ್ನು ಅದಕ್ಕೂ ಮುನ್ನವೇ ಬರೆಯಲಾಗಿತ್ತು. ಆದರೆ ಆ ಹಾಡು ಹಾಗೂ ಅವರ ಇನ್ನೂ ಎಷ್ಟೋ ಹಾಡುಗಳು ನಲ್ಲಕುನ್ನು ಅವರಿಗೆ ಅವರ ಹೋರಾಟದ ಬದುಕಿನುದ್ದಕ್ಕೂ ಪ್ರೇರೇಪಣೆ ನೀಡಿವೆ. ನಲ್ಲಕುನ್ನು ಅವರಿಗೆ 12 ವರ್ಷ ತುಂಬುವ ಮುಂಚೆಯೇ ಅವರಿಗೆ ಭಾರತಿ ಅವರ ಅನೇಕ ಕವಿತೆಗಳು, ಹಾಡುಗಳು ಗೊತ್ತಿತ್ತು. ಇಂದಿಗೂ ಸಹಾ ನಲ್ಲಕುನ್ನು ಅವರು ಭಾರತಿ ಅವರ ಕೆಲವು ಕವಿತೆ ಹಾಗೂ ಹಾಡುಗಳ ಸಾಲುಗಳನ್ನು ನೆನಪಿಸಿಕೊಂಡು ಹೇಳಬಲ್ಲವರಾಗಿದ್ದರು. 'ಇವುಗಳಲ್ಲಿ ಕೆಲವನ್ನು ನಾನು ಶಾಲೆಯಲ್ಲಿ ನಮ್ಮ ಹಿಂದಿ ಅಧ್ಯಾಪಕರಾದ ಪಂಡಿತ ಪಲ್ಲವೇಸಂ ಚೆಟ್ಟಿಯಾರ್ ಅವರಿಂದ ಕಲಿತೆ' ಎಂದರು. ಇವುಗಳ್ಯಾವುವೂ ಅವರ ಪಠ್ಯಪುಸ್ತಕದಲ್ಲಿ ಇರಲಿಲ್ಲ.

'ಎಸ್. ಸತ್ಯಮೂರ್ತಿ ಅವರು ಶಾಲೆಗೆ ಬಂದಿದ್ದಾಗ ನಾನು ಅವರಿಂದ ಭಾರತಿಯಾರ್ ಅವರ ಬರಹಗಳ ಪುಸ್ತಕವನ್ನು ಪಡೆದೆ. ಅದು ಅವರ ಕವಿತೆಗಳ ಸಂಕಲನ 'ತೇಸಿಯ ಗೀತಂ." ಸತ್ಯಮೂರ್ತಿ ಅವರು ಸ್ವಾತಂತ್ರ್ಯ ಹೋರಾಟಗಾರರು, ರಾಜಕಾರಣಿ ಹಾಗೂ ಕಲೆಯ ಪ್ರೋತ್ಸಾಹಕರು. ಭಾರತಿ ಅವರು, 1917ರಲ್ಲಿ ರಷ್ಯಾದಲ್ಲಿ ಜರುಗಿದ ಅಕ್ಟೋಬರ್ ಕ್ರಾಂತಿಯನ್ನು ಮೆಚ್ಚಿದ ಮೊದಲಿಗರಲ್ಲೊಬ್ಬರು. ಕ್ರಾಂತಿಯನ್ನು ಶ್ಲಾಘಿಸಿ ಅವರು ಕವಿತೆಯನ್ನೂ ಬರೆದಿದ್ದರು.

ಭಾರತಿ ಅವರ ಕವಿತೆಗಳೆಡೆಗಿನ ಇವರ ಮೋಹ ಹಾಗೂ ಎಂಟು ದಶಕಗಳ ಕಾಲ ಇವರು ಸಕ್ರಿಯವಾಗಿ ಭಾಗವಹಿಸಿದ್ದ ಕೃಷಿ ಹಾಗೂ ಕಾರ್ಮಿಕ ವರ್ಗದ ಚಳವಳಿಯ ಮೂಲಕ ನಲ್ಲಕುನ್ನು ಅವರನ್ನು ಅರ್ಥ ಮಾಡಿಕೊಳ್ಳುವುದು ಒಳ್ಳೆಯದು.

ಇಲ್ಲದಿದ್ದಲ್ಲಿ, 'ಕಾಮ್ರೇಡ್ ಆರ್‌ಎನ್‌ಕೆ' ಅವರ ಕಥೆಯನ್ನು ಹೇಳುವುದು ನಿಜಕ್ಕೂ ಕಷ್ಟವೇ. ನಾನು ಭೇಟಿ ಮಾಡಿದ್ದವರ ಪೈಕಿ ಸದಾ ಎಲೆಮರೆಯಲ್ಲೇ ಉಳಿಯಲು ಬಯಸುವ ವ್ಯಕ್ತಿ ಇವರು. ಇವರು ನಮಗೆ ಹೇಳುವ ಯಾವುದೇ ಮಹಾನ್ ಘಟನೆ, ಮುಷ್ಕರ, ಹರತಾಳದ ಕೇಂದ್ರದಲ್ಲಿ ಇವರನ್ನು ಇರಿಸಿಕೊಳ್ಳಲು ಮೃದುವಾಗಿ ಆದರೆ, ದೃಢವಾಗಿ ನಿರಾಕರಿಸುತ್ತಾರೆ. ಈ ಹಲವು ಘಟನೆಗಳಲ್ಲಿ ಪ್ರಧಾನ ಪಾತ್ರವನ್ನು ಇವರೇ ವಹಿಸಿದ್ದರೂ ಅದನ್ನು ನಿರಾಕರಿಸುತ್ತಾರೆ. ಅವರಿಂದ ಬೇರೊಂದು ರೀತಿಯ ನಿರೂಪಣೆಯನ್ನು ನಾವು ಕೇಳಲು ಸಾಧ್ಯವೇ ಇಲ್ಲ.

'ಕಾಮ್ರೇಡ್ ಆರ್‌ಎನ್‌ಕೆ ಅವರು ನಮ್ಮ ರಾಜ್ಯದ ರೈತ ಚಳವಳಿಯ ಸ್ಥಾಪಕ ನಾಯಕರುಗಳಲ್ಲಿ ಒಬ್ಬರು' ಎಂದು ಜಿ. ರಾಮಕೃಷ್ಣನ್ ಹೇಳುತ್ತಾರೆ. 'ಜಿಆರ್' ಅವರು ಸಿಪಿಎಂನ ರಾಜ್ಯ ಸಮಿತಿ ಸದಸ್ಯ ಆದರೆ, ಈ 97 ವರ್ಷದ ಈ ಸಿಪಿಐ

ನಾಯಕರ ಪಾತ್ರ ಹಾಗೂ ಕೊಡುಗೆಯನ್ನು ಮುಕ್ತವಾಗಿ ಪ್ರಶಂಸಿಸುತ್ತಾರೆ. ಶ್ರೀನಿವಾಸ ರಾವ್ ಅವರ ಜೊತೆ ಸೇರಿ ದಶಕಗಳ ಕಾಲ ಎಲ್ಲೆಡೆ ಸುತ್ತಿ ರಾಜ್ಯಾದ್ಯಂತ ಕಿಸಾನ್ ಸಭಾವನ್ನು ಸಂಘಟಿಸಿದವರು ಇವರೇ. ತಾವು ಇನ್ನೂ ಹದಿಹರೆಯಕ್ಕೆ ಕಾಲಿಡುತ್ತಿದ್ದ ಕಾಲದಿಂದಲೂ ಸಂಘಟನೆಗೆ ಶ್ರಮಿಸಿದ್ದಾರೆ. ಈ ಎಲ್ಲಾ ಕೆಲಸಗಳು ಇಂದಿಗೂ ಎಡ ಚಳವಳಿಗೆ ಮೂಲ ಆಧಾರ ಶಕ್ತಿಯಾಗಿದೆ. ತಮಿಳುನಾಡಿನಾದ್ಯಂತ ದಣಿವರಿಯದ ಪ್ರಚಾರ ಹಾಗೂ ಹೋರಾಟಗಳ ಮೂಲಕ ನಲ್ಲಕುನ್ನು ಇದನ್ನು ಆಗುಮಾಡಲು ಶ್ರಮಿಸಿದ್ದಾರೆ' ಎಂದರು.

ನಲ್ಲಕುನ್ನು ಅವರ ಅಂತ್ಯವಿಲ್ಲದ ಹೋರಾಟಗಳು ರೈತ ಹೋರಾಟಗಳನ್ನು ವಸಾಹತುಶಾಹಿ ವಿರುದ್ಧದ ಹೋರಾಟದೊಂದಿಗೆ ಬೆಸೆಯಿತು. ಇನ್ನೂ ಮುಖ್ಯವಾಗಿ ಆ ಕಾಲಕ್ಕೆ ತಮಿಳುನಾಡಿಗೆ ಅತಿ ಮುಖ್ಯವಾಗಿದ್ದ ಪಾಳೇಗಾರಿ ವಿರುದ್ಧದ ಹೋರಾಟವನ್ನು ನಡೆಸಿತು. 1947ರ ನಂತರವೂ ಇಂತಹ ಹೋರಾಟವೂ ಮುಂದುವರಿಯಿತು. ಇವರ ಹೋರಾಟ ಹಲವು ಮರೆತು ಹೋದ ಸ್ವಾತಂತ್ರ್ಯ ಹೋರಾಟಗಳಲ್ಲಿ ಒಂದು. ಕೇವಲ ಬ್ರಿಟಿಷರಿಂದ ಪಡೆದ ಸ್ವಾತಂತ್ರ್ಯವಲ್ಲ.

***

'ನಾವು ರಾತ್ರಿಯ ಹೊತ್ತು ಅವರ ಜೊತೆ ಗುದ್ದಾಡುತ್ತಿದ್ದೆವು. ಕಲ್ಲುಗಳೇ ನಮ್ಮ ಅಸ್ತ್ರ. ಅವರ ಮೇಲೆ ಕಲ್ಲುಗಳನ್ನು ತೂರಿ ಕಾಲ್ಕೀಳುವಂತೆ ಮಾಡುತ್ತಿದ್ದೆವು. ಕೆಲವೊಮ್ಮೆ ಯೋಜಿತ ದಾಳಿ ನಡೆಯುತ್ತಿತ್ತು. 1940ರ ದಶಕದಲ್ಲಿ ಜರುಗಿದ ಹಲವು ಪ್ರತಿಭಟನೆಗಳಲ್ಲಿ ಈ ರೀತಿಯ ಹೋರಾಟ ಹಲವು ಬಾರಿ ಜರುಗಿತು. ಆಗ ನಾವಿನ್ನೂ ಬಾಲಕರು. ಆದರೆ ನಾವು ಹೋರಾಡಿದೆವು. ನಮ್ಮ ಆ ಅಸ್ತ್ರವನ್ನು ಹಿಡಿದು ನಾವು ಹಗಲೂ ರಾತ್ರಿ ಹೋರಾಡಿದೆವು!'

ಯಾರ ಜೊತೆ ಹೋರಾಟ? ಏನನ್ನು, ಎಲ್ಲಿಂದ ಓಡಿಸಿದ್ದು?

'ಉಪ್ಪಿನಾಗರಗಳಿಂದ. ನನ್ನ ಊರಿನ ಬಳಿಯಿದ್ದ ಉಪ್ಪಿನಾಗಾರಗಳು ಬ್ರಿಟಿಷರ ಹತೋಟಿಯಲ್ಲಿದ್ದವು. ಕೆಲಸಗಾರರ ಸ್ಥಿತಿ ಶೋಚನೀಯವಾಗಿತ್ತು. ದಶಕಗಳ ಹಿಂದೆ ಬೃಹತ್ ಹೋರಾಟ ಜರುಗಿತ್ತಲ್ಲಾ ಆ ಗಿರಣಿಗಳಲ್ಲಿ ಪರಿಸ್ಥಿತಿ ಹೇಗಿತ್ತೋ ಅದೇ ರೀತಿ ಈ ಉಪ್ಪಿನಾಗರಗಳ ಸ್ಥಿತಿ ಇತ್ತು. ಪ್ರತಿಭಟನೆಗಳು ಜರುಗಿದವು. ಇದಕ್ಕೆ ಸಾಕಷ್ಟು ಸಾರ್ವಜನಿಕ ಸಹಾನುಭೂತಿ ಹಾಗೂ ಬೆಂಬಲ ಸಿಕ್ಕಿತು.'

'ಪೊಲೀಸರು ಉಪ್ಪಿನಾಗರಗಳ ಮಾಲೀಕರ ಏಜೆಂಟರುಗಳಂತೆ ವರ್ತಿಸಿದರು. ಒಂದು ಘರ್ಷಣೆಯಲ್ಲಿ ಸಬ್ ಇನ್‌ಸ್ಪೆಕ್ಟರ್ ಒಬ್ಬ ಮೃತಪಟ್ಟ. ಅಲ್ಲಿನ ಪೊಲೀಸ್ ಠಾಣೆಯ ಮೇಲೆ ಸಹಾ ದಾಳಿ ನಡೆಯಿತು. ಅದರ ನಂತರ ಅವರು ಸಂಚಾರಿ ಪೊಲೀಸ್ ದಳ ರಚಿಸಿದರು. ಬೆಳಗಿನ ಹೊತ್ತು ಅವರು ಉಪ್ಪಿನಾಗರಗಳ ಬಳಿ

ಹೋಗಿ ರಾತ್ರಿ ವೇಳೆ ನಮ್ಮ ಗ್ರಾಮಗಳಲ್ಲಿ ಬೀಡು ಬಿಡುತ್ತಿದ್ದರು. ಆಗಲೇ ನಾವು ಅವರ ಜೊತೆ ಹೋರಾಡಿದ್ದು.' ಈ ಪ್ರತಿಭಟನೆ ಹಾಗೂ ಘರ್ಷಣೆ ಕೆಲವು ವರ್ಷಗಳ ಕಾಲ ಆಗೀಗ ಜರುಗುತ್ತಲೇ ಇತ್ತು. ಆದರೆ, 1942ರ ಸಮಯದಲ್ಲಿ ಕ್ವಿಟ್ ಇಂಡಿಯಾ ಚಳವಳಿ ಕಾರಣದಿಂದಾಗಿ ಈ ಚಳವಳಿ ಬಲಗೊಂಡಿತು.

ಈ ಎಲ್ಲದರಲ್ಲೂ ಆಗಿನ್ನೂ ಯುವಕರಾಗಿದ್ದ ನಲ್ಲಕುನ್ನು ಭಾಗವಹಿಸಿದ್ದು ಅವರ ತಂದೆ ರಾಮಸ್ವಾಮಿ ತೇವರ್ ಅವರಿಗೆ ಹಿಡಿಸಲಿಲ್ಲ. ಕೃಷಿಕರಾಗಿದ್ದ ರಾಮಸ್ವಾಮಿ ಅವರಿಗೆ ನಾಲ್ಕೈದು ಎಕರೆ ಹೊಲ ಇತ್ತು. ಆರು ಜನ ಮಕ್ಕಳಿದ್ದರು. ಆರ್‌ಎನ್‌ಕೆಯನ್ನು ಮನೆಯಲ್ಲಿ ಶಿಕ್ಷಿಸಲಾಗುತ್ತಿತ್ತು. ಕೆಲವೊಮ್ಮೆ ಅವರ ತಂದೆ ಶಾಲೆಯ ಶುಲ್ಕವನ್ನೇ ಕಟ್ಟುತ್ತಿರಲಿಲ್ಲ.

'ಜನರು ಅವರನ್ನು ನಿಮ್ಮ ಮಗ ಓದುವುದಿಲ್ಲವೇನು? ಯಾವಾಗ ನೋಡಿದರೂ ಹೊರಗಡೆ ಘೋಷಣೆ ಕೂಗುತ್ತಾ ಇರುತ್ತಾನೆ. ಅವನು ಹೋಗಿ ಆಗಲೇ ಕಾಂಗ್ರೆಸ್ ಸೇರಿರುವಂತೆ ಕಾಣುತ್ತದೆ' ಎಂದು ಕೇಳುತ್ತಿದ್ದರು. ಶಾಲೆಗೆ ಶುಲ್ಕ ಕಟ್ಟುವ ಅವಧಿ ಪ್ರತೀ ತಿಂಗಳು 14ರಿಂದ 24ರ ನಡುವೆ ಬೀಳುತ್ತಿತ್ತು. ನಾನೇನಾದರೂ ಅವರ ಬಳಿ ಫೀಸ್ ಕೇಳಲು ಹೋದರೆ ಅವರು ನನ್ನ ಮೇಲೆ ಕೂಗಾಡುತ್ತಿದ್ದರು. 'ನೀನು ಶಾಲೆ ಬಿಟ್ಟು ಹೊಲದಲ್ಲಿ ಚಿಕ್ಕಪ್ಪಂದಿರಿಗೆ ಸಹಾಯ ಮಾಡಲು ಹೋಗು' ಎನ್ನುತ್ತಿದ್ದರು.

'ಫೀಸ್ ಕಟ್ಟುವ ಸಮಯ ಮುಗಿಯಲು ಬರುತ್ತಿದ್ದಂತೆ ನನ್ನ ತಂದೆಯ ಆಪ್ತರು ಬಂದು ಅವರನ್ನು ಸಮಾಧಾನಪಡಿಸುತ್ತಿದ್ದರು. ಇನ್ನು ಮೇಲೆ ಅವನು ಮೊದಲು ಮಾಡುತ್ತಿದ್ದಂತೆ ಮಾಡುವುದಿಲ್ಲ ಎಂದು ಭರವಸೆ ನೀಡುತ್ತಿದ್ದರು. ಆನಂತರವಷ್ಟೇ ಅವರು ಫೀಸ್ ತುಂಬುತ್ತಿದ್ದದ್ದು.'

'ಆದರೆ, ಅವರು ಹಾಗೆ ನನ್ನ ಬದುಕನ್ನು, ನನ್ನ ರೀತಿಯನ್ನು ವಿರೋಧಿಸಿದಷ್ಟೂ ನನ್ನೊಳಗೆ ಬಂಡಾಯ ಮೊಳೆಯಿತು. ಮಧುರೈನ ದಿ ಹಿಂದೂ ಕಾಲೇಜಿನಲ್ಲಿ ಪ್ರೌಢ ಶಿಕ್ಷಣದವರೆಗೆ ತಮಿಳಿನಲ್ಲಿ ವ್ಯಾಸಂಗ ಮಾಡಿದೆ. ಅದು ತಿರುನೆಲ್ವೇಲಿ ಜಂಕ್ಷನ್‌ನಲ್ಲಿದೆ. ಆದರೆ, ಅದನ್ನು ಮಧುರೈ ಹಿಂದೂ ಕಾಲೇಜ್ ಎಂದೇ ಕರೆಯುತ್ತಿದ್ದರು. ನಾನು ಅಲ್ಲಿ ಎರಡು ವರ್ಷ ಮಾತ್ರ ಓದಿದೆ. ಮುಂದೆ ಓದಲಾಗಲಿಲ್ಲ.'

ಅವರು ಪ್ರತಿಭಟನೆಗಳಲ್ಲಿ ಭಾಗವಹಿಸುತ್ತಿದ್ದರಿಂದ ಹಾಗೂ ಅವರು ಹೇಳಿಕೊಳ್ಳಲು ಇಷ್ಟಪಡದಿದ್ದರೂ ಅವರೇ ಅದನ್ನು ಸಂಘಟಿಸಲು ಆರಂಭಿಸಿದ್ದರಿಂದ ವ್ಯಾಸಂಗ ಮುಂದುವರಿಯಲಿಲ್ಲ. ಆರ್‌ಎನ್‌ಕೆ ಅತಿವೇಗವಾಗಿ ಯುವ ನಾಯಕರಾಗಿ ಬೆಳೆಯಲು ಆರಂಭಿಸಿದರು. ಆದರೆ, ಅವರು ಎಂದೂ ತಮ್ಮ ಮೇಲೆ ಗಮನ ಬೀಳಲಿ ಎಂದು ಬಯಸಲಿಲ್ಲ. ಬದಲಿಗೆ ಅದರಿಂದ ಆದಷ್ಟೂ ದೂರವೇ ಇರಲು ಯತ್ನಿಸಿದರು.

ನಲ್ಲಕುನ್ನು ಅವರು ತಮ್ಮನ್ನು ತೊಡಗಿಸಿಕೊಂಡಿದ್ದ ಕಾರ್ಯಾಚರಣೆಗಳು ಹಾಗೂ ಕಾರ್ಯಕ್ರಮಗಳ ಸರಿಯಾದ ಪಟ್ಟಿ ಇಡುವುದು ತೀರಾ ಕಷ್ಟ. ಯಾಕೆಂದರೆ, ಅವರು ಲೆಕ್ಕವಿರದಷ್ಟು ಕಾರ್ಯಕ್ರಮಗಳಲ್ಲಿ ತೊಡಗಿಸಿಕೊಂಡಿದ್ದರು. ಅದೂ ಹಲವು ರಂಗಗಳಲ್ಲಿ...

ಸ್ವಾತಂತ್ರ್ಯ ಹೋರಾಟದಲ್ಲಿ ಅವರಿಗೆ ತುಂಬಾ ಮುಖ್ಯ ಎನಿಸಿದ ಕ್ಷಣಗಳನ್ನು ಅವರು ಸರಳವಾಗಿ ಕ್ವಿಟ್ ಇಂಡಿಯಾ ಚಳವಳಿಯ ಸುತ್ತ ಜರುಗಿದ ಘಟನೆಗಳು ಎಂದು ಒಂದೇ ವಾಕ್ಯದಲ್ಲಿ ಹೇಳಿ ಮುಗಿಸಿದರು. ಅವರಿಗೆ ಆಗ ಇನ್ನೂ 17 ವರ್ಷ ತುಂಬಿರಲಿಲ್ಲ. ಆದರೆ, ಆ ವೇಳೆಗಾಗಲೇ ಅವರು ಪ್ರತಿಭಟನೆಗಳಲ್ಲಿ ತೀರಾ ಮುಖ್ಯವಾದ ವ್ಯಕ್ತಿಯಾಗಿದ್ದರು. ಅವರ 12ರಿಂದ 15 ವರ್ಷದ ನಡುವಿನ ಕಾಲ ಅವರು ಕಾಂಗ್ರೆಸ್ಸಿನಿಂದ ಕಮ್ಯುನಿಸ್ಟ್ ಆಗುವ ಕಡೆಗೆ ಹೊರಳಿದ ಕಾಲವೂ ಹೌದು.

ಯಾವ ರೀತಿಯ ಪ್ರತಿಭಟನಾ ಸಭೆಗಳನ್ನು ಇವರು ಸಂಘಟಿಸಲು ಸಹಾಯ ಮಾಡುತ್ತಿದ್ದರು ಅಥವಾ ಭಾಗವಹಿಸುತ್ತಿದ್ದರು?

'ಮೊದಲು ತಗಡಿನಿಂದ ಮಾಡಿದ ಮೆಗಾಫೋನ್‌ಗಳಿರುತ್ತಿದ್ದವು. ನಾವು ಹಳ್ಳಿ ಅಥವಾ ಪಟ್ಟಣದಲ್ಲಿ ಎಲ್ಲಿ ಸಾಧ್ಯವಾಗುತ್ತಿತ್ತೋ ಅಲ್ಲಿಂದ ಟೇಬಲ್ ಹಾಗೂ ಕುರ್ಚಿಗಳನ್ನು ಸಂಗ್ರಹಿಸಿ ತಂದಿಟ್ಟು ಹಾಡಲು ಆರಂಭಿಸುತ್ತಿದ್ದೆವು. ಭಾಷಣಕಾರ ಹತ್ತಿ ನಿಂತು ಜನರನ್ನು ಉದ್ದೇಶಿಸಿ ಮಾತನಾಡಲು ಟೇಬಲ್ ಬಳಸುತ್ತಿದ್ದೆವು. ನೆನಪಿರಲಿ. ಜನರು ಸೇರಿಯೇ ಸೇರುತ್ತಿದ್ದರು.' ಜನರನ್ನು ಸಂಘಟಿಸುವಲ್ಲಿ ಅವರು ವಹಿಸುತ್ತಿದ್ದ ಮುಖ್ಯ ಪಾತ್ರದ ಬಗ್ಗೆ ಮತ್ತೆ ಅವರು ಏನನ್ನೂ ಹೇಳಿಕೊಳ್ಳಲು ಹೋಗಲಿಲ್ಲ. ಅವರಂತಹ ಕಾಲಾಳು ಯೋಧರೇ ಇದನ್ನೆಲ್ಲಾ ಸಾಧ್ಯ ಮಾಡುತ್ತಿದ್ದರು ಸಹಾ.

ನಂತರ ಜೀವಾನಂದಂರಂತಹ ಭಾಷಣಕಾರರು ಆ ಟೇಬಲ್‌ನ ಮೇಲೆ ಹತ್ತಿ ನಿಂತು ಸಾಕಷ್ಟು ದೊಡ್ಡದಾಗಿಯೇ ಸೇರಿದ್ದ ಸಭೆಯನ್ನು ಉದ್ದೇಶಿಸಿ ಮಾತನಾಡುತ್ತಿದ್ದರು. ಅದೂ ಮೈಕ್ ಇಲ್ಲದೆ. ಅವರಿಗೆ ಅದು ಬೇಕಾಗಿಯೂ ಇರಲಿಲ್ಲ.

'ದಿನಕಳೆದಂತೆ ನಾವು ಮೈಕ್ ಹಾಗೂ ಧ್ವನಿವರ್ಧಕಗಳನ್ನು ತರಲು ಶುರು ಮಾಡಿದೆವು. ಆಗ ತುಂಬಾ ಬೇಡಿಕೆಯಲ್ಲಿದ್ದದ್ದು ಚಿಕಾಗೋ ಮೈಕ್‌ಗಳು. ಅಥವಾ ಚಿಕಾಗೋ ರೇಡಿಯೋ ಸಿಸ್ಟಮ್. ನಮಗೆ ಅದನ್ನು ಪ್ರತೀ ಬಾರಿ ತರಲು ಆಗುತ್ತಿರಲಿಲ್ಲ.'

ಬ್ರಿಟಿಷರು ದಾಳಿ ಮಾಡಿದಾಗ ಪರಿಸ್ಥಿತಿ ಹೇಗಿರುತ್ತಿತ್ತು? ಅವರು ಹೇಗೆ ಸಂವಹನ ಮಾಡಿಕೊಳ್ಳುತ್ತಿದ್ದರು?

‘ಆ ರೀತಿಯ ತುಂಬಾ ಸಂದರ್ಭಗಳಿದ್ದವು. 1946ರಲ್ಲಿನ ರಾಯಲ್ ಇಂಡಿಯನ್ ನೇವಿ (ಆರ್‌ಐಎನ್) ಸಶಸ್ತ್ರ ಬಂಡಾಯದ ನಂತರ ಕಮ್ಯುನಿಸ್ಟರ ಮೇಲೆ ಮಹಾ ದಾಳಿ ನಡೆಯಿತು. ಆ ಮೊದಲೂ ದಾಳಿ ನಡೆಯುತ್ತಿತ್ತು. ಗ್ರಾಮದಲ್ಲಿದ್ದ ಪಕ್ಷದ ಎಲ್ಲಾ ಕಚೇರಿಯನ್ನು ಬ್ರಿಟಿಷರು ಬಿಡದಂತೆ ಶೋಧಿಸಿದರು. ಸ್ವಾತಂತ್ರ್ಯ ಬಂದ ನಂತರವೂ, ಪಕ್ಷದ ಮೇಲೆ ನಿಷೇಧ ಹೇರಿದಾಗ ಇವು ಮುಂದುವರೆದವು. ನಮ್ಮ ಬಳಿ ‘ಜನಶಕ್ತಿ’ಯಂತಹ ನಿಯತಕಾಲಿಕೆಗಳು ಹಾಗೂ ವಾರ್ತಾಪತ್ರಗಳಿದ್ದವು. ಇದಲ್ಲದೆ, ಇನ್ನೂ ಅನೇಕ ರೀತಿಯ ಸಂವಹನ ರೀತಿಗಳಿದ್ದವು. ಕೆಲವೊಂದಂತೂ ಶತಮಾನದಷ್ಟೂ ಹಳೆಯದಾದ ಸರಳ ಸಂಕೇತಗಳು.’

‘ಬ್ರಿಟಿಷರ ವಿರುದ್ಧ ಹೋರಾಡಿದ 18ನೆಯ ಶತಮಾನದ ಮಹಾನ್ ವ್ಯಕ್ತಿ ಕಟ್ಟಬೊಮ್ಮನ್ ಕಾಲದಿಂದಲೂ ತಮ್ಮ ಮನೆಯ ಮುಂದೆ ಬೇವಿನಕಡ್ಡಿಗಳನ್ನು ಇಡುತ್ತಿದ್ದರು. ಇದು ಮನೆಯಲ್ಲಿರುವ ಯಾರಿಗೋ ಸಿಡುಬು ಅಥವಾ ಇನ್ನೇನೋ ಖಾಯಿಲೆಯಾಗಿದೆ ಎನ್ನುವುದರ ಸಂಕೇತ. ಇದನ್ನೇ ನಾವು ಒಳಗೆ ಒಂದು ಗುಪ್ತ ಸಭೆ ನಡೆಯುತ್ತಿದೆ ಎನ್ನುವುದನ್ನು ಸಂಕೇತಿಸಲೂ ಬಳಸಿದೆವು.’

‘ಒಳಗೆ ಮಗು ಅಳುವ ಶಬ್ದ ಏನಾದರೂ ಕೇಳಿ ಬರುತ್ತಿದ್ದರೆ, ಸಭೆ ಇನ್ನೂ ಜರುಗುತ್ತಿದೆ. ಮನೆಯ ಮುಂದಿನ ಸೆಗಣಿ ಇನ್ನೂ ಹಸಿಯಾಗಿದ್ದರೆ ಸಭೆಯಿನ್ನೂ

ಮುಗಿದಿಲ್ಲ. ಸೆಗಣಿಯೇನಾದರೂ ಒಣಗಿದ್ದರೆ, ಅದು ಏನೋ ಅಪಾಯ ಇದೆ ಹೊರಡಿ ಅಥವಾ ಸಭೆ ಮುಗಿದಿದೆ ಎಂದು ಸೂಚಿಸುತ್ತಿತ್ತು.'

ಸ್ವಾತಂತ್ರ್ಯ ಹೋರಾಟದ ಉದ್ದಕ್ಕೂ ಆರ್‌ಎನ್‌ಕೆ ಅವರಿಗೆ ಯಾವುದು ಪ್ರಧಾನ ಸ್ಫೂರ್ತಿಯ ಸೆಲೆಯಾಗಿತ್ತು?

'ಕಮ್ಯುನಿಸ್ಟ್ ಪಕ್ಷ ನಮ್ಮ ಮಹಾನ್ ಸ್ಫೂರ್ತಿಯ ಸೆಲೆಯಾಗಿತ್ತು.'

***

'ನನ್ನನ್ನು ಅರೆಸ್ಟ್ ಮಾಡಿದಾಗ ನಾನು ನನ್ನ ಮೀಸೆಯನ್ನು ಏಕೆ ತೆಗೆದೆ?' ಎಂದು ಆರ್‌ಎನ್‌ಕೆ ನಗುತ್ತಾ ಪ್ರಶ್ನೆ ಮಾಡಿಕೊಂಡರು. 'ನಾನು ಎಂದೂ ಹಾಗೆ ಮಾಡಲಿಲ್ಲ. ಮೊದಲಿಗೆ ನನ್ನ ಗುರುತು ಮರೆಮಾಚಬೇಕು ಎಂದು ನಾನು ಅದನ್ನು ಬೆಳಸಲಿಲ್ಲ. ಹಾಗಿದ್ದ ಪಕ್ಷದಲ್ಲಿ ಅದನ್ನು ಯಾಕಾದರೂ ಬೆಳೆಸುತ್ತಿದ್ದೆ?'

'ಪೊಲೀಸರು ನನ್ನ ಮೀಸೆಯನ್ನು ಸಿಗರೇಟ್‌ನಿಂದ ಸುಟ್ಟು ಹಾಕಿದರು. ಮದ್ರಾಸ್‌ನಲ್ಲಿ ಕೃಷ್ಣಮೂರ್ತಿ ಎನ್ನುವ ಇನ್‌ಸ್ಪೆಕ್ಟರ್ ನನಗೆ ನೀಡಿದ ಹಿಂಸೆ ಅದು. ರಾತ್ರಿ 2 ಗಂಟೆಯಲ್ಲಿ ಆತ ನನ್ನ ಕೈಗಳನ್ನು ಕಟ್ಟಿಹಾಕಿದ. ಬೆಳಗ್ಗೆ ಹತ್ತು ಗಂಟೆಗೆ ಬಂದು ಅದನ್ನು ಬಿಚ್ಚಿ ಲಾಠಿಯಿಂದ ದೀರ್ಘಕಾಲ ಹೊಡೆದ.'

ಈ ಎಲ್ಲವನ್ನೂ ನಲ್ಲಕುನ್ನು ಅವರು ಇತರ ಸ್ವಾತಂತ್ರ್ಯ ಯೋಧರಂತೆ ಯಾವುದೇ ವೈಯಕ್ತಿಕ ದ್ವೇಷ ಇಲ್ಲದಂತೆ ನೆನಪಿಸಿಕೊಳ್ಳುತ್ತಿದ್ದರು. ತಮಗೆ ನೀಡಿದ ಹಿಂಸೆಯ ಬಗ್ಗೆಯೂ ಅವರಿಗೆ ಯಾವುದೇ ನಂಜಿರಲಿಲ್ಲ. ಆನಂತರದ ದಿನಗಳಲ್ಲಿ ಆ ಇನ್‌ಸ್ಪೆಕ್ಟರ್ ಮೇಲೆ ಸೇಡು ತೀರಿಸಿಕೊಳ್ಳಬೇಕು ಎಂದು ಆರ್‌ಎನ್‌ಕೆ ಅವನನ್ನೇನೂ ಹುಡುಕಲು ಹೋಗಲಿಲ್ಲ. ಹಾಗೆ ಮಾಡಬೇಕೆಂದು ಅವರಿಗೆ ಒಮ್ಮೆಯೂ ಅನಿಸಲಿಲ್ಲ.'

ಇದು ಜರುಗಿದ್ದು 1948ರಲ್ಲಿ, ಭಾರತ ಸ್ವಾತಂತ್ರ್ಯ ಪಡೆದ ನಂತರ. 'ಮದ್ರಾಸ್ ಸೇರಿದಂತೆ ಹಲವು ಪ್ರಾಂತ್ಯಗಳಲ್ಲಿ ಪಕ್ಷವನ್ನು ನಿಷೇಧಿಸಲಾಗಿತ್ತು. 1951ರವರೆಗೂ ಅದು ಹಾಗೆಯೇ ಮುಂದುವರಿಯಿತು.'

'ಆದರೆ, ನೆನಪಿರಲಿ. ನಾವು ಬೆಲೆ ತೆತ್ತಬೇಕಾಗಿ ಬಂದ ಇನ್ನೂ ಅನೇಕ ಪಾಳೇಗಾರಿ ವಿರೋಧಿ ಸಂಘರ್ಷಗಳು ಬಾಕಿ ಇದ್ದವು. ಇದು 1947ಕ್ಕೂ ಎಷ್ಟೋ ಮುಂಚೆ ಆರಂಭವಾಗಿ ಸ್ವಾತಂತ್ರ್ಯ ಬಂದ ನಂತರದಲ್ಲೂ ಮುಂದುವರಿಯಿತು.'

'ನಾವು ಸ್ವಾತಂತ್ರ್ಯ ಚಳವಳಿ, ಸಮಾಜ ಸುಧಾರಣೆ, ಪಾಳೇಗಾರಿಕೆಯ ವಿರುದ್ಧ ಹೋರಾಟ ಎಲ್ಲವನ್ನೂ ಒಟ್ಟಿಗೇ ಸೇರಿಸಿದೆವು. ನಾವು ಕೆಲಸ ಮಾಡುತ್ತಿದ್ದುದೇ ಹಾಗೆ. ನಾವು ಉತ್ತಮ ಹಾಗೂ ಸಮಾನ ವೇತನಕ್ಕಾಗಿ ಹೋರಾಡಿದೆವು. ಅಸ್ಪೃಶ್ಯತೆ

ಅಳಿಸಲು ಹೋರಾಡಿದೆವು. ನಾವು ದೇಗುಲ ಪ್ರವೇಶ ಚಳವಳಿಯಲ್ಲಿ ಪ್ರಮುಖ ಪಾತ್ರ ವಹಿಸಿದೆವು.'

'ಜಮೀನ್ದಾರಿ ಪದ್ಧತಿಯನ್ನು ಅಳಿಸಿಹಾಕಲು ನಡೆಸಿದ ಪ್ರಚಾರಾಂದೋಲನ ತಮಿಳುನಾಡಿನ ಮುಖ್ಯ ಚಳವಳಿಗಳಲ್ಲೊಂದು. ರಾಜ್ಯದಲ್ಲಿ ಹಲವು ಪ್ರಮುಖ ಜಮೀನ್ದಾರರಿದ್ದರು. ನಾವು ತಲಾತಲಾಂತರವಾಗಿ ಬಂದ 'ಮೀರಸ್ದಾರಿ' ಜಮೀನು ಹಾಗೂ ರಾಜರುಗಳಿಂದ ಇನಾಮಾಗಿ ಪಡೆದ 'ಇನಾಂದಾರಿ' ಜಮೀನು ಎರಡೂ ವ್ಯವಸ್ಥೆಯ ವಿರುದ್ಧ ಹೋರಾಡಿದೆವು. ಈ ಹೋರಾಟಗಳ ಮುಂಚೂಣಿಯಲ್ಲಿದ್ದದ್ದು ಕಮ್ಯುನಿಸ್ಟರು. ಹಲವು ಬಲಶಾಲಿ ಜಮೀನ್ದಾರರನ್ನು ಎದುರು ಹಾಕಿಕೊಳ್ಳಬೇಕಿತ್ತು. ಅವರ ಶಸ್ತ್ರ ಸಮೇತವಾದ ಖಾಸಗಿ ಗೂಂಡಾ ಪಡೆ, ಕೊಲೆಗಡುಕರನ್ನು ನಾವು ಎದುರಿಸಬೇಕಿತ್ತು.'

ಪುನ್ನಿಯೂರು ಸಾಂಬಸಿವ ಅಯ್ಯರ್, ನೆಡುಮಾನಂ ಸಾಮಿಯಪ್ಪ ಮೊದಲಿಯಾರ್, ಪೂಂಡಿ ವಂಡಿಯಾರ್‌ರಂತಹ ಜಮೀನ್ದಾರರಿದ್ದರು. ಅವರು ಸಾವಿರಾರು ಎಕರೆ ಫಲವತ್ತಾದ ಜಮೀನನ್ನು ಹೊಂದಿದ್ದರು.

ನಾವು ಈಗ ಚರಿತ್ರೆಯ ಒಂದು ಕುತೂಹಲಕಾರಿ ಹಂತವನ್ನು ಗೊತ್ತು ಮಾಡಿಕೊಳ್ಳುತ್ತಿದ್ದೆವು. ಆ ಚರಿತ್ರೆಯನ್ನು ಆಗುಮಾಡಲು ಸಹಾಯ ಮಾಡಿದ ವ್ಯಕ್ತಿಯ ಜೊತೆಯೇ ಕುಳಿತು.

'ಇದಲ್ಲದೆ ಶತಮಾನಗಳಷ್ಟು ಹಳೆಯದಾದ ಬ್ರಾಹ್ಮತೇಯಮ್ ಹಾಗೂ ತೇವತಾನಮ್‌ನಂತಹ ಹಳೆಯ ಆಚರಣೆಗಳೂ ಇದ್ದವು.'

'ಬ್ರಾಹ್ಮತೇಯಮ್‌ನಲ್ಲಿ ರಾಜರುಗಳು ಬ್ರಾಹ್ಮಣರಿಗೆ ಉಚಿತವಾಗಿ ಭೂಮಿಯನ್ನು ಕೊಡುತ್ತಿದ್ದರು. ಅವರು ಆ ಭೂಮಿಯಿಂದ ಲಾಭ ಮಾಡಿಕೊಳ್ಳುತ್ತಿದ್ದರು. ಅವರು ನೇರವಾಗಿ ಅದನ್ನು ಉಳುತ್ತಿರಲಿಲ್ಲ. ಆದರೆ, ಅದರ ಲಾಭ ಅವರಿಗೆ ಹೋಗುತ್ತಿತ್ತು. ತೇವತಾನಮ್‌ನಲ್ಲಿ ದೇವಸ್ಥಾನಗಳಿಗೆ ಜಮೀನನ್ನು ನೀಡಲಾಗುತ್ತಿತ್ತು. ಕೆಲವೊಮ್ಮೆ ಇಡೀ ಗ್ರಾಮವನ್ನೇ ಬಳುವಳಿಯನ್ನಾಗಿ ಕೊಡಲಾಗುತ್ತಿತ್ತು. ಸಣ್ಣ ಹಿಡುವಳಿದಾರರು, ಕೆಲಸಗಾರರು ಅವರ ಕೃಪೆಯಲ್ಲಿ ಬದುಕಬೇಕಾಗಿತ್ತು. ಯಾರಾದರೂ ಪ್ರತಿಭಟಿಸಿದರೆ ಅವರನ್ನು ಊರಿನಿಂದಲೇ ಹೊರಹಾಕಲಾಗುತ್ತಿತ್ತು.'

'ಇಂತಹ ಮಠಗಳು ಆರು ಲಕ್ಷ ಎಕರೆ ಭೂಮಿಯನ್ನು ಹೊಂದಿದ್ದವು ಎನ್ನುವುದು ನೆನಪಿರಲಿ. ಬಹುಶಃ ಈಗಲೂ ಹಾಗೇ ಇರಬಹುದು. ಆದರೆ, ಹಲ್ಲು ಕಚ್ಚಿ ನಡೆಸಿದ ಪ್ರಬಲ ಜನ ಹೋರಾಟಗಳ ಮೂಲಕ ಅದರ ಪ್ರಭಾವವನ್ನು ಇನ್ನಿಲ್ಲದಂತೆ ತಗ್ಗಿಸಲಾಗಿದೆ.'

‘ತಮಿಳುನಾಡು ಜಮೀನ್ದಾರಿ ನಿವಾರಣಾ ಕಾಯಿದೆ 1948ರಲ್ಲಿ ಅಸ್ತಿತ್ವಕ್ಕೆ ಬಂದಿತು. ಈ ಕಾಯಿದೆಯಡಿ ಜಮೀನ್ದಾರರು ಹಾಗೂ ದೊಡ್ಡ ಭೂಮಾಲೀಕರಿಗೆ ಪರಿಹಾರ ನೀಡಲಾಯಿತೇ ಹೊರತು ಅವರ ಜಮೀನಿನಲ್ಲಿ ದುಡಿದವರಿಗಲ್ಲ. ಪ್ರಭಾವಿ ಗೇಣಿದಾರರು ಒಂದಿಷ್ಟು ಪರಿಹಾರ ಪಡೆದರು. ಆದರೆ, ಜಮೀನಿನಲ್ಲಿ ಕೆಲಸ ಮಾಡಿದ ಬಡವರಿಗೆ ಏನೂ ಸಿಗಲಿಲ್ಲ. 1947 ಹಾಗೂ 49ರ ನಡುವೆ ಇಂತಹ ದೇವಸ್ಥಾನಗಳ ಜಮೀನಿನಿಂದ ದೊಡ್ಡ ಸಂಖ್ಯೆಯಲ್ಲಿ ಜನರನ್ನು ಒಕ್ಕಲೆಬ್ಬಿಸಲಾಯಿತು. ಆಗ ನಾವು ‘ಯಾವಾಗ ರೈತರು ಭೂ ಒಡೆಯರಾಗುತ್ತಾರೋ ಆಗಮಾತ್ರ ಅವರು ಚೆನ್ನಾಗಿ ಬದುಕಲು ಸಾಧ್ಯ’ ಎಂಬ ಘೋಷಣೆಯೊಂದಿಗೆ ಬೃಹತ್ ಹೋರಾಟ ಸಂಘಟಿಸಿದೆವು.’

‘ಇವು ನಮ್ಮ ಹೋರಾಟಗಳು. 1948ರಿಂದ 1960ರವರೆಗೂ ಜರುಗಿದ ಈ ಹೋರಾಟಗಳಲ್ಲಿ ನಾವು ನಮ್ಮ ಹಕ್ಕುಗಳನ್ನು ಪಡೆಯುವವರೆಗೂ ಹೋರಾಟ ನಡೆಸಿದೆವು. ಆಗ ಮುಖ್ಯಮಂತ್ರಿಯಾಗಿದ್ದ ಸಿ. ರಾಜಗೋಪಾಲಾಚಾರಿಯವರು ಭೂಮಾಲೀಕರು ಹಾಗೂ ಮಠಗಳ ಪರವಾಗಿ ನಿಂತರು. ನಾವು ‘ಉಳುವವನೇ ಹೊಲದೊಡೆಯ’ ಎಂದೆವು. ರಾಜಾಜಿ ಅವರು ‘ಯಾರ ಬಳಿ ದಾಖಲೆಗಳಿವೆಯೋ ಅವರೇ ಒಡೆಯರು’ ಎಂದರು. ಆದರೆ, ಇಷ್ಟು ಮಾತ್ರ ನಿಜ. ನಮ್ಮ ಹೋರಾಟ ಈ ದೇವಸ್ಥಾನ ಹಾಗೂ ಮಠಗಳು ಹೊಂದಿದ್ದ ಅಧಿಕಾರವನ್ನು ತೊಡೆದು ಹಾಕಿತು. ನಾವು ಅವರ ಬೆಳೆ ಹಾಗೂ ಇತರ ನಿಯಮಗಳನ್ನು ಮುರಿದು ಹಾಕಿದೆವು. ನಾವು ಗುಲಾಮರಾಗಿ ಉಳಿಯಲು ಇಚ್ಛಿಸಲಿಲ್ಲ.’

‘ಈ ಎಲ್ಲ ಹೋರಾಟಗಳನ್ನೂ ನಾವು ನಡೆಸುತ್ತಿದ್ದ ಸಾಮಾಜಿಕ ಹೋರಾಟಗಳಿಂದ ಪ್ರತ್ಯೇಕಿಸಲು ಬರುವುದಿಲ್ಲ.’

‘ಒಂದು ರಾತ್ರಿ ದೇವಸ್ಥಾನದಲ್ಲಿ ಆ ರೀತಿಯ ಒಂದು ಪ್ರತಿಭಟನೆಯನ್ನು ನೋಡಿದ ನೆನಪಿದೆ. ಎಲ್ಲಾ ದೇವಸ್ಥಾನದಲ್ಲೂ ರಥೋತ್ಸವವಿರುತ್ತದೆ. ರಥಗಳನ್ನು ಬಲವಾದ ಹಗ್ಗಗಳಿಂದ ಎಳೆಯುವವರು ಅಲ್ಲಿನ ರೈತರೇ. ರೈತರನ್ನು ಹೀಗೆ ಒಕ್ಕಲೆಬ್ಬಿಸಿದರೆ, ಅವರು ರಥವನ್ನು ಎಳೆಯಲು ಬರುವುದಿಲ್ಲ ಎಂದು ನಾವು ಘೋಷಿಸಿದೆವು. ಇಷ್ಟೇ ಅಲ್ಲದೆ ಹೊಲದಲ್ಲಿ ಬೇಕಾದ ಧಾನ್ಯವನ್ನು ಕೊಂಡೊಯ್ಯುವ ನಮ್ಮ ಹಕ್ಕನ್ನು ಸಹಾ ನಾವು ಪ್ರತಿಪಾದಿಸಿದೆವು.’

ನಲ್ಲಕುನ್ನು ಅವರು ಈಗ ಸ್ವಾತಂತ್ರ್ಯಪೂರ್ವ ಹಾಗೂ ಸ್ವಾತಂತ್ರ್ಯಾನಂತರದ ಅನೇಕ ಘಟನೆಗಳನ್ನು ಕಲಸಿ ಹೇಳುತ್ತಿದ್ದರು. ಒಂದು ರೀತಿಯಲ್ಲಿ ಅದು ಗೊಂದಲಕರ ವಾಗಿತ್ತು. ಇನ್ನೊಂದು ರೀತಿಯಲ್ಲಿ ಅದು ಆ ಕಾಲದ ಸಂಕೀರ್ಣತೆಯನ್ನು ಬಿಂಬಿಸುತ್ತಿತ್ತು. ಅಲ್ಲಿ ಹಲವು ರೀತಿಯ ಸ್ವಾತಂತ್ರ್ಯಗಳು ಅಡಕವಾಗಿದ್ದವು. ಅದರಲ್ಲಿ

ಕೆಲವಕ್ಕೆ ಸ್ಪಷ್ಟ ಆರಂಭ ಹಾಗೂ ಅಂತ್ಯದ ದಿನಾಂಕಗಳಿರಲಿಲ್ಲ. ಆ ಸ್ವಾತಂತ್ರ್ಯವನ್ನು ಪಡೆಯುವ ನಿಟ್ಟಿನ ಹಾದಿಯಲ್ಲಿ ಆರ್‌ಎನ್‌ಕೆಯಂತಹವರು ದೃಢವಾಗಿ ನಿಂತರು.

'ನಾವು ಆ ದಶಕಗಳುದ್ದಕ್ಕೂ ಕಾರ್ಮಿಕರ ಮೇಲಿನ ಹಲ್ಲೆ ಹಾಗೂ ದೌರ್ಜನ್ಯದ ವಿರುದ್ಧವೂ ಹೋರಾಡಿದೆವು.'

'1943ರಲ್ಲಿ ದಲಿತ ಕಾರ್ಮಿಕರಿಗೆ ಇನ್ನೂ ಛಡಿಯೇಟು ನೀಡುತ್ತಿದ್ದರು. ಹಾಗೂ ಅದರಿಂದ ಆದ ಗಾಯಗಳ ಮೇಲೆ ಸೆಗಣಿ ನೀರನ್ನು ಹಾಕುತ್ತಿದ್ದರು. ಬೆಳಿಗ್ಗೆ 4 ಹಾಗೂ 5ರ ವೇಳೆಗೆ ಕೋಳಿ ಯಾವಾಗ ಕೂಗುತ್ತದೋ ಆ ಹೊತ್ತಿಗೆ ಅವರು ಜಮೀನ್ದಾರರ ಜಮೀನಿನಲ್ಲಿ ಇರಬೇಕಿತ್ತು. ಹಸುವಿನ ಮೈ ತೊಳೆದು, ಸೆಗಣಿ ಬಾಚಿ, ಹೊಲಕ್ಕೆ ನೀರು ಹಾಕಲು ಹೋಗಬೇಕಿತ್ತು. ಆಗ ತಂಜಾವೂರು ಜಿಲ್ಲೆಯಲ್ಲಿದ್ದ ತಿರುತರೈಪೂಂಡಿ ಬಳಿ ಒಂದು ಗ್ರಾಮವಿತ್ತು. ಅಲ್ಲಿಯೇ ನಾವು ಪ್ರತಿಭಟನೆ ನಡೆಸಿದ್ದು.'

'ಕಿಸಾನ್ ಸಭಾದ ಶ್ರೀನಿವಾಸರಾವ್ ಅವರ ನೇತೃತ್ವದಲ್ಲಿ ಒಂದು ಬೃಹತ್ ಪ್ರತಿಭಟನೆ ನಡೆಯಿತು. ಕೆಂಪು ಬಾವುಟ ಹಿಡಿದಿದ್ದಕ್ಕಾಗಿ ನಿಮಗೆ ಹೊಡೆದರೆ, ಮುಲಾಜಿಲ್ಲದೆ ಮರು ಹೊಡೆತ ನೀಡಿ ಎನ್ನುವುದು ಈ ಪ್ರತಿಭಟನೆಯ ಹುಮ್ಮಸ್ಸಾಗಿತ್ತು. ಕೊನೆಗೆ ಮಿರಾಸ್‌ದಾರರು, ಮೊದಲಿಯಾರ್‌ಗಳು ನಾವು ಇನ್ನೂ ಛಡಿಯೇಟು ನೀಡುವುದಿಲ್ಲ. ಸೆಗಣಿ ನೀರು ಎರಚುವುದಿಲ್ಲ ಹಾಗೂ ಅಂತಹ ಯಾವುದೇ ಬರ್ಬರ ಕೃತ್ಯ ನಡೆಸುವುದಿಲ್ಲ ಎಂಬ ಒಪ್ಪಂದಕ್ಕೆ ತಿರುತುರೈಪೂಂಡಿಯಲ್ಲಿ ಸಹಿ ಹಾಕಿದರು.'

1940ರಿಂದ 60ರ ದಶಕಗಳಲ್ಲಿ ಹಾಗೂ ನಂತರದಲ್ಲಿ ನಡೆಸಿದ ಇಂತಹ ಮಹಾ ಹೋರಾಟಗಳಲ್ಲಿನ ತಮ್ಮ ಪಾತ್ರವನ್ನು ಆರ್‌ಎನ್‌ಕೆ ದೊಡ್ಡದು ಮಾಡುವುದಿಲ್ಲ. ಶ್ರೀನಿವಾಸರಾವ್ ಅವರ ನಂತರ ತಮಿಳುನಾಡಿನಲ್ಲಿ ಅಖಿಲ ಭಾರತ ಕಿಸಾನ್ ಸಭಾವನ್ನು (ಎಐಕೆಎಸ್) ಅವರು ಮುನ್ನಡೆಸಿದರು. 1947ರ ನಂತರದ ದಶಕಗಳಲ್ಲಿ ಈ ಸದ್ದಿಲ್ಲದ ಕಾಲಾಳು ಯೋಧ, ರೈತ, ಕಾರ್ಮಿಕರ ಹೋರಾಟಗಳ ಮಹಾನಾಯಕರಾಗಿ ಹೊರಹೊಮ್ಮಿದರು.

***

ನಾವು ಸಿಪಿಎಂ ನಾಯಕ ಹಾಗೂ ಸ್ವಾತಂತ್ರ್ಯ ಹೋರಾಟಗಾರ ಎನ್. ಶಂಕರಯ್ಯ ಅವರ ಮನೆಯಲ್ಲಿ ಸಂದರ್ಶನ ನಡೆಸುತ್ತಿದ್ದಾಗ ಅವರಿಬ್ಬರೂ ತುಂಬಾ ಭಾವುಕರಾಗಿದ್ದರು. ನಾವು ಇಬ್ಬರನ್ನೂ ಒಟ್ಟಿಗೇ ಮಾತನಾಡಿಸುತ್ತಿದ್ದೆವು. ಎಂಟು ದಶಕಗಳ ಆ ಒಡನಾಡಿಗಳು ಪರಸ್ಪರ ಶುಭ ಕೋರಿದ ರೀತಿಯಂತೂ ಆ ಕೊಠಡಿಯಲ್ಲಿದ್ದ ನಮ್ಮೆಲ್ಲರ ಮನಸ್ಸನ್ನು ತಟ್ಟಿತು.

50 ವರ್ಷಗಳ ಹಿಂದೆ ಕಮ್ಯುನಿಸ್ಟ್ ಪಕ್ಷ ಇಬ್ಭಾಗವಾಗಿ, ಈ ಇಬ್ಬರೂ ಬೇರೆ ಬೇರೆ ದಿಕ್ಕಿನಲ್ಲಿ ನಡೆದು ಹೋದಾಗ ಅವರ ನಡುವೆ ಕಹಿ ಭಾವನೆ ಅಥವಾ ದುಃಖ ಇರಲಿಲ್ಲವೇ? ಅದು ಒಳ್ಳೆಯ ಬೇರ್ಪಡುವಿಕೆಯಂತೂ ಆಗಿರಲಿಲ್ಲ.

'ಆದರೆ, ಆನಂತರವೂ ನಾವು ಹಲವು ವಿಷಯಗಳ ಬಗ್ಗೆ ಹಾಗೂ ಹೋರಾಟಗಳಲ್ಲಿ ಒಟ್ಟಿಗೇ ಕೆಲಸ ಮಾಡಿದ್ದೇವೆ. ಮೊದಲು ಯಾವ ರೀತಿಯಲ್ಲಿದ್ದೆವೋ ಅದೇ ರೀತಿಯಲ್ಲಿಯೇ' ಎಂದರು ನಲ್ಲಕುನ್ನು.

'ನಾವಿಬ್ಬರೂ ಒಟ್ಟಿಗೇ ಸೇರಿದಾಗ ನಾವು ಒಂದೇ ಪಕ್ಷ' ಎಂದರು ಶಂಕರಯ್ಯ.

ಅವರು ಈಗ ಉಲ್ಬಣಗೊಂಡಿರುವ ಕೋಮು ಹಿಂಸಾಚಾರ ಹಾಗೂ ದ್ವೇಷಕ್ಕೆ ಹೇಗೆ ಪ್ರತಿಕ್ರಿಯಿಸುತ್ತಾರೆ? ಯಾವ ದೇಶದ ಸ್ವಾತಂತ್ರ್ಯವನ್ನು ಪಡೆಯಲು ಅವರು ಸಹಾಯ ಮಾಡಿದ್ದರೋ ಆ ದೇಶದ ಉಳಿವಿನ ಬಗ್ಗೆ ಅವರಿಗೆ ಆತಂಕವಿದೆಯೇ?

'ಸ್ವಾತಂತ್ರ್ಯ ಹೋರಾಟದ ಸಮಯದಲ್ಲೂ ಪರಿಸ್ಥಿತಿ ನಿರಾಶಾದಾಯಕವಾಗಿದೆ ಎನ್ನುವ ಸಂದರ್ಭಗಳೂ ಇದ್ದವು. ನೀವು ಗೆಲ್ಲಲು ಸಾಧ್ಯವೇ ಇಲ್ಲ. ಏಕೆಂದರೆ ನೀವು ತಿರುಗಿ ಬಿದ್ದಿರುವುದು ಅತಿ ದೊಡ್ಡ ಸಾಮ್ರಾಜ್ಯದ ವಿರುದ್ಧ ಎನ್ನುತ್ತಿದ್ದರು. ನಮ್ಮನ್ನು ಹೋರಾಟದಿಂದ ದೂರ ಇರಿಸುವಂತೆ ನಮ್ಮ ಕೆಲವು ಮನೆಗಳವರಿಗೆ ತಾಕೀತು ಸಹಾ ಮಾಡಿದ್ದರು. ಆದರೆ, ನಾವು ಆ ಎಲ್ಲಾ ಎಚ್ಚರಿಕೆ, ಬೆದರಿಕೆಯನ್ನು ಮೀರಿ ಹೋರಾಟ ನಡೆಸಿದೆವು. ಹಾಗಾಗಿಯೇ ನಾವು ಇಂದು ಇಲ್ಲಿದ್ದೇವೆ' ಎಂದರು ನಲ್ಲಕುನ್ನು.

ನಾವು ಈ ಮೊದಲಿನಂತೆ ಜನರ ಬಳಿ ಹೋಗಿ ಅವರಿಂದ ತಿಳಿಯಲು ವಿಶಾಲ ಮೈತ್ರಿಯನ್ನು ರೂಪಿಸುವ ಆಗತ್ಯ ಇದೆ ಎಂದು ಇಬ್ಬರೂ ಅಭಿಪ್ರಾಯಪಟ್ಟರು. 'ನನಗೆ ಗೊತ್ತಿರುವ ಪ್ರಕಾರ ಇಎಂಎಸ್ (ಇಎಂಎಸ್ ನಂಬೂದರಿಪಾಡ್) ಅವರ ಕೊಠಡಿಯಲ್ಲಿಯೂ ಗಾಂಧೀಜಿಯವರ ಚಿತ್ರವಿದೆ.' ಎಂದರು ಆರ್‌ಎನ್‌ಕೆ.

ನಮ್ಮ ನಡುವಿನ ಲಕ್ಷಾಂತರ ಜನರನ್ನು ಭೀತಿಗೆ ತಳ್ಳಿರುವ ರಾಜಕೀಯ ಪರಿಸ್ಥಿತಿಯ ಬಗ್ಗೆ ಅವರಿಬ್ಬರೂ ಅದು ಹೇಗೆ ಅಷ್ಟು ಶಾಂತಚಿತ್ತವಾಗಿ ಹಾಗೂ ಆಶಾವಾದಿಗಳಾಗಿ ಉಳಿಯಲು ಸಾಧ್ಯ?. ನಲ್ಲಕುನ್ನು ಹೇಳಿದರು, 'ನಾವು ಇದಕ್ಕಿಂತಾ ಭೀಕರವಾದದ್ದನ್ನು ಕಂಡಿದ್ದೇವೆ.'

'ಪರಿ'ಯ ಸ್ವಾತಂತ್ರ್ಯ ಯೋಧರ
ಗ್ಯಾಲರಿಗೆ ಭೇಟಿ ನೀಡಲು
ಈ QR ಕೋಡ್ ಸ್ಕ್ಯಾನ್ ಮಾಡಿ

ಈ ಪುಸ್ತಕ ಹೊರಬಂದಿದ್ದು ಹೀಗೆ...

'ನನ್ನ ನೆನಪಿದೆಯಾ?' ಅಂತ ನನ್ನ ತಾತನ ಮುಂದೆ ನಿಂತಿದ್ದ ಆ ಅಪರಿಚಿತ ವ್ಯಕ್ತಿ ಕೇಳಿದ.

ತಾತಯ್ಯ (ತೆಲುಗಿನಲ್ಲಿ ತಾತನನ್ನು 'ತಾತಯ್ಯ' ಅಂತ ಕರೆಯುತ್ತಾರೆ). ತನ್ನೆದುರು ನಿಂತಿದ್ದ ಆ ವ್ಯಕ್ತಿಯನ್ನೇ ದಿಟ್ಟಿಸಿ ನೋಡಿದ. ಅವರಿಗೆ ಈತನನ್ನು ಯಾವುದೋ ಕಾಲದಲ್ಲಿ ಬಲ್ಲೆ ಎಂದು ಅನಿಸುತ್ತಿತ್ತು. ಆದರೆ ನಿಖರವಾಗಿ ಯಾರು, ಯಾವಾಗ ಎಂದು ಹೇಳಲಾಗುತ್ತಿರಲಿಲ್ಲ.

'ನೀವು ನನಗೆ ಗೊತ್ತು, ಖಂಡಿತ ಗೊತ್ತು. ಆದರೆ ನಿಮ್ಮ ಹೆಸರು ನೆನಪಿಸಿಕೊಳ್ಳಲು ಕಷ್ಟಪಡುತ್ತಿದ್ದೇನೆ' ಎಂದರು.

ಬಂದಿದ್ದ ಆ ವ್ಯಕ್ತಿ ಎದ್ದು ನಿಂತು ತಾತಯ್ಯನಿಗೆ ಕೆಲವು ಸಂಖ್ಯೆಗಳನ್ನು ಹೊತ್ತಿದ್ದ ಒಂದು ತುಣುಕು ಬಟ್ಟೆಯನ್ನು ನೀಡಿದರು. ತಾತಯ್ಯ ಒಮ್ಮೆ ಅದನ್ನು ನೋಡಿದವರೇ ಜೋರಾಗಿ ನಕ್ಕರು.

ಎದುರಿಗಿದ್ದ ವ್ಯಕ್ತಿ ಯಾರು ಎಂದು ಈಗ ಅವರಿಗೆ ಗುರುತು ಹತ್ತಿತ್ತು. 'ಇದನ್ಯಾಕೆ ಇನ್ನೂ ಇಟ್ಟುಕೊಂಡಿದ್ದೀರಾ?' ಎಂದು ನನ್ನ ಅಂಗೈನಲ್ಲಿದ್ದ ಆ ವಸ್ತುವನ್ನೇ ನೋಡುತ್ತಾ ತಾತಯ್ಯ ಕೇಳಿದರು.

'ನಿಮ್ಮ ಹಾಗೂ ಇನ್ನೂ ಕೆಲವರ ಮೇಲೆ ನಾನು ಒಂದು ಕಣ್ಣಿಟ್ಟಿದ್ದೆ. ನೀವು ನಿಮ್ಮ ಬದುಕಿನಲ್ಲಿ ಏನು ಆಗುತ್ತೀರಿ ಎಂದು ಗಮನಿಸುತ್ತಿದ್ದೆ. ಹಾಗಾಗಿ ಆ ನಿಮ್ಮ ಆರೇಳು ಮಂದಿಯ ಈ ನಂಬರ್‌ಗಳನ್ನು ಜೋಪಾನವಾಗಿ ಇಟ್ಟುಕೊಂಡಿದ್ದೆ' ಎಂದು ಆ ಹಿರಿಯರು ಹೇಳಿದರು.

ಆಮೇಲೆ ನಮ್ಮ ಕಡೆ ತಿರುಗಿದ ಅವರು 'ನಾನು ನಿಮ್ಮ ತಾತನನ್ನು ಜೈಲಿಗೆ ಹಾಕಿದ್ದೆ ಗೊತ್ತಾ ಎಂದವರೇ ಒಳ್ಳೆಯವರಾಗಿ ಬಾಳಿ' ಎಂದು ಹಾರೈಸಿದರು.

ಬಂದಿದ್ದ ಆ ವ್ಯಕ್ತಿ ಸುಮಾರು ಮೂರು ದಶಕಗಳ ಹಿಂದೆ ನನ್ನ ತಾತ ಜೈಲಿನಲ್ಲಿದ್ದಾಗ ವಾರ್ಡನ್ ಆಗಿದ್ದವರು. ಇಷ್ಟು ಕಾಲದ ನಂತರ ಅವರು ನೆನಪಿನ ಕಾಣಿಕೆಯಾಗಿ ನೀಡಲು ತಮ್ಮೊಡನೆ ಜೋಪಾನವಾಗಿ ಇರಿಸಿಕೊಂಡಿದ್ದ ಕೈದಿಯ ಸಂಖ್ಯೆಯನ್ನು ಹೊತ್ತ ಆ ವಸ್ತ್ರವನ್ನು ನೀಡಲು ಬಂದಿದ್ದರು.

ಈ ಭೇಟಿ ನನ್ನ ತಾತಯ್ಯನಿಗೆ ಮರೆಯಲಾಗದ ದಿನವಾಗಿ ಹೋಯಿತು. ಆದರೆ ನಾನು ಮಾತ್ರ ಬೆರಗಾಗಿ ನಿಂತಿದ್ದೆ.

ನೀವು ಇನ್ನೂ ನಾಲ್ಕು ವರ್ಷ ತುಂಬದವರಾಗಿದ್ದರೆ... ನಿಮ್ಮ ತಾತ ಒಬ್ಬ ಜೈಲುಹಕ್ಕಿ, ಹಲವಾರು ವರ್ಷಗಳ ಕಾಲ ಜೈಲಿನಲ್ಲಿ ಕಳೆದಿದ್ದ ಖೈದಿ ಎಂದು ಗೊತ್ತಾದಾಗ ಅದು ನಿಮ್ಮನ್ನು ತೀವ್ರ ಗೊಂದಲಕ್ಕೆ ತಳ್ಳುತ್ತದೆ.

ಇದಲ್ಲದೆ, ಒಬ್ಬ ಮಾಜಿ ಖೈದಿ ಇದ್ದಕ್ಕಿದ್ದಂತೆ ಅದೇಗೆ ಒಬ್ಬ ಮಹತ್ವದ ವ್ಯಕ್ತಿಯಾದ ಎನ್ನುವುದು ಇನ್ನೂ ಕುತೂಹಲಕಾರಿ.

ಈ ಬಗ್ಗೆ ವಿವರಣೆ ಬೇಕು ಎಂದು ತಾತಯ್ಯನ ಮುಂದೆ ನಾನು ಬೇಡಿಕೆ ಇಟ್ಟೆ.

ಆ ವಾರ್ಡನ್ ಹೋದ ನಂತರ ತಾತಯ್ಯ ಆ ವಸ್ತ್ರವನ್ನು, ಅದರಲ್ಲಿದ್ದ ನಂಬರ್‌ಗಳನ್ನೇ ಕಣ್ಣೆವೆ ಮುಚ್ಚದಂತೆ ನೋಡುತ್ತಾ ಕುಳಿತಿದ್ದರು. ಅವರ ಕಣ್ಣುಗಳು ಒದ್ದೆಯಾಗಿದ್ದವು. ಅವರು ಯಾವುದೋ ನೆನಪುಗಳಲ್ಲಿ ಕಳೆದು ಹೋಗಿದ್ದರು.

ಅವರು ನನ್ನ ಪ್ರಶ್ನೆಗೆ ಉತ್ತರಿಸಲು ಪ್ರಯತ್ನಿಸಿದರು. ಆ ಕೂಡಲೇ ಅಲ್ಲ- ಸತತವಾಗಿ ಹಲವು ವರ್ಷಗಳ ಕಾಲ ಹಾಗೂ ನಮ್ಮ ನಡುವಿನ ಹಲವಾರು ಮಾತುಕತೆಗಳಲ್ಲಿ. ಯಾಕೆಂದರೆ ನನ್ನ ಬಳಿ ಮುಗಿಯದ ಅಷ್ಟೊಂದು ಪ್ರಶ್ನೆಗಳಿದ್ದವು.

ಭಾರತದ ಸ್ವಾತಂತ್ರ್ಯ ಹೋರಾಟದ ಬಗ್ಗೆ ನನ್ನ ಅರಿವಿನ ಪಯಣ ಹೀಗೆ ಆರಂಭವಾಯಿತು.

ನನ್ನ ತಾತ ಬ್ರಿಟಿಷರ ಜೈಲುಗಳಲ್ಲಿ ಹಲವು ವರ್ಷ ಕಳೆದಿದ್ದರು. ಅದಕ್ಕೂ ಮೊದಲೇ ಅವರನ್ನು ಅವರು ಕಾನೂನು ವ್ಯಾಸಂಗ ಮಾಡುತ್ತಿದ್ದ ಐರ್ಲೆಂಡ್‌ನಿಂದ ವಾಪಸ್ ಕಳುಹಿಸಲಾಗಿತ್ತು. ಬ್ರಿಟಿಷರ ಆಡಳಿತದ ವಿರುದ್ಧ ಪ್ರಚಾರಾಂದೋಲನ ನಡೆಸುತ್ತಿದ್ದ ಅಲ್ಲಿನ ಭಾರತೀಯರ ಗುಂಪುಗಳಲ್ಲಿ ನಮ್ಮ ತಾತ ಅತ್ಯಂತ ಸಕ್ರಿಯರಾಗಿದ್ದರು.

ಐರ್ಲೆಂಡ್‌ನ ಈಸ್ಟರ್ ದಂಗೆಯಲ್ಲಿ ಪ್ರಮುಖ ಪಾತ್ರ ವಹಿಸಲಿದ್ದ ಕ್ರಾಂತಿಕಾರಿಗಳಿಗೆ ನನ್ನ ತಾತ ತೀರಾ ಹತ್ತಿರವಾಗಿದ್ದರು. 1916ರ ಜೂನ್ 1ರಂದು ಒಂದು ತಿಂಗಳ ಮುಂಚಿನ ನೋಟೀಸು ಕೊಟ್ಟು ನಮ್ಮ ತಾತನನ್ನು ಐರ್ಲೆಂಡ್ ಹಾಗೂ ಯುನೈಟೆಡ್ ಕಿಂಗ್‌ಡಂನಿಂದ ಹೊರಹೋಗುವಂತೆ ತಿಳಿಸಲಾಯಿತು.

ಭಾರತಕ್ಕೆ ವಾಪಸಾದ ಅವರು ಇಲ್ಲಿನ ರಾಷ್ಟ್ರೀಯ ಚಳವಳಿಯ ಜೊತೆ ತಮ್ಮನ್ನು ಗುರುತಿಸಿಕೊಂಡರು. ಹಾಗೆ ಆ ಚಳವಳಿಯಲ್ಲಿ ಭಾಗವಹಿಸುವುದರ ಮೂಲಕ ಅವರು ಹಲವಷ್ಟು ಕಲಿತರು. ಸ್ವಾತಂತ್ರ್ಯ ಸಿಕ್ಕ ನಂತರ 1974ರವರೆಗೆ, ನಿವೃತ್ತಿ ಬದುಕಿಗೆ ಸರಿಯುವವರೆಗೆ ಯಾವುದೇ ಸಾರ್ವಜನಿಕ ಹುದ್ದೆಗಾಗಲೀ, ಅಧಿಕಾರದ ಪದವಿಗಳಿಗಾಗಲೀ ಹೋಗಲಿಲ್ಲ. 1980ರಲ್ಲಿ ತಾತ ನಿಧನ ಹೊಂದಿದರು.

ನನ್ನ ತಾತ ಯಾವಾಗಲು ಹೇಳುತ್ತಿದ್ದ 'ತನ್ನಂತಹ ಅನುಕೂಲಸ್ಥರಲ್ಲದ, ಈ ಸ್ವಾತಂತ್ರ್ಯದ ಕನಸು ನನಸಾಗುವಂತೆ ಮಾಡಿದ ಆ ಲಕ್ಷಗಟ್ಟಲೆ ಜನಸಾಮಾನ್ಯರ ಬಗ್ಗೆ' ನನಗೆ ತೀವ್ರ ಕುತೂಹಲವಿತ್ತು.

ಅವರು ಯಾರು ಎಂದು ನನಗೆ ಕುತೂಹಲವಿತ್ತು. ಆದರೆ ನಾನು ಬೆಳೆದಂತೆಲ್ಲಾ ಅಂತಹವರಲ್ಲಿ ಕೆಲವರು ಆಗೀಗ ನನ್ನ ತಾತನನ್ನು ನೋಡಲು ಬಂದು ಹೋಗುತ್ತಿದ್ದರು ಎಂದು ಗೊತ್ತಾಯಿತು. ಅವರ ಕಥೆಗಳನ್ನು ಕೇಳಲು, ಅವರ ಬದುಕಿನ ಬಗ್ಗೆ ತಿಳಿಯಲು ನನಗೆ ಎಂದೂ ಸುಸ್ತಾಗಲಿಲ್ಲ.

ಅವರು ಹಾಗೂ ಅವರಂತಹ ಲಕ್ಷಾಂತರ ಮಂದಿ ಈ ದೇಶದ ಸ್ವಾತಂತ್ರ್ಯಕ್ಕಾಗಿ ಸ್ವಲ್ಪ ಅಥವಾ ಯಾವುದೇ ಪ್ರತಿಫಲವಿಲ್ಲದೆ ಹೋರಾಡಿದರು, ಹುತಾತ್ಮರಾದರು.

ನಾನು ಕಾಲೇಜಿಗೆ ಹೋಗಲು ಶುರು ಮಾಡಿದ ನಂತರ ನಾನು ಅಂತಹ ಹಲವರನ್ನು ಭೇಟಿ ಮಾಡಿದೆ. ನಾನು ವಿಶ್ವವಿದ್ಯಾಲಯದಲ್ಲಿ ಚರಿತ್ರೆ ಅಧ್ಯಯನ ಮಾಡುವಾಗ ಬ್ರಿಟಿಷರ ವಿರುದ್ಧ ನಡೆದ ಅನೇಕ ಸಮರಗಳು ನಗರಗಳಲ್ಲಲ್ಲ, ಗ್ರಾಮೀಣ ಪ್ರದೇಶಗಳಿಂದ ಆರಂಭವಾಗಿದ್ದವು ಎನ್ನುವುದು ಮನವರಿಕೆಯಾಯಿತು.

ಹಾಗೆ ನಾನು ಕಲಿತ ಕೆಲವು ಸಂಗತಿಗಳೆಂದರೆ: 1857ರಲ್ಲಿ ಕೊಲ್ಕತ್ತಾ ಹಾಗೂ ಬಾಂಬೆಯ (ಈಗ ಕೊಲ್ಕತ್ತಾ ಹಾಗೂ ಮುಂಬೈ) ಶ್ರೀಮಂತರು ಬ್ರಿಟಿಷರನ್ನು ನೇರವಾಗಿಯೇ ಬೆಂಬಲಿಸಿದ್ದರು. ಅಷ್ಟೇ ಅಲ್ಲದೇ ವಸಾಹತುಶಾಹಿಗಳ ಯಶಸ್ಸಿಗಾಗಿ ಪ್ರಾರ್ಥನಾ ಸಭೆಗಳನ್ನು ನಡೆಸಿದ್ದರು. ಬ್ರಿಟಿಷರ ವಿರುದ್ಧ ಅವರ ವಸಾಹತುಶಾಹಿ ಸೇನೆಯಲ್ಲಿದ್ದ ನಮ್ಮ ಸಾವಿರಾರು ಸೈನಿಕರು ತಿರುಗಿ ಬೀಳುತ್ತಿದ್ದ ಸಮಯದಲ್ಲಿಯೇ ಇದೂ ಘಟಿಸುತ್ತಿತ್ತು.

ನಂತರದ ದಶಕಗಳಲ್ಲಿ, ಕೊಲ್ಕೊತ್ತಾದಲ್ಲಿ 1857ಕ್ಕೂ ಒಂದು ವರ್ಷ ಮುಂಚೆಯೇ ಛತ್ತೀಸ್‌ಘಢದಲ್ಲಿ ವೀರ ನಾರಾಯಣ ಸಿಂಗ್ ನೇತೃತ್ವದಲ್ಲಿ ಜರುಗಿದ ಸಮರದ ಬಗ್ಗೆ, 1913–15ರ ವೇಳೆಯಲ್ಲಿ ಪಂಜಾಬ್‌ನ್ನು ಕೇಂದ್ರವಾಗಿಟ್ಟುಕೊಂಡು ಜರುಗಿದ ರೋಮಾಂಚಕ ಗದ್ದರ್ ಚಳವಳಿಯ ಬಗ್ಗೆ 1922–24ರಲ್ಲಿ ಆಂಧ್ರಪ್ರದೇಶದಲ್ಲಿ ಅಲ್ಲೂರಿ ಸೀತಾರಾಮ ರಾಜು ನೇತೃತ್ವದ ಮೂರನೆಯ ರಂಪಾ ಸಮರದ ಬಗ್ಗೆ ಹಾಗೂ ಇನ್ನೂ ಇಂತಹ ನಮ್ಮ ಚರಿತ್ರೆಯಲ್ಲಿನ ಅನೇಕ ಹೋರಾಟಗಳು ಜರುಗಿದ್ದರ ಬಗ್ಗೆ ನಾನು ತಿಳಿಯುತ್ತಾ ಹೋದೆ.

1997ರಲ್ಲಿ ಭಾರತ ಸ್ವಾತಂತ್ರ್ಯಕ್ಕೆ 50 ವರ್ಷ ತುಂಬಿದಾಗ ನಾನು ಜಗತ್ತಿನ ಪ್ರಬಲ ಸಾಮ್ರಾಜ್ಯಗಳ ವಿರುದ್ಧ ವೀರೋಚಿತ ಹೋರಾಟಕ್ಕೆ ನಾಂದಿ ಹಾಡಿದ್ದ ಅನೇಕ ಹಳ್ಳಿಗಳಿಗೆ ಭೇಟಿ ನೀಡಿದೆ. ಛತ್ತೀಸ್‌ಘಢದ ಸೋನಾಖಾನ್, ಆಂಧ್ರದ ರಂಪಾಚೋಡಾವರಂ, ಕೇರಳದ ಕಳ್ಳಿಯಸ್ಸೇರಿ ಹಾಗೂ ಇನ್ನಷ್ಟು ಅಂತಹ ಹಳ್ಳಿಗಳು. ಭಾರತ ಸ್ವಾತಂತ್ರ್ಯದ 50ನೆಯ ವರ್ಷದ ಸಂದರ್ಭದಲ್ಲಿ ಟೈಮ್ಸ್ ಆಫ್ ಇಂಡಿಯಾಗಾಗಿ 'ಮರೆತು ಹೋದ ಸ್ವಾತಂತ್ರ್ಯ' ಎನ್ನುವ ಸರಣಿಯನ್ನು ಬರೆದೆ.

ನನ್ನ ಈ ಪುಸ್ತಕ ಓದುಗರಿಗೆ ಮರೆತು ಹೋದ ಸ್ವಾತಂತ್ರ್ಯ ಹೋರಾಟಗಾರರನ್ನು ನೆನಪಿಸುವ ಪ್ರಯತ್ನ. ಈಗ ಸ್ವಾತಂತ್ರ್ಯದ 75ನೆಯ ವರ್ಷದಲ್ಲಿ.

ಈ ಕಥೆಗಳು ನಾವು ತಿಳಿದಿರಲೇಬೇಕಾದಂತಹವು.

15 ಅಥವಾ 16 ವ್ಯಕ್ತಿಗಳು (ಅದರಲ್ಲಿ ಕೆಲವರು ಇನ್ನೂ ಬದುಕಿದ್ದಾರೆ) ಎನ್ನುವುದು ತುಂಬಾ ಪುಟ್ಟ ಸಂಖ್ಯೆ ಎನ್ನುವುದು ನನಗೆ ಗೊತ್ತಿದೆ. ಆದರೆ ಅವರು ಈ ದೇಶದ ಸ್ವಾತಂತ್ರ್ಯಕ್ಕಾಗಿ ಹೋರಾಡಿದ ಲಕ್ಷಾಂತರ ಅನಾಮಿಕರ ಪ್ರತಿನಿಧಿಗಳು.

1993ರವರೆಗೆ, ನಾನು ಸಂಪೂರ್ಣವಾಗಿ ಗ್ರಾಮೀಣ ವರದಿಗಳಿಗೆ ಒಡ್ಡಿಕೊಳ್ಳುವವರೆಗೆ ದೇಶಾದ್ಯಂತ ಇಳಿಸಂಜೆಯಲ್ಲಿ ಇರುವ ಇಂತಹ ಹೋರಾಟಗಾರರನ್ನು ಭೇಟಿ ಮಾಡುತ್ತಿದ್ದೆ. ಹೀಗೆ ಪ್ರತೀ ಬಾರಿ ಅವರನ್ನು ಭೇಟಿಯಾದಾಗಲೂ ಒಬ್ಬ ಸಾಮಾನ್ಯರೊಳಗೆ ಇರುವ ಅಸಾಮಾನ್ಯರನ್ನು ಕಂಡೆ. ನಂತರದ ಹಲವು ವರ್ಷಗಳ ಕಾಲ ನಾನು ಅವರನ್ನು ಭೇಟಿ ಮಾಡಿ, ಅವರನ್ನು ಸಂದರ್ಶಿಸಿ, ಅವರ ಕಥೆಗಳನ್ನು ದಾಖಲಿಸಿಕೊಳ್ಳಲು ಯತ್ನಿಸಿದೆ. ಆದರೆ ಇದನ್ನು ನಿರಂತರವಾಗಿ ಮಾಡಲು ಸೋತೆ. 1990ರ ನಂತರ ಕೃಷಿ ಸಮಸ್ಯೆಗಳು ಕೇಂದ್ರ ಸ್ಥಾನವನ್ನು ಆಕ್ರಮಿಸಿದವು. 2004ರಿಂದ 2014ರವರೆಗೆ 'ದಿ ಹಿಂದು' ಪತ್ರಿಕೆಯ ಗ್ರಾಮೀಣ ವ್ಯವಹಾರಗಳ ಸಂಪಾದಕನಾಗಿ ನಾನು ಈ ಕೃಷಿ ಬಿಕ್ಕಟ್ಟುಗಳತ್ತ ಗಮನ ಕೊಡಬೇಕಾಯಿತು. ಆದರೂ ಸಹ ನಾನು ಕೆಲವು ಹೋರಾಟಗಾರರ ಹಳ್ಳಿಗಳಿಗೆ ಭೇಟಿ, ಕೆಲವೊಮ್ಮೆ ಮರುಭೇಟಿ ಕೊಡಲು ಸಾಧ್ಯವಾಗುವಂತೆ ನೋಡಿಕೊಂಡೆ.

ಈ ಸರಣಿಯ ವರದಿಗಳಿಗಾಗಿ ನಾನು ಮೊದಲ ಸುತ್ತಿನ ಭೇಟಿ ಆರಂಭಿಸಿದ್ದು 2002ರಲ್ಲಿ. ನಂತರದ ವರ್ಷಗಳಲ್ಲಿ ನಾನು ಬೇರೇನೋ ಮಾಡುತ್ತಿದ್ದಾಗಲೂ ಗ್ರಾಮೀಣ ಪ್ರದೇಶದಲ್ಲಿ ಇಂತಹ ಹೋರಾಟಗಾರರನ್ನು ಹುಡುಕಿ ಓಡುತ್ತಲೇ ಇದ್ದೆ. ಇಲ್ಲವೇ ಅವರೇ ನನಗೆ ಸಿಗುತ್ತಿದ್ದರು. ಇಂತಹ ಹಳ್ಳಿಗಳಿಗೆ ನಾನು ಕೊಟ್ಟ ಕೊನೆಯ ಸುತ್ತಿನ ಭೇಟಿ ಈ ಮಾರ್ಚ್ ಹಾಗೂ ಏಪ್ರಿಲ್ 2022ರಲ್ಲಿ.

ಈ ಪುಸ್ತಕ ಹೊರಬಂದಿದ್ದು ಹೀಗೆ...

70191 82729
bahuroopi.in

ಬರ ಅಂದ್ರೆ ಎಲ್ಲರಿಗೂ ಇಷ್ಟ

'ಭಾರತೀಯ ಪತ್ರಿಕೋದ್ಯಮದ ಕೆಟ್ಟ ಹುಡುಗ' ಎಂಬ ಪ್ರಶಂಸೆಗೆ ಗುರಿಯಾದವರು ಪಿ ಸಾಯಿನಾಥ್. ಈ ಕೆಟ್ಟ ಹುಡುಗ ಕಳೆದ 30 ವರ್ಷಗಳಿಂದ ದೇಶದ ಕಡು ಬಡ ಜಿಲ್ಲೆಗಳನ್ನು ಸುತ್ತುತ್ತಿದ್ದಾರೆ. ಯಾವುದೇ ಭೂಪಟಗಳಲ್ಲಿ ಕಾಣಿಸಿಕೊಳ್ಳದೇ ಹೋಗುವಂತಹ ಕುಗ್ರಾಮಗಳಲ್ಲಿ ವರ್ಷದ 300 ದಿನ ಕಳೆಯುವ ಸಾಯಿನಾಥ್ ಆ ಹಳ್ಳಿಗಳಿಗೆ, ಹಳ್ಳಿಯ ಜನತೆಗೆ ಘನತೆ ತಂದವರು. ಸಾಯಿನಾಥ್ ಅವರ ಸುತ್ತಾಟ ದೇಶದ ನೀತಿ ರೂಪಕರನ್ನು ತುದಿಗಾಲಿನಲ್ಲಿ ನಿಲ್ಲಿಸುತ್ತದೆ. ಹಲವು ಪ್ರಧಾನಿಗಳು ಇವರು ಪ್ರಸ್ತಾಪಿಸಿದ ಹಳ್ಳಿಗಳತ್ತ ದಾವಿಸುವಂತ ಮಾಡುತ್ತದೆ. ಅವರ ಈ ಕೃತಿ ದೇಶದ ಪ್ರಜ್ಞೆಯನ್ನು ಕಲಕಿದೆ. ಕನ್ನಡ ಪತ್ರಿಕೋದ್ಯಮದ ಮುಖ್ಯ ಹೆಸರಾದ ಜಿ ಎನ್ ಮೋಹನ್ ಈ ಕೃತಿಯನ್ನು ಕನ್ನಡಕ್ಕೆ ತಂದಿದ್ದಾರೆ.

G N Mohan, a committed journalist and Sainath's friend, has ably translated this book into Kannada. Mohan has done an excellent job as a translator; though he hasn't taken any liberty with the original, he has adopted a style suitable for Kannada-precise and emotive. Kannada readers are indebted to both Sainath for his daring 'Counter journalism' and Mohan for making it available for them.

                                            - **Pro C N Ramachandran**
                                              in 'The Hindu'

www.ingramcontent.com/pod-product-compliance
Lightning Source LLC
LaVergne TN
LVHW012235200825
819220LV00034B/405
* 9 7 8 8 1 9 6 4 3 4 6 0 1 *